பன்னீர்ப்பூக்கள்

பாவண்ணன்

பன்னீர்ப்பூக்கள்

கிழக்கு

பன்னீர்ப்பூக்கள்

PanneerPookkal

Pavannan ©

First Edition: December 2023

472 Pages

Printed in India.

ISBN: 978-81-967919-8-8

Kizhakku - 1345

Kizhakku Pathippagam

177/103, First Floor, Ambal's Building, Lloyds Road,
Royapettah, Chennai - 600 014. Ph: +91-44-4200-9603
Email : support@nhm.in Website : www.nhm.in

kizhakkupathippagam kizhakku_nhm

Author's Email Id: writerpaavannan2015@gmail.com

Cover Image: *Millingtonia - Indian Cork Tree, Shutterstock*

Kizhakku Pathippagam is an imprint of New Horizon Media Private Limited

அன்புக்கும் மதிப்புக்கும் உரிய
எழுத்தாளுமை விட்டல்ராவ் அவர்களுக்கு
வணக்கத்துடன் சமர்ப்பணம்

பூக்களின் வரிசை

முன்னுரை

இத்தொகுதியில் இருபத்தைந்து கட்டுரைகள் உள்ளன. ஒவ்வொரு கட்டுரைக்கும் ஒரு பின்னணி இருக்கிறது. அதை ஏன் எழுதினேன் என்பதற்கு ஒரு காரணமும் இருக்கிறது. அந்தக் காரணத்தை இம்முன்னுரையில் பதிவு செய்வது பொருத்தமாக இருக்கும் என்று நினைக்கிறேன்.

கடந்த சில ஆண்டுகளாக, காந்தியடிகள் வகுத்த நிர்மாணப்பணித் திட்டங்கள் நிறைவேற்றப்பட்ட வழிமுறைகளைப்பற்றி தொடர்ந்து படித்து வருகிறேன். அவருடைய வழியைப் பின்பற்றி, அத்திட்டங்களை நிறைவேற்றுவதற்காக உழைத்த தியாகிகளின் வாழ்க்கை வரலாற்றுத் தகவல்களையும் திரட்டி அவ்வப்போது கட்டுரைகளாக எழுதி வருகிறேன்.

கதரின் மீது காந்தியடிகள் கொண்டிருந்த பற்று இந்த உலகமே அறிந்த செய்தி. கதரை விடுதலைப் போராட்டத்தின் ஓர் அம்சமாகவே அந்தக் காலத்தில் பொதுமக்களும் தேசியவாதிகளும் கருதினார்கள். கதரின் மேன்மையை மக்களிடம் எடுத்துரைப்பதற் காகவும் கதர் நிதி திரட்டுவதற்காகவும் காந்தியடிகள் கடந்த நூற்றாண்டில் இருபதுகளையொட்டிய ஆண்டுகளில் பல்வேறு கட்டங்களாக நாடெங்கும் பயணம் செய்தார்.

அந்தப் பயணத்தின்போது ஒரு சமயம் ஒரிசாவில் ஒரு சிறிய நகரத்தில் அவர் ஒரு கூட்டத்தில் பங்கேற்று உரை நிகழ்த்தினார். அவர் உரையை முடித்ததும் ஒவ்வொருவராக மேடைக்கு வந்து கதர் நிதிக்காகத் தம்மால் இயன்ற தொகையைக் கொடுத்துவிட்டுச் சென்றனர். சிலர் தம் கழுத்திலும் கையிலும் அணிந்திருந்த ஆபரணங்களைக் கழற்றி அன்பளிப்பாக அளித்தனர். எல்லோரும்

நிதியளித்து மேடையிலிருந்து இறங்கும் வரைக்கும், கிழிசல் புடவையணிந்த ஒரு மூதாட்டி மேடையின் ஓரமாகக் காத்திருந்தாள்.

மூதாட்டியைக் கவனித்துவிட்ட காந்தியடிகள் தம் உதவிக்கு நின்றிருந்த தன்னார்வலத் தொண்டரிடம் அவரை மேடைக்கு அழைத்து வருமாறு சொன்னார். மேடைக்கு வந்த பிறகு அம்மூதாட்டி தன் முந்தானையில் முடிந்து வைத்திருந்த அரையணா நாணயத்தை எடுத்து கதர் நிதிக்கு தன் பங்களிப்பாக அதை ஏற்றுக்கொள்ளும்படி காந்தியடிகளிடம் அளித்தார். அவருடைய வாழ்க்கைப் பின்னணியைப்பற்றி சுருக்கமாக அவரிடமிருந்தே கேட்டுத் தெரிந்துகொண்ட காந்தியடிகள் அவரை வணங்கி நன்றி சொல்லி அந்த நாணயத்தைப் பெற்றுக்கொண்டார்.

இரவு உணவை முடித்த பிறகு, அன்றைய தினம் திரட்டிய நிதியை எண்ணிக் கணக்கிடுவதற்காக கணக்காளராகப் பொறுப்பேற்றிருந்த ஜமனாலால் பஜாஜும் நண்பர்களும் கூடினார்கள். மூட்டையாகக் கட்டிவைக்கப்பட்டிருந்த நோட்டுகளையும் நாணயங்களையும் ஆபரணங்களையும் அவர்கள் தனித்தனியாக எண்ணிக் கணக்கிட்டு வரவு வைத்தனர். இறுதியில் ஜமனாலால் காந்தியடிகளிடம் அந்த மூதாட்டி கொடுத்த அரையணாவை தன்னிடம் கொடுக்குமாறு கேட்டார். காந்தியடிகளோ அந்த நாணயத்தைக் கொடுக்க மறுத்தபடி புன்னகைத்தார்.

நிதியாகக் கொடுக்கப்பட்ட தொகையைத் துல்லியமாகக் கணக்கிட்டு ஒப்படைக்கும் குணமுள்ள காந்தியடிகள் நாணயத்தைக் கொடுக்க மறுப்பதற்கான காரணத்தை ஜமனாலாலால் புரிந்துகொள்ள முடியவில்லை. 'அரையணாதானே அது? அதைக் கொடுத்தால் என்ன?' என்று கேட்டார் ஜமனாலால். 'உங்கள் கணக்குப் புத்தகத்தில் பதிவுசெய்துவிட்டால், அந்த அரையணாவின் மதிப்பு வெறும் அரையணாதான். ஆனால் அதே அரையணா என் கையிலிருக்கும் வரைக்கும் அதன் மதிப்பு கோடி ரூபாய்க்கும் மேலானது' என்று சொன்னார் காந்தியடிகள். அவருடைய வாதத்தைப் புரிந்துகொள்ள முடியாமல் ஜமனாலால் விழித்தார்.

'கதருக்காக நிதி கொடுத்தவர்கள் அனைவரும் தம்மிடம் இருக்கும் செல்வத்தில் ஒரு பகுதியைக் கொண்டு வந்து கொடுத்தார்கள். மூதாட்டியோ தன்னிடம் இருந்த செல்வத்தையே கொடுத்து விட்டார். அதன் மதிப்பை கணக்கியலில் அமிழ்ந்திருக்கும் விழிகளால் பார்க்கமுடியாது' என்று சொன்னார் காந்தியடிகள்.

ஒரு நாணயத்துக்கு இருவிதமான மதிப்பை முன்வைக்கும் காந்தியடிகளின் பார்வை எனக்கு மிக முக்கியமாகத் தோன்றியது. அதை இன்னும் சற்றே விரிவாக்கி, எளிய மனிதர்கள் சிற்சில தருணங்களில் அபூர்வமாகவோ இயல்பாகவோ நடந்துகொள்ளும் விதத்தையும் மதிப்பிடலாம் என்று தோன்றியது.

ஒருமுறை ஒரு பயணத்தின்போது பொழுதுபோக்காக நான் சந்தித்த பல எளிய மனிதர்களின் சித்திரங்களை மனத்துக்குள்ளேயே அடுக்கித் தொகுத்துக்கொண்டிருந்தேன். அவர்களோடு கழித்த பொழுதுகளை மீண்டும் மனத்துக்குள்ளேயே வாழ்ந்து பார்த்தேன். அவர்களெல்லாம் எத்தனை அபூர்வமான மனிதர்கள் என்ற எண்ணமே அப்போது எழுந்து வந்தது. இந்த வாழ்க்கை இப்படியெல்லாம் அரிய மனிதர்களைப் பார்க்கும் வாய்ப்பை எனக்கு அளித்திருப்பதை நினைத்து மனம் பொங்கியது.

மாபெரும் சமூக வாழ்க்கைக்குள் அவர்களுடைய இடம் கண்ணுக்குத் தெரியாத மிகச்சிறிய புள்ளியாகச் சுருங்கியதாக இருக்கலாம். ஆனால் தனிப்பட்ட வாழ்க்கை என்னும் சின்னஞ்சிறு வட்டத்துக்குள் அவர்களுடைய இடம் சூரியனைப்போல மகத்தானது. அவர்கள் வாழ்க்கையை முன்வைத்து யோசித்தபோது காந்தியடிகளின் மதிப்பீட்டுமுறையின் முக்கியத்துவத்தை என்னால் தெளிவாகப் புரிந்துகொள்ள முடிந்தது.

அவர்களைப்பற்றியெல்லாம் எழுதவேண்டும் எனப் பல நேரங்களில் நினைத்துக்கொள்வேன். ஆனால் அப்போதெல்லாம் வேறொரு எழுத்து வேலையில் மூழ்கியிருப்பேன். அதனால், அதை முடித்துவிட்டு இதைத் தொடங்கலாம் என எனக்கு நானே ஒரு காரணத்தைச் சொல்லிக்கொண்டு ஒத்திவைப்பேன். ஆனால், என் எண்ணத்தைச் செயல்படுத்தும் ஒரு வேளை கூடி வராமல் பல முறை ஒத்திவைத்துக்கொண்டே இருந்தேன்.

என் நண்பர் அக்களூர் இரவி நான் பணியாற்றிய தொலைபேசித் துறையில் வேலை செய்தவர். மொழிபெயர்ப்பில் மிகுந்த ஆர்வமுள்ளவர். அவருடைய மொழிபெயர்ப்பில் வெளிவந்த எலிஸா ஃபே என்பவரின் இந்தியப் பயணக்கடிதங்கள் என்னும் அனுபவக்கதை நூல் மிகமுக்கியமானது. பணிநிறைவு பெற்ற பிறகு அவர் முழுக்கமுழுக்க மொழிபெயர்ப்புத்துறையில் ஈடுபடத் தொடங்கிவிட்டார்.

கடந்த ஆண்டில் ஒருநாள் இரவி தொலைபேசியில் என்னை அழைத்தார். 'கிழக்கு டுடே' இணையதளத்தைப் பார்ப்பதுண்டா

என்று கேட்டார். தொடர்ந்து படித்து வருவதாகச் சொன்னேன். நான் அதுவரை படித்திராத ஆன்டன் செகாவின் சில சிறுகதைகளை வானதி என்பவரின் மொழிபெயர்ப்பில் அந்த இணையதளத்தில் படித்ததாகவும் சொன்னேன். அந்த இதழில் ஒவ்வொரு வாரமும் ஓர் அத்தியாயம் என ஒரு பயணநூலை மொழிபெயர்க்கப் போவதாகவும் விரைவில் முதல் அத்தியாயம் வெளிவரும் என்றும் இரவி மகிழ்ச்சியுடன் தெரிவித்தார். உடனே என் வாழ்த்துகளை அவருக்குத் தெரிவித்தேன்.

'மகாராஜாவின் பயணங்கள்' என்னும் தலைப்பில் அத்தொடர் அழகான படங்களுடன் வெளிவரத் தொடங்கியது. ஒவ்வொரு வாரமும் அத்தியாயம் வெளிவந்ததும் படித்துவிட்டு இரவியுடன் உரையாடுவதை அப்போது ஒரு வழக்கமாகவே வைத்திருந்தேன். ஆறுமாத காலம் தொடராக வந்த பிறகு அது புத்தகமாகவும் வெளிவந்தது. நான் அவரை அழைத்து வாழ்த்து சொன்னேன்.

வாழ்த்துகளை ஏற்றுக்கொண்ட இரவி நானும் அதேபோல ஒரு தொடரைத் தொடங்கி இணையதளத்தில் எழுதவேண்டும் என்று தன் விருப்பத்தை முன்வைத்தார். தொடர் என்னும் பெரும் பொறுப்பை ஏற்றுக்கொள்ள அக்கணத்தில் என் மனம் தயங்கியது. தொடக்கத்தில் ஏதேதோ காரணங்களைச் சொல்லி ஒத்திவைக்கவே நான் முற்பட்டேன். ஆனால் இரவி என்னுடன் உரையாட நேர்ந்த தருணங்களிலெல்லாம் அந்தத் தொடரைப்பற்றி சலிக்காமல் நினைவூட்டிக்கொண்டே இருந்தார். ஒருநாள் 'கிழக்கு டுடே' ஆசிரியரான நண்பர் மருதனும் தொடரைப்பற்றிக் குறிப்பிட்டுப் பேசினார்.

ஒரு வழியாக தொடர் எழுதும் பொறுப்பை நான் ஏற்றுக் கொண்டேன். நீண்ட காலமாக எழுதாமலேயே ஒத்திவைத்த எளியவர்களின் வாழ்க்கைச் சித்திரங்களை முன்வைத்து எழுதுவதற்கு காலம் தானாகவே கனிந்துவந்ததாக நான் நினைத்துக்கொண்டேன். தொடருக்கு என்ன தலைப்பு வைக்கலாம் என்று மருதன் கேட்டார். உடனடியாக எதுவும் தோன்றவில்லை. யோசித்து தெரிவிப்பதாகச் சொல்லி உரையாடலை முடித்துக் கொண்டேன்.

அடுத்தநாள் மல்லேஸ்வரத்தில் உள்ள ஒரு வங்கிக்குச் செல்லும் வேலை இருந்தது. பல ஆண்டுகளுக்கு முன்பு நான் வேலை செய்த அலுவலகம் அந்தத் தெருவில் இருந்தது. அதை வேடிக்கை பார்த்தபடி தெருவில் நடந்து வந்தேன். ஒரு வரிசையில் குறிப்பிட்ட

இடத்தில் ஆறேழு பன்னீர்மரங்கள் நின்றிருந்தன. அடிமரத்தைச் சுற்றி வெள்ளைவெளேரென பன்னீர்ப்பூக்கள் வட்டமாக விழுந்திருந்த கோலம் அழகாக இருந்தது.

நீண்ட நேரம் அங்கேயே நின்று அந்தப் பூக்களைப் பார்த்தபடி இருந்தேன். நான் பார்த்துக்கொண்டிருக்கும்போதே ஒன்றிரண்டு பூக்கள் நீளமான தொங்கட்டான்போல காற்றில் மிதந்துவந்து தரையில் அமைதியாக விழுந்தன.

ஒரு மரத்தில் பூத்து, தன் அழகைக் காட்டி, காற்றில் அசைந்து குலுங்கி, கடைசியில் அதே மரத்தடியில் விழுந்து மறைந்துவிடும் பூக்கள். பலரும் ஒருகணம்கூடப் பொருட்படுத்திப் பார்க்காத பூக்கள். அந்த மரத்துக்கு மட்டுமே உரித்தான பூக்கள்.

பன்னீர்ப்பூக்களைப் பார்த்துவிட்டு நடந்துவந்த போதுதான் நான் மட்டுமே அறிந்த எளிய மனிதர்களின் வாழ்க்கைச் சித்திரங்களைக் கொண்ட ஒரு தொடருக்கு அதுவே பொருத்தமான தலைப்பு என்று தோன்றியது. அக்கணமே நண்பர் மருதனுக்கு அந்தத் தலைப்பைக் குறிப்பிட்டு ஒரு குறுஞ்செய்தியாக அனுப்பிவைத்தேன். அதைத் தொடர்ந்து அத்தியாயங்களை அனுப்பினேன்.

வாரத்துக்கு ஓர் அத்தியாயத்தை அனுப்பவேண்டும். ஆனால் சிற்சில சமயங்களில் சில இடர்களால் என்னால் அந்த நியதியைக் கடைபிடிக்க முடியாமல் தாமதமாக அனுப்ப நேர்ந்திருக்கிறது. ஆனால் நண்பர் மருதன் ஒருநாளும் அதைப் பொருட்படுத்திய தில்லை. தொடர்ந்து என்னை ஊக்கப்படுத்திக்கொண்டே இருந்தார். எல்லாக் கட்டுரைகளும் இணைந்து இப்படி ஒரு தொகுதியாக வெளிவந்திருக்கும் இத்தருணத்தில் அவரை மிகுந்த அன்போடு நினைத்துக்கொள்கிறேன். அக்களூர் இரவி, மருதன் இருவருக்கும் என் நன்றி.

இத்தொகுதியில் உள்ள ஒவ்வொரு கட்டுரையையும் எழுதி முடித்ததுமே முதல் வாசகியாகப் படித்து வந்தவள் என் மனைவி அமுதா. இந்த மனிதர்களில் ஒரு சிலரை அவளுக்கு நான் ஏற்கெனவே அறிமுகப்படுத்தியிருக்கிறேன். ஒரு புனைகதையைப் போல தோற்றமளிக்கும் இக்கட்டுரைகளின் கட்டமைப்பு அவளுக்கு மிகவும் பிடித்திருந்தது. என்னுடைய எல்லா முயற்சி களுக்கும் எப்போதும் ஊக்கமளித்து வரும் அமுதாவுக்கு என் அன்பு.

என்னுடைய இளம்பருவத்துத் தோழன் பழனியும் இக்கட்டுரைகளைத் தொடர்ந்து வாசித்துவந்தான். எங்கள்

இளமைக்கால அனுபவங்களை மீண்டும் மீண்டும் அசைபோட்டு, அக்காலத்து மனிதர்களையும் நிகழ்ச்சிகளையும் பற்றிய நினைவு களிலும் உரையாடல்களிலும் திளைத்திருப்பதற்கு இக்கட்டுரைகள் ஏதோ ஒருவகையில் எங்களுக்குத் தூண்டுகோலாக அமைந்திருக் கின்றன. அவனுக்கும் என் அன்பு.

இணையதளத்தில் ஒவ்வொரு கட்டுரையும் வெளிவந்த சூட்டோடு உடனுக்குடன் படித்துவிட்டு தம் எண்ணங்களைப் பகிர்ந்து கொண்ட மூத்த எழுத்தாளரும் என் இனிய நண்பருமான விட்டல்ராவ், அக்களூர் இரவி, கே.பி.நாகராஜன், கடலூர் ஜெயஸ்ரீ, வளவ.துரையன், எஸ்ஸார்சி ஆகியோர் அனைவருக்கும் என் மனமார்ந்த நன்றி. இப்போது எல்லா அத்தியாயங்களையும் தொகுத்து புத்தகமாகக் கொண்டுவரும் கிழக்கு பதிப்பகத்தாருக்கும் என் நன்றி.

‘போக்கிடம்’ நாவல் வெளிவந்த காலத்திலிருந்து விட்டல்ராவின் எழுத்துகளை நான் தொடர்ந்து வாசித்து வருகிறேன். என் விருப்பத்துக்குரிய எழுத்தாளர்களின் பட்டியலில் எப்போதும் அவருக்கு நிலையானதொரு இடமுண்டு. அவர் பெங்களூருக்கு வந்த பிறகு அவரும் நானும் நெருங்கிப் பழகத் தொடங்கினோம். ஓவியம், இலக்கியம், திரைப்படம், வரலாறு எனப் பல துறைகள் சார்ந்த ஆழ்ந்த பயிற்சியும் தேர்ச்சியும் உள்ளவர் அவர். அவருடன் உரையாடுவது மிகச்சிறந்த அனுபவமாகும். தன் வாழ்க்கையில் சந்தித்துப் பழக நேர்ந்த பல எளிய மனிதர்களை முன்வைத்து அவரும் பல கட்டுரைகளை எழுதியிருக்கிறார். பல்வேறு வாழ்க்கைச்சித்திரங்களின் தொகுப்பாக அமைந்திருக்கும் இத்தொகுதியை விட்டல்ராவ் அவர்களுக்குச் சமர்ப்பணம் செய்வதில் மிகவும் மனநிறைவடைகிறேன்.

10.12.2023 — மிக்க அன்புடன்

பெங்களூரு — **பாவண்ணன்**

1. அசைந்த கைகள்

‘இந்திராநகர் டெலிபோன் எக்சேஞ்ச்சுக்கு எதுத்தாபுல கொஞ்ச தூரம் நடந்து போனா மிராண்டா இங்கிலீஷ் ஸ்கூல்னு ஒரு ஸ்கூல் வரும். அதுக்கு எதிர்பக்கமா ஒரு பஸ் ஸ்டாப் இருக்குது. அங்க வந்து வெய்ட் பண்ணுங்க. போதும். பத்தரையிலேர்ந்து பதினொன்னுக் குள்ள நான் அங்க வந்துடுவேன்’ என்று நண்பர் சொல்லியிருந்தார்.

நான் அவரிடம் வாங்கிய சில புத்தகங்களைத் திருப்பியளிக்க வேண்டியிருந்தது. அதுபோலவே அவரும் எனக்கு ஒரு புத்தகத்தைக் கொடுக்க வேண்டியிருந்தது.

அவர் சொன்னதை நம்பி பத்தரைக்கு அந்த நிறுத்தத்தை அடைந்துவிட்டேன். ஆனால் அவரை அங்கே காணவில்லை. வந்து சேர்ந்து விட்ட தகவலைத் தெரிவிப்பதற்காக கைப்பேசியில் அவரை அழைத்தேன்.

‘திடீர்னு ஒரு சின்ன வேலை வந்துட்டுது. இதோ இன்னும் ரெண்டு நிமிஷத்துல கௌம்பிடுவேன். நீங்க அங்கயே வேடிக்கை பார்த்து கிட்டு இருங்க. சரியா பதினொரு மணிக்கு வந்துருவேன்’ என்று சொல்லிவிட்டு இணைப்பைத் துண்டித்துவிட்டார்.

சாலையில் இடமே இல்லாத அளவுக்கு ஏராளமான இரண்டுசக்கர வாகனங்களும் மகிழுந்துகளும் இரு திசைகளிலும் ஓடிக் கொண்டே இருந்தன. இடையிடையில் பேருந்துகளும் சென்றன. எதுவும் அந்த நிறுத்தத்தில் நிற்கவில்லை.

ஒவ்வொரு முறையும் பேருந்து நிறுத்தத்தை நெருங்கும் தருணத்தில் அது நிற்குமென்ற நம்பிக்கையில் பயணிகள் கூட்டம் பரபரப்பாக எழுந்து வாகனத்தை நெருங்கிச் செல்ல தயாராவதையும் எதிர்பார்த்ததற்கு மாறாக பேருந்து நிற்காமல் சென்றதும் ஏமாற்றத்துடன் முணுமுணுத்தபடி திரும்பி வந்து நிற்பதையும் வேடிக்கை பார்த்தபடி அமர்ந்திருந்தேன். ஒவ்வொரு பேருந்திலும் அளவுமீறிய கூட்டம் அடைத்துக்கொண்டிருந்தது.

'ஒரு நாளாவது நேரத்துக்கு பஸ் புடிக்கமுடியுதா? சித்த நேரம் நின்னு எல்லாரயும் ஏத்திகிட்டு போனா என்ன? என்னமோ ஏரோப்பிளேன் ஓட்டறமாதிரி சர்ருனு போயிகிட்டே இருக்கானுங்க.'

'இந்த மாதிரி நெருக்கடி நேரத்துல இன்னும் ரெண்டு பஸ்ஸ கூடுதலா அனுப்பினா என்ன?அந்த டிப்போவுல இருக்கறவனுங்க இதயெல்லாம் பாக்கமாட்டானுங்களா?'

'ஒம்போதரையிலிருந்து நிக்கறேன் மேடம். எல்லா பஸ்ங்களும் நிக்காமலே போவுது. நிக்கிற பஸ்ல கால வச்சி ஏறமுடியலை. அவ்ளோ கூட்டம். என்ன செய்யறதுன்னே தெரியலை.'

'தெனம் ஆட்டோ புடிச்சி போவறதுக்கு நம்மகிட்ட பணம் கொட்டியா கெடக்குது? எண்ணி எண்ணிதான நாம செலவு பண்ண வேண்டியிருக்குது.'

'நாளையிலேருந்து எட்டு மணிக்கே வந்து நின்னாதான் பஸ்ஸ புடிக்கமுடியும்போல.'

ஒவ்வொருவரும் பக்கத்தில் நிற்பவர்களிடம் ஆற்றாமையுடன் சொல்வதைக் கேட்டபடி நின்றிருந்தேன். ஒவ்வொருவருடைய முகத்திலும் பதற்றமும் குறித்த நேரத்தில் கிளம்பமுடிய வில்லையே என்கிற எரிச்சலும் படிந்திருந்தது. யாராலும் ஓரிடத்தில் நிம்மதியாக நிற்கமுடியவில்லை. இந்தப் பக்கம் திரும்புவதும் த்ச் என்று நாக்கு சப்புக்கொட்டியபடி அந்தப் பக்கம் திரும்புவதும் பெருமூச்சு வாங்குவதும் ஓடிக்கொண்டிருக்கும் வாகனங்களை வெறித்துப் பார்ப்பதுமாக இருந்தார்கள்.

வேகம் குறைந்து வந்த ஒரு பேருந்து அந்த நிறுத்தத்துக்கு வராமல், இருபது அடி தொலைவு முன்னாலேயே தயங்கி நின்றது. பிரயாணிகள் ஒவ்வொருவராகப் பிதுங்கி வெளியேறிக் கொண்டிருந்தனர். அந்தப் பேருந்துக்காக நிறுத்தத்தில் காத்திருந்த ஆண்களும் பெண்களும் அதை நோக்கி வேகவேகமாக ஓடினார்கள். ஒருவர் பின்னால் ஒருவர் முட்டி மோதிக்கொண்டு படிக்கட்டில் ஏறிச் செல்ல முயற்சி செய்தார்கள்.

'போதும் விலகுங்க. அடுத்த பஸ் பின்னால வரும். அதுல வாங்க' என்று முழங்கிக்கொண்டிருந்தார் நடத்துநர். அவர் பேச்சை யாரும் பொருட்படுத்தவில்லை. ஒருவரையொருவர் தள்ளி விட்டும் தாண்டிக்கொண்டும் உள்ளே செல்வதிலேயே குறியாக இருந்தனர்.

எல்லோருக்கும் பின்னால் ஓர் இளைஞனின் கையைப் பிடித்தபடி அழைத்துச் சென்ற பெண்மணியை அப்போதுதான் நான் பார்த்தேன். அந்தப் பெண்மணியின் வேகத்துக்கு அவனுடைய கால்கள் வேகம் கொள்ளவில்லை. கால் தவறி கீழே விழுந்து விடாதபடி அவனை அழைத்துக்கொண்டு மெல்ல மெல்ல பேருந்தை நெருங்கிவிட்டார் அவர். தனக்கு முன்னால் அந்த இளைஞனை நிறுத்திவைத்துக்கொண்டு உள்ளே செல்ல முயற்சி செய்தார். அவனை முதலில் ஏற்றி உள்ளே அனுப்பிவிட்டு அடுத்தபடியாக வண்டிக்குள் ஏறும் திட்டம் அவருக்கு இருந்ததைப் புரிந்துகொள்ள முடிந்தது.

வாசலில் நின்றிருந்த நடத்துநர் 'நில்லு நில்லும்மா' என்று அந்தப் பெண்மணியைத் தடுத்தார். 'லேடீஸ் வழியில எதுக்கும்மா ஆம்பளைய ஏத்தறீங்க. போய் பின்னால ஏறச் சொல்லும்மா' என்று சத்தம் போட்டார்.

அந்தப் பெண்மணி ஒருகணம் செய்வதறியாமல் திகைத்து அந்த நடத்துநரையே பார்த்தார்.

'ஏம்மா ஒரு தரம் சொன்னா புரியாதா? ஆம்பள ஆள் பின்னால ஏறட்டும். நீ முன்னால ஏறும்மா. லேடீஸ்க்கு நடுவுல எப்படி நிக்கவைப்பீங்க?' என்று தடுத்து நிறுத்துவதிலேயே குறியாக இருந்தார்.

அந்தப் பெண்மணிக்குப் பின்னால் நின்றிருந்த பெண்களும் நடத்துநருக்கு இணையாக அவரைப் பார்த்து பேசத் தொடங்கினர்.

'ஆம்பளைய குறுக்குல நிக்க வச்சிட்டு என்னம்மா வேடிக்கை பார்க்கறீங்க? வழிய விட்டு நில்லுங்கம்மா. நாங்கள்ளாம் ஏற வேணாமா?'

'செதுக்கிவச்ச சிலை மாதிரி ஒரே இடத்துல நிக்கறீங்க. அவரு தெளிவாதான சொல்றாரு? புரியலையா?'

அந்த நடத்துநர் ஏதாவது உதவி செய்யக்கூடும் என்கிற எண்ணத்தில் அவர் முகத்தைப் பார்த்துத் திரும்பினார் அந்தப் பெண்மணி. அவர் முகத்தில் கிஞ்சித்தும் அருளே இல்லை. 'ஏறறவங்களுக்கு வழிய விட்டு நில்லும்மா. காலை நேரத்துல ஏம்மா இப்படி வந்து சங்கடப்படுத்தறீங்க?' என்று சலிப்போடு முணுமுணுத்தார்.

படியில் கால்வைத்து ஏறுவதற்காகச் சென்ற அந்த இளைஞனோடு அந்தப் பெண்மணி பின்வாங்கினார். கூட்டம் ஏறி உள்ளே சென்றதும் நடத்துநர் விசில் அடித்துக்கொண்டே படிக்கட்டில் தொத்திக்கொண்டார். வண்டி புறப்பட்டுச் சென்றது.

தோல்வியில் தளர்ந்து முணுமுணுத்துக்கொண்டே அந்த இளைஞனை கையைப் பிடித்து அழைத்துக்கொண்டு நிறுத்தத்துக்குத் திரும்பினார் அந்தப் பெண்மணி. அங்கிருந்த இரும்பு பெஞ்ச்சில் அவனை உட்கார வைத்தார். உட்கார்ந்ததும் அவன் அவரைப் பார்த்து 'அம்மா' என்று அழைத்தான். அவன் குரலுக்கும் அவன் வயதுக்கும் தொடர்பே இல்லை என்பதை அப்போதுதான் கவனித்தேன். அவனோ பார்ப்பதற்கு முப்பது வயது இளைஞனாகத் தெரிந்தான். குரலோ ஏழெட்டு வயது சிறுவனுக்குரியது. அவன் பக்கம் திரும்பி கவனிக்கவே சங்கடமாக இருந்தது.அதே சமயத்தில் கவனிக்காமல் இருக்கவும் முடியவில்லை.

அந்தப் பெண்மணி திரும்பிப் பார்த்ததும் 'தண்ணி வேணும்' என்று சொல்லிவிட்டு கை பெருவிரலை வளைத்துக் காட்டினான். அவர் தன் கைப்பையிலிருந்த தண்ணீர் பாட்டிலை எடுத்து திறந்து அவனிடம் கொடுத்தார். 'பொறுமையா கொஞ்சம் கொஞ்சமா குடி' என்றபடி அவன் மீதே கவனத்தைப் பதித்திருந்தார். அவன் பேச்சும் அசைவுகளும் அவன் நிலையை உணர்த்துவதாக இருந்தன.

தண்ணீர் அருந்தி முடித்ததும் பாட்டிலை வாங்கி மூடி பைக்குள் வைத்துவிட்டு அவனுக்கு பக்கத்திலேயே அவரும் உட்கார்ந்து கொண்டார். பேருந்து வரும் திசையையே பார்த்துக்

கொண்டிருந்தார். நாலைந்து பேருந்துகள் நிற்காமலேயே செல்ல, அதற்குப் பின்னால் வந்த ஒரு பேருந்து நிறுத்தத்தைக் கடந்து சென்று சிறிது தொலைவில் நின்றது. அந்தப் பெண்மணி அவனை கையைப் பிடித்து அழைத்துக்கொண்டு அந்தப் பேருந்தை நோக்கி ஓடினார். அவர் நெருங்கிச் செல்வதற்குள், அவருக்கு முன்னால் சென்ற பலரும் வாசலை அடைத்துக்கொண்டு நின்றபடி உள்ளே செல்ல முயற்சி செய்தபடி இருந்தனர்.

தன் மகனின் தோளைப் பற்றி முன்னோக்கிச் செலுத்தியபடி பின்னால் சென்றார் அவர். வண்டிக்குள் இருந்த நடத்துநர் அதைப் பார்த்துவிட்டு ஜன்னல் வழியாக தலையை நீட்டி 'யாருப்பா அது தம்பி, பின்னால போ. இவ்ளோ பெரிய ஆளா இருக்க. லேடீஸ்ங்க வழியில வந்து ஏறக்கூடாதுன்னு தெரியாதா உனக்கு? போ போ. பின்னால போய் ஏறு' என்று அதட்டினார்.

அதற்குள் அந்த அம்மா நடத்துநர் பக்கமாக திரும்பி கையை நீட்டி, 'என் புள்ளைதான் சார். கொஞ்சம் உடம்புக்கு முடியாத புள்ளை. அதனாலதான் என் கூடவே ஏறிகட்டும்னு அழச்சிட்டு வந்தன்' என்றார். ஆனால் அதையெல்லாம் காது கொடுத்து கேட்கும் மனநிலையிலேயே நடத்துநர் இல்லை. 'முதல்ல மத்தவங்க ஏறறதுக்கு வழிய விட்டு ஓரமா நில்லும்மா. கூட்டம் அலைமோதற சமயத்துல தொல்லை கொடுக்காதீங்கம்மா. தள்ளிப் போங்க. வேற வண்டி பாருங்க. போங்க' என்றார்.

'ஜென்ட்ஸ்க்குன்னு ஒரு வழி இருக்குதில்ல, அந்த பக்கமா அனுப்ப வேண்டிதுதான. அது கூட தெரியாம வழியில நின்னு உயிரை வாங்கறாங்க. எங்கேருந்துதான் கௌம்பி வராங்களோ இவுங்கள்ளாம்' என்று பொதுவாகச் சொல்வது மாதிரி முணுமுணுத்தபடியே படியேறிய பெண்கள் பேருந்துக்குள் சென்றார்கள். 'சார் சார்' என்ற அந்த அம்மாவின் குரலை யாரும் பொருட்படுத்தவில்லை.

'தள்ளி போம்மா, தள்ளி போம்மா' என்று சொல்லிவிட்டு, அவர் விலகிவிட்டார் என்பதை ஓரக்கண்ணால் பார்த்து உறுதிப்படுத்திக்கொண்டு பேருந்து புறப்படுவதற்கான விசிலை அடித்தார் நடத்துநர்.

புறப்பட்டுச் சென்றுவிட்ட பேருந்தையே ஒருசில கணங்கள் திகைப்போடு நின்று பார்த்துவிட்டு, மறுபடியும் பெஞ்சை நோக்கி நடந்து வந்து இருவரும் உட்கார்ந்தனர்.

எனக்கு அவரோடு சிறிது நேரம் உரையாடவேண்டும் போல இருந்தது. 'எங்கம்மா போவணும்?' என்று பொதுவாக பேச்சைத் தொடங்கினேன்.

அவரும் என் பக்கமாகத் திரும்பி 'சிவாஜி நகருக்கு போவணும் தம்பி. இப்படி எல்லா வண்டிக்காரனுங்களும் ஏத்த மாட்டோம் ஏத்த மாட்டோம்னு போயிட்டா, எந்த வண்டிதான் எங்கள ஏத்திக்கும்னு தெரியலை' என்றார்.

அந்த நேரத்தில் ஒரு தள்ளுவண்டியில் பஞ்சுமிட்டாய் விற்பவர் சென்றார். ஒரு கொத்தாக ஒரு தாங்கியில் நிறுத்திவைக்கப்பட்ட ஆறேழு குச்சிகளில் கொண்டை போல ஆரஞ்சு நிறத்தில் சுற்றப்பட்ட பஞ்சு மிட்டாய் பார்ப்பதற்கு பளிச்சென்று இருந்தது. நிறுத்தத்தை ஒட்டியிருந்த உட்பக்கத் தெருவிலிருந்து அந்த வண்டிக்காரர் வந்துகொண்டிருந்தார். சாலையைக் கடந்து பள்ளியின் வாசல் பக்கம் செல்வதற்காக பேருந்து நிறுத்தத்திற்கு அருகில் வந்து நின்றார்.

அந்த இளைஞன் தன்னைப் பிடித்திருக்கும் தன் தாயின் கையைத் தொட்டு 'அம்மா பஞ்சு மிட்டாய்' என்று சொல்லிவிட்டு சிரித்தான். அப்போதே அந்த மிட்டாயை நாக்கில் வைத்து சுவைப்பதுபோல நினைத்து நாக்கைச் சுழற்றி சப்புக் கொட்டினான். 'அம்மா, எனக்கு பஞ்சு மிட்டாய் வேணும்மா' என்று கேட்டான்.

அந்த அம்மா அவன் தலையைத் தொட்டு முடியைக் கோதியபடி 'இப்ப வேணாம். சொன்னா கேளு. நம்ம வீட்டுப் பக்கம் வரும் அப்ப வாங்கிக்கலாம். புரியுதா?' என்று சொன்னார். அவன் உடனே அதை ஏற்றுக்கொள்ள மறுப்பதுபோல தலையசைத்துவிட்டு 'எனக்கு அது வேணும், எனக்கு அது வேணும்' என்று விசும்பத் தொடங்கினான்.

அந்த அம்மாவால் அதைப் பார்த்துக்கொண்டு சும்மா இருக்கமுடிய வில்லை. 'இங்க பாரு வெளிய வந்தா சும்மா இருக்கணும்னு அம்மா சொல்லியிருக்கேனா இல்லையா?அமைதியா நல்ல புள்ளையா இருக்கணும். புரியுதா?' என்று நயமாகப் புத்திமதி சொல்லத் தொடங்கினார்.

அவன் எதையும் காதுகொடுத்துக் கேட்டு ஏற்றுக்கொள்ளும் மனநிலையில் இல்லை. பிடிவாதமாக 'அது வேணும் அது வேணும்' என்று சொன்னதையே மீண்டும் மீண்டும் சொல்லத் தொடங்கினான்.

அக்கம்பக்கத்தில் நின்றிருந்த சிலர் அதைக் கேட்டு ஒரு கணம் அவ்விருவரையும் பார்த்துவிட்டு தலையைத் திருப்பிக் கொண்டனர். அந்த அம்மா பெருமூச்சு விட்டபடி 'நேரம் காலம் தெரியாத ஆளுடா நீ இந்த நேரத்துல பஸ் வந்தா என்ன செய்யறது சொல்லு?' என்று ஆற்றாமையுடன் சொன்னார். பிறகு கைப்பையைத் திறந்து அதற்குள் வைத்திருந்த இன்னொரு பையிலிருந்து பணத்தை எடுத்து பஞ்சுமிட்டாய்க்காரரிடம் கொடுத்து ஒரு குச்சி பஞ்சுமிட்டாய் வாங்கி வந்து கொடுத்தார். உடனே அவன் அதை வாங்கி நாக்கை நீட்டி இழுத்து வளைத்து சாப்பிட்டான். பிறகு நிறம் மாறிய தன் நாக்கை நீட்டி நீட்டிப் பார்த்து திருப்தியுடன் 'அம்மா, என் நாக்கு நிறம் மாறிப் போச்சு' என்று சொல்லிவிட்டு சிரித்தான்.' ஆமாம் ஆமாம். மாறிட்டுது. சும்மா இரு' என்றார் அந்த அம்மா.

என்னால் அந்தக் காட்சியை நேர்கொண்டு பார்க்கவே முடியவில்லை. இதயமே வெடித்துவிடுவதுபோல இருந்தது. உலகத்தில் யாருக்குமே இப்படி ஒரு துயரம் வரக்கூடாது என்று நினைத்துக்கொண்டேன்.

'எவ்ளோ காலமா இப்படி இருக்குது?'

'சின்ன வயசுலேருந்து இப்படிதாம் தம்பி இருக்குது. ஆரம்பத்துல சின்ன வயசுல ஏதோ கொழந்தைத்தனமா இருக்கான்னு நெனச்சி விட்டுட்டேன். காலப்போக்குல சரியாய்டும்னு நெனச்சி விட்டுட்டேன். பள்ளிக்கூடம் போற வயசு வரைக்கும் கூட மாறலைன்னதும் மனசு பகீருன்னு ஆயிடுச்சி. புள்ள இப்படி இருக்கான்னு தெரிஞ்சதும் இதும் அப்பன்காரன் உட்டுட்டு போயிட்டான். ஆத்தா ஊடு அண்ணன் தம்பி ஊடுன்னு எனக்கு எதுவுமில்லை. ஒரு ஆயாகாரிதான் என்னை வளர்த்து கட்டி கொடுத்தா. அதுவும் எப்பவோ மண்ணுக்குள்ள போய் சேர்ந்துட்டுது. இன்னைக்கு சரியாய்டுவான், நாளைக்கு சரியாய்டுவான்னு கடவுள நம்பி நானும் இத்தனை வருஷங்கள ஓட்டிட்டேன்.'

'ஆஸ்பத்திரியில காட்டினீங்களா?'

'ரெண்டு மூனு தரம் போயிருந்தேன். அவுங்க கொடுக்கிற மாத்திரைங்களை இவன் சாப்புடவே மாட்டேங்கறான். வாய்ல போட்டா போதும், அப்படியே எல்லாத்தயும் ஓஓன்னு வாந்தி எடுத்துடுவான். டாக்டருகிட்ட சொன்னா, உள்நோயாளியா சேத்துட்டு போங்கன்னு சொல்லிட்டாரு. நம்ம புள்ளை நம்மகிட்ட இருக்கும்போதே நம்ம வார்த்தைய கேக்கமாட்டுது. அசலாளுங்க

வார்த்தைங்கள கேட்டு எப்படி அடக்கமா நடக்கப்போவுதுனு நெனச்சி விட்டுட்டேன். ஊட்டுக்காரன்னு ஒருத்தன் இருந்திருந்தா அதட்டி கிதட்டி ஏதாச்சும் செஞ்சிருப்பான். ஒத்தையில நிக்கற ஆள் நானு. என்னால என்ன செய்யமுடியும்?'

'சிவாஜி நகர்னு சொல்றீங்க. இவ்ளோ தூரம் எங்க வந்தீங்க?'

'இந்த பக்கம் இஸ்கூலுக்கு பின்னால ஒரு சாமியாரு மந்தரிச்சி தாயத்து கட்டிவிடுவாருன்னு சொன்னாங்க. அதனால வந்தேன்.'

இந்தக் காலத்திலுமா இப்படி என்று மனசுக்குள் தோன்றினாலும் அவரை எதுவும் கேட்கவில்லை. 'கட்டினாரா?' என்று மட்டும் கேட்டேன்.

'கட்டினாரு. என்னமோ தோஷம்னு சொன்னாரு. ஒரு மாசத்துல குறைய ஆரம்பிச்சி படிப்படியா சரியாய்டும்னு சொன்னாரு. எல்லாமே ஒரு நம்பிக்கைதான தம்பி.'

'அது சரி, வரும்போது சிவாஜி நகர்லேருந்து எப்படி வந்தீங்க?'

'பஸ்லதான் வந்தோம்.காலை நேரத்துல கூட்டமே இல்லை. பஸ் ஸ்டேன்ட்லயே ஏறிட்டதால இடம் புடிச்சி உக்காந்துட்டம். இப்பதான் இவ்ளோ கூட்டம் முட்டி மோதுது.'

'வேலைக்கு போற நேரத்துல எல்லா பஸ்ஸூம் இப்படித்தான் இருக்கும். ஒரு ஆட்டோ புடிச்சி கொடுக்கறேன். அதுல போயிடறீங்களா?'

'ஐயையோ, வேணாம் தம்பி.'

'பணத்தை பத்தி கவலைப்படாதீங்க. நான் கொடுக்கறேன். நீங்க சீக்கிரமா வீட்டுக்கு போய் சேந்துடலாம்.'

'அதுக்கில்ல தம்பி. ஒரு தரம் ஒரு ஆட்டோக்காரரு எங்கிட்ட சண்டைக்கு வந்துட்டாரு. என்ன பார்த்து ரொம்ப சத்தம் போட்டுட்டாரு. இவனுக்கு சத்தம்னாவே ஆவாது.ரொம்ப பயந்துட்டான். அதுலேருந்து ஆட்டோன்னாவே இவனுக்கு பயம். அதுக்குள்ள கால வச்சாவே போதும், வேணாம் வேணாம்னு கத்துவான்.'

'பஸ்ல ஏத்த மாட்டேங்கறாங்க. ஆட்டோ ஒத்துக்காதுங்கறீங்க. அப்புறம் எப்படித்தான் போவீங்க?'

'கூட்டம் கொறைவான பஸ்ஸ பார்த்து போய்க்கிட வேண்டிதுதான்.'

அவருக்கு உதவக்கூடிய வகையில் மாற்றுவழி எதுவும் எனக்கும் தோன்றவில்லை. அந்த இளைஞனைப் பார்த்தேன். காற்றில் எங்கிருந்தோ பறந்து பறந்து உருண்டு வரும் கிழிந்துபோன ஒரு காகிதத்தின் மீது அவன் கவனத்தைப் பதித்திருந்தான். அது நகர்ந்துபோவது, அவனுக்கு ஏதோ ஒரு தவளை தத்தித்தத்திச் செல்வதுபோலவோ அல்லது ஒரு பறவை தாவித்தாவிச் செல்வதைப்போலவோ இருந்திருக்கவேண்டும். அது நகர்ந்து அசையும்தோறும் அவன் கைதட்டிச் சிரித்துக்கொண்டிருந்தான். ஒரு குழந்தை கைதட்டிச் சிரிப்பதை எவ்வளவு நேரம் வேண்டு மானாலும் பார்த்துக்கொண்டிருக்கலாம். ஆனால் முப்பது வயது இளைஞனொருவன் அதே மாதிரி சிரிப்பதை ஒரு கணம் கூட பார்க்கமுடியாது என்று தோன்றியது.

அப்போதுதான் என் மனத்தில் ஒரு திட்டம் உதித்தது. உடனே 'நான் சொல்ற மாதிரி செய்ங்க. நீங்க பஸ்லயே போகலாம்' என்று அவரிடம் சொன்னேன்.

'என்ன தம்பி?'

'பஸ் வந்து நின்னதும், பஸ்க்குள்ள தம்பிய அழச்சிகிட்டு நான் ஜென்ட்ஸ் படிக்கட்டு வழியா போயிடறேன். நீங்க லேடீஸ் படிக்கட்டு வழியா ஏறி உள்ள வந்துடுங்க. தம்பிய பக்கத்துலயே இருந்து பத்தரமா பார்த்துக்கணுங்கறதுதான உங்க பிரச்சினை. உங்களுக்கு கவலையே வேணாம். சிவாஜி நகர் வரைக்கும் தம்பியை அழைச்சிட்டு வந்து எறக்கி உங்ககிட்ட ஒப்படைக்கறது என் பொறுப்பு.'

'ஐயோ, எங்களால உங்களுக்கு எதுக்கு தம்பி சிரமம்?' என்று அவர் பதற்றத்துடன் கேட்டார்.

'அதெல்லாம் ஒரு சிரமமும் இல்லை. நீங்க தயாரா இருங்க. சிவாஜி நகர் வண்டி வந்ததும் சொல்றேன்.'

அந்த இளைஞனுக்கு என் கைகள் பழகவேண்டும் என்பதால் அந்த அம்மா அருகில் இருக்கும்போதே அவனைத் தொட்டு அவன் கைகளைப் பற்றினேன். அவன் விசித்திரமாக என்னைப் பார்த்து சிரித்தான். என் கையில் கட்டியிருந்த கடிகாரத்தில் முட்கள் நகர்வதை ஆச்சரியத்தோடு பார்த்தான். 'இப்ப மணி எத்தனை?' என்று ஆசையோடு கேட்டான். நான் சொன்னேன். அவன் ஓ என்று சொன்னபடி தலையசைத்துக்கொண்டான்.

தொலைவில் சிவாஜி நகர் பேருந்து வருவது தெரிந்தது. கூட்டம் கொஞ்சம் குறைவாக இருப்பதுபோலத்தான் தெரிந்தது. 'அம்மா,

பஸ் வருது. ரெடியா இருங்க. முன்பக்கமா போய் வண்டிக்குள்ள ஏறுங்க. பயப்படாம போங்க. தம்பிய நான் பார்த்துக்கறேன்' என்று சொன்னேன். அவர் தலையசைத்தபடி இளைஞனின் தோளில் தட்டிக் கொடுத்துவிட்டு தயாராக நின்றார்.

பேருந்து நின்றது. ஆட்கள் இறங்கத் தொடங்கினர்.நான் அந்த இளைஞனின் கைகளைப் பற்றியபடி ஆண்களின் வரிசையை நோக்கிச் சென்றேன். மெல்ல அவனை முதலில் ஏறவைத்துவிட்டு அவனுக்குப் பின்னால் நான் ஏறினேன். நல்ல வேளையாக எங்கள் இருவருக்கும் இடம் கிடைத்தது. நிமிர்ந்து பார்த்தபோது பெண்கள் வரிசை வழியாக அந்த அம்மா படியேறி உள்ளே வந்துவிட்டதைக் கவனித்தேன்.

பேருந்து புறப்பட்டதும் நடத்துநர் வந்தார். 'மூனு சிவாஜி நகர்' என்று பணம் கொடுத்தேன். 'மூனா?' என்று கேட்டார் நடத்துநர். 'ஆமா.முன்னால ஒரு லேடீஸ் ஏறியிருக்காங்க' என்றேன். நிற்கும் இடத்திலிருந்து அந்த அம்மா எங்களை நோக்கித் திரும்பிப் பார்ப்பதை அதற்குள் அந்த நடத்துநரும் பார்த்துவிட்டார். ஒன்றும் சொல்லாமல் சீட்டு கொடுத்துவிட்டு வேறு பக்கமாக நகர்ந்தார்.

வண்டி புறப்பட்டது. ஜன்னல் வழியாக முகத்தில் காற்று வருடிச் செல்லும் விதம் அவனுக்கு மிகவும் பரவசத்தை அளித்திருக்க வேண்டும். 'ஐ, காத்து' என்று கண்கள் மின்ன அவன் சொன்னான். 'ஆமாம் ஆமாம்' என்று அவன் சொன்னதைக் கேட்டு புன்னகைத்தேன். வழிநெடுக தென்பட்ட கோவில், பாலம், கடைகள் என ஒவ்வொன்றையும் பார்த்து கைதட்டிக்கொண்டு வியப்பில் மூழ்கியபடி ஏதேதோ சொல்லிக்கொண்டே வந்தான். நான் ம் ம் என்று தலையசைத்து அவனுக்கு உற்சாகமூட்டிக் கொண்டே வந்தேன்.

சிவாஜி நகர் பேருந்து நிலையம் வந்ததும் அவனை அழைத்துக் கொண்டு ஆண்கள் வாசல் வழியாக இறங்கி, நடைமேடையின் பக்கம் ஒதுங்கி நின்றேன். அந்த அம்மா பெண்கள் வரிசையில் இறங்கி வேகமாக எங்கள் பக்கமாக வந்து நின்றார். அவரைப் பார்த்ததும் இளைஞன் தன் கையை என் பிடியிலிருந்து இயல்பாக விடுவித்துக்கொண்டு அவர் கையைப் பற்றிக்கொண்டான். அம்மா அம்மா என்று சொன்னான்.

பிரயாணிகள் அனைவரும் இறங்கிய பிறகு, பேருந்து மீண்டும் புறப்படத் தயாரானது. காத்திருந்தவர்கள் வேகவேகமாக உள்ளே செல்லத் தொடங்கினர். 'நான் வரேம்மா. பத்தரமா பார்த்துக்குங்க'

என்றபடி விடைபெற்றேன். அந்த அம்மாவால் பேசமுடிய வில்லை. தலையை அசைத்தார். அவர் கண்கள் தளும்பி நிறைவதைப் பார்த்தேன். அதைப் பார்த்துக்கொண்டே நான் படிக்கட்டு வழியாக பேருந்துக்குள் சென்று இடம் பார்த்து அமர்ந்தேன். பேருந்து நகரும் கணத்தில் அந்த இளைஞனை நோக்கி கையை உயர்த்தி அசைத்தேன். எதிர்பாராத விதமாக என்னை நோக்கி அவன் கைகள் நீள்வதை அப்போது கண்டேன்.

வண்டி புறப்பட்டு சில நிமிடங்களுக்குப் பிறகு என் கைப்பேசி ஒலித்தது. நண்பர்தான் அழைத்தார். 'நான் ஸ்டாப்புக்கு வந்துட்டேன். நீங்க எங்க இருக்கீங்க. ஸ்கூல் பக்கம் வேடிக்கை பார்க்க போயிட்டீங்களா?' என்று கேட்டார். ஒருகணம் தயங்கி, பிறகு 'ஆமாமாம். நீங்க அங்கயே இருங்க. கொஞ்ச நேரத்துல வந்துடுவேன்' என்றேன்.

2. மேஜிக் தாத்தா

எங்கள் குடியிருப்பை ஒட்டி ஒரு பெரிய ஏரி இருக்கிறது. இன்னும் விரல் பழகாத சிறுவனொருவன் கோணலாக இழுத்துவிட்ட கோடுகளையெல்லாம் மீண்டும் இணைத்து வட்டமாக்கியதுபோன்ற வடிவம் கொண்ட ஏரி.

நடைப்பயிற்சி செல்பவர்களுக்கு வசதியாக அதன் கரையை ஒட்டி ஒரு பாதை ஒழுங்கு செய்யப்பட்டுள்ளது. தொடர்ச்சியாக இல்லாவிட்டாலும் சீரான இடைவெளிகளில் அதன் கரை நெடுக மரங்கள் நின்றிருக்கின்றன. வாதாமரங்கள், மஞ்சள்கொன்றை மரங்கள், காட்டுவாகை மரங்கள், பூவரச மரங்கள், தெபூபியா மரங்கள் என கலவையான வரிசை. ஒரு திருப்பத்தில் பத்து பதினைந்து மூங்கில் மரங்கள் கூட உண்டு.

ஒவ்வொரு மரத்தின் கிளைகளிலும் விதவிதமான பறவைகள். கொக்குகள். காக்கைகள். புறாக்கள். குயில்கள். நீர்க்கோழிகள். நாரைகள். வானவெளியில் நீந்தியபடி கொக்குக்கூட்டம் பறந்துசெல்லும் காட்சியைப் பார்க்கும்தோறும் மனம் பரவசத்தில் திளைக்கும். அவற்றோடு சேர்ந்து நாமும் பறந்துசெல்வது போலத் தோன்றும்.

குளிர்காலத்தில் வாதாமரங்கள்தான் முதலில் இலைகளை உதிர்க்கத் தொடங்குகின்றன. அகன்ற பச்சை இலைகள் வாடி செந்நிறமாக மாறி காற்று வீசும்தோறும் சில நாட்கள் ஆடிஆடி அசைந்தபடி கிளைகளோடு ஒட்டியிருந்துவிட்டு ஒரு நாள் காலையில் அனைத்தும் மரத்தின் கீழேயே உதிர்ந்துகிடக்கும். அதிகாலை அமைதியில் அந்த இலைகளின் அடர்த்தியைப் பார்க்கும்தோறும் எங்கிருந்தோ இரவு நேரத்தில் வந்தடைந்து மரத்தடியில் படுத்துறங்கி ஓய்வெடுக்கும் நாடோடிக்கூட்டத்தினரெனக் காட்சியளிக்கும்.

குளிர்காலத்தில் பார்க்கத்தக்க இன்னொரு காட்சி தெபூபியா மரங்கள் பூத்து நிற்கும் காட்சி. பூக்களை மட்டுமே கொண்ட மரங்கள் அவை. இளஞ்சிவப்பு, ஊதா, வெள்ளை என பல நிறங்களில் அவை பூக்கின்றன. எந்த நிறமாக இருந்தாலும், ஒரு மாபெரும் சுடரென நிற்கும் அதன் கோலம் நெஞ்சை நிறைக்குமொரு காட்சி.

எல்லாவற்றையும் வேடிக்கை பார்த்தபடியே ஏரியை இரண்டு முறை சுற்றி வருவேன். அதுதான் என் நடைப்பயிற்சி வழிமுறை. ஒருநாள் நடைப்பயிற்சியை முடித்துக்கொண்டு திரும்பிவரும் போது ஒரு சிமெண்ட் பெஞ்ச்சைச் சுற்றி சிறுவர்கள் கூட்டமாக நிற்பதைப் பார்த்துவிட்டு நின்றேன். எல்லோருமே பத்து வயதை ஒட்டியவர்கள். நடுவில் ஒரு பெரியவர் உட்கார்ந்திருந்தார். என்ன விஷயம் என்று தெரிந்துகொள்ளும் ஆர்வத்தின் காரணமாக அந்தக் கூட்டத்தை நெருங்கிச் சென்றேன்.

அந்தப் பெரியவர் கரும்பு நிறத்தில் ஒரு பேண்ட்டும் வெள்ளையில் கரிய கட்டங்கள் போட்ட சட்டையும் அணிந்திருந்தார். உற்சாகமும் புன்னகையும் ததும்பும் அவருடைய முகத்தைப் பார்த்ததுமே எனக்கும் உற்சாகம் ஒட்டிக்கொண்டது. பஞ்சுபோல நரைத்துவிட்ட தலைமுடி. காதுகளை மறைக்கும்வகையில் குல்லாய்.

ஜியோமெட்ரி பெட்டியைப்போல அவர் கையில் ஒரு பெட்டியை வைத்திருந்தார். நான்கு புறங்களிலும் மூடிய வெறுமையானதொரு கூடு. மேசையின் இழுப்பறையைப்போல திறந்துமூடும் வகையில் அதற்குள் பொருந்திய ஒரு உட்கூடு. ஆனால் முற்றிலும் விடுபட்டு விழாத வகையில் ஒரு விளிம்பு மட்டும் உட்பக்கத்தோடு ஒட்டிக்கொண்டிருந்தது. இழுக்கலாம். தள்ளலாம். ஆனால் முற்றிலுமாக விலக்கியெடுக்க முடியாது. அந்தப் பெட்டியின் அமைப்பு அப்படி இருந்தது. அதை முன்னும் பின்னும்

அசைத்துக்காட்டியபடிதான் தன்னைச் சுற்றியிருக்கும் சிறுவர்களிடம் அவர் எதையோ விவரித்தபடி இருந்தார்.

'என்ன இது, தெரியுதா?' என்று ஒரு மந்திரவாதியைப்போல அந்தப் பெட்டியோடு கையை உயர்த்தி சிறுவர்களிடம் கேட்டார். 'பெட்டி' என்று ஒரே குரலில் உற்சாகமாகச் சொன்னார்கள் சிறுவர்கள்.

'இதுக்குள்ள என்ன இருக்குது?'

'ஒன்னுமில்லை. காலி பெட்டி.'

'நல்லா பார்த்து சொல்லணும், ஏதாவது இருக்குதா?'

அவர் மீண்டும் மீண்டும் உள்ளறையை இழுத்து இழுத்துக் காட்டினார். சிறுவர்கள் உற்சாகம் கொண்ட குரலில் இன்னும் சத்தமாக 'ஒன்னுமில்லை தாத்தா. காலி பெட்டி. அவ்ளோதான்' என்றனர்.

'சரி, என் கையையே எல்லாரும் நல்லா பாத்துட்டிருங்க' என்றபடி எல்லோருடைய முன்னிலையிலும் அவர் பெட்டியை மூடினார். ஒரு கணம் அப்பெட்டியை முகத்துக்கருகில் கொண்டு சென்று எதையோ ரகசியமாக அதனிடம் சொல்வதுபோல சத்தமெழாதபடி மெல்ல முணுமுணுத்தார். அவர் உதடுகள் மட்டும் அசைந்தன. பிறகு அப்பெட்டியை சிறுவர்கள் பக்கமாக நீட்டிவைத்துக் கொண்டு வட்டமாக இடது புறத்தில் மூன்று முறையும் வலது புறத்தில் மூன்று முறையுமாகச் சுற்றினார்.

சிறுவர்கள் அப்பெட்டியிலிருந்து என்ன வெளிப்படப்போகிறது என்பதைப் பார்க்கும் ஆவலுடன் அதையே பார்த்துக்கொண்டிருந்தனர். பெட்டியின் ஒரு விளிம்பை வலது கையால் பற்றியபடி, மற்றொரு விளிம்பின் வழியாக இழுப்பறையை இடது கையால் கொஞ்சம்கொஞ்சமாகத் திறந்தார் பெரியவர். சிறுவர்களோடு சேர்ந்து நானும் ஆவலோடு அப்பெட்டியைக் கவனித்தேன்.

பெட்டியின் பாதி அளவு வெளியே வந்துவிட்டது. அதுவரை ஒன்றும் தெரியவில்லை. பெரியவர் எல்லோரையும் ஏமாற்றி விடுவாரோ என்று கூட ஒருகணம் தோன்றியது. ஆனால் சிறுவர்கள் மட்டும் வைத்த கண்ணை எடுக்காமல் பெட்டியின் பக்கம் பார்த்துக்கொண்டே இருந்தனர்.

சட்டென யாரும் எதிர்பாராத ஒரு கணத்தில் பெட்டிக்குள்ளிருந்து வெள்ளையாக ஒரு சின்ன பிளாஸ்டிக் பல்லி கீழே வந்து விழுந்தது. சிறுவர்கள் உற்சாகத்தில் ஓவென்று கைதட்டி ஆரவாரம் செய்தனர்.

பார்ப்பதற்கு உண்மையான பல்லியைப்போலவே தோற்றமளித்த அதை கையை நீட்டி ஏந்திக்கொண்ட பெரியவரும் அவர்களோடு சேர்ந்து ஓவென்று சத்தமெழுப்பினார். அந்த உற்சாகம் அவரையும் சிறுவனாக்கிவிட்டது.

'எப்படி தாத்தா அந்தப் பல்லி வந்தது?'

'அதான் மேஜிக்.'

'சொல்லுங்க தாத்தா. ஏற்கனவே அதுக்குள்ள வச்சிட்டு, இப்ப விழவச்சிங்க, இல்லையா?'

'ஆரம்பிக்கும்போதே பெட்டியை திறந்து காட்டிட்டுதான ஆரம்பிச்சேன். அப்ப ஏதாவது இருந்ததா?'

'ஏதோ ட்ரிக் இருக்குது. சொல்லுங்க தாத்தா.'

'இந்தா வேணும்னா நீயே செஞ்சிப் பாரு.'

பெரியவர் அந்தப் பெட்டியை அவனிடம் நீட்டினார். அவர் அப்படிச் சொல்வார் என அவன் எதிர்பார்க்கவில்லை. அதை கையில் வாங்கிவிட்டானே தவிர, ஒரு கணம் என்ன செய்வது என்று தெரியாமல் தடுமாறினான். பிறகு இழுப்பறையை தயக்கத்தோடு மூடிவிட்டு எல்லோரையும் கலவரத்தோடு பார்த்தான். திற திற என்று எல்லோரும் அவனை உற்சாகப்படுத்தினர். அவனும் உற்சாகம் கொண்டு கையை உயர்த்தி பெரியவரைப்போலவே பெட்டியின் விளிம்பை ஒரு கையில் பிடித்துக்கொண்டு மறுகையால் மற்றொரு விளிம்பைத் திறந்தான். இறுதிப்புள்ளி வரைக்கும் இழுத்தான். ஒன்றும் விழவில்லை. அவனுக்கு அது ஏமாற்றத்தை அளித்தது. சற்றே வெட்கத்தோடு பிற நண்பர்களைப் பார்த்து உதட்டைப் பிதுக்கினான்.

உடனே பக்கத்தில் இருந்த சிறுவன் 'நான் ஒரு தரம் முயற்சி செய்யட்டுமா தாத்தா?' என்று கேட்டபடி கையை நீட்டினான். பெரியவர் பெட்டியை பெரிய சிறுவனிடமிருந்து வாங்கி, சின்ன சிறுவனிடம் கொடுத்தார். அவன் ஒரு வெற்றிப்புன்னகையோடு அதை வாங்கி வைத்துக்கொண்டு பெட்டியை ஒருமுறை, சுற்றியிருப்பவர்களை நோக்கி ஒருமுறை என மாறிமாறி பார்த்தபடி பொழுதுபோக்கினான்.

'சீக்கிரம் திறடா' என்று சுற்றியிருப்பவர்கள் அவசரப்படுத்தினர். 'ம், கமான்' என்று பெரியவரும் ஊக்கப்படுத்தினார். கொஞ்சம்கொஞ்சமாக இழுப்பறையின் விளிம்பை இழுத்து

முடித்தான் அவன். ஒன்றும் விழவில்லை. சிறுவர்கள் ஏமாற்றத்தில் ஆழ்ந்தனர்.

அவனைத் தொடர்ந்து இன்னும் இரு சிறுவர்கள் முயற்சி செய்தனர். அவர்களுடைய முயற்சிகளும் ஏமாற்றத்திலேயே முடிவடைந்தன. சிறுவர்களைப்போல அப்பெட்டியைக் கேட்டு வாங்கி ஒருமுறை முயற்சி செய்யவேண்டும் என்று உள்ளூர எனக்கும் ஆசையாக இருந்தது. ஆயினும் ஏதோ வெட்கம் தடுத்தது. பெரியவர் கூட சிறுவர்களோடு சிறுவனாக நிற்கும் என்னை ஒருகணம் நிமிர்ந்து பார்த்து 'ம்?' என்று கேள்விக்குறியோடு விழிகளை அசைத்தார். என்னையறியாமலேயே வேண்டாம் என்பதுபோல என் தலை அசைந்துவிட்டது. வாய்வரைக்கும் வந்துவிட்ட சொற்களை கூட்டி விழுங்கிவிட்டேன்.

சிறுவர்களிடம் இருந்த பெட்டியை 'இங்க கொடு' என்று கேட்டு வாங்கினார் பெரியவர். பிறகு 'இப்ப என்ன நடக்குது, பார்க்கலாமா?' என்று கேட்டபடி திறந்திருந்த பெட்டியை மூடினார். ஒரு கணம் அப்பெட்டியை முகத்துக்கருகில் கொண்டு சென்று முன்பு செய்தபடி சத்தமெழாதபடி மெல்ல முணுமுணுத்தார். பிறகு அப்பெட்டியை சிறுவர்களை நோக்கி நீட்டியவாக்கில் வட்டமாகச் சுற்றினார்.

எல்லோரும் காணும்வகையில் பெட்டியை உயர்த்திப் பிடித்தபடி 'தெறக்கட்டுமா, தெறக்கட்டுமா?' என்று சொல்லிக்கொண்டே கொஞ்சம் கொஞ்சமாகத் திறந்தார். ஆர்வத்தில் இதயம் வேகமாக துடித்தது. அனைவரும் அப்பெட்டியையே வைத்த கண் வாங்காமல் உற்றுப் பார்த்தபடி இருந்தோம்.

ஒன்றும் விழப்போவதில்லை என்று நினைத்திருந்த கணத்தில் சட்டென ஒரு சின்னஞ்சிறு பிளாஸ்டிக் பல்லி கீழே வந்து விழுந்தது. சிறுவர்கள் ஏ என்று சத்தமெழுப்பியபடி துள்ளிக் குதித்தனர்.

'எப்படி தாத்தா, நீங்க இழுத்தா மட்டும் பல்லி விழுது? நாங்க இழுத்தா ஒன்னும் விழமாட்டுது?'

'அதான் மேஜிக்.'

'தாத்தா தாத்தா, எங்களுக்கும் சொல்லிக் கொடுங்க தாத்தா' சிறுவர்கள் அவரைச் சூழ்ந்துகொண்டு கெஞ்சத் தொடங்கினர்.

அந்த இனிமையான சூழலிலிருந்து விடுவித்துக்கொண்டு புறப்படவே மனம் வரவில்லை. ஆனால் ஒன்பது மணிக்கு ஒரு

நண்பரை அவருடைய வீட்டுக்குச் சென்று சந்திக்க வேண்டிய வேலை இருந்தது. அதனால் வேறு வழியில்லாமல் அங்கிருந்து கிளம்பிவிட்டேன்.

அடுத்த நாள் நடைப்பயிற்சியை முடித்துக்கொண்டு திரும்பும் சமயத்தில் மீண்டும் அந்தப் பெரியவரையும் சிறுவர்களையும் சந்தித்தேன். அதே மரத்தடி. அதே பெஞ்ச். அதே மாதிரி இனிமையான சூழல். வேறு ஏதோ ஒன்றைப் புதுமையாக செய்து காண்பித்துக்கொண்டிருந்தார் பெரியவர். இன்று என்ன புதுமை என அறியும் ஆவலில் நானும் அச்சிறுவர்களுக்குப் பின்னால் சென்று நின்றேன். பெரியவர் பார்வை என் மீது விழுந்த சமயத்தில் அவருக்கு வணக்கம் சொன்னேன்.

பெரியவரின் கையில் உறி கட்டுகிற கயிற்றைப்போன்ற உறுதியான ஒரு கயிறு இருந்தது. சணலாலான கயிறல்ல. உலோக நார்களால் ஆன கயிறு. பளிச்சென வெள்ளையான நிறத்தில் இருந்தது. அதை பெல்ட் போல ஐந்தாறு வட்டச்சுற்றாகச் சுற்றி கையில் வைத்திருந்தார் பெரியவர்.

சிறுவர்கள் முன்னிலையில் பெரியவர் அந்தக் கயிற்றுச்சுருளைப் பிரித்தார். பட்டத்தோடு இணைந்த வாலைப்போல அது நீண்டு தொங்கியது. சிறுவர்கள் கைகளை நீட்டி அதை ஆர்வத்தோடு தொட்டுப் பார்த்தனர்.

‘இரும்புக்கயிறா தாத்தா இது?’

‘ஆமாம்.’

‘எஞ்சின்ல கட்டியிருப்பாங்களே, அந்த மாதிரி கயிறா இது?’

‘ஆமாம். அதேதான்.’

‘இத வச்சி என்ன தாத்தா செய்யமுடியும்? இரும்ப காந்தமாக்க போறீங்களா?’

‘அத விட முக்கியமான ஒன்னா ஆக்கப் போறேன்.’

‘அப்ப, தங்கம் மாதிரியா?’

‘அதெல்லாம் இல்லை. வேற ஒன்னு. கண்டுபிடிங்க பார்ப்போம்.’

தாத்தா அப்படிச் சொன்னதும் ஆளாளுக்கு ஒன்று சொல்லத் தொடங்கினர். புன்னகையோடு எல்லாவற்றையும் தாத்தா ‘இல்லை இல்லை’ என மறுத்துக்கொண்டே இருந்தார். கடைசியில் ‘சரி, நானே சொல்றேன்’ என்றபடி அந்தக் கயிற்றுச்சுருளை உதறி

நீளமாக தொங்கவைத்தார். 'இந்தக் கயிறு இப்ப எப்படி இருக்குது? வளவளன்னு தொங்குது இல்லையா? அத அப்படியே உறையிலேருந்து உருவின வாள் மாதிரி மிடுக்கா மாத்த போறேன்' என்றார். பிறகு கயிற்றை நாலு பக்கங்களிலும் திருப்பித் திருப்பி உதறினார். சிறுவர்கள் அவருடைய கைகளையே உற்றுப் பார்த்தபடி நின்றனர். ஒரு கயிறு வாளாக எப்படி மாறும் என்னும் கேள்வி அவர்கள் மனத்தைக் குடைந்துகொண்டிருந்தது.

'இங்க பாருங்க' என்றபடி பெரியவர் அந்தக் கயிற்றை தலைக்கு மேலே உயர்த்தி கார்த்திகைப்பந்தத்தைச் சுற்றுவதுபோல வட்டமாகச் சுற்றினார். நானும் ஆவலோடு அவர் செய்யவிருக்கும் மாயத்தை அறிந்துகொள்வதற்காகக் காத்திருந்தேன்.

ஒன்று, இரண்டு, மூன்று என மெதுவாக பெரியவர் கயிற்றைச் சுற்றிக்கொண்டே இருந்தார். நான்காவது சுற்றையும் ஐந்தாவது சுற்றையும் வேகமாகச் சுற்றினார். ஆறாவது சுற்றை முடித்துக் கொண்டு கைகளைக் கீழே இறக்கிய சமயத்தில் அவர் கையிலிருந்த கயிறு உறுதியான வாளாக மாறிவிட்டது. திடமான, வளையாத, வாள். திரைப்படங்களில் வாட்சண்டை போடும் கதாநாயகனைப் போல ஒரு கணம் வாளை உயர்த்தி சுழற்றிக்கொண்டே நாலைந்து அடிகள் முன்னால் நடந்து சென்று பின்பக்கமாகவே திரும்பினார்.

நம்பமுடியாதபடி அதையே பார்த்துக்கொண்டிருந்தேன் நான். சிறுவர்களும் பேச்செழாமல் பெரியவரின் கையிலிருந்த வாளைத் தொட்டுத்தொட்டுப் பார்த்தனர். எல்லோரும் தொட்டு முடிக்கும் வரை காத்திருந்த பெரியவர் புன்னகைத்துக்கொண்டே 'சரி, மறுபடியும் கயிறா மாத்திடலாமா?' என்று கேட்டார். ஒருவரும் வாய் திறந்து பேசவில்லை. வைத்த கண்ணை எடுக்காமல் அந்த வாளையே பார்த்துக்கொண்டிருந்தனர். பெரியவர் 'ஒன்று, இரண்டு, மூன்று' என்று சிற்சில நொடிகள் இடைவெளி விட்டு எண்ணியபிறகு அப்படியும் இப்படியுமாக வாளைச் சுழற்றிவிட்டு நிறுத்தினார். அக்கணமே நீண்டிருந்த வாள் அப்படியே தளர்ந்து, தொய்ந்து, கயிறாக மாறி அப்படியும் இப்படியுமாக ஆடியது.

'கயிறை எப்படி தாத்தா வாளா மாத்தறீங்க?'

'அதான் மேஜிக்.'

'கயிறுக்குள்ள வாள் ஒளிஞ்சிருக்குதா தாத்தா?'

'இல்லையே. வேணும்ன்னா நீயே பாரு.'

தாத்தா உடனே அக்கயிற்றை சிறுவர்களிடம் கொடுத்தார். எதிரிலேயே நின்றிருந்த ஒரு சிறுவன் மிகுந்த தயக்கத்தோடு அதை வாங்கி இப்படியும் அப்படியும் அசைத்துப் பார்த்தான். சுழற்றிப் பார்த்தான். சொடுக்கிப் பார்த்தான். ஆனால் ஒரு மாற்றமும் ஏற்படவில்லை. கயிறு கயிறாகவே அசைந்தது. அவன் நிறுத்துவதற்காகக் காத்திருந்த மற்றொரு சிறுவன் அதை உடனடியாக வாங்கி மேஜிக் செய்யும் முயற்சியில் இறங்கினான். இப்படியே ஒருவரையடுத்து ஒருவரென அனைவரும் முயற்சி செய்துவிட்டு பெரியவரிடம் கயிற்றைத் திரும்பிக் கொடுத்தனர்.

'எப்படி தாத்தா செய்யறீங்க, சொல்லுங்க தாத்தா. ப்ளீஸ்.'

'அதான் மேஜிக்.'

அதையடுத்து பெரியவர் அச்சிறுவர்களுக்கு வேறு என்னமோ செய்து காட்டத் தொடங்கினார். நேரமின்மையால் நான் உடனடியாக அங்கிருந்து புறப்பட்டு வீட்டுக்கு வந்துவிட்டேன்.

ஒவ்வொரு நாளும் ஒவ்வொரு புது விஷயத்தை சுற்றியிருக்கும் சிறுவர்களுக்குச் செய்து காட்டி மகிழ்ச்சியில் திளைக்கவைக்கிற அந்தப் பெரியவரை எனக்கு மிகவும் பிடித்துவிட்டது. ஒருநாள் சிறுவர்கள் அனைவரும் புறப்பட்டுச் செல்லும் வரைக்கும் காத்திருந்து என்னை அறிமுகப்படுத்திக்கொண்டேன். அவர் 'நான் பிரசன்ன ராகவன். பாதுகாப்புத்துறையில விஞ்ஞானியா இருந்து ரிட்டயர்ட் ஆனவன். இந்த குறுக்குத்தெருவுல வீட்டுமனை போட்டு வித்த சமயத்துல நான்தான் முதமுதல்ல மனை வாங்கி வீடு கட்டி குடிவந்தேன்' என்று சொல்லிவிட்டு புன்னகைத்தார். நான் அவருடைய முகத்தையே பார்த்துக்கொண்டிருந்தேன். 'வீடு கட்டி குடி வர்ரதில என்ன புதுமை இருக்குதுன்னு உங்களுக்குத் தோணலாம். நான் வந்த சமயத்துல இங்க ஒரு வீடு கூட கிடையாது. இந்த ஏரி, சுத்தி திராட்சைத்தோட்டம் மட்டும்தான் இருந்தது. எல்லாருமே இங்க வரதுக்கு பயந்தாங்க. அப்படிப்பட்ட சூழல்ல வந்த முதல்ஆள் நான்.'

'வயசு வித்தியாசம் பார்க்காம சின்ன புள்ளைங்ககூட நீ?ங்க சேர்ந்து பழகறத பார்க்கறதுக்கு மனசுக்கு ரொம்ப நிறைவா இருக்குது சார்' என்றேன். பெரியவர் அதைக் கேட்டு வாய்விட்டு சிரித்தார். 'எனக்கு என்ன வயசிருக்கும்னு நெனைக்கறீங்க. வெறும் எண்பத்தேழு. ஆனா மனசுக்குள்ள என்னை இன்னும் அஞ்சு வயசு பத்து வயசு பையனாத்தான் நெனைச்சிட்டிருக்கேன். அதுதான் எனக்கு புடிச்சிருக்குது. என் மனசு முழுக்க அந்த நினைவுகள்தான் நிறைஞ்சிருக்குது' என்றார்.

அவர் பேசப்பேச அவரைப்பற்றிய மலைப்பான எண்ணங்கள் பெருகிக்கொண்டே இருந்தன. நீண்ட நேரம் உரையாடிவிட்டு வீட்டுக்குத் திரும்பினேன்.

ஒரு விடுமுறை நாளில் என்னை அவர் தன்னுடைய வீட்டுக்கு அழைத்துச் சென்றார். பெரிய கூடம். சுவரில் ஒரு பக்கம் ஏராளமான புகைப்படங்கள் வெவ்வேறு வடிவத்தில் வடிவமைக்கப்பட்டு மாட்டப்பட்டிருந்தன. பெரியவர் நிதானமாக ஒவ்வொருவரைப் பற்றியும் சொன்னார். அவருக்கு இரண்டு பிள்ளைகள். ஒரு பெண். ஓர் ஆண். அவர்களும் பாதுகாப்புத்துறையில் பணியாற்றி ஓய்வு பெற்றவர்கள். அதே வட்டாரத்தில் வெவ்வேறு பகுதிகளில் குடும்பத்துடன் வசித்து வருகிறார்கள். அந்த வீட்டில் அவரும் அவருடைய மனைவியும் மட்டுமே வசித்து வந்தனர். தன் மனைவியை அழைத்து அறிமுகப்படுத்தினார்.

கூடத்தின் ஒரு மூலையில் பெரிய மேசை இருந்தது. அதன் மீது ஏராளமான பொருட்கள் நிறைந்திருந்தன. எல்லாமே மேஜிக் செய்வதற்காக வெவ்வேறு வடிவங்களில் அவரே கண்டுபிடித்து இணைத்து உருவாக்கிய விசித்திர வடிவங்கள். மேஜிக் பெட்டி, மேஜிக் வாள் எல்லாமே அந்த மேசையின் ஓரத்தில் இருந்தன.

இன்னொரு மூலையில் ஒரு சின்ன அலமாரியில் புத்தகங்கள் அடுக்கப்பட்டிருந்தன. உடனே அதற்கு அருகில் சென்று என்ன மாதிரியான புத்தகங்கள் என்று தலைப்புகளைப் பார்த்தேன். எல்லாமே ஆங்கிலப் புத்தகங்கள். பெரும்பாலும் ஐரோப்பிய நாவல்கள். ரஷ்ய நாவல்கள். பிரிட்டன் நாவல்கள்.

மற்றொரு மூலையில் மூன்றடி உயரத் தூண்மீது சுழலும் வகையில் நிறுத்தப்பட்டிருந்த கேரம் போர்டைப் பார்த்துவிட்டு புரியாமல் நின்றேன். குழப்பத்துடன் அவரை அவசரமாகத் திரும்பிப் பார்த்தேன். அதற்குள் அவர் அருகில் வந்து அந்தக் கேரம் போர்டைத் தொட்டு சுழலவிட்டார். அது இசைத்தட்டு சுழல்வது போல சுழன்று நின்றது.

'கேரம் போர்டுதான். நான் தனியாள். என் கூட விளையாட யாருமில்லை. அதனால ரொட்டேஷன் கேரம் போர்ட் மாதிரி நானே செட் பண்ணிகிட்டேன். முதல்ல ப்ளாக் காய்ன் ஆடுவேன். அப்புறம் போர்ட திருப்பி ஒரு சுத்து சுத்திவிட்டு ஒயிட் காய்ன் ஆடுவேன். கொஞ்ச நேரம் டைம் பாஸ்.'

எந்த வருத்தமும் இல்லாமல் மகிழ்ச்சியான குரலில் சொன்னார். பெரியவர். பக்கத்தில் நின்றிருந்த மனைவி 'மெத்தையில

பிலியர்ட்ஸ் விளையாட போர்டு ஒன்னு இருக்குது. அங்கயும் ஒத்த ஆளாவே ஆடிக்குவாரு. எல்லாத்தயும் ஒத்தயாவே செஞ்சி பழகிகிட்டாரு. அவருக்கு எந்த பெரிய எதிர்பார்ப்பும் இல்லை. அதனால ஏமாற்றமும் இல்லை' என்று சொன்னார்.

இன்னொரு அறைக்கு என்னை அழைத்துச் சென்றார் பெரியவர். ஜன்னலோரமாக ஒரு பெரிய சாய்வு நாற்காலி போடப்பட்டிருந்தது. அதன் அமைப்பே வித்தியாசமாக இருந்தது. நீண்ட அதன் கைகள் மூன்று பகுதிகளாக இருந்தன. தேவைக்கேற்ப நீட்டிக்கொள்ளவும் குறைத்துக்கொள்ளவும் வசதி இருந்தது. அருகில் ஓவியம் தீட்டும் மேசை இருந்தது. அவர் தீட்டிய ஓவியங்களை ஒரு பெரிய கோப்புக்குள் தேதி வாரியாக அடுக்கிவைத்திருந்தார். 'பாருங்க' என்று என் பக்கமாகத் தள்ளினார். சில ஸ்கெட்ச் பேனாக்களால் தீட்டியவை. சில நீர்வண்ண ஓவியங்கள்.

'உங்களுக்குத் தெரியாத கலையே இல்லை போல. எல்லாத்தயும் தெரிஞ்சி வச்சிருக்கிங்க சார்' என்று அவரைப் பார்த்து வியப்புடன் சொன்னேன். அக்கணமே எந்தத் தயக்கமும் இல்லாமல் உதடுகளில் புன்னகை மிளிர 'மாஸ்டர் ஆஃப் ஆல். பட் எக்ஸ்பர்ட் ஆஃப் நத்திங்' என்று சொல்லிவிட்டு தோளைக் குலுக்கினார். அந்த ஓவியத்தொகுதியிலிருந்து ஓர் ஓவியத்தை எடுத்தார். 'இது புடிச்சிருக்குதா உங்களுக்கு?' என்று கேட்டார். ஒரு பெரிய மரக்கிளை. அடர்த்தியான இலைகள். நடுவில் சுள்ளிகளால் ஒரு கூடு. அதற்குள் நான்கு முட்டைகள். முதல் பார்வையிலேயே எனக்கு அந்தப் படம் பிடித்துவிட்டது. 'எஸ் சார்' என்றேன். அவர் உடனே அந்தப் படத்தை எடுத்து 'இந்தாங்க வச்சிக்குங்க. என் ஞாபகமா உங்ககிட்ட இருக்கட்டும்' என்றார். நான் அதை எதிர்பார்க்கவில்லை. 'தேங்கஸ் சார். தேங்க்ஸ் சார்' என்றபடி வாங்கிக்கொண்டேன்.

ஏறத்தாழ ஓராண்டுக் காலம் எங்கள் சந்திப்புகள் தொடர்ந்தன. அவருடன் உரையாடிய கணங்கள் அனைத்தும் மகிழ்ச்சியான கணங்களே. கொரானா ஊரடங்கு அறிவிக்கப்பட்டதையொட்டி எங்கும் செல்லமுடியாத சூழல் உருவானதும் எல்லாமே தலைகீழாக மாறிவிட்டது. தொடர்புகள் திடீரென நின்றுவிட்டன. அடுத்த தெருவில்தானே இருக்கிறார் என்ற எண்ணத்தில் அவருடைய தொலைபேசி எண்ணை நான் பெற்றுக்கொள்ளாமலேயே விட்டுவிட்டேன். திடீரென தொடர்புக்கான வழியே இல்லாமல் போய்விட்டது.

என்னைவிட ஏரிக்கரைச் சிறுவர்கள் அவரைப் பார்க்கமுடியாததை நினைத்து துயரப்பட்டிருப்பார்கள். அவருடைய புதுமைமான

மேஜிக் முயற்சிகள் இல்லாமல் அவர்களுடைய பொழுதுகள் இருளடைந்ததாக மாறியிருக்கும் என்று நினைத்துக்கொண்டேன்.

வீட்டுக்குள் அடைபட்டிருந்தாலும் அவருடைய கைகளும் மனமும் இயங்கியபடிதான் இருக்கும் என்பதில் எனக்கு ஆழமான நம்பிக்கை இருந்தது. சூழல்விதிகள் தளர்த்தப்பட்ட பிறகு அவரைச் சந்திக்கச் செல்லும் நாளில் அவர் அடுக்கப்போகும் புதுமைகள் எப்படி இருக்கும் என்னும் கற்பனையில் மூழ்கி பொழுதுகளை இனிதாக்கிக்கொண்டேன். அவருடைய ஞாபகம் வரும் போதெல்லாம் அவர் அளித்த நான்கு முட்டைகள் ஓவியத்தை எடுத்துப் பார்த்துக்கொள்வேன். என் நினைவாக அவருக்கு நான் ஒன்றுமே தரவில்லையே என்பது அப்போதுதான் எனக்கு உறைத்தது.

ஏறத்தாழ ஓராண்டுக்குப் பிறகுதான் தயக்கங்களைக் களைந்து வீட்டைவிட்டு வெளியே செல்லத் தொடங்கினேன். முதலில் ஏரிக்கரை நடைப்பயிற்சிக்குத்தான் சென்றேன். அங்கு வழக்கமாக அவரைச் சந்திக்கும் பெஞ்ச்சில் அவரைக் காணமுடியவில்லை. சிறுவர் கூட்டத்தையும் பார்க்கமுடியவில்லை என்பது இன்னும் வருத்தமாக இருந்தது. வயது காரணமாக அவர் வருவதற்குக் காலமெடுக்குமோ என்றெல்லாம் நினைத்து எந்த முயற்சியும் எடுக்காமல் இருந்தேன். ஆயினும் அந்தக் கட்டுப்பாட்டை அதிக நாட்கள் கடைபிடிக்க முடியவில்லை.

ஒருநாள் என்னை அறியாமலேயே அவருடைய வீட்டுப் பக்கமாக சென்றுவிட்டேன். அவர் வீடு சாத்தியிருந்தது. ஒன்றும் புரியவில்லை. இரண்டு மூன்று முறை அப்படியும் இப்படியுமாக நடந்து பார்த்துவிட்டு ஏமாற்றத்துடன் திரும்பினேன். அடுத்த நாளும் அதே நேரத்தில் சென்றேன். அதற்கடுத்த நாளும் சென்றேன். யாரும் தென்படவில்லை. ஆயினும் முயற்சியைக் கைவிடாமல் ஒவ்வொரு நாளும் சென்றுகொண்டே இருந்தேன்.

ஏறத்தாழ ஒரு மாதத்துக்குப் பிறகு என் முயற்சிக்குப் பயன் கிடைத்தது. வாசல் பக்கமாக இரண்டு சக்கர வாகனமொன்று நின்றிருந்தது. வீட்டுக்கதவு திறந்திருந்தது. அக்காட்சி எனக்குள் ஒரு நம்பிக்கையை உருவாக்கியது. சில கணங்களுக்குப் பிறகு கதவைத் திறந்துகொண்டு வந்த முகக்கவசமணிந்த இளைஞனொருவன் வந்த வேகத்தில் அந்த வண்டியை எடுத்துக்கொண்டு பறந்தான். அவனுக்குப் பின்னாலேயே கதவருகில் பெரியவரின் மனைவி வந்து நின்றதைப் பார்த்தேன். அடுத்த நொடியே வேகமாக நடைபோட்டு அந்தக் கதவுக்கு அருகில் சென்று ‘என்னங்க மேடம்,

நல்லா இருக்கீங்களா?' என்று கேட்டேன். என் குரலைக் கேட்டு ஒரு கணம் தயங்கி நின்ற அவர் என்னை உற்றுப் பார்த்தார். நான் அவசரமாக என் முகக்கவசத்தை எடுத்துவிட்டு அவருக்கு என் முழு முகத்தையும் காட்டினேன். அடுத்த கணமே அவருக்கு என் அடையாளம் புரிந்துவிட்டது. 'வாங்க, வாங்க. உள்ள வாங்க. ஏன் அங்கயே நிக்கறீங்க? எப்படி இருக்கீங்க?' என்று கேட்டார். அதற்குப் பிறகே நிம்மதியுணர்வோடு நான் அவரைத் தொடர்ந்து உள்ளே சென்றேன்.

கூடத்தில் சாய்வு நாற்காலியில் உட்கார்ந்திருந்தார் பெரியவர். அவருக்கு அருகில் கையடக்கமாக செதுக்கப்பட்ட ஏராளமான சிற்பங்கள் இருந்தன. சில மரச்சிற்பங்கள். சில மெழுகானால சிற்பங்கள். எல்லாமே புன்னகை தவழும் புத்தர் சிற்பங்கள். இன்னொரு தட்டில் விதவிதமான கத்திகளும் பிளேடுகளும் ஊசிகளும் இரும்புக்குச்சிகளும் இருந்தன.

'இப்ப இதான் வேலை. இது முடிஞ்சா பெயிண்டிங் பண்ண போயிடுவாரு' என்றபடி அவர் மனைவி அவருக்குப் பக்கத்தில் இருந்த நாற்காலியில் உட்கார்ந்தார். நான் பெரியவரின் அருகில் சென்று 'வணக்கம் சார். எப்படி இருக்கீங்க?' என்று உற்சாகத்தோடு பேசத் தொடங்கினேன்.

பெரியவர் மெதுவாக தலையை உயர்த்தி என்னைப் பார்த்து புன்னகைத்தார். பிறகு 'யாரு?' என்று கேட்டார். ஒரு கணம் எனக்குள் இடி இறங்கியதுபோல இருந்தது. முதலில் நான் என்னைப்பற்றி அவருக்கு எடுத்துச் சொல்ல முயற்சி செய்தேன். அதனால் எந்தப் பயனும் விளையவில்லை. என் முகம் அவர் நினைவிலிருந்து அழிந்துவிட்டது என்பதை அறிய பெரிதும் சங்கடமாக இருந்தது. அவர் மனைவியும் என்னைப்பற்றிய நினைவுகளை மீட்டெடுக்க எவ்வளவோ முயற்சி செய்தார். அதுவும் பயனளிக்கவில்லை. 'திடீர்னு இது ஒரு புது பிரச்சினை. யார பார்த்தாலும் தெரியலை தெரியலைன்னு சொல்றாரு. இப்ப வந்துட்டு போனானே, அவன் என் பெரிய மகளோட பையன். அவன்தான் நாலு மாசமா சகலத்தையும் வாங்கி வந்து போட்டுட்டு போறான். அவனயே யாருன்னு தெரியலைன்னு சொல்லிட்டாரு. நீங்க தயவுசெஞ்சி தப்பா எடுத்துக்காதீங்க' என்று சங்கடத்தோடு சொன்னார்.

'பரவாயில்லைங்க. இருக்கட்டும். சார நேருக்கு நேரா பார்த்ததே ரொம்ப சந்தோஷம். நான் இன்னொரு நாளைக்கு வந்து பார்க்கறேன்' என்றபடி எழுந்தேன். அப்போது பெரியவர்

என்னைப் பார்த்து கையசைத்து அருகில் வருமாறு சொன்னார். அதே புன்னகை. அதே மலர்ச்சி. நான் தயக்கத்தோடு சென்று நின்றேன். ‘எல்லாமே மறந்து போயிட்டுது. வெளுத்து மடிச்சி வச்ச துணிமாதிரி இருக்குது மூளை. அதனால ஒரு பிரச்சினையும் இல்லை. பழைய ஞாபகம் போனா என்ன? நாம இப்ப புதுசா ப்ரெண்ட்ஸாய்டுவோம். சரியா?’ என்று கையை நீட்டினார். எனக்கு கண்களில் நீர் கோர்த்துக்கொண்டது. இப்படி ஒரு கோணத்தோடு நட்புக்கு கைநீட்ட இவருக்கு எப்படித் தோன்றியது என்று மலைப்போடு நினைத்தபடி அவர் கைவிரல்களை நான் ஆவலோடு பற்றினேன்.

3. உயரம்

கர்நாடகத்தின் வடகிழக்கு எல்லையை ஒட்டி இருக்கும் மாவட்டம் பீஜப்பூர். வரலாற்று முக்கியத்துவம் வாய்ந்த நகரம். தொடக்கத்தில் சாளுக்கியர்களின் கட்டுப்பாட்டில் இருந்த அந்நகரம் பதினான்காவது நூற்றாண்டில் பாமினி சுல்தான்களின் ஆட்சியின் கீழ் சென்றது. அடுத்து இரு நூற்றாண்டுகளுக்குப் பிறகு தக்காண சுல்தான்களின் கைகளுக்கு மாறியது.

பதினேழாம் நூற்றாண்டில் முகலாய வம்சத்தைச் சேர்ந்த ஔரங்கசீப் அந்நகரத்தின்மீது படையெடுத்து வென்று வசப்படுத்திக் கொண்டார். நிர்வாக வசதிக்காக அது ஐதராபாத் நிஜாமின் கட்டுப்பாட்டில் கொண்டுவரப் பட்டது. ஆயினும் அரை நூற்றாண்டுக்குப் பிறகு நிஜாம் அரசு அந்நகரத்தை மராத்திய பேஷ்வாக்களிடம் போரில் இழந்தது. அடுத்த அரை நூற்றாண்டு காலம் மட்டுமே அவர்கள் கட்டுப்பாட்டில் அந்நகரம் இருந்தது.

பிறகு அவர்கள் மீது போர்தொடுத்த கிழக்கிந்திய கம்பெனி அந்நகரத்தைக் கைப்பற்றியது. சதாரா மாவட்டத்தின் ஒரு பகுதியாக மாற்றப்பட்டு பம்பாய் மாகாணத்தின் கீழ் கொண்டுவரப்பட்டது. இந்தியா விடுதலை

பெறும் வரை அந்த நிலை மாற்றமின்றி நீடித்தது. விடுதலைக்குப் பிறகு கர்நாடகத்துடன் இணைக்கப்பட்டது.

மாவட்டத்துக்குத் தலைநகராக உள்ள நகரங்களையெல்லாம் தேசியத் தொலைபேசி கேபிள் வழித் தடத்தில் கொண்டுவர மேற்கொண்ட முதல்கட்ட திட்டத்தின் கீழ் பீஜப்பூர் நகரத்துக்கும் எஸ்.ட்டி.டி. வசதி வழங்கப்பட்டுவிட்டது. அது முடிந்து பல ஆண்டுகளுக்குப் பிறகுதான் பீஜப்பூரைச் சுற்றியிருக்கும் பசவனபாகேவாடி, சிந்தகி, இன்டி, முத்தேபீஹாள், பாபலேஷ்வர், தேவரஹிப்பர்கி போன்ற சிறுநகரங்களையும் இணைக்கும் திட்டத்தை செயல்படுத்தும் முயற்சி எடுக்கப்பட்டது. அதன் முதற்கட்டமாக கடந்த நூற்றாண்டின் தொண்ணூறுகளின் இறுதியில் வழித்தடங்களைத் தீர்மானிக்கும் விதமாக நேரடி களஆய்வுக்காக என்னுடைய குழுவுடன் நான் சென்றிருந்தேன்.

ஒரு வார காலம் பீஜப்பூரிலேயே தங்கி எல்லா இடங்களுக்கும் பயணம் செய்து வேலையை முடித்தோம். வேலையைத் தவிர வேறெந்த சிந்தனையும் மனத்தில் இல்லை. வேலை முடிந்த அன்றிரவே குழுவில் இருந்த நண்பர்கள் பெங்களூருக்குப் புறப்பட்டுவிட்டார்கள். பீஜப்பூரைப்பற்றி ஏற்கெனவே தெரிந்துவைத்திருந்த சில தகவல்களால் அந்த நகரத்தைச் சுற்றிப் பார்க்கும் ஆசையை நான் வளர்த்து வைத்திருந்தேன். அதனால் நான் மட்டும் பீஜப்பூரிலேயே தங்கிவிட்டேன்.

அடுத்த நாள் காலையில் சிற்றுண்டியை முடித்ததுமே சுற்றிப் பார்க்கக் கிளம்பினேன். ஏற்கெனவே உள்ளூரைச் சேர்ந்த நண்பர்களிடம் உரையாடி முக்கியமான இடங்களைப்பற்றிய ஒரு பட்டியலை எழுதிவைத்திருந்தேன். அதை எடுத்து ஒருமுறை படித்துப் பார்த்தேன். கோட்டை. இப்ராஹிம் ரௌசா. ஜும்மா மசூதி. மேதார் மகால். ககன் மகால். சங்கீத்நாரி மகால். பாரா கமான். கோல்கும்பஸ். ஒவ்வொரு பெயருக்குப் பின்னாலும் ஒரு வரலாறு இருக்கிறது, எல்லாவற்றையும் இணைத்துத்தான் அந்த நகரத்தைப்பற்றிய சித்திரத்தை உருவாக்கிக்கொள்ள முடியும் என்று தோன்றியது. அதனால் எதையும் தவிர்க்கவேண்டாம், எல்லா வற்றையும் பார்த்துவிடலாம் என்று நினைத்தேன். எந்த இடத்திலிருந்து தொடங்குவது என்பதைத்தான் என்னால் முடிவெடுக்க முடியவில்லை. குழப்பத்துடன் அந்தப் பெயர்களையே மீண்டும் மீண்டும் வாசித்தபடியே இருந்தேன்.

விடுதியின் வாசலைக் கடந்தபோது எதிர்பாராமல் உதித்த எண்ணத்தால் மேலாளர் மேசைக்கு அருகில் நின்றிருந்தவருக்கு

வணக்கம் சொல்லி என்னை அறிமுகப்படுத்திக்கொண்டேன். உதட்டோரம் அரைப்புன்னகையோடு அவர் என்னை நிமிர்ந்து பார்த்தார். நான் என்னிடம் இருந்த பட்டியலை அவரிடம் கொடுத்தேன். 'இது எல்லாமே இந்த ஊரில் இருக்கும் இடங்களுடைய பெயர்கள். எந்த இடத்திலிருந்து தொடங்கினால் எல்லாவற்றையும் பார்க்க வசதியாக இருக்கும்? நீங்கள் உள்ளூர்க்காரர்தானே. கொஞ்சம் பார்த்துச் சொல்கிறீர்களா?' என்று கேட்டேன்.

அவர் அச்சீட்டை வாங்கி ஒவ்வொரு பெயராகப் படித்தார். பிறகு கன்னத்தின் மீது வலதுகை விரல்களை உயர்த்தி அழுத்தமாகத் தடவியபடி ஒரு கணம் யோசனையில் ஆழ்ந்தார். பிறகு என்னிடம் 'கோல்கும்பஸ்லேர்ந்து ஆரம்பிங்க சார். சந்தேகமே வேணாம். அதுதான் ரொம்ப முக்கியமான இடம். உலகத்துலயே உயரமான கோபுரம். உலக அதிசயங்கள் பட்டியல்ல பேர் இல்லையே தவிர, உண்மையான அதிசயம். பீஜப்பூர்னு சொன்னா கோல்கும்பஸ். கோல்கும்பஸ்னு சொன்னா அது பீஜப்பூர். அதனால நீங்க முதல்ல அங்க போங்க' என்றார்.

அந்த ஆலோசனையைக் கேட்டதுமே உடல்முழுவதும் ஒரு சுறுசுறுப்பு பரவத் தொடங்கியது. நன்றி சொல்லிவிட்டு சீட்டை வாங்கி பையில் வைத்துக்கொண்டு வெளியே வந்தேன். ஓர் ஆட்டோவை நிறுத்தி, கோல்கும்பஸுக்குச் செல்லும்படி சொன்னேன்.

இருபுறங்களிலும் கடைகள் அடர்ந்த நெரிசலான தெருக்களின் ஊடாக ஓடிய வாகனம் ஒரு திருப்பத்தில் பச்சைப்புல் படர்ந்த வெட்டவெளியின் ஊடாக சிறிது தொலைவு ஓடி நின்றது. வண்டிப்பாதையை ஒட்டி ஒருசில மரங்கள் மட்டுமே நின்றிருந்தன.

தொலைவில் கோல்கும்பஸின் உயரமான குவிமாடம் நீல வானத்தின் பின்னணியில் கண்ணைக் கவர்ந்தது. தொடக்க காலத்தில் செவ்வண்ணம் படிந்த கட்டடமாக இருந்திருக்க வேண்டும். அப்போது நிறம் மங்கி செம்மையும் வெண்மையும் கலந்த ஒரு நிறத்தில் காணப்பட்டது.

நெருங்கிச் சென்று அண்ணாந்து பார்த்தேன். திரைச்சீலையில் தீட்டப்பட்ட ஓவியமென கண்முன்னால் தெரிந்த குவிமாடத்தை விட்டு பார்வையை அகற்ற மனமே வரவில்லை. என்ன உயரம், என்ன உயரம் என்று மனம் குரலெழுப்பியபடி இருந்தது.

ஒரு பெரிய சதுரமான கட்டடத்தின் நான்கு மூலைகளிலும் இணையான உயரமுடைய நான்கு கலங்கரை விளக்கங்களை

தூண்களென நிற்கவைத்து இணைத்ததுபோன்ற அடித்தளம். அதற்கு மேல் எல்லா மூலைகளையும் இணைத்தபடி வானத்தைப் பார்த்தபடி இருக்கும் அரைவட்டக் குவிமாடம். கதவுகளும் குவிமாடத்தின் அமைப்பில் இருந்தன. சொக்கவைக்கும் அதன் அழகில் மயங்கி அந்தக் கட்டுமானத்தையே சுற்றிச்சுற்றி வேடிக்கை பார்த்தபடி நடந்தேன். ஒவ்வொரு கோணத்திலும் அதன் வடிவமும் அழகும் மாறிமாறி மனத்தை ஈர்த்தது. ஒன்றைப் பார்க்கும்போது இன்னொன்றைக் கவனிக்க முடியவில்லை.

தூண் என்று பெயருக்குச் சொன்னாலும் அது உண்மையில் தூணல்ல. ஏழு செங்குத்தான பார்வை மாடங்களை உருவாக்கி ஒன்றன் மீது ஒன்றென அடுக்கிவைக்கப்பட்டதுபோல இருந்தது. ஒவ்வொரு பார்வை மாடமும் இரண்டு மூன்று ஆள் உயரத்தில் இருந்தது. ஏழாவது மாடத்தின் மேல்தளமும் சதுரக் கட்டுமானத்தின் மேல்தளமும் இணைந்து அரைவட்டக் குவிமாடத்தைத் தாங்கும் புற இதழ்களென விரிந்திருந்தன. ஒவ்வொரு பார்வைமாடத்தின் உச்சியிலும் அழகான ஒரு குவிமாடம். அவற்றுக்கு நடுவில் அகலமும் உயரமும் கொண்ட பெரிய குவிமாடம். பாதியாக வெட்டி தலைகீழாக கவிழ்த்துவைத்த தேங்காய் போல இருந்தது. 'நீளாதுங்க ஸ்தனகிரி தடீசூப்த முத்போத்ய க்ருஷ்ணம்' என்று எப்போதோ கேட்ட பாடல் வரி மனத்தில் எழுந்தது

பார்வை மாடத்தின் நுழைவாயில் வழியாக கோல்கும்பஸைப் பார்க்க வந்திருக்கும் வெளியூர்க்காரர்கள் நுழைந்து படிக்கட்டின் வழியாக மேலே ஏறிக்கொண்டிருந்தார்கள். 'என்ன உயரம், என்ன உயரம்' என்பதே ஒவ்வொருவரும் உரையாடிக்கொள்ளும் சொற்களாக இருந்தன.

ஒவ்வொரு தளத்தின் பார்வைமாடத்திலும் ஆட்கள் நின்று சாளரங்கள் வழியாக வெளிப்புறத்தில் இருப்பவர்களைப் பார்த்து கைகளை அசைத்து சத்தமிட்டு அழைத்தபடியும் இருந்தார்கள். சாளரத்தின் அருகில் நிற்கும்போது அவர்கள் அனைவரும் ஏதோ வரலாற்றுக் காலத்துக்குள் நுழைந்துவிட்டதுபோலத் தோன்றியது. நானும் நிகழ்காலத்துக்கும் இறந்தகாலத்துக்கும் இடையில் ஊடாடிக்கொண்டே இருந்தேன்.

'கோலான்னு சொன்னா வட்டம்னு அர்த்தம்' என்று எனக்கருகில் எழுந்த குரலைக் கேட்டபிறகே நான் தன்னுணர்வை அடைந்தேன். சிலிர்ப்புடன் திரும்பியபோது கல்லூரி ஆசிரியரைப்போல தோற்றமளித்த ஒருவர் அங்கே நின்றிருந்தார். அவரைச் சுற்றி

பத்துக்கும் மேற்பட்ட இளைஞர்களும் இளம்பெண்களும் அவர் சொல்வதைக் கவனித்தபடியே நின்றிருந்தார்கள். நானும் அவர் சொல்வதை ஆர்வமுடன் கேட்கத் தொடங்கினேன்.

'கும்பஸ்னு சொன்னா கும்மட்டம்னு அர்த்தம். கும்மட்டம்னா என்னன்னு தெரியுமில்லையா? குவிமாடம். கோலா கும்பஸ்னா வட்டவடிவ குவிமாடம்னு அர்த்தம். கோலா கும்பஸ்ங்கற வார்த்தைதான் காலப்போக்குல கோல்கும்பஸா மாறிட்டுது.'

அவரைச் சுற்றி பத்துக்கும் மேற்பட்ட இளைஞர்களும் இளம்பெண்களும் நின்றிருந்தார்கள். அப்படி யாராவது ஒருவர் சொல்லச்சொல்ல ஓர் இடத்தைப் பார்க்கும்போது என்னையறியாமலேயே நானும் ஒரு கல்லூரி மாணவனின் மனநிலைக்கு மாறிவிடுவதை பலமுறை உணர்ந்திருக்கிறேன். அன்றும் அதுதான் நேர்ந்தது. அந்த இளைஞர்களின் பின்னால் சென்று நானும் நின்றுகொண்டேன். அந்த ஆசிரியரின் பார்வை ஒருகணம் என்மீது படர்ந்தது. அக்கணமே நான் அவரை நோக்கிச் சென்று என்னை அறிமுகப்படுத்திக்கொண்டேன். 'நீங்க சொல்றத கேக்கணும் போல இருக்குது. நானும் உங்க கூட வரலாமா?' என்று கேட்டேன். ஒரு புன்னகையோடு அவர் தலையசைத்ததும் நான் ஒரு மாணவனுக்குரிய உற்சாகத்துடன் அவர்களைத் தொடர்ந்தேன்.

'இதைக் கட்டியது யார் தெரியுமா?' என்று வினா எழுப்பியபடி திறந்திருந்த நுழைவுவாயில் வழியாகச் சென்றார் ஆசிரியர்.

'அடில் ஷா சார்' என்று ஒரே ஒரு பெண் பதில் சொன்னாள், ஆசிரியர் புன்னகையுடன் திரும்பி 'கரெக்ட்டான பதில். தயக்கமில்லாம உரத்த குரல்ல சொல்' என்று ஊக்கம் கொடுத்தார். மறுகணமே அப்பெண் உரத்த குரலில் 'அடில் ஷா' என்றாள்.

'கரெக்ட். ஆனால் வெறும் அடில் ஷா இல்லை. முகம்மது அடில் ஷான்னு சொல்லணும். அடில் ஷாங்கறது அவங்களுடைய வம்சப்பெயர். முகம்மது அடில் ஷா அந்த வம்சத்துடைய ஏழாவது அரசர். அவர் எதுக்காக இதை கட்டினார் தெரியுமா?'

அந்தப் பெண் உதட்டைப் பிதுக்கி தெரியாது என்பதற்கு அடையாளமாகத் தலையசைத்தார். அப்போது அவள் காதுகளில் அசைந்த ஜிமிக்கி கம்மல்கள் அசையும் குவிமாடத் தொங்கலெனத் தோற்றமளித்தன.

'ஷாஜகான் மாதிரி காதலுக்காகவா சார்?' என்று அந்தப் பெண்ணின் தோளையொட்டி நின்றிருந்த மற்றொரு பெண் கேட்டாள்.

இல்லை என்பதுபோல ஆசிரியர் தலையசைத்தார்.

‘வேற நாட்டின் மீது படையெடுத்து அடைந்த வெற்றியின் நினைவுச்சின்னமாகாவா?’ என்று கேட்டான் ஓர் இளைஞன். ஆசிரியர் அதுவும் இல்லை என்றார்.

‘அம்மா அல்லது அப்பா அல்லது நண்பன் நினைவாகவா?’ என்று சொல்லிக்கொண்டே போனான் இன்னொரு இளைஞன். ஆசிரியர் புன்னகைத்தவாறே அவன் தோளைத் தட்டினார்.

‘யாருக்காகவாவது கொடுத்த அன்பளிப்பின் நினைவா?’ என்று சொல்லிவிட்டு நாக்கைக் கடித்தாள் ஒரு பெண். இல்லை என்பதற்கு அடையாளமாக கையை உயர்த்தி அசைத்தார் ஆசிரியர்.

நான் யோசித்துப் பார்த்தேன். எனக்கும் பதில் தெரியவில்லை. ‘சரி சரி, நானே சொல்றேன்’ என்று அவரே சொல்லத் தொடங்கினார்.

‘அடில் ஷா வம்சத்துலதான் அதுக்கு முன்னால இல்லாத அளவுக்கு பீஜப்பூர் பெரிய வளர்ச்சியை அடைஞ்சது. அவுங்கதான் விவசாயத்தை வளர்த்தாங்க. தொழிலை வளர்த்தாங்க. அதனால் அரசாங்கத்துக்கு நிறைய வரிப்பணம் சேர்ந்தது. அதை செலவு பண்ணி இந்த மண்ணுல சில அதிசயமான கட்டுமானங்களை கட்டணும்னு அவுங்க நினைச்சாங்க. அந்த வேலைக்காக தேர்ந்தெடுக்கப்பட்ட கட்டட வடிவமைப்பாளர்கள் இஸ்லாமியக் கட்டடக்கலையையும் இந்தியக் கட்டடக் கலையையும் இணைச்சி ஒரு புதுமையான விதத்துல கட்டினாங்க. ஏற்கனவே ஒவ்வொரு ராஜாவும் மசூதி, மகால்னு புது புது அமைப்புல ஏராளமா கட்டிட்டாங்க. இப்ராஹிம் ரௌசாவ பார்த்தீங்கன்னா அச்சு அசலா அப்படியே தாஜ்மகால் மாதிரியே இருக்கும். தனக்கு முன்னால வாழ்ந்த ஆறு அரசர்கள் செய்ததைவிட இன்னும் ஏதாவது புதுமையா செய்யணும்னு நினைச்சார் முகம்மது அடில் ஷா. அதுதான் இந்த கோல்கும்பஸ்.’

‘இதுல என்ன சார் புதுமை?’

ஓர் இளைஞன் தயக்கத்தோடு கேட்டான்.

‘நிறைய புதுமை இருக்குது. இந்தக் கட்டுமானத்தின் ஒவ்வொரு பக்கமும் நாற்பது மீட்டர் நீளம். உயரம் அறுபது மீட்டர். கிட்டத்தட்ட இருநூறு அடி. அந்த வட்டவடிவக் கோபுரம் இருநூறு அடி உச்சியில இருக்குது. இவ்வளவு பெரிய சுற்றளவு கொண்ட அரைவட்டத்தைத் தாங்கக்கூடிய மைய ஆதாரம் எதுவுமே இங்க இல்லை. இதுவே ஒரு அதிசயம்தானே?’

அந்த இளைஞன் மௌனமாக அவர் சொல்வதை ஏற்றுக் கொள்வதுபோல தலையசைத்தான்.

‘ஒரு குடையை மனசுக்குள்ள கற்பனை செஞ்சி பாத்துக்க. அந்தக் குடைக்கு நடுவில தாங்கறதுக்கு ஒரு தண்டு இருக்குது. நடுத்தண்டே இல்லாத ஒரு குடையை உங்களால கற்பனை செய்ய முடியுமா? அப்படிப்பட்ட ஒரு கற்பனையை அந்த காலத்துல ஒருத்தர் சாத்தியப்படுத்தியிருக்கிறார். இந்த உலகத்துலயே இதுதான் உயரமான குவிமாடம். அதைவிட வேறென்ன புதுமை வேண்டும்?’

கேள்வி கேட்ட இளைஞன் பெண்கள் பக்கம் பார்த்து வெட்கத்துடன் புன்னகைத்துவிட்டு திரும்பிக்கொண்டான்.

ஆசிரியர் தன்னிச்சையாக ‘நம்ம வீட்டுக்குள்ளயே சில சமயங்கள்ல நம்ம பேச்சு எதிரொலிக்கறத யாராவது கேட்டிருக்கீங்களா?’ என்ற கேள்வியோடு மீண்டும் தொடங்கினார்.

‘நான் கேட்டிருக்கேன் சார். நம்ம காலேஜ்ல எதிரொலி வராத அறையே இல்லை’ என்றான் ஒரு இளைஞன். உடனே எல்லோருடைய முகங்களும் புன்னகையுடன் அதை எதிரொலித்தன. ஆசிரியர் அதைப் பொருட்படுத்தாது தொடர்ந்து சொல்லிக் கொண்டே இருந்தார்.

‘ஆனா, இவ்வளவு பெரிய கட்டுமானத்துக்குள்ள நீங்க எங்க நின்னு எவ்வளவு சத்தமா பேசனாலும் எதிரொலியே கேட்காது. அவ்வளவு நுட்பமா கட்டியிருக்காங்க.’

உரையாடிக்கொண்டே அவர்களை உள்ளே அழைத்துச் சென்றார் ஆசிரியர். உயரமான கூரை. அண்ணாந்து பார்க்கும்போது மயக்கம் வரும்போல இருந்தது. உச்சியில் எரிந்த விளக்குகள் நட்சத்திரங்களைப்போல மின்னி கண்களைக் கூச வைத்தன.

அங்கே உச்சியில் ஒரு தளம் இருப்பதையும் அதன் தடுப்புச்சுவருக்கு அருகில் நின்று சிலர் எட்டிப் பார்த்து சிரிப்பதையும் அப்போதுதான் பார்த்தேன். தரையிலிருந்து பார்க்கும்போது ஏதோ விண்ணுலக மாந்தர்கள் போல அவர்கள் தோற்றமளித்தார்கள்.

அப்போதுதான் நடுக்கூடத்தில் ஐந்து கல்லறைகள் அடுத்தடுத்து இருப்பதைப் பார்த்து சற்றே திகைத்து நின்றேன்.

என்னைப்போலவே திகைப்புற்ற ஒரு பெண் ‘யாருடைய கல்லறை சார் இது?’ என்று ஆசிரியரிடம் கேட்டாள்.

‘இது அடில்ஷாவுடைய கல்லறை. இந்தப் பக்கம் இருப்பது அவருடைய இளைய மனைவியின் கல்லறை. அந்தப் பக்கம் இருப்பது மூத்த மனைவியின் கல்லறை. இன்னொன்று

அவருடைய மகளுடைய கல்லறை. அந்தக் கடைசியில் இருப்பது பேரனுடைய கல்லறை.'

'இங்க எதுக்கு சார் கல்லறை?'

'அதுதான் அந்த அரசருடைய விருப்பம். தன்னுடைய கல்லறை மீது இந்த உலக அதிசயம் நிக்கணும்னு அவர் நினைச்சிருக்கார்.'

'உயிரோடு இருக்கும்போதே கல்லறைக்கான இடத்தைத் தீர்மானிச்சிட்டு இந்த அதிசயத்தை கட்டினாரா?'

'ஆமாம். அவர் ஆட்சிக்கு வந்ததுமே அதைப்பத்தி அவர் யோசிச்சி வேலையை ஆரம்பிச்சிருக்கார். இருபது வயசுலயே அவர் ஆட்சிக்கு வந்துட்டார். ஆனா அந்த வயசுலயே அவருக்கு அந்த அளவுக்கு பக்குவமான யோசனைகள் வந்திருக்குது. ஒருபக்கம் ஷாஜகான் கூட நல்லுறவு ஒப்பந்தம் போட்டு இந்த நாட்டுக்கு தன்னாலான நல்லதையும் செஞ்சிருக்கார். இன்னொரு பக்கம் இந்த மாதிரி அதிசயத்தை கட்டியெழுப்பும் முயற்சியையும் செஞ்சிருக்கார்.'

'அப்பவே கட்டட வேலையை ஆரம்பிச்சிட்டாங்களா சார்?'

'ஆமாம். ஆட்சிக்கு வந்ததுமே அவர் ஆரம்பிச்சிட்டார்னுதான் வரலாறு சொல்லுது. மொத்தம் முப்பது வருஷம் அவர் ஆட்சி புரிஞ்சிருக்காரு. முப்பது வருஷமும் இந்த வேலை நடந்திருக்குது.'

'முப்பது வருஷமா?' எல்லோருமே கைவிரலை உயர்த்தி முகவாயில் வைத்தனர்.

'இதனுடைய கலை வேலைப்பாட்டுக்கு அந்த அளவுக்கு கால அவகாசம் தேவைப்பட்டிருக்குது. அந்தப் பார்வையாளர் மாடத்தையும் அதிலிருக்கிற சாளரங்களையும் பாருங்க. என்ன மாதிரி அழகு. என்ன மாதிரி கச்சிதம். ஒரு நூல் அளவு கூட ஒன்னுக்கொன்னு வித்தியாசம் இல்லை. அத்தனை வருஷம் வேலை செய்தும் அவர்களால இந்த கட்டுமானத்தை முடிக்கமுடியலை.'

'ஏன்?'

'ஔரங்கசீப் கூட போரிட்ட சமயத்துல அவர் கொல்லப்பட்டு விட்டார். அவரும் இல்லாம, ஆட்சியும் இல்லாம யாரு கட்டறது? அதனால முடிவுறாத கட்டடமா நின்னுட்டுது.'

பேசிக்கொண்டே ஆசிரியர் நடந்தார். அதைக் கேட்டுக்கொண்டே ஆறு மாடங்களையும் கடந்து ஏழாவது மாடம் வழியாக உள்தளத்துக்கு நாங்கள் வந்தோம். வெளிச்சம் சூழ்ந்த ஏதோ ஒரு பளிங்குப்பாறைகளால் சூழப்பட்ட குகைக்குள் இருப்பதுபோலத் தோன்றியது.

அந்த இளைஞர்கள் ஆசிரியரிடம் ஓய்வில்லாமல் அடுத்தடுத்து கேள்விகளைக் கேட்டபடி இருந்தனர். எல்லோருடைய கேள்விகளுக்கும் அவரும் சலிப்பில்லாமல் பதில் சொல்லிக்கொண்டே இருந்தார். அன்று அவர் வழியாகவே நான் எல்லாவற்றையும் தெரிந்துகொண்டேன். அந்தக் கூட்டத்தினரை நான் பார்த்திராவிட்டால் ஏதோ ஒரு உயர்ந்த கட்டடம், இந்தோ இஸ்லாமிய கட்டடக்கலையின் அடிப்படையில் கட்டப்பட்ட கட்டடம் என்ற அளவில் நினைத்துக்கொண்டு கிளம்பியிருப்பேன். அன்றைய நாள் எனக்குச் சாதகமான நாளாக அமைந்துவிட்டது.

அவர்கள் கீழே இறங்கத் தொடங்கியதும் நானும் அவர்களைத் தொடர்ந்து இறங்கினேன். தரைக்கு வந்ததும் அனைவரும் தமக்காகக் காத்திருக்கும் வாகனத்தை நோக்கி வேகமாக நடக்கத் தொடங்கினார். 'நில்லுங்க நில்லுங்க' என்று தடுத்தார் ஆசிரியர். 'அதுக்குள்ள என்ன அவசரம்? பார்த்தது போதும்ன்னு நினைச்சிட்டீங்களா?' என்று சிரித்தார். இன்னும் என்ன பாக்கி என்பதுபோல ஆசிரியரைப் பார்த்தனர் அவர்கள். அப்போதுதான் அவர் கும்பஸ்க்கு அருகில் இருந்த இன்னொரு இடத்தைச் சுட்டிக் காட்டினார்.

'அது என்ன சார்?'

'வாங்க, போய் பார்க்கலாம்.'

முகத்தில் கேள்விக்குறியோடு அனைவரும் ஆசிரியரைப் பின்தொடர்ந்தனர். நானும் அவர்களைத் தொடர்ந்து சென்றேன். கும்பஸின் சுற்றுச்சுவருக்கு அப்பால் ஒரு திருப்பம் இருந்தது. அதில் திரும்பி நடந்தோம். எல்லாமே பழைய கட்டடங்கள். ஆனால் பொலிவோடு பராமரிக்கப்பட்டிருந்தன.

சில அடிகள் நடந்த பிறகுதான் வரிசை வரிசையாக கல்லறை மேடுகள் தெரிந்தன. சட்டென ஒரு பெண் தயங்கி 'என்ன சார்? எல்லாமே கல்லறையா இருக்குது?' என்று சற்றே பின்வாங்கியபடி தயக்கத்துடன் கேட்டாள்.

'கல்லறைதான். அதுக்கு ஏன் பயப்படறே? தைரியமா வா' என்றார் ஆசிரியர். முன்னால் நடந்து அவ்விடத்தில் சிறப்புடன் பராமரிக்கப்பட்ட ஒரு கல்லறைக்கு அருகில் நின்றார். அதன் மீதிருந்த பச்சை விரிப்பு வெளிச்சம் பட்டு தகதகத்தன.

'இது முகம்மது அடில் ஷா காலத்துல வாழ்ந்த சூஃபி ஞானி. பெயர் ஹஷிம் பீர். அகமதாபாத்லேருந்து வந்து பீஜப்பூர்ல தங்கிட்டார். சிவாலயத்தின் திருநீறைப் பூசியதும் திருநாவுக்கரசரை

வாட்டி வந்த சூலை நோய் நீங்கியதுன்னு படிச்சிருக்கிறோம் அல்லவா? அதேபோல இந்த ஞானியின் பிரார்த்தனையால் அடில் ஷாவைத் தாக்கிய நோய் நீங்கி ஆயுள்பலம் பெருகியதுன்னு ஒரு நம்பிக்கை இருக்குது. அதற்கு நன்றிக்கடனா, வாழ்க்கை முழுக்க அவரையே தன் குருவா நினைச்சி மதிச்சிருக்கார் அடில் ஷா. அதனால குருவுடைய கல்லறைக்கு பின்னால தன்னுடைய கல்லறை இருக்கணும்னு நினைச்சி, கோல்கும்பஸ கட்ட இந்த இடத்தைத் தேர்ந்தெடுத்தார். குருவுக்கும் மாணவனுக்கும் ஒரே இடத்தில் கல்லறை. அரசர் என்பதால மட்டும் அடில் ஷாவை மக்கள் மதிக்கலை, அவருக்கு இருந்த குருபக்தியும் ஒரு காரணம்.'

தொடர்ந்து அனைவருக்கும் சூஃபி ஞானிகள் மரபை விளக்கிக் கொண்டே ஆசிரியர் வெளியே நடந்தார். அனைவரும் வாகனத்தை நெருங்கி ஒவ்வொருவராக உள்ளே செல்லத் தொடங்கினர். நான் அந்த ஆசிரியரின் கைகளைப் பற்றி குலுக்கி 'ரொம்ப நன்றி' என்றேன். வாகனம் புறப்பட்டுச் செல்லும் வரை காத்திருந்து கையசைத்து விடைகொடுத்தேன்.

எனக்கும் அங்கிருந்து கிளம்பவேண்டும் என்று தோன்றியது. பட்டியலில் உள்ள இடங்களை இனிமேல்தான் பார்க்கவேண்டும் என்ற எண்ணம் எழாமலில்லை. ஆயினும் அந்த இடத்திலிருந்து புறப்பட மனமே இல்லை. குவிமாடத்தின் உயரமும் அலங்கார மாலைத் தொங்கலென நீண்டிருக்கும் பார்வைமாடங்களின் தொகுப்புக் கோபுரமும் காந்தமென இழுத்தபடி இருந்தன.

'போவலாமா தாத்தா?' என்று சத்தமாக ஒலித்த ஒரு சிறுவனின் குரலைக் கேட்டு என் கவனம் சிதைந்தது. குரல் வந்த திசையில் திரும்பிப் பார்த்தேன். சக்கரநாற்காலியில் அமர்ந்திருந்த ஒரு பெரியவர் புன்னகைத்தபடி 'ம்' என்று சொல்ல, வண்டியை லாவகமாகத் திருப்பினான் சிறுவன். 'வரேன் மாமா, எங்கயும் போயிடாதீங்க. இங்கயே இருங்க' என்று ஆட்டோக்காரரைப் பார்த்து சொல்லிவிட்டு வண்டியைத் தள்ளிக்கொண்டு சென்றான். அவன் சிறிது தொலைவு செல்லும் வரைக்கும் 'ஜாக்கிரதைடா மகேஷ். மெதுவா தள்ளிட்டு போ. பள்ளம் மேடு பார்த்து போ' என்று சொல்லிக்கொண்டே இருந்தார் ஆட்டோக்காரர்.

கும்பஸைச் சுற்றியிருக்கும் கூட்டத்தோடு கூட்டமாக சக்கர நாற்காலியும் கலந்துவிடும் வரை, அந்தத் திசையையே பார்த்துக்கொண்டிருந்த ஆட்டோக்காரர் திரும்பி வந்து ஆட்டோவுக்கு அருகில் இருந்த கல்திண்டு மீது உட்கார்ந்தார். நான் அவரையே பார்ப்பதை உணர்ந்தவராக 'என்ன சார்? என்னயே

பார்க்கறீங்க?' என்று கேட்டார். அவரையே கவனித்தபடி இருப்பதை நானும் அப்போதுதான் உணர்ந்தேன்.

'ஒன்னுமில்ல, சும்மாதான்' என்று புன்னகைத்தபடி தலையசைத்தேன். பிறகு 'சக்கர நாற்காலியில யாரு? அப்பாவா?' என்று கேட்டேன்.

ஆட்டோக்காரர் சிரித்தார். 'அப்பாவா? ஐய, நான் சின்ன புள்ளையா இருக்கும்போதே எங்க அப்பா செத்து சிவலோகம் போய் சேந்துட்டாரு சார்' என்றார். 'இவரு ஆஞ்சனப்பா. பெரிய வள்ளல். புள்ளைங்க எல்லாம் வெளிநாட்டுல இருக்காங்க. இவரும் பாட்டியம்மாவும் மட்டும் இங்கயே இருக்காங்க.'

'தனியாவா?'

'தனியாத்தான வந்தம் சார்? தனியாத்தான் பொழைச்சாவணும். ரெண்டு மூனு வருஷத்துக்கு முன்னால வரைக்கும் தாத்தா ஊக்கமா நடமாடிட்டுத்தான் இருந்தாரு. திடீர்னு ஒருநாள் ரெண்டு காலும் உழுந்துடிச்சி. இப்ப ஆளுங்கள வச்சித்தான் பாத்துக்கறாங்க.'

'இந்த நிலையில இவ்ளோ தூரம்...'

'அதுவா? அவரு நல்ல நிலையில நடமாட்டத்துல இருந்த சமயத்துல இதுதான் தாத்தாவுக்கு வாக்கிங் ஸ்பாட். வீட்டிலிருந்து இங்க வரைக்கும் நடந்து வருவாரு. கோல்கும்பஸ ஒரு பத்து சுத்து சுத்துவாரு. திடீர்னு எல்லாமே நின்னு போனதும் அவருக்கு பைத்தியம் புடிச்ச மாதிரி ஆயிட்டுது.'

'த்ச். பாவம்.'

'வாழ்க்கை முழுக்க புண்ணியங்கள சேத்தவருக்கு இப்படி ஒரு நிலைமை. எல்லாமே விதி. நாம என்ன செய்யமுடியும், சொல்லுங்க.'

'என்ன சொல்றீங்க?'

'ஆமா சார். தாத்தாவுக்கு ரொம்ப தாராள மனசு. இந்த ஊர் ஸ்கூலுக்கு பில்டிங் வாங்கி கொடுத்ததே இவருதான். எங்க தெருவுல ஆறேழு ஏழை பசங்கள அவருதான் பணம் கட்டி யூனிஃபார்ம் வாங்கி குடுத்து படிக்க வைக்கறாரு. என் பொண்ணுங்களுக்கு கூட அவருதான் மாசாமாசம் பணம் கட்டறாரு. தெனமும் ராத்திரியில இங்க்லீஷ் வராத பசங்களுக்கு டியூஷன் எடுப்பாரு.'

'அதெல்லாம் சரி, அவரு இருக்கிற நிலைமையில அவர ஏன் இங்க கூப்ட்டு வந்தீங்க?'

'அதுவா? தாத்தா ஊட்டுலதான் என் ஊட்டுக்காரி வேலை செய்யுது. தாத்தா தெனமும் பாட்டிகிட்ட புலம்பறத, என் ஊட்டுக்காரிகிட்ட

ஒருநாள் சொல்லியிருக்காங்க. அது என்கிட்ட சொல்லிச்சி. அதுக்கப்புறம் நானா போய் ஆட்டோவுல தூக்கி வச்சிட்டு வர ஆரம்பிச்சிட்டேன். தாத்தாவுக்கு சந்தோஷம்னா அவ்ளோ சந்தோஷம். வாரம் ஒரு நாள். ஞாயித்துக்கெழமையில காலையில சவாரிக்கு போவறதுக்கு முன்னால ஒரு மணி நேரம் இங்க வந்து ஒரு சுத்து சுத்த வச்சிட்டு அழச்சிம் போயி ஊட்டுல உட்டுடுவேன். தாத்தாவுக்கு இந்த சக்தி ஒரு வாரத்துக்கு தாங்கும்.'

'பணம் வாங்க மாட்டீங்களா?'

'பணமா? நம்ம புள்ளைங்களுக்கும் ஊரு புள்ளைங்களுக்கு இவ்ளோத்தம் செய்யறவருக்கு நாம இதுகூட செய்யலைன்னா எப்படி சார்? அது மட்டுமில்ல, இந்த முன்னா கால் இல்லாதவங்க, கை இல்லாதவங்க, பிரசவத்துக்கு போகிறவங்க, ரோட்டுல அடிபட்டு ஆஸ்பத்திரிக்கு போகிறவங்க யாருகிட்டயும் பணம் வாங்கறதில்லை சார். எங்க போகணும்னு சொன்னாலும் இலவசமாவே அழச்சிட்டும் போய் விட்டுடுவேன். அப்படி ஒரு கொள்கை.'

'அப்படியா?' அவர் சொல்வதைக் கேட்க எனக்கு ஆச்சரியமாக இருந்தது. 'பிரசவத்துக்கு இலவசம்னு போர்டு வச்சிருக்கிற ஆட்டோவ பார்த்திருக்கேன். நீங்க சொல்றது புதுமையா இருக்குது.'

'இதுல புதுமை என்ன சார் இருக்குது? எல்லாம் தாத்தாவ பார்த்து கத்துகிட்டதுதான் சார். இதுக்கு முன்னால இந்த முன்னாவை யாருக்குமே தெரியாது. இப்படி இலவசமா சவாரி போக ஆரம்பிச்ச பிறகு ஆட்டோ முன்னான்னு சொன்னா இந்த பீஜப்பூருக்கே தெரிய தொடங்கிடுச்சி. பணத்த ரொம்ப சுலபமா சம்பாதிக்கலாம் சார். ஆனா பேர சம்பாதிக்கறதுதான் ரொம்ப கஷ்டம்.'

அவரோடு இன்னும் கொஞ்ச நேரம் பேசிக்கொண்டிருக்க வேண்டும் போல இருந்தது. அதைவிட கோல்கும்பஸைச் சுற்றிவிட்டு திரும்பிவரும் தாத்தாவிடமும் பேசவேண்டும் போல இருந்தது. ஆனால் காத்திருக்கும் அளவு நேரம் குறைவாக இருந்ததுதான் வருத்தத்தை அளித்தது. குறிப்பிட்ட இடங்களைப் பார்க்காமல் செல்லவும் மனமில்லை.

'சரி முன்னா. நான் கௌம்பணும். என்னை கொஞ்சம் இப்ராஹிம் ரௌசா வரைக்கும் அழச்சிட்டு போக முடியுமா?' என்று கேட்டேன்.

'நாம் எப்படி சார் வரமுடியும். தாத்தாவை அழச்சிட்டு போய் வீட்டுல விடறவரைக்கும் எனக்கு அடுத்த சவாரி கிடையாது' என்றார் முன்னா. பிறகு 'ஒரு நிமிஷம் இருங்க' என்று

சொல்லிவிட்டு சுற்றுமுற்றும் பார்த்தார். சிறிது தொலைவில் இளநீர் அடுக்கிய ஒரு தள்ளுவண்டிக்குப் பக்கத்தில் நின்றிருந்த ஆட்டோவை கைதட்டி கூப்பிட்டார். அவர் வந்து நின்றதும் 'சார் இப்ராஹிம் ரௌசாக்கு போகணுமாம். போறியா?' என்று கேட்டார். அவர் தலையசைத்ததும் 'போய் உக்காருங்க சார். நம்ம தம்பிதான். தைரியமா போங்க' என்று என்னிடம் சொன்னார். அதே கணத்தில் ஆட்டோக்காரரின் தோளில் கைவைத்து 'நமக்கு வேண்டப்பட்டவருப்பா. பார்த்து கேட்டு வாங்கிக்க' என்று சொல்லிவிட்டு என்னைப் பார்த்து புன்னகையுடன் கையை அசைத்தார்.

ஒரு வட்டமடித்துவிட்டு ஆட்டோ அங்கிருந்து புறப்பட்டது. பார்வையிலிருந்து மறையும் வரை முன்னாவை ஒரு கணமும் கோல்கும்பஸை மறுகணமும் மாறிமாறிப் பார்த்துக் கொண்டிருந்தேன் நான்.

4. வனவாசி

புஷ்பகிரி மலைத்தொடர் பயணத்தில் எடுத்த படங்களையெல்லாம் தொகுத்து மடிக்கணினியில் சேமித்து முடித்தபோது ஏதோ ஒரு பெரிய வேலையைச் செய்துமுடித்தமாதிரி இருந்தது. அறைக்குத் திரும்பியதுமே செய்து முடித்திருக்க வேண்டிய வேலை. ஆனால் மலையில் ஏறி இறங்கிய களைப்பில் எந்த வேலையும் ஓடவில்லை. உறங்கிவிட்டேன். காலையில் எழுந்ததும் தேநீர் அருந்திமுடித்த கையோடு வேலையைத் தொடங்கி முடித்துவிட்டுத்தான் நடைப்பயிற்சிக்குக் கிளம்பினேன்.

சாலையோரத்தில் நடந்து சென்றாலும் மனமெல்லாம் காட்டுப்பாதையில் நடப்பதைப் போலவே இருந்தது. பச்சைமரங்களின் மணம். காற்றின் தழுவல். பறவைகளின் விதவிதமான ஒலிகள். இன்னும் அவையனைத்தும் நெஞ்சோடு ஒட்டிக்கொண்டிருந்தன.

காட்டுக்குள் பலமுறை நண்பர்களுடன் நடக்கச் சென்ற அனுபவம் உள்ளவன்தான் நான். சிற்சில சமயங்களில் ஆழ்ந்த காட்டுப்பகுதிக்குச் சென்று இரவு முழுதும் தங்கியிருந்த அனுபவமும் உண்டு. ஒவ்வொரு முறையும் காட்டிலிருந்து திரும்பும்போது, அதுவரை சென்ற

காட்டுப்பயணங்களைவிட, அன்று சென்று திரும்பிய பயணமே ஈடு இணையற்ற பயணமாகத் தோன்றுவது விசித்திரமாக இருந்தாலும், அப்படி நினைக்காமல் இருக்கமுடிவதில்லை. அன்றும் அப்படித்தான் தோன்றியது. அந்த அளவுக்கு புஷ்பகிரியின் காட்சிகள் நினைவில் நிறைந்திருந்தன.

அறைக்குத் திரும்பியதும் சிறிதுநேரம் அறையில் வைக்கப் பட்டிருந்த செய்தித்தாளை ஒருமுறை வேகமாகப் புரட்டிப் படித்தேன். தொடர்ந்து குளியல், சிற்றுண்டி எல்லாவற்றையும் முடித்துவிட்டு ஆகாஷின் வருகைக்காகக் காத்திருந்தபோது புஷ்பகிரி படங்களை மீண்டும் ஒருமுறை பார்க்கவேண்டும் போலத் தோன்றியது. மடிக்கணினியைத் திறந்து ஒவ்வொரு படமாக திரையில் ஒளிரவிட்டுப் பார்க்கத் தொடங்கினேன். காட்டின் பசுமையும் மேகங்களின் வெண்மையும் வெவ்வேறு விகிதங்களில் கலந்து நிறைந்திருந்த படங்களைப் பார்க்கப் பார்க்க மனம் பொங்கியது.

சுள்யா நகரத்துக்கு நான் வந்த காரணமே வேறு. அங்கு வந்து சேரும் வரைக்கும் புஷ்பகிரி என்னும் இடத்தைப்பற்றி நான் கேள்விப் பட்டதுகூட கிடையாது. ஆனால் ஒரு புதையல் கிடைப்பதுபோல புஷ்பகிரியைப் பார்க்கும் வாய்ப்பு எதிர்பாராமல் அமைந்து விட்டது.

புத்தூர், சுள்யா இரு நகரங்களையும் கண்ணாடியிழைக் கேபிள் வழியாக இணைக்கவேண்டும். அந்தப் பொறுப்பை எங்கள் மேலாளர் என்னிடம் ஒப்படைத்திருந்தார்.

கேபிள் வழி இணைப்பில் தென்கன்னடப் பகுதிகள் புறக்கணிக்கப் படுவதாக யாரோ ஒரு முக்கியஸ்தர் எழுதிய கடிதமொன்று துறையிலிருக்கும் மேல்மட்டத் தலைமைக்குச் சென்றுவிட்டது. அதன் விளைவாக, எந்தப் பகுதியும் புறக்கணிக்கப்படவில்லை என்று காட்டவேண்டிய நெருக்கடிச்சுமை துறையை அழுத்திக் கொண்டிருந்தது.

உண்மையில் இந்தத் திட்டத்துக்கான வழித்தடம் பல ஆண்டுகளுக்கு முன்னரே முடிவு செய்யப்பட்ட ஒன்று. ஒவ்வொரு ஆண்டும் முன்னுரிமை கொடுத்து பல நேரங்களில் விவாதமும் நிகழ்ந்திருக்கிறது. ஆனால் கேபிள் பதிப்பதற்கான அனுமதியை வழங்குவதற்கு இரு நகரங்களுக்கு இடையில் உள்ள வனத்துறை மறுத்தது. அலையவைத்து தட்டிக்கழித்து, தாமதப்படுத்தியது. அதுதான் உண்மையான காரணம்.

ஆனால் அந்த உண்மையான காரணத்தை யாரிடமும் சொல்ல முடியவில்லை. அது ஒரு வகையான பலவீனமாகக் கருதப்பட்டு விடுமோ என மேலாளர் தயங்கினார். இப்போது எல்லாப் பக்கங்களிலிருந்தும் அழுத்தம் வந்ததும் முன்புபோல இழுத்தடிக்காமல் வனத்துறை அமைதியாக அனுமதியைக் கொடுத்துவிட்டது. இப்போது செய்யாவிட்டால் இனி எப்போதும் செய்யமுடியாது என்ற நிலை உருவானதும் நாங்களும் விசையுடன் செயல்படும் நிலை உருவானது.

ஒப்பந்ததாரர்கள் தொடர்பான முடிவு எடுக்கப்பட்டுவிட்டது. இன்னும் சில நாட்களில் வேலையைத் தொடங்கவேண்டும். அதற்கு முன்னால் பொறியாளர்களும் துணை ஊழியர்களும் தங்கி பணியாற்ற எல்லா வசதிகளோடும் அமைந்த வீடு ஒன்று குறைந்தபட்சம் ஆறு மாத காலத்துக்கு வாடகைக்குத் தேவைப் பட்டது. எல்லோருக்கும் விடுதியில் தங்கிக்கொள்ளும் வசதியை உருவாக்கி அளிக்கமுடியாது என்பதால் அந்த ஏற்பாடு.

துறையின் தேவைக்காக வாடகைக்கு வீடு கண்டுபிடிப்பது அவ்வளவு எளிதான வேலையில்லை. எந்தத் துறையின் மீதும் பொதுமக்களுக்கு நம்பிக்கை இல்லை. பல ஊர்களில் இப்படி தேடித்தேடி சலித்த அனுபவம் எனக்கு உண்டு. தனிப்பட்ட அளவில் உள்ளூரில் தொடர்போ செல்வாக்கோ உள்ள ஒருவருடைய உதவியுடன்தான் வாடகைக்கு வீட்டைத் தேடி கண்டுபிடிக்கமுடியும்.

என்னோடு பெங்களூரில் ஏற்கனவே பணிபுரிந்த நண்பரொருவர் சோம்வார்பெட் என்னும் இடத்தில் வேலை செய்துவந்தார். சுள்யாவுக்கு அருகில் உள்ள சிறுநகரம் சோம்வார்பெட். அவர் ஏதேனும் உதவி செய்யக்கூடும் அல்லது ஆலோசனையாவது வழங்கக்கூடும் என நினைத்தேன். அவரைத் தொடர்புகொண்டு என் தேவையைத் தெரிவித்தேன். அவர் உடனே ஆகாஷின் எண்ணைக் கொடுத்து, அவரைத் தொடர்புகொள்ளுமாறு சொன்னார்.

முதல் அழைப்பிலேயே ஆகாஷ் நண்பராகிவிட்டார். அந்த ஊர் கனரா வங்கியில் வேலை செய்பவர் அவர். எங்கள் தேவையைத் தெரிவித்ததும் 'எதுக்கு சார் நீங்க அங்க இங்கன்னு வீடு தேடிகிட்டு கெடக்கணும்? எனக்குச் சொந்தமான வீடு ஒன்னு இங்க காலியாகத்தான் இருக்கிறது. உங்க தேவைக்கு அது தாராளமா போதும். வேணும்ன்னா ஒருமுறை வந்து பாருங்க. புடிச்சிருந்தா அதையே முடிவு செஞ்சிக்கலாம்' என்றார். அவ்வளவு எளிதாக எங்கள் பிரச்சினைக்கு தீர்வு கிட்டும் என்று நான்

எதிர்பார்க்கவில்லை. அப்படித்தான் ஆகாஷின் தொடர்பு எனக்குக் கிடைத்தது.

சுள்யாவுக்குப் புறப்படும் நாளை முடிவு செய்த பிறகு ஆகாஷை ஒருமுறை தொலைபேசியில் அழைத்து தகவலைச் சொன்னேன். 'வாங்க சார். நான் ஊருலதான் இருக்கேன். பார்த்துட்டு முடிவு செஞ்சிக்கலாம். சுள்யாவுல இறங்கனதும் கோல்டன் லாட்ஜ் எங்க இருக்குதுன்னு விசாரிச்சி வந்துடுங்க. நான் ஒரு எட்டு, எட்டரை மணிக்கு மேல லாட்ஜுக்கு நேருல வந்து பாக்கறேன்' என்றார்.

அதுவரை எல்லாம் சரியாகத்தான் போய்க்கொண்டிருந்தது. நான் இரவில் பேருந்து பிடித்து காலையில் சுள்யாவில் இறங்கி கோல்டன் லாட்ஜில் அறை எடுத்தேன். சிறிது நேரம் ஓய்வெடுத்த பிறகு ஆகாஷுக்குத் தகவல் சொல்ல தொலைபேசியில் அழைத்தேன். மணி ஒலித்துக்கொண்டே இருந்தது. ஆனால் மறுபக்கத்தில் யாரும் தொலைபேசியை எடுக்கவில்லை. அரைமணி நேர இடைவேளையில் மீண்டும் அழைத்தேன். அப்போதும் பதில் இல்லை.

ஒரு மணி நேரம் கழித்த பிறகு தொலைபேசியில் அவர் மனைவி பேசினார். பக்கத்துவீட்டில் யாரோ எதிர்பாராத விதமாக இறந்து விட்டார் என்றும் அந்த வேலை தொடர்பாக ஆகாஷ் அலைந்து கொண்டிருக்கிறார் என்றும் சொன்னார். அவரிடம் நான் அழைத்த தகவலைச் சேர்த்துவிடுவதாகவும் தெரிவித்தார். எனக்கு முதலில் சற்றே ஏமாற்றமாகத்தான் இருந்தது. இருப்பினும் இயற்கையாக நேரும் நெருக்கடிகளை யாராலும் தவிர்க்கமுடியாது என்பதால் மெல்ல மெல்ல அமைதிகொண்டேன்.

ஆகாஷ் அன்று இரவுதான் விடுதி எண்ணில் என்னை அழைத்தார். 'ரொம்ப சாரி சார். ரொம்ப சாரி சார். உங்கள இவ்வளவு தூரம் வர சொல்லிட்டு இப்படி நடந்துக்கற மாதிரி ஆயிடுச்சி. தப்பா எடுத்துக்காதீங்க சார். சாரி. சாரி' என்று உள்ளார்ந்த வருத்தத்துடன் சொன்னார். 'பரவாயில்லை விடுங்க' என்று நான்தான் அவரை ஆறுதல்படுத்தினேன்.

'என்னதான் நடந்திச்சி?' என்று அவர் மனச்சுமையைக் குறைப்பதற்காக பேச்சை மாற்றினேன்.

அவர் உடனே, 'அது ஒரு பெரிய கொடுமை சார். நல்லா இருந்த ஆளு திடீர்னு எறந்துட்டார். தற்கொலை. பக்கத்துவீடு. பத்து பதினஞ்சி வருஷத்து பழக்கம். எல்லாத்துக்கும் கூடவே இருக்கவேண்டிய ஒரு நெருக்கடி' என்று பெருமூச்சு வாங்கினார்.

'இருக்கட்டும் ஆகாஷ். பரவாயில்லை. நம்ம வேலையை அப்புறம் பார்த்துக்கலாம். முதல்ல அத கவனியுங்க' என்றேன்.

'தயவுசெஞ்சி நீங்க தப்பா எடுத்துக்காதிங்க சார். இன்னைக்கு ஆஸ்பத்திரி ப்ரொஸீஜர்லயே ரொம்ப லேட்டாய்ட்டுது. நாளைக்குத்தான் எடுக்கறாங்க. நான் நாளைக்கு மறுநாள் காலையில உங்கள லாட்ஜ்ல வந்து பாக்கறேன் சார்' என்று சொன்னார். நானும் 'சரி ஆகாஷ். நீங்க சொல்றமாதிரியே நாளைக்கு மறுநாள் சந்திக்கலாம்' என்று தெரிவித்தேன்.

'இன்னைக்கு எப்படி சார் பொழுது போச்சு?' என்று உரையாடலைத் தொடர்ந்தார் ஆகாஷ். 'எப்படியோ ஓடிட்டுது. கொஞ்ச நேரம் கடைகள் பக்கம் சுத்தனேன். அங்க ஒரு பார்க் இருந்தது. அதுல ஒரு மணி நேரம் சுத்தினேன். மதிய சாப்பாட்டுக்குப் பிறகு ஒரு சினிமா பார்த்தேன். அப்புறம் சாயங்காலம் மறுபடியும் கடைத்தெரு, பூங்கான்னு ஒரு சுத்து சுத்தி வந்தேன்' என்றேன்.

அப்போதுதான் அவர் 'சார், நாளைக்கி நான் சொல்றமாதிரி . செய்யறீங்களா?' என்று கேட்டார். 'சொல்லுங்க ஆகாஷ்' என்றேன் நான். 'இங்கதான் பக்கத்துல புஷ்பகிரின்னு ஒரு முக்கியமான இடம் காட்டுக்குள்ள இருக்குது. பெரிய சிகரம் மாதிரி இருக்கும். மரங்களுக்கு மேல மேகங்கள் றெக்கை விரிச்சி பறக்கிற பறவைகள் மாதிரி ரொம்ப அழகா இருக்கும். ஒரு நாள் முழுக்க நின்னு பார்த்துட்டே இருக்கலாம். அதைப் பார்க்கறதே கண்கொள்ளாக் காட்சி. கொஞ்ச தூரத்துக்கு மலை ஏறணும். அவ்ளோதான். போறீங்களா? உங்களுக்கும் பொழுது போனமாதிரி இருக்கும். கடைத்தெரு பூங்கான்னு சுத்தறதுக்கு பதிலா அந்த இடத்துக்கு போனா மனசுக்கும் ஒரு உற்சாகமா இருக்கும். நான் லாட்ஜ் ஓனருகிட்ட சொல்லி ஏற்பாடு செய்யச் சொல்றேன்.'

சில கணங்களுக்கு பதில் எதுவும் சொல்லாமல் தயக்கத்துடன் நின்றேன். ஏதோ ஒரு தயக்கம் என்னைத் தடுத்தது. வந்த வேலையை விட்டுவிட்டு வேறு எதையோ செய்துகொண்டிருக்கிறோமோ என்றொரு குற்ற உணர்வு மெல்ல மெல்லப் படர்ந்தது. பிறகு தானாக வரும் வாய்ப்பை ஏன் தட்டிக் கழிக்கவேண்டும் என நினைத்து புஷ்பகிரிக்குச் செல்லும் திட்டத்தை ஏற்றுக்கொண்டேன். அதுவரை தொலைபேசியிலேயே காத்திருந்தவரிடம் 'சரி ஆகாஷ்' என்று சம்மதத்தைத் தெரிவித்தேன்.

அப்படித்தான் புஷ்பகிரிக்குச் செல்லும் வாய்ப்பு கிடைத்தது. என் மனத்தையும் ரசனையையும் ஏற்கெனவே அறிந்தவரைப்போல

ஆகாஷ் நடந்துகொண்டார். வீடு பார்க்கும் திட்டத்தில் ஏற்பட்ட தடங்கல் கூட ஒருவகையில் சாதகமாக அமைந்துவிட்டது. எதுவுமே தற்செயல் அல்ல, தற்செயலாக உருவாகி அமையும் வாய்ப்பு என்றொரு எண்ணம் தோன்றியது.

அப்போது 'என்ன சார், வரலாமா? நான்தான் ஆகாஷ்' என்று வாசல் பக்கத்திலிருந்து வந்த சத்தத்தைக் கேட்டுத் திரும்பினேன். அப்போதுதான் அவரை முதன்முறையாகப் பார்த்தேன். ஆனால் ஏற்கனவே பார்த்துப் பழகியதைப்போன்ற அவருடைய பேச்சும் சிரிப்பும் என்னைக் கவர்ந்தன.

'வாங்க ஆகாஷ். வாங்க. உங்களைத்தான் எதிர்பார்த்துட்டிருந்தேன்' என்றபடி எழுந்து அவரை நோக்கி நடந்தேன். அதே கணத்தில் 'புஷ்பகிரி அனுபவம்லாம் எப்படி சார் இருந்தது?' என்று கேட்டுக்கொண்டே உள்ளே வந்தார் ஆகாஷ்.

'மகத்தான அனுபவம் ஆகாஷ். ஃபோன்ல நீங்க சொல்லலைன்னா நான் அங்க போயிருக்கமாட்டேன். சுள்யாவுல இப்படி ஒரு இடம் இருக்குதுன்னே எனக்குத் தெரியாது. அருமை. அருமை' என்றபடி அவரோடு கைகுலுக்கி நாற்காலியின் பக்கம் அழைத்துச் சென்றேன்.

'அந்த டெத் மேட்டரால எந்தத் திட்டமும் நினைச்சமாதிரி நடக்கலை சார். ஆஸ்பத்திரி போலீஸ் ஸ்டேஷன்னு ஒரே அலைச்சல். அதுக்கு நடுவுல உங்களுக்கு வீடு காட்டற வேலைக்கு வாய்ப்பே இல்லைன்னு தெரிஞ்சிட்டுது. இவ்ளோ தொலைவு நீங்க இந்த வேலைக்காக வந்திருக்கீங்க, இன்னும் ஒரு நாள் ரூம்லயே உக்காந்திருங்கன்னு சொல்றதுக்கும் மனசு வரலை. அதனாலதான் புஷ்பகிரிய பத்தி ஒரு பேச்சுக்கு சொல்லிவச்சேன்.'

'நல்ல அனுபவம் ஆகாஷ். ஒரே வார்த்தையில சொல்லணும்ன்னா சொர்க்கம். மலையில ஏறியது, இறங்கியது எல்லாமே ஏதோ ஒரு கனவு மாதிரி இருக்குது. ஒரு பறவை மாதிரி ஆகாயமார்க்கமாகவே பறந்துபோய் பறந்து வந்ததுபோல இருக்குது. உண்மையிலயே மறக்கமுடியாத அனுபவம்.'

ஆகாஷ் ஒருகணம் என்னை நிமிர்ந்து பார்த்து நிறைவுடன் புன்னகைத்தார். 'போதும் சார். போதும். இதுக்கு மேல நீங்க எதுவுமே சொல்லவேணாம். எல்லாத்தயும் உங்க முகமே சொல்லுது' என்று சொன்னபடியே என் கையைப்பற்றி அழுத்தினார்.

'இந்த நாளை வாழ்க்கையில மறக்கவே முடியாது. கண்ணை மூடினா பச்சைமலைக்கு முன்னால நிக்கிறமாதிரி இருக்குது. அந்த உயரங்கள். பள்ளங்கள். மரங்கள். எல்லாமே ஞாபகத்துக்கு

வந்துட்டே இருக்குது. இன்னும் கொஞ்ச நாளைக்கு இப்படித்தான் பைத்தியம் புடிச்ச மாதிரி எல்லாருகிட்டயும் இத பத்தியே பேசிட்டிருப்பேன்.'

'பறவைகள், விலங்குகள் ஏதாவது உங்க கண்ணுக்கு தென்பட்டதா?'

'எல்லா பக்கத்துலயும் பறவைகளும் விலங்குகளும்தான் இருக்குது ஆகாஷ். எந்த பயமும் இல்லாம சுதந்திரமா திரியுது. ஒரு இடத்துல நாலஞ்சி மான்கள பார்த்தேன். இன்னொரு பக்கம் காட்டுநாய்கள் பார்த்தேன். தூரத்துல ஒரு சரிவுல ஒரு யானை கூட தெரிஞ்சிது. அதுக்கு மேல விதவிதமான பறவைகள். எல்லா மரத்துலயும் ஏதாவது ஒரு புதுமாதிரியான பறவை.'

'படம் எடுத்தீங்களா?'

'முடிஞ்ச அளவுக்கு எடுத்தேன். ஒவ்வொரு பறவையும் ஒரு விதமா இருக்குது. எதை எடுக்க, எதை விடன்னு புரியலை. பாக்கறதுக்கு ஒரு பறவை புறா மாதிரி கொழுக்குமொழுக்குனு இருந்தது. ஆனா கொண்டை இருக்குது. வாலும் நீளமா இருக்குது. பேர் என்னன்னு தெரியலை.'

'என்ன நிறம்?'

'ஒரு நிறமா இருந்தா சொல்லமுடியும். ஒவ்வொன்னும் ஒரு நிறத்துல இருந்தது. ஒரு பறவைக்கு வால் வெள்ளைவெளேர்னு இருந்தது. இன்னொரு பறவைக்கு செம்பழுப்பா இருந்தது. ஒரு பறவைக்கு தலை மொட்டையா இருந்தது. இன்னொரு பறவைக்கு நம்ம முடியை கலைச்சிவிட்டா எப்படி இருக்குமோ அப்படி இருந்தது. இப்படித்தான்னு வகைப்படுத்தி சொல்லமுடியாதபடி ஒரு புது வகையான பறவை.'

'அப்புறம் என்ன பார்த்தீங்க?'

'இன்னொரு பறவையும் பாக்கறதுக்கு ரொம்ப விசித்திரமா இருந்தது. அதுக்கும் புறா மாதிரிதான் உடம்பு. ஆனா மூக்கும் காலும் நல்லா சிவப்பா தர்பூசணி பழத்துண்டு மாதிரி இருந்தது. உடம்பு மட்டும் மயில்தோகை நிறத்துல நீலமா இருந்தது. எல்லாமே விசித்திரம்.'

ஆகாஷின் ஒவ்வொரு கேள்விக்கும் நான் ஆர்வத்தின் காரணமாக மிக நீண்ட பதில்களாக சொல்லி விளக்கிக்கொண்டிருந்தேன். ஒரு கட்டத்தில் அந்த ஆர்வக்கோளாறை நான் உணர்ந்து என்னைக் கட்டுப்படுத்திக்கொண்டேன். வேறு திசையில் உரையாடலை

மாற்றும் விதமாக 'பக்கத்துவீட்டுல யாரோ செத்துட்டாங்கன்னு சொன்னீங்களே, யார் அது? உங்க உறவினரா?' என்று அவரிடம் கேள்வி கேட்டேன்.

அவர் முகத்தில் அதுவரை படர்ந்திருந்த வெளிச்சம் சட்டென மங்கத் தொடங்கியது. துயரம் படிந்த குரலில் 'உறவுக்காரர் கிடையாது சார். பக்கத்துவீடுங்கற முறையில உருவான நட்புதான். பத்து பதினஞ்சி வருஷத்து பழக்கம். நல்ல மனுஷன்' என்று சொல்லிவிட்டு ஒருகணம் நிறுத்தி த்ச் என்று நாக்கை சப்புக்கொட்டினார். அதைப் பார்க்க எனக்குச் சங்கடமாக இருந்தது. 'என்னதான் நடந்தது? தற்கொலை செஞ்சிக்கிற அளவுக்கு அவருக்கு என்ன பிரச்சினை?' என்று கேட்டேன். ஆகாஷ் ஒருகணம் என் முகத்தை நிமிர்ந்து பார்த்துவிட்டு பெருமூச்சு விட்டார்.

'சொல்றேன் சார். சொல்றேன். முதல்ல நம்ம வேலையை முடிச்சிக்கலாம். வாங்க. வீடு பிடிச்சிருக்குதா, பார்த்துட்டு சொல்லுங்க. ஒருவேளை இது வசதிப்படாதுன்னா வேற இடம் கூட பார்க்கலாம்.'

ஆகாஷ் எழுந்து நின்றதும் நானும் பேச்சை நிறுத்திவிட்டேன். எனக்கு வேறு வழி தெரியவில்லை. அவரோடு செல்வதற்குத் தயாராக மடிக்கணினியை அணைத்து பைக்குள் வைத்து மூடிவிட்டு அறையையும் பூட்டிக்கொண்டு அவரோடு வெளியே வந்தேன்.

ஆகாஷ் இரண்டுசக்கர வாகனத்தில் வந்திருந்தார். என்னைப் பின்னால் உட்காரவைத்துக்கொண்டு அவர் வண்டியை ஓட்டினார். பிரதான சாலையிலேயே சிறிது தொலைவு சென்று பிறகு கிளைச்சாலையில் பிரிந்து கால்மணி நேரம் சென்றோம்.

ஒரு திருப்பத்தில் ஒரு புதிய தெருவுக்குள் நுழைந்தோம். நாலைந்து வாதுமை மரங்கள் வரிசையாக நின்றிருந்தன. அதை நெருங்கியதும் ஆகாஷ் வண்டியின் வேகத்தைக் குறைத்துவிட்டு ஒரு மரத்தின் நிழலடியில். நிறுத்தினார். 'அதோ, மஞ்சள் கலர் பெயிண்ட் அடிச்சிருக்கே, அதான் சார் நம்ம வீடு' என்று சுட்டிக்காட்டினார்.

தோளுயரத்துக்கு அமைந்த சுற்றுச்சுவர். எளிதாக ஒரு வாகனம் சென்று திரும்பும் வகையில் அமைக்கப்பட்ட இரும்புக்கதவு. வீட்டுக்கும் சுற்றுச்சுவர் கதவுக்கும் நடுவில் அகலமான இடைவெளி இருந்தது. தாராளமாக இரண்டு வாகனங்களை நிறுத்தலாம். நல்ல காற்றோட்டமுள்ள வீடு.

'இந்த இடத்துல ஒரு பெரிய தோட்டம் வச்சிருந்தோம். போன வருஷம் இங்க இருந்தவங்க சரியா பராமரிக்கலை. எல்லாச் செடிகளும் செத்து இப்ப மைதானம் மாதிரி ஆயிடுச்சி.'

‘இருக்கட்டும். அதுவும் ஒரு வகையில நல்லதுதான். நம்ம வண்டிகளை நிறுத்திவைக்க வசதியா இருக்கும்.’

கதவைத் திறந்து உள்ளே சென்றோம். பெரிய கூடம். ஐந்து அறைகள். பெரிய சமையலறை. பின்னால் இரு குளியலறைகள். கிணறும் இருந்தது. முதல் பார்வையிலேயே எனக்கு அந்த இடம் பிடித்துவிட்டது. ஆகாஷ் அந்த வீட்டைக் கட்டியதன் பின்னணியையும் அதைக் கட்டுவதற்குத் தேவையான பணத்தைத் திரட்ட பட்ட பாடுகளையும் விரிவாகச் சொல்லிக்கொண்டே ஒவ்வொரு அறையாகத் திறந்து காட்டினார்.

வீடு எங்கள் தேவைக்குப் போதுமானதாகவே தோன்றியது. அவர் சொன்ன வாடகைத்தொகையும் நாங்கள் நினைத்திருந்த கணக்குக்குள்ளேயே இருந்தது. அதனால் உடனடியாக எந்த யோசனைக்கும் இடமில்லாமல் ‘எங்களுக்கு ஓ.கே. ஆகாஷ். இப்பவே ஒரு அக்ரிமென்ட் போட்டுடலாம்’ என்று சொன்னேன்.

மீண்டும் நகரத்துக்குத் திரும்பினோம். ஸ்டாம்ப் பேப்பர் வாங்கி அக்ரிமென்ட் தட்டச்சு செய்பவரிடம் விவரங்களை எழுதிக் கொடுத்தேன். அவர் அதை வாங்கி ஒருமுறை படித்துப் பார்த்தார். பிறகு ‘அடிச்சி வைக்கறேன் சார். நீங்க போய் ஒரு காப்பி குடிச்சிட்டு வாங்க’ என்றார். நாங்கள் அருகிலிருந்த ஓட்டலுக்குள் சென்று உட்கார்ந்தோம். ‘ரெண்டு காப்பி’ என்று சொன்னார் ஆகாஷ்.

‘இப்ப சொல்லுங்க ஆகாஷ். தற்கொலை செஞ்சிக்கிற அளவுக்கு உங்க ஃப்ரெண்டுக்கு என்னதான் பிரச்சினை?’ என்று கேட்டேன். ‘இன்னும் மனசுக்குள்ள அதையே நெனச்சிட்டிருக்கீங்களா?’ என்றபடி ஆகாஷ் ஒருகணம் என் முகத்தை நிமிர்ந்து பார்த்தார். பிறகு பெருமூச்சு விட்டபடி ‘பிரச்சினையே இல்லாத மனுஷன்னு நான் இத்தனை காலமும் அவரை நினைச்சிட்டிருந்தேன். சாவு வரைக்கும் துரத்தக்கூடிய அளவுக்கு அவரையும் ஒரு பிரச்சினை சுத்தி வளைச்சி துன்பம் கொடுத்திருக்குதுங்கறதே இப்பதான் புரியுது. வாழ்க்கை முழுக்க முயற்சி செஞ்சாலும் ஒரு மனுஷன இன்னொரு மனுஷன் புரிஞ்சிக்கவே முடியாது சார்’ என்றார்.

‘ஏன் இந்த பெருமூச்சு? என்ன பிரச்சினை? அத சொல்லுங்க. குடும்பத்துல ஏதாவது குழப்பமா?’

‘அப்படியெல்லாம் இல்லை சார். ரொம்ப நல்ல குடும்பம் அது.’

‘வேற என்ன காரணம்?’

‘அவரு ரொம்ப நல்லவரா இருந்ததுதான் காரணம் சார்.’

எனக்கு உண்மையிலேயே எதுவும் புரியவிலை. அவரே தொடர்ந்து பேசட்டும் என நான் அவர் முகத்தைப் பார்த்தபடி அமர்ந்திருந்தேன்.

‘ஸ்கூல் உண்டு. வீடு உண்டுன்னு இருக்கிற ஆள் சார் அவரு. மூனு பொம்பள புள்ளைங்க இருக்காங்க. மூனும் ஸ்கூல்ல படிக்குதுங்க. பேசறதுக்கும் பழகறதுக்கும் தங்கமான ஆளு. ரெண்டு மூனு வருஷத்துக்கு முன்னால கும்டா பக்கத்துலேர்ந்து ஒருத்தர் இதே ஸ்கூலுக்கு வாத்தியாரா வந்திருக்காரு. கம்ப்யூட்டர் படிப்பு படிச்ச ஆளு. டெம்பரவரி வேலைன்னாலும் இவ்வளவு தூரம் வந்திருக்காரேன்னு அவருகூட இவரு கொஞ்சம் நெருக்கமா இருந்திருக்காரு. அதுதான் பிரச்சினையுடைய ஆரம்பம்.’

‘எப்படி?’

‘அவருடைய வீட்டுக்காரம்மாவுக்கு டெலிவரி நேரம். ஆப்பரேஷன் செலவுக்கு அவசரமா ஒரு இருபதாயிரம் ரூபாய் தேவைப்பட்டிருக்குது. இவருகிட்ட கேட்டிருக்காரு. இவருகிட்ட அந்த அளவுக்கு கையிருப்பு இல்லை. இல்லைன்னா இல்லைன்னு சொல்லிட்டு ஒதுங்கியிருந்தா பிரச்சினையே இருந்திருக்காது. இவரு என்ன பண்ணாருன்னா, அவருக்காக வட்டிக்கு கடன் கொடுக்கிற ஒரு ஆள்கிட்ட வாங்கி கொடுத்திருக்காரு. மாசாமாசம் வட்டியும் அசலுமா கொடுத்து நான் அடைச்சிடறேன்னு அவரு சொன்னத இவரும் நம்பிட்டாரு. கடன் கொடுத்தவரும் நம்பிட்டாரு.’

‘சரி.’

‘மூனு நாலு மாசத்துக்கு அப்புறமாத்தான் அந்த கும்டாக்காரரு வட்டியும் கொடுக்கலை, அசலையும் கொடுக்கலைங்கற விஷயம் இவருக்கு தெரிய வந்தது. கடன் கொடுத்த ஆள் இவர நெருக்க ஆரம்பிச்சிட்டாரு. அந்த நேரத்துல கும்டாகாரருடைய போஸ்டிங் பீரியட் முடிஞ்சிட்டதால அவர் ஊரைவிட்டே கௌம்பி போயிட்டாரு. இவருக்கு பைத்தியம் புடிச்சமாதிரி ஆயிட்டுது.’

‘ஐயையோ. இப்படியுமா ஜனங்க இருப்பாங்க? எவ்வளவு பெரிய நம்பிக்கைத்துரோகம் இது?’

‘எப்படியோ கும்டா அட்ரஸ கண்டுபுடிச்சி அவர தேடி போயி கேட்டிருக்காரு இவரு. சுள்யாவிலிருந்து வந்ததுக்கபுறம் புதுசா ஒன்னும் வேலை கிடைக்கலை. வருமானம் இல்லாததால கொடுக்கமுடியாம போயிட்டுதுன்னு மன்னிச்சிக்குங்கன்னு கால்ல விழுந்திருக்காரு அவரு. எப்படியாவது ஒரு மாசத்துல பொரட்டி

கொண்டாந்து கட்டிடறேன் நீங்க போங்கன்னு சொல்லி அனுப்பி வச்சிட்டாரு.'

'கடன் வாங்கன ஆள் தப்பிச்சிட்டாரு, கடனுக்கு சம்பந்தமே இல்லாத ஆள் மாட்டிகிட்டாரே.'

'கடன் கொடுத்த ஆளு எவ்ளோ காலம்தான் பொறுத்திருப்பான், சொல்லுங்க. ஒருநாள் நீங்க வாத்தியாருங்கறதால சும்மா இருக்கறன். இன்னும் பத்து நாள்ல எனக்கு அசலும் வட்டியும் வரலைன்னா போலீஸ் ஸ்டேஷனுக்கு போயிடுவேன்னு மெரட்டியிருக்காரு. வட்டி மேல வட்டி சேர்ந்து இருபதாயிரம் ரூபாய் கடன் நாற்பதாயிரமா பெருத்துடுச்சி.'

'அப்பவாவது அவர் நாலு பேருகிட்ட சொல்லி ஆலோசனை கேட்டிருக்கலாமே? ஏன் செய்யலை அவர்?'

'அப்படிப்பட்ட நேரத்துல மனிஷனுக்கு மூளை வேலை செய்யாது போல. யாரும் யோசிக்கவே முடியாத ஒரு பெரிய தப்பை நம்ம ஆள் அப்ப செஞ்சிட்டாரு. அந்த வட்டிக்காரன்கிட்ட வாங்கின கடன அடைக்க அவரைவிட பெரிய இன்னொரு வட்டிக்காரன்கிட்ட கடன் வாங்கி செட்டில் பண்ணிட்டாரு. நாற்பதாயிரம் ரூபா கடன். ஆறு மாசத்துக்குப் பிறகு அவன் நெருக்க ஆரம்பிச்ச சமயத்துல இன்னொரு வட்டிக்காரன்கிட்ட எண்பதாயிரம் ரூபா வாங்கினாரு. உலகத்துல ஒரு படிச்ச மனுஷன் யாராவது இப்படி செய்வாங்களா, சொல்லுங்க. நேத்து அவன் வந்து ரெண்டு லட்ச ரூபா எனக்கு அவர் கடன் கொடுக்கணும்னு ஆஸ்பத்திரி வாசல்ல நின்னுட்டான். என்ன செய்யறது சொல்லுங்க. ஏற்கனவே அவன் கொடுத்த அழுத்தத்த சமாளிக்கமுடியாமதான் அவர் தூக்குல தொங்கிட்டாரு. போலீஸ் வட்டாரத்துல எனக்கு பழக்கமான ஒரு இன்ஸ்பெக்டர் இருந்ததால அவர வச்சி சமரசமா பேசி முடிக்கமுடிஞ்சது. இந்த கடன் விஷயத்தை அவர் என்கிட்ட தொடக்கத்துலயே சொல்லி யிருந்தார்னா, சுலபமா தீர்த்திருக்கலாம். அசிங்கம், அவமானம்னு எதை எதையோ நெனச்சி கொழம்பி, அநியாயமா உயிர விட்டுட்டாரு. பாவம்.'

முகம் தெரியாத அந்த நண்பரைப் பற்றி கேட்கக்கேட்க மனம் சங்கடத்தில் ஆழ்ந்தது. நான் ஆகாஷின் முகத்தையே பார்த்துக் கொண்டிருந்தேன். அவர் ஏதோ யோசனையில் மூழ்கிவிட்டரைப் போல இருந்தார். சில கணங்களுக்குப் பிறகு தொண்டையைச் செருமியபடி 'கெட்டவன்லாம் இந்த உலகத்துல ரொம்ப சுலபமா, நெஞ்சை நிமித்திகிட்டு வாழறான் சார். நல்லவனாலதான் வாழ முடியலை' என்று சொல்லிவிட்டு நிறுத்தினார். பிறகு தணிவான

குரலில் 'வரக்கூடாத வியாதி வந்தாகூட ஒருத்தனால எப்படியாவது மீண்டு வந்துடமுடியும், ஆனா யாருக்காவது கடன்பட்டுட்டா, அந்த கடன்லேருந்து ஒருநாளும் மீண்டுவரவே முடியாதுன்னு எங்க அப்பா சாகற வரைக்கும் சொல்லிட்டே இருந்தாரு. அந்த வார்த்தையுடைய மதிப்பு அப்ப புரியலை. இப்படிப்பட்ட நேரத்துலதான் அந்த மதிப்பு புரியுது' என்றார்.

சூடான காப்பி கோப்பைகளை மேசையில் வைத்துவிட்டுச் சென்றார் சிப்பந்தி. அந்த நேரத்தில் மிடறுமிடறாக அந்தச் சூடான காப்பியை அருந்துவது மனசுக்கு ரொம்ப ஆறுதலாக இருந்தது.

'வரவர இந்த வட்டாரத்துல வட்டித்தொல்லை அதிகமா போயிடுச்சி சார். பத்து பர்செண்ட் இருபது பர்சண்ட் வட்டியெல்லாம் ரொம்ப சாதாரணமாயிட்டுது. அதனால தற்கொலைகளும் அதிகமாயிட்டுது. தெனம் இப்படி ஒரு சாவுச்செய்தி வராத பத்திரிகையே இல்லை.'

'இந்த ஊரு மட்டுமில்லை ஆகாஷ். இந்தியா முழுக்க இப்படித்தான் இருக்குது. வருமானம் குறைவாக இருக்குது. தேவைகளுக்கு தக்கபடி செலவு செய்ய முடியலை. ஏழைகளால கடன் வாங்காம எப்படி இருக்கமுடியும்?'

என் சொற்கள் ஆகாஷின் செவியை அடையவே இல்லை. அவர் தனக்குள் ஏதோ யோசனையில் மூழ்கிவிட்டதை உணர்ந்து நானும் அமைதியாக இருந்தேன். சில கணங்களுக்குப் பிறகு அவர் சோகம் கலந்த பெருமூச்சுடன் என்னைப் பார்த்தார். அவர் ஆறுதலுக்காக நான் அப்போது 'கடன் ஒரு பேய் மாதிரி ஆகாஷ். சில சமயத்துல உயிரையே பலி வாங்கிடுது. சில சமயத்துல ஊரவிட்டு ஊரு துரத்தியடிக்குது' என்றேன். அதைக் கேட்டு அவர் முகத்தில் சின்னதாக புன்னகை படர்ந்தது.

காப்பிக்கான தொகையைக் கொடுத்துவிட்டு ஓட்டலிலிருந்து வெளியே வந்தோம். ஆகாஷ் என் பக்கமாகத் திரும்பி 'கடன் ஊரைவிட்டு ஊருக்கு மட்டும் துரத்தியடிக்கறதில்லை சார். சில சமயங்கள்ல ஊரைவிட்டு காட்டுக்கு கூட துரத்தியடிக்குது' என்றார்.

'காட்டுக்கா?'

'ஆமாம் சார். இங்க சுள்யாவுக்கு பக்கத்துல காந்தமங்கலான்னு ஒரு ஊரு இருக்குது. அங்க திவாகர்னு ஒரு ஆளு இப்படித்தான் கடன் வாங்கிட்டு திருப்பிக் கட்டமுடியாம வீடு வாசல் எல்லாத்தயும் பறிகொடுத்துட்டு காட்டுக்கு போயிட்டாரு.'

'என்ன சொல்றீங்க ஆகாஷ்? உண்மையாகவா?'

'ஆமாம் சார். காந்தமங்கலத்துல பத்து பதினைஞ்சி வருஷத்துக்கு முன்னால திவாகர்னு ஒருத்தர் மாட்டுப்பண்ணை வைக்கணும்கற ஆசையில பேங்க்ல வீட்ட அடமானம் வச்சி நாற்பதாயிரம் ரூபா கடன் வாங்கினாரு.'

'சரி.'

'ஆரம்பத்துல ஒரு ஆறு மாசம் எல்லாமே நல்லாதான் போயிட்டிருந்தது. ஆனா அதுக்கப்புறம் திணற ஆரம்பிச்சிட்டாரு. அவரு எதிர்பார்த்த அளவுக்கு அவரால வெற்றிகரமா பால் வியாபாரம் செய்யமுடியலை. அவருகிட்டேர்ந்து தினமும் நாப்பது அம்பது லிட்டர் பால் வாங்கிக்கறேன்னு சொன்ன புத்தூர்காரங்க ரெகுலரா வாங்கிக்கலை. கொண்டுபோய் சேக்கற அளவுக்கு திவாகர்கிட்ட வாகன வசதி இல்லை. அந்த சமயத்துல பால் கெட்டு போயிடும். மாசத்துல பத்து நாள் இப்படி கெட்டு போனா வியாபாரத்த எப்படி நடத்த முடியும்? தவணை கட்ட முடியாத திவாகர் ஒவ்வொரு மாடா வித்து வித்து தவணை கட்டிட்டு வந்தார். மாடு எல்லாத்தயும் வித்துட்ட பிறகு கூட கடன் அப்படியே நிரந்தரமா நின்னுட்டுது. பேங்க் ஆளுங்க வீட்ட ஏலத்துக்கு கொண்டுவந்துட்டாங்க. குடும்பம் நடுத்தெருவுக்கு வந்துட்டுது. ஒனக்கும் எனக்கும் இனிமேல உறவே இல்லைன்னு சொல்லிட்டு பொண்டாட்டி பிள்ளைகளை அழச்சிகிட்டு அவுங்கம்மா வீட்டுக்கு போயிட்டாங்க. திவாகருக்கு என்ன செய்யறதுன்னு புரியலை. சொந்தக்காரங்க வீட்டுக்கு போனாரு. ரெண்டுமூனு நாளைக்கு மேல யாரும் வச்சிக்கலை. நடுத்தெருவுக்கு வந்துட்டாரு. ஒரு நாள் முழுக்க கோவில் மண்டபத்துல படுத்துக் கிடந்தாரு. அப்புறம் எழுந்து கால்போன போக்குல நடந்தாரு. சாலையோரமாகவே நடந்து போயிட்டிருந்த ஆளு, சட்டுனு காட்டுக்குள்ள போற பாதையை பார்த்ததும் அதுல இறங்கி நடந்து உள்ள போயிட்டாரு.'

'ஐயையோ, அப்புறம்?'

'மனிதர்கள் மீது அவருக்கு நம்பிக்கையே இல்லாம போயிடுச்சி. காடுதான் தனக்கு பொருத்தமான இடம்னு தீர்மானிச்சிட்டாரு. காட்டினுடைய உட்பகுதிக்குள்ள அங்கு கிடைச்ச குச்சி, இலை, தழையை வச்சி ஒரு குடிசைய உண்டாக்கி அதுக்குள்ள இருக்க ஆரம்பிச்சிட்டாரு. அங்க கிடைக்கிற பழம், கிழங்குகள்தான் அவருடைய சாப்பாடு.'

திவாகரின் கதை விசித்திரமும் துயரமும் கலந்ததாக இருந்தது. 'அவர் காட்டை விட்டே வரமாட்டாரா?' என்று கேட்டேன்.

‘எப்பவாவது வருவாரு. காட்டுக்குள்ள கிடைக்கிற மூங்கில்பட்டை, குச்சிகள வச்சி கூடை, முறம்லாம் பின்னுவாரு. எல்லாத்தயும் எடுத்துகிட்டு காட்டு வழியாவே சுள்யாவுக்கு வருவாரு. மொத்தமா ஈஸ்வரப்பா கடையில போட்டுட்டு அதுக்கு உண்டான பணத்துக்கு தக்கபடி அரிசி, பருப்பு, எண்ணெய், வெல்லம்ன்னு வாங்கிட்டு போயிடுவாரு. ஒரு தரம் காட்டுக்குள்ள போனா ஒரு மாசம் வரைக்கும் வெளியே வரமாட்டாரு. ரொம்ப விசித்திரமான பிறவி.’

‘அது சரி, வனத்துறை ஆட்களுக்கு இதெல்லாம் தெரியுமா, தெரியாதா? அவுங்க ஒன்னும் சொல்லமாட்டாங்களா?’

‘அவுங்க எல்லாருக்குமே திவாகர் கதை தெரியும். அவரால காட்டுக்கு ஒரு பிரச்சினையும் இல்லை. அப்படியே அமைதியா விட்டுட்டாங்க. எனக்குத் தெரிஞ்சி பதினாலு வருஷமா காட்டுக்குள்ளதான் இருக்கறாரு.’

‘பதினாலு வருஷமா? ராமர் வனவாசம் போன கதையா இருக்குதே.’

‘அது என்ன வாசமோ? நான் காலேஜ்ல டிகிரி சேர்ந்த சமயத்துல அவரு காட்டுக்குள்ள போயிட்ட செய்தியை பத்திரிகையில ஞாபகம் இருக்குது. கணக்கு பண்ணி பார்த்தா பதினாலு வருஷமாவுது.’

எனக்கு அக்கணத்தில் அவரைப் பார்க்கவேண்டும் என்றும் அவரை ஒரு படம் எடுக்கவேண்டும் என்றும் தோன்றியது. புஷ்பகிரி படங்களைக் கொண்ட ஆல்பத்தில் அவருடைய படமும் இடம்பெறவேண்டும் என்று விரும்பினேன். அதை ஆகாஷிடம் சொன்னேன். ‘இங்கதான ஆறுமாசம் தங்க போறீங்க. அதுக்குள்ள ஒரு முறையாவது அவரை பார்க்கலாம்’ என்றார் ஆகாஷ்.

தட்டச்சு வேலை முடிந்திருந்தது. அதை வாங்கி படித்துவிட்டு ஒரு பிரதியை அவரிடம் கொடுத்துவிட்டு மற்றொரு பிரதியை நான் வைத்துக்கொண்டேன். ஆகாஷ் அன்று வங்கிக்குச் செல்லவில்லை. என்னோடேயே விடுதி அறைக்குத் திரும்பி வந்து மாலை வரை தொடர்ந்து உரையாடிக்கொண்டிருந்தார். இரவு என்னைப் பேருந்தில் ஏற்றி பெங்களூருக்கு அனுப்பிவிட்டுத்தான் சென்றார்.

அடுத்த ஒரு வாரத்திலேயே நான் என் அணியினரோடு அந்த ஊருக்குத் திரும்பி வந்தேன். இரு நகரங்களையும் இணைக்கும் வேலையைத் தொடங்கினோம்.

ஓய்விருக்கும்போதெல்லாம் ஆகாஷ் வந்து உரையாடிவிட்டுச் செல்வார். அடிக்கடி திவாகரைப்பற்றி விசாரிப்பேன். சில சமயங்களில் அவர் வரவே இல்லை என்று தெரிவிப்பார். சில சமயங்களில் அவர் வந்து போய்விட்டதாகச் சொல்வார்.

ஆறுமாத காலத்தில் எங்கள் வேலை முடிந்தது. இரு நகரங்களும் கேபிள் வழித்தடத்தால் இணைக்கப்பட்டுவிட்டன. பெட்டி படுக்கைகளை எடுத்துக்கொண்டு எல்லோருமே பெங்களூருக்குத் திரும்பிச் சென்றுவிட்டார்கள். வீட்டுச்சாவியை ஒப்படைப்பதற்காக நான் ஆகாஷுக்காகக் காத்திருந்தேன்.

பொழுது கவிந்த பிறகுதான் ஆகாஷ் வந்தார். நன்றி சொன்னபடி நான் அவரிடம் சாவியை ஒப்படைத்தேன்.

நகரத்துக்குள் சென்று ஒரு ஓட்டலில் காப்பி அருந்தினோம். ஏதேதோ பழைய நினைவுகளில் எங்கள் உரையாடல் நீண்டுகொண்டே இருந்தது. 'உங்களுக்கு திவாகர் தாத்தாவை காட்டறதுக்கான வாய்ப்பே அமையாம போயிட்டுது. அது ஒன்னுதான் சங்கடமா இருக்குது' என்றார் ஆகாஷ்.

'அவரை ஒரு படம் எடுக்கணும்னு நெனச்சேன். இப்படியும் ஒரு மனுஷன் இந்த உலகத்தில் இருந்தான்னு சொல்ல அது ஒரு அடையாளமா இருந்திருக்கும்.'

ஆகாஷ் சிறிது நேரம் அமைதியாக இருந்தார். பிறகு சட்டென 'வாங்களேன். கடைசியா ஒரு முயற்சி. கூடை கடை வரைக்கும் போய் பார்த்துட்டு வரலாமா? எந்த அளவுக்கு நமக்கு அதிர்ஷ்டம் இருக்குதுன்னு தெரிஞ்சிக்கலாம்' என்றார்.

அக்கணமே நான் தயாராக எழுந்து நின்றேன். ஆகாஷ் தன் வாகனத்திலேயே என்னை அழைத்துச் சென்றார். அங்கே புறப்பட்ட வண்டி கூடைக்கடையின் முன்னால்தான் நின்றது. எங்களைப் பார்த்ததுமே 'என்னப்பா ஆகாஷ்? கூடைக்கார தாத்தாவை தேடிட்டு வந்தியா?' என்று சிரித்தார். தொடர்ந்து 'ரெண்டு நாள் முன்னாலதான் அவர் வந்துட்டு போனாரு. நீ இப்ப வந்து நின்னா நான் என்ன பதில் சொல்றது?' என்றார் கடைக்காரர்.

ஆகாஷ் ஏமாற்றத்துடன் என்னைப் பார்த்தார். 'என் ஆல்பத்துக்கு அதிர்ஷ்டமில்லை' என்று பெருமூச்சுடன் த்ச் என்று நாக்கு சப்புக்கொட்டியபடி நானும் அவரை ஏமாற்றத்துடன் பார்த்தேன்.

5. செங்கோல் ஏந்திய கை

எங்கள் ஊரான வளவனூரின் மிகமுக்கியமான அடையாளங்களில் ஒன்று திரௌபதை அம்மன் கோவில். பேருந்து நிறுத்தத்தை ஒட்டி வடக்குப் பக்கத்தில் அக்கோவிலைப் பார்க்கலாம். அதற்கு எதிரிலேயே பழைய காலத்து அரசமரம். அந்த மரத்தடியில் ஒரு காலத்தில் ஓய்வில்லாமல் பகல்முழுக்க இயங்கியபடி இருக்கும் மரச்செக்கு இருந்தது. அதற்கு எதிரிலேயே மேடைபோல உயரமாக உருவாக்கப்பட்ட ஒரு திடலும் இருந்தது. ஆனால் ஊருக்குள் திசைக்கொன்றாக எண்ணெய் ஆலை தோன்றிய பிறகு செக்கு போய்விட்டது. மாலை நேரங்களில் அரசியல் கூட்டங்கள் நடைபெறுவதற்கு வசதியாக இருந்ததாலும் எல்லாக் கூட்டங்களுக்கும் நூற்றுக்கணக்கில் பார்வையாளர்கள் திரண்டு வந்ததாலும் திடல் மட்டும் அப்படியே நீடித்தது.

வளவனூர் என்னும் சிற்றூரிலிருந்து அதைவிட சிறிய சிற்றூரான நறையூருக்குச் செல்வதற்கு அந்த வழியாகத்தான் நடந்துசெல்ல வேண்டும். திரௌபதை அம்மன் கோவிலைக் கடந்து சிறிது தொலைவில் ஓர் அல்லிக்குளம் இருந்தது. குளத்தைச் சுற்றி காட்டுவாகை மரங்களும் புளியமரங்களும் நிழல் கொடுத்தபடி நின்றிருந்தன.

பச்சை இலைகள் படர்ந்த குளமெங்கும் இளஞ்சிவப்பு நிறத்திலும் இளமஞ்சள் நிறத்திலும் பூத்திருக்கும் அல்லிப்பூக்களை மணிக்கணக்கில் நின்று பார்த்தாலும், சரி, திரும்புவோம் என்ற எண்ணம் வரவே வராது. அந்த அழகுக்கு அப்படி ஒரு வலிமை இருந்தது. அழகு என்றால் என்ன விலை என்று கேட்பவனைக் கூட நின்று பார்க்கவைத்துவிடும். திரைப்படச் சுவரொட்டியை வேடிக்கை பார்த்தபடி நடப்பதுபோல நடந்தால் மட்டுமே அந்த அல்லிக்குளத்தை எளிதாகக் கடந்து செல்லமுடியும்.

அல்லிக்குளம்தான் வளவனூரின் எல்லைப்புள்ளி. நறையூருக்குத் தொடக்கப்புள்ளி. இருபுறமும் அடர்ந்த கருப்பந்தோட்டங்கள் அந்த இடத்திலேயே தொடங்கிவிடும். இடையிடையே ஒருசில வயல்களில் பச்சைப்பசேலென நெற்பயிரும் நிலக்கடலையும் வளர்ந்து படர்ந்திருக்கும். எட்டாம் வகுப்பை முடிக்கும் வரைக்கும் நான் அல்லிக்குளத்தைக் கடந்து மறுபக்கம் சென்றதில்லை. ஒன்பதாம் வகுப்புக்கு வந்த பிறகுதான் அதைக் கடந்து செல்லத் தொடங்கினேன்.

என் அப்பா தையல்தொழில் செய்துவந்தார். அவரைவிட மூத்தவரான இரண்டு பெரியப்பாக்களும் கட்டடவேலை செய்துவந்தனர். அவர்களுக்குக் கூட்டாளிகளாக தெருவில் பல பேர் இருந்தனர். எல்லோருமே கூட்டமாக வேலைக்குச் செல்வார்கள். கூட்டமாகத் திரும்பி வருவார்கள். பெரியப்பாவின் கூட்டணியில் இடம் பெற்றிருந்தவர்களில் ஒருவர் ஜானகிராமன் பெரியப்பா. அவர் நறையூரைச் சேர்ந்தவர். அவருடைய மகன் மாதவன் அண்ணன். படிப்பு வராத அவரைக் கட்டடத்தொழிலைத் தவிர வேறு ஏதேனும் ஒரு தொழிலில் பயிற்சிகொடுக்க வேண்டும் என்பது ஜானகிராமன் பெரியப்பாவுடைய விருப்பம். பெரியப்பாக்களிடையில் நிகழ்ந்த உரையாடலின் விளைவாக, அவர் தையல் தொழிலைக் கற்றுக்கொள்ள எங்கள் அப்பாவிடம் வந்து சேர்ந்தார். என்னைவிட வயதில் மூத்த எல்லோரிடமும் அண்ணா அண்ணா என்று பேசி ஒட்டிக்கொள்கிற நான் அவரிடம் இயல்பாகவே ஒட்டிக் கொண்டேன்.

மாதவன் அண்ணன் வீட்டாருக்குச் சொந்தமாக நறையூரில் ஒரு வயல் இருந்தது. அதில் அவர்கள் நிலக்கடலை பயிரிட்டிருந்தார்கள். அது அறுவடைக்காலம். வயலிலிருந்து நேரடியாகவே நிலக்கடலைச் செடியைப் பிடுங்கி சாப்பிடலாம் என்று ஆசை காட்டி ஒருநாள் என்னை அவர் நறையூருக்கு அழைத்துச் சென்றார். அப்போதுதான் முதன்முதலாக நான் அல்லிக்குளத்தைக் கடந்து சென்றேன்.

வயலில் இறங்கிய நாலைந்து பேர் கடலைச்செடியை மெல்ல அசைத்து மண்ணின் பிடியிலிருந்து விலக்கியெடுத்து உதறிவிட்டு கீழே வைத்துக்கொண்டே முன்னால் சென்றார்கள். அவர்களுக்குப் பின்னால் நடந்த இருவர் பிடுங்கி வைத்த செடிகளைச் சேகரித்து வேறொரு இடத்தில் குவித்தனர். இன்னும் இருவர் செடியிலிருந்து கடலையைப் பிரித்தெடுத்துக் குவித்தனர். அக்குவியலிலிருந்து கைநிறைய கடலையை அள்ளிச் சென்ற மாதவன் அண்ணன் அருகிலிருந்த கால்வாயில் சுத்தமாகக் கழுவி ஒரு கிண்ணத்தில் வைத்து என்னிடம் கொடுத்தார். ஒவ்வொரு கடலையாக எடுத்து தோலை உடைத்துப் பிரித்து உள்ளிருக்கும் மணியை எடுத்துச் சாப்பிட்டேன். வாய்நிறைய ஊறிப் படர்ந்த அதன் சுவையில் நான் இந்த உலகத்தையே மறந்தேன்.

நிலக்கடலையைத் தொடர்ந்து ஒருமுறை கரும்பு சாப்பிடுவதற்காக மாதவன் அண்ணன் என்னை நறையூருக்கு அழைத்துச் சென்றார். இன்னொருமுறை பனம்பழம் சாப்பிடுவதற்காக அழைத்துச் சென்றார். இப்படியே விளாம்பழம், கொய்யாப்பழம், மாம்பழம், மரவள்ளிக்கிழங்கு என பலவற்றை விளையும் இடங்களுக்கே சென்று தேடி நாங்கள் சாப்பிட்டோம். பிறகு ஞாயிறு விடுமுறைப்பொழுதுகளில் பேசிக் கழிப்பதற்காகவே செல்வது வழக்கமாகிவிட்டது.

ஒருமுறை மாதவன் அண்ணனின் அண்ணன் ஒருவர் தன் அறைக்குள் பழைய கல்கண்டு இதழில் வெளிவந்த தமிழ்வாணன் துப்பறியும் கதைகளின் பக்கங்களையெல்லாம் சேகரித்து பைண்டிங் செய்து சேகரித்து வைத்திருப்பதைப் பார்த்துவிட்டேன். என் புத்தகப் பைத்தியத்தின் காரணமாக, அவரிடம் பேசிப்பேசி, கெஞ்சி கூத்தாடி விடுமுறை நாட்களில் அந்த பைண்டிங் புத்தகங்களை யெல்லாம் அங்கேயே எடுத்துப் படித்துவிட்டு வைத்துச் செல்வதற்கு அனுமதி வாங்கிவிட்டேன். அதற்குப் பிறகு வயல்வெளியில் சுற்றுவதற்காக மட்டுமன்றி படிப்பதற்காகவும் நறையூருக்குச் செல்வது வழக்கமாகிவிட்டது.

ஒருமுறை மூன்று நாட்கள் தொடர்ச்சியாக விடுமுறை வந்துவிட்டதால் நான் என் புத்தகமூட்டையோடு அண்ணனோடு நறையூருக்கே சென்றுவிட்டேன். ஒருசில மணி நேரங்கள் பாடப்புத்தகங்கள். அப்புறம் ஒருசில மணி நேரங்கள் கதைப்புத்தகங்கள். அதற்கப்புறம் வயல்வெளிகள், பனந்தோப்பு, ஏரிக்கரை, கருப்பந்தோப்பு என சுற்றித் திரிந்தோம். பொழுது போனதே தெரியவில்லை.

இரவு உணவுக்குப் பிறகு நிலவு வெளிச்சத்தில் கயிற்றுக்கட்டிலில் உட்கார்ந்து பேசிக்கொண்டிருந்தோம். பேச்சு எங்கெங்கோ அலைந்து திரிந்து திரைப்படப்பாடல்களின் திசையில் திரும்பிவிட்டது. ஒவ்வொருவரும் தமக்குப் பிடித்தமான பாட்டைப் பற்றிச் சொல்லத் தொடங்கினர். நான் எனக்குப் பிடித்த பாடலாக 'உள்ளத்தில் நல்ல உள்ளம்' பாடலைச் சொன்னேன். சொன்னதோடு மட்டுமன்றி, உற்சாகத்தில் அப்பாட்டின் தொடக்கப்பகுதியைப் பாடியும் காட்டினேன்.

அந்த வரிகள் அங்கிருந்தவர்களை என்னமோ செய்துவிட்டது. பாடிக்கொண்டிருக்கும்போதே எதிர்வீட்டிலிருந்தும் பக்கத்து வீட்டிலிருந்தும் சில அண்ணன்மார்களும் ஒவ்வொருவராக வந்து திண்ணையில் உட்கார்ந்துவிட்டனர்.

நான் முதல் பகுதியோடு நிறுத்தியதும் அவர்கள் 'ஏன் அதுக்குள்ள தம்பி நிறுத்திடுச்சி. அச்சு அசலா சீர்காழி கோவிந்தராஜன் குரல் மாதிரியே கணீர்னு இருக்குது. முழு பாட்டயும் பாடச் சொல்லுப்பா' என்று அண்ணனிடம் கேட்டனர். 'என்னடா, முழு பாட்டும் தெரியுமா?' என்று அண்ணன் கேட்டார். நான் தெரியும் என்பதற்கு அடையாளமாக தலையை ஆட்டினேன். 'அப்ப பாடு, ஆசையா கேக்கறாங்க இல்ல' என்று தூண்டினார். நான் எல்லோரையும் ஒருமுறை சுற்றிப் பார்த்துவிட்டு, விட்ட இடத்திலிருந்து அப்பாடலை மீண்டும் பாடத் தொடங்கினேன். அவர்கள் அனைவரும் என்னையே பார்ப்பது கூச்சமாக இருந்தாலும், ஒரு வேகத்தில் முழு பாட்டையும் பாடி முடித்தேன்.

என்னைத் தொடர்ந்து அந்த இடம் பாட்டுக்கச்சேரியாகவே மாறி விட்டது. ஒரு அண்ணன் 'என்னதான் நடக்கும் நடக்கட்டுமே' என்று பாடத் தொடங்கினார். அவருக்கு பாதி பாட்டுதான் தெரிந்திருந்தது. மீதி வரிகள் தெரியாமல் ராகம் போட்டு இழுத்து இழுத்து நிரப்பத் தொடங்கியதும் எல்லோரும் புன்னகைத்தபடி கைதட்டினார்கள். இன்னொரு அண்ணன் மெல்லிய குரலில் 'கண்போன போக்கிலே' என்று பாடினார். அவர் முழு பாடலையும் பிசிறில்லாமல் பாடிமுடித்தார். அவரைத் தொடர்ந்து ஒரு அக்கா 'சிட்டுக்குருவி முத்தம் கொடுத்து' பாட்டைத் தொடங்கினார். அவர் முடிப்பதற்காகவே காத்திருந்ததுபோல நடுவயதுப் பெண்மணி ஒருவர் 'பார்த்த ஞாபகம் இல்லையோ' என்ற பாட்டை இனிமை இழைந்தோடும் குரலில் எங்கோ வானத்து நட்சத்திரத்தைப் பார்த்தபடி பாடினார்.

இப்படி பாட்டும் சிரிப்பும் பேச்சுமாக பொழுது போய்க் கொண்டிருந்த நேரத்தில் சற்றே தொலைவில் ஒரு திசையிலிருந்து ஆர்மோனியம் இசைக்கும் சத்தம் கேட்டது. அதைத் தொடர்ந்து யாரோ ஓங்கிய குரலில் பாடும் வரிகள் கேட்டன.

'அங்க யாரு பாடறாங்க?'

'அதுவா, அடுத்த வாரம் கூத்து இருக்குது. அதுக்காக கோவில் வாசல்ல பாடி பயிற்சி எடுத்துக்கறாங்க.'

திண்ணைக்கச்சேரி முடிந்து அனைவரும் கலைந்து சென்ற பிறகு 'அங்க ஒருதரம் போய் பார்த்துட்டு வரலாமா?' என்று அண்ணனிடம் கேட்டேன்.

'எங்க?'

'அதான், பாட்டு பாடி பயிற்சி எடுத்துக்கறாங்களே, அங்க.'

'பாக்கறதுக்கு அது ஒன்னும் கூத்து மாதிரி இருக்காது. வேஷமெல்லாம் கட்டியிருக்க மாட்டாங்க. ஆளாளுக்கு ஒரு பக்கம் உக்கார்ந்து சும்மா பாடுவாங்க. அவ்வளவுதான்.'

'இருக்கட்டும், சும்மா கொஞ்ச நேரம் கேட்டுட்டு வரலாம்.'

'சரி வா' என்று அண்ணன் என்னை அழைத்துக்கொண்டு நடந்தார். அதே தெருவில் இரண்டு வீடுகள் தள்ளி ஒரு தென்னைமரத்துக்கு அருகில் இருந்த ஒரு கூரைவீட்டைச் சுட்டிக்காட்டி 'இதுதான் கூத்து வாத்தியார் வீடு. அவரும் அவருடைய கூட்டாளிங்களும்தான் அங்க பாடிட்டிருக்காங்க' என்றார் அண்ணன். நான் அந்த வீட்டைத் திரும்பிப் பார்த்தேன். உள்ளே விளக்கு எரிந்துகொண்டிருந்தது. வாசலில் நாலைந்து பெண்கள் அமர்ந்து பேசிக் கொண்டிருந்தார்கள். இரண்டு ஆடுகளும் ஒரு எருமையும் சுவரோரமாக நின்றிருந்தன.

கோவில் வாசலில் நீளவாக்கில் ஆறேழு பெஞ்ச்களை அடுத்தடுத்து அடுக்கி அதன்மீது வாத்தியக்காரர்கள் அமர்ந்து தம் கருவிகளை இசைத்துக்கொண்டிருந்தனர். சில வீடுகளில் வயதானவர்கள் வாசலில் கட்டில் போட்டு அமர்ந்தபடி பாடல்களைக் கேட்டுக்கொண்டிருந்தனர்.

நாங்கள் ஒரு மரத்தடியில் நின்று வாத்தியக்குழுவின் பாடல்களையும் உரையாடல்களையும் வெகுநேரம் கேட்டபடி நின்றிருந்தோம். அன்று பனிப்பொழிவு அதிகமாக இருந்தது. 'வாடா, போகலாம்' என்று அண்ணன் அழைத்து வந்துவிட்டார்.

மறுநாள் காலை நேரத்தில் வாத்தியாரைப் பார்க்கலாம் என்று புறப்பட்டுச் சென்றேன். வாசல் வரைக்கும் சென்றுவிட்டேனே தவிர, நெருங்கிச் செல்லும் துணிச்சல் வரவில்லை. சற்றே தள்ளி நின்று எட்டி எட்டிப் பார்த்தேன். வீட்டுக்குள்ளிருந்து 'செங்கோல் ஏந்திய கையால்...' என்று ராகமாக இழுத்து பாடும் குரல் கேட்டது. கேட்கும்போதே மனத்தைக் கலங்கவைக்கும் குரல். அந்தப் பாட்டைக் கேட்டபடி நான் அப்படியே உறைந்து நின்றேன். அதனால் அவர் வீட்டிலிருந்து அவர் வெளியே வந்ததை சரியாகக் கவனிக்கவில்லை.

'யாரு தம்பி நீ?' என்ற குரலைக் கேட்ட பிறகே நான் தன்னுணர்வைப் பெற்றேன். பிறகு கூச்சத்தோடு 'நான் வளவனூரு. இங்க மாதவன் அண்ணன் வீட்டுக்கு வந்திருக்கேன்' என்றேன்.

'அது சரி, இங்க எதுக்கு வந்து நிக்கற?'

'நேத்து கோயில் வாசல்ல நீங்க பயிற்சி செஞ்சிட்டிருந்தத பார்த்தேன். உங்க பாட்டு புடிச்சிருந்தது. அதான் பார்த்துட்டு போகலாம்ன்னு வந்தேன்.'

அவர் என் முகத்தை விசித்திரமாகப் பார்த்தார். பிறகு புன்னகைத்த படியே 'சரி, உள்ள வா' என்று வீட்டுக்குள் சென்றார். நான் அவருக்குப் பின்னாலேயே சென்றேன்.

'கூத்துன்னா உனக்கு புடிக்குமா? இந்த காலத்து பசங்க சினிமாவத்தான புடிக்கும்னு சொல்வாங்க.'

'எனக்கு கூத்தும் புடிக்கும். சினிமாவும் புடிக்கும்.'

'என்னென்ன கூத்து பார்த்திருக்க?'

'எங்க ஊருல கோயில் திருவிழா வரும்போதெல்லாம் ராத்திரி ராத்திரி கூத்து வைப்பாங்க. நான் எல்லாத்தயும் விடியவிடிய உக்காந்து பார்த்திருக்கேன்.'

'அதெல்லாம் சரி தம்பி. ஒவ்வொரு கூத்துக்கும் ஒரு பேரு இருக்கும் இல்ல, அத சொல்லு?'

நான் சில கணங்கள் யோசித்தபடி நின்றேன். பிறகு நினைவிலிருந்து ஒவ்வொரு பெயராக 'அர்ஜுனன் தபசு, வள்ளித்திருமணம், சத்தியவான் சாவித்திரி, கிருஷ்ணன் தூது' என்று அடுக்கிக் கொண்டே சென்றேன்.

'ஓ, போதும் போதும். அப்ப பெரிய ரசிகன்தான் நீ' என்று புன்னகைத்தபடியே ஒரு கையை மட்டும் உயர்த்தி நிறுத்துமாறு

சொன்னார். நான் அவரைப் பார்த்து 'எனக்கு கூத்துன்னா ரொம்ப புடிக்கும்' என்றேன்.

'அது சரி, படிக்கிறியா?'

'ம்.'

'எங்க படிக்கிற? எத்தனாவது படிக்கிற?'

'வளவனூர் ஹைஸ்கூல்ல படிக்கிறேன். ஒன்பதாவது க்ளாஸ்.'

'பெரிய படிப்புதான். இன்னும் ரெண்டு வருஷத்துல ஸ்கூல் படிப்பு முடிஞ்சிடும்னு சொல்லு. அதுக்கப்புறம் காலேஜ்க்கு போய் படிப்பியா?'

'ம்' என்று உற்சாகமாக நான் பதில் சொன்னேன்.

அப்போது வாசலில் நிழலாடியது. என் வயதையொத்த பையன் ஒரு பையைத் தூக்கிக்கொண்டு கதவைத் திறந்து உள்ளே வந்ததைப் பார்த்தேன். அவன் ஒருகணம் என்னைப் பார்த்ததும் வாசலிலேயே தயங்கி நின்றான். பிறகு மௌனமாக உள்ளே வந்து அறைக்குள் சென்று பையை வைத்துவிட்டு திரும்பி வந்தான். அடர்த்தியான தலைமுடி. நல்ல உயரம். உருண்ட முகத்தில் அடர்த்தியான புருவமும் பெரிய கண்களும் அவனை மீண்டும் மீண்டும் பார்க்கவைத்தன. அந்த முக அமைப்பே அவன் அவருடைய பிள்ளை என்பதை சொல்லாமல் சொன்னது.

'ஆறுமுகம். பக்கத்துல மாதவன் வீட்டுக்கு வந்திருக்கானாம். கூத்துன்னா விடியவிடிய பார்க்கிற ஆளாம். வளவனூர் ஸ்கூல்ல படிக்கிறானாம்.'

அவன் அவரையே பார்த்துக்கொண்டு நின்றான்.

'கூத்து கத்துக்கறதுலாம் ஒருபக்கம் இருக்கட்டும். நான் வேணாம்னு சொல்லலை. அதுக்காக படிக்கிறத ஏன் நிறுத்தணும்? நான் சொல்றத இப்பவாவது கேளு. இவன மாதிரி நீயும் ஸ்கூலுக்கு போய் படி. படிப்பு இருந்தாதான்டா நாளைக்கு ஒரு மதிப்பு இருக்கும்.'

அவன் எதுவும் பேசாமல் அங்கிருந்து வேகமாக வெளியேறினான்.

சில கணங்களுக்குப் பிறகு அவர் பெருமூச்சு விட்டபடி என்னைப் பார்த்து 'உனக்கு நல்லா எழுத வருமா?' என்று கேட்டார். முதலில் எனக்குப் புரியவில்லை. குழப்பத்தோடு 'ம். எழுதுவேனே' என்றேன்.

‘ஒரு நோட்டுல சில பாட்டுங்க இருக்கு. எப்பவோ ஒரு காலத்துல எழுதனது. பேப்பர் கசங்கி எழுத்துலாம் மங்கி போயிடுச்சி. கொஞ்சம் எழுதி குடுக்கறியா?’

நான் உற்சாகமாக ‘ம்’ என்று தலையாட்டினேன். செங்கேணி வாத்தியார் அறைக்குள் சென்று ஒரு பழைய தாள்கட்டையும் ஒரு புதிய நோட்டையும் கொண்டுவந்து கொடுத்தார். அதிகம் இல்லை. ஒரு பதினைந்து இருபது தாள்கள்தான் இருக்கும். ஏகப்பட்ட கறைகள் படிந்து நைந்து காற்று வீசினாலேயே கிழிந்துவிடுவது போல இருந்தது.

நான் அங்கேயே வெளிச்சம் இருக்கும் இடமாகப் பார்த்து ஓரமாக உட்கார்ந்து தாட்களில் இருப்பதைப் பார்த்து நோட்டில் எழுதினேன். வாத்தியார் எனக்குப் பக்கத்திலேயே நின்று நான் எழுதுவதைப் பார்த்தார். இரண்டுமூன்று வரிகளுக்குப் பிறகு ‘உன் கையெழுத்து மணிமணியா இருக்குது. எழுதிட்டே இரு. மாட்டுக்கு கொஞ்சம் புல்லு போட்டுட்டு வரேன்’ என்று சொல்லிவிட்டுச் சென்றுவிட்டார்.

ஐந்து பக்கங்கள் எழுதிவிட்டு ஆறாம் பக்கத்தில் எழுதிக் கொண்டிருந்தேன். அப்போதுதான் அவர் மீண்டும் வீட்டுக்கு வந்தார்.

‘இந்த வேலையை அவன்கிட்ட குடுத்து மூனு மாசமாவுது. தோ தோன்னு என்னென்னமோ சாக்குபோக்கு சொன்னானே தவிர, எழுதன பாடில்லை. மகா சோம்பேறி. எதிர்காலத்துல எப்படி பொழைக்க போறானோ தெரியலை.’

வாத்தியார் பெருமூச்சு விட்டபடி சாய்வு நாற்காலியில் உட்கார்ந்தார். ஒரு வெற்றிலையை எடுத்து காம்பினைக் கிள்ளி எறிந்துவிட்டு முன்பகுதியையும் பின்பகுதியையும் வேட்டியில் வைத்து அழுத்தமாகத் தேய்த்துவிட்டு சுண்ணாம்பைத் தடவினார்.

‘ஆறாம் கிளாஸ் வரைக்கும் நல்லாதான் படிச்சான். அதுக்கப்புறம் என்ன நினைச்சானோ தெரியலை. எனக்கு படிப்பு வரலைன்னு சொல்லி ஸ்கூல விட்டு நின்னுட்டான். அடிச்சி பார்த்தாச்சி. திட்டியும் பார்த்தாச்சி. எதுக்கும் சரிப்பட்டு வரலை. அதான் எக்கேடாவது கெட்டுப்போன்னு விட்டுட்டேன்.’

ஒருவித சங்கடமும் சலிப்பும் வெளிப்படும் வகையில் கையை உதறிக் காட்டிவிட்டு மடித்த வெற்றிலையை எடுத்து மடித்து வாய்க்குள் வைத்துக்கொண்டார்.

எழுதி முடித்ததும் நோட்டையும் தாட்களையும் அவரிடம் கொடுத்தேன். அவர் என் கையெழுத்தைப் பார்த்துவிட்டு மீண்டும் பாராட்டினார். 'நல்லா முத்துமுத்தா இருக்குது உன் கையெழுத்து' என்றார்.

தாளில் எழுதப்பட்டிருந்த பக்கங்களைப் புரட்டியபடியே 'எதையும் விடலை இல்லையா?' என்று கேட்டார். 'ஒரு வரி கூட விடாம எழுதியிருக்கேன்' என்றேன் நான். அவர் புன்னகைத்துக்கொண்டே என் முதுகைத் தட்டிக் கொடுத்தார். அவர் மெதுவாக 'எனக்கு படிக்கறது சுலபம். எழுதறதுதான் கஷ்டம். எழுதற பழக்கம் விட்டுப்போனதால ஒவ்வொரு எழுத்தும் ஒரு தக்காளி சைஸ்க்கு போயிடும். அதனாலதான் உன்ன எழுதச் சொன்னேன்' என்றார்.

அப்போது 'இதுலேர்ந்து எனக்காக ஒரு பாட்டு பாடறீங்களா?' என்று அவரைப் பார்த்துக் கேட்டேன். அவர் புருவத்தை உயர்த்தியபடி வியப்போடு என்னைப் பார்த்தார். 'என்ன?' என்று மறுபடியும் கேட்டார். நான் சற்றே அடங்கிய குரலில் 'முடிஞ்சா, இதுலேர்ந்து ஒரு பாட்ட எனக்காக பாடறீங்களான்னு கேட்டேன்' என்றேன்.

'அவ்ளோதானே, பாடிட்டா போச்சு. உனக்கு எது வேணும் சொல்லு?'

'எது வேணும்னாலும் பாடுங்க.'

அவர் விரல்போன போக்கில் ஒரு பக்கத்தைப் புரட்டி அங்கிருந்த பாடல் வரிகளைப் பாடத் தொடங்கினார். ஒரு முழு விருத்தம். நல்ல ஏற்ற இறக்கத்தோடு பாடினார். உயர்ந்து இறங்கும் அவர் கைகளையும் தோள்களையும் கணம்தோறும் மாறிக்கொண்டே இருக்கும் அவர் முக உணர்ச்சிகளையும் நான் மாறிமாறிப் பார்த்தபடி இருந்தேன்.

அவர் பாடி முடித்ததும் கைதட்டி 'அருமையா இருக்குது. நல்லா ரெக்கார்டுல கேக்கறமாதிரி இருந்தது' என்றேன். அவர் முகம் மலர புன்னகைத்தார். 'நோட்டுல அந்த முதல் வரியை மட்டும்தான் பார்த்தீங்க, அப்புறம் எதயும் நீங்க பாக்கவே இல்லை. மனப்பாடமா பாடிட்டீங்க' என்றேன். 'ஆமா. எல்லாமே மனப்பாடம்தான். உன்ன மாதிரி சின்ன பையனா இருந்த சமயத்துல பாடிப் பாடி மனப்பாடம் செஞ்சது' என்றார் அவர்.

'எனக்கு இன்னொரு சந்தேகம் இருக்குது?'

'பாட்டுலயா?'

'ம்ஹூம். இது வேற சந்தேகம்.'

‘என்ன?’

‘இப்ப கூத்துல பொம்பளைங்க மாதிரி வேஷம் போட்டுகிட்டு ஆடறாங்களே, அப்ப அவுங்க நெஜமாவே பொம்பளைங்களா மாறிடுவாங்களா?’

நான் சொன்னதைக் கேட்டதும் ‘இல்லப்பா, இல்லப்பா’ என்றபடி அவர் தம் கண்களில் நீர் கோர்த்துக்கொள்ளும் அளவுக்கு சிரித்தார். ஒரு கணம் என்னைப் பார்த்துவிட்டு ‘இந்த உலகத்துல இப்படி ஒரு கேள்விய இதுவரைக்கும் யாரும் என்னைப் பார்த்து கேக்கலைடா’ என்று நிறுத்தியபோது மீண்டும் அவருக்கு சிரிப்பு வந்துவிட்டது. ‘ஒரு வேஷத்த போடறதால யாரும் இன்னொரு ஆளா மாறிட முடியாது’ என்றார்.

விடுப்புக்காலம் முடிந்ததும் நான் வளவனூருக்குத் திரும்பி விட்டேன். பத்து நாள் பயிற்சிக்குப் பிறகுதான் நறையூரில் செங்கேணி வாத்தியாரின் கூத்து நடந்தது. அன்று இரவு கடையைச் சாத்திவிட்டு வீட்டுக்குப் புறப்பட்ட மாதவன் அண்ணனோடு சேர்ந்துகொண்டு நானும் நறையூருக்குச் சென்றுவிட்டேன். வீட்டுக்குச் சென்றதுமே வேகவேகமாகச் சாப்பிட்டுவிட்டு கூத்து மேடைக்குச் சென்றுவிட்டோம்.

வாத்தியார் அர்ஜுனனாக வேடம் தரித்திருந்தார். ஆறுமுகம் புலந்திரனாக வேடம் தாங்கியிருந்தான். அல்லியும் புலந்திரனும் உரையாடிக்கொள்ளும் ஆரம்பக்காட்சிகள் ஒரு திரைப்படத்தைப் பார்ப்பதுபோல இருந்தது. புலந்திரன் அல்லியிடம் ஆசி வேண்டி நிற்கிறான். அவள் அருகில் வருமாறு அழைக்கும்போது அவன் செல்ல மறுக்கிறான். தான் வேண்டும் பொருளை தனக்கு வழங்குவதாக வாக்களித்தால் வருவதாகச் சொல்கிறான். அல்லி உடனே பிள்ளைப்பாசத்தில் வாக்களிக்கிறாள்.

அப்போது ஆறுமுகம் தன் அப்பா செங்கேணியைப்போலவே அருமையாகக் குரலெடுத்துப் பாடினான். அவனுடைய குரலில் தென்பட்ட ஏற்ற இறக்கமும் குரல் லாவகமும் அவனுக்கு கூத்தில் இருந்த ஆர்வத்தைப் புலப்படுத்தின. ‘ஆண்டவர் சொக்கர் மீனாட்சி கிருபையினால் எனக்கு வேண்டிய செல்வங்கள் நீயளித்தாய் விளையாடுவதற்கு ஈண்டுள்ள சிறுவரெலாம் என்னைப் புகழ்ந்து பேசுவதற்கு பாண்டிய ராஜகுமாரி பவளத்தேர் வேண்டுமம்மா’ என்று தன் கோரிக்கையை முன்வைக்கிறான்.

அல்லிக்கும் புலந்திரனுக்கும் அப்போது நிகழும் உரையாடல் மறக்கமுடியாத ஒரு பகுதி. முதலில் அல்லி மாணிக்கத்தால் தேர்

செய்து தருவதாகச் சொல்கிறாள். புலந்திரனோ ஏற்கனவே தன் தந்தையார் மாணிக்கத்தேர் கொடுத்துவிட்டதாகச் சொல்கிறான். இப்படி அல்லி தங்கம், முத்து, சந்தனம் என ஒவ்வொரு மூலப்பொருளாலும் வடிவமைக்கப்பட்ட தேரைக் கொடுப்பதாக கேட்பதும் அவை அனைத்தையும் தன் தந்தை ஏற்கனவே அளித்துவிட்டதாகச் சொல்வதாகவுமாக உரையாடல் நீண்டபடி செல்கிறது. அவன் தனக்கு பவளத்தேர்தான் வேண்டுமென அடம் பிடிக்கிறான். மகனின் விருப்பத்துக்காக பவளத்தைச் சேகரித்துக் கொண்டுவருவதற்காக அர்ஜுனனைப் பவளத்தீவுக்கு அனுப்பி வைக்கிறாள் அல்லி. பவளத்தீவுக்குச் செல்லும் அர்ஜுனன் அங்கே பவளக்கொடியைக் கண்டு காதல் வசப்படுகிறான். இப்படி கதை நீண்டுகொண்டே போகிறது. ஒரு காட்சி கூட சோர்வளிக்க வில்லை. விடிந்ததே தெரியாத அளவுக்கு கூத்து மனத்தைக் கொள்ளைகொண்டது.

மறுநாள் பள்ளிக்கூடத்தில் நறையூரில் பார்த்த கூத்தைப்பற்றியே பேசிக்கொண்டிருந்தேன். இரவு நேரத்தில் சாப்பிட்டு முடித்த பிறகு, அம்மா, அப்பா, தங்கைகள், தம்பிகள் அனைவரிடமும் நினைவிலிருந்த கூத்துப்பாடல்களை வாய்க்கு வந்த ராகத்தில் பாடிக் காட்டினேன். ஒரு வாரம் முழுக்க பேசிப்பேசி முடித்த பிறகுதான் அந்தக் கூத்தின் அலை நெஞ்சில் ஓய்ந்தது.

சில நாட்களுக்குப் பிறகு நறையூருக்குப் போயிருந்த சமயத்தில் செங்கேணி வாத்தியார் வீட்டுக்குச் சென்று அவர் இருக்கிறாரா இல்லையா என்பதை உறுதிப்படுத்திக்கொள்ள வாசலில் நின்று எட்டிப் பார்த்தேன். கதவு திறந்திருந்ததே தவிர, எவரும் இருப்பதற்கான தடயமே இல்லை. இருப்பதா, செல்வதா என புரியாமல் குழப்பத்துடன் நின்றிருந்த நேரத்தில் 'என்னடா தம்பி, எப்ப வந்த ஊருலேருந்து?' என்ற குரலைக் கேட்டு திகைத்து பின்வாங்கினேன். செங்கேணி வாத்தியார் பக்கத்திலிருந்த மாட்டுக் கொட்டகையிலிருந்து வெளியே வந்தார். 'மாட்டுக்கு புல்லு உதறி போட்டுட்டு வந்தேன்' என்றபடி கொடியிலிருந்த துண்டை எடுத்து வியர்வையைத் துடைத்துக்கொண்டார்.

'காலையில வந்தேன். அடுத்த வாரம் எங்க ஊருல கூத்து வச்சிருக்காங்க.'

'அப்படியா, சபாஷ். சபாஷ். எந்த ஊருக்காரங்க ஆடப்போறாங்க?'

'அதெல்லாம் தெரியாது'

'சரி சரி. யாரு ஆடினா என்ன? பாக்கறதுக்கு சந்தோஷமா இருந்தா சரி.'

‘எங்க ஊருக்கெல்லாம் வந்து நீங்க ஆடமாட்டீங்களா?’

‘தாராளமா ஆடலாம். ஆனா கோவில்காரங்க வந்து கூப்ட்டாதான ஆடமுடியும். யாரும் கூப்பிடாம எப்படி வரமுடியும்?’

அப்படி ஒரு நடைமுறை இருப்பதை அப்போதுதான் நான் புரிந்துகொண்டேன்.

‘நீங்க அர்ஜுனன் வேஷம் மட்டும்தான் ஆடுவீங்களா?’

‘இல்லையே, எல்லா வேஷமும் நான் கட்டுவேன்.’

‘அப்படியா, என்னென்ன வேஷம் கட்டுவீங்க?’

‘அர்ஜுனன், கிருஷ்ணன், துரியோதனன், காத்தவராயன், சத்தியவான் எல்லா வேஷமும் என்னால போடமுடியும்? எல்லா வேஷமும் தெரிஞ்சிருந்தாதான் வாத்தியாரா இருக்கமுடியும்.’

அவர் சொன்னதை அசைபோட்டபடி ஒருகணம் அமைதியாக இருந்தேன். பிறகு ‘உங்களுக்கு எந்த வேஷம் ரொம்ப புடிக்கும்?’ என்றேன். ‘பார்த்தா பொடியனா இருந்துகிட்டு எங்கிட்ட இத்தன கேள்வி கேக்கறியே’ என்று சிரித்தார் அவர். பிறகு தன் கன்னத்தில் சொறிந்தபடி ‘அரிச்சந்திரன் வேஷம்தான் எனக்கு ரொம்ப புடிச்ச வேஷம்’ என்றார். நான் உடனே ‘அரிச்சந்திரன எனக்கு நல்லா தெரியும்’ என்று சிரித்தேன். ‘எப்படி?’ என்று ஆச்சரியத்துடன் கேட்டார் அவர்.

‘காந்தித்தாத்தாவுக்கு கூட அரிச்சந்திரன்தான் ரொம்ப புடிக்கும். வாழ்க்கையில கஷ்டமோ நஷ்டமோ எது வந்தாலும் உண்மையைத்தான் பேசணும்னு அரிச்சந்திரன் நாடகத்தை பார்த்துத்தான் அவர் முடிவு செஞ்சாராம். ஸ்கூல்ல எங்க வாத்தியார் சொல்லியிருக்காரு.’

‘ஓ. இவ்ளோ விஷயம் தெரிஞ்சி வச்சிருக்கியே. நல்ல மூளைதான் உனக்கு’ என்றார் செங்கேணி. ‘ஆடி மாசத் திருவிழா சமயத்துல அரிச்சந்திரன் கதையைத்தான் ஆடலாம்னு இருக்கேன். இன்னும் தேதி குறிக்கலை.’

‘என்னைக்குன்னு சொல்லுங்க. நான் வந்துடுவேன்.’

நறையூருக்குச் செல்லும்போதெல்லாம் அவரைச் சந்திப்பதும் அவரோடு உரையாடுவதும் எனக்கு மிகவும் பிடித்திருந்தது. அவருக்கு ஏராளமான புராணக்கதைகள் தெரிந்திருந்தது. வல்லாளகண்டன் கதை. பப்புரவாகனன் கதை. கர்ணமோட்சம். பிருந்தாவதி மோட்சம். நளாயினி சரித்திரம். குசலவ நாடகம்.

விராட பர்வம். அரவான் களப்பலி. வத்ஸலா கல்யாணம். பத்மாசுர தகனம். ஆரம்பித்துவிட்டால் சொல்லிக்கொண்டே இருப்பார். கதையைவிட நடுநடுவே அவர் பாடிக் காட்டும் பாடல்கள் அருமையாக இருக்கும்.

அரிச்சந்திரன் கதை கூத்து நடைபெறும் நாள் அறிவிக்கப்பட்டு விட்டது என்று மாதவன் அண்ணன் ஒருநாள் சொன்னார். அந்தத் தேதி ஒரு நெருக்கடியான சூழல்களுக்கிடையில் அமைந்து விட்டது. அன்றைக்கு மறுநாள் எங்கள் மாதாந்திரத் தேர்வுகள் தொடங்கவிருந்தன. கால அட்டவணையை எழுதிப் போட்டுவிட்டார்கள். தேர்வுக்குரிய பாடங்களை படித்துவிட்டேன் என்றபோதும் கூத்தின் ஈர்ப்பில் நான் கோட்டை விட்டு விடுவேனோ என்கிற அச்சம் அம்மாவிடம் இருந்தது. பல வாக்குறுதிகளைக் கொடுத்து இதமாகப் பேசி ஒருவழியாக நான் அம்மாவின் அனுமதியைப் பெற்றுவிட்டேன்.

அரிச்சந்திரன் கதையின் ஒவ்வொரு காட்சியும் என்னை உருக்கி விட்டது. அரிச்சந்திரனாக செங்கேணி வாத்தியாரும் லோகிதாசனாக ஆறுமுகமும் நடித்திருந்தனர். மாதவன் அண்ணனின் உறவுக்காரரான ஏழுமலை அண்ணன் சந்திரமதியாக நடித்திருந்தார். ஒவ்வொரு காட்சியும் தத்ரூபமாக இருந்தது.

சுடுகாட்டில் பணிபுரியும் ஊழியனாக அரிச்சந்திரன் நிற்கின்ற காட்சியில் செங்கேணி வாத்தியாரின் குரலில் வழிந்தோடிய சோகத்தை ஒருபோதும் மறக்கவேமுடியாது. 'துய்யதோர் முனிவருக்கு தொல்புவி அரசு தந்தேன். கைப்பொருள்தனைப் பிரிந்து காதலி மகனை விற்றேன். பொய்யது உரைக்க அஞ்சி புவிதனில் அடிமையானேன். இந்த வையகமெல்லாம் காத்த நான் காசி மயானம் காக்கப் போகிறேன்' என்று மனம் உருகும் வகையில் பாடினார். கூத்து பார்த்துக்கொண்டிருந்த அனைவருமே அவர் நடிப்பைப் பார்த்துக் கலங்கி அழுதார்கள்.

லோகிதாசனாக நடித்த ஆறுமுகமும் குறைவைக்கவில்லை. காலகண்ட ஐயர் வீட்டில் அடிமையாக விற்கப்பட்ட லோகிதாசன் பசியால் துடிக்கிறான். பசிக்கு சோறு கேட்கிறான். ஐயரின் மனைவி கொடுக்க மறுக்கிறாள். அடுத்து நீராகாரமாவது கொடுக்குமாறு கேட்கிறான் சிறுவன். அதையும் கொடுக்க மறுக்கிறாள் அவள். பசுவுக்கு புல் அறுத்து வருமாறு அனுப்பிவைக்கிறாள். அவன் அறுத்துவைக்கும் புல்லை அவனோடு புல்லறுக்கச் சென்ற சிறுவர்கள் திருடி எடுத்துக்கொள்கிறார்கள். ஒரு புற்றின் அருகில் புல்லறுக்கக் குனியும்போது லோகிதாசனைப் பாம்பு கடித்துவிடுகிறது.

சுடுகாட்டில் லோகிதாசன் உடலைக் கிடத்தப்பட்ட நிலையில் கால்பணம் வாங்காமல் புதைக்கமுடியாது என வாதாடும் அரிச்சந்திரன் 'செங்கோல் ஏந்திய கையால் சுடுகோல் ஏந்தி விட்டேனே பராபரமே' என்றும் 'வெள்ளிப்பணம் கேட்டவர்க்கு அள்ளி அள்ளிக் கொடுத்த கையால் கொள்ளிக்காசு வாங்கலானேன் பராபரமே' என்றும் பாடிய பாடல்கள் நெஞ்சை உருக்கிவிட்டன.

காலையில் கூத்து முடிந்த கையோடு மாதவன் அண்ணன் என்னை மிதிவண்டியில் ஏற்றி வந்து வீடுவரைக்கும் விட்டுவிட்டுச் சென்றார். அன்றைய தேர்வுக்குரிய பாடத்தை வேகமாக புரட்டிப் பார்த்து மனத்துக்குள் தொகுத்துக்கொண்டு பள்ளிக்குப் புறப்பட்டுச் சென்றேன். அன்றைய தேர்வை சிறப்பாக எழுதினேன் என்று சொன்ன பிறகுதான் என் அம்மாவின் மனம் அமைதியடைந்தது.

நறையூரில் திரௌபதை அம்மன் கோவிலை அடுத்து அங்காளபரமேஸ்வரி கோவில், அகத்தீஸ்வரர் கோவில், புரையாத்தாள் அம்மன் கோவில் என வரிசையாக ஆலயங்கள் இருந்தன. ஒவ்வொரு மாதமும் ஒவ்வொரு கோவிலில் ஏதேனும் ஒரு திருவிழா நடைபெற்றது. ஒவ்வொரு திருவிழாவிலும் செங்கேணி வாத்தியாரின் கூத்து நிகழ்ச்சி நிகழ்ந்தது. திருவிழாவே இல்லையென்றாலும் ஊர்க்காரர்கள் தம் வீட்டில் நடைபெறும் சுபநிகழ்ச்சிகளை ஒட்டியும் கருமகாரியங்களை ஒட்டியும் கூத்து நிகழ்ச்சிக்கு ஏற்பாடு செய்தனர். மாதத்துக்கு ஒன்றோ இரண்டோ கூத்து நிகழ்ச்சிகள் நடந்தபடி இருந்தன.

பள்ளியிறுதி வகுப்பை வளவனூரில் முடிக்கும் வரைக்கும் நான் தொடர்ந்து நறையூருக்குச் செல்பவனாக இருந்தேன். செங்கேணி வாத்தியாரின் கலைக்கு மனத்தைப் பறிகொடுத்த நான் அவருடைய நிகழ்ச்சியை தவறவிட்டதே இல்லை. அவருடைய செங்கோல் ஏந்திய கை பாடல் வரி அவருடைய அடையாளமென என் நெஞ்சில் பதிந்துவிட்டது.

கல்லூரிப் படிப்புக்காக வளவனூரிலிருந்து புதுச்சேரிக்குச் சென்றுவிட்ட பிறகு எல்லாமே ஒரு முடிவுக்கு வந்துவிட்டது. மாதவன் அண்ணன் நறையூரிலேயே தனிக்கடை ஒன்றை தொடங்கிவிட்டிருந்தார். வளவனூருக்கே செல்லமுடியாத அளவுக்கு பாடச்சுமைகள் என்னை அழுத்தியிருந்தன. அச்சூழலில் நறையூரைப்பற்றி என்னால் நினைத்துக்கூட பார்க்கமுடியவில்லை.

என் நினைவில் செங்கேணி வாத்தியாரின் முகம் அடிக்கடி தோன்றி மறைந்தபடி இருந்தது. ஒருமுறையாவது அவரைப் பார்த்து

பேசவேண்டும் என்று தோன்றும். அப்போதெல்லாம் அவர் பாடிய பாடல் வரிகளை நினைவுக்குக் கொண்டுவந்து பாடி திருப்திப் பட்டுக்கொள்வேன்.

பல மாதங்கள் கழித்து ஊருக்கு வந்திருந்தபோது ஒரு குறுகிய பயணமாக நறையூருக்குச் சென்று மாதவன் அண்ணனையும் செங்கேணி வாத்தியாரையும் பார்த்தேன். நான் பட்டப்படிப்பு படிக்கிறேன் என்பதைக் கேட்டு அவர் மிகவும் மகிழ்ச்சி யடைந்தார். 'உனக்கு நேரமிருந்தா எனக்கு ஒரு வேலை செஞ்சி குடுப்பியா?' என்று கேட்டார் வாத்தியார். 'என்ன சொல்லுங்க' என்று கேட்டேன் நான். 'மின்னால ஒருதரம் எனக்கு எழுதிக் குடுத்தியே, அந்த மாதிரி இதயும் கொஞ்சம் எழுதி குடுக்க முடியுமா? தாளுங்க ரொம்ப நைஞ்சி போச்சி' என்று ஒரு கத்தை தாட்களை எடுத்துக் கொடுத்தார். 'அதுக்கென்ன, கொடுங்க' என்று அந்தக் கத்தையை வாங்கிக்கொண்டேன்.

அங்கேயே ஒரு நோட்டு வாங்கி இரண்டு மணி நேரம் உட்கார்ந்து எழுதிக் கொடுத்தேன். அவர் அந்த நோட்டை வாங்கிப் புரட்டிப் பார்த்துவிட்டு மனநிறைவுடன் சிரித்தார். 'இதுபோதும். இன்னும் ஒரு பத்து வருஷம் ஓட்டிடுவேன்' என்றார். தொடர்ந்து 'உன் கையெழுத்து அன்னைக்கு எழுதனமாதிரியே முத்துமுத்தா இருக்குது' என்று சொல்லிவிட்டு தட்டிக் கொடுத்தார். 'எங்க ஆறுமுகம் அண்ணன்?' என்றேன் நான். 'அவனா, அவன் எங்கப்பா வீடு தங்கறான்? எங்கனா கூட்டாளிங்ககூட தோப்பு, ஏரி, குட்டைன்னு சுத்திகிட்டு இருப்பான். வயசாய்டுச்சே தவிர பொறுப்பா நடந்துக்க மாட்டறான்' என்று சலிப்புடன் சொன்னார்.

மேலும் சிறிது நேரம் உரையாடிக்கொண்டிருந்துவிட்டு விடைபெற்றுக்கொண்டு திரும்பிவிட்டேன். அதற்குப் பின் நான் நறையூர் பக்கம் செல்லவில்லை. பட்டப்படிப்பு முடித்த கையோடு எனக்கு வேலை கிடைத்துவிட்டது. அதற்கான பயிற்சியில் இணைந்துகொள்வதற்காக ஐதராபாத் சென்றுவிட்டேன். பயிற்சி முடிந்ததும் பெல்லாரியில் வேலையில் சேர்ந்துவிட்டேன். வாழ்க்கை என்னை வேறொரு திசையில் திருப்பிவிட்டது. பயிற்சியில் இருந்த காலத்தில் மாதவன் அண்ணனுக்கும் புதுச்சேரியைச் சேர்ந்த ஒரு பெண்ணுக்கும் திருமணம் நடந்தது. ஜானகிராமன் பெரியப்பா எதிர்பாராத விதமாக மறைந்துபோனார். அதனால் மாதவன் அண்ணன் குடும்பத்தோடு நறையூரை விட்டு வெளியேறி புதுச்சேரிக்கே குடிபுகுந்தார்.

புதுச்சேரிக்கு அவ்வப்போது நான் வந்து சென்றாலும் மாதவன் அண்ணனைச் சந்திக்கும் வாய்ப்பு அமையாமலே போய்விட்டது.

ஏறத்தாழ நான்கு ஆண்டுகளுக்குப் பிறகு என் திருமண அழைப்பிதழைக் கொடுக்கச் சென்றபோதுதான் பார்க்கமுடிந்தது.

என் திருமணத்தை ஒட்டி வீட்டுக்கருகில் செங்கேணி வாத்தியாரின் அரிச்சந்திரன் கூத்துக்கு ஏற்பாடு செய்யவேண்டும் என்று எனக்குள் ஒரு கனவு இருந்தது. அண்ணனையும் என்னோடு அழைத்துச் சென்று அவருக்கு அழைப்பிதழ் கொடுக்க நினைத்தேன். என் திட்டத்தைச் சொன்னதும் அண்ணன் முகம் வாடிவிட்டது. 'அதுக்கு வழியில்லைடா' என்றார் அண்ணன். 'எதுக்குண்ணே அப்படி சொல்றீங்க?' என்று திகைப்புடன் கேட்டேன்.

'ரெண்டு வருஷத்துக்கு முன்னால அவுங்க பையன் ஒரு லாரியில மாட்டிகிட்டு செத்துட்டான். அந்த அதிர்ச்சியில வாத்தியாரு பொண்டாட்டிக்கு நெஞ்சுவலி வந்து, அவுங்களும் போயிட்டாங்க. வாத்தியாரு ஆரம்பத்துல சோகமா இருந்தாலும் நாலஞ்சி மாசத்துக்குப் பிறகு கொஞ்சம் கொஞ்சமா சகஜநிலைக்கு திரும்பிட்டுதான் இருந்தாரு. கூட்டாளிங்களோட பக்கமேட்டுக்கு போய் ஒரு கூத்து கூட நடத்திட்டு வந்தாரு. சரி, வாத்தியாரு இனிமே தேறி வந்திடுவாருன்னு நெனைக்கற சமயத்துல திடீர்னு மாட்டுகொட்டாய்ல தூக்கு போட்டுகினு செத்துட்டாரு.'

வாத்தியாரின் வாழ்வில் இப்படி ஒரு திருப்பம் நேரும் என நான் நினைத்திருக்கவில்லை. இன்னும் ஒரு பத்து வருஷம் ஓட்டிடுவேன் என்று புன்னகை ததும்ப சொன்னவரை மரணம் இப்படி வாரிக்கொண்டு போய்விட்டது என்பதை நம்பவே முடியவில்லை.

இரண்டுநாள் கழித்து வாத்தியார் வாழ்ந்த வீட்டையாவது பார்த்து வணங்கிவிட்டு வரலாம் என்று நினைத்து நறையூருக்குச் சென்றேன். வாத்தியார் வாழ்ந்த கூரை வீடு சரிந்திருந்தது. மண்சுவர் சரிந்து ஒரே குப்பை மேடாக இருந்தது. வீட்டைச் சுற்றி ஏராளமான எருக்கஞ்செடிகளும் புதர்களும் மண்டியிருந்தன. மனச்சுமையோடு அந்த வீட்டு வாசலையே சிறிது நேரம் பார்த்திருந்தேன். ஒருகணம் 'செங்கோல் ஏந்திய கையால்' என்று தொடங்கி பாடிப் புலம்பும் வாத்தியாரின் குரல் எனக்கு மிக அருகில் ஒலிப்பதுபோல இருந்தது.

6. நெம்புகோல் மேடை

பிள்ளையார் கோவிலிலிருந்து தொடங்கி ரயில் பாதை வரைக்கும் நீண்டிருக்கும் பஞ்சாயத்து போர்டு தெரு முடிவடையும் இடத்தில் இடதுபுறமாகப் பிரியும் பாதை பெருமாள் கோவில் வரை செல்லும். உயர்ந்தோங்கிய அதன் மதிலுக்கும் ரயில் பாதைக்கும் இடைப்பட்ட நிழல் சூழ்ந்த பகுதி விளையாடுவதற்குப் பொருத்தமான இடம். ஆனால் அங்கே காலை, பகல், மாலை எல்லா நேரங்களிலும் இளைஞர்கள் கிரிக்கெட் விளையாடிக்கொண்டிருப்பார்கள். அங்கே எங்களைப்போன்ற சிறுவர்கள் வேடிக்கை பார்க்கலாமே தவிர விளையாடமுடியாது.

பெருமாள் கோவில் பக்கமாகச் செல்லாமல் வலதுபுறமாகத் திரும்பும் பாதையில் நடந்தால் ரயில்வே ஸ்டேஷனை அடையலாம். ஸ்டேஷனை நெருங்கும்போதே ஆலமரங்களும் அரசமரங்களும் வரவேற்கும். இரும்புத்தண்டு வேலியை ஒட்டி உயரமான ஒரு நெம்புகோல் மேடை நின்றிருக்கும். கடற்கரைக்கு ஒரு கலங்கரை விளக்கத்தைப் போல ரயில்வே ஸ்டேஷனுக்கு ஒரு நெம்புகோல் மேடை. மேடைக்கு அருகில் புங்கமரங்களும் நாவல் மரங்களும் உண்டு. நிழல் சூழ்ந்திருக்கும் அந்த

இடமே எங்களுக்கான விளையாட்டுத்திடல். விடுப்பு நாட்களில் பொழுது போவது தெரியாமல் அந்த இடத்தில் விளையாடுவோம்.

புங்கை மரத்தைக் கடந்து, இரும்புத்தண்டு வேலியைக் கடந்து, ரயில் தண்டவாளங்களையும் கடந்து சென்றால் ரயில்நிலையத்துக்குச் சொந்தமான குட்ஸ் ஷெட் இருக்கும். அதையொட்டி மரங்களால் சூழப்பட்ட இன்னொரு இடத்தையும் பார்க்கலாம். அதுவும் நாங்கள் விளையாடும் திடலே. எந்தத் திடலில் விளையாடுவது என்பதை அந்தந்த நேரத்தை ஒட்டி முடிவுசெய்துகொள்வோம்.

நானும் சுப்பிரமணியனும் பிள்ளையார் கோவில் தெருவைச் சேர்ந்தவர்கள். மனோகரன், சந்திரசேகர், சுந்தரம், குமரவேல் எல்லோரும் வேறுவேறு தெருக்களிலிருந்து வருபவர்கள். நாங்கள் எல்லோரும் ஒன்றாகச் சேர்ந்து பஞ்சாயத்து போர்டு தெருவில் நடந்து சென்று கஜேந்திரன், பரசுராமன் இருவரையும் அவர்கள் வீட்டிலிருந்து அழைத்துக்கொள்வோம். பிறகு கடைசியாக நெடுஞ்செழியன் வீட்டுக்குச் செல்வோம்.

வீட்டு வாசலில் நெடுஞ்செழியனின் ஆயா காலை நீட்டி உட்கார்ந்தபடி நரைத்துப்போன தலைமுடியை பக்கவாட்டில் சரியவிட்டு ஈர்க்கொல்லியால் சீவிக்கொண்டிருப்பார். எங்களைப் பார்த்ததும் 'வாங்கடா வானரங்களா, காலையிலயே ஆட்டம் போட கௌம்பிட்டீங்களா?' என்று வரவேற்பார். பிறகு நாங்கள் சொல்லாமலேயே வீட்டுப்பக்கம் முகத்தைத் திருப்பி 'செழியா செழியா, உன் கூட்டாளிங்க வந்துருக்கானுங்க பாருடா' என்று குரல் கொடுப்பார்.

உள்ளே இருந்து எந்தப் பதிலும் வராது. 'வருவான் வருவான் இருங்க' என்று எங்களை அமைதிப்படுத்துவதுபோல பதில் சொல்வார் ஆயா. பிறகு 'நீ எந்தத் தெரு? உன் பேரு என்ன? உங்க அப்பா என்ன பண்றாரு?' என்று ஒவ்வொருவரிடமும் கேட்க ஆரம்பித்துவிடுவார்.

நாங்கள் சொல்லும் பதில்கள் எதுவும் அவர் மனத்தில் பதிவதே இல்லை. முகமும் பெயரும் கூட மறந்துவிடும். காதால் கேட்கும் ஒரு விஷயத்தை அந்தந்தக் கணத்திலேயே அவர் மறந்துவிடுகிறார் என்பது எங்களுக்கெல்லாம் தெரிந்த விஷயம் என்பதால் ஒருநாளும் பதில் சொல்ல சலித்ததே இல்லை. சில நேரங்களில் தவறான பதில்களை உண்மைபோலவே சொல்லிவிட்டு உள்ளூர சிரித்துக்கொள்வோம். ஆயா அதையும் சிரத்தையோடு கேட்டுக்கொள்வார்.

ஐந்தாறு நிமிடங்கள் நாங்கள் வாசலில் காத்திருந்த பிறகுதான் நெடுஞ்செழியன் கதவைத் திறந்துகொண்டு வெளியே வருவான். சிரித்துக்கொண்டே 'வாங்கடா, வாங்க. வீட்டுக்கணக்கு அது இதுன்னு எங்க வராம போயிடுவீங்களோன்னு நெனச்சிட்டிருந்தேன்' என்று சொல்வான். தொடர்ந்து எதைஎதையோ பேசுவான். கடைசியாக 'நீங்க போயிட்டே இருங்கடா. ஒரு அஞ்சு நிமிஷத்துல வந்துருவேன்' என்று சொல்லிவிட்டு உள்ளே ஓடிவிடுவான்.

என்ன வேலை, என்ன அவசரம் என்பதைப்பற்றி எல்லாம் எதுவும் சொல்லமாட்டான். எங்களால் அதைப்பற்றி எதுவும் கேட்கவும் முடியாது. விளையாடுவதற்குரிய டென்னிகாய்ட், வாலிபால், புட்பால், பந்துகள், மட்டைகள் எல்லாமே அவனிடம்தான் இருந்தன.

எங்களிடம் சொந்தமாக ஒரு ரப்பர் பந்து கூட கிடையாது. நெடுஞ்செழியனின் அப்பா வளவனூரிலிருந்து ஆறேழு ஊர்கள் தள்ளி ஒரு பெரிய பள்ளியில் ஆசிரியராக இருந்தார். அங்கே இரண்டு ஆண்டுகளுக்கு ஒருமுறை அல்லது மூன்று ஆண்டுகளுக்கு ஒருமுறை புதிது புதிதாக விளையாட்டுக்கருவிகள் வாங்குவது வழக்கம். அப்போது பழைய விளையாட்டுப்பொருட்களை யெல்லாம் ஆசிரியர்களிடையில் ஏலத்தில் விற்றுவிடுவார்கள்.

நெடுஞ்செழியனைத் தவிர, அவன் வீட்டில் இன்னும் இரண்டு அக்காக்களும் இரண்டு தங்கைகளும் ஒரு தம்பியும் இருந்தனர். அவர்கள் பொழுதுபோக்காக விளையாடுவதற்குப் பயன்படக் கூடும் என்ற எண்ணத்தில் அந்தப் பந்துகளையெல்லாம் அவர் ஏலத்தில் குறைந்த விலையில் வாங்கி விடுவார். பந்துகளுக்கு உரிமைகொண்டவன் என்பதால், என்ன விளையாட்டு விளையாடலாம் என்பதைத் தீர்மானிக்கும் உரிமை நெடுஞ் செழியனிடமே இருந்தது.

'வாங்கடா' என்று பேசிக்கொண்டே நடந்துசென்று புங்கைமர நிழலில் அமர்ந்தோம். பரசுராமன் போன வாரம் பார்த்த ஒரு சினிமாப்படத்தில் இடம்பெற்றிருந்த ஒரு சண்டைக்காட்சியை சுவாரசியமாக விவரித்தான். சுப்பிரமணியன் பாண்டிச்சேரி கடற்கரைக்குச் சென்றதையும் மணற்பரப்பில் அத்தை பிள்ளைகளோடு ஓடிப் பிடித்து விளையாடிய கதையையும் சொன்னான். கதைகள் அலுத்த சமயத்தில் மனோகரன் விடுகதை விளையாட்டைத் தொடங்கிவைத்தான். ஒவ்வொருவரும் ஒரு விடுகதையைச் சொல்லிவிட்டு அது என்ன, அது என்ன என்று ஒவ்வொருவர் முகமாகப் பார்த்துக் கேட்டபடி சுவாரசியமாக பொழுதை ஓட்டினோம்.

‘உடம்பே இல்லாத ஒருவன் ஒன்பது சட்டை போட்டிருப்பான், அவன் யார்?’ என்று புதிதாக வந்த குரலைக் கேட்டு நாங்கள் குரல் வந்த திசையில் திரும்பிப் பார்த்தோம். நெம்புகோல் மேடையில் காசி மாமா உட்கார்ந்திருந்தார். கீழேயிருந்து பார்ப்பதற்கு அரண்மனை உப்பரிகையில் நின்றிருக்கும் ராஜாவைப் பார்ப்பது போல இருந்தது. அவர் உயரமும் குரலும் ஒரு ராஜாவுக்கு உரியவை போலவே இருந்தன.

‘என்னடா பாக்கறீங்க, சொல்லுங்க’ என்று ஒலித்த அவருடைய குரலைக் கேட்ட பிறகுதான் எனக்கு சுய உணர்வு திரும்பியது. அவ்வளவு நேரமும் அங்கே அவர் உட்கார்ந்திருந்ததையே கவனிக்காமல் இருந்ததை நினைத்து வெட்கமாக இருந்தது.

காசி மாமா ரயில்வே ஊழியர். பாய்ண்ட்ஸ்மேன். இரண்டு மூன்று ஆண்டுகளுக்கு முன்னால் மாற்றலில் வளவனூருக்கு வந்தவர். அங்கேயே தங்கிவிட்டார். மேடையில் வரிசையாக பல நிறங்களில் சாய்ந்தமேனியில் நிறுத்திவைக்கப்பட்ட நெம்புகோல்களை அவருக்குச் சொல்லப்படும் கட்டளைகளுக்கு ஏற்ற வகையில் கீழ்ப்பக்கமாக அழுத்திவிடுவார் அல்லது மேல்பக்கமாக உயர்த்திவிடுவார். உடனே தொலைவில் இருக்கிற கைகாட்டிகள் தாழ்ந்துவிடும். அல்லது உயர்ந்து செல்லும். அதெல்லாம் ரயில்கள் நிற்பதற்கும் செல்வதற்கும் தெரிவிக்கப்படும் குறியீடு. அவர் மேலே உட்கார்ந்திருந்தால் ஏதோ ஒரு ரயிலின் வருகைக்காக காத்திருக்கிறார் என்று பொருள். இல்லையென்றால் புங்கைமர நிழல்தான் அவருடைய இடம்.

‘ம், சொல்லுங்கடா. என்ன பாக்கறீங்க?’ என்றார் காசி மாமா.

சில கணங்கள் யோசனைக்குப் பிறகு ‘நவரத்தினக்கல்லா மாமா?’ என்று சந்தேகத்தோடு இழுத்தான் பரசுராமன். இல்லை என்பதுபோல தலையை அசைத்த காசி மாமா ‘வெங்காயம்’ என்றார். அப்போதுதான் ‘அட இது தெரியாமல் போயிற்றே’ என்று எல்லோரும் வெட்கத்துடன் நாக்கைக் கடித்துக்கொண்டோம்.

‘சரி, இன்னொன்னு கேக்கட்டுமா?’ என்ற காசி மாமா ஒன்றிரண்டு கணங்கள் யோசித்துவிட்டு ‘என்னைப் பார்த்து சிரித்தால் நான் உன்னைப் பார்த்து சிரிப்பேன். என்னைப் பார்த்து அழுதால் நான் உன்னைப் பார்த்து அழுவேன், நான் யார்? சொல்லுங்க’ என்றார்.

‘மாமா, குரங்குதான?’ என்று அவசரமாகக் கேட்டான் மனோகரன்.

‘போடா, நீதான் குரங்கு’ என்று சிரித்தார் மாமா. அதைக் கேட்டு கூட்டமே சிரித்தது.

‘ரேடியோ?’ என்று நான் தயங்கிக்கொண்டே சொன்னேன். மாமா புன்னகையோடு ‘ம்ஹூம்’ என்று தலையசைத்தார்.

எல்லோரும் ஒரு பதிலைச் சொல்லிவிட்டு குழப்பத்தோடு தலையைச் சொறிந்துகொண்டிருந்தனர். கிட்டத்தட்ட எல்லாருமே மௌன நிலைக்குச் சென்றுவிட்டதால் மாமாவே ‘என்னடா, நானே இதுக்கும் பதில் சொல்லிடவா?’ என்று கேட்டார். ‘சொல்லுங்க மாமா’ என்று நாங்கள் சொன்னதுமே மாமா ‘முகம் பார்க்கிற கண்ணாடிடா’ என்றார். இன்னும் கொஞ்சம் யோசித்திருந்தால் கண்டுபிடித்திருக்கலாமே என்று த்ச்த்ச் என்று நாக்கை சப்புக்கொட்டிக்கொண்டேன்.

‘சரி, இன்னொரு விடுகதை சொல்றேன். இதுக்காவது பதில் சொல்றீங்களான்னு பார்க்கலாம். சரியான பதில் சொல்றவனுக்கு ஒரு பந்து பரிசு’ என்றார் மாமா.

பந்து என்ற சொல்லைக் கேட்டதுமே எங்கள் மனம் துடிக்கத் தொடங்கியது. எல்லோரும் அவருடைய முகத்தையே பார்த்தோம்.

‘எனக்குள்ள ஏராளமான அறை இருக்குது. ஆனா வீடு இல்லை. காவலுக்கு ஆயிரம் வீரர்கள் உண்டு. ஆனா கோட்டையும் இல்லை. நான் யார்?’

அறை, வீடு, கோட்டை என நாங்களே எங்களுக்குள் பல பதில்களை முணுமுணுத்துக்கொண்டோம். ஒரு கோணத்தில் பொருத்தமாகத் தோன்றும் அந்தப் பதில்கள் இன்னொரு கோணத்தில் பொருத்தமற்றவையாகத் தோன்றின. கஜேந்திரன் மட்டும் மெதுவாக ‘காட்டு பங்களா’ என்றான். மாமா உதட்டைப் பிதுக்கினார். உடனே குமரவேல் ‘பாதாள உலகம்’ என்றான். மாமா புன்னகையாலேயே அதை நிராகரித்தார். சுந்தரம் ‘அரண்மனை’ என்று சொன்னான். அந்த விடையும் தவறானது என்பதுபோல மாமா த்ச் என்று நாக்கு சப்புக்கொட்டினார். பிறகு. கடைசியாக அவரே ‘தேன்கூடு’ என்று பதில் சொன்னார்.

அப்போது நெடுஞ்செழியன் பேஸ்பால் மட்டையையும் பந்தையும் எடுத்துக்கொண்டு வந்து சேர்ந்தான். மனோகரன் ஓடிச் சென்று அந்தக் குண்டாந்தடியை வாங்கி அதன் வழவழப்பான பகுதியைத் தொட்டுத்தொட்டுப் பார்த்தான். ‘ஓங்கி ஒரு அடி அடிச்சா உன் மண்டை உடைஞ்சிடும். ஜாக்கிரதை’ என்று சிரித்தான் பரசுராமன்.

பேஸ்பால்தான் அன்றைய விளையாட்டு என்று தீர்மானமானதும் நாங்கள் எல்லோரும் எழுந்து தண்டவாளங்களைக் கடந்து மறுபுறம் உள்ள ஷெட் பக்கமாகச் செல்லத் தயாரானோம்.

பேஸ்பால் விளையாடப் பொருத்தமான நான்கு மூலைகள் கொண்ட சதுரமான பரப்பு அங்குதான் இருந்தது.

'என்னடா, இன்னைக்கு பேஸ்பாலா?' என்றார் காசி மாமா. 'ஆமா மாமா' என்று எல்லோரும் சொல்லிக்கொண்டே முதல் மேடையிலிருந்து இறங்கி இரண்டாவது மேடைக்குச் சென்றோம்.

'மாமா, பந்து வாங்கிக் கொடுக்கறேன்னு சொன்னீங்களே? எப்ப கிடைக்கும்' என்று கேட்டான் மனோகரன். 'சரியான பதில் சொல்லியிருந்தா பந்து கிடைச்சிருக்கும். ஒருத்தனும் ஒரு விடுகதைக்கும் பதில் சொல்லலையே, அப்புறம் எப்படி பந்து கிடைக்கும்?' என்றார் மாமா. 'சரி சரி, சீக்கிரமா தண்டவாளத்தைத் தாண்டி போங்கடா. பாண்டிச்சேரி போற ரயில் வரப்போவுது' என்று அவசரப்படுத்தினார். நாங்கள் வேகமாகக் கடந்து மறுபக்கம் சென்று விளையாடத் தொடங்கினோம்.

சிறிது நேரத்தில் ஸ்டேஷன் மணி அடித்துவிட்டது. ஸ்டேஷன் நடைமேடையில் நடமாட்டம் அதிகமாக இருந்தது. புகைவிட்ட படி வேகமாக வந்த ரயில் மெல்ல மெல்ல வேகத்தைக் குறைத்தபடி வந்து மூச்சு வாங்குவதுபோல நின்றது. நெம்புகோலுக்கு அழுத்தம் கொடுத்து உயர்த்துவதும் தாழ்த்துவதுமாக நெம்புகோல் மேடையில் நின்றிருந்தார் மாமா. அவர் பார்வை தொலைதூரத்தில் கைகாட்டி தாழ்வதையும் உயர்வதையும் கண்காணித்தபடி இருந்தன. ஒரு நிமிடம் நின்று பிரயாணிகளை ஏற்றிக்கொண்டு ரயில் புறப்பட்டுச் சென்றதும் நடைமேடையில் நடமாட்டம் குறைந்து வெறுமை சூழ்ந்தது. கடலை உருண்டை, தேன்மிட்டாய் விற்றுக்கொண்டிருந்த தட்டு வியாபாரிகள் ஒவ்வொருவராக வெளியேறத் தொடங்கினர். ஓடு ஓடு, பிடி பிடி என்று நாங்கள் போட்ட சத்தம்தான் எங்கெங்கும் நிறைந்தபடி இருந்தது.

நெம்புகோல் மேடையிலேயே உட்கார்ந்துகொண்டு எங்கள் விளையாட்டை வேடிக்கை பார்த்தார் மாமா. எங்கள் ஆட்டம் அப்போதுதான் களைகட்டி உச்சத்தை நோக்கிச் சென்று கொண்டிருந்தது.

ரயில் வரத்து எதுவும் இல்லாத நேரங்களில் கூட மாமா அந்த நெம்புகோல் மேடைக்கு அருகிலேயே புங்கை மரத்தடியில் காலை நீட்டிக்கொண்டு உட்கார்ந்திருப்பார். அவர் உட்கார்ந்திருப்பதைப் பார்த்துவிட்டு, அந்தப் பக்கமாகச் செல்லும் யாராவது ஒரு தயிர்க்காரப் பெண் அல்லது வண்டிக்காரர் அருகில் வந்து சிறிது நேரம் நிழலில் உட்கார்ந்து பேசிக்கொண்டே இளைப்பாறிவிட்டுச்

செல்வார்கள். சுருக்குப்பையைத் திறந்து வெற்றிலை பாக்கு போட்டபடி ஊர்க்கதைகள் சொல்வார்கள். பேச்சுத்துணைக்கு யாருமே கிடைக்கவில்லை என்றால், சற்றே தொலைவில் மாடு மேய்க்கும் சிறுவர்களை அழைத்து எதையாவது உரையாடிக் கொண்டிருப்பார் மாமா. அவர்களுக்கு ஏதாவது பழைய சினிமாப்பாட்டு பாடிக் காட்டுவார். எல்லாமே சோகமான பாடல்கள். யாருமே இல்லாத சூழலில் கூட மாமா தனியாகத் தனக்குத்தானே பாடிக்கொள்வார்.

ஒருநாள் இரவு சாப்பிட்டு முடிந்த பிறகு நிலா வெளிச்சத்தில் நானும் தம்பிகளும் உட்கார்ந்திருக்க அப்பா எங்களுக்கு ஒரு கதை சொன்னார். நான் ஒரு குள்ளக்கத்திரிக்காய் கதை சொன்னேன். எல்லோரும் விழுந்து விழுந்து சிரித்தார்கள். சிரித்து சிரித்து தம்பிக்கு புரையேறிவிட்டது. அவன் அப்பாவிடம் 'கதை போதும்பா. ஒரு பாட்டு பாடுங்கப்பா' என்று கேட்டான். உடனே அவர் 'பாட்டா?' என்று மோவாயைச் சொறிந்தபடி வானத்து நிலவையே சில கணங்கள் பார்த்தார். பிறகு தொண்டையைச் செருமி சரிப்படுத்திக்கொண்டு மெல்லிய குரலில் 'ஆகாய வீதியில் அழகான வெண்ணிலா அலங்காரத் தாரகைபோல அசைந்தூஞ்சல் ஆடுதே ஆனந்தம் தேடுதே' என்று பாடினார்.

அவர் முதல் பத்தியைக் கடக்கும் வரையில் நானும் அப்பாடலை ஆழ்ந்து கேட்டபடி இருந்தேன். ஆனால் இரண்டாவது பத்தியைத் தொட்டதுமே ஏற்கனவே ஒருமுறை காசி மாமா பாடி அதைக் கேட்டிருக்கிறோம் என்பது புரிந்துவிட்டது. அப்பா பாடி முடிக்கும் வரைக்கும் காத்திருந்து 'நான் இந்தப் பாட்டை ஏற்கனவே கேட்டிருக்கேன்பா' என்றேன்.

'எங்க கேட்ட? ரேடியோவுலயா?'

'இல்லைப்பா, ஸ்டேஷன்ல காசி மாமா இந்தப் பாட்ட அடிக்கடி பாடுவாரு. அப்ப கேட்டிருக்கேன்'

'ஓ. அவனா?' என்று நான் சொன்னதைக் காதில் வாங்கிக்கொண்ட அப்பா த்ச் என்று ஒருமுறை நாக்கு சப்புக்கொட்டினார். பிறகு அவரிடமிருந்து தன்னிச்சையாக ஒரு பெருமூச்சு வெளிப்பட்டது. 'பாவம், எப்படி எப்படியோ இருந்திருக்கவேண்டிய ஆளு. இப்படி இங்க வந்து கெடக்கறான்' என்று சங்கடத்தோடு சொன்னார்.

'அவருக்கு என்னப்பா?'

'என்னன்னு சொல்ல? குடும்பம்னு சொல்ல யாரும் இல்லை அவனுக்கு. அம்மா, அப்பா, மனைவி, புள்ளைன்னு யாருமே

இல்லை. திருப்பதிக்கு குடும்பமா போய் திரும்பற நேரத்துல ஒரு விபத்துல எல்லாருமே போய் சேந்துட்டாங்க. இவன் மட்டும் பொழைச்சி வந்துட்டான்'

'காசி மாமா ரொம்ப நல்லவருப்பா.'

'நல்லவங்களத்தானே கடவுள் ரொம்ப சோதிக்கறாரு.'

'தனியா இருந்தா நிறைய பாட்டு பாடிகிட்டே இருப்பாருபா. ஆளுங்க வந்தா நிறுத்திட்டு பேச ஆரம்பிச்சிடுவாரு.'

'அப்படியா?'

'அது மட்டுமில்லை. அவருக்கு நிறைய விடுகதைகள் எல்லாம் தெரியும். ஆனா எங்களுக்குத்தான் அவரு சொல்ற விடுகதைகளுக்கு விடையே கண்டுபுடிக்க தெரியாது. சரியான விடையை சொன்னா, சொல்றவங்களுக்கு பந்து வாங்கி கொடுக்கறேன்னு சொல்லியிருக்காரு.'

நெம்புகோல் மேடையில் இல்லாத நேரங்களில் கூட காசி மாமா ஓய்வெடுக்கமாட்டார். ஸ்டேஷனலிருந்து கிழக்குப் பக்கமாகவோ மேற்குப்பக்கமாகவோ தண்டவாளத்தின் இணைப்புகளைச் சோதித்தபடி அடுத்த ஸ்டேஷன் வரை நடந்துபோய் வருவார்.

ஒருமுறை நாங்கள் விளையாடுவதற்காகச் சென்று வழக்கம்போல நெடுஞ்செழியனுக்காகக் காத்திருந்த நேரத்தில் மேடைமீது வைத்திருந்த ஒரு சாக்குமூட்டையை எடுத்துவந்து எங்கள் முன்னால் வைத்தார்.

'என்ன மாமா?' என்று கேட்டுக்கொண்டே மூட்டையைத் தொட்டு அழுத்திப் பார்த்தான் மனோகரன்.

'இருடா. இருடா. அவசரப்பட்டு அழுத்திடாத. நசுங்கிட போவுது. பிரிச்சி பாருங்கடா' என்று சிரித்தார் மாமா.

கயிற்றின் முடிச்சை அவிழ்த்து சாக்கைத் திறந்து பார்த்தபோது பத்துக்கும் மேற்பட்ட மாம்பழங்கள் இருந்தன. எல்லாப் பழங்களையும் ஒவ்வொன்றாக எடுத்து வெளியே அடுக்கினான் மனோகரன். 'எங்க கிடைச்சிது மாமா?' என்று கேட்டான்.

'ஒரு தோப்புல வித்துட்டிருந்தாங்கடா. ரொம்ப மலிவா விலை சொன்னாங்க. வாங்கிவந்துட்டேன். ஆளுக்கு ரெண்டு எடுத்துக்கங்கடா.'

அப்படிச் சொல்வார் என நாங்கள் எதிர்பார்க்கவில்லை. 'எங்களுக்கு எதுக்கு மாமா? நீங்க வச்சிருந்து சாப்புடுங்க' என்றேன் நான்.

'நான் சாப்பிடறதுன்னா, தோப்புலயே வாங்கி சாப்ட்டுட்டு வந்திருக்க போறேன். உங்களுக்காகத்தான்டா வாங்கி வந்தேன். எடுத்து சாப்புடுங்கடா.'

அப்போதும் நாங்கள் சற்றே தயங்கி அமைதியாக இருந்ததைப் பார்த்ததும் மாமாவே இரண்டிரண்டாக எடுத்து ஒவ்வொருவரிடமும் கொடுத்தார். பழம் மிகவும் ருசியாக இருந்தது.

'இது மல்கோவா மாம்பழமா மாமா?'

'அந்த விவரமெல்லாம் எனக்கு தெரியாது தம்பி. மல்கோவாவா இருந்தா என்ன, செந்தூரமா இருந்தா என்ன? நாக்குக்கு ருசியா இருக்குற பழம். அவ்வளவுதான்.'

ஒருமுறை சாலையாம்பாளையத்திலிருந்து சைக்கிள் கேரியரில் வைத்து விற்றுக்கொண்டு வந்த வியாபாரியிடம் வாங்கி வைத்ததாகச் சொல்லி கொய்யாப்பழங்களை எடுத்துக் கொடுத்து சாப்பிடச் சொன்னார். இன்னொருமுறை முந்திரிப்பழங்கள் கொடுத்தார். அடிக்கடி இப்படி பழங்களைக் கொடுத்து எங்களுக்கு நல்ல ருசியை அறிமுகப்படுத்தினார்.

தீபாவளியை முன்னிட்டு எங்கள் வீட்டில் முறுக்கு சுட்டிருந்தார்கள். நான் அதை ஒரு தாளில் வைத்துச் சுற்றி நூலால் கட்டி கால்சட்டைப் பையில் வைத்து எடுத்துச் சென்று மாமாவிடம் கொடுத்தேன். 'எனக்காகவாடா எடுத்தாந்த? எனக்காகவாடா எடுத்தாந்த?' என்று கேட்டுவிட்டு என் தோளில் தட்டிக் கொடுத்தார். தாளில் இருந்த முறுக்குகளை எடுத்து உடைத்து எங்கள் அனைவருக்கும் ஆளுக்குக் கொஞ்சம் பிரித்துக் கொடுத்து விட்டு அவரும் சாப்பிட்டார்.

முழு ஆண்டுத் தேர்வுக்கான அட்டவணையை பள்ளிக்கூடத்தில் எழுதிப் போட்ட நாளில் வீட்டில் அறிவுரை மழை பொழியத் தொடங்கிவிட்டது.

'ஊட்டுலயே உக்காந்து ஒழுங்கா படிக்கிற வேலையை மட்டும் பாக்கணும். புரியுதா? நல்ல மார்க் எடுத்தாதான் ஆறாங்கிளாஸ்க்கு ஹைஸ்கூலுக்கு போகமுடியும். இல்லைன்னா என் கூடவே கடைக்கு வந்து காஜா எடுக்கற வேலையைத்தான் கத்துக்கணும்.'

காலையில் படிப்பு, மாலையில் படிப்பு, இரவிலும் படிப்பு என்று ஒவ்வொரு நாளும் புத்தகங்களோடு பொழுது கழிந்தது. தூக்கத்தில் கூட கேள்வி பதில்கள் கனவுகளாகவே வந்தன.

தேர்வுகள் எல்லாம் முடிவடைந்தன. நன்றாகத்தான் எழுதியிருந்தேன். ஆனால் வீட்டுக்கு வந்து சென்ற விருந்தினர் அனைவரும் 'என்ன தம்பி, பாஸ் பண்ணிடுவியா?' என்று கேட்கும்போதெல்லாம் ஒரு திகில் எழுந்து பரவுவதைத் தடுக்கமுடியவில்லை.

அடுத்து வந்த ஞாயிறு முதல் வழக்கம்போல ரயில்வே ஸ்டேஷன் பக்கம் சென்று விளையாடத் தொடங்கிவிடலாம் என்று நண்பர்களுக்குள் தகவல் பரிமாறிக்கொண்டோம். எல்லோருமே சுப்பிரமணியன் வீட்டில் சேர்ந்து எனக்காகக் காத்திருந்தனர். நான் போய்ச் சேர்ந்ததுமே எல்லோரும் கூட்டமாக நெடுஞ்செழியன் வீட்டுக்குச் சென்றோம். மட்டையைச் சுழற்றி பந்தை அடிப்பதுபோல கைகள் தாமாகவே வளைந்து வளைந்து கற்பனையில் மிதந்தன.

வழக்கம்போல நெடுஞ்செழியன் ஆயாவின் குரல்தான் எங்களை வாசலில் வரவேற்றது. 'வாங்கடா வானரங்களா, இத்தன நாளு பரீட்சை பரீட்சைன்னு சுருட்டி வச்சிருந்த வாலு இன்னைக்கு நிமுந்துடுச்சா? பட்டாளமா கௌம்பிட்டீங்களா?' என்றார்.

நான் அவர் சொன்னதைப் பொருட்படுத்தாமலேயே 'நெடுஞ்செழியன கூப்புடுங்க ஆயா' என்றேன்.

'அவன் வீட்டுல இருந்தாதான கூப்புடறதுக்கு?'

'என்ன ஆயா சொல்ற? எங்க போயிட்டான்?'

'விடிகாலையிலயே முத பஸ்ல அவுங்க சித்தப்பன்காரன் ஊருக்கு போயிட்டான்.'

ஆயா சொன்னதை எங்களால் நம்பவும் முடியவில்லை. நம்பாமல் இருக்கவும் முடியவில்லை. அவர் சொன்னதைக் கேட்டு திகைத்து நின்றோம். எங்கள் அமைதியே அவரை மேலும் சொல்வதற்கு தூண்டிவிட்டது.

'அவன பாண்டிச்சேரியில இங்கிலீஷ் பள்ளிக்கூடத்துல சேர்க்கப் போறாங்கடா. அதுக்குத் தகுந்த மாதிரி இங்கிலீஷ ஒழுங்கா கத்துக்கணுமில்லயா? இந்த ஊருல வாழ்ந்து என்னத்த கத்துக்க முடியும்? அதான் அனுப்பிவச்சிட்டாங்க.'

நெடுஞ்செழியன் இப்படி ரகசியமாக ஊரைவிட்டுச் சென்றது உண்மையிலேயே எங்களுக்கு வருத்தத்தைக் கொடுத்தது. நாங்கள் மேற்கொண்டு ஆயாவிடம் எதுவும் பேசவில்லை. 'வரோம் ஆயா' என்று சொல்லிவிட்டு புறப்பட்டுவிட்டோம்.

எங்கு போவது என்று தெரியாமலேயே புங்கைமரத்தடிக்குப் போய்ச் சேர்ந்தோம். அன்று மாமாவுக்கு யாரும் பேச்சுத்துணை கிடைக்கவில்லை. தனியாக பாடிக்கொண்டிருந்தார். 'உறவும் இல்லை, பகையும் இல்லை ஒன்றுமே இல்லை. உள்ளதெல்லாம் நீயே அல்லால் வேறு கதியில்லை இனி யாரும் துணையில்லை' என்ற வரிகளைக் கேட்டபோது ஏற்கனவே எங்களுக்குள் பெருகியிருந்த துயரம் இன்னும் அதிகரித்தது.

சோர்வு படிந்த எங்கள் முகங்களைப் பார்த்ததும் மாமா முதலில் திகைப்புடன் 'என்னங்கடா, என்னாச்சி?' என்று கேட்டார். தொடர்ந்து 'பரீட்சை சரியா எழுதலையா?' என்று கேட்டார். 'அதெல்லாம் ஒன்னும் இல்லை மாமா' என்று நடந்ததையெல்லாம் அவரிடம் சொன்னேன்.

'அட, கூறு கெட்ட பசங்களா. இதுக்காகவாடா மூஞ்சிய தூக்கி வச்சிருக்கீங்க? விட்டுத் தள்ளுங்கடா. சாய்ங்காலம் நீங்க வரும்போது உங்களுக்காக இங்க ஒரு பந்து காத்திருக்கும். போதுமா?' என்றார்.

'எப்படி மாமா?' என்று தயக்கத்தோடு அவர் முகத்தைப் பார்த்தேன்.

'மந்திரம் போட்டு வரவழைச்சிடுவேன். போதுமா? வேற கதை பேசலாம். உக்காருடா' என்று என் தோளில் தட்டிக் கொடுத்தார் மாமா. எல்லாரையும் வட்டமாக உட்காரவைத்துவிட்டு மாமாதான் அன்று நிறையப் பேசினார். கதை சொன்னார். பாட்டு பாடினார். பன்னிரண்டு மணிக்குச் செல்லும் விழுப்புரம் ரயில் போன பிறகுதான் நாங்கள் அங்கிருந்து கலைந்து வீட்டுக்குச் சென்றோம்.

சாயங்காலம் ஐந்து மணிவாக்கில் மறுபடியும் புங்கை மரத்தடியில் சேர்ந்த போது மாமா எங்களுக்காகக் காத்திருந்தார். படியேறிச் சென்று நெம்புகோல் பலகைத்தட்டில் வைத்திருந்த பையை எடுத்துக்கொண்டு இறங்கி வந்து என்னிடம் கொடுத்தார். உள்ளே இருப்பது பெரியதொரு பந்து என்பதை அந்தப் பையின் வடிவத்தைப் பார்த்ததுமே புரிந்துவிட்டது. பிரித்துப் பார்த்தோம். கால்பந்து.

'என்னடா சந்தோஷமா?'

எங்களுக்கு என்ன பதில் சொல்வது என்றே தெரியவில்லை. எங்கள் முகங்கள் மலர்ந்துவிட்டன. பேச்சே எழாமல் பந்தை கையாலேயே உருட்டிக்கொண்டிருந்தோம்.

'உங்களுக்கு பந்து வாங்கித் தரேன்னு ஏற்கனவே நான் சொல்லியிருந்தேனே, அந்தப் பந்துதான்டா இது.'

‘எங்களுக்குத்தான் ஒரு விடுகதைக்குக்கூட சரியான பதிலே தெரியலையே.’

‘அப்ப தெரியலைன்னா என்னடா, இப்ப கேக்கறேன். சொல்றீங்களா?’

மாமா அப்படி கேட்பார் என்று நாங்கள் எதிர்பார்க்கவில்லை. ஒரு கணமும் யோசிக்காமல் உடனே நாங்கள் ‘சரி மாமா’ என்றோம்.

மாமா ஒரு கணம் யோசித்துவிட்டு ‘அள்ளமுடியும், கிள்ள முடியாது, அது என்ன?’ என்றார். அடுத்த கணமே எல்லோரும் ஒரே குரலில் ‘தண்ணீர்’ என்று சொல்லிக்கொண்டே குதித்தார்கள். ‘சரியான பதில். இனிமேல இந்தப் பந்து உங்க பந்து. போதுமா? போய் ஆடுங்கடா போங்க’ என்றபடி மாமா பந்தை எடுத்து மரத்தடியில் வீசினார். நாங்கள் எல்லோரும் ஓவென்று சத்தமிட்டபடி பந்தைத் தொடர்ந்து ஓடினோம்.

அந்தப் பந்துதான் எங்கள் விடுமுறைக்காலத்தை ஒளிமிக்கதாகவும் உல்லாசமானதாகவும் மாற்றியது. எங்கள் கூட்டணியில் இருந்தவர்களில் ஒருவரும் எந்த ஊருக்கும் சென்றுவரும் சூழலில் இல்லை. எந்த உறவினர் வீட்டுக்கும் செல்லவில்லை. ஒவ்வொரு பொழுதையும் பந்துதான் பொன்மயமானதாக்கி நெஞ்சை நிறைத்தது. இன்ப நினைவுகளுக்கு அளவே இல்லை.

ஒருநாள் மாமா நெம்புகோல் பலகையில் ஏறி நின்று துடுப்பு களுக்கிடையில் எண்ணெய்த்துளிகளை விட்டு சுத்தப்படுத்திக் கொண்டிருந்தார். நாங்கள் இரண்டாவது நடைமேடையில் நின்றிருந்த சரக்கு ரயிலில் திறந்திருக்கும் கதவு வழியாக புகுந்து சென்று மறுபக்கம் நிழலில் விளையாடத் தொடங்கினோம்.

ஆட்டத்தின் வேகத்தில் சுந்தரம் வேகமாக உதைத்த பந்தை குமரவேல் துரத்திக்கொண்டு சென்றான். கூடவே ஓடிவந்த மனோகரன் இடையில் நுழைந்து பந்தை மேலும் விசையுடன் உதைத்தான். உருண்டுசென்ற பந்து சட்டென தரையிலிருந்து எம்பி பறந்து சென்றது. கண்ணிமைக்கும் நேரத்துக்குள் அது ரயிலில் இணைக்கப்பட்டிருந்த ஒரு பெட்டிக்குள் விழுந்துவிட்டது.

ஒருகணம் எல்லோரும் திகைத்து நின்றுவிட்டோம். என்ன செய்வது என்றே புரியவில்லை. அந்தப் பெட்டிக்கு அருகில் நின்று எக்கி எக்கிப் பார்த்தோம். எட்டாத உயரத்தில் இருந்தது. அந்தப் பெட்டியின் மேல்பக்கம் திறந்திருந்ததால் பக்கவாட்டுக் கதவுகள் பூட்டப்பட்டிருந்தன.

‘இவ்ளோ உயரமா இருக்குதே? எப்படிடா உள்ள போகறது?’

ஒரே கேள்வியை எல்லோரும் வேறுவேறு சொற்களில் கேட்டுக் குழப்பிக்கொண்டு நின்றோம்.

எங்கள் கூட்டத்தில் சுப்பிரமணி ஒருவன்தான் உயரமானவன். அவன் தோள்மீது ஏறி நின்றால் பெட்டிக்குள் இறங்கிவிடலாம் என்று சொன்னான் மனோகரன். உடனே சுப்பிரமணியைப் பெட்டிக்கு அருகில் நிறுத்தி நாங்கள் அனைவரும் அவன் தோள்வரை செல்லக்கூடிய படிக்கட்டுகளாக ஒருவர் பின்னால் ஒருவராக குனிந்து நின்றுகொண்டோம். மனோகரன் துணிச்சலோடு எங்கள் முதுகின் மீது கால்வைத்து ஏறிச் சென்று இறுதியாக சுப்பிரமணியனின் தோளில் கால்வைத்து பெட்டியின் விளிம்பைப் பற்றி உள்ளே குதித்துவிட்டான்.

அடுத்த கணமே பந்தை எடுத்து வெளியே வீசினான். பெட்டியின் விளிம்பைத் தொட்டு மேலேற நினைத்த தருணத்தில் கிறீச்சென்ற சத்தத்தோடு பெட்டி குலுங்கியது. நாங்கள் என்ன ஏது என்று புரியாமல் அந்தப் பக்கமும் இந்தப் பக்கமும் திரும்பித்திரும்பிப் பார்த்தோம். அந்த அச்சத்தில் நாங்கள் அனைவருமே பெட்டியை விட்டு விலகிவிட்டோம். விளிம்பைப் பற்றிக்கொண்டிருந்த மனோகரன் தடுமாறி பெட்டிக்குள்ளேயே விழுந்துவிட்டான்.

அடுத்த கணத்தில் வண்டி மெல்ல மெல்ல ஒரு புழுவைப்போல நெளிந்து ஊர்ந்தது. அப்போதுதான் வண்டி நகரத் தொடங்கியதை நாங்கள் உணர்ந்தோம். எவ்வளவு பெரிய ஆபத்தில் சிக்கிக்கொண்டோம் என்பது அப்போதுதான் உறைத்தது. ‘மனோகரா, வெளியே வராத. உள்ளயே இரு. உள்ளயே இரு’ என்று ஒரு பக்கம் கத்தினோம். ‘காப்பாத்துங்க. காப்பாத்துங்க’ என்று இன்னொரு பக்கம் கத்தினோம். எங்கள் குரல் ரயில் எழுப்பிய சத்தத்தில் யாருக்கும் கேட்கவில்லை. ஒவ்வொரு பெட்டியாக ரயில் நகர்ந்தபடி இருந்தது.

பெட்டிக்கு மறுபக்கத்தில் இருந்து எங்களால் மாமாவைப் பார்க்கவும் முடியவில்லை. அழுகையிலும் அச்சத்திலும் என்ன செய்வது என்றும் புரியாமல் அந்த வண்டிக்குப் பின்னாலேயே ஓடினோம். எப்படியாவது மாமாவின் முகத்தைப் பார்த்துவிட மாட்டோமா என்று அலைமோதினோம்.

தற்செயலாக உயரம் குறைந்த பெட்டியொன்று கடந்தபோது மாமாவின் முகம் தெரிந்துவிட்டது. ‘மாமா மாமா’ என்று கூட்டமாக நாங்கள் போட்ட சத்தத்தைக் கேட்டு அவரும் அக்கணத்தில்

எங்களைப் பார்த்துவிட்டார். 'ஐயோ' என்றபடி தலைமீது அவர் கைவைத்துக்கொள்வதை நான் பார்த்தேன். மறுகணமே ஒரு துடுப்பை இழுத்தும் இன்னொரு துடுப்பை அழுத்தியும் வண்டி தாராளமாகக் கடந்து செல்லலாம் என்பதற்காக ஏற்கனவே இறக்கியிருந்த கைகாட்டியை உயர்த்தி சிவப்புவிளக்கை ஒளிரச் செய்தார். பக்கவாட்டு இணைப்பிலிருந்து பிரதான இணைப்புக்கு மாறிச் செல்லும் முன்பாகவே சரக்கு ரயிலின் ஓட்டுநரும் அந்த மாற்றத்தைக் கவனித்துவிட்டதால் வண்டி நின்றுவிட்டது.

மாமாவும் இன்னும் சில ரயில்வே ஊழியர்களும் ஓடி வந்தார்கள். சுருக்கமாக விஷயத்தைக் கேட்டுத் தெரிந்துகொண்ட ஓர் ஊழியர் அவசரமாக பெட்டிக்குள் இறங்கி மனோகரனை வெளியே இறக்கிவிட்டு அவரும் வெளியே வந்தார்.

சரக்கு ரயில் புறப்பட்டுச் சென்றதும் எங்கள் அனைவரையும் ஸ்டேஷன் மாஸ்டர் அறைக்கு அழைத்துச் சென்றார் ஓர் ஊழியர். ஸ்டேஷன் மாஸ்டர் எங்களுடைய பெயர், தெரு விவரங்களை விசாரித்தார். இறுதியாக இனி ஒரு போதும் புங்கை மரத்தைக் கடந்து இரண்டாவது ரயில் மேடையின் பக்கம் சென்று விளையாடக்கூடாது என்று எச்சரித்துவிட்டு அனுப்பிவைத்தார். பிறகு மாமாவை மட்டும் தனியாக அறைக்குள் அழைத்துச் சென்று ஏதோ பேசிவிட்டு அனுப்பிவைத்தார்.

அன்றைய நிகழ்ச்சியைப்பற்றி நாங்கள் ஒருவரிடமும் வாய் திறக்கவில்லை. சொல்லத் தொடங்கினால், முதலில் தடைபடப் போவது எங்கள் விளையாட்டுதான் என்பதை நாங்கள் உணர்ந்திருந்தோம். அதனால் அப்படி ஒரு விஷயம் நடக்கவே இல்லை என்பதுபோல மறுநாள் வழக்கமாக புறப்படும் நேரத்தில் பந்தை எடுத்துக்கொண்டு புங்கை மரத்தடிக்கு வந்துவிட்டோம்.

'எல்லாம் மாயைதானா, பேதை எண்ணம் யாவும் வீணா' என்று பாடிக்கொண்டிருந்த மாமா எங்களைப் பார்த்ததும் பாட்டை நிறுத்தி விட்டு 'வாங்கடா, யாருகிட்டயாவது மூச்சு விட்டீங்களாடா?' என்று கேட்டார். நாங்கள் இல்லை என்பதற்கு அடையாளமாக தலையை அசைத்தோம். 'நீங்களும் அதையே நெனச்சிட்டு இருக்கக்கூடாது. கொஞ்சம் கொஞ்சமா மறந்துடணும். புரியுதா? போய் சந்தோஷமா ஆடுங்க' என்றார்.

மாமா அந்த ஊரில் இருந்த வரைக்கும் அவருடைய குரல் அந்த வட்டாரத்தில் எதிரொலித்தபடியே இருந்தது. எங்கு நின்றாலும் அவர் குரல் காற்றில் மிதந்துவரும். ஸ்டேஷன் பக்கமாகச் செல்லும் வண்டிக்காரர்கள், தயிர்க்காரிகள், சைக்கிளில் கீரைக்கட்டு

சுமந்துசெல்பவர்கள். ஆடு வியாபாரிகள், பலகாரக்கூடை சுமந்து செல்பவர்கள் எல்லோருமே அவரைத் தேடி வந்து ஒரு வார்த்தை பேசிவிட்டுச் செல்வார்கள். அந்த உரையாடல்தான் ஒவ்வொரு நாளும் அவருக்குக் கிடைத்த பெரிய சத்துணவு.

புங்கைமரத்தடியில் உட்கார்ந்திருக்கும்போது சாதாரணமான பிரஜையாகத் தோற்றமளிக்கும் மாமா நெம்புகோல் மேடையில் ஏறி நின்றுவிட்டால் அந்த ஸ்டேஷனுக்கு வந்து போகிற ரயில்களையெல்லாம் பொறுப்போடு கட்டி மேய்க்கிறவரே அவர்தான் என்று தோன்றும்.

ஸ்டேஷன்களில் நெம்புகோல் மேடையைப் பார்க்கும் போதெல்லாம் எனக்குள் ஓர் எண்ணம் எழுவதுண்டு. அங்கே இருப்பவையெல்லாம் இரண்டடி மூன்றடி நீளமுள்ள சாதாரணத் துடுப்புகள் மட்டுமே. ஆனால் அந்தத் துடுப்பிலிருந்து பீறிட்டுச் செல்லும் ஒரு சிறு விசைதான் ஆயிரம் அடி, இரண்டாயிரம் அடி நீளமுள்ள ஒரு ரயிலையே இயக்குகிறது.

7. ஒரு சொல்

ஆறாம் வகுப்பிலேயே நான் உயர்நிலைப் பள்ளியில் சேர்ந்துவிட்டாலும் உண்மையான உயர்நிலை வகுப்பு என்பது ஒன்பதாம் வகுப்பிலிருந்துதான் தொடங்கியது. ஆறு, ஏழு, எட்டு வகுப்புகளுக்குப் பாடம் எடுத்த ஆசிரியர் களில் ஒருவர்கூட ஒன்பதாம் வகுப்புக்கு வரமாட்டார்கள் என்றும் எல்லாப் பாடங் களுக்கும் புதிய ஆசிரியர்களே வருவார்கள் என்றும் முதல் நாள் பிரார்த்தனையிலேயே சொல்லிவிட்டார்கள்.

ஒன்பதாம் வகுப்பில் மூன்று பிரிவுகள் இருந்தன. என் பெயர் ஆ பிரிவுக்குரிய பட்டியலில் இடம்பெற்றிருந்தது. நாங்கள் அனைவரும் வரிசையாக நடந்து சென்று எங்களுக்குரிய வகுப்பறையில் உட்கார்ந்தோம். ஒவ்வொரு பாடத்துக்கும் யார் யார் வரப்போகிறார்களோ என்று பதற்றமாக இருந்தது.

எட்டாம் வகுப்பு வரை பாடம் எடுத்த ராமசாமி சாரும் அதியமான் சாரும் எனக்கு மிகவும் பிடித்த ஆசிரியர்கள். அவர்களைப்போன்ற அன்பான ஆசிரியர்கள் வரவேண்டும் என்று பிள்ளையாரிடம் மனத்துக்குள்ளேயே பிரார்த்தனை செய்தபடி இருந்தேன். ஐந்தாம் வகுப்பு வரை என்னோடு

கோவிந்தையர் பள்ளியில் படித்த பல நண்பர்கள் எட்டு வரைக்கும் அங்கேயே படித்துவிட்டு உயர்நிலைப்பள்ளியில் புதிதாகச் சேர்ந்திருந்தார்கள். அவர்களையெல்லாம் பார்த்துப் பேசிய மகிழ்ச்சி எதுவும் மனத்தில் படியவில்லை. பதற்றம் மட்டுமே குடிகொண்டிருந்தது.

முதல் பாடவேளைக்கு வந்த ஆசிரியர் உயரமாக இருந்தார். நாங்கள் எழுந்துநின்று அவருக்கு வணக்கம் சொன்னோம். 'வணக்கம் வணக்கம். உக்காருங்க' என்றபடி அவர் மேசைக்கு அருகில் சென்று நின்றுகொண்டு எங்களைப் பார்த்தார். வெள்ளைவெளேரென்று வேட்டி கட்டியிருந்தார். சந்தன நிறத்தில் சட்டை. சுருள்சுருளான முடி. சிவந்த நிறம். நெற்றியில் நேர்க்கோடாக திருமண் வைத்திருந்தார். 'நான் ராதாகிருஷ்ணன். உங்களுக்கு தமிழ் எடுக்கறேன்' என்று அறிமுகப்படுத்திக்கொண்டார். நாங்கள் ஒவ்வொருவராக எழுந்து எங்கள் பெயரையும் இதற்கு முன் படித்த பள்ளியின் பெயரையும் இணைத்துச் சொன்னோம். அனைவரும் சொல்லிமுடிக்கும் வரைக்கும் காத்திருந்துவிட்டு அவர் பாடம் எடுக்கத் தொடங்கினார்.

காலையில் நான்கு பாடவேளைகள். மாலையில் மூன்று பாடவேளைகள். தமிழ், தமிழ் துணைப்பாடம், ஆங்கிலம், ஆங்கிலம் துணைப்பாடம், கணக்கு, விஞ்ஞானம் ஆகிய பாடங்களை எடுக்கப்போகும் ஆசிரியர்கள் யார் யார் என்பது தெரிந்துவிட்டது. கடைசிப் பாடவேளை சரித்திரம், பூகோளம் பாடங்களுக்கு உரியது. அந்த ஆசிரியர் யார் என்பதைத் தெரிந்துகொள்ள ஆவலோடு காத்திருந்தோம்.

ஐந்து நிமிட இடைவெளிக்குப் பிறகு அவர் வந்தார். மெலிந்த தோற்றம். கதர்வேட்டியும் கதர்ச்சட்டையும் அணிந்திருந்தார். சட்டையின் இடதுபக்கத்தில் இருந்த பைக்குள் ஒரு சின்னஞ்சிறு குறிப்பேடும் பேனாவும் இருந்தன. அடர்த்தியான தலைமுடி. ஒடுங்கிய முகம். பாரதியாரைப்போலவே முறுக்கு மீசை. எங்கள் வணக்கத்தை ஒரு புன்சிரிப்போடு ஏற்றுக்கொண்டு பதிலுக்கு வணக்கம் சொன்னார். பேசும் போதே தன்னிச்சையாக அவருடைய கைவிரல்கள் மீசைநுனியை முறுக்கிவிட்டபடி இருந்தன. மேசை மீது இருந்த சாக்பீஸை எடுத்துச் சென்று கரும்பலகையில் சரித்திரம் பூகோளம் என்று பெரிய எழுத்துகளால் எழுதி, அதற்குக் கீழே நீளமான ஒரு கோட்டை இழுத்தார்.

'சரித்திரம். இதுதான் நான் உங்களுக்கு எடுக்க இருக்கிற பாடம். என் பெயர் சுப்பையா. நீங்க எல்லாரும் உங்க பேரைச் சொல்லுங்க.'

முதல் பாடவேளையிலிருந்தே இது எங்களுக்குப் பழகியிருந்ததால் நாங்கள் உடனே எழுந்து கடகடவென்று சொல்லத் தொடங்கினோம். எங்கள் வேகத்தைப் பார்த்து அவர் புன்னகையுடன் கையை உயர்த்தி 'பொறுமை. பொறுமை. அவசரமில்லாம சொல்லுங்க. நாம என்ன ரயிலையா பிடிக்கப் போறோம்?' என்றார்.

கடைசி மாணவன் சொல்லிமுடிக்கும் வரை மீசையை முறுக்கியபடி காத்திருந்தார் சுப்பையா சார். பிறகு கணீரென்ற குரலில் 'பாதி பேருக்கு மேல கோவிந்தையர் பள்ளியிலேருந்து வந்திருக்கீங்கன்னு நெனைக்கறேன். கோவிந்தையர் பள்ளின்னு சொன்னவங்க எல்லாரும் ஒருதரம் எழுந்து நில்லுங்க' என்றார்.

கோவிந்தையர் பள்ளி மாணவர்கள் அனைவரும் ஒருவரை யொருவர் குழப்பத்துடன் பார்த்துக்கொண்டோம். ஒருவேளை வகுப்பைப் பிரித்து தனியாக உட்காரவைக்கப் போகிறாரோ என்று தோன்றியது. மெல்ல தயக்கத்துடன் எழுந்து நின்றோம். அவர் மாணவர்களை எண்ணிப் பார்த்து 'இருபத்தஞ்சி' என்று தனக்குள் சொன்னபடியே புருவத்தை உயர்த்தியபடி 'சரி, உக்காருங்க' என்றார். தொடர்ந்து 'கோவிந்தையர் பள்ளின்னு உங்க பள்ளிக் கூடத்துக்குப் பேரு வச்சிருக்காங்களே, ஏன் அப்படி வச்சிருக்காங்க, யாருக்காவது தெரியுமா?' என்று கேட்டார்.

என் சிற்றறிவுக்கு எட்டிய வகையில் கோவிந்தையர் பள்ளியில் எந்த ஆசிரியரும் அதை எங்களுக்கு எடுத்துச் சொன்ன நினைவு இல்லை. எல்லோரும் அமைதியாக அமர்ந்தோம். நான் மட்டும் ஏதோ ஒரு வேகத்தில் 'ஜார்ஜ் ஸ்கூல்ங்கறதுதான் சார் அதனுடைய உண்மை யான பெயர். இப்பதான் அதுக்கு கோவிந்தையர் பள்ளின்னு பேர மாத்தி வச்சிட்டாங்க' என்று எழுந்து வேகமாகச் சொன்னேன்.

'ஏன் அப்படி மாத்தினாங்க? யார் அந்த கோவிந்தையர்? அவர் பேரை வைக்கிற அளவுக்கு அவர் ஏன் முக்கியமானவர்?'

நானாகவே வலியச் சென்று வலையில் சிக்கிக்கொண்டேன் என்பது அக்கணத்தில் புரிந்துவிட்டது. மௌனமாக அவர் முன்னால் நிற்க எனக்கு கூச்சமாக இருந்தது. ஒருவரையொருவர் புருவத்தை உயர்த்தி தமக்குள்ளாகவே கேட்டபடியும் உதட்டைப் பிதுக்கி பதிலைப் பரிமாறிக்கொண்டபடியும் இருந்தார்கள். சைகையாலேயே என்னை உட்காரும்படி சொன்னார் சுப்பையா சார்.

'சரி, கோவிந்தையர் யாரு, எந்த ஊரு, எந்த நாடு, அதுவாவது தெரியுமா?' என்று சுப்பையா சார் உடனே அடுத்த கேள்வியைக் கேட்டார்.

யாருக்குமே அந்தக் கேள்விக்குப் பதில் தெரியவில்லை. இரு பிரிவாக அமர்ந்திருந்த மாணவர்களுக்கு நடுவிலிருந்த இடைவெளியில் கடைசி வரிசை வரைக்கும் நடந்து சென்ற சுப்பையா சார் மீண்டும் வந்து மேசைக்கு அருகில் நின்றார்.

'நாம இப்ப ஒரு கோயிலை பார்க்கறோம். அந்த கோயில் எந்தக் காலத்துல கட்டினது, எந்த ராஜா கட்டினாரு, எந்த சாமிக்காக கட்டினாருன்னு எல்லாக் கேள்விக்கும் பதில தெரிஞ்சி வச்சிக்கறோம். ஒரு அணைக்கட்ட நேருலயோ, புத்தகத்துலயோ பார்க்கறோம்னு வைங்க. உடனே அது யாரு கட்டினாங்க, எந்த காலத்துல கட்டினாங்க, எந்த ஆத்துக்குக் குறுக்க கட்டினாங்கன்னு எல்லா விவரங்களையும் தெரிஞ்சி வச்சிக்கறோம். இல்லையா? ஏன் அதையெல்லாம் தெரிஞ்சிக்கணும்? அதுதான் சரித்திரம். அதனால தெரிஞ்சிக்கறோம். இல்லையா?'

'ஆமாம் சார்'

'ஆனா, கோவில், அணைக்கட்டு மட்டும் சரித்திரம் இல்லை. ஊரு, பள்ளிக்கூடம், ஏரி, குளம் கூட சரித்திரம்தான். அந்த சரித்திரத்தையும் நாம தெரிஞ்சிக்கணும். ஒரு பள்ளிக்கூடத்துக்கு காந்திஜி பள்ளிக்கூடம், நேருஜி பள்ளிக்கூடம், நேதாஜி பள்ளிக்கூடம்னு தாராளமா பேரு வச்சிருக்கலாம். ஆனா அதயெல்லாம் விட்டுட்டு கோவிந்தையர் பள்ளின்னு ஏன் பேரு வைக்கணும்? அதுக்கு ஒரு காரணம் உண்டு. அதைத்தான் நாம தெரிஞ்சி வச்சிருக்கணும். அந்த பள்ளிக்கூடத்துல படிச்சிட்டு வரக்கூடிய மாணவர்கள் அதை நிச்சயமா தெரிஞ்சி வச்சிருக்கணும். அதுவும் ஒரு சரித்திரம். வளவனூருக்குன்னு இருக்கிற சரித்திரம். புரியுதா?'

நாங்கள் அவர் முகத்தையே மௌனமாகப் பார்த்தபடி அமர்ந்திருந்தோம்.

'கோவிந்தையர்ங்கறவரு அந்தக் காலத்துல வளவனூருல வாழ்ந்த ஒரு எண்ணெய் வியாபாரி. ஆனா, பணம் சம்பாதிக்கறது மட்டுமில்லாம, ஊர் மக்களுக்கும் நன்மை செய்யணும்னு நெனச்ச வியாபாரி. பர்மாவுல அந்த காலத்துல கடலை எண்ணெய்க்கு ஒரு நல்ல மதிப்பு இருந்தது. நாம் எல்லாரும் இங்க கடலை எண்ணெய விளக்கு எரிக்க பயன்படுத்திட்டிருந்த சமயத்தில பர்மாகாரங்க சமையலுக்கு பயன்படுத்தினாங்க. அதனால வருஷம் முழுக்க அந்த நாட்டுல அந்த எண்ணெய்க்கான தேவை இருந்தது. அந்த காலத்துல சுலைமான் சாவாஜின்னு ஒரு கல்கத்தா வியாபாரிதான் பர்மாவுக்கு பீப்பாய் பீப்பாயா எண்ணெய ஏற்றுமதி

செஞ்சிகிட்டிருந்தாரு. அவரு ஒருநாள் தனக்குத் தேவையான அளவு பீப்பாய்ல நிரப்பி எண்ணெய கொடுக்கிறவங்களுக்கு தகுந்த விலை கொடுக்கப்படும்னு பத்திரிகையில ஒரு விளம்பரம் கொடுத்தாரு. தற்செயலா அதைப் படிச்ச கோவிந்தையருக்கு அதுல ஈடுபடணும்ன்னு ஒரு எண்ணம் உருவாயிடுச்சி. புரியுதா?'

'நல்லா புரியுது சார்.'

எல்லோரும் ஒரே குரலில் சொன்னபடி தலையசைத்தோம்.

'வேர்க்கடலைக்காக அக்கம்பக்கம் கிராமங்கள்ல அலைஞ்சி பார்த்துட்டு கேரளா வரைக்கும் போய் வந்தாரு. கொண்டு வந்த கடலையை எல்லாம் செக்குல போட்டு ஆட்டினதுல நாலு பீப்பாய் எண்ணெய்தான் கிடைச்சிது. விழுப்புரத்துக்கும் பாண்டிச்சேரிக்கும் அப்பதான் முதமுதலா ரயில் விட்டிருந்த நேரம். பாண்டிச்சேரியில ஒரு பெரிய துறைமுகம் இருந்தது. ரயில் வழியா எண்ணெய்ப் பீப்பாய்கள் பாண்டிச்சேரிக்குப் போய், அங்கேருந்து கப்பல் வழியா கல்கத்தாவுக்கு போய் சேர்ந்துடுச்சி. கோவிந்தையர் அனுப்பி வைச்ச எண்ணெயுடைய தரம் நல்லதா இருந்ததால, கல்கத்தா வியாபாரியும் விளம்பரத்துல சொன்ன பணத்தை கொடுத்துட்டாரு.'

'ஏற்றுமதி மாதிரியா சார்?' என்று நான் கேட்டேன்.

'அதேதான். அந்த கல்கத்தா வியாபாரியுடைய தேவை அதிகமா இருந்தது. அதனால இந்த வளவனூருலயும் வளவனூர சுத்தி இருந்த சின்னச் சின்ன ஊருகள்லயும் இருந்த விவசாயிகள்கிட்ட பேசி வேர்க்கடலையைப் பயிரட வைச்சாரு. அதேபோல செக்கு ஆட்டறவங்க பல பேர வளவனூருக்கும் வரவழைச்சாரு. பீப்பாய்கள் செய்யறதுக்கான வாய்ப்பு தொடர்ச்சியா இருந்துட்டே இருந்ததால தச்சுத்தொழில் தெரிஞ்ச பலர் புதுசா ஊருக்குள்ள குடியேறினாங்க. கோவிந்தையர் பெரிய தொழில் முனைவரா மாறிட்டாரு. தன்னை நம்பி பல ஊருலேர்ந்து கிளம்பி வந்த குடும்பங்கள் வீடு கட்டி வாழறதுக்கு ஏற்பாடு செஞ்சி குடுத்தாரு. அப்புறம் அவுங்க பிள்ளைகள் படிக்க ஒரு பள்ளிக்கூடம் கட்டினாரு. அதுக்கு இங்க்லீஷ் அரசனான ஜார்ஜ் பேரயே வச்சாரு. நம்ம நாட்டுக்கு சுதந்திரம் கிடைக்கிற வரைக்கும் அந்தப் பேருலதான் அந்த ஸ்கூல் நடந்தது. அதுக்கப்புறம்தான் அந்தப் பள்ளிக்கூடம் உருவாகறதுக்கே காரணமா இருந்த கோவிந்தையருடைய பெயர வைச்சாங்க. கோவிந்தையர்ங்கற பெயருக்குப் பின்னால இத்தனை பெரிய சரித்திரம் இருக்குது. புரியுதா? இந்த உலகத்துல இருக்கிற எல்லாத்துக்கும் ஒரு சரித்திரம் இருக்குது. அதையெல்லாம்

தெரிஞ்சிக்கணும். அதுதான் பொது அறிவு. புத்தக அறிவு மட்டும் போதாது.'

ஒரு கதையைச் சொல்வதுபோல விவரித்துச் சொல்லும் விதம் என்னைப்போலவே எல்லோருக்கும் பிடித்திருந்தது. ஒவ்வொரு நாளும் அவருடைய பாடவேளைக்காகக் காத்திருக்கத் தொடங்கினோம்.

எங்கள் பள்ளிக்கூடத்தில் மிகப்பெரிய கால்பந்தாட்ட மைதானம் இருந்தது. அந்த அளவுக்கு பெரிய மைதானங்கள் அக்கம்பக்கத்தில் இருந்த எந்தப் பள்ளியிலும் இல்லை. ஆனால் சுற்றுச்சுவர் இல்லாததால் பள்ளிக்கூட எல்லையை வரையறுக்கமுடியாமல் ஒரு பெரிய வெட்டவெளியைப்போலக் காட்சியளித்தது. கல்வி அதிகாரிக்கு அவர் எழுதி அனுப்பிய கோரிக்கை மனுக்களுக்கு ஒரு பதிலும் வராதது அவருக்குள் ஆழ்ந்த வருத்தத்தை உருவாக்கியிருந்தது. ஆசிரியர்கள் சந்திப்பில் என்றோ ஒரு நாள் பேச்சு வந்தபோது, எல்லாவற்றையும் மனத்துயரத்துடன் சொல்லி விட்டார் அவர். அப்போது கத்தாழையை நட்டு ஓர் உயிர்வேலியை நமக்கு நாமே உருவாக்கலாம் என்று சுப்பையா சார் சொன்ன ஆலோசனை எல்லோருக்கும் புதியதாக இருந்தது. உடனே அனைவரும் அந்தப் பொறுப்பை அவரிடமே ஒப்படைத்துவிட்டனர்.

அடுத்த நாள் காலையில் கொடிவணக்கம் முடிந்த பிறகு சுப்பையா சார் உயிர்வேலி எழுப்பும் திட்டத்தைப்பற்றி மாணவர்களிடம் விளக்கினார். அன்றுமுதல் ஒன்பது, பத்து, பதினொன்று வகுப்புகளில் படிக்கும் மாணவர்கள் அனைவரும் வாரத்துக்கு ஒருமுறை ஒருமணி நேரம் மைதானத்துக்கு வரவேண்டுமென்றும் குழிவெட்டி, கத்தாழைக்கன்றுகளை நட்டு, தண்ணீர் ஊற்றி பிழைக்க வைக்கும் வேலையில் ஈடுபடவேண்டும் என்றும் கேட்டுக்கொண்டார். எல்லோரும் கைத்தட்டி தம் சம்மதத்தைத் தெரிவித்தனர்.

ஒன்பதாம் வகுப்பு அ பிரிவு மாணவர்கள்தான் முதலில் வேலையைத் தொடங்கினார்கள். வேலி நேர்க்கோட்டில் அமையும் வகையில் அங்கங்கே சில குச்சிகளை நட்டு நூல் பிடித்து சுண்ணாம்புப் பொடி தூவி அடையாளப்படுத்தினர். மறுநாள் அடுத்த பிரிவு மாணவர்கள் அக்கோட்டின் மீது இரண்டு அடி இடைவெளியில் சீரான ஆழத்தில் குழிதோண்டினர். அடுத்த நாள் மற்றொரு பிரினர் அக்கம்பக்கம் கத்தாழைப்புதர்கள் தென்படும் தோட்டங்களுக்கும் குளக்கரைக்கும் சென்று புதருக்கருகில் கிளைவிட்டிருக்கும் இளங்கன்றுகளை மண்ணோடு அகழ்ந்து

கூடைக்குள் அடுக்கி வைத்து எடுத்து வந்தனர். அந்த ஈரமண்ணின் நிறம் வாடுவதற்கு முன்னாலேயே குழிக்குள் வைத்து புதைத்து தண்ணீர் பாய்ச்சினர்.

குழியெடுக்கும் நேரத்திலும் சரி, கத்தாழைக்கன்றுகளை நடும்போதும் சரி, மாணவர்களோடு ஒரு மாணவனாக சுப்பையா சாரும் நின்றிருந்தார். ஒருநாளும் கட்டளையிடுபவராக தன்னை நினைத்துக்கொண்டு ஒதுங்கி நின்றதில்லை. அப்போதுதான் அனைவரிடமும் ஆர்வத்தைத் தூண்டும் வகையில் சுவாரசியமான கதைகளைச் சொன்னார். எளிதாக விடுவித்து பதில்கள் சொல்லும் வகையில் விடுகதைகள் சொன்னார். தொலைவில் மண்சாலையில் மிதிவண்டியில் நுங்கு குலைகளைக் கட்டிக்கொண்டு விற்பதற்காக அடுத்த ஊருக்குள் செல்லும் வியாபாரியை கைதட்டி அருகில் அழைத்து எல்லோருக்கும் நுங்கு வாங்கிக் கொடுத்தார். பல சமயங்களில் நாற்பது ஐம்பது வடைகளை ஒருசேர கடையிலிருந்து வரவழைத்து மாணவர்களுக்குக் கொடுத்தார்.

ஒருமுறை 'யாராவது ஒரு பாட்டு பாடுங்கடா' என்று சொன்னார் சுப்பையா சார். ஒருவனும் வாய் திறக்கவில்லை. ஒருவரை யொருவர் பார்த்துக்கொண்டு மௌனமாக நின்றிருந்தனர். உடனே அவரே ஒருவனை அழைத்து 'ஒரு பாட்டு பாடுடா' என்றார். அவன் உடனே வெட்கத்துடன் 'முழுசா தெரியாது சார். பாதி பாட்டுதான் தெரியும்' என்றான். 'தெரிஞ்சவரைக்கும் பாடு தம்பி' என்று அவனைத் தூண்டிவிட்டார் சுப்பையா சார்.

அவன் மெதுவாக 'அதோ அந்தப் பறவைபோல வாழவேண்டும்' என்று பாடத் தொடங்கினான். முதலில் இரண்டு வரிகள் பாடும் வரைக்கும்தான் அவன் குரலில் தயக்கம் இருந்தது. பிறகு மெல்லமெல்ல உயர்ந்துகொண்டே சென்று உச்சத்தில் நிலைபெற்றது. தெரிந்தவரைக்கும் பாடி அவன் நிறுத்தியதும் சுப்பையா சார் அவனைப் பாராட்டும் விதமாக கைததட்டினார். உடனே நாங்களும் கைதட்டினோம்.

அடுத்து சுப்பையா சார் மீண்டும் ஒருவனை விரலால் சுட்டி 'ம், நீ பாடு' என்றார். அவன் சில நொடிகள் வெட்கத்தில் முகம் சிவந்து பிறகு தெளிந்து 'உள்ளத்தில் நல்ல உள்ளம்' என்று தொடங்கினான். அவன் பாடி முடித்ததும் என் பக்கமாக விரலை நீட்டிவிட்டார். நான் 'திருடாதே, பாப்பா திருடாதே' பாட்டைப் பாடினேன். சுப்பையா சார் அன்று அனைவரையும் பாட வைத்துவிட்டார். அப்போது ஒருவரும் எதிர்பாராத வகையில் மனோகரன் 'சார், நீங்க ஒரு பாட்டு பாடுங்க சார்' என்று குரலெழுப்பினான்.

சுப்பையா சாரிடம் வசைபடப் போகிறான் என்று நாங்கள் நினைத்திருந்த வேளையில் சார் சிரித்துக்கொண்டே ‘நான் பாடறேன். ஆனா நீங்க யாரும் இந்த இடத்தைவிட்டு ஓடாம இங்கயே நிக்கணும். நிப்பிங்களாடா?’ என்று கேட்டார். ‘எல்லாரும் இங்கயே நிப்போம் சார். நீங்க பாடுங்க சார்’ என்றான் மனோகரன்.

‘பாலும் தேனும் பெருகி ஓடுது பரந்த சீமையிலே நாம பொறந்த சீமையில’ என்று பாடத் தொடங்கினார் சுப்பையா சார். உண்மையாகவே ஒரு வண்டிக்காரனைப்போல இடையிடையே அவர் மாட்டை அதட்டும் வகையில் எழுப்பிய ஹாய் ஹாய் சத்தம் எங்களுக்கெல்லாம் ஆச்சரியமாக இருந்தது. அப்போது சாரைப் பார்க்கும்போது, சார் மாதிரியே தோன்றவில்லை. எங்களோடு சேர்ந்து படிக்கும் மற்றொரு மாணவனைப்போலவே தோன்றினார்.

ஒரே மாதத்தில் உயிர்வேலி அமைக்கும் வேலை முடிந்தது. அடுத்த மாதம் முழுதும் ஒரு நாள் கூட விடாமல் முறை வைத்துக்கொண்டு நீர் ஊற்றினோம். மூன்றாவது மாதத்தில் ஒருசில கன்றுகளைத் தவிர, எல்லாமே பிழைத்து தலைநிமிர்ந்துவிட்டன. பச்சைத்துளிர்கள் அரும்பி தலைநீட்டின. அடுத்த மூன்று மாதங்களில் மழையாலும் இயற்கையான ஈரத்தாலும் கத்தாழையின் வளர்ச்சியில் எங்களால் வேலியைப் பார்க்கமுடிந்தது.

வகுப்பு வேறுபாடு இல்லாமல் எல்லா மாணவர்களும் சுப்பையா சாருடைய சொல்லுக்குக் கட்டுப்பட்டு அவர் சொல்லும் வேலைகளைச் செய்வதைப் பார்த்ததாலோ என்னமோ, பள்ளிக்கூடத்தில் எந்தப் பொதுவேலையாக இருந்தாலும் சரி, தலைமையாசிரியர் அதை சுப்பையா சாரிடம் ஒப்படைக்கத் தொடங்கிவிட்டார். அவரும் அதை உள்ளார்ந்த ஈடுபாட்டோடு பல மடங்கு சிறப்பாகச் செய்து பழகிவிட்டார்.

அப்போது இந்தியா சுதந்திரமடைந்த வெள்ளிவிழா ஆண்டு கொண்டாட்டத்தை சிறப்பாகக் கொண்டாடும்படி சுற்றோலை வந்தது. உடனே வழக்கம்போல தலைமையாசிரியர் அப்பொறுப்பை சுப்பையா சாரிடம் கொடுத்துவிட்டார்.

எங்கள் பள்ளி வளாகம் மிகப்பெரியது. ஏறத்தாழ முப்பதுக்கும் மேற்பட்ட அறைகள். ஆய்வுக்கூடங்கள். தேர்வுக்கூடங்கள். அலுவலக அறைகள். கொடிவணக்கத்துக்கும் பிரார்த்தனைக்கும் ஆயிரத்துக்கும் மேற்பட்ட மாணவர்கள் ஒருங்கே கூடி நிற்கும் வகையில் மிகப்பெரிய பரப்பளவைக்கொண்ட வெட்டவெளி. அதைத் தூய்மைப்படுத்தி பளிச்சிட வைப்பது எளிதான

வேலையல்ல. ஆனால் சுப்பையா சார் எங்கள் அருகில் நின்று யோசனைகளை வகுத்துக் கொடுத்தால் போதும், எந்த வேலையையும் செய்துமுடிக்கும் உறுதி எங்களுக்கு இருந்தது.

தூய்மைப்பணியை முடித்து மூவண்ணக்கொடிகளை அங்கங்கே பறக்கவைத்தோம். பறக்கவைக்க போதிய வழியில்லாத இடங்களில் ஒட்டிவைத்தோம். எங்கள் பள்ளிவளாகத்தின் முகமே மாறிவிட்டது. வேலை முடிவடையும் தருணத்தில் சுப்பையா சார் 'இந்த வெள்ளி விழா ஆண்டை யாருமே மறக்கமுடியாத வகையில் ஒரு வேலை செய்யலாமா?' என்றொரு கேள்வியை எங்களிடம் கேட்டார்.

'என்ன செய்யலாம் சார்?' என்றபடி நான் அவரைப் பார்த்தேன்.

உடனடியாக அவர் எந்தப் பதிலையும் சொல்லவில்லை. ஒருகணம் ஏதோ யோசனையில் மூழ்கியிருந்தார். பிறகு புன்னகைத்தபடி 'அசோகர் என்னென்ன செய்தார் சொல்லு, பார்ப்போம்' என்று என்னிடம் எதிர்க்கேள்வி கேட்டார்.

எனக்கு ஒன்றும் புரியவில்லை. சார் ஏன் ஒன்றுக்கொன்று தொடர்பில்லாதபடி பேசுகிறார் என நினைத்து சற்றே குழப்பத்தில் மூழ்கினேன். ஆனாலும் அமைதியாக 'அசோகர் நகரெங்கும் ஏரிகளை வெட்டினார். குளங்களை ஏற்படுத்தினார். நகரங்களை இணைக்கும் சாலைகளை அமைத்தார். சாலையோரங்களில் மரங்களை நட்டார்.....' என்று வரிசையாக அடுக்கிக்கொண்டே சென்றேன். சட்டென்று 'நிறுத்து. நிறுத்து' என்று புன்னகை படிந்த முகத்துடன் என் தோளில் கைவைத்து அழுத்தினார் சார். நான் அவரை மேலும் குழப்பத்துடன் பார்த்தேன்.

'அசோகர் கி.மு.காலத்துல நம்ம நாட்டுல வாழ்ந்த ஒரு அரசன். ஆனா இன்னைக்கும் அந்த அரசனைப் பத்திய பேச்சு வந்ததுமே அவன் மரம் வச்சதும் சாலை போட்டதும்தான் மக்களுடைய நினைவுக்கு வருது. பாடத்துலயும் அதுதான் இருக்குது. ஒரு மரம் நடறதுக்கு நம்ம தேசத்துல அவ்வளவு பெரிய முக்கியத்துவம் இருக்குது. அதைத்தான் நாம கவனிக்கணும்.'

நாங்கள் அவருடைய முகத்தையே கவனித்துக்கொண்டிருந்தோம்.

'இந்த வெள்ளிவிழா சுதந்திரதினத்தை மரம் நட்டு மறக்கமுடியாத நாளா மாத்தணும்கறதுதான் நம்ம திட்டம். என்ன சொல்றீங்க?'

எங்களுக்கு அப்போதும் எதுவும் புரியவில்லை. ஆனால் உற்சாகமான அவருடைய குரலையும் வெளிச்சம் படர்ந்த

அவருடைய முகத்தையும் பார்த்தபோது அவர் சொல்லும் திட்டத்தில் ஏதோ ஒரு முக்கியத்துவம் இருக்கக்கூடும் என்று தோன்றியது. உடனே ஒருமித்த குரலில் 'சரி சார்' என்று சொல்லிவிட்டோம். அன்று மாலையில் தலைமையாசிரியரைச் சந்தித்து அத்திட்டத்துக்கு ஒப்புதலையும் பெற்றுவிட்டார் சார்.

மறுநாள் ஒவ்வொரு வகுப்பறைக்கு முன்னாலும் இரு மரக்கன்று களை நடும் வகையில் குழியெடுப்பது என்று முடிவானது. தொலைவிலிருந்து பார்க்கும்போது எல்லாக் குழிகளும் எப்படி நேர்க்கோட்டில் அமையவேண்டும் என்பதை சுப்பையா சார் விளக்கி, அதற்குத் தகுந்த வகையில் பொருத்தமான இடங்களில் குழிக்கான இடங்களை முடிவுசெய்தார். அந்தந்த வகுப்பு மாணவர்களே தம் வகுப்பு வாசலில் குழியெடுத்தார்கள்.

வெள்ளிவிழா கொண்டாட்டத்துக்கு விழுப்புரத்திலிருந்து உயர் கல்வி அதிகாரி வந்து கொடியேற்றி உரையாற்றினார். தலைமையாசிரியர் அலுவலகத்துக்கு முன்னால் எடுக்கப் பட்டிருந்த குழிகளில் இரு தென்னங்கன்றுகளையும் இரு புங்கைமரக் கன்றுகளையும் நட்டு மரம் நடு விழாவைத் தொடங்கி வைத்தார் அவர். வகுப்பறையின் முன்னால் அந்தந்த வகுப்பாசிரியர்கள் இணைந்து கன்றுகளை நட்டனர். கொன்றை, அசோகம், நுணா, தூங்குமூஞ்சி, வேம்பு, புன்னை, பூவரசு என வகைக்கு ஒன்றாக கலவையாக நட்டனர். தண்ணீர் எடுத்துவந்து கன்றுகளுக்கு தண்ணீர் விடும் பொறுப்பை ஒவ்வொரு நாளும் ஒவ்வொரு வகுப்பிலிருந்தும் இரு மாணவர்கள் ஏற்றுக்கொள்ள வேண்டும் என்று முடிவு செய்யப்பட்டது.

ஒன்பது, பத்து, பதினொன்று மூன்று வகுப்புகளிலும் எங்களுக்கு சுப்பையா சாரே சரித்திரம் பூகோளம் பாடங்களை நடத்தும் ஆசிரியராக இருந்தார். அந்த மூன்று ஆண்டுகளிலும் நாங்கள் அறிந்துகொண்ட பல பொதுச்செய்திகளுக்கு அவரே எங்களுக்குச் சாளரமாக விளங்கினார்.

பதினொன்றாம் வகுப்பு பொதுத்தேர்வுக்கான அட்டவணை அறிவிக்கப்பட்டது. மூன்றுமுறை நாங்கள் மாதிரித்தேர்வுகளை எழுதினோம். இறுதி நாளன்று எல்லோரும் ஒரு நோட்டை எடுத்துச் சென்று எல்லா ஆசிரியர்களையும் சந்தித்தோம். ஒவ்வொருவரும் ஏதோ ஒரு வாழ்த்துச் செய்தியை எழுதி கையெழுத்து போட்டுக் கொடுத்தார்கள். என் முறை வந்தபோது நான் சுப்பையா சாரிடம் என் நோட்டைக் கொடுத்தேன். அவர் ஒரு கணம் என்னை நிமிர்ந்து பார்த்துவிட்டு நோட்டில் 'ஏழை

பணக்காரன் வேறுபாடு இந்த உலகத்தில் இருக்கத்தான் வேண்டுமா? சிந்தித்துச் செயல்படு' என்று எழுதி கையெழுத்திட்டுக் கொடுத்தார்.

இறுதித்தேர்வு முடிந்ததும் அந்தப் பள்ளியைவிட்டு வெளியேறிய போது இதயம் கனத்திருந்தது. நண்பர்களும் ஆசிரியர்களும் இல்லாத நாட்களின் வெறுமை அடுத்த நாளே தாக்கத் தொடங்கி விட்டது. நல்ல வேளையாக, நான் காலையில் விறகு வெட்டிவர வேலங்காட்டுக்குச் சென்றுவிடுவேன். அங்கு செல்லாத நாட்களில் கடைக்குச் சென்று அப்பாவின் தையல் வேலைகளில் உதவி செய்வேன். மாலை வேளைகளில் நூலகத்துக்குச் சென்று படிப்பேன். எப்படியோ ஒவ்வொரு பொழுதும் ஒவ்வொரு விதமாகக் கழிந்து மறைந்தது.

ஒருநாள் நானும் எங்கள் பெரியம்மாவும் வேலங்காட்டில் விறகு வெட்டிக்கொண்டிருந்தேன். நல்ல கோடை வெயில். நடமாட்டமே இல்லாத அந்த நேரத்தில் யாரோ ஒருவன் ஏரிக்கு மறுபுறத்தில் இருந்து நடந்து வருவதைப் பார்த்தேன். கலியபெருமாள். வெயிலில் கண்கள் கூசியதால் யார் என்பதை ஊகிக்கமுடியவில்லை. நெருங்கி வந்து என் பெயரைச் சொல்லி அழைத்த பிறகுதான் அவனை என்னால் அடையாளம் கண்டுகொள்ள முடிந்தது. என் வகுப்புத்தோழன். 'என்னடா?' என்றேன்.

'இன்னைக்கு ரிசல்ட்டுடா. பள்ளிக்கூடத்துல ஒட்டியிருக்காங் களாம். பார்க்கறதுக்குத்தான் போயிட்டிருக்கேன், வரியா?' என்று கேட்டான் அவன்.

எனக்கு என்ன பதில் சொல்வதென்று புரியவில்லை. இன்னும் தேவையான அளவுக்கு விறகு வெட்டி முடிக்கமுடியவில்லை. நான் குழப்பத்துடன் பெரியம்மாவைப் பார்த்தேன். 'இருக்கறது போதும். எடுத்துட்டு போ. ஒங்கம்மா ஒன்னும் சொல்லமாட்டா' என்றார். உடனே நான் வெட்டிவைத்த விறகுகளை மட்டும் கயிறால் கட்டி தலையில் வைத்துக்கொண்டு அவனோடு நடந்தேன்.

'என்னடா, இவ்ளோ சீக்கிரம் வந்துட்ட? பெரியம்மா எங்க?' என்று கேட்டார் அம்மா. விவரம் என்ன என்பதை அம்மாவிடம் நான் பொறுமையாகச் சொன்னேன். 'சரி, சரி, போயிட்டு வா' என்று அம்மா அனுப்பிவைத்தார். நான் தோட்டத்துக்குச் சென்று முகம் கழுவிக்கொண்டு திரும்பி வந்து உடைமாற்றிக்கொண்டு வாசலுக்கு வந்தேன். நானும் கலியபெருமாளும் பள்ளிக்கூடத்தை நோக்கி நடந்தோம்.

‘எங்கப்பா என்னை சென்னை லயோலா காலேஜ்ல பி.யு.சி. சேத்துவிடறேன்னு சொல்லியிருக்காருடா. இப்பவே ட்ரஸ், பெட்டி எல்லாம் வாங்கி தயாரா வச்சிட்டாரு. மெட்ராஸ் போயிட்டா ஊருக்கெல்லாம் அடிக்கடி வரமுடியாதுடா. படிச்சி முடிச்சிட்டுதான் வரமுடியும்.’

‘தங்கறதுக்கு என்னடா செய்வ?’

‘எங்க பெரியப்பா வீடு அங்கதான்டா இருக்குது. அங்க தங்கிக்குவேன். அவருதான்டா எல்லா ஏற்பாடும் செய்றாரு.’

தொடர்ந்து அவன் தன் எதிர்காலத் திட்டங்களைப்பற்றி சொல்லிக்கொண்டே வந்தான். நான் அமைதியாக அவன் சொல்வதையெல்லாம் கேட்டுக்கொண்டே நடந்தேன்.

பேசிக்கொண்டே சென்றதில் தொலைவு தெரியவில்லை. சீக்கிரமாகவே பள்ளியை அடைந்துவிட்டோம். வாசலில் நின்றிருந்த என் வகுப்பு மாணவர்கள் ஓடிவந்து என் கையைப் பிடித்துக் குலுக்கிவிட்டு முதுகில் தட்டினார்கள். ‘நீதான்டா ஃபர்ஸ்ட் மார்க். வெளுத்து வாங்கிட்ட. போ’ என்று தள்ளினார்கள். என் உடலெங்கும் சற்றே நடுக்கம் பரவியது. திடீரென தொண்டை வறண்டது. நெற்றியிலும் கழுத்திலும் வியர்வை பரவியது.

அலுவலகத்துக்கு வெளியே ஒரு பெரிய கரும்பலகையில் முடிவுத்தாட்களை ஒட்டியிருந்தார்கள். நாங்கள் அதை நோக்கி வேகமாக நடந்து சென்றோம். தேர்வெண்களுக்கு எதிரில் பெயரும் மதிப்பெண்களும் தட்டச்சு செய்யப்பட்டிருந்தன. பையிலிருந்து ஒரு தாளை எடுத்து பாடவாரியாக எடுத்திருக்கும் மதிப்பெண்களைக் குறித்துக்கொண்டேன். முதல் மதிப்பெண் எடுத்திருக்கிறோம் என்னும் மகிழ்ச்சியே மனத்தில் அரும்பவில்லை. அடுத்து என்ன என்னும் கேள்வியே நெஞ்சைக் குடைந்தது. பாதை தெரியாத இருளில் நின்றுகொண்டிருப்பதுபோல ஒரு தவிப்பு.

மற்றொரு கரும்பலகையில் பெரிய எழுத்துகளில் ஒரு குறிப்பை எழுதியிருந்தனர்.

‘வருகிற திங்கட்கிழமை முதல் சான்றிதழ்கள் வழங்கப்படும். மாணவர்கள் தம் பெற்றோர்களுடன் வந்து பெற்றுக்கொள்ளும்படி கேட்டுக்கொள்ளப்படுகிறார்கள்.’

கலியபெருமாள் வாய்விட்டுப் படித்தான். ‘ரொம்ப நல்லதா போச்சி. திங்கக்கெழமை சர்டிபிகேட் கெடைச்சா, எங்கப்பா என்னை அன்னைக்கே மெட்ராஸ்க்கு அழச்சிட்டுப் போயிடுவாரு’

என்று தெரிவித்தான். 'போய் வாடா' என்றபடி அவன் தோளில் தட்டினேன். 'அப்பப்ப லெட்டர் போடு. மறந்துடாத, என்ன?' என்றேன். 'போனதும் முதல் லெட்டர் உனக்குத்தான்டா' என்றான் கலியபெருமாள்.

அறிவிப்பின்படி சான்றிதழைப் பெற்றுக்கொள்ள என்னால் திங்கட்கிழமை செல்லமுடியவில்லை. அப்பா அன்றைக்கு கடைவேலையை விட்டு எங்கும் நகரமுடியாது என்று சொல்லி விட்டார். இரு தினங்கள் கழித்து புதன் கிழமைதான் சென்றோம்.

தலைமையாசிரியர் அறைக்கு வெளியே எங்களுக்குப் பாடமெடுத்த பல ஆசிரியர்கள் நின்றிருந்தனர். அவர்களைப் பார்த்ததும் நான் வணக்கம் சொன்னேன். நான் முதல் மதிப்பெண் எடுத்திருப்பதை முன்னிட்டு எல்லோருமே வாழ்த்து சொன்னார்கள்.

சுப்பையா சார் அறைக்குள் உட்கார்ந்திருந்தார். அவர்தான் சான்றிதழ்களைச் சரிபார்த்துக் கொடுத்துக்கொண்டிருந்தார். வாசலில் நின்றிருந்த காவல்காரர் ஒவ்வொருவராகத்தான் உள்ளே அனுப்பிக்கொண்டிருந்தார். உள்ளே சென்றவர்கள் வெளியே வந்த பிறகுதான் அடுத்த ஆள் செல்லமுடியும். நானும் அப்பாவும் வரிசையில் நின்றுகொண்டோம். .

சீக்கிரத்திலேயே எங்கள் முறை வந்தது. 'வணக்கம் சார்' என்று சொல்லிக்கொண்டே நான் உள்ளே சென்றேன். அப்பாவும் வணக்கம் சொன்னபடி பக்கத்தில் வந்து நின்றார். சுப்பையா சார் என்னைப் பார்த்து தலையசைத்தபடி சிரித்தார். 'நீ ஃபர்ஸ்ட் மார்க் எடுத்திருக்கிறத நெனச்சி ரொம்ப பெருமையா இருக்குது. இதே மாதிரி எல்லா இடங்கள்லயும் ஃபர்ஸ்ட் எடுக்கணும். புரியுதா?' என்றார். நான் மௌனமாகத் தலையசைத்தேன். அவர் எனக்குரிய சான்றிதழைத் தேடி எடுத்துப் பார்த்தார்.

'அடடா, கணக்குல தொண்ணூத்தியெட்டுதான் வந்திருக்குதா? நூத்துக்கு நூறு வந்திருந்தா நல்லா இருந்திருக்கும். ஸ்கூல் ரெக்கார்ட்ல உன் பேர் ஏறியிருக்கும்.'

சொல்லிக்கொண்டே என் பக்கமாக சான்றிதழைத் திருப்பி நான் கையெழுத்து போடவேண்டிய இடத்தை விரலால் சுட்டிக்காட்டினார். நான் கையெழுத்திட்டதும் அப்பாவின் பக்கம் திருப்பி அவர் கையெழுத்து போடவேண்டிய இடத்தைச் சுட்டிக்காட்டினார். அதற்குப் பிறகு இன்னும் சில அலுவலக பதிவேடுகளில் சில இடங்களில் கையெழுத்து போடச் சொன்னார். எல்லாம் முடிந்த பிறகு சான்றிதழ்களை என்னிடம் கொடுத்தார்.

‘அடுத்து எங்க படிக்கப் போற? என்ன படிக்கப் போற? கணக்குலதான் நல்ல மார்க் இருக்குதே. பேசாம கணக்கு குரூப் எடுத்துப் படி.’

நான் அமைதியாக தலைகுனிந்து அவர் மேசையில் இருந்த பதிவேடுகளின் பக்கம் பார்த்துக்கொண்டிருந்தேன்.

‘என்னங்க, எந்தப் பதிலும் சொல்லாம இருக்கான் உங்க பையன்? நீங்க சொல்லுங்க. என்ன திட்டம் வச்சிருக்கீங்க?’ என்று அப்பாவைப் பார்த்துக் கேட்டார் சுப்பையா சார்.

‘அது வந்து… வந்து… படிச்சது போதும் சார். அதுக்கெல்லாம் வசதி இல்லை. இன்னும் நாலு புள்ளைங்க இருக்குது….. எல்லாருக்கும் ஏதாவது வழி பண்ணணும்….அதனால படிப்ப நிறுத்திட்டு கடையில வச்சி வேலை கத்துக் குடுக்கலாம்ன்னு இருக்கறேன்.’

சுப்பையா சார் அதிர்ச்சியடைந்தவராக நாற்காலியிலிருந்து எழுந்தார். ‘என்ன கடை வச்சிருக்கீங்க?’ என்றார்.

‘கடைத்தெருவுல தையக்கடை வச்சிருக்கேன்.’

சுப்பையா சார் எதுவும் பேசவில்லை. எங்கள் முகத்தைப் பார்க்காமலேயே விருட்டென்று எழுந்து அறையைவிட்டு வெளியே படியிறங்கி எங்கோ போய்விட்டார். அவர் போன வேகத்தைப் பார்த்ததுமே அவர் கோபமாகச் செல்கிறார் என்பதைப் புரிந்துகொள்ள முடிந்தது. என் மனத்துக்குப் பிடித்த ஆசிரியரிடம் ஆசி பெற்று விடைபெறமுடியாமல் போயிற்றே என வருத்தமாக இருந்தது.

அறையை விட்டு வெளியே வந்தோம். வாசலில் நின்றிருந்த ஒரு பெரியவர் அப்பாவை பெயர் சொல்லி அழைத்து நிறுத்தினார். உடனே அப்பா அவரிடம் பேசத் தொடங்கினார். நான் படியிறங்கிச் சென்று அக்கம்பக்கத்தில் எங்காவது சுப்பையா சார் தென்படுகிறாரா என்று பார்த்தேன். எங்கும் காணவில்லை.

எதிர்வரிசையில்தான் எங்கள் வகுப்பறை இருந்தது. அதைப் பார்த்ததும் அருகில் செல்லவேண்டும் என்று தோன்றியது. நடந்து சென்றேன். நாங்கள் நட்டு நீரூற்றி வளர்த்த மரங்கள் என்னைவிட சற்றே உயரமாக வளர்ந்து இலைகளசைய நின்றிருந்தன. ஒருகணம் அம்மரத்தின் அருகில் சென்று தொட்டுப் பார்த்தேன்.

அப்பா என்னைப் பெயர் சொல்லி அழைக்கும் சத்தம் கேட்டது. பள்ளிக்கூடத்தை கடைசியாக ஒருமுறை திரும்பிப் பார்த்துவிட்டு

அவருக்கு அருகில் சென்றேன். அவர் முன்னால் நடக்க, நான் பின்னால் போய்க்கொண்டிருந்தேன்.

வாசலிலிருந்து சிறிது தொலைவில் ஒரு புளியமரத்தடியில் சுப்பையா சார் நின்றிருந்தார். அவருடைய கையில் ஒரு சிகரெட் புகைந்துகொண்டிருந்தது. அவர் முகம் ஏதோ பதற்றத்தில் மூழ்கியிருப்பதைப் புரிந்துகொள்ளமுடிந்தது.

சுப்பையா சாரைக் கண்டதும் அப்பா அந்த இடத்திலேயே திகைத்து நின்றுவிட்டார். அப்பாவிடம் பேசுவதற்குக் காத்திருப்பதுபோல அவர் மீது பார்வையைப் பதித்திருந்தார் சார். கடைசிமுறையாக புகையை இழுத்து ஊதிவிட்டு சிகரெட்டை கீழே போட்டு செருப்புக்காலால் மிதித்து நசுக்கிவிட்டு அப்பாவை நோக்கி நடந்துவந்தார்.

'உங்ககிட்ட எப்படி பேசறதுன்னு தெரியலை. பணத்தை எப்படி வேணும்னாலும் எப்ப வேணும்னாலும் சம்பாதிக்கலாம். ஆனா படிக்கிற காலத்துல படிச்சாதான் படிப்புக்கும் மதிப்பு. படிக்கிறவனுக்கும் மதிப்பு. புரிஞ்சிகிட்டா சரி.'

அப்பாவிடம் பேசுவதுபோல சுப்பையா சார் மரத்தைப் பார்த்துச் சொன்னார். பிறகு பெருமூச்சுடன் இரண்டு அடி எடுத்து வைத்த பிறகு என் பக்கமாகத் திரும்பி 'போடா. போய் படி. பிச்சை கூட எடுக்கலாம். தப்பில்லை. ஆனா படி' என்று நிறுத்தாமல் சொல்லிவிட்டுப் போய்விட்டார்.

அவர் முதுகுப்பக்கத்தையே அப்பா சில கணங்கள் பேசாமல் பார்த்திருந்துவிட்டு அமைதியாக நடக்கத் தொடங்கினார். என்னிடம் திரும்பி ஒரு வார்த்தை கூட பேசவில்லை. நானும் அவரைப் பின்தொடர்ந்து நடந்தேன்.

அதற்குப் பிறகு என்னென்னவோ மாற்றங்கள் நடந்துவிட்டன. அப்பா கடைசி நேரத்தில் மனம் மாறி என்னைக் கடையிலேயே நிறுத்திவைக்கும் முயற்சியைக் கைவிட்டார். அம்மா தன் கம்மலை விற்று சேர்க்கைக்கட்டணத்தைச் செலுத்தி என்னைக் கல்லூரியில் சேர்த்துவிட்டாள்.

ஏதோ ஒரு வகையில் என் கல்வி தொடர்வதற்கு சுப்பையா சார் காரணமாக அமைந்துவிட்டார். அவரைச் சந்தித்து நன்றி சொல்லவேண்டும் என்று தோன்றியது. அவர் எதிர்பார்த்ததுபோல ஏதாவது ஒரு தேர்வில் நூற்றுக்கு நூறு மதிப்பெண் பெற்று அந்த மதிப்பெண் பட்டியலோடு அவருக்கு முன்னால் சென்று நின்றால்

அது அவருக்கு மகிழ்ச்சியைக் கொடுக்கும் என்று நினைத்து, சற்றே தாமதப்படுத்தினேன்.

மூன்று மாதங்களுக்குப் பிறகுதான் புகுமுக வகுப்பில் முதல் தேர்வு நடைபெற்றது. எதிர்பார்த்ததுபோல கணக்குப் பாடத்தில் நூற்றுக்கு நூறு பெற்றிருந்தேன். மதிப்பெண் பட்டியலோடு சுப்பையா சாரைச் சந்திக்க ஆவலோடு பள்ளிக்குச் சென்றிருந்தேன். ஆசிரியர் அறைக்குள் நான் அறிந்த எல்லா ஆசிரியர்களும் அமர்ந்திருந்தார்கள். சுப்பையா சாரின் நாற்காலியில் வேறு யாரோ உட்கார்ந்திருந்தார்.

'சுப்பையா சார் எங்க சார்?' என்று தமிழ் ஐயாவிடம் கேட்டேன்.

'உனக்குத் தெரியாதா? அவருக்கு திடீர்னு ட்ரான்ஸ்ஃபர் போட்டுட்டாங்கப்பா. அப்பவே அவர் கெளம்பிப் போயிட்டாரு.'

ஒருகணம் அதிர்ச்சியில் எனக்கு எந்தப் பேச்சும் எழவில்லை. உற்சாகமில்லாமல் எதைஎதையோ பேசிவிட்டு வெளியே வந்துவிட்டேன்.

புகுமுக வகுப்பில் இறுதிதேர்வில் சுப்பையா சாரின் எதிர்பார்ப்புக்கு இணங்க கணக்குப்பாடத்தில் இருநூறுக்கு இருநூறு வாங்கினேன். தொடர்ந்து கணக்குப் பாடத்திலேயே இளநிலை பட்டப்படிப்பை முடித்தேன். தொலைபேசித் துறையில் பொறியாளராக வேலை கிடைத்து கர்நாடகத்தில் முப்பத்தெட்டு ஆண்டுகள் பணியாற்றினேன். பணிநிறைவுக்குப் பிறகு சில மாதங்கள் ஊரில் தங்கியிருக்கலாம் என நினைத்து வளவனூருக்கு வந்து வீட்டில் தங்கியிருந்தேன். அந்த நேரங்களில் காலையிலும் மாலையிலும் வீட்டிலிருந்து உயர்நிலைப்பள்ளி வரைக்கும் சென்று திரும்புவதே என் நடைப்பயிற்சியாக இருந்தது. பள்ளிக்கூட வாசலையும் அந்தப் புளியமரத்தையும் பார்க்கும்போதெல்லாம் சுப்பையா சாரின் நினைவில் அமிழ்ந்துவிடுவேன்.

இந்திய சுதந்திரத்தின் எழுபத்தைந்தாவது ஆண்டு நிறைவடைவதை ஒட்டி உயர்நிலைப்பள்ளியில் ஒரு விழாவை ஏற்பாடு செய்திருந்தார்கள். அப்பள்ளியின் தலைமையாசிரியர் என் எழுத்துகளின் வாசகர். அந்த விழாவில் நான் கலந்துகொண்டு சிறப்புரையாற்ற வேண்டும் என்று அவர் கேட்டுக்கொண்டார். என்னால் அவர் சொற்களைத் தட்டமுடியவில்லை. அதனால் உரையாற்றுவதற்குச் சென்றிருந்தேன்.

ஒவ்வொரு வகுப்புக்கு முன்னாலும் ஓங்கி உயர்ந்து நின்றிருந்த மரங்களிலிருந்து வீசிய காற்று இதமாக இருந்தது. அம்மரங்களுக்கு

இடையில்தான் மேடை அமைக்கப்பட்டிருந்தது. அம்மரங்கள் அனைத்தும் எனக்குள் நிறைந்திருந்த சுப்பையா சாரின் நினைவுகளைப் பொங்கியெழச் செய்தன.

‘இந்திய விடுதலைக்கு ஒரு சரித்திரம் இருப்பதைப்போலவே இந்த மரங்களுக்கும் ஒரு சரித்திரம் இருக்கிறது’ என்று சொன்னபடி என் உரையைத் தொடங்கினேன். சரித்திர ஆசிரியராக இருந்த சுப்பையா சாரின் ஈடுபாடுகளைப்பற்றியும் அர்ப்பணிப்புணர்வைப்பற்றியும் அடுத்தடுத்து எடுத்துரைத்தேன். அவர் பாடமெடுக்கும் விதத்தை பல எடுத்துக்காட்டுகளோடு பகிர்ந்துகொண்டேன். இறுதியாக அவர் சொன்ன ஒரு சொல் என் வாழ்வில் ஏற்படுத்திய திருப்பத்தையும் சொல்லிவிட்டு என் உரையை முடித்துக் கொண்டேன்.

8. ராமகிருஷ்ணன் அண்ணனும் செல்வகுமாரி அண்ணியும்

'அம்மா, ராமகிருஷ்ணன் அண்ணன் கல்யாணம் பத்தி சொன்னேனே, ஞாபகம் இருக்குதா?' என்று அம்மாவிடம் நினைவூட்டினேன். 'எல்லாம் ஞாபகம் இருக்குது. முதல்ல இந்த தண்ணிய எடுத்தும் போயி அந்த கழனிப்பானையில ஊத்திட்டு வா' என்று என் பக்கம் திரும்பாமலேயே குண்டானிலிருந்த அரிசியைப் பார்த்தபடி சொன்னாள் அம்மா. எங்காவது கல் தென்படுகிறதா என அவள் கண்கள் தேடிக்கொண்டிருந்தன.

தண்ணீர்க்குண்டானைத் தூக்கிச் சென்று கழுநீர்ப்பானையில் ஊற்றிவிட்டு மறுபடியும் அம்மாவுக்கு அருகில் உட்கார்ந்தேன். அம்மாவாக பேச்சைத் தொடங்குவார் என அமைதியாக வெகுநேரம் காத்திருந்தேன். அம்மாவின் முகத்தின்மீது ஒரு கணமும் கழுவப்பட்டு வெண்மணிகளென பளிச்சிடும் அரிசியின் மீது ஒரு கணமுமாக மாறிமாறிப் பார்த்துக்கொண்டிருந்தேன். நான் பக்கத்தில் அமர்ந்திருப்பதையே கவனிக்காததுபோல அம்மா தன் வேலையிலேயே மூழ்கியிருந்தாள். 'அந்த அண்ணன் கல்யாணத்த பத்தி

சொல்லியிருந்தேனே, அதைப் பத்தி ஒன்னுமே சொல்லலையே நீ?' என்று மெதுவாக பேச்சை மீண்டும் தொடங்கினேன்.

'கெடக்கறதெல்லாம் கெடக்கட்டும், கெழவன தூக்கி மனையில வைன்னு சொல்ற கதையா இருக்குதுடா, உன் கதை' என்று சலித்தபடி மீண்டும் அரிசியைக் கழுவுவதற்காக புதிதாக தண்ணீரை எடுத்து அரிசியில் ஊற்றினாள் அம்மா. 'அவுங்கள்லாம் பெரிய இடம்டா ராசா. அந்த கூட்டத்துக்குள்ள நாம போயி நிக்கமுடியுமா, போய் படிக்கிற வேலையை பாருடா.'

அதற்குமேல் அம்மாவிடம் பேசமுடியாது என்று புரிந்துவிட்டது. அமைதியாக எழுந்துபோய் புத்தகத்தை எடுத்துக்கொண்டு வாசல் பக்கமாகச் சென்றுவிட்டேன். அடுத்த நாள் ஆங்கிலப்பாடத்தில் தேர்வு இருந்தது. பதில்களை மனப்பாடம் செய்யத் தொடங்கினேன்.

'Sacrifice' என்றொரு புதிய சொல் அந்த வாக்கியத்தில் இடம்பெற்று என்னைத் தவிக்கவைத்தது. எவ்வளவோ யோசித்து விட்டேன். அதற்குரிய பொருளை நினைவுக்குக் கொண்டுவர முடியவில்லை. கடைசி முயற்சியாக எழுந்து சென்று அகராதியை எடுத்துவந்து பொருளைக் கண்டுபிடித்தேன். தியாகம். அதற்குப் பிறகுதான் நிம்மதியாகக் கேள்வி பதில் வரிகளில் மனம் படிந்தது.

தரையில் விரித்துவைத்த அகராதியை அமைதியாகப் பார்த்தேன். நான் அடைந்திருந்த ஆங்கிலப்பயிற்சிக்கு அடித்தளம் இட்டவர் ராமகிருஷ்ணன் அண்ணன். அந்த அகராதிகூட அவர் கொடுத்த அன்புப்பரிசு.

அவருடைய திருமணத்துக்குச் செல்ல முடியாததைப்போன்ற துரதிருஷ்டம் வேறொன்றில்லை. திருமணத்துக்குச் செல்வதற் கான வாய்ப்பே எனக்கு இல்லை என்பது தெளிவாகப் புரிந்து விட்டது. அண்ணன் எதிர்பார்த்திருப்பார் என்பது உண்மைதான். ஆனாலும் என் நெருக்கடிகளை அவரால் புரிந்துகொள்ள முடியும் என்று நினைத்து என்னை நானே தேற்றிக்கொண்டேன்.

ராமகிருஷ்ணன் அண்ணனை திருக்குறள் கழகக் கூட்டத்தில்தான் முதலில் பார்த்தேன். ராமகிருஷ்ணனின் மாமா வீட்டுத் திண்ணையில் தட்டிகளால் மறைத்து ஜோதி தட்டச்சு நிலையம் என்றொரு பயிற்சி நிலையம் அப்போது இயங்கிவந்தது. ராமகிருஷ்ணன் அங்கே இருப்பார். ஞாயிறு தினங்களில் பொழுது சாய்ந்த பிறகு அங்கே கூட்டம் நடைபெறும். அந்தக் கூட்டத்திற்கு நானும் என்னைப் போன்ற சிறுவர்களும் திருக்குறள் ஒப்பிப்பதற்காகச் செல்வோம். பிழையில்லாமல் ஒப்பிப்பவர்

களுக்கு புத்தகங்கள் பரிசாக அளிப்பார்கள். அப்போது நான் ஆறாம் வகுப்பு படித்துக்கொண்டிருந்தேன்.

புன்னகை படிந்த முகம். அழகாக படிய வாரிய தலைமுடி. பளிச்சென உடுத்திய உடைகள். எவ்வளவு பெரிய கூட்டத்திலும் ராமகிருஷ்ணன் அண்ணன் தனித்துத் தெரிவார். திருக்குறள் கழகத்தூண்களில் ராமகிருஷ்ணனும் ஒருவர். ஆனால் எப்போதும் கடைசி வரிசையில் உட்கார்ந்திருப்பார். அல்லது கூட்டத்துக்கு வெளியே யாராவது நண்பர்களோடு உரையாடிக்கொண்டிருப்பார். ஆனால் அவருடைய கையில் எப்போதும் ஒரு புத்தகம் இருக்கும்.

ஒருமுறை அவர் கையிலிருப்பது என்ன புத்தகம் என்று தெரிந்துகொள்ளும் ஆவலில் அவருக்குப் பக்கத்தில் சென்று குனிந்து பார்த்தேன். புத்தகத்தின் தலைப்பை முழுசாகப் படிக்க முடியாதபடி அவருடைய விரல்கள் அதன் மீது பதிந்திருந்தன. "To kill' என்னும் தொடக்கச்சொற்கள் தெரிந்தன. அடுத்து 'bird' என்னும் இறுதிச்சொல்லும் தெரிந்தது. அவற்றைத் தனித்தனியே எழுத்து கூட்டி படித்துவிட்டேன். நடுவில் ஒரு சொல் இருந்தது. அதைத்தான் முழுமையாகப் பார்க்கமுடியவில்லை. கழுத்தை பல கோணங்களில் வளைத்துவளைத்துப் பார்த்தும் அது தெரியவில்லை.

அதற்குள் என் செயலை அண்ணனுக்குப் பக்கத்தில் நின்றிருந்த இன்னொரு அண்ணன் பார்த்துவிட்டு அவரிடம் சொல்லிவிட்டார். அண்ணன் உடனே திரும்பி என்னிடம் 'என்னடா?' என்று கேட்டார். 'புத்தகத்துடைய பேர் சரியா தெரியலைண்ணே, அதான் பார்த்துட்டிருந்தேன்' என்று தயக்கத்தோடு சொன்னேன்.

அவர் வியப்புடன் விழிகள் விரிய 'இது இங்கிலீஷ் புஸ்தகம்டா' என்றபடி தலைப்பை முழுமையாகப் படிக்க ஏதுவாக என் பக்கம் திருப்பினார். 'நீ இங்கிலீஷ் படிப்பியா?' என்று ஆச்சரியத்தோடு பார்த்தார். நான் 'ம். படிப்பேன்ண்ணா' என்றபடி தலையசைத்துக் கொண்டே அதுவரை தெரியாமலிருந்த சொல்லைப் பார்த்தேன். "Mocking'. நான் ஆர்வக்கோளாறில் அதை வேகமாக மோக்கிங் என்று படித்தேன். பிறகு முழுத்தலைப்பையும் சேர்த்து 'டு கில் மோக்கிங் பேர்ட்' என்று சொன்னேன்.

அண்ணன் முகத்தில் புன்னகை படர்ந்தது. 'என்ன, என்ன சொன்னே? இன்னொரு தரம் சொல்லு' என்றபடி நெருங்கி வந்தார். எவ்விதமான தயக்கத்துக்கும் இடமில்லாமல் நான் 'டு கில் மோக்கிங் பேர்ட்' என்று மீண்டும் சொன்னேன்.

அண்ணன் என் தோள் மீது கைவைத்து 'என்ன அர்த்தம்? புரியுதா?' என்று கேட்டார்.

'கில்னா கொலை செய்யறது. பேர்ட்னா பறவை. மோக்கிங்னா என்னன்னு தெரியலை. ஏதாவது பறவையை கொலை செய்யறத பத்திய புத்தகமாண்ணா?'

'அது மோக்கிங் இல்லை. மாக்கிங்னு படிக்கணும்' என்று என் உச்சரிப்பைத் திருத்தினார் அண்ணன்.

'ஸ்மோக்கிங்னு படிக்கற மாதிரின்னு நெனச்சிட்டு மோக்கிங்னு படிச்சிட்டேன்.'

அண்ணன் ஒருகணம் என்னை உற்றுப் பார்த்தார். 'எழுத்துகள் ஒரே மாதிரி இருந்தாலும் ஒவ்வொரு இடத்துக்கும் தகுந்த மாதிரி உச்சரிப்பு மாறும். அதுதான் இங்கிலீஷ் மொழியுடைய தனித்தன்மை.' என்றார். நான் மனத்துக்குள் மாக்கிங் மாக்கிங் என்று நாலைந்து முறை சொல்லிப் பார்த்துக்கொண்டேன். பிறகு 'அப்படின்னா என்ன அர்த்தம்ண்ணா?' என்று கேட்டேன்.

'ஒரே ஆள் தன்னுடைய குரலை மாத்தி விதவிதமான குரல்ல பேசிக் காட்டறது, சிரிச்சிக் காட்டறதைத்தான் பொதுவா மாக்கிங்னு சொல்வாங்க. அமெரிக்காவுல ஒரு புதுவிதமான பறவை இருக்குது. விதவிதமான குரல்ல அது சத்தம் போடும். அதனால அந்தப் பறவைக்கு மாக்கிங் பேர்ட்னு பேரு வச்சிட்டாங்க.'

எனக்கு ஓரளவு புரிந்ததுபோல இருந்தது. உடனே 'அப்படின்னா, அந்தப் பறவையைக் கொலை செய்யறத பத்திய புத்தகமா இது?' என்று கேட்டேன்.

அண்ணன் அதைக் கேட்டு வாய்விட்டுச் சிரித்துவிட்டு என் முதுகில் தட்டிக்கொடுத்தார். 'கொலை செய்யறது எப்படின்னு யாராவது புத்தகம் எழுதுவாங்களா? திருக்குறள் வாக்கியத்தைப்போல எல்லா மொழிகள்லயும் சில முக்கியமான வாக்கியங்கள் இருக்கும். அதுக்கெல்லாம் நேரிடையான அர்த்தத்தைவிட, மறைமுகமான அர்த்தங்கள் ஏராளமா இருக்கும். நீ பெரிய ஆளாவும்போது உனக்கு அது புரியும்.'

நான் அண்ணன் முகத்தையே பார்த்துக்கொண்டிருந்தேன். அண்ணன் உடனே பேச்சை மாற்றும் விதமாக 'இங்க்லீஷ்லாம் படிப்பியா நீ?' என்று கேட்டார். 'ஓ. நல்லா படிப்பேனே' என்று வேகமாக தலைசைத்தேன். உடனே அவர் அந்தப் புத்தகத்தில் ஒரு பக்கத்தைத் திருப்பி 'இந்தா, இதைப் படிச்சிக் காட்டு பார்க்கலாம்' என்று சொன்னார்.

அந்தப் பக்கத்தில் ஒருசில சொற்களே தெரிந்த சொற்களாக இருந்தன. மற்றவை எல்லாம் அதுவரை பார்த்தே இராதவை.

எழுத்துகளைச் சேர்த்துச்சேர்த்து படிப்பதற்கு எங்கள் ராமசாமி சார் எங்களுக்கு ஒரு சூத்திரத்தைக் கற்றுக் கொடுத்திருந்தார். அந்த வழியில் எழுத்துகளைச் சேர்த்துச் சேர்த்துப் படித்தேன். நாலைந்து வரிகளைப் படிக்கும் வரைக்கும் காத்திருந்த அண்ணன் 'போதும், போதும்' என்று சொன்னபடி புத்தகத்தை மூடினார். பக்கத்தில் நின்றிருந்த அண்ணன்கள் என்னை விசித்திரமாகப் பார்த்தபடி நின்றார்கள்.

'ஏதாவது அர்த்தம் புரியுதா?' என்று கேட்டார் அண்ணன். நான் உதட்டைப் பிதுக்கி 'இல்லை' என்பதுபோல தலையை அசைத்தேன்.

'Goodஐ குட்னு சொல்றமாதிரி Moodஐ முட்னு சொல்லலாம்னு நினைச்சிட்டே போல. அப்படி சொல்லக்கூடாது. அது குருட்டுத்தனம். அத மூட்னு சொல்லணும். இப்படித்தான் சில இடங்கள்ல உச்சரிப்பு மாறிட்டே இருக்கும்.'

அவர் சொன்னது எனக்கு அதிசயமாக இருந்தது. ஆங்கில மொழியின் சிக்கல் எங்கே இருக்கிறது என்பதை அப்போது புரிந்துகொண்டேன். 'இதையெல்லாம் எப்படி ஞாபகம் வச்சிக்கமுடியும்?' என்று தயக்கத்தோடு கேட்டேன்.

'படிச்சி படிச்சி பழக்கப்படுத்திக்கறதுதான் ஒரே வழி. வேற எந்த குறுக்குவழியும் இல்லை' என்றார் அண்ணன்.

'அர்த்தம்?'

'அதுவும் சுலபம்தான். ஒரு நாளைக்கு ரெண்டு புது வார்த்தைகளையாவது தெரிஞ்சிக்கணும். அதுக்கு என்ன அர்த்தம்னு அகராதியை பார்த்து ஒரு நோட்டுல எழுதி வச்சிக்கணும். ஒவ்வொரு நாளும் அத எடுத்து மீண்டும் மீண்டும் படிச்சிட்டே இருக்கணும். திருக்குறள மனப்பாடம் செய்யறமாதிரிதான் எல்லாம். மனசிருந்தா எல்லாத்துக்கும் ஒரு வழி இருக்குது. புரியுதா?'

முழுமையாகப் புரியவில்லை என்றாலும் 'புரியுதுண்ணே' என்றபடி தலையசைத்தேன்.

'என்னைக்காவது லீவு நாள்ல வீட்டுக்கு வா. கத்துக் குடுக்கறேன்' என்று சொல்லிவிட்டு 'சரி. உள்ள போ. உன் கூட்டாளிங்க தேட போறாங்க' என்று என்னை நிகழ்ச்சிக்கூடத்துக்கு அனுப்பி வைத்துவிட்டார்.

அண்ணன் சொன்ன அகராதி என்னும் சொல் என் தலைக்குள் அழுத்தமாக உட்கார்ந்துவிட்டது. அது எப்படி இருக்கும், அதன்

வழியாக ஒரு சொல்லுக்குரிய அர்த்தத்தை எப்படி தெரிந்து கொள்வது என்றெல்லாம் கேள்விகள் எழுந்து குடைந்தன. மனத்துக்குத் தோன்றியபடியெல்லாம் கற்பனை செய்து கொண்டிருந்தேன். பள்ளியில் எனக்கு நெருக்கமான ஒரே ஆசிரியர் ராமசாமி சார்தான். அவரிடம் கேட்டுத் தெரிந்துகொள்ளலாம் என்று முடிவுசெய்தபடி உறங்கச் சென்றேன்.

அடுத்தநாள் பள்ளியில் வகுப்பு முடிந்து புறப்படுவதற்குத் தயாராக இருந்த நேரத்தில் ராமசாமி சாருக்கு அருகில் சென்று நின்றேன். கைகளைக் கட்டிக்கொண்டு நான் நிற்பதைப் பார்த்ததும் அவர் என்னைப் பார்த்ததும் 'என்னடா?' என்று கேட்டார். ராமகிருஷ்ணன் அண்ணன் சொன்ன விவரங்களையெல்லாம் நான் அவரிடம் சொன்னேன். அவர் எல்லாவற்றையும் பொறுமையாகக் கேட்ட பிறகு 'இங்கிலீஷ்ல அத்துபடியாவணும்னு நெனைக்கறவங்களுக்கு அகராதி ரொம்ப ரொம்ப முக்கியமான புத்தகம்' என்றார். தொடர்ந்து 'அப்புறமா ஸ்டாஃப் ரூம் பக்கமா வா. அகராதி எப்படி இருக்கும்னு காட்டறேன், சரியா?' என்று சொல்லிவிட்டு வெளியேறிவிட்டார்.

அன்று நண்பகல் உணவு வேளை சமயத்திலேயே ராமசாமி சாரைப் பார்ப்பதற்காக ஆசிரியர்கள் அறைக்குள் சென்றேன். ராமசாமி சார் அப்போதுதான் கழுவி வந்த சாப்பாட்டு அடுக்கையும் தட்டையும் ஜன்னலோரமாக வெயில் படும் இடத்தில் உலரவைத்துவிட்டுத் திரும்பினார். என்னைப் பார்த்ததுமே 'வா.வா. அகராதியைப் பார்க்கணுமா?. உள்ள வா' என்று அழைத்தார்.

பக்கத்தில் இருந்த அலமாரியைத் திறந்து செந்நிற அட்டையைக் கொண்ட தடிமனான ஒரு புத்தகத்தை எடுத்து மேசையின் மீது வைத்தார் ராமசாமி சார். 'பாத்துக்கோ, இதுதான் அகராதி' என்றார்.

அப்புத்தகத்தின் பருமனையும் அளவையும் பார்த்து ஒருகணம் திகைத்து நின்றுவிட்டேன். பிறகு தயக்கத்தோடு பக்கங்களைப் புரட்டினேன். ஒருபக்கம் வரிசையாக ஆங்கிலச் சொற்கள். அதற்கு எதிர்ப்புறத்தில் அச்சொற்களுக்குரிய பொருள் தமிழில் கொடுக்கப் பட்டிருந்தது. குறிப்பிட்ட ஒரு சொல்லை எப்படித் தேடுவது, எப்படி பொருளைக் கண்டுபிடிப்பது என்னும் ரகசியத்தை அவர் சொல்லிக் கொடுத்தார். உற்சாகத்தோடு நானே அந்த அகராதியைத் தொட்டுப் புரட்டி சில சொற்களைத் தேடி, அவற்றின் பொருளைப் படித்து மகிழ்ந்தேன். நமக்கே நமக்கென சொந்தமாக ஒரு அகராதி இருந்தால் எப்படி இருக்குமென்று கற்பனை செய்து பார்த்தேன்.

ஆவலோடு 'இது என்ன விலை இருக்கும் சார்?' என்று கேட்டேன். 'சாதாரணமான விலைன்னு நெனச்சிடாதடா. எழுபத்தஞ்சி ரூபா.

உனக்கு எந்த வார்த்தைக்காவது அர்த்தம் தெரிஞ்சிக்கணும்ன்னா, நான் இருக்கிற நேரத்துல இங்கயே வந்து பார்த்துக்கோ. சரியா?' என்றார் ராமசாமி சார்.

நான் அன்றிரவே எங்கள் ஆங்கிலப் பாடப் புத்தகத்தில் ஒரு பக்கத்தை வாய்விட்டுப் படித்தேன். ஒவ்வொரு சொல்லாகக் கண்கள் கடந்து சென்றன. பொருள் புரியாத சொற்களை ஒரு நோட்டில் எழுதிவைத்துக்கொண்டேன். ஐந்து சொற்கள் கிடைத்ததும் அதுவரை படித்த பகுதிக்கு அடையாளமிட்டு, அன்றைய வாசிப்பை முடித்துக்கொண்டேன். அடுத்த நாள் ராமசாமி சாரைப் பார்த்து அகராதியைப் பெற்று அச்சொற்களின் பொருளைக் குறித்துக்கொண்டு மனப்பாடம் செய்தேன்.

திருக்குறள் கழகத்தின் மாதாந்திரக் கூட்டத்துக்குச் சென்றிருந்த போது ராமகிருஷ்ணன் அண்ணன் வழக்கமான இடத்தில் உட்கார்ந்திருந்தார். நான் அவருக்கு அருகில் சென்று வணக்கம் சொன்னேன். என்னைப் பார்த்ததுமே அவர் 'வீட்டுப்பக்கம் வான்னு சொன்னேனே, அப்புறம் ஏன் வரலை?' என்று கேட்டார். அவர் எவ்வளவு எதிர்பார்த்திருப்பார் என்பதை அப்போது புரிந்துகொண்டேன். சட்டென்று அடங்கிய குரலில் 'வீட்டுல வேலை இருந்ததுண்ணே...' என்று எதையோ இழுத்தபடி சொல்லி சமாளித்தேன். 'சரி சரி, வர ஞாயித்துக்கெழமை வா' என்றார் அண்ணன். அவர் கையில் அப்போதும் ஒரு புத்தகம் இருந்தது. வாய்விட்டு எழுத்துகளைக் கூட்டிப் படித்தேன். 'Golden Notebook'. நோட்புக் என்பதற்குப் பொருள் உடனடியாகப் புரிந்துவிட்டது. கோல்டன் என்பதுதான் புரியவில்லை.

'என்னடா, புரியுதா?' என்று அண்ணன் கேட்டபோதுதான் அவர் என்னைக் கவனிப்பதை உணர்ந்தேன். ஒருவித கூச்சத்தில் நாக்கைக் கடித்தபடி சிரித்தேன். பிறகு எனக்குப் புரிந்ததையும் புரியாததையும் சொன்னேன்.

அவர் உடனே 'Gold ங்கறதுக்குக்கூடவா அர்த்தம் தெரியலை?' என்று ஆச்சரியத்தோடு கேட்டார்.

நான் அவரை நிமிர்ந்து பார்த்து மெதுவாக இல்லை என்பதுபோல தலையசைத்தேன். அவர் விழிகளில் வியப்பு படர்வதைப் பார்த்தேன். 'Gold னு சொன்னா தங்கம்டா. நகையெல்லாம் செஞ்சி போட்டிருக்காங்களே, அந்த தங்கம். புரியுதா?' என்றார் அவர்.

புரிந்துவிட்டதற்கு அடையாளமாக தலையை வேகமாக அசைத்தேன். பிறகு 'Goldக்கு தங்கம்ங்கறது சரி. Goldenனு சொன்னா?'

'Goldeண னா தங்கமானன்னு அர்த்தம். Golden boyனா தங்கமான பையன்னு அர்த்தம். Golden girlனா தங்கமான பொண்ணுன்னு அர்த்தம். ஆனா எல்லா சமயத்துலயும் அப்படி நேரிடையா ஒரு அர்த்தத்தை கொடுக்கமுடியாது. இப்ப golden eveningனா தங்கமான மாலைப்பொழுதுன்னு சொல்லக்கூடாது. முக்கியமான ஒரு மாலைப்பொழுதுன்னு அர்த்தம். Golden opportunityன்னு சொன்னா, அருமையான வாய்ப்புன்னு அர்த்தம். அப்படி இடத்துக்கு தகுந்த மாதிரி அர்த்தமும் மாறிமாறி வரும். அதையெல்லாம் புரிஞ்சிகிட்டு படிக்கணும்.'

அண்ணனால் தொடர்ந்து பேசமுடியவில்லை. கூடத்தில் நிகழ்ச்சி தொடங்குவதற்கான அடையாளம் தென்பட்டதால் 'சரி சரி, ஆரம்பிக்கப் போறாங்க. உள்ள போ. ஞாயித்துக்கிழமை வா' என்றார். நானும் அவசரமாக ஓடிச் சென்று பிற மாணவர்களோடு சேர்ந்து உட்கார்ந்துகொண்டேன்.

அடுத்த வாரமே அண்ணனைப் பார்க்க அவருடைய வீட்டுக்குச் சென்றேன். அண்ணன் அறைக்குள் உட்கார்ந்து எதையோ படித்துக்கொண்டிருந்தார். என்னைப் பார்த்ததும் 'வா வா' என்று அழைத்து அவருக்கு பக்கத்திலேயே இருந்த ஸ்டூலில் உட்காரும்படி சொன்னார்.

நான் அப்போதுதான் அவருக்கு அருகில் இருந்த மேசையைப் பார்த்தேன். ஏராளமான புத்தகங்கள் வரிசையாக அடுக்கி வைக்கப்பட்டிருந்தன. சுவரோரமாக இருந்த இரு உயரமான தாங்கிகளிலும் புத்தகங்கள் இருந்தன. 'இது எல்லாம் நீங்க படிச்ச புஸ்தகங்களாண்ணே?' என்று ஆச்சரியத்தோடு கேட்டேன். அண்ணன் 'ம்' என்றபடி புன்னகைத்தார். அவருடைய வழக்கமான புன்னகை. 'ஒரு லைப்ரரி மாதிரி வச்சிருக்கீங்கண்ணே' என்றேன்.

அண்ணன் மேசையிலிருந்து ஒரு பருமனான புத்தகத்தை எடுத்து எனக்கு முன்னால் வைத்தார். 'பாரு, இதுதான் அகராதி' என்றார். அப்புத்தகம் ராமசாமி சார் காட்டிய புத்தகத்தைப்போல இல்லை. அது வேறு விதமான இருந்தது. ஆனால் உள்ளடக்கம் ஒன்றுபோலவே இருந்தது. மெதுவாக பக்கங்களை அப்படியும் இப்படியுமாகப் புரட்டினேன். பேச்சோடு பேச்சாக ராமசாமி சார் வழியாக அகராதி பார்க்கும் விதத்தைக் கற்றுக்கொண்டதையும் சொன்னேன். என்னிடம் இருந்த நோட்டை அவரிடம் காட்டினேன். நான் அதுவரை தெரிந்துகொண்ட புதிய சொற்களும் அவற்றுக்குரிய பொருள்களும் அதில் இருந்தன.

‘எல்லாம் சரி. இதையெல்லாம் மனப்பாடம் பண்ணிட்டியா?’ என்று கேட்டார் அண்ணன். நான் ‘ம்’ என்றபடி உற்சாகத்தோடு தலையாட்டினேன். ‘கேட்டா சொல்றியான்னு பார்க்கறேன்’ என்றபடி ஒரு சொல்லைச் சொல்லிவிட்டு ‘இதுக்கு என்ன அர்த்தம்?’ என்று கேட்டார். நான் உடனே அதற்குரிய பொருளைச் சொன்னேன். இப்படியே ஐந்தாறு சொற்களைக் கேட்டுவிட்டு நிறைவுடன் தலையசைத்துக் கொண்டார். ‘வெரி குட்’ என்று வாய்விட்டுப் பாராட்டினார் அண்ணன்.

‘அகராதிக்காக நீ இனிமேல ஸ்கூல் வரைக்கும் தேடிட்டு போகவேணாம். இதோ, இந்த அகராதியை நீயே வச்சிக்கலாம்’ என்று சொல்லிவிட்டு மேசை மீதிருந்த அகராதியை என்னிடம் எடுத்துக் கொடுத்தார். என்னால் அதை நம்பவும் முடியவில்லை. நம்பாமல் இருக்கவும் முடியவில்லை. சட்டென என் கண்கள் நிறைந்து தளும்பிவிட்டன. பேச்சு வராமல் தடுமாறினேன். அகராதியின் முதல் பக்கத்தில் என் பெயரை எழுதி கையெழுத்து போட்டு என்னிடம் கொடுத்தார் அண்ணன்.

என் கவனத்தைத் திசைதிருப்புவதற்காக அண்ணன் அருகில் இருந்த சுவரில் ஒட்டப்பட்டிருந்த தாளில் தடித்த எழுத்துகளால் எழுதப்பட்ட ஒரு வாக்கியத்தைக் காட்டி ‘அது என்ன படிச்சி அர்த்தம் சொல்லு, பார்க்கலாம்’ என்றார். நான் அந்த எழுத்துகள் மீது பார்வையைப் படரவிட்டேன்.

FEAR NOT FOR THE FUTURE, WEEP NOT FOR THE PAST. நிறுத்தி நிறுத்தி படித்துவிட்டேன். FEAR, NOT, FOR, THE ஆகிய சொற்களுக்கு மட்டுமே எனக்குப் பொருள் தெரிந்திருந்தது. மற்றவை எதுவும் தெரியவில்லை. அண்ணன் நிறுத்தி நிதானமாக அந்த வாக்கியத்தின் பொருளைச் சொன்னார். எதிர்காலத்தை நினைத்து அச்சம் கொள்ளாதே. இறந்த காலத்தை நினைத்து கலக்கம் அடையாதே. எவ்வளவு அற்புதமான ஒரு வாக்கியம் என்று நினைத்துக்கொண்டேன். எனக்காகவே யாரோ சொன்னதுபோல இருந்தது அந்த வாக்கியம்.

அப்போதுதான் அறையில் நான்கு பக்கச் சுவர்களிலும் அதைப்போலவே எழுதப்பட்ட சுவரொட்டிகள் ஒட்டப் பட்டிருப்பதைப் பார்த்தேன். ஒவ்வொரு சுவரொட்டியையும் நெருங்கிச் சென்று விரலால் தொட்டுத்தொட்டுப் படித்தேன்.

'HAVE MORE THAN YOU SHOW, SPEAK LESS THAN YOU KNOW'

'LOVE ALL, TRUST A FEW, DO WRONG TO NONE'

'IT IS BETTER TO LOSE YOUR EGO TO THE ONE YOU LOVE THAN TO LOSE THE ONE YOU LOVE TO YOUR EGO'

சொற்களைப் படிப்பதில் எனக்குச் சிக்கலே எழவில்லை. படித்துவிட்டேன். ஆனால் படிக்கப்படிக்கத்தான் நமக்கு எத்தனை சொற்களுக்கு பொருள் தெரியாமல் இருக்கிறது என்று தெரிந்தது. அர்த்தங்களையெல்லாம் கரைத்துக் குடித்துவிட வேண்டும் என்றொரு வேகம் எழுந்தது.

'இங்கிலீஷ தெரிஞ்சிக்கணும்னா பாடப் புத்தகங்களை மட்டும் படிச்சா போதாது. படிக்கிறதுக்கு நல்ல நல்ல புத்தகங்கள் ஏராளமா இருக்குது. அதையெல்லாம் படிக்கணும். அப்பதான் புது புது வார்த்தைகளை நாம படிச்சி தெரிஞ்சிக்கலாம். சின்ன வயசு புள்ளைகள் படிக்கிறதுக்கு இங்க நெறய புத்தகங்கள் இருக்குது. எப்ப வேணும்ன்னாலும் நீ வந்து எடுத்தும் போயி படிச்சிட்டு கொண்டுவரலாம். புரியுதா?'

சொல்லிக்கொண்டே நாற்காலியிலிருந்து எழுந்து சென்று அருகில் இருந்த தாங்கியிலிருந்து Fairy Tales என்றொரு புத்தகத்தை எடுத்துவந்து 'இத படிச்சி பாரு' என்று கொடுத்தார்.

நடுவில் ஏதோ ஒரு பக்கத்தை ஆர்வத்தோடு புரட்டினேன். ஏராளமான படங்கள் இருந்தன. எழுத்துகளும் பெரிதாக இருந்தன.

'Fairy Talesனு சொன்னா தேவதைக்கதைகள்னு அர்த்தம். நம்ம வாழ்க்கையில தேவதைகள் எப்படியெல்லாம் உதவியா இருக்குதுங்கறத புரியவைக்கறதுக்காக எழுதப்பட்ட கதைகள். ரொம்ப சுவாரசியமா இருக்கும். படி.'

நான் அண்ணனுக்கு நன்றி சொல்லிவிட்டு புத்தகத்தோடு திரும்பிவிட்டேன். ஒவ்வொரு நாளும் உறங்கச் செல்லும் முன்பாக ஒரு பக்கம் படிக்கவேண்டும் என்றொரு விதியை நானாகவே வைத்துக்கொண்டு பின்பற்றினேன்.

ஒன்பதாம் வகுப்புக்கு வரும் வரைக்கும் அண்ணன் எனக்குப் படங்களோடு கூடிய புத்தகங்களையே படிப்பதற்குக் கொடுத்து வந்தார். பிறகுதான் படங்களற்ற புத்தகங்களைக் கொடுத்தார். அவர் ஊட்டிய உற்சாகத்தால் என் ஆர்வமும் விரிவடைந்தது. ஆங்கில மொழியின் மீது இயல்பாகவே ஒரு விருப்பம் பிறந்தது.

ராமகிருஷ்ணன் அண்ணன் வளவனூரில் ஆங்கில இலக்கியத்தில் முதுநிலை பட்டம் பெற்ற முதல் பட்டதாரி. திருவண்ணாமலை கல்லூரியில் ஆசிரியராக பணியாற்றி வந்தார். வார நாட்களில்

திருவண்ணாமலையிலும் விடுமுறை நாட்களில் வளவனூரிலுமாக மாறிமாறி இருப்பார்.

இடநெருக்கடி காரணமாக ஜோதி தட்டச்சு நிலையத்திலிருந்து திருக்குறள் கழக நிகழ்ச்சிகள் கோவிந்தையர் பள்ளி வளாகத்தில் நடைபெறத் தொடங்கின. ராமகிருஷ்ணன் அண்ணன் அந்த இடத்திலும் பின்வரிசையில்தான் உட்கார்ந்திருப்பார்.

ஒருமுறை நிகழ்ச்சி தொடங்குவதற்கு முன்னால் வந்திருந்தவர்கள் அனைவருக்கும் அண்ணன் அவருடைய திருமண அழைப்பிதழைக் கொடுத்தார். எனக்கும் ஓர் அழைப்பிதழைக் கொடுத்தார். எல்லோரும் அவருக்கு வாழ்த்துகள் சொன்னார்கள். 'எல்லா வாழ்த்துகளையும் இங்கயே சொல்லிட்டா எப்படி? கல்யாணத்துக்கு வந்து சொல்றதுக்கும் கொஞ்சம் வாழ்த்துகளை வச்சிக்குங்க' என்று வழக்கமான புன்னகையோடு சொன்னார் அண்ணன்.

கடைசி வரை, கல்யாணத்துக்குச் செல்லவேண்டும் என்ற என் ஆசை நிறைவேறவே இல்லை. அம்மாவிடம் என் முறையீடுகள் எதுவும் பலிக்கவில்லை.

பையிலிருந்த திருமணப் பத்திரிகையை அடிக்கடி எடுத்துப் பார்த்துக்கொண்டிருந்தேன். அந்தப் பத்திரிகையின் உறை அழகாக இருந்தது. ஒருபுறம் முகவரி எழுதுவதற்கான இடம் விடப்பட்டிருந்தது. மறுபுறத்தில் ஒரு ஜோடிப்புறாக்களின் படம். அதற்குக் கீழே மணமக்களின் பெயர்கள். ராமகிருஷ்ணன். செல்வகுமாரி. நான் அந்தப் புறாக்களின் படத்தையே வெகுநேரம் பார்த்தபடி இருந்தேன்.

ஏதோ ஒரு கணத்தில் அந்தப் படத்தையே ஓர் ஓவியமாக வரைந்து, திருமணப்பரிசாக அண்ணனுக்குக் கொடுத்தால் என்ன என்று தோன்றியது. அடுத்த கணமே வேலையில் இறங்கிவிட்டேன்.

என் புத்தக அடுக்கில் புத்தகங்களுக்கும் நோட்டுகளுக்கும் அட்டை போட உதவக்கூடும் என்ற எண்ணத்தில் சில பழைய காலண்டர் படங்களை எடுத்துவைத்திருந்தேன். ஒருபுறம் படமிருந்தாலும் மறுபுறம் பால்போல வெள்ளையாகவும் கெட்டியாகவும் அந்தத் தாட்கள் இருந்தன. ஓவியம் வரைய அந்தத் தாள் பொருத்தமாக இருக்கும் என்று தோன்றியது. அவற்றில் ஒரு தாளை எடுத்து அளவாக நறுக்கிவைத்துக்கொண்டு பென்சிலை எடுத்தேன். எங்கிருந்து தொடங்கலாம் என்ற கேள்வி எழுந்தபோது சட்டென ஓர் எண்ணம் எழுந்தது. குளக்கரையைக் கொண்ட ஒரு விரிவான

இயற்கைக்காட்சி. குளக்கரையை ஒட்டி விழுதுவிட்டிருக்கும் பெரிய ஆலமரம். அந்த நிழலில் அமர்ந்திருக்கும் ஒரு ஜோடிப்புறா. அந்தக் கற்பனை எனக்கு மிகவும் பிடித்திருந்தது. மறுகணமே, அச்சித்திரத்தை நான் வரையத் தொடங்கிவிட்டேன். ஏறத்தாழ ஒரு மணி நேரத்தில் ஓவியத்தில் முழுக்காட்சியும் உருப்பெற்றது.

அந்த ஓவியத்தை மடிப்பு குலையாமல் எடுத்துச் செல்ல தோதாக அதே காலண்டர்த்தாளில் ஒரு காகிதப்பையைச் செய்து, அதற்குள் அந்த ஓவியத்தை வைத்தேன். இரு வாரங்களுக்குப் பிறகு வந்த ஒரு விடுப்புநாளில் அந்தக் காகிதப்பையை எடுத்துக்கொண்டு அண்ணன் வீட்டுக்குச் சென்றேன்.

கதவைத் திறந்த அண்ணன் என்னைக் கண்டதும் 'வாடா வா. திருக்குறள் கழகத்து ஆட்கள் எல்லாருமே கல்யாணத்துக்கு வந்திருந்தாங்களே, நீ ஏன் வரலை? ஒருவேளை தனியா வருவியோன்னு நெனச்சி உன்னை ரொம்ப எதிர்பார்த்திருந்தேன்' என்றார். எனக்குத்தான் பதில் சொல்லத் தடுமாற்றமாக இருந்தது. 'அது… அது… வந்து…' என்று சரியாகச் சொல்லவராமல் சொற்களை இழுத்தேன்.

அதற்குள் 'யாரு?' என்று கேட்டபடி தோட்டத்திலிருந்து அண்ணி கேட்டுக்கொண்டே வரவும் அண்ணன் அறிமுகப்படுத்தவும் சரியாக இருந்தது. சரியான தருணத்தில் பேச்சு திசைமாறிவிட்டது. 'ஓ… இந்த தம்பிதான் நீங்க சொன்ன சீடப்பிள்ளையா?' என்று சிரித்துக்கொண்டே கேட்டார் அண்ணி.

நான் அண்ணனிடம் காகிதப்பையைக் கொடுத்தேன். அவர் உள்ளே இருந்த ஓவியத்தை எடுத்து வைத்த கண்ணை எடுக்காமல் பார்த்தபடியே இருந்தார். அண்ணியும் அவருடைய தோளை ஒட்டியபடி நின்றுகொண்டு பார்த்தார். 'அருமையா இருக்குதே. யாரு தம்பி வரைஞ்சிது?' என்று கேட்டார் அண்ணி.

'நான்தான்' என்று வெட்கத்தோடு சொன்னேன். 'அற்புதம். அருமை' என்று புகழ்ந்தார் அண்ணன். 'பெரிய ஆர்ட்டிஸ்ட் மாதிரி வரைஞ்சிருக்கான்' என்று பாராட்டினார் அண்ணி. 'அவன் ஓவியம் வரையக்கூடிய ஆள்னு இதுவரைக்கும் எனக்கே தெரியாது. அவனுக்குள்ள பல திறமைகள் ஒளிஞ்சிட்டிருக்குதுபோல' என்று சிரித்தார் அண்ணன். இருவருக்கும் அந்த ஓவியம் பிடித்திருப்பதைப் பார்த்தபிறகுதான், திருமணத்துக்கு நேரில் செல்ல முடியவில்லையே என்கிற வருத்தம் கொஞ்சம் கொஞ்சமாக மறைந்தது.

பள்ளியில் ஒவ்வொரு வகுப்பாகக் கடந்து பதினொன்றாம் வகுப்புக்கு வந்துவிட்டேன். அந்த நேரத்தில் ஆங்கில இலக்கணம் தொடர்பான சில நுட்பமான தகவல்களை எனக்குச் சொல்லிக் கொடுத்தார் அண்ணன். சொந்தமாக சில வாக்கியங்களை உருவாக்கி எழுத எனக்கு அப்பயிற்சி மிகவும் உறுதுணையாக இருந்தது.

நான் ஆங்கிலத்தைத் தமிழ் படிப்பதுபோல படிப்பதாக ஒருமுறை அண்ணி சொன்னார். 'இருக்கட்டும் விடு. இப்ப அதை ஒரு குறையாக எடுத்துக்கவேணாம். எதிர்காலத்துல அவனே மாத்திக்குவான். இந்த சின்ன ஊருல இருந்துகிட்டு இவ்ளோ தூரம் இங்கிலீஷ் படிக்கறதே பெரிய விஷயம். இந்த நேரத்துல குறைகளை மட்டுமே சுட்டிக் காட்டிட்டிருந்தா, பயம்தான் வரும். இல்லைன்னா வெறுப்பு வரும். ரெண்டுமே ஆபத்து, இல்லையா?' என்றார் அண்ணன்.

'இங்கிலீஷ இங்கிலீஷ்காரன் மாதிரிதான் பேசணும். அதுதான் அந்த மொழிக்கு நாம செய்யற மரியாதை' என்று உறுதியாகச் சொன்னார் அண்ணி. அண்ணன் அண்ணியையே ஒருகணம் அமைதியாகப் பார்த்தார். பிறகு அமைதியாக 'சரி, அப்படின்னா நீயே அவனுக்கு ட்ரெய்னிங் கொடு' என்றார். 'அதுக்கென்ன, சொல்லிக் கொடுத்தா போச்சி' என்று முன்வந்த அண்ணி மேசைமீது வைக்கப்பட்டிருந்த ஏதோ ஓர் ஆங்கிலப்புத்தகத்தை எடுத்தார். வேகமாகப் புரட்டி, கைக்கு வந்த ஒரு பக்கத்தைச் சுட்டிக்காட்டி, அதைப் படிக்குமாறு என்னிடம் சொன்னார். ஒரு பத்து வரி படித்த பிறகு நிறுத்தும்படி சைகை செய்தார். பிறகு அதே பத்து வரிகளை அவர் படித்துக் காட்டினார். வானொலியில் ஆங்கிலச்செய்திகள் படிப்பதுபோல இருந்தது.

'இப்ப உனக்கு புரியுதா, என்ன வித்தியாசம்னு. இந்த மாதிரிதான் படிக்கணும். அதுக்கு நாக்கு நல்லா பழகணும். எந்தெந்த வார்த்தைகளைச் சேர்த்து படிக்கணும், எந்தெந்த வார்த்தைகளை பிரிச்சி படிக்கணும்கறதுக்கு ஒரு வரைமுறை இருக்குது. ஒரு நளினம் இருக்குது. அதுக்கேத்தாப்புல படிச்சாதான் இங்கிலீஷ் இங்கிலீஷா இருக்கும். புரியுதா?'

'புரியுது' என்பதற்கு அடையாளமாக நான் தலையை அசைத்தேன்.

'நான் தமிழ்ல ஒரு வாக்கியம் சொல்றன். அதைத் தப்பு இல்லாம மனப்பாடமா சொல்லணும். நாக்கு பழகறதுக்கு அது ஒரு வழி. தமிழுக்கு நாக்கு பழகிடுச்சின்னா, இங்கிலீஷுக்கும் தானா பழகிடும்' என்றார் அண்ணி.

‘சொல்லுங்கண்ணி’ என்பதுபோல நான் அவருடைய முகத்தைப் பார்த்தேன்.

‘கொக்கு நெட்ட கொக்கு, நெட்ட கொக்கு இட்ட முட்டை கட்ட முட்டை.’

என்னமோ விடுகதையைப்போல இருக்கிறதே என நினைத்து சற்றே குழப்பத்தில் மூழ்கியபோது என் கவனம் ஒருகணம் பிசகிவிட்டது. நினைவிலிருப்பதுவரை ஒருமுறை மனத்துக் குள்ளேயே சொல்லிப் பார்த்தேன். ஏதோ ஓரிடத்தில் தடுமாற, நிறுத்திவிட்டேன். என் தடுமாற்றத்தைப் பார்த்ததும் அண்ணி மற்றுமொரு முறை அந்த வாக்கியத்தைச் சொன்னார்,

மீண்டுமொரு முறை அண்ணியின் முன்னிலையில் சொல்ல முயற்சி செய்தேன். அப்போதும் அது தோல்வியிலேயே முடிந்தது. சிறிது நேர இடைவெளியில் மீண்டும் ஒருமுறை சொன்னேன். மூன்றாவது முறையாகச் சொன்னபோது சரியாகச் சொல்லிவிட்டேன்.

அண்ணி அடுத்து ‘யாரு தச்ச சட்டை, தாத்தா தச்ச சட்டை’ என்று சொன்னார். தீவிரமான பயிற்சிக்குப் பிறகு அந்த வாக்கியத்தையும் நான் சரியாகச் சொன்னேன்.

ஆங்கிலப்புத்தகத்தில் ஏற்கனவே எடுத்த பக்கத்தைப் புரட்டி யெடுத்து மெதுவாக ஒவ்வொரு வார்த்தையாக நிறுத்திநிறுத்திப் படித்துக் காட்டினார் அண்ணி. நானும் அவரைத் தொடர்ந்து ஒவ்வொரு வாக்கியமாகச் சொல்லிப் பழகினேன்.

பள்ளியிறுதித்தேர்வில் நான் முதல் மதிப்பெண் பெற்றதைப் பாராட்டி அண்ணன் எனக்கு ‘மோபி டிக்’ என்னும் புத்தகத்தைப் பரிசாகக் கொடுத்தார். அண்ணி எனக்கு ‘பியூட்டி அன்ட் தி பீஸ்ட்’ புத்தகத்தைப் பரிசாக அளித்தார்.

அதுதான் நான் கடைசியாக அவர்களைப் பார்த்த தருணம். அதற்குப் பிறகு அவர்களைப் பார்க்கும் வாய்ப்புக் கிடைக்கவில்லை. பதினொன்றாவது வகுப்பு முடிந்ததும் புகுமுக வகுப்பைப் படிக்க விழுப்புரம் கல்லூரியில் சேர்ந்தேன். அதைத் தொடர்ந்து பட்டப்படிப்புக்காக புதுச்சேரிக்குச் சென்றுவிட்டேன். அதற்குப் பிறகு வளவனூருக்கு வருவது குறைந்துவிட்டது. வந்தாலும் ஒருசில மணி நேரங்களிலேயே திரும்பிச் செல்லும்படியாகவே சூழல் இருந்தது.

அவர்களுக்கு ஓர் ஆண்குழந்தை பிறந்திருப்பதாகச் சொன்னார்கள். அழகானதொரு ஓவியத்தோடு அவர்களை நேரில் பார்த்து வாழ்த்து

சொல்லவேண்டும் என்று நினைத்திருந்தேன். ஆனால் ஓவியம் வரைவதற்கான மனநிலை வாய்க்கவே இல்லை. அதனால் சந்திக்கச் செல்லும் பயணங்களும் தள்ளித்தள்ளிப் போயின.

எதிர்பாராதவிதமாக அடுத்து சில மாதங்களிலேயே அண்ணன் சிறுநீரகம் பாதிக்கப்பட்டு மருத்துவமனையில் சேர்த்திருப்பதாக அதிர்ச்சியானதொரு செய்தி கிடைத்தது. தேறி வந்ததும் பார்க்கவேண்டும் என நினைத்திருந்தேன். ஆனால் அவருடைய வாழ்க்கை அங்கேயே முடிவடைந்துவிட்டது. அந்த இழப்பை என்னால் தாங்கவே இயலவில்லை. ஒரு திரைப்படத்தில் நிகழ்வதுபோல அடுத்தடுத்து இழப்புகள் ஏற்பட்டு அந்தக் குடும்பமே நிலைகுலைந்து சிதறிவிட்டது.

அப்படிப்பட்ட நேரத்தில் அண்ணியின் முகத்தைப் பார்க்க என் மனத்தில் துணிவில்லை. வளவனூருக்குச் சென்றிருந்தபோதும் அவருடைய வீட்டுப்பக்கம் செல்லவில்லை. அடுத்த சில மாதங்களிலேயே அண்ணியை அவருடைய குடும்பத்தார் அழைத்துச் சென்றுவிட்டனர் என்று செய்தி கிடைத்தது. குழந்தையை வளர்க்கும் பொறுப்பை அண்ணன் வீட்டினரே ஏற்றுக்கொள்ள, அண்ணிக்கு மறுமணம் செய்துவிட்டனர். எல்லாமே செவிவழிச்செய்திகளாகவே போய்விட்டன.

புதுச்சேரியில் படித்துக்கொண்டிருந்த காலத்தில் சில சிறுவர்களுக்கு நான் ஆங்கிலம் கற்பித்தேன். அப்போதெல்லாம் அண்ணன், அண்ணி நினைவுகள் எழாமல் ஒருநாளும் பாடங்களை நான் முடித்ததில்லை. சொல்லிக் கொடுப்பதில் நான் அவர்கள் காட்டிய வழியையே பின்பற்றினேன். அப்போதெல்லாம் என் மனத்துக்குள்ளேயே அண்ணனும் அண்ணியும் இருப்பதாக நினைத்துக்கொள்வேன். எனக்கு வேலை கிடைத்து ஊரைவிட்டு புறப்படவேண்டும் என்னும் சூழல் உருவானபோது, அண்ணன் எனக்கு அன்பளிப்பாகக் கொடுத்த ஆங்கில அகராதியை அக்கூட்டத்தில் வசதியில்லாத ஒரு சிறுவனுக்கு அன்பளிப்பாகக் கொடுத்தேன்.

அண்ணன் தன் வீட்டுச் சுவர்களில் எழுதிவைத்திருந்த ஆங்கில வாக்கியங்களும் அண்ணி மொழி பழகுவதற்காக சொல்லிக் காட்டிய வாக்கியங்களும் அடிக்கடி நினைவில் மிதந்துவரும். அப்போதெல்லாம் அவர்கள் முகங்களும் நெஞ்சிலெழும்.

இவையெல்லாம் நடந்துமுடிந்து இருபதாண்டுகளுக்குப் பிறகு ஒரு நண்பர் வீட்டுத் திருமணத்தில் கலந்துகொள்வதற்காக

புதுச்சேரிக்குச் சென்றிருந்தேன். பொழுதுபோக்குக்காக ராஜா திரையரங்கில் ஒருநாள் மாலை ஒரு திரைப்படம் பார்க்கச் சென்றிருந்தேன்.

திரைப்படம் முடிந்ததும் அரங்கம் ஒளிமழையில் நிறைந்திருந்தது. வரிசைவரிசையாக மக்கள் வெளியேறிக்கொண்டிருந்தனர். இடைப்பட்ட வரிசையில் சிக்கிக்கொண்டதால் நான் நின்றிருந்த வரிசை மெல்லமெல்ல நகர்ந்தது. கதவை நோக்கி நகர்ந்துசெல்லும் வரிசைகளில் மனிதர்களை வேடிக்கை பார்த்துக்கொண்டிருந்தேன்.

தற்செயலாக அவ்வரிசையில் நான் பார்த்த ஒரு முகம் எனக்குள் ஒருவித பரபரப்பை உருவாக்கியது. அச்சு அசலாக அப்படியே அண்ணியின் முகம். சந்தேகமே இல்லை. அண்ணியேதான். அதே முகம். அதே சாயல். அதே நெற்றி. அதே புன்னகை. எதிர்பாராத விதமாக என் இதயம் வேகமாகத் துடிக்கத் தொடங்கியது.

என்னை மீறிய வேகத்தில் 'அண்ணி அண்ணி' என்று என் குரல் எழுந்துவிட்டது. கதவுக்கருகில் சென்ற கூட்டத்தினர் அனைவருமே என்னை ஒருகணம் திரும்பிப் பார்த்தனர். நான் எதிர்பார்த்த முகமும் என்னைத் திரும்பிப் பார்த்தது. ஒருகணம் திகைப்பு. மறுகணம் அமைதி. அடுத்த கணம் புன்னகையோடு அம்முகம் திரும்பிவிட்டது. கூட்டத்தோடு கூட்டமாக அவர் வெளியேறிவிட்டார்.

ஒரு வேகத்தில் அப்படி கூவிவிட்டேனே தவிர, அவர் நின்று ஒருவேளை பேச வந்திருந்தால் என்னால் பேசமுடிந்திருக்குமா என்று சொல்லத் தெரியவில்லை. இன்னொரு முறை அழைக்கும் எண்ணம் எழவே இல்லை. கதவுக்கு அருகில் நெருங்கியதும் அவரை கண்கள் அங்குமிங்கும் தேடின. எங்கும் இல்லை.

9. அய்யனார்

ஒருநாள் கோவில் படிக்கட்டுகளில் 'கல்லா மண்ணா' விளையாடிக்கொண்டிருந்தோம். கூட்டத்திலிருந்த ஒரு பையன் பிடிபடாமல் தப்பித்துச் செல்லும் வேகத்தில் படியிலிருந்து தடுமாறி கீழே விழுந்துவிட்டான். அவனுக்குப் பக்கத்தில் நான் நின்றிருந்தேன். அவனுக்கு என்ன தோன்றியதோ தெரியவில்லை, அழுது கொண்டே சென்று தன் அம்மாவிடம் நான்தான் அவனைக் கீழே தள்ளிவிட்டதாகச் சொல்லி விட்டான். மறுகணமே அவன் அம்மா என் அம்மாவிடம் வந்து புகார் சொல்லிவிட்டுச் சென்றார். அடுத்த கணம் என்னிடம் எதையும் விசாரிக்காமலேயே தன் கோபத்தையெல்லாம் என்னை அடித்துத் தீர்த்துக்கொண்டார் என் அம்மா.

அதன் தொடர்ச்சியாக நாலைந்து வீடுகள் தள்ளியிருந்த பொம்மைக்காரர் பெரியப்பா வீட்டுக்கு என்னை அழைத்துச் சென்றார் அம்மா. அப்போது பெரியப்பா திண்ணையில் ஒரு பிள்ளையார் சிலைக்கு வர்ணம் பூசிக்கொண்டிருந்தார். அந்த வட்டாரத்திலேயே கோவில் சிலை செய்வதில் பேர் வாங்கியவர் அவர்.

அழுதுகொண்டே நின்ற என்னைப் பார்த்ததும் 'என்ன ராசா? ஏன் அழுவற?' என்று கேட்டார் பெரியப்பா. பதில் சொல்ல எனக்கு வாய்ப்பளிக்காமல் அம்மாவே முந்திக்கொண்டு 'அவங்கூட ஆடப் போறேன், இவன்கூட ஆடப்போறேன்னு கெளம்பிப் போயி ஊருவம்புல மாட்டிக்கறான் மாமா. இவன் ரோதனையே எனக்கு பெரிய ரோதனையா போச்சி. உங்க கூடயே வச்சிகிட்டு ஏதாவது வேலை வாங்குங்க மாமா. பள்ளிக்கூடத்துல லீவு விட்டா போதும், இவன் பிரச்சினையே எனக்குப் பெரிய பிரச்சினையா இருக்குது' என்று சொன்னார் அம்மா.

'என்ன விஷயம்? என்ன நடந்திச்சி? அதச் சொல்லும்மா மொதல்ல' என்று கேட்டார் பெரியப்பா. நடந்ததையெல்லாம் அம்மா சங்கடப்பட்ட குரலில் சொன்னார். பெரியப்பா அவரை ஆறுதல் படுத்தும் விதமாக 'நம்ம ராசா அப்படிப்பட்ட பையன் கிடையாதும்மா. நீ போ. நான் பார்த்துக்கறேன்' என்று சொல்லி அனுப்பிவைத்துவிட்டார்.

மேற்கொண்டு என்னிடம் பெரியப்பா எதையும் கேட்கவே இல்லை. 'இந்தக் காதால வாங்கி அந்தக் காதால விட்டுட்டு போயிகிட்டே இரு' என்பதுபோல சைகையாலேயே தெரிவித்தார். பிறகு 'அந்த சிவப்பு வர்ணத்த எடு ராசா' என்றார். அவருக்கு அருகில் சுவரோரமாக ஏழெட்டு கொட்டாங்கச்சிகள் இருந்தன. சிவப்பு, பச்சை, வெள்ளை, மஞ்சள், நீலம் என பல வர்ணங்கள் அவற்றில் நிறைந்திருந்தன. நான் சிவப்பு வர்ணம் நிறைந்த கொட்டாங்கச்சியை எடுத்து அவர் முன்னால் வைத்தேன். சிறிது நேரம் கழித்து அவர் மஞ்சள் கேட்டார். உடனே அதை எடுத்துக் கொடுத்தேன். ஓவியங்கள் மீதும் நிறங்கள் மீதும் எனக்கு ஆர்வம் இருந்ததால் பெரியப்பா வீட்டுத் திண்ணை என் விருப்பத்துக்குரிய இடங்களில் ஒன்றாக மாறிவிட்டது.

திண்ணை நிறைய எப்போதும் கடவுள்களின் சிலைகள் இருக்கும். சிவன், பார்வதி, குழலூதும் கண்ணன், லட்சுமி, சரஸ்வதி, முருகர், வினாயகர். பெரும்பாலானவை எல்லாமே என் உயரம் கொண்டவை. ஒருசில சிலைகள் மட்டும் என்னைவிட உயரம் கூடுதலானவை.

தினமும் காலையில் பெரியப்பாவின் வீட்டுக்குச் சென்றதுமே அந்தச் சிலைகள்மீது படிந்திருக்கும் தூசையெல்லாம் தட்டித் துடைப்பேன். அதுதான் என் முதல்வேலை. அதன் பிறகு தேவைப்படும் வர்ணங்களைக் குழைப்பது, எடுத்துக் கொடுப்பது அவ்வளவுதான்.

ஒருநாள் 'பெரியப்பா, உயரமான கடவுளுக்கு சக்தி அதிகமா, குட்டையான கடவுளுக்கு சக்தி அதிகமா?' என்று கேட்டேன். பெரியப்பா அப்போது எதிர்த்திண்ணையின் விளிம்பில் உட்கார்ந்து தினத்தந்தி படித்துக்கொண்டிருந்தார். என் கேள்வியைக் கேட்டுத் திகைத்தவராக 'என்ன கேட்ட, என்ன கேட்ட, இன்னொரு தரம் சொல்லு' என்று என்னை ஏறிட்டுப் பார்த்தார்.

நான் உடனே எனக்கு அருகில் இருந்த குட்டையாக இருந்த வினாயகர் சிலையையும் உயரமாக இருந்த முருகர் சிலையையும் தொட்டுக் காட்டி 'உயரமான கடவுளுக்கு சக்தி அதிகமா, குட்டையான கடவுளுக்கு சக்தி அதிகமா?' என்று கேட்டேன்.

அதைக் கேட்டதும் பெரியப்பாவின் முகத்தில் புன்னகை அரும்பியது. 'உயரமானவங்க, குள்ளமானவங்கங்கற வித்தியாசம்லாம் நம்ம மாதிரி இருக்கிற மனிதர்களுக்குள்ள நடக்கிற விஷயம் ராசா. அவ்ளோதான். கடவுள்களுக்கு நடுவுல உயரம், குள்ளம்ங்கற பேச்சே இல்லை. எல்லாரும் ஒன்னுதான்' என்றார்.

'எல்லாரும் ஒன்னுதானா?' என்று எனக்கு நானே சந்தேகத்துடன் சொல்லிக்கொண்டு தூசு துடைக்கும் வேலையைத் தொடர்ந்தேன். அந்தப் பதிலில் ஏதோ ஒரு கோணத்தில் திருப்தியற்றவனாக 'எல்லாரும் ஒன்னு, சரி. யாருக்கு சக்தி அதிகம்?' என்று கேட்டேன்.

'எல்லாருக்கும் ஒரே சக்திதான் ராசா. கடவுள்ங்கறவரு ஒருத்தருதான். அவுங்கவுங்க வசதிக்கு ஒரு பேர வச்சி கூப்டறாங்க. படைக்கும் தொழில் செய்யற சமயத்துல அவருக்கு பிரும்மான்னு பேரு. காக்கும் தொழில் செய்யற சமயத்துல விஷ்ணுன்னு பேரு. அழிக்கும் தொழில் செய்யற சமயத்துல சிவன்னு பேரு. உருவம், பேரு வேற வேறயா இருந்தாலும் சக்தி ஒன்னுதான். புரியுதா?'

சுத்தமாக எதுவும் புரியவில்லை. ஆயினும் பெரியப்பாவின் முன்னால் 'ம்' என்று தலையாட்டி வைத்தேன். வெகுநேரம் என்னால் அமைதியாக இருக்கமுடியவில்லை. கேள்விகள் முளைத்துக்கொண்டே இருந்தன.

'முருகர், வினாயகர், மாரியம்மன், அய்யனார் எல்லாம் கடவுள்தானா? அவுங்களுக்கு எப்படிப்பட்ட சக்தி இருக்கும்?'

'எல்லாருமே இந்த உலகத்தைக் காக்கிற கடவுள்கள்தான் ராசா. இதுல உயர்வு தாழ்வுங்கற பேச்சுக்கே இடமில்லை.'

பெரியப்பா தினத்தந்தியை மடித்து சுவரோரமாக வைத்துவிட்டு என் பக்கமாகத் திரும்பினார்.

‘இப்ப நான் உன்கிட்ட ஒரு கேள்வி கேக்கறேன். அதுக்கு பதில் சொல்லு. இப்ப உங்க வகுப்புல படிக்கிற பசங்கள்ல ஒரே பெயர்ல நாலு பசங்க இருந்தாங்கன்னு வை. எப்படி கூப்புடறது, எப்படி பேசறதுன்னு குழப்பமா இருக்குமா இல்லையா?’

‘ஆமா.’

‘அந்த மாதிரி சமயத்துல வாத்தியாரு என்ன செய்வாரு?’

‘ஒவ்வொருத்தவங்களுக்கும் ஒரு பட்டப்பெயரை வச்சி கூப்புடுவாரு.’

‘கடவுள் விஷயத்துலயும் அதேதான் நடக்குது. எல்லாக் கடவுளுமே இந்த உலகத்தை காப்பாத்தற கடவுள்கள்தான். இப்ப, இந்த உலகத்துல என்னென்ன இருக்குது, யோசிச்சி பாரு. மலை இருக்குது, காடு இருக்குது, மரம் இருக்குது. ஊரு, வயல்வெளி இருக்குது. கடல், ஆறு, ஏரின்னு எத்தனையோ இருக்குது. மலைய காப்பாத்தறவருக்கு முருகர்னு பேரு. மரத்தை காப்பாத்தறவருக்கு வி?னாயகர்னு பேரு. ஊரயும் தெருவயும் காப்பாத்தறவருக்கு மாரியம்மன்னு பேரு. ஏரிய காப்பாத்தறவருக்கு அய்யனார்னு பேரு. இப்படி ஒரு வசதிக்காக வேற வேற பேரு வச்சிருக்கோம். எல்லாரும் ஒன்னுதான். புரியுதா?’

என்னால் அவர் சொன்னதை முழுமையாக உள்வாங்கிக்கொள்ள இயலவில்லை. நான் ஒவ்வொரு சொல்லாக அசைபோட்டுக் கொண்டிருந்தபோதே பெரியப்பா சட்டென எழுந்துவிட்டார். நான் அவசரமாக ‘பெரியப்பா’ என்று கூப்பிட்டதால் ஒருகணம் என்னைத் திரும்பிப் பார்த்தார். ‘என்னடா?’ என்றார்.

‘அய்யனார்தான் ஏரிங்கள காப்பாத்தற கடவுள்னு சொன்னா, நம்ம நாட்டுல இருக்கற எல்லா ஏரிங்களையும் அவர்தான் காவல் காத்து காப்பாத்தறாரா?’

‘ஆமாம்டா ராசா.’

‘நம்ம ஊரு ஏரியைக்கூட அவருதான் காவல் காக்கிறாரா?’

‘ஆமாம்டா ராசா. அவரு பெரிய காவல் தெய்வம்.’

‘அதனாலதான் ஏரிக்கரையோரமா அவருக்கு பெரிய சிலை வச்சிருக்காங்களா?’

‘ஆமாம். அதைத்தான நான் ஆரம்பத்துலேர்ந்து சொல்லிட்டிருக்கேன். இப்பவாவது உனக்கு புரிஞ்சிதே, ரொம்ப சந்தோஷம்’.

பெரியப்பா புன்னகைத்தபடியே எழுந்து வந்து தோளில் தட்டினார். எனக்கு இன்னும் எதையோ கேட்டு தெரிந்துகொள்ளவேண்டும் போல இருந்தது. ஆனால் கோர்வையாக என் கேள்வியை முன்வைக்கத் தெரியாமல் தடுமாற்றத்தோடு 'பெரியப்பா...' என்று தொடங்கினேன். அதற்குள் பெரியப்பாவே 'இன்னைக்கு நிறைய வேலை இருக்குது ராசா. பேசிட்டே இருந்தா எந்த வேலையும் நடக்காதுப்பா. அந்த அய்யனார் சிலையை எடுத்துட்டு போக சாயங்காலமா ஆளுங்க வந்துடுவாங்க. அதுக்குள்ள கடைசி கோட் வர்ணம் அடிச்சி முடிக்கணும் வா' என்று சொன்னார். என் கேள்வி என் நெஞ்சுக்குள்ளேயே அடங்கிவிட்டது.

மேல்சட்டையைக் கழற்றி ஓரமாக கொடியில் போட்டுவிட்டு சிலைக்குப் பக்கத்தில் சென்றுவிட்டார் பெரியப்பா. நான் அவருக்குப் பின்னாலேயே சென்று வேகமாக வர்ணங்கள் நிறைந்த கொட்டாங்கச்சிகளை எடுத்து அடுக்கிவைத்தேன்.

சிலைக்கு அருகில் சென்றதும் பெரியப்பாவின் விரல்கள் வேகவேகமாக இயங்கத் தொடங்கின. தலையுச்சியிலிருந்து ஒவ்வொரு இடமாகப் பார்த்துப் பார்த்து மெருகூட்ட வேண்டியிருந்தது. சிவப்பு நிறத்தில் ஒரு கோடு இழுக்கும்போதே 'கருப்ப எடு' என்றார். அதைக் கலக்கி குழைத்து இரண்டு பூச்சு பூசிவிட்டு 'நீலத்த எடு' என்றார். மறுகணமே 'வெள்ளைய எடு' என்றார். அவர் விரல்கள் செயல்படும் வேகத்தை ஆச்சரியத்துடன் பார்த்தபடி இருந்தேன். ஐயனாரின் உருண்ட பெரிய பீதியூட்டும் விழிகளைப் பார்த்தபோது யாரோ ஒரு பெரிய உருவம் முன்னால் வந்து உட்கார்ந்திருப்பதுபோலவே இருந்தது. பெரியப்பாவின் கைவண்ணம் அவ்வளவு தத்ரூபமாக இருந்தது.

'பெரியப்பா, எனக்கு ஒரு சந்தேகம்.'

'இப்ப என்ன ராசா சந்தேகம்?'

'எல்லா சாமிகளுக்கும் கண்கள் அளவா கச்சிதமா இருக்குது. அய்யனாருக்கு மட்டும் ஏன் முண்டக்கண்ணு மாதிரி இருக்குது?'

பெரியப்பா என்னைப் பார்த்து சிரித்தார். 'எப்படிடா உனக்கு மட்டும் புதுசு புதுசா சந்தேகம் வந்துகிட்டே இருக்குது? என் வாழ்க்கையில இப்படி ஒரு சந்தேகத்தை இதுவரைக்கும் ஒருத்தனும் கேட்டதே கிடையாது' என்றார். 'அது கெடக்கட்டும். நீ அந்த கருப்ப எடு' என்றபடி கைநீட்டினார். நான் உடனே கருப்பு நிறம் நிறைந்த கொட்டாங்கச்சியை எடுத்து நீட்டினேன். பெரியப்பா தன் பிரஷ்ஷால் ஒரே ஒரு துளி மட்டும் தொட்டெடுத்து அய்யனாரின் கழுத்தணிகளை அழகுபடுத்தி?னார்.

'பெரியப்பா, நான் அந்த கண்ணுக்கு வர்ணம் பூசட்டுமா?'

'என்ன சொன்னே, என்ன சொன்னே' என்று நம்பமுடியாமல் பெரியப்பா என்னையே பார்த்தார்.

'அய்யனாரு கண்ணுக்கு நான் வர்ணம் பூசட்டுமான்னு கேட்டேன்.'

'ஆசையா இருக்குதா?'

'ம்.'

'இப்ப வேணாம். இது கிட்டத்தட்ட முடிஞ்சிட்ட நிலையில இருக்குது. எங்கனா ஏடாகூடமா தெறிச்சிட்டுதுன்னா மறுபடியும் முதல்லேர்ந்து ஆரம்பிக்கிற மாதிரி ஆயிடும். அடுத்த சிலை செய்யும்போது நீ பூச ஏற்பாடு செய்றேன். போதுமா?'

'சரி. அடுத்த சிலை எப்ப செய்வீங்க?'

'சீக்கிரமாவே செய்யற வேலை ஒன்னு இருக்குது ராசா.'

'அதான் எப்ப?'

'சிறுவந்தாட்டுல புதுசா ஒரு கோவில் கட்டறாங்க. இதவிட ரெண்டு மூனு மடங்கு உயரமான சிலை. அந்த ஊருலயே தங்கி செய்யணும்னு சொல்லிட்டு போயிருக்காங்க. அப்ப நீ நினைச்ச மாதிரி கண்ணுக்கு வர்ணமடிக்கலாம். சரியா?'

'சரி. அப்ப கண்ணு காது, மூக்கு, மீசை எல்லாத்துக்கும் நான் வர்ணம் பூசட்டுமா?'

'தாராளமா பூசு.'

சொல்லிக்கொண்டே பெரியப்பா ப்ரஷ் நுனியால் என் கன்னத்தில் ஒரு பொட்டு வைத்தார். கூச்சத்துடன் அழுக்குத்துணியால் அந்தப் புள்ளியைத் துடைத்துக்கொண்டேன்.

அன்று மாலையில் பத்து பன்னிரண்டு பேர் ஒரு பெரிய மாட்டுவண்டியோடு வந்துவிட்டனர். அவர்கள் அனைவரும் அய்யனாரின் சிலையைப் பார்த்து ஆச்சரியத்தில் மூழ்கி எதுவும் பேசத் தோன்றாதவர்களாக நின்றனர். அவர்களை வழிநடத்துபவர்களாக வந்தவர்கள்தான் 'ம்.ம். ஆகட்டும். நின்னு பார்த்துட்டே இருந்தா, இன்னைக்கு முழுக்க நின்னு பார்த்துட்டிருக்கணும்னுதான் தோணும். ராத்திரிக்குள்ள ஊரு போய் சேரணும்' என்று விரட்டி வேலை வாங்கினர். அவர் பெரியப்பாவை மட்டும் தனியே அழைத்துச் சென்று பணத்தை எண்ணிக் கொடுத்துவிட்டு வந்தார்.

மற்றவர்கள் தம்மோடு எடுத்து வந்த பெரிய பலகையை சிலைக்கு அடியில் செலுத்தி, கொஞ்சம் கொஞ்சமாக நகர்த்தி பலகையின் நடுப்பகுதிக்குக் கொண்டுவந்தனர். பிறகு பலகையின் ஓரப் பகுதியில் இருந்த வளையங்களிடையில் மூங்கில் கழிகளைச் செலுத்தி இருபுறத்திலும் ஆட்கள் மெல்ல மெல்ல பீடத்தைத் தூக்கி வண்டித்தளத்தில் மீது நிறுத்திவிட்டனர். அப்போது அவர்கள் போட்ட முழக்கத்தில் தெருவே அதிர்ந்தது.

அந்த நேரத்தில் எங்கள் கோடை விடுமுறை முடிந்தது. பள்ளி தொடங்கியது. நான் படித்துவந்த கோவிந்தையர் பள்ளியிலேயே ஆறாம் வகுப்பு இருந்தது. ஆனாலும் என் அம்மா நான் உயர்நிலைப்பள்ளியில் சேர்ந்து படிக்கவேண்டும் என்று விரும்பியதால், நான் உயர்நிலைப்பள்ளிக்குச் சென்றேன்.

பள்ளியிலிருந்து திரும்பியதும் ஒவ்வொரு நாளும் மாலை வேளைகளில் புதிய சீருடைகள் தைப்பது, புதிய புத்தகங்கள் வாங்குவது, அட்டை போடுவது என ஏராளமான வேலைகள் இருந்தன. ஓய்வுப்பொழுதே இல்லை. பொம்மைக்கார பெரியப்பா வீடுவரைக்கும் செல்ல நேரமில்லாமல் போய்விட்டது.

ஒரு வாரம் கழித்து வந்த ஞாயிறு அன்றுதான் அவருடைய வீட்டுக்குச் சென்றேன். பெரியப்பாவைக் காணவில்லை. வீடு பூட்டியிருந்தது. சிலைகள் வைக்கப்பட்டிருந்த திண்ணைகள் சாக்குத்திரை போட்டு மூடப்பட்டிருந்தது. இரு திண்ணைகளிலும் வெவ்வேறு உயரங்களிலும் நிறங்களிலும் ஏராளமான சிலைகள நின்றிருந்தன. இரண்டு மாத காலம் அச்சிலைகளோடு ஒருவனாக நடமாடிய நினைவுகள் நெஞ்சில் மோத அப்படியே உட்கார்ந்து விட்டேன். ஒரு வார இடைவெளியையே ஓராண்டு இடைவெளி போல நினைத்துக்கொண்டேன்.

முருகர் சிலையின் பாதத்தைத் தொட்டுப் பார்த்தேன். விரலில் தூசு ஒட்டியது. சிலையில் நான் விரல் வைத்த இடத்தில் அடையாளம் விழுந்தது. இடைப்பட்ட காலத்தில் துடைக்கவே இல்லை என்பதைப் புரிந்துகொண்டேன். உடனே கூரை இறவாணத்தில் மடித்து செருகப்பட்டிருந்த துணியை எடுத்து ஒவ்வொரு சிலையிலும் ஒட்டியிருந்த தூசு போக துடைத்தேன்.

எல்லா சிலைகளையும் துடைத்து முடித்த தருணத்தில்தான் பெரியப்பா வந்து சேர்ந்தார். ‘அடடே, நீயா? வா ராசா. புதுப்பள்ளிக்கூடம் எப்படி இருக்குது? அந்த வேலையெல்லாம் இப்ப எதுக்குப்பா செய்யற?’ என்றார்.

‘உங்ககிட்ட பேசிட்டு போகலாம்ன்னுதான் வந்தேன் பெரியப்பா. உங்கள காணோம். சரி, இந்த தூசயாவது துடைச்சிட்டிருப் போம்ன்னு ஆரம்பிச்சிட்டேன். எங்க போயிட்டு வரீங்க?’

‘ஏரிப்பக்கம் கொஞ்ச தூரம் நடந்துட்டு, அப்படியே குளிச்சிட்டு வரலாம்ன்னு போயிருந்தேன். திரும்பற வழியில ஒரு பழைய கூட்டாளி கெடைச்சிட்டாரு. அப்படியே பேசிட்டு வர நேரமாயிட்டுது. அது சரி, உன் புது பள்ளிக்கூடம் எப்படி இருக்குது?’

‘நல்லா இருக்குது பெரியப்பா. ராமசாமின்னு ஒரு சார் இருக்காரு. அவருதான் எங்க க்ளாஸ் டீச்சர். ரொம்ப அழகா கதையெல்லாம் சொல்லி பாடம் நடத்தறாரு.’

‘நல்லா படி ராசா. உங்க அம்மா உன்ன நெனச்சி நெனச்சிதான் ரொம்ப பயப்படறாங்க.’

‘புதுசா சிலை செய்யப் போறேன்னு சொன்னீங்களே, எப்ப செய்ய ஆரம்பிக்கப் போறீங்க?’

‘எந்த செலயை சொல்றே?’

‘எதுவா? ஏன் பெரியப்பா, அதக்குள்ள மறந்துட்டீங்களா? புதுசா ஒரு பெரிய சிலை செய்யப்போறேன், கண்ணு, காது, மூக்கு, மீசைக்கெல்லாம் நீதான்டா வர்ணம் பூசணும்னு சொன்னீங்களே?’

‘ஓ, நீ அதைச் சொல்றியா ராசா? இப்ப ஞாபகம் வந்துட்டுது. வெறும் வாய்வார்த்தையாதான் கோவில்காரங்க சொல்லிட்டு போயிருக்காங்கப்பா. இன்னும் தீர்மானமா தேதி குறிச்சி சொல்லலை. நானும் அதுக்காகத்தான் பார்த்திட்டிருக்கேன்.’

‘சரி சரி. மறந்துடாதீங்க. நேரம் இருக்கும்போது நான் அப்பப்ப வந்து இங்க இருக்கிற சிலைகளை துடைச்சி வச்சிட்டு போறேன்’

‘உனக்கு எதுக்கு ராசா கஷ்டம்? நீ படிக்கிற வேலைய பாரு. இதயெல்லாம் நானே பார்த்துக்குவேன்.’

புதிய பள்ளியில் இரண்டு மூன்று வாரங்களிலேயே பாடங்கள் சூடு பிடித்துவிட்டன. புதிய ஆசிரியர்கள் நிறைய வீட்டுப்பாடங்கள் கொடுத்தார்கள். படிப்பது, எழுதுவது, மனப்பாடம் செய்வது என ஏராளமான வேலைகள். பல சமயங்களில் ஞாயிறு தினங்களில் கூட வேலை இருந்தது. எவ்வளவு நேரம் இருந்தாலும், எப்படியாவது சிறிது நேரம் ஒதுக்கி பெரியப்பா வீட்டுக்குச் சென்று அவரோடு சிறிது நேரம் பேசிவிட்டுத் திரும்புவதை வழக்கமாகக்

கொண்டிருந்தேன். அவர் இருந்தாலும் சரி, இல்லாமல் போனாலும் சரி, திண்ணையில் இருந்த சிலைகளில் படிந்திருக்கும் தூசைத் தட்டித் துடைத்துவிட்டுத் திரும்புவேன். அந்த சிலைகளுக்கு நடுவிலிருக்கும் சின்ன அய்யனார் சிலையைப் பார்க்கும்போதெல்லாம் இதேபோல பெரிதாக உருவாகவிருக்கும் அய்யனார் சிலையின் முகத்தில் வர்ணம் தீட்டும் கனவில் திளைத்து நின்றிருப்பேன்.

நாட்கள் ஓடியதே தெரியவில்லை. கண்ணை மூடி கண்ணைத் திறப்பதற்குள் காலாண்டுத்தேர்வு வந்துவிட்டது. ஒரு வாரம் விடுப்பு விட்டார்கள். அந்த நேரத்தில் பெரியப்பாவோடு பொழுதைக் கழிக்கலாம் என்று கட்டிவைத்திருந்த கற்பனைகள் எதுவும் நடைபெறவில்லை. எனக்கு தேர்வு தொடங்குவதற்கு முன்னாலேயே அவருக்கு ஒரு வேலை வந்துவிட்டது. மடுகரை என்னும் ஊருக்கு அருகில் ஒரு கோவில் வேலை. ‘முன்பணமெல்லாம் வாங்கிட்டேன். போய்த்தான் ஆவணும்’ என்று சொன்னார். ‘அய்யனார் சிலையா பெரியப்பா?’ என்று கேட்டேன். ‘இல்ல ராசா. இது அம்மன் சிலை. அய்யனார் சிலையா இருந்தால் உன்கிட்ட சொல்லாம இருப்பனா?’ என்றார்.

தங்குவதற்கும் சாப்பாட்டுக்கும் மடுகரையிலேயே கோவில்காரர் கள் ஏற்பாடு செய்துகொடுத்துவிட்டார்கள். பெரியப்பா ஒரு மாதத்துக்கும் மேல் அங்கேயே தங்கி வேலை செய்தார்.

பிள்ளையார் சதுர்த்தி தொடங்குவதற்கு முன்னாலேயே பெரியப்பா ஊருக்குத் திரும்பிவிட்டார். அதுதான் பெரியப்பாவுக்கு முக்கியமான மாதம். மற்றவர்கள் அச்சில் மண்ணை அடைத்து பிள்ளையாரை உருவாக்கி விற்றுவந்த நிலையில் பெரியப்பா அரையடி, ஓரடி, இரண்டடி என வெவ்வேறு உயரத்தில் நூற்றுக்கணக்கான பிள்ளையார் சிலைகளைச் செய்து விற்றார்.

‘ஏன் பெரியப்பா, பிள்ளையார் சிலைகளை மட்டும் செய்யறீங்க? மத்த சாமிங்க சிலைகளை ஏன் செய்ய மாட்டறீங்க? வாங்க மாட்டாங்களா?’

‘இது பிள்ளையார் சதுர்த்தி கொண்டாடற நேரம். அதனால பிள்ளையார் சிலைகள்தான் தேவைப்படும். அதனாலதான் அதைமட்டும் செய்றோம்.’

‘இருக்குதுன்னு தெரிஞ்சா, தானா வாங்குவாங்க பெரியப்பா.’

பெரியப்பா என்னை ஒருகணம் ஏறிட்டுப் பார்த்தார். சிரித்துக்கொண்டே ‘நீ சொல்றத பார்த்தா ஏதோ அசரீரி வாக்கு

மாதிரி இருக்குது. சரி, நவராத்திரிக்கு செய்யும்போது எல்லா சாமி சிலைகளையும் கலந்து கட்டி செஞ்சிடலாம். சரியா?' என்றார்.

'உண்மையாவா சொல்றீங்க?'

'ஆமாம்டா ராசா. நவராத்திரிக்கு எல்லா சிலைகளும் உண்டு. போதுமா?'

'போதும் பெரியப்பா' எனக்கு துள்ளிக் குதிக்கவேண்டும் போல இருந்தது. 'பெரியப்பா, இப்பவாவது நான் அய்யனார் சிலைக்கு வர்ணம் பூசட்டுமா?' என்று கெஞ்சுவதுபோல முகத்தை வைத்துக்கொண்டு கேட்டேன்.

பெரியப்பா என்னை ஒருகணம் உற்றுப் பார்த்தார். 'நான் வேற ஆரம்பத்துலயே சொல்லிச்சொல்லி உன் மனசுல ஆசையை வளர்த்துட்டேன். அந்த சிறுவந்தாட்டு ஆளுங்களும் இதோ அதோன்னு இழுத்துகிட்டே இருக்கானுங்க. அதுதான் பெரிய சிலை. உன் இஷ்டத்துக்கு பூசலாம்ன்னு நெனச்சேன். எங்கயாச்சும் தப்பா போனாலும் சரிசெஞ்சிடலாம்' என்று சொல்லிக்கொண்டே விரல்களால் முகவாயை சொறிந்தபடி சொன்னார். இறுதியில் 'சரி ராசா. நவராத்திரிக்கு அய்யனார் சிலை செய்யறபோது உன்னால எத்தனை சிலைக்கு வர்ணம் பூச முடியுமோ பூசு, சரியா?' என்று சொல்லிக்கொண்டே வந்து என் முதுகில் தட்டினார்.

அடுத்த வாரத்திலிருந்தே பெரியப்பா நவராத்திரி சிலைகளைச் செய்யத் தொடங்கிவிட்டார். விஷ்ணு, லட்சுமி, சரஸ்வதி, வாமனன், நரசிம்மர், ராமர், கிருஷ்ணர், முருகர், பிள்ளையார் என சாமி சிலைகள் ஒருபக்கம். செட்டியார், கூடைக்காரி, ஓடக்காரி, கிழவி, குரங்கு, பசு, கன்று என கலவையான சிலைகள் மற்றொரு பக்கம். இரண்டு வரிசைக்கும் நடுவில் முறுக்கிய மீசையோடு கம்பீரமாக உட்கார்ந்திருக்கும் அய்யனார் சிலைகள். அவர் தினமும் தூங்குகிறாரா இல்லையா என்பது எதுவுமே தெரியவில்லை. ஓய்வே இல்லாமல் சிலைகளைச் செய்து உலரவைத்து பக்குவப்படுத்தியபடியும் வர்ணம் பூசியபடியும் இருந்தார்.

நவராத்திரிக்கு முந்தைய ஞாயிறு காலையில் நான் பெரியப்பா வீட்டுக்குச் சென்றேன். பெரியப்பா வாசலிலேயே உட்கார்ந்து வர்ணங்களை கொட்டாங்கச்சியில் குழைத்துக்கொண்டிருந்தார். என்னைப் பார்த்ததுமே 'வா வா, உன்னைத்தான் நினைச்சிட்டே இருந்தேன்' என்றார். நான் புன்னகையோடு திண்ணை ஓரமாக அடுக்கிவைக்கப்பட்டிருந்த சின்னச்சின்ன அய்யனார் சிலைகளைப் பார்த்தேன்.

‘வா ராசா. இந்த பக்கமா வந்து உக்காரு. நான் ஒரு சிலைக்கு பூசறேன். வர்ணத்தை எந்த அளவுக்கு எடுக்கறேன், எப்படி பூசறேன்ங்கறத நல்லா பாத்து கவனிச்சிக்கோ. கண்ணு பார்த்தா கை செய்யணும். புரியுதா. ஒரே ஒரு துளி வர்ணம் அதிகமானாலும் சரி, ஒரு துளி மங்கி குறைஞ்சாலும் சரி, நாம நினைக்கிற அழகு வராது. பக்குவமா எடுக்கணும். புரியுதா?’

வர்ணம் நிறைந்த கொட்டாங்கச்சியில் குச்சியை விட்டு நன்றாக கலக்கிய பிறகு தூரிகையால் வர்ணத்தைத் தொட்டு எடுத்துக் காட்டினார். நீருக்குள் இறங்காமல் மீனை மட்டும் கொத்திக் கொண்டு போகிற மீன்கொத்தியைப் போல, அவர் பிடியிலிருக்கும் தூரிகை ஒரே ஒரு துளி வர்ணத்தை மட்டும் எடுத்துக்கொண்டு மேலெழும் விசித்திரத்தைப் பார்க்க ஆச்சரியமாக இருந்தது. நாலைந்து முறை செய்து காட்டிய பிறகு என்னிடம் அந்தத் தூரிகையைக் கொடுத்தார் பெரியப்பா.

அதை வாங்கி என் விரல்களுக்கிடையில் பிடித்ததுமே மனம் பரவசத்தில் துள்ளியது. நான் அவரைப் பார்த்து புன்னகைக்க முயன்றேன். முடியவில்லை. எனக்குள்ளேயே ஏதோ பொங்கிப் பொங்கி வந்தது. பெரியப்பாவின் கைலாவகத்தை என் நெஞ்சில் நிறுத்தி அவரைப்போலவே விரலை அசைத்து வர்ணத்தைத் தொட முயற்சி செய்தேன். நாலைந்து முறை வர்ணத்துக்குள் முழு தூரிகையும் முழுகியது. பிறகு நாலைந்துமுறை வர்ணப்பரப்பைத் தொடாமலேயே தூரிகை வெளியே வந்துவிட்டது.

நான் சோர்வோடும் ஏமாற்றத்தோடும் பெரியப்பாவை நிமிர்ந்து பார்த்தேன்.

‘எதுக்கும் பயப்படாத ராசா. எல்லாமே மனப்பழக்கம் கைப்பழக்கம்தான். வரும். வரும். நம்பிக்கையா முயற்சி பண்ணு. நான் வேணும்ன்னா அந்த பக்கம் திரும்பி வேற வேலையை பாக்கறேன்.’

பெரியப்பா என் முதுகில் தட்டிக் கொடுத்துவிட்டு திண்ணையில் வேறு ஏதோ வேலையைத் தொடங்கிவிட்டார். நான் தனியாக தூரிகையை வைத்துக்கொண்டு முயற்சி செய்தேன். ஏதோ ஒரு புள்ளியில் மனத்துக்கும் விரலுக்கும் ஓர் இணைப்பு உருவாகி விட்டது. மகிழ்ச்சியில் ‘பெரியப்பா, இங்க பாருங்க பெரியப்பா. சரியா சொல்லுங்க’ என்றேன். அவர் மெதுவாகத் திரும்பிப் பார்த்துவிட்டு திருப்தியுடன் ‘சபாஷ். அவ்ளோதான். இனிமே உன் காட்டுல மழைதான்’ என்றார். அடுத்து ‘இந்தா, இந்த

இடத்துலேர்ந்து ஆரம்பி' என்றார். நான் அவர் சொன்ன புள்ளியில் தூரிகையை மெதுவாக வைத்து இழுக்கத் தொடங்கினேன். சிலையின் மீது தூரிகை வழவழவெனப் படிந்து நகர்வதைப் பார்க்க மகிழ்ச்சியாக இருந்தது.

ஏறத்தாழ ஒரு மணி நேரத்தில் ஒரு அய்யனார் சிலைக்கு வர்ணம் பூசி முடித்துவிட்டேன். சற்றுமுன் மண்சிலையாக இருந்த அய்யனார் இப்போது புதுவண்ணக் கோலத்தோடு காட்சியளிப்பதைப் பார்க்க மகிழ்ச்சியாக இருந்தது. நான் மிகவும் விரும்பிய அய்யனாரின் உருண்டு திரண்ட வட்டமான கண்களில் வர்ணத்தை ஏற்றும்போது என் உடலே சிலிர்த்தது.

'இந்தக் கலையுடைய ரகசியமே அவ்ளோதான் ராசா.'

பெரியப்பாவின் பாராட்டு என் மீது மழை பொழிவதுபோல இருந்தது. நான் அன்று நான்கு சிலைகளுக்கு வர்ணம் தீட்டினேன். 'வர்ணம் பூச கத்துகிட்ட மாதிரி சிலை செய்யவும் கத்துகிட்டா போதும், நீதான் பெரிய ஆளு' என்றார் பெரியப்பா.

அடுத்த நாள் எதிர்பாராத விதமாக பகல் முழுக்க மழை பொழிந்தது. நான் பள்ளியில் சிக்கிக்கொண்டேன். ஏழு மணிக்கும் மேல் மழை நின்ற பிறகுதான் மாணவர்களைப் பள்ளியைவிட்டு வெளியேற அனுமதித்தார்கள். பள்ளிக்கு வெளியே பெரியப்பாதான் குடையை வைத்துக்கொண்டு எனக்காகக் காத்திருந்தார்.

நான் அதை எதிர்பார்க்கவில்லை. நானே ஓடிச் சென்று அவர் கையைப் பற்றினேன். அவர் சிரித்துக்கொண்டே 'இம்மாம்பெரிய கூட்டத்துல உன்ன எப்படி கண்டுபுடிக்கறதுன்னு கொழப்பமா இருந்திச்சி நல்ல வேளையா நீயே வந்துட்ட' என்றார். தொடர்ந்து அவராகவே 'ஒங்க அம்மாதான் மழையில கொடையை எடுத்துட்டு போயிட்டிருந்தாங்க. நம்ம வீட்ட தாண்டி போற சமயத்துலதான் நான் பார்த்தேன். இந்த கொட்டற மழையில எங்கம்மா போறன்னு கேட்டதுக்கு ஒன் கதையை சொன்னாங்க. நீ போம்மா, நான் போய் கூப்ட்டாறேன்னு சொல்லிட்டு கொடையை வாங்கிட்டு வந்துட்டேன்' என்றார். பிறகு பேசிக்கொண்டே இருவரும் வீடு வரைக்கும் நடந்தோம்.

அன்று தொடங்கிய மழை நிற்கவே இல்லை. இரவும் பகலும் இடைவெளியே இல்லாமல் மழை பொழிந்தபடியே இருந்தது. மழையிலேயே நவராத்திரியும் சரஸ்வதி பூஜையும் வந்துபோனது. ஆரம்பத்தில் பள்ளிக்குச் செல்லாமல் விடுமுறையில் இருப்பது ஒருவித மகிழ்ச்சியாக இருந்தாலும் நாள் செல்லச்செல்ல எப்போது

மழை நிற்கும், எப்போது பள்ளி தொடங்கும் என்று ஏக்கமாக மாறிவிட்டது.

மூன்று வார மழையில் ஊரே தண்ணீரில் மிதந்தது. ஊரைச் சுற்றி இருக்கும் கால்வாய்கள் எல்லாம் நிறைந்து வழிந்தன. சாலைகளில் பள்ளம் எது, மேடு எது என்று எதுவுமே தெரியவில்லை. கடைகளைத் திறக்கமுடியாததால் அப்பா வீட்டுக்குள்ளேயே முடங்கியிருந்தார். கையிருப்பாக இருந்த பணத்தை வைத்துக் கொண்டு முதல் வாரம் வரைக்கும் சமாளிக்க முடிந்தது. அதற்குப் பிறகு அரிசி வாங்க பணமில்லை. அடுத்த வாரத்தில் நொய் வாங்கிவந்து ஒருவேளைக்கு மட்டும் கஞ்சி வைத்துக் கொடுத்தார் அம்மா. மூன்றாவது வாரத்தில் அதற்கும் வழியில்லாமல் போனது. கேழ்வரகு மாவையும் முருங்கைக்கீரையும் பிசைந்து அடை தட்டிக் கொடுத்தார்.

ஒருநாள் கொட்டும் மழையில் சாக்குத்துணியை தலைக்கு மறைப்பாகப் பிடித்துக்கொண்டு பஞ்சாயத்து போர்டு சேவகர் தண்டோரா அடித்துக்கொண்டு சென்றார்.

'இதனால் தெரியப்படுத்துவது என்னவென்றால் நமது ஊர் ஏரி எந்த நேரத்திலும் உடைந்துவிடும் நிலையில் இருப்பதால் எந்தக் காரணத்தை முன்னிட்டும் யாரும் ஏரிப்பக்கம் செல்லக்கூடாது என்று பஞ்சாயத்து போர்டு கேட்டுக்கொள்கிறது. எச்சரிக்கை. எச்சரிக்கை. எச்சரிக்கை.'

ஒவ்வொரு சொல்லும் நெஞ்சில் பீதியைக் கிளப்பியது. வீட்டுக்குள்ளேயே முடங்கிக் கிடந்தோம். இடைக்கால ஏற்பாடாக எங்காவது சென்று தங்கிக்கொள்ள வழி இருப்பவர்கள் வீட்டைப் பூட்டிக்கொண்டு மூட்டை முடிச்சுகளோடு வெளியேறினார்கள். எங்களுக்கு எதிர்வீட்டிலும் பக்கத்து வீட்டிலும் இருப்பவர்கள் யாருக்கும் சொல்லாமல் ரகசியமாக இரவோடு இரவாகப் போய்விட்டார்கள்.

எனக்கு திடீரென பெரியப்பாவின் முகம் நினைவு வந்தது. 'பாவம்மா பெரியப்பா, எங்க போயிருப்பாரு?' என்று கேட்டேன். அம்மாவுக்கும் கண்களில் நீர் முட்டிக்கொண்டிருந்தது. 'நாமளே வெளிய தெருவ போகமுடியாம கெடக்கறோம். அவரும் அப்படித்தான் இருப்பாரு. பாவம், நல்ல மனுஷன். நாம என்ன செய்யமுடியும், சொல்லு' என்று சொன்னபடி கண்களைத் துடைத்துக்கொண்டார் அம்மா.

அடுத்த நாள் ஒரு நூறு பேருக்கும் மேல் கூட்டமாக தெருவில் நடந்து செல்வதை ஜன்னல் வழியாகப் பார்த்தேன். உடனே அம்மாவை அழைத்துக் காட்டினேன். 'பஞ்சாயத்து போர்டு சேர்மன்தான் போறாரு. ஏதாவது பேசி முடிவெடுப்பாங்க' என்றார் அம்மா.

'ஏரிய உடைச்சி விடறதுதான் ஒரே வழி. வேற வழியே இல்லை' என்றார் அப்பா.

'கரைய உடைக்கறதா, என்ன பேச்சு பேசறீங்க நீங்க? இன்னைக்கு அவசரத்துக்குன்னு உடைச்சிட்டா நாளைக்கு யார் கட்டி கொடுப்பாங்க?'

'இன்னைக்கு ஜனங்க பொழைக்கணுமா, வேணாமா? அதைத்தான் யோசிப்பாங்க. கட்டறதை பத்தி அப்பறமா யோசிக்கலாம்.'

'நாலு மதகுகள் இருக்குதில்லை. அத தெறந்துவிட்டா, தண்ணி தானா போயிடாதா?'

'நாலு மதகும் பத்து நாளா தெறந்துதான் இருக்குதும்மா. தண்ணி வெளியே போய்கிட்டேதான் இருக்குது. பெண்ணையாத்துலேர்ந்து ஆழங்கால் வழியா உள்ள வர தண்ணியும் மழைத்தண்ணியும் அதைவிட அதிகமா இருக்கறதால கரையில வழிஞ்சிகிட்டே இருக்குது.'

அப்பா சொல்வது அம்மாவுக்குப் புரியவில்லை. எதுவும் பேசாமல் அப்பாவின் முகத்தையே பார்த்துக்கொண்டிருந்தார்.

'ஏரிக்கு நாலு பக்கமும் கரை இருக்குது, புரியுதா? மேற்குப் பக்கத்துலதான் ஆழங்கால். அது தண்ணி வரக்கூடியவழி. அந்த வழியில உடைச்சிவிட முடியாது. தண்ணி வெளியே போகாது. உட்பக்கமாத்தான் உருட்டிகிட்டு வரும். புரியுதா?'

அம்மாவுக்கு அப்போதுதான் பிரச்சினையின் தீவிரம் தெளிவுபெறத் தொடங்கியது. கண்களில் மிரட்சி படர 'ஆமாம்' என்றார்.

'தெற்குப் பக்கத்துல சாலையாம்பாளையம், .ஓட்டேரிப் பாளையம், தாதம்பாளையம்னு ஆறு ஊருங்க இருக்குது. அந்தப் பக்கத்துல கரையை உடைச்சா தண்ணி ஊருக்குள்ளதான் போகும். அதையும் செய்யமுடியாது. புரியுதா?'

'ம். ம். புரியது'

'வடக்குப் பக்கத்துல எடுத்துகிட்டா கரையை ஒட்டியே ரயில்வே ஸ்டேஷன், பஞ்சாயத்து போர்டு தெரு, பிள்ளையார் கோவில் தெரு

எல்லாம் இருக்குது. ஊருல பாதி இந்தப் பக்கத்துல இருக்குது. இந்தப் பக்கத்து கரையை உடைச்சிவிட்டா எல்லாமே நாசமாயிடும்.'

'ஆமாம், ஐயோ கடவுளே!'

'இப்ப இருக்கறது கிழக்கு பக்கம் மட்டும்தான். ஏரிக்குள்ள கிழக்கு மூலைதான் தண்ணி தேங்கற இடம். ஆனா ஒருபக்கம் மேட்டுத்தெரு, இன்னொரு பக்கம் அக்கிரகாரம். கரையை உடைச்சிவிட்டா, இந்த ரெண்டு இடமும் அழிஞ்சிடும்.'

'ஐயோ, நாலு பக்கமும் பிரச்சினைன்னு சொன்னா, எந்த பக்கத்துல உடைச்சிவிட்டா பாதுகாப்பா இருக்கும்?'

'ஜனங்களயும் காப்பாத்தணும். ஏரியையும் காப்பாத்தணும். அதைப் பேசி முடிவுகட்டறதுக்குத்தான் இப்ப சேர்மனும் மத்த ஆளுங்களும் போறாங்க. புரியுதா?'

'பேசட்டும், பேசட்டும். பேசி ஒரு நல்ல முடிவை எடுக்கட்டும். எப்படியாவது ஊரு பொழைச்சா போதும்.'

மழை பொழிந்துகொண்டே இருந்தது. பஞ்சாயத்து போர்டு பக்கம் போன ஆட்கள் என்ன பேசினார்கள் என்பது புரியவில்லை. பொழுது சாயும் நேரம் வரைக்கும் என்ன நடக்கிறது என்பதையே அறிந்துகொள்ள முடியவில்லை. எப்போதாவது ஒருவர் பஞ்சாயத்து போர்டு பக்கத்திலிருந்து குடை பிடித்துக்கொண்டு நடந்துபோவதைப் பார்த்ததும் அப்பா திண்ணையிலிருந்தே சத்தமான குரலில் அவரை நிறுத்தி 'என்ன பேசிக்கறாங்கண்ணே?' என்று கேட்பார். அவரும் தான் அறிந்தவரையில் எதையாவது சொல்லிவிட்டுச் செல்வார்.

ஒருமணி நேரம் கழித்து பொழுது சாய்ந்த வேளையில் ஒருவர் சென்றார். அவரிடம் கேட்டபோது 'நாயுடு சேர்மனே நிலைமை என்னன்னு பார்க்கறதுக்கு கரைபக்கமா நடந்து போயிருக்காராம். பின்னாலயே அம்பது பேரு போயிருக்காங்க' என்று தெரிவித்தார்.

மழை தொடர்ந்து பொழிந்தபடியே இருந்தது. நன்றாக இருட்டிவிட்டது. 'சேர்மன் வராரு. ஓடியாங்க. ஓடியாங்க. பேசலாம்' என்று சத்தம் எழுப்பியபடி தெருவில் நான்கு பேர் ஓடினார்கள். அச்சத்தத்தைக் கேட்டு அப்பாவும் சாக்குப்பையை எடுத்து தலையில் போட்டுக்கொண்டு வாசலைவிட்டு இறங்கினார். 'அப்பா அப்பா, நானும் வரேன்பா' என்றேன். அவர் சட்டென இன்னொரு கையால் சாக்கு மறைப்புக்குள் என்னையும் இழுத்து மறைத்துக்கொண்டு நடக்கத் தொடங்கினார்.

நாங்கள் தெருவை அடைவதற்குள் நாயுடு சேர்மன் கோவில் பக்கமாக வந்துவிட்டார். நாற்பது ஐம்பது பேர்களுக்கும் மேல் அதற்குள் சேர்ந்துவிட்டார்கள்.

'இங்க பாருங்க. யாரும் பயப்படவேணாம். உங்க தெருவுக்கும் பாதிப்பு வராது. மேட்டுத் தெருகாரங்களுக்கும் பாதிப்பு வராது. என் மேல நம்பிக்கை வச்சி நீங்க எல்லாரும் நிம்மதியா தூங்குங்க.'

சேர்மன் சொல்லி முடிப்பதற்குள் 'ஏரிய ஒடைச்சிடுவீங்களா ஐயா' என்று கேட்டார் ஒருவர். நாயுடு சேர்மன் அவரைப் பார்த்து அருகில் அழைத்து ஆறுதலாகத் தட்டிக் கொடுத்தார். 'வீணா கண்டதயும் நெனச்சி மனச போட்டு குழப்பிக்காதிங்க. நிம்மதியா இருங்க. கடவுள் துணை இருப்பார். எல்லாப் பிரச்சினையிலேர்ந்தும் நாம மீண்டு வரலாம்' என்று சொல்லிவிட்டு கைகுவித்து வணங்கிவிட்டு விடைபெற்றுவிட்டுச் சென்றார்.

நாயுடு சேர்மன் நடக்கத் தொடங்கியதும், அதுவரை கூடியிருந்த கூட்டம் கலைந்து செல்லத் தொடங்கியதும். அப்பாவும் வீட்டுப்பக்கம் திரும்பினார். மழைத்தாரைகள் முகத்தில் ஊசிபோல இறங்கின.

எனக்கு அப்போது பெரியப்பாவின் ஞாபகம் வந்தது. பல நாட்களாக அவரைப் பார்க்கவே இல்லை. அப்பாவின் கையைப் பற்றி அழுத்தியபடி நின்றேன். 'என்னடா?' என்று கேட்டார் அப்பா. 'ஒரு நிமிஷம். பெரியப்பா எப்படி இருக்காருன்னு பார்த்துட்டு போயிடலாம்பா' என்றேன். அப்பா எதுவும் சொல்லவில்லை. 'சரி, வா' என்று அவர் வீட்டை நோக்கி நடந்தார். நானும் அவருக்குப் பின்னாலேயே சென்றேன்.

பெரியப்பாவின் வீடு இருண்டிருந்தது. வாசலில் நின்று 'அண்ணே அண்ணே' என்று அழைத்தார் அப்பா. நானும் என் பங்குக்கு 'பெரியப்பா பெரியப்பா' என்று சத்தம் போட்டு அழைத்தேன். மழையின் சத்தத்தில் எங்கள் சத்தம் எடுபடவில்லை. முடிந்த அளவு சக்தியைத் திரட்டி நான் 'பெரியப்பா' என்று பெருங்குரலெடுத்து அழைத்தேன்.

நீண்ட நேரமாக பதில் இல்லை. 'இல்லை போல இருக்குதுடா, திரும்பிடலாமா?' என்று கேட்டார் அப்பா. கடைசி முயற்சியாக 'பெரியப்பா' என்று கூவினேன். திண்ணையை ஒட்டியிருந்த சாக்குத்திரையை விலக்கி சிலைகளைப் பார்த்தேன். இருட்டு உருவமாக அய்யனார் தெரிந்தார். எதிர்பாராத விதமாக அப்போது கதவைத் திறந்துகொண்டு நடுங்கிக்கொண்டே பெரியப்பா

வெளியே வந்தார். நான் சட்டென்று ஓடிச் சென்று அவரைப் பிடித்துக்கொண்டேன். 'உங்கள பாக்கணும்ன்னு சொன்னான் பையன். அதான் கூட்டிகினு வந்தேன்' என்றார் அப்பா. பெரியப்பா என் தலையில் படிந்திருந்த ஈரத்தை தன் வேட்டியை உயர்த்தி துடைத்துவிட்டார். 'வீட்டுல விளக்கேத்த கூட மண்ணெண்ணெய் இல்லை' என்றார். மழை தொடர்ந்து பொழிந்தபடி இருந்ததால் நீண்ட நேரம் நிற்கமுடியவில்லை. விடைபெற்றுக்கொண்டு திரும்பிவிட்டோம்.

அடுத்த நாள் காலையில் எழுந்து கண்களைக் கசக்கிக்கொண்டே வெளியே வந்தேன். மழை அப்போதும் தொடர்ந்து பொழிந்தபடியே இருந்தது. வாசலில் அப்பாவோடு யாரோ ஒருவர் பேசிக்கொண்டிருந்தார்.

'ராவோடு ராவா ஆளுங்க போய் கிழக்கு பக்கமா நடு ஏரியில கரையை உடைச்சிவிட்டுட்டாங்க. நாயுடு சேர்மன் ஏற்பாடு. அந்தப் பக்கம் எல்லாமே வயல்வெளிதான். அதுக்குத்தான் கொஞ்சம் சேதாரம். அதுக்கு நஷ்ட ஈடு கொடுத்திடறாங்களாம். பாதிக்கு மேல ஏரி தண்ணி வடிஞ்சி போச்சி. இனிமேல ஒன்னும் பிரச்சினை கிடையாது.'

அவர் முகத்தில் ஒருவித நிம்மதி படர்ந்திருப்பதை உணரமுடிந்தது. அதைக் கேட்ட அப்பாவின் முகத்திலும் நிம்மதியைப் பார்க்க முடிந்தது.

10. ஒரே ஒரு அடி

'ஆகாஷவாணி. செய்திகள். வாசிப்பது சரோஜ் நாராயணஸ்வாமி...'

எங்கோ கனவில் ஒலிப்பது போல தினந்தோறும் காலையில் ஏழே கால் மணிக்கு பக்கத்து வீட்டு ரேடியோவிலிருந்து அந்தக் குரல் எழுந்ததுமே தூக்கம் கலைந்துவிடும். ஆனாலும் கண்களைத் திறக்க மனமே வராது. கண்களை மூடிக்கொண்டு கரகரப்பான அந்த ரேடியோ குரலில் மூழ்கியபடியே போர்வைக்குள் சுருண்டிருப்பேன்.

அடுப்பிலிருந்து அம்மா தகரத்தால் சாம்பலை இழுக்கும் ட்ர்ர் ட்ர்ர் சத்தம் கேட்கும். பிறகு அவற்றை முறத்தில் வாரியெடுத்தபடியே 'டேய் தூங்குமூஞ்சி. சின்னப் புள்ளைங்கதான் தூங்குதுங்கன்னா, உனக்கென்னடா கேடு? எழுந்திரு. எழுந்திரு. எழுந்து மூஞ்சிய கழுவிகினு வந்து படிக்கிற வேலையை பாரு. இன்னும் கொஞ்ச நேரம் போனா எட்டுமணி சங்கே ஊதிடும்' என்று போடும் அதட்டல் கேட்கும். அதட்டியபடியே குப்பைக்குழியை நோக்கி வெளியே செல்வார் அம்மா.

அம்மாவின் குரல் ஒருபக்கம் காதில் விழுந்துகொண்டிருக்கும்போதே செய்திகளை

வாசிக்கும் சரோஜ் நாராயணஸ்வாமியின் குரலும் மறுபக்கத்தில் காதில் விழுந்தபடி இருக்கும். நாடு முழுவதும் வங்கிகள் தேசிய உடைமை ஆக்கப்பட்டுவிட்டன என்றோ மூன்றாவது ஜனாதிபதியாக இருந்த ஜாகிர் உசேன் இயற்கையெய்தினார் என்றோ அவர் விரிவான செய்திகளைத் தொடங்குவதற்குத் தயாராகிற நேரத்தில் நான் பாதி கண்ணைத் திறந்து மெதுவாகக் கூரையைப் பார்ப்பேன்.

புகையும் கரியும் ஆண்டுக்கணக்கில் படிந்து கருத்துவிட்ட கீற்றுகளுக்கு இடையிலான சின்னச்சின்ன பொத்தல்கள் வழியாக நேர்க்கோடுகளாக விழும் வெண்ணிற வெளிச்சத்தைப் பார்ப்பது இனிய அனுபவம். சாம்பல் தூளும் தூசுகளும் பளபளவென மின்னிக்கொண்டே காற்றில் பறந்துபோவது அழகான காட்சி. மழைக்காலத்தில் அதே பொத்தல்கள் கருணையே இல்லாமல் தீராத துயரத்தை அளிக்கும். வான்வழி பொழிகிற தண்ணீரை வீட்டுக்குள் கொண்டுவரும். அப்போது அவசரம் அவசரமாக தண்ணீர் விழும் இடங்களிலெல்லாம் பாத்திரங்களை வைத்துவிட்டு சுவரோரமாக ஒதுங்கி விழித்திருக்க வைத்துவிடும்.

'ஏன்டா, ஒருதரம் சொன்னா உறைக்காதா? மந்திரக்கோலால நாலு வச்சாதான் உறைக்குமா?' என்று சற்றே கடுமை கூடிய குரல் ஒலித்ததுமே குப்பைக்குழிக்குச் சென்ற அம்மா திரும்பிவிட்டார் என்று புரிந்துவிடும். கண்களைக் கசக்கியபடியே மெதுவாக எழுந்துவிடுவேன். பாயைச் சுருட்டி மடித்துவைத்துவிட்டு அமைதியாக பின்கட்டுக்குச் செல்வேன். முகம் கழுவிவிட்டு கொட்டாங்கச்சியில் வைக்கப்பட்டிருந்த சாம்பலை எடுத்து பல்துலக்கிவிட்டுத் திரும்பிவந்து புத்தகத்தை எடுத்துப் பிரித்து வைத்துக்கொண்டு படிப்பேன்.

காதில் சரோஜ் நாராயணஸ்வாமியின் வசீகரமான குரல் கேட்டபடியே இருக்கும். அந்தக் குரல் மூளைக்குள் புகுந்து உற்சாகத்தைக் கொடுக்கும். என்னை அறியாமலேயே அதே குரலின் சாயலோடு புத்தகத்தில் இருக்கிற பாடத்தைப் படிப்பேன். தொடக்கத்தில் அம்மா ஒரு நொடி சந்தேகக்கண்ணோடு என் பக்கமாகத் திரும்பி நின்று நான் படிக்கும் வரிகளைக் காதுகொடுத்துக் கேட்பது வழக்கம். நான் புத்தகத்தைத்தான் படிக்கிறேன் என்பதை உறுதிப்படுத்திக்கொண்ட பிறகு அமைதியாக என் போக்கில் விட்டுவிட்டார். அந்த அமைதி என் உற்சாகத்தை இரண்டு மூன்று மடங்காகப் பெருக்கிவிட்டது. சற்றே குரலை உயர்த்தி அதே தொனியில் படிக்கத் தொடங்கிவிட்டேன்.

செய்தி வாசிப்பாளரின் குரல் கொஞ்சம் கொஞ்சமாக என்னை ஆட்கொள்ளத் தொடங்கியது. அதுவே என் சொந்தக்குரலாக மாறிவிட்டது. எதை எடுத்துப் படித்தாலும் அந்தக் குரலில் படிக்கத் தொடங்கினேன். ஒரு சினிமா நோட்டீசைக் கூட நான் நிறுத்தி நிதானமாக அழுத்தம் திருத்தமான குரலில் படிக்கப் பழகிவிட்டேன்.

வீட்டிலிருந்து பள்ளிக்குச் செல்லும் வழியில் எம்.ஜி.ஆர்.மன்றம் இருந்தது. முதல் வேலையாக நானும் நண்பர்களும் அங்கு சென்று ‘கன்னித்தீவு’ சித்திரக்கதைத் தொடரைப் படிப்போம். அதைப் படிக்காவிட்டால் எங்களுக்குத் தலையே வெடித்துவிடும். சில சமயங்களில்தான் நாங்கள் உள்ளே சென்றதுமே எங்களுக்கு அந்தத் தாள் கிடைக்கும். பல சமயங்களில் யாராவது ஒரு பெரியவர் கைகளில் சிக்கியிருக்கும். அவர் அந்தப் பக்கத்தை மறைத்து வைத்துக்கொண்டு படிப்பார். நாங்கள் அங்குமிங்கும் தேடி அலைமோதுவதைப் பார்த்து ரசித்துவிட்டு, பிறகு ‘இந்தாங்கடா, படிச்சிட்டு ஓடுங்க’ என்று கொடுப்பார்.

நாங்கள் அதை உடனே வாங்கி அனைவரும் படிப்போம். ‘டேய். எல்லாருக்கும் கேக்கற மாதிரி நீ சத்தம் போட்டு படிடா’ என்று நாகராஜனோ ராஜசேகரோ சொல்வான். நானும் உடனே ஆர்வத்துடன் செய்தி வாசிப்பாளருக்குரிய குரலில் ஏற்ற இறக்கங்களுடன் கன்னித்தீவு பகுதியைப் படிப்பேன். சில சமயங்களில் பத்திரிகையில் பெரிய எழுத்துகளில் அச்சாகியிருக்கும் ஒருசில வரிகளையும் படிப்பேன். பிறகு செய்தித்தாளை வைத்து விட்டு உற்சாகத்தோடு சிரித்துக்கொண்டே பள்ளிக்கூடத்தை நோக்கி ஓடுவோம்.

ஒருமுறை வகுப்பில் ராமசாமி சார் முன்வரிசையில் இருந்த பையனிடம் புத்தகத்தில் ஒரு பக்கத்தைத் திறந்து கொடுத்து ‘நல்லா சத்தமா படிடா’ என்றார். அவன் புத்தகத்தை வாங்கிப் படித்தான். ஆனால் அவனுடைய கீச்சுக்குரல் கடைசி வரிசையில் அமர்ந்திருப்பவனுக்குக் கேட்கவில்லை. ‘சார், ஒன்னுமே காதுல உழலை’ என்று சொன்னான். உடனே புத்தகம் அடுத்தவனின் கைக்கு மாறியது. அவனுடைய குரலும் எடுபடவில்லை. மீண்டும் புத்தகம் கைமாறியது. அந்தக் குரலிலும் அழுத்தம் இல்லை.

அந்த நேரத்தில் ராஜசேகர் நடுவரிசையிலிருந்து எழுந்து ‘சார், இவன் ரேடியோவுல செய்தி படிக்கிற மாதிரி அழகா திருத்தமா படிப்பான் சார்’ என்று என்னைச் சுட்டிக் காட்டினான். என் உடலில் மின்சாரம் பாய்ந்தது போல இருந்தது. ‘என்னடா, இப்படி

செய்துவிட்டாய்?' என்று கேட்பதுபோல திகைப்போடு நான் அவனைப் பார்த்தேன். அதற்குள் 'இவனையா சொல்ற?' என்று கேட்டு உறுதிப்படுத்திக்கொண்டு 'இந்தா, இந்த பக்கத்தை படி பார்ப்போம்' என்று புத்தகத்தை வாங்கி என்னிடம் கொடுத்தார். நான் சற்றே தயக்கத்துடன் அதைத் தவிர்க்கும் நோக்கத்துடன் 'சார்.... இவன்.... வந்து...' என்று ஆரம்பித்து முழுமையாகச் சொல்லவராமல் இழுத்தேன். 'சரி சரி. வந்து போயி எல்லாம் அப்புறமா பார்த்துக்கலாம். முதல்ல படி' என்று சொன்னார்.

நான் எனக்குள் துணிச்சலைத் திரட்டிக்கொண்டு கணீரென்ற குரலில் முதல் வரியைப் படித்தேன். மந்திரம் போட்ட மாதிரி எங்கிருந்தோ அந்த வாசிப்பாளர் வந்து எனக்குள் புகுந்துகொண்டார். ஒவ்வொரு வரியாகப் படிக்கப் படிக்க, ராமசாமி சார் என்னை வியப்போடு பார்த்தபடி நின்றிருந்தார். வகுப்பிலிருந்த மாணவர்கள் அனைவரும் என்னை வியப்பு மண்டிய விழிகளோடு பார்த்தனர். அந்தப் பக்கம் முழுவதையும் படித்துமுடிக்கும் வரைக்கும் வகுப்பறையே அமைதியில் மூழ்கியிருந்தது.

வகுப்பில் இருந்த பிள்ளைகள் பக்கமாகத் திரும்பி 'பார்த்தீங்களா, உங்க கூட படிக்கிற பையன்தான? அவன் எப்படி படிச்சான், கேட்டுதா? அந்த மாதிரி கணீர்னு படிச்சாதான் நாக்கு படியும். புரியுதா?' என்றார். பிறகு என்னிடம் இருந்த புத்தகத்தைப் பெற்றுக்கொண்டு 'வெரிகுட். நல்ல குரல் இருக்குதுடா உனக்கு. எதிர்காலத்துல பெரிய பேச்சாளனாலும் ஆச்சரியப்படறதுக்கில்ல' என்று முதுகில் தட்டிக் கொடுத்தார். தொடர்ந்து 'வீட்டுல ரேடியோ இருக்குதா, தெனமும் கேட்டு கேட்டு கத்துகிட்டியா?' என்று கேட்டார். 'எங்க வீட்டுல ரேடியோ இல்லை சார். பக்கத்து வீட்டு ரேடியோ நாள்முழுக்க ஓடிட்டே இருக்கும் சார். அதுல கேட்டு கத்துகிட்டேன்' என்றேன். சார் சிரித்துக்கொண்டே போய்விட்டார்.

பத்துநாள் கழித்து காலை நேரத்தில் வகுப்பறைக்குள் நண்பர்களோடு கதை பேசிக்கொண்டிருந்தபோது வாசலில் பெரிய வகுப்பில் படிக்கும் மாணவனொருவன் எட்டிப் பார்த்து 'யாரு இங்க பாஸ்கரன்?' என்று கேட்டான். எல்லோரும் உடனே அமைதியாகி என்னை முன்னால் தள்ளினார்கள். அறியாத முகம் என்பதால் நான் குழப்பத்தோடு அவனையே பார்த்தேன்.

'ராமசாமி சார் உன்ன அவசரமா அழச்சிட்டு வரச் சொன்னாரு. வா. வா' என்றான் அவன். ஒருகணம் எனக்கு எதுவும் புரியவில்லை. வகுப்பிலிருந்து வெளியேறி அவன் பின்னாலேயே சென்றேன். அவன் என்னை ஆசிரியர் அறைக்கு அழைத்துச் சென்றான்.

‘வணக்கம் சார்’ என்றபடி நான் அவருக்கு முன்னால் நின்றேன். என்னைப் பார்த்ததுமே ‘ஆ, வந்தியா? நல்லதா போச்சி. ப்ரேயர்ல செய்தி வாசிக்கிற பையன் இன்னைக்கு லீவ் போட்டுட்டானாம். என்ன செய்யறதுன்னு புரியாம ஒரே குழப்பமாய்டுச்சி. திடீர்னு உன் முகம் ஞாபகம் வந்த பிறகுதான் நிம்மதி வந்தது’ என்றார்.

ஏன் இதையெல்லாம் என்னிடம் சொல்கிறார் என்று புரியாமல் குழப்பத்துடன் நான் அவரையே பார்த்துக்கொண்டிருந்தேன்.

‘முக்கியமான செய்திகளையெல்லாம் பசங்க தாள்ல எழுதிட்டானுங்க. அதை வாங்கி ஒருதரம் பார்த்து வச்சிக்கோ. இன்னைக்கு ப்ரேயர்ல நீதான் அதைப் படிக்கணும்.’

சாருடைய எண்ணம் அப்போதுதான் எனக்குப் புரிந்தது. உள்ளூர மகிழ்ச்சி பொங்கிப் பரவியது. ‘சரி சார்’ என்று உற்சாகத்தோடு தலையசைத்தேன். மேசை மீது வைக்கப்பட்டிருந்த தாளை எடுத்து எழுதப்பட்டிருந்த செய்திக்குறிப்புகளை ஒருமுறை வாசித்துப் பார்த்துக்கொண்டேன்.

எங்கள் பள்ளியில் ஆறாம் வகுப்பு முதல் பதினொன்றாம் வகுப்பு வரைக்கும் அறுநூறுக்கும் அதிகமான மாணவர்கள் படித்தனர். அனைவரும் கூடி நிறைந்திருக்கும் பிரார்த்தனை நேரத்தில் செய்திகளைப் படிக்கப் போகிறேன் என்னும் எண்ணமே என்னை வானத்தில் மிதந்துபோக வைத்தது. எந்த இடத்தில் அழுத்தம் கொடுக்கவேண்டும், எந்த இடத்தில் நிறுத்திப் படிக்கவேண்டும் என்பதை வகுத்துக்கொள்ளும் வகையில் ஐந்தாறு முறை அக்குறிப்புகளைப் படித்துப் படித்து மனத்துக்குள்ளேயே பழகினேன்.

9.50 மணிக்கு பிரார்த்தனைக்கான மணியோசை எழுந்தது. ஒவ்வொரு வகுப்பிலிருந்தும் மாணவர்கள் வரிசையாக வந்து கொடிக்கம்பத்தின் முன்னால் மூன்று பக்கங்களிலும் நிற்கத் தொடங்கினர். ‘திருத்தமா நிதானமா படி. பயப்படாதே. என்ன புரியுதா?’ என்று முதுகில் தட்டிக்கொடுத்து என்னை அனுப்பி வைத்த ராமசாமி சார் ஆசிரியர்கள் வரிசையில் சென்று நின்றார்.

கொடிக்கம்பத்தின் அருகில் மூன்று பெரிய வகுப்பு மாணவர்கள் நின்றிருந்தனர். தலைமையாசிரியர் கொடியேற்றும் சமயத்தில் ஒரு மாணவர் துணையாக நிற்பார். மற்ற இரு மாணவர்கள் தொடக்கத்தில் தாயின் மணிக்கொடி பாரீர் பாடலையும் இறுதியில் தேசியகீதமும் பாடுவார்கள். நான் அவர்களுக்கு அருகில் சென்று நின்றுகொண்டேன்.

எல்லா மாணவர்களும் வந்து நின்றபிறகு உடற்பயிற்சி ஆசிரியர் பிரார்த்தனை தொடங்கவிருப்பதன் அடையாளமாக விசிலை ஊதினார். உடனே சலசலப்பு அடங்கி அமைதி நிலவியது. பிறகு அட்டேன்ஷன் என்றும் ஸ்டேன்ட் அட் ஈஸ் என்றும் மாற்றிமாற்றி கட்டளைக்குரல் எழுப்பி அனைவரையும் ஓர் ஒழுங்குக்குள் கொண்டுவந்து நிறுத்தினார். அந்நேரத்தில் தலைமையாசிரியர் ஆசிரியர் பிரிவிலிருந்து நடந்துவந்து எங்களுக்கு அருகில் நின்றார்.

முதல் மாணவர் இராணுவப்படைவீரனைப்போல அடிவைத்து மிடுக்காக நடந்துசென்று கொடிக்கம்பத்தின் அருகில் நின்று கம்பத்தில் இருந்த கயிற்றின் முடிச்சை அகற்றி தலைமையாசிரியரிடம் கொடுத்தார். மடித்து சுருட்டி வைக்கப் பட்டிருந்த தேசியக்கொடியை கொஞ்சம் கொஞ்சமாக உச்சியை நோக்கி ஏற்றிய தலைமையாசிரியர் இறுதிக்கணத்தில் விசையுடன் கயிற்றைச் சொடுக்கி இழுத்ததும் மூவண்ணக்கொடி பிரிந்து பறக்கத் தொடங்கியது. அதே கணத்தில் அதற்குள் வைக்கப் பட்டிருந்த மலரிதழ்கள் மழைத்துளிகளென சிதறிப் பறந்து விழுந்தன. மாணவர்களின் ஒருமித்த கைத்தட்டல் ஓசையால் பள்ளி வளாகமே அதிர்ந்தது. உடற்பயிற்சி ஆசிரியரின் விசில் சத்தம் எழுந்ததும் அது அடங்கியது. உடனே அவர் 'சல்யூட்' என்று கட்டளையிட்டதும் அனைவரும் வலது கையை உயர்த்தி வணங்கினர். அடுத்த விசில் சத்தம் எழுந்ததும் கையைத் தாழ்த்தினர்.

தலைமையாசிரியர் ஓங்கிய குரலில் 'அன்புள்ள மாணவர்களே' என்று உரையாற்றத் தொடங்கினார். ஒவ்வொரு நாளும் ஒரு கருத்தை முன்வைத்து இரண்டு நிமிடங்கள் உரையாற்றுவது அவர் வழக்கம். அன்று இடைநிற்றல் இல்லாமல் பள்ளிக்கு வரவேண்டிய அவசியத்தை வலியுறுத்திப் பேசினார் அவர். ஒவ்வொரு நாளும் பத்து மைல்களுக்கும் மேல் நடந்து பள்ளிக்கு வந்து பாடம் படித்த லால்பகதூர் சாஸ்திரியின் வாழ்க்கைச் சுருக்கத்தைச் சொன்னார்.

ஒருவர் பள்ளிக்கூடம் வராமல் படிப்பை நிறுத்த ஆயிரம் காரணங்களை சொல்லலாம். ஆனால் இடைநிற்றல் இல்லாமல் படிப்பதற்கு ஒரே ஒரு காரணம் போதும். அறிவு வளரும். அறிவின் வழியாக வாழ்க்கையே மாறும். கல்வி என்பது முன்னேற்றத்தை நோக்கி நாம் வைக்கும் ஒரே ஒரு அடி. அந்த அடிதான் நீங்கள் நாளைக்கு இமயமலைக்குச் செல்வதாக இருந்தாலும் உதவும். செஞ்சிக்கோட்டைக்குச் செல்வதாக இருந்தாலும் உதவியாக இருக்கும் என்று சொல்லிவிட்டு முடித்தார்

அதற்குப் பிறகு நான் என்னிடம் இருந்த குறிப்புத்தாளை எடுத்துப் படிக்கத் தொடங்கினேன். 'கென்னடியின் கனவை நனவாக்கு வதற்காக நிலவுக்குச் செல்லவிருக்கும் விண்களத்தில் மனிதர்களை அனுப்பிவைக்க அமெரிக்க நாடு திட்டமிட்டிருக்கிறது' என்று தொடங்கினேன். என் ஓங்கிய குரலில் படிந்திருந்த அழுத்தத்தால் மாணவர்களின் கவனமும் ஆசிரியர்களின் கவனமும் ஒரே நேரத்தில் என்மீது திரும்பியது. மொத்தம் பத்து செய்திக்குறிப்புகள். எந்த அவசரமும் இல்லாமல் ஒவ்வொரு சொல்லையும் தெளிவாக உச்சரித்து குறிப்பிட்ட நேரத்துக்குள்ளேயே செய்திக்குறிப்பைப் படித்துமுடித்தேன். தாளை மடித்து பைக்குள் வைத்தபடி தலை நிமிர்ந்த நேரத்தில் எதிர்பாராத விதமாக எழுந்த மாணவர்களுடைய கைத்தட்டல்கள் திகைப்பில் ஆழ்த்தின. எப்போதும் நிகழாதது அன்று நிகழ்ந்துவிட்டது. சற்றே அச்சத்தோடு அவசரமாக எனக்கு ஒன்றும் தெரியாது என்பதுபோல தலைமையாசிரியரையும் உடற்பயிற்சி ஆசிரியரையும் மாறிமாறிப் பார்த்தேன். அவர்கள் முகக்குறிப்பில் வித்தியாசமாக எதுவும் இல்லை என்பதை உணர்ந்த பிறகே மனம் ஆறுதல் அடைந்தது.

அமைதி திரும்பியதும் மாணவர்கள் தேசிய கீதம் பாடினர். பிறகு அமைதியாக வரிசையில் தத்தம் வகுப்பை நோக்கி நடந்து செல்லத் தொடங்கினர். நான் பின்வாங்கி நடக்கத் தொடங்கும் நேரத்தில் தலைமையாசிரியர் 'இங்க வாடா' என்பதுபோல என்னைப் பார்த்து கையை அசைத்தார். நான் வேகமாக அவருக்கு அருகில் சென்று கைகளைக் கட்டிக்கொண்டு நின்றேன்.

'என்ன க்ளாஸ்டா நீ?'

'செவந்த் பி செக்‌ஷன் சார்.'

'யாரு க்ளாஸ் டீச்சர்?'

'ராமசாமி சார்.'

'ரேடியோவில டில்லி நியூஸ் படிக்கிற பொம்பள மாதிரியே படிக்கிறயே. அடிக்கடி நியூஸ் கேப்பியா?'

'ஆமாம் சார்.'

'பாடமெல்லாம் எப்படி படிக்கிற? நல்லா படிப்பியா?'

'ம் சார்.'

'க்ளாஸ்ல எத்தனாவது ரேங்க்?'

'முதல் ரேங்க் சார்.'

அதற்குள் ராமசாமி சார் தான் நின்றிருந்த வரிசையிலிருந்து விலகி வேகமாக தலைமையாசிரியருக்கு வணக்கம் சொல்லிக்கொண்டே வந்தார். 'வழக்கமா நியூஸ் படிக்கிற பையன் இன்னைக்கு வரலை சார். அவசரத்துக்கு இவன புடிச்சி ஏற்பாடு செய்யவேண்டியதா போச்சி' என்றார்.

'இருக்கட்டும் ராமசாமி. செவந்த் படிக்கிற பையன் மாதிரியே தெரியலை. நல்லா தைரியமா படிக்கிறான். உறுதியான குரல். தெளிவான உச்சரிப்பு. இவனுக்கும் ட்ரெய்னிங் கொடுங்க. புதுசுபுதுசா பசங்கள தயார் செய்யறது நல்லதுதான்.'

ராமசாமி சார் என்னை மகிழ்ச்சியோடு பார்த்தார். பிறகு 'ஓடு. ஓடு. பசங்களோடு சேர்ந்துக்கோ' என்றார். நான் ஓரே ஓட்டமாகத் தாவி ஓடி எங்கள் வகுப்புக்குரிய வரிசையில் சேர்ந்துகொண்டேன்.

நிலவுப்பயணம் பற்றிய செய்தி எனக்கு கிளர்ச்சியை ஊட்டியது. அன்று இரவு ஏழேகால் செய்தியில் நிலவுப்பயணம் பற்றி இன்னும் கூடுதலான தகவல்கள் வாசிக்கப்பட்டன. வானத்தில் தெரிந்த நிலாவை ஏக்கத்துடன் அடிக்கடி அண்ணாந்து பார்க்கத் தொடங்கினேன்.

அன்று இரவு அம்மா எங்களுக்கு திண்ணையில் நிலா வெளிச்சத்தில் சாப்பாடு பரிமாறினார். 'அம்மா, நிலாவுல ஒரு ஆயா உட்கார்ந்துகினு வடை சுடுதுன்னு சொல்வியே, இனிமேல அது நடக்காது. அந்த ஆயாவுக்கு ஆபத்து வந்துட்டுது. வடை சுடறதுக்கு அந்த ஆயா வேற இடம் பார்த்துகிட்டு போவ வேண்டிதுதான்' என்று நானாகவே பேச்சைத் தொடங்கினேன்.

சாம்பார் ஊற்றுவதை நிறுத்துவிட்டு அம்மா என்னை விசித்திரமாகப் பார்த்தார். 'என்னாச்சிடா ஒனக்கு? ஏன் இப்படி உளர்ற?' என்று கேட்டார்.

'ஐயோ அம்மா. உனக்கு ஒன்னுமே புரியலை. அமெரிக்கா நாட்டுக்காரங்க விமானம் இன்னும் கொஞ்ச நாள்ல நிலாவுக்கு போவபோவுது. ஆளுங்களும் போறாங்களாம். அவுங்க போய் எறங்கிட்டா, அதுக்கப்புறம் அந்த ஆயா எப்படி இருக்கமுடியும்?' நான் என்னுடைய கூற்றை தர்க்கபூர்வமாக அம்மாவுக்கு விளக்கிச் சொன்னேன்.

'என் அறிவாளித் தங்கமே, மொதல்ல சாப்புடற வேலையை பாரு. ஒரு கதைக்கும் நாட்டுநடப்புக்கும் இருக்கிற வித்தியாசம் கூடவா உனக்கு புரியலை?'

'அப்ப, உண்மையிலயே நிலாவுல ஆயா இல்லையா?' என்று கேட்டுக்கொண்டே ஏக்கத்துடன் நிலவைப் பார்த்தேன். வெள்ளைநிற வட்டத்தில் படிந்திருந்த கரிய நிழலின் வளைவுகள் ஒரு ஆயா கால்நீட்டி உட்கார்ந்திருப்பதைப்போலத்தான் இருந்தது.

'ஒரு ஆயா மட்டும் ஒரு கிரகத்துல தனியா எப்படிடா இருக்கமுடியும்? அதெல்லாம் சும்மா ஒரு கதைக்குச் சொல்ற விஷயம். அதைப்போய் உண்மைன்னு எடுத்துக்கலாமா?'

'அப்ப வேற யாரு இருப்பாங்க?'

'அங்க ஒரு ஈ, காக்கா கூட இருக்காதுடா.'

'அதுவும் பூமி மாதிரி ஒரு கிரகம்தான? அப்ப ஏன் ஈ, காக்கா கூட இருக்காதுன்னு சொல்ற?'

'காத்து, தண்ணி, வெளிச்சம் எல்லாம் இருந்தாதானடா ஒரு உயிர் வாழமுடியும்? அதெல்லாம் ஒரு இடத்துல இல்லைன்னா எப்படி வாழும்?'

'நிலாவுல காத்து, தண்ணி, வெளிச்சம்லாம் உண்மையாவே இல்லையா?'

'எல்லாத்தயும் ஏன்டா என்கிட்ட கேக்கற? வாய்தான் வழுதாவூரு வரைக்கும் இவ்ளோ நீளமா வளர்த்துவச்சிருக்கியே. போய் உங்க வாத்தியாருகிட்டயே கேளு.'

அன்று இரவு முழுக்க நிலாவைப்பற்றிய எண்ணங்களே தோன்றித்தோன்றி மறைந்தன. சரியான தூக்கம் இல்லை.

மறுநாள் காலையிலும் நானே செய்திகளைப் படிக்கவேண்டி இருந்தது. வழக்கமாகப் படிக்கும் மாணவர் அன்றும் வரவில்லை. அன்றைய செய்தியில் நிலவைப்பற்றிய செய்தி எதுவும் இல்லை.

ராமசாமி சார் வகுப்புக்கு வரும்வரை காத்திருந்து அவரிடம் என் சந்தேகத்தைக் கேட்டேன்.

'பூமியத் தவிர வேற எந்தக் கிரகத்துலயும் காத்து, மழை, தண்ணி, வெளிச்சம் எதுவும் கிடையாது. அதுக்குத்தான் விஞ்ஞானிங்க ஆராய்ச்சி செய்யறாங்க. அந்த வசதியெல்லாம் இருக்கிற இடம் தெரிஞ்சா, அங்கயும் மனிதர்கள் சென்று குடியேறி வாழ்க்கையை நடத்தலாம்னு திட்டம் போடறாங்க.'

'நிலாவுலதான் காத்து கூட இல்லைன்னு சொல்றீங்க. அப்புறம் இங்கேருந்து போற விஞ்ஞானிங்க மட்டும் எப்படி சார் மூச்சு விடுவாங்க?'

‘அதுக்குத் தேவையான ஆக்சிஜன் சிலிண்டர் வசதியோடதான் எல்லாரும் போவாங்க’

‘அமெரிக்கா மட்டும்தான் அந்த ஆராய்ச்சியை செய்யுதா சார்?’

‘ரஷ்யான்னு இன்னொரு நாடு இருக்குது. அவுங்க கூட விமானத்தை அனுப்பி ஆராய்ச்சி செய்யறாங்க. யாரு ஜெயிக்கறதுன்னு அவுங்களுக்குள்ள ஒரு போட்டி.’

‘இந்தியாவுல அந்த மாதிரிலாம் ஆராய்ச்சி இல்லையா சார்? இந்தியா விமானம் அங்க போவாதா?’

‘இந்தியாவா? இன்னும் அந்த வசதிலாம் நமக்கு வரலைடா. நமக்கு சுதந்திரம் கிடைச்சி இருபத்திரெண்டு வருஷம்தான் ஆவுது. உங்கள மாதிரியான பிள்ளைங்க நல்லா படிச்சி, விஞ்ஞானியா மாறி ஆராய்ச்சி செய்ய ஆரம்பிச்சா, எதிர்காலத்துல அப்படி போகறதுக்கு ஒரு வாய்ப்பு இருக்குது.’

கிட்டத்தட்ட எங்கள் உரையாடல் ஒரு முடிவுக்கு வரவிருந்த நேரத்தில் ‘பூமியிலிருந்து நிலா எவ்வளவு தூரத்துல இருக்குது சார்?’ என்று புதிதாக எழுந்த சந்தேகத்தை ஒரு கேள்வியாகக் கேட்டேன். ராமசாமி சார் புன்னகை மாறாத முகத்துடன் ‘பெரிய கேள்வியா கேட்கறியே. அதுக்கு முன்னால நான் உன்ன ஒரு கேள்வி கேக்கறேன். பதில் சொல்லு. சரியான பதில் சொல்லிட்டா, உன் கேள்விக்கும் சரியான பதில் கிடைக்கும்’ என்றார். நான் தயார் என்பதுபோல வேகமாக அவரைப் பார்த்து தலையசைத்தேன்.

‘நம்ம வளவனூருலேர்ந்து மேற்குப் பக்கத்துல இருக்கிற ஊரு விழுப்புரம். கிழக்குப் பக்கத்துல இருக்கிற ஊரு பாண்டிச்சேரி. ரெண்டு ஊருக்கும் இடையில எவ்வளவு தூரம்னு தெரியுமா?’

ரயில் பயணச்சீட்டிலும் கிலோமீட்டர் நடுகல்லிலும் பலமுறை படித்துப் படித்து நினைவில் பதிந்துவிட்ட தகவல் என்பதால் சற்றும் தாமதிக்காமல் ‘நாற்பது கிலோமீட்டர் சார்’ என்றேன். அவர் ஆச்சரியம் மின்னும் கண்களோடு ஒருகணம் என்னைப் பார்த்தார்.

‘அந்த மாதிரி ரெண்டு ஊருக்கு நடுவுல ஒரு ஆளு தொடர்ச்சியா ஆயிரம் தடவை போய்போய் வந்தா, அவன் பிரயாணம் செய்யற தூரம் எவ்வளவு இருக்கும்?’

‘நாற்பது பெருக்கல் ஆயிரம் நாற்பதாயிரம் கிலோமிட்டர் தூரம் இருக்கும்.’

‘அவனே பத்தாயிரம் தடவை போய்போய் வந்தா?’

அந்தக் கணக்கு விளையாட்டு உற்சாகமாக இருந்தது. 'நாற்பது பெருக்கல் பத்தாயிரம் நாலுலட்சம் கிலோமீட்டர் தூரம் இருக்கும்.'

'கரெக்ட். அதுதான் நிலாவுக்கும் பூமிக்கும் உள்ள தூரம்.'

'ஐயோ!'

என் விரல்கள் தாமாகவே உயர்ந்து திறந்த வாயை மூடின. என்னைப்போலவே என்னைச் சுற்றியிருந்த நண்பர்களும் மலைத்துபோய் நிற்பதைப் பார்த்தேன்.

'பார்க்கறதுக்கு பக்கத்துல இருக்கிறமாதிரி இருந்தாலும் பூமியிலேர்ந்து அவ்வளவு தூரத்துல இருக்குது நிலா' என்று இரு கைகளையும் உயர்த்தினார் ராமசாமி சார்.

'அப்படின்னா, பூமியிலிருந்து புறப்படற ராக்கெட் நிலாவுக்குப் போக எத்தனை மாதங்கள் புடிக்கும் சார்?'

'மாதக்கணக்குலாம் தேவையில்லைடா. அது என்ன ரயிலா, பஸ்ஸா? இழு இழுன்னு இழுத்துகிட்டு போகும்னு நெனைச்சிட்டியா? ராக்கெட். விமானத்தைவிட வேகமா போகும். ஒரு வாரத்துல போய் சேர்ந்துடலாம்.'

'அவ்ளோ சீக்கிரமாவா? ஆச்சரியமா இருக்குது சார். ஒரு மணி நேரத்துக்கு எவ்வளவு தூரம் போகும் சார்?'

'கண்ண மூடி கண்ண தெறக்கறதுக்குள்ள பறந்துட்டுதுன்னு சொல்வாங்களே, அந்த மாதிரி பறக்கிற வேகம் அந்த ராக்கெட்டுக்கு உண்டு. சாதாரணமா ஒரு மணி நேரத்துல ஏழாயிரம் எட்டாயிரம் கிலோமீட்டர் தூரம் பறந்துபோகும்.'

அக்கணமே என் மனம் கணக்கில் மூழ்கியது. நாலு லட்சத்தை எட்டாயிரத்தால் வகுத்துப் பார்த்தது. ஐம்பது மணி நேரம் என விடையைக் கண்டுபிடித்ததும் ஒரு வாரம் என்று சார் சொன்ன பதில் எப்படிச் சரியாகும் என்று சந்தேகம் வந்தது. அந்தக் கேள்வி என்னைக் குடைந்தபடியே இருந்தது. என்னால் பொறுமை காக்கமுடியவில்லை. 'சார், கணக்குப்படி ஐம்பது மணி நேரம்னுதான் பதில் வருது. அப்புறம் ஏன் ஒரு வாரம் ஆகும்னு சொல்றீங்க? நடுவுல ரெஸ்ட் எடுக்குமா சார்' என்று கேட்டேன்.

என் கேள்வியைக் கேட்டதும் சார் முகமெல்லாம் மலர்ந்துவிட்டது. மார்பில் கை வைத்துக்கொண்டு சிரித்தார். அவர் எதற்காகச் சிரிக்கிறார் என்கிற காரணம் புரியாமலேயே பக்கத்தில் இருந்த நண்பர்களும் சிரித்தார்கள். நான் அவர்களைத் திரும்பிப் பார்த்து முறைத்தேன்.

‘ஆகாயத்துல பஸ் ஸ்டாண்ட், ரயில்வே ஸ்டேஷன் மாதிரி ராக்கெட்டுங்க ரெஸ்ட் எடுக்க கட்டி வச்சிருக்காங்கன்னு நெனச்சிட்டியா?’

நான் அமைதியாகவே நின்றிருந்தேன்.

‘நீ கேட்ட கேள்வியில ஒரு முக்கியமான பாய்ண்ட் இருக்குது. விளக்கமா சொன்னாதான் உனக்கு புரியும். மத்தவனுங்களும் கவனிச்சி கேளுங்கடா’ என்றபடி சார் விளக்கத் தொடங்கினார்.

‘இப்ப நாம ரோட்டுல வேகமா சைக்கிள் ஓட்டறோம்னு வை. அப்ப நாம என்ன மனசுக்குள்ள நெனச்சிக்கறோம் தெரியுமா? நாம வேகமா மிதிக்கறதால சைக்கிள் வேகமா ஓடுதுன்னு நெனைச்சிக்கறோம் இல்லையா? அதுதான் கிடையாது. நம்ம சுத்தி இங்க காத்து இருக்குது. அந்தக் காத்தும் நம்முடைய மிதிக்கிற வேகத்துக்கு உதவி செய்யுது. புரியுதா?’

புரிகிறது என்பதன் அடையாளமாக நான் தலையசைத்தேன்.

‘சாதாரண காத்தோட்டத்துல மிதிக்கிற வேகத்துக்கும் எதிர்க்காத்துல மிதிக்கிற வேகத்துக்கும் நிறைய வித்தியாசம் உண்டு. அழுத்தி அழுத்தித்தான் மிதிக்கணும். அப்ப நாம போகிற தூரமும் குறைவா இருக்கும். இல்லையா?’

‘ஆமாம் சார்.’

‘காத்தே இல்லாத இடத்துலயும் அந்த மாதிரியான அழுத்தம் இன்னும் கூடுதலா தேவைப்படும். அப்ப அந்த தூரம் இன்னும் குறையும். புரியுதா?’

‘புரியுது சார்.’

‘பூமிக்கு மேல ஆகாயத்துல இருக்கிற காத்து மண்டலம் இருக்கிற பகுதி கொஞ்ச தூரத்துக்கு மட்டும்தான். அதுக்கு மேல காத்தே இல்லாத வெற்று மண்டலம். காத்து மண்டலத்துக்குள்ள எட்டாயிரம் கிலோமீட்டர் வேகத்துல போகிற ராக்கெட் காத்து இல்லாத மண்டலத்துக்குள்ள் மூவாயிரம் ரெண்டாயிரம் கிலோமீட்டர் வேகத்துலதான் போகமுடியும். புரியுதா? அதனாலதான் ஒரு வாரம்கற கணக்கு.’

அன்று முதல் கன்னித்தீவு கதை கூட எங்கள் பேச்சில் இரண்டாவது இடத்துக்குப் போய்விட்டது. நிலவுப் பயணத்தைப் பற்றித்தான் வாய் ஓயாமல் பேசிக்கொண்டிருந்தோம். ஒவ்வொரு நாளும் நான் கேட்கிற செய்தியும் படிக்கிற செய்தியும் பள்ளியில் வாசிக்கிற செய்தியும் நிலவுப்பயணம் பற்றிய செய்தியாகவே இருந்தது.

அந்தப் பெரிய வகுப்பு மாணவர் தொடர்ந்து இரண்டு வாரத்துக்கு மேல் பள்ளிக்கு வராததால் செய்திகளைப் படிக்கும் வாய்ப்பு எனக்கே கிடைத்தது.

'அமெரிக்க விண்வெளி ஆராய்ச்சி நிலையம் நிலவுக்கு அனுப்பும் மூன்று ஆய்வாளர்களின் பெயர்களையும் விண்வெளிக்கலம் புறப்படவிருக்கும் நாளையும் நேரத்தையும் அறிவித்தது.'

அந்தச் செய்தியை வாசித்தபோது அப்பட்டியலில் என் பெயரும் சேர்ந்திருப்பதுபோல நினைத்து நினைத்து மகிழ்ச்சியில் துள்ளியது. நீல் ஆம்ஸ்ட்ராங்க், எட்வின் ஆல்ட்ரின், மைக்கேல் காலின்ஸ் வரிசையில் ரகசியமாக என் பெயரை எனக்கு நானே மௌனமாகச் சொல்லிப் பார்த்துக்கொண்டேன். பறக்கும் மனிதனைப்போல கைகளை நீட்டி விண்வெளியில் மேகங்களைக் கிழித்துக்கொண்டு பறப்பதுபோல கற்பனை விரிந்தது. என்னால் ஒரு இடத்தில் கூட ஓய்வாக நிற்கமுடியவில்லை. எப்போதும் பரபரப்பாகவே இருந்தது.

அன்று ராமசாமி சார் வகுப்பறைக்கு வந்ததும் கேட்பதற்கு ஏராளமான சந்தேகங்கள் தோன்றியபடி இருந்தன. ஆனால் வகுப்பறைக்குள் வரும்போது வழக்கமாகத் தென்படும் கலகலப்பு இல்லை. மௌனமாக வந்து நாற்காலியில் உட்கார்ந்தார். யாருக்கும் அவரை நெருங்கிச் செல்ல துணிச்சல் வரவில்லை.

திடீரென்று என் பக்கமாகத் திரும்பிய சார் 'உனக்கு முன்னால நியூஸ் படிச்சிட்டிருந்த பையன் தனபால் வீடு உங்க தெருவிலயா இருக்குது?' என்று கேட்டார். நான் 'இல்லை சார்' என்று உதட்டைப் பிதுக்கினேன். உடனே எனக்குப் பக்கத்தில் இருந்த பையன்களிடம் ஒவ்வொருவனாக அதே கேள்வியைக் கேட்டார். எல்லோருமே 'இல்லை' என்று பதில் சொன்னார்கள். 'ஹெட்மாஸ்டர் பஞ்சாயத்து போர்டு தெருன்னு உங்க தெரு பேரச் சொல்லித்தானடா விசாரிக்கச் சொன்னாரு' என்று முணுமுணுத்துக் கொண்டே முகவாயைச் சொறியத் தொடங்கினார் சார்.

'அந்த அண்ணன் எங்க தெருவுல இருக்குது சார்' என்று எங்களுக்குப் பின்வரிசையில் அமர்ந்திருந்த பெருமாள் மெதுவாக எழுந்து நின்று சொன்னான். உடனே அவசரமாக எழுந்த ராமசாமி சார் அவனுக்குப் பக்கத்தில் வந்தார். 'நீ எந்தத் தெரு?' என்று அவசரமாகக் கேட்டார்.

'பஞ்சாயத்து போர்டு தெருவுலேர்ந்து ஒரு மண் ரோடு பிரிஞ்சி ஒரு தோப்பு வழியா போவுது சார். நாங்க அந்தத் தெருவுலதான் இருக்கோம் சார். அது மாட்டாஸ்பத்திரி தெரு. அந்த அண்ணன் வீடும் அங்கதான் இருக்குது.'

‘அது இடுகாட்டுக்கு போற வழி இல்லையா?’

‘ஆமாம் சார். எங்க தெருவைத் தாண்டித்தான் இடுகாட்டுக்கு போகணும்.’

‘ஓ’ என்று ஒருகணம் தலையசைத்துக்கொண்டார் சார். பிறகு ‘தனபால் ஏன் ஸ்கூலுக்கு வரலைன்னு உனக்கு தெரியுமா?’ என்று கேட்டார்.

‘தெரியாது சார்.’

‘தெருவுல அவன பாக்கமாட்டியா?’

‘அந்த அண்ணன் யார் கூடவும் பேச மாட்டாரு சார். எனக்கு தெரியாது சார்.’

‘சாயங்காமலமா அவுங்க வீட்டுக்கு போய் அந்த பையன பார்த்து ஹெட்மாஸ்டர் வரச் சொன்னாருன்னு சொல்லிட்டு வரியா?’

‘சரி சார்.’

சார் மீண்டும் தன் நாற்காலியை நோக்கிச் சென்று உட்கார்ந்து சிறிது நேரம் பாடம் நடத்தினார். பாடவேளை முடிந்து புறப்படும் சமயத்தில் ‘டேய் பெருமாளு. நீ தனியா போய் விசாரிச்சா சரியான பதில் கிடைக்காதுடா. வீட்டு மணி அடிச்சதும் ஓடிடாத. உன் கூட நானும் வரேன். சேர்ந்தே போவலாம்’ என்று சொல்லிவிட்டுச் சென்றார்.

பள்ளிக்கூடம் விட்டதும் அவரும் எங்களோடு சேர்ந்துகொண்டார். அவர் தன்னுடைய மிதிவண்டியைத் தள்ளிக்கொண்டே வந்தார். மொத்தமாக நாங்கள் ஆறு பேர் அவரோடு சேர்ந்து நடந்தோம். படிப்பைப் பாதியிலேயே நிறுத்திவிட்டுச் செல்பவர்களைப்பற்றி வருத்தத்தோடு ஏதேதோ சொல்லிக்கொண்டே வந்தார். ஜூன் மாதம் பள்ளிக்கூடம் தொடங்கி பத்து நாட்கள் மட்டுமே வந்து நின்றுபோன ஒரு மாணவன், ஒன்பதாம் வகுப்பிலிருந்து தேர்ச்சி பெற்ற நிலையிலும் பத்தாம் வகுப்பில் சேராமலேயே படிப்பை நிறுத்திவிட்ட ஒரு மாணவன், வேறொரு ஸ்கூலில் சேர இருப்பதாகச் சொல்லிவிட்டு புதிய ஸ்கூலுக்கும் செல்லாமல் பழைய ஸ்கூலுக்கும் வராமல் படிப்பின் பாதையிலிருந்து விலகிச் சென்ற மாணவன் என அவருக்கு அச்சமயத்தில் நினைவுக்கு வந்த பலருடைய கதைகளையெல்லாம் சொல்லிக்கொண்டே நடந்தார்.

நாங்கள் யாருமே எங்கள் வீட்டுக்குச் செல்லவில்லை. அவரோடு நடந்துசென்று தனபால் வீட்டுக்கு முன்னால் நின்றோம். வீடு

பூட்டியிருந்தது. ஏறத்தாழ இரண்டு மணி நேரம் பொழுது சாயும் வரைக்கும் அங்கேயே நின்று பேசிக்கொண்டிருந்தோம். ஒருவரும் வரவில்லை. 'நீங்களாவது நேரத்துக்கு வீட்டுக்கு போங்கடா. நேரம் இருக்கும்போது என்ன விஷயம்னு கேட்டு தெரிஞ்சிகிட்டு வந்து நாளைக்கு சொல்லுங்க' என்று சொல்லிவிட்டு மிதிவண்டியில் ஏறிச் சென்றுவிட்டார் ராமசாமி சார்.

மறுநாள் காலையில் எழுந்ததும் ரேடியோ செய்தியைக் கேட்ட பரபரப்பில் ராமசாமி சார் சொன்னதெல்லாம் மறந்துவிட்டது. புத்தகத்தை எடுத்துப் படிக்கும்போதுதான் நினைவுக்கு வந்தது. உடனே பெருமாள் வீட்டுக்கு ஓடிச் சென்று அவனோடு தனபால் அண்ணன்னைப் பார்ப்பதற்காக ஓடினோம். அப்போதும் வீடு பூட்டியே இருந்தது. முதல்நாள் இரவு சாப்பாட்டு வேளைக்கு முன்பாக நாலைந்து முறைக்கு மேல் வந்து வந்து பார்த்ததாகவும் வீடு பூட்டப்பட்ட நிலையிலேயே இருந்ததாகவும் தெரிவித்தான் பெருமாள்.

பள்ளிக்குச் சென்றதும் ராமசாமி சாரைச் சந்தித்து விவரங்களைச் சொன்னோம். ராமசாமி சார் வருத்தத்தோடு நாக்கை த்ச் என்று பெருமூச்சுடன் சப்புக்கொட்டிக்கொண்டார். 'மறக்காம ஒவ்வொரு நாளும் பார்த்துகிட்டே இருங்கடா. வீடு தெறந்திருந்து, ஆளும் கண்ணுல கெடைச்சான்னு வை, எங்கிட்ட அழச்சிகிட்டு வாங்க. புரியுதா?' என்றார். 'சரி சார்' என்று தலையசைத்துக்கொண்டே வகுப்புக்குள் ஓடினோம்.

'விண்வெளிக்கலத்துடன் புகைப்படக்கருவி ஒன்றை இணைத்து அனுப்பத் திட்டமிட்டிருப்பதாகவும் அது நிலவை படமெடுத்து உடனுக்குடன் பூமிக்கு அனுப்ப இருப்பதாகவும் அமெரிக்க ஆராய்ச்சி நிலையம் தெரிவித்தது.'

ஆய்வுநிலையச் செய்திகள் ஒவ்வொன்றையும் படிக்கும்போது நானே ஆய்வுநிலையத்தில் இருப்பதுபோல உணர்ந்தேன்.

'இன்று விண்வெளிக்கலம் நிலவை நோக்கிய பயணத்தைத் தொடங்கியது. அதன் பெயர் அப்போலா-11. இந்தப் பயணத்தில் கிடைக்கவிருக்கும் வெற்றி மனிதகுலத்துக்கே கிடைத்த வெற்றியாக இருக்கும்.'

'மூன்று விமானிகளும் தத்தம் குடும்பத்தினரிடமிருந்தும் உறவினரிடமிருந்தும் ஆய்வுக்குழுவினரிடமிருந்தும் விடைபெற்று விண்வெளிக்கலத்துக்குள் ஏறி அமர்ந்தார்கள்.'

‘அப்போலோ விண்வெளிக்கலம் திட்டமிட்ட வேகத்தில் திட்டமிட்ட பாதையில் இலக்கை நோக்கிச் சரியாக பயணம் செய்துகொண்டிருக்கிறது.’

எல்லா இடங்களிலும் பரவலாக அந்தச் செய்தியே பேசுபொருளாக இருந்தது. இரவில் விண்வெளிக்கலத்தின் நினைவு வந்தால் தானாகவே கண்கள் உயர்ந்து வானத்தில் நிலவின் மீது படரும்.

‘நட்சத்திரம்லாம் தெரியற மாதிரி ராக்கெட் தெரிஞ்சா எவ்வளவு நல்லா இருக்கும். நாம எல்லாரும் வீட்டுல இருந்தே அழகா பார்த்து ரசிக்கலாம்.’

அதைக் கேட்டுக்கொண்டே வெளியே வந்த அம்மா என் தலையில் தட்டி ‘அந்த ராக்கெட் பின்னாலயே உன்னயும் கட்டிவிட்டுட்டா வழியெல்லாம் ரசிச்சிகிட்டே போகலாம்’ என்று ஒருமுறை என்னைப்போலவே பேசி எல்லோருக்கும் சிரிப்பு மூட்டினார்.

நிலவின் மனிதன் காலடி பதித்த செய்தியை நான்தான் பள்ளிக்கூடத்தில் பிரார்த்தனை நேரத்தில் படித்தேன்.

‘விண்வெளிக்கலம் வெற்றிகரமான வகையில் நிலவில் தரையிறங்கியது. நீல் ஆம்ஸ்ட்ராங் என்னும் விமானி விண்கலத்தி லிருந்து இறங்கி முதன்முதலாக நிலவில் காலடி வைத்தார். அடுத்து சில நிமிடங்களில் ஆல்ட்ரின் இறங்கி நடந்தார். இருவரும் அமெரிக்கக் கொடியை நிலவின் தரையில் நட்டனர்.’

‘அறிவியல்துறையில் மனிதர்கள் படைத்திருக்கும் மகத்தான சாதனை இது என்று தேசமே போற்றுகிறது.’

‘பாரதப்பிரதமர் விண்வெளி ஆய்வில் ஈடுபட்டிருக்கும் அமெரிக்க விஞ்ஞானிகளுக்கும் நிலவில் கால் பதித்த விஞ்ஞானிகளுக்கும் தம் பாராட்டுதல்களைத் தெரிவித்தார்.’

‘முதன்முதலாக நிலவில் தடம் பதித்த நீல் ஆம்ஸ்ட்ராங் இன்று நாங்கள் எடுத்துவைத்திருக்கும் ஒரு சிறிய காலடி எதிர்காலத்தில் மனிதகுலம் அடையவிருக்கும் மகத்தான உயர்வுக்கெல்லாம் ஒரு தொடக்கம் என்று உணர்ச்சிபூர்வமாகத் தெரிவித்தார்.’

அடுத்தடுத்த நாட்களில் அமெரிக்க விண்வெளி ஆராய்ச்சி நிறுவனம் வெளியிட்ட படங்கள் அனைத்தும் எல்லாப் பத்திரிகைகளிலும் வெளிவந்தன. உலர்ந்துபோன வறண்ட மணற்பரப்பாக நிலவின் தரையைப் பார்க்க திகைப்பாக இருந்தது. என் கற்பனைகள் எல்லாம் உடைந்து சிதறியதுபோல இருந்தது. காற்று அடைத்ததுபோல

பருத்த ஆடைகளோடு கண்ணாடி முகமூடியுடன் கூடிய விமானிகளின் கோலம் விசித்திரமாக இருந்தது.

நிலவுப்பயணத்தின் பரபரப்பு கொஞ்சம் கொஞ்சமாக குறைந்தபோதிலும் ராமசாமி சார் மட்டும் தனபாலைப்பற்றி விசாரிப்பதை நிறுத்தவே இல்லை. 'பார்த்தீங்களாடா, பார்த்தீங்களாடா?' என்று கேட்டுக்கொண்டே இருந்தார். பெருமாளும் உதட்டைப் பிதுக்கி ஒவ்வொருநாளும் பதில் சொல்லிக்கொண்டே இருந்தான்.

ஒருநாள் பள்ளிக்கூடம் விட்டு அனைவரும் கலைந்துசென்ற நேரத்தில் ராமசாமி சாரும் எங்களோடு சேர்ந்து வந்தார். பேசிக்கொண்டே நடந்து சென்றோம். சார் பேச ஆரம்பித்தாலேயே கதைகள் தானாகக் கொட்டத் தொடங்கிவிடும்.

வீட்டை நெருங்கும் சமயத்தில் 'சார், தனபால் வீடு தெறந்திருக்குது' என்று சத்தமாகச் சொன்னபடி தொலைவில் விரல்நீட்டிச் சுட்டிக் காட்டினான். திறந்திருந்த கதவுகளைப் பார்த்ததுமே ராமசாமி சாருக்கு முகம் மலர்ந்துவிட்டது. சார் வேகமாக நடந்து வீட்டுக்கு முன்னால் நின்று 'தனபால், தனபால்' என்று அழைத்தார். நாங்கள் பின்னாலேயே அமைதியாக நின்று எட்டி எட்டிப் பார்த்தோம். சில கணங்களில் தலைமுடியை உதறி கொண்டை போட்டபடி 'யாரு?' என்று கேட்டபடி ஒரு அம்மா வெளியே வந்தார். சாரைப் பார்த்ததும் தணிந்த குரலில் அச்சத்துடன் 'யாருங்க வேணும்?' என்று கேட்டார்.

'நான் ஸ்கூல் டீச்சர்ம்மா. தனபால பார்க்கணும். நல்லா படிக்கிற பையன், திடீர்னு ஸ்கூலுக்கு வராததால என்ன விஷயம்ன்னு கேட்டுட்டு போகலாம்ன்னு நானே நேருல வந்தேன்.'

அந்த அம்மாவுக்கு என்ன பதில் சொல்வதென்றே புரியவில்லை. சாரைச் சுற்றி நின்ற எங்களையெல்லாம் ஒருமுறை பார்த்தார். பிறகு சாரிடம் கண்கலங்க 'தப்பா நினைச்சிக்காதீங்க ஐயா. அவன் இனிமேல ஸ்கூலுக்கு வரமாட்டான் சார். எங்க தலையில படிப்பு எழுதலை. நாங்கள்லாம் ஆடுமாடு மாடு மாதிரி வேலை செய்யப் பொறந்தவங்க' என்றார்.

'அப்படியெல்லாம் நீங்களா நெனச்சிக்காதீங்கம்மா. நீங்க மொதல்ல அவன கூப்புடுங்க. நான் பேசறேன் அவன்கிட்ட.'

'அவன் இங்க இல்லைங்க ஐயா. விக்கிரவாண்டி பக்கத்துல ஒரு சூளையில கல் அறுக்கிற வேலையில இருக்கான். அவுங்கப்பா

காயிலாவா கெடந்த சமயத்துல வாங்கன கடன் ரெண்டாயிரம் ரூபா. இப்ப ஐயாயிரமா வளந்து நிக்குது. அவரயும் காப்பாத்த முடியலை. கடனயும் அடைக்கமுடியலை. நடுவுல எத்தன நாள்தான் லோள்பட்டு லொங்கழிய முடியும், சொல்லுங்க. போன மாசம் ஊடு புகுந்து ஒரே சண்டை. புள்ளய அனுப்பு. நாலஞ்சி வருஷம் வேலை செஞ்சி கடன அடைக்கட்டும்னு இழுத்தும் போயிட்டாங்க...'

அந்த அம்மாவால் தொடர்ந்து பேசமுடியவில்லை. அழுகை முட்டிக்கொண்டு வந்தது. இரண்டு கண்களும் சிவந்து கலங்கிவிட்டன. சிறிது நேரத்துக்குப் பிறகு முந்தானையை உயர்த்தி விழிகளைத் துடைத்தபடி கைகுவித்து வணங்கினார்.

'போய் வாங்க ஐயா. புள்ளைங்க படிக்கணும்ன்னு நெனைக்கறீங்களே, உங்க மனசுக்கு நீங்க நல்லா இருக்கணும்.'

சார் பெருமூச்சோடு எதுவும் பேசாமல் மிதிவண்டியைத் திருப்பிக்கொண்டு நடந்தார். சாரிடம் எப்படி உரையாடலைத் தொடங்குவது என்று தெரியாமல் குழப்பத்தோடு நாங்களும் அவரோடு நடந்தோம்.

11. விருப்பம்

ரயில்வே ஸ்டேஷன் பக்கம் நாங்கள் ஆடிக்கொண்டிருந்த பேஸ் பால் விளையாட்டை ஒரு கட்டத்தில் நிறுத்திவைக்க வேண்டிய நெருக்கடி ஏற்பட்டுவிட்டது. ஒருமுறை சுப்பிரமணி பந்து வீசினான். மனோகரன் அடித்தான். எதிர்பாராமல் அந்தப் பந்து சிறிது தொலைவில் நடந்துபோய்க் கொண்டிருந்த ஓர் அக்காவின் இடுப்பில் இருந்த தண்ணீர்ப்பானையில் பட்டுத் தெறித்தது. அந்த வேகத்தில் பானை துண்டுதுண்டாக உடைந்து விட, அவர் உடுத்தியிருந்த ஆடை முழுதும் தண்ணீரில் நனைந்துவிட்டது. அதை ஒருவரும் எதிர்பார்க்கவில்லை. அச்சத்தில் நாங்கள் உடல்நடுங்கச் சிலையாக நின்றுவிட்டோம்.

அந்த அக்கா ஆத்திரத்தோடு போட்ட கூச்சலால் அருகில் குடியிருப்பில் இருந்தவர்களெல்லாம் வந்துவிட்டனர். ஐந்தாறு பெண்கள் சேர்ந்து வந்து எங்களை ஏகவசனத்தில் திட்டத் தொடங்கினர்.

'சரி சரி. விட்டுப் போம்மா. சின்ன பசங்கதான. வேணும்னா ஒடைச்சானுங்க? என்னமோ தெரியாம பந்து பட்டு உடைஞ்சிட்டுது.'

ஒரே ஒரு பெரியவர் மட்டும் எங்களுக்கு ஆதரவாகச் சொன்னார். ஆனால் அவருடைய

சொல்லைக் காதுகொடுத்துக் கேட்பவர்கள் அங்கே ஒருவரும் இல்லை. எங்கள் உடல்நடுக்கம் நிற்கவே இல்லை. என்ன பேசுவது என்று கூடத் தெரியாமல் நாங்கள் நின்றிருந்தோம்.

எதிர்பாராமல் அங்கே வந்த பாய்ண்ட்மேன் காசி மாமாதான் அந்த மோதல் பெரிய அளவில் நீண்டுவிடாதபடி பக்குவமாகப் பேசி எங்களை வீட்டுக்கு அனுப்பிவைத்தார்.

அதற்குள் எங்கள் வீட்டுக்குத் தகவல் போய்விட்டது. அந்த வாய்ச்சண்டையைப் பார்த்த யாரோ ஒரு தயிர்க்காரப் பெரியம்மா வீட்டுப் பக்கமாக வந்து தகவல் சொல்லிவிட்டுச் சென்றுவிட்டார்.

அன்றுமுதல் பேஸ்பால் ஆடுவதற்குச் செல்வதை நிறுத்தினோம். அதற்குப் பதிலாக எங்கள் வீட்டை ஒட்டியிருந்த வைக்கோல் போருக்கு அருகில் அமர்ந்து கதை பேசத் தொடங்கினோம்.

கதை என்பது பெரும்பாலும் பள்ளிக்கூடக் கதைகள். அல்லது சினிமாக்கதைகள். எப்போதோ பார்த்த சினிமாவாக இருந்தாலும் ஒவ்வொரு காட்சியாகப் பிரித்து பிரித்து கண்முன்னால் நிகழ்வதுபோல தத்ரூபமாகச் சொல்லக்கூடியவன் பழனி. அவனைக் கதைசொல்ல வைத்துவிட்டு, நாங்கள் அனைவரும் அவனைச் சுற்றி வட்டமாக உட்கார்ந்துகொண்டு கேட்போம்.

கதைகள் இல்லாதபோது நினைவிலிருந்து சினிமாப்பாடல்களைப் பாடுவோம். ஒரு பாட்டை முழுமையாகத்தான் பாடவேண்டும் என்கிற கட்டாயம் எதுவுமில்லை. நாங்கள் எல்லோருமே எம்.ஜி.ஆர். ரசிகர்கள். எம்.ஜி.ஆர். பாடல்களைப் பாடுவதில் தனிவிருப்பம் கொண்டவர்கள். அதோ அந்தப் பறவைபோல. கொடுத்ததெல்லாம் கொடுத்தான். நான் ஆணையிட்டால். தொட்டால் பூமலரும். ஆயிரம் கைகள் மறைத்து நின்றாலும். கண்போன போக்கிலே கால் போகலாமா? ஒருவன் தொடங்கினால் போதும். அடுத்தவன் அவனைப் பின்தொடர்ந்து செல்வான். சலிப்பே இல்லாமல் பாடுவோம்.

‘திடீர்னு எம்.ஜி.ஆர். நம்ம முன்னால வந்து நின்னா எப்படிடா இருக்கும்?’ என்று ஒருநாள் கேட்டான் கஜேந்திரன்.

‘டேய், நீ என்ன லூசா? எம்.ஜி.ஆர். எதுக்குடா இந்த பட்டிக்காட்டுக்கு வரணும்?’

‘ஒரு பேச்சுக்குத்தான்டா கேக்கறேன். வரார்னு வச்சிக்குவோம். அப்ப எப்படி இருக்கும்?’

'ஐயோ, ஊரே இங்க வந்து ஈ மொய்க்கிறமாதிரி மொச்சிக்கும். நமக்கு நிக்கவே இடம் கிடைக்காது.'

'நான் போய் அவரு கிட்டயே நிற்பேன். பார்த்துகிட்டே இருக்க அதுதான் வசதி.'

'நான் ஆணையிட்டால்னு அவரு பாடின பாட்டை அவரு முன்னால பாடிக் காட்டுவேன்.'

'மூன்றெழுத்தில் என் மூச்சிருக்கும் பாட்டுதான் அவருக்கு ரொம்ப புடிக்கும். நான் அதைப் பாடுவேன்.'

'பாடறதெல்லாம் அப்புறம். முதல்ல ஒரே ஒருமுறை அவரை மெதுவா தொட்டு பாக்கணும்.'

'நம்ம ஊருக்கு வந்தா நல்லாதான் இருக்கும். எல்லோரும் ஒன்னா நின்னு ஒரு போட்டோ புடிச்சி வீட்டுக்குள்ள மாட்டி வைக்கலாம்.'

'போட்டோவ புடிச்சி என்னடா செய்யப்போறோம்? நாங்க படிக்கறதுக்கு ஏதாவது உதவி செய்யுங்கன்னு கேக்கலாம்.'

'ஆசை தோசை அப்பளம் வடை. அவரு வந்து நின்னா, அவரு கூட நூறு பேரு வருவாங்க. நம்ம மாதிரி சின்ன பசங்களை கிட்டவே சேக்கமாட்டாங்க. எதுக்குடா இந்த வீண்கனவு?'

'கனவுன்னே வச்சிக்குவோம். ஆனா பேசறதுக்கு ஜாலியா இருக்குதா, இல்லயா, அத சொல்லு.'

எப்படியோ ஒவ்வொரு நாளும் எங்கள் உரையாடலில் எப்படியாவது ஒருமுறையாவது எம்.ஜி.ஆர். பெயர் வந்துவிடும். குறைந்தபட்சம் அவர் பாடிய ஏதாவது ஒரு பாடல் வந்துவிடும். அதிலிருந்து மனம்போன போக்கில் பேசிக்கொண்டிருப்போம்.

நாங்கள் உரையாடும் இடமாக அந்த வைக்கோல்போரைத் தேர்ந்தெடுத்ததற்கு இன்னொரு காரணமும் இருந்தது. எங்கள் தெருவிலேயே எங்கள் பக்கத்துவீட்டில்தான் அப்போது ரேடியோ இருந்தது. மூன்று வால்வு ரேடியோ. அதிலிருந்து ஒலிக்கும் பாடலைக் கேட்கும்போது, அந்தப் பெட்டிக்குள்ளே யாரோ உட்கார்ந்து பாடுவதுபோல தோன்றும். அவ்வளவு துல்லியமாக இருக்கும். இலங்கை விவிதபாரதியில் ஒவ்வொரு மணி நேரமும் ஒவ்வொரு தலைப்பில் மாறிமாறி பாடல்களை ஒளிபரப்பிக் கொண்டே இருப்பார்கள். எல்லாப் பாடல்களும் எங்களுக்கு மனப்பாடம். அந்தக் குரலோடு சேர்ந்து நாங்களும் பாடுவோம்.

பாடல்கள்மீது இயற்கையாகவே நாங்கள் கொண்டிருந்த ஆர்வம் இன்னும் கூடுதலாகப் பெருகியதற்கு எங்கள் பள்ளியில் நடந்துவந்த பொது அறிவு வகுப்பும் ஒரு காரணம். வாரத்துக்கு ஒருமுறை வரும் பொது அறிவு வகுப்பு கொண்டாட்டத்துக்கு உரிய நேரம். பாட்டு, பேச்சு, கதை என்று ஆனந்தமாகக் கழியும் அந்தப் பாடவேளைக்காக நாங்கள் ஒவ்வொரு வாரமும் காத்திருப்போம். எங்கள் பிரியத்துக்குரிய சுப்பையா சார்தான் அந்தப் பாடவேளைக்கு உரியவர்.

அந்த நேரத்தை அவர் இரு பகுதியாகப் பிரித்துக்கொள்வார். முதல் பகுதியில் குழந்தைகள் கலைக்களஞ்சியம் என்னும் புத்தகத்தைக் கொண்டுவந்து அறிமுகம் செய்வார். உலகத்தில் உள்ள எல்லாவற்றுக்கும் அந்தப் புத்தகத்தில் ஏதேனும் ஒரு சின்ன விளக்கத்தைப் பார்க்கலாம். ஒவ்வொரு பக்கத்திலும் எழுத்து வரிசைப்படி சில முக்கியமான பெயர்களும் அவற்றைப்பற்றிய சின்னஞ்சிறு கட்டுரைகளும் இருக்கும்.

முதலில் யாராவது ஒரு மாணவனைப் பெயர் சொல்லி அழைப்பார் சார். அருகில் சென்று நின்றதும் கலைக்களஞ்சியத்தை அவன் கையில் கொடுத்து 'ஏதாவது ஒரு பக்கத்தைத் திறந்து படி' என்பார். மூடியிருந்த புத்தகத்துக்குள் அவன் விரலை நுழைத்து மனம்போன போக்கில் வெட்கத்துடன் ஒரு பக்கத்தைத் திறப்பான். 'நிலா' என்றோ 'பச்சோந்தி' என்றோ அங்கிருக்கும் கட்டுரையின் தலைப்பை உரத்த குரலில் தெரிவிப்பான். தொடர்ந்து எழுதப்பட்டிருக்கும் பகுதியையும் படிப்பான். அதற்குப் பிறகு அதையொட்டி சுப்பையா சார் இன்னும் விரிவான தகவல்களைச் சொல்வார். இப்படி நாலைந்து பேரை அழைத்து, அவர்கள் படிக்கும் சொற்களுக்கு விளக்கம் கொடுப்பார்.

அடுத்த பகுதியில் நாங்கள் ஆர்வத்தோடு காத்திருந்த விருப்பப்பாடல் நேரம் தொடங்கும். ஒவ்வொருவரும் எழுந்து நின்று அவரவருக்குப் பிடித்த பாடலை வாய்விட்டுப் பாட வேண்டும். முழுசாகப் பாடவேண்டும் என்றோ, ராகத்தோடு பாடவேண்டும் என்றோ, எவ்விதமான கட்டாயமும் இல்லை. பக்திப்பாடலைத்தான் பாடவேண்டும் என்னும் கட்டாயமும் இல்லை. ஏதேனும் நாட்டுப்புறப்பாடலாகவும் இருக்கலாம். சினிமாப்பாடலாகவும் இருக்கலாம். எதுவானாலும் நாலு வரி தைரியமாகப் பாடவேண்டும். தெரியாது என்று ஒருவன்கூடச் சொல்லக்கூடாது என்பதுதான் நிபந்தனை. சொல்லிச்சொல்லி சுப்பையா சார் அனைவரையும் பாட வைத்துவிடுவார். எங்கள்

பாடல் ஆர்வத்துக்கு அந்த வகுப்பு நல்ல வடிகாலாக அமைந்துவிட்டது.

மனோகரன் எப்போதும் சீர்காழி கோவிந்தராஜன் பாடல்களில் மிதப்பவன். சுந்தரம் டி.எம்.எஸ். பாடல்களை மட்டும்தான் பாடுவான். நான் சிதம்பரம் ஜெயராமன் குரலைக் கேட்டாலே உருகிவிடக் கூடியவன். பி.பி.ஸ்ரீநிவாஸ் பாடிய பல பாடல்கள் பழனிக்கு மனப்பாடமாகவே தெரியும். இப்படி எல்லோருமே அந்தப் பாடவேளையில் பாடுவதற்கு பொருத்தமான பாட்டைத் தேர்ந்தெடுத்து தேவையான பயிற்சியோடு காத்திருப்போம்.

ஏழெட்டு வாரங்களில் பொது அறிவு வகுப்பு எங்கள் பிரியத்துக்குரிய வகுப்பாக மாறிவிட்டது. பல பாடல் வரிகள் எங்கள் நெஞ்சில் மிதந்தலையைத் தொடங்கின.

ஒருநாள் பள்ளிக்கூடத்துக்குச் செல்லும்போதே அன்றைய பொது அறிவு வகுப்பில் பாடக்கூடிய பாடல்களைப்பற்றிய பேச்சு தொடங்கிவிட்டது. 'இன்னைக்கு எந்த பாட்டுடா பாடப் போற?' என்று ராஜசேகர் மனோகரனைப் பார்த்து ஒரு கேள்வி கேட்டான். அவன் உடனே அப்போதே பாடத் தயராக இருப்பவனைப்போல 'ஆடி அடங்கும் வாழ்க்கையடா' என்று உற்சாகமாகப் பதில் சொன்னான்.

'நீ?' என்று பக்கத்தில் நடந்துவந்த பழனியிடம் திரும்பிக் கேட்டான் ராஜசேகர்.

'காலங்களில் அவள் வசந்தம்' என்றான் பழனி

அதைத்தொடர்ந்து ஒவ்வொருவரும் அடுத்தடுத்து பதில் சொல்லத் தொடங்கினார்கள்.

'போனால் போகட்டும் போடா...'

'உள்ளத்தில் நல்ல உள்ளம்...'

'என்னதான் நடக்கும் நடக்கட்டுமே...'

'கல்லெல்லாம் மாணிக்கக்கல்லாகுமா...'

'அதோ அந்தப் பறவைபோல...'

எல்லோரும் சொல்லிமுடிக்கும் வரை காத்திருந்த ராஜசேகர் 'பாடுங்க. பாடுங்க. அந்த மாதிரி பாட்டுலாம் நமக்கு சரிப்பட்டு வராது. நான் புதுதினுசா ஒரு பாட்டு பாடப் போறேன்' என்றான்.

'அது என்ன புது தினுசு பாட்டு?'

'ஏதாவது டப்பாங்குத்து பாட்டா?'

'இல்லை இல்லை. இது வேற. நான் ஒரு முட்டாளுங்க. சந்திரபாபு பாட்டு.'

'உனக்கு எப்படிடா கிடைச்சது அந்தப் பாட்டு?'

'எங்க வீட்டுக்குப் பக்கத்தூட்டு அண்ணன் கட்டுகட்டா நிறைய சினிமா பாட்டுப்புஸ்தம் வச்சிருக்காரு. அதைப் பார்த்து எழுதி வச்சிகிட்டு நானே பாடி பாடி கத்துகிட்டேன்.'

பள்ளிக்கூடம் சென்று சேரும் வரைக்கும் பாடல்கள்தான் எங்கள் பேச்சின் மையமாக இருந்தது. அதிலிருந்து இம்மி கூட பிசகவில்லை.

மதிய உணவு இடைவேளையிலும் யாரோ அந்தப் பேச்சைத் தொடங்கிவிட்டார்கள். அந்தக் கணமே சினிமாப்பாடல்கள் பேச்சில் இடம்பெறத் தொடங்கிவிட்டன. அங்கிருந்து சினிமாக்கள் பக்கமும் சினிமா நடிகர்கள் பக்கமும் தானாகவே மெல்ல மெல்ல நகர்ந்துசென்றது. வகுப்பு தொடங்குவதற்கு அடையாளமான மணி அடிப்பதைக் கேட்ட பிறகுதான் அது ஓய்ந்தது.

உடற்பயிற்சி, நூலக வாசிப்பு, பொது அறிவு போன்ற சிறப்பு வகுப்புகள் எல்லாமே கடைசிப் பாடவேளைப் பிரிவில் இடம்பெறுவதுதான் வழக்கம். நாங்கள் அதற்காகத்தான் தவமாய்த் தவமிருந்து காத்திருந்தோம். வழக்கம்போல கலைக்களஞ்சியம் புத்தகத்தோடு சுப்பையா சார் வந்து சேர்ந்தார்.

முன்வரிசையில் உட்கார்ந்திருந்த குமாரசாமியின் பக்கம் விரலை நீட்டி 'நீ வா' என்று அழைத்து, அவனிடம் கலைக்களஞ்சியம் புத்தகத்தைக் கொடுத்தார் சார். அவன் வகுப்பு மாணவர்களையெல்லாம் ஒரு வெற்றிப் புன்னகையுடன் ஒரு சுற்று பார்த்துவிட்டு ஆட்காட்டி விரலாலேயே ஒரு பக்கத்தைத் தள்ளித் திறந்தான். நைட்டிங்கேல் அம்மையார் என்று சொல்லிவிட்டு அவரைப் பற்றிய குறிப்பைச் சத்தமாகப் படித்தான். அதைத் தொடர்ந்து சுப்பையா சார் அந்த அம்மையாரின் வாழ்க்கையை இன்னும் விரிவாக எடுத்துரைத்தார். தொடக்கத்தில் அவர் ஓர் எளிய மருத்துவத்தாதி. நாளடைவில் பெரிய சேவையாளராக வளர்ந்தார். இங்கிலாந்துக்கும் ரஷ்யாவுக்கும் நடைபெற்ற போரில் காயமடைந்த போர்வீரர்களுக்கு இரவு பகல் பார்க்காமல் கட்டு போட்டு, மருத்துவம் பார்த்து, ஆறுதல் சொல்லி உயிர்பிழைக்கவைத்தார்.

குமாரசாமியைத் தொடர்ந்து இன்னும் நான்கு பேர் நான்கு புதிய சொற்களைப் படித்தனர். அவர்கள் படித்த குறிப்புகளை இன்னும் விரிவான விதத்தில் எடுத்துரைத்தார் சுப்பையா சார்.

அடுத்து நாங்கள் ஆவலோடு எதிர்பார்த்திருந்த விருப்பப்பாடல் நேரம் வந்தது. அவருடைய அறிவிப்புக்காகக் காத்திருந்தோம்.

'நீங்க எல்லாரும் எதுக்காக காத்திருக்கீங்கன்னு எனக்கு நல்லா தெரியும்' என்று ஒரு சின்ன இடைவெளிவிட்டு புன்னகைத்தார் சார். உடனே முன்வரிசையில் உட்கார்ந்திருந்தவன் 'விருப்பப்பாடல்' என்று ஓங்கிய குரலில் அவசரமாகச் சொன்னான். அதை மறுப்பதுபோல சார் புன்னகைத்தபடி தலையசைத்தார்.

'ஏழெட்டு வாரமா ஏராளமான பாடல்கள் பாடிட்டோம். அதனால இன்னைக்கு விருப்பமான பாட்டுக்குப் பதிலா விருப்பமான தலைவர்களைப் பத்தி தெரிஞ்சிக்கலாம்.'

வகுப்பின் போக்கு சட்டென்று திசைமாறிச் சென்றுவிட்டதை நம்பமுடியாமல் ஒருகணம் நாங்கள் ஏமாற்றத்தில் திகைத்து உறைந்துவிட்டோம். அமைதியாக அவர் முகத்தையே பார்த்தபடி அமர்ந்திருந்தோம். அந்த அமைதியைப் பார்த்து சார் சற்றே குழம்பிவிட்டார்.

'என்னடா, தலைவர்கள் பற்றி சொல்லத் தெரியுமா, தெரியாதா? இல்லை, சினிமாப் பாட்டுதான் வேணுமா?'

சாரின் முடிவுக்கு மறுப்பைத் தெரிவிக்கும் துணிச்சல் யாருக்கும் இல்லை. முதலில் பலவீனமாகத் தொடங்கினாலும் பிறகு 'சொல்றோம் சார்' என்று அழுத்தமாக ஓங்கிய குரலில் சொன்னோம்.

'ம். நல்லது' என்று சார் புன்னகைத்தார். பிறகு அவருடைய கண்கள் வகுப்பையே ஒரு வட்டமடித்துவிட்டு என் மீது நிலைகுத்தி நின்றன. 'நீ சொல்லுடா. உனக்கு விருப்பமான தலைவர் யார், ஏன் பிடிக்கும், எல்லாத்தயும் சொல்லு' என்றார்.

நான் உடனே எழுந்து நின்றேன். இப்படி முதல் ஆளாக என்னை எழுந்து நிற்கவைப்பார் என நான் எதிர்பார்க்கவே இல்லை. ஒருகணம் யாரைப்பற்றிச் சொல்லலாம் என்று தடுமாறினேன். மறுகணமே ஒரு மாதம் முன்பு நடைபெற்ற பேச்சுப்போட்டிக்காக தயாரித்து வைத்திருந்த குறிப்புகள் நினைவுக்கு வந்துவிட்டன. அதனால் பதற்றமின்றி 'மகாத்மா காந்தியடிகள்' என்றேன்.

சுப்பையாசார் உடனே என்னைப் பார்த்து 'ம், ஏன் பிடிக்கும், அதைச் சொல்லு' என்றார். 'காந்தியடிகள் அகிம்சை வழியில் இந்திய நாட்டுக்கு சுதந்திரம் பெற்றுக் கொடுத்தார். ஒற்றுமைக்காகவும் சுகாதாரமான வாழ்க்கைக்காகவும் பாடுபட்டார்' என்று நினைவிலிருந்த எல்லாத் தகவல்களையும் வரிசையாகச் சொல்லிமுடித்துவிட்டு அவர் முகத்தைப் பார்த்தேன். அதைக் கேட்டு சுப்பையா சாருடைய முகம் மலர்ந்தது. முதல் ஆளாக கைத்தட்டி என்னை நெருங்கி வந்து முதுகில் தட்டிக்கொடுத்தார். அவரைத் தொடர்ந்து வகுப்பு மாணவர்கள் அனைவருமே கைத்தட்டினர்.

சுப்பையா சாருடைய பார்வை ஒவ்வொருவர்மீதும் படிந்து படிந்து தாவியது. இரண்டாவது வரிசையில் சுவரோரமாக உட்கார்ந்திருந்த சேகரை விரல் நீட்டி எழுப்பினார். 'இப்ப நீ சொல்லு, உனக்குப் பிடித்த தலைவர் யார்?' என்றார்.

'சார், எனக்கும் காந்திதான் ரொம்ப புடிக்கும்'

'அவன்தான் அவரைப்பத்தி சொல்லிட்டானே. நீ வேற யாரைப்பற்றியாவது சொல்லு.'

'வேணாம் சார். காந்தியைப் பத்தியே சொல்றேன் சார். எனக்கு வேற தலைவர்களைப் பத்தி தெரியாது சார்.'

அவன் கெஞ்சுவதுபோலக் கேட்டான். 'சரி, சொல்லு' என்று சார் உடனே ஒப்புக்கொண்டார்.

சேகர் காந்தியடிகளைப்பற்றி தனக்குத் தெரிந்ததையெல்லாம் சொன்னான். கூடுதலாக தன்னுடைய தாத்தா இளைஞனாக இருந்தபோது கடலூருக்கு வந்திருந்த காந்தியடிகளை மிதிவண்டியிலேயே சென்று பார்த்துவிட்டு வந்த நிகழ்ச்சியையும் சொல்லிவிட்டு, 'எங்க தாத்தா அந்த சைக்கிளை இன்னும் வச்சிருக்காரு சார்' என்றான். அவனையும் கைத்தட்டி பாராட்டினார் சார். தொடர்ந்து 'ஒருநாள் உங்க வீட்டுக்கு அழைச்சிட்டு போடா. நான் உங்க தாத்தாவை பார்க்கணும்' என்றார். அவனும் மகிழ்ச்சியோடு தலையாட்டினான்.

'அடுத்து யார் சொல்றீங்க?' என்றபடி வகுப்பையே பார்த்தார் சுப்பையா சார். வகுப்பில் அமைதி நிலவியது. ஒருவர் முகத்தை ஒருவர் பார்த்தபடி அமர்ந்திருந்தனர். அதனால் கடைசி வரிசையில் இருந்த ராமலிங்கத்தின் பக்கம் விரல்நீட்டினார். அவனும் 'காந்தி' என்று எதையோ சொல்லத் தொடங்கினான். சார் அவனை அக்கணமே தடுத்து 'போதும். போதும். எல்லாருமே காந்தி பத்தி

பேசினா என்னடா அர்த்தம்? மற்ற தலைவர்களைப் பத்தி சொல்லுங்க' என்றார்.

ராமலிங்கம் தயக்கத்துடன் 'பேர் மட்டும் சொல்லட்டுமா சார்?' என்று கேட்டான். கண நேர அமைதிக்குப் பிறகு 'சரி, சொல்லு. ஆனா அடுத்த வாரம் அவரைப் பற்றி தெரிஞ்சிகிட்டு வரணும். புரிதா?' என்றார். அவன் தலையாட்டிக்கொண்டே 'பண்டிதர் ஜவகர்லால் நேரு' என்று சொல்லிவிட்டு அமர்ந்தான்.

அவனுக்குப் பக்கத்திலேயே ராஜகுமார் அமர்ந்திருந்தான். அவன் எழுந்து 'சர்தார் வல்லபாய் படேல்' என்றான். அவனுக்குப் பின்னால் அமர்ந்திருந்தவன் 'நேதாஜி சுபாஷ் சந்திரபோஸ்' என்றான்.

அதுவரை அழுத்திக்கொண்டிருந்த மனத்தடை சட்டென்று வகுப்பிலிருந்து விலகிவிட்டதைப்போல இருந்தது. சுப்பையா சார் கேட்காமலேயே ஒவ்வொருவரும் தன்னிச்சையாக எழுந்து நின்று ஆர்வத்தோடு சொல்லத் தொடங்கினர்.

'இராஜாஜி.'

'பாபு ராஜேந்திரபிரசாத்.'

'காமராஜர்.'

'பெரியார்.'

'அம்பேத்கர்.'

'அண்ணாதுரை.'

'கப்பலோட்டிய தமிழன் வ.உ.சிதம்பரம் பிள்ளை.'

மாணவர்களுடைய உற்சாகத்தைப் பார்த்துவிட்டு, ஒரு கட்டத்தில் அந்தத் தலைவர்களுடைய வாழ்க்கையைப்பற்றி சுப்பையா சாரே சின்னச்சின்ன கதை மாதிரி சொல்லத் தொடங்கினார். அவர்களுடைய தியாகங்களைக் கேட்கும்போதே மனம் கரைந்தது. நம் நாடு எவ்வளவு அற்புதமான நாடு என்று பெருமையாக நினைக்கவைத்தது.

மூன்று வார காலத்துக்கு எங்கள் பொது அறிவு வகுப்பு தலைவர்களின் வாழ்க்கை வரலாற்றுத் தகவல்களால் நிறைந்து கழிந்தது. அடுத்து பாரதியார் பாடல்களில் விருப்பமான பாடல் என்று தொடங்கினார். அதைத் தொடர்ந்து பாரதிதாசன் பாடல்களுக்குச் சென்றார். பாடல் வரிசை முடிந்ததுமே விருப்பமான நகரங்கள் வரிசையைத் தொடங்கினார்.

ஒரு வகுப்பில் ஒருவரும் எதிர்பாராத விதமாக 'உங்களுக்குப் பிடிச்ச யாராச்சும் ஒருத்தவங்கள பத்தி சொல்லுங்க' என்றார். அப்படி பொதுவாகக் கேட்டதும் சிலர் குழப்பத்தில் மூழ்கினர். 'பிடிச்சவங்கன்னு சொன்னா, பிடிச்ச நடிகரைச் சொல்லலாமா சார்?' என்று ஒருவன் சந்தேகம் எழுப்பினான். 'பிடிச்சவங்கன்னு சொன்ன பிறகு நீங்க யாரை வேணும்னாலும் சொல்லலாம்' என்று தெளிவுபடுத்தினார் சார்.

மறுகணமே இரண்டாவது வரிசையில் அமர்ந்திருந்தவன் எழுந்து 'எம்.ஜி.ஆர்' என்றான். அவனைத் தொடர்ந்து அவனுக்கு அருகில் அமர்ந்திருந்தவனும் எழுந்து 'எம்.ஜி.ஆர்.' என்றான். அடுத்தடுத்து ஆறேழு பேர்களுக்கு மேல் எழுந்து நின்று 'எம்.ஜி.ஆர்.' என்று சொல்லிவிட்டு உட்கார்ந்தார்கள்.

சார் எதுவும் பேசாமல் அமைதியாக அவர்கள் சொல்வதை யெல்லாம் கேட்டுக்கொண்டிருந்தார்.

சில கணங்கள் நீடித்த அமைதியை அடுத்து, முதல் வரிசையிலிருந்து ஒருவன் எழுந்து 'சிவாஜி' என்றான். தொடர்ந்து நான்காவது வரிசையிலிருந்து ஒருவன் 'சிவாஜி' என்றான். அடுத்து 'எம்.ஜி.ஆர்', 'சிவாஜி' என்று குரல்கள் விட்டுவிட்டு ஒலித்தன.

அப்போது நான் மெதுவாக எழுந்து நின்றேன். நான் எம்.ஜி.ஆர்.. என்று சொல்லக்கூடும் என்று எல்லோரும் என்னை ஆவலோடு பார்த்தார்கள். ஆனால் அந்தக் குரல்களின் விசையிலிருந்து மாறுபட்டு நான் மெல்லிய குரலில் 'எங்க அம்மாதான் எனக்கு பிடிச்சமானவர் சார்' என்றேன்.

சுப்பையா என்னை நோக்கி வேகமாக வந்து நின்றார். அவருடைய கண்கள் என்னைக் கனிவோடு பார்த்தன. 'ஏன் உங்க அம்மாவைப் பிடிக்கும்' என்றார்.

'எங்க அப்பா படிக்கத் தெரியாதவர். கடைத்தெருவுல தையல் கடை வச்சிருக்கார். நானு, தம்பி, தங்கச்சின்னு நாங்க மொத்தம் நாலு பேரு. எங்க அம்மாதான் எங்களை கஷ்டப்பட்டு படிக்க வைக்கிறாங்க. எங்களுக்கு கதையெல்லாம் சொல்வாங்க. எனக்கு அவரை ரொம்ப புடிக்கும்.'

சுப்பையா சார் என் தோளைத் தொட்டு தட்டிக் கொடுத்தார். 'அடுத்து யார் சொல்லப் போறீங்க' என்பதுபோல அவர் பார்வை மற்றவர்கள் மீது திரும்பியது. என் பதில் பிற மாணவர்களின் பதில் சொல்லும் போக்கையே மாற்றிவிட்டது.

‘அப்பா.’

‘தாத்தா.’

‘பெரியப்பா.’

‘ஆயா.’

ஒவ்வொருவராக தம் குடும்பத்தில் இருந்த ஒருவரைச் சுட்டிக் காட்டிச் சொல்லத் தொடங்கினர்.

அப்போது திடீரென பழனி எழுந்து ‘எனக்கு பாஸ்கரனை ரொம்ப புடிக்கும் சார்’ என்றான்.

அவன் யாரோ தன் குடும்பத்தில் இருக்கும் ஒருவரைப்பற்றிச் சொல்வதாக நினைத்துக்கொண்டு சுப்பையா சார் ‘யார் அந்த பாஸ்கரன்?’ என்று கேட்டார். அவன் உடனே நான் உட்கார்ந்திருக்கும் திசையைச் சுட்டிக்காட்டி ‘என் நண்பன் பாஸ்கரன்’ என்றான். எனக்கு அதைக் கேட்டு உடல் சிலிர்த்தது.

சுப்பையா சார் அவனையும் என்னையும் மாறிமாறி ஒருமுறை பார்த்துக்கொண்டார். பிறகு மெதுவாக ‘ஏன் அவனை பிடிக்கும்?’ என்று கேட்டார். ‘அவன் ரொம்ப நல்லவன் சார். நல்லா நட்போடு எல்லோர்கிட்டயும் பழகுவான். யாருக்காவது கணக்குப் பாடத்துல சந்தேகம்னு அவன்கிட்ட கேட்டா, அழகா வாத்தியார் மாதிரியே விளக்கமா சொல்வான். நல்லா படம் வரைவான். நல்லா கதை சொல்வான்’ என்று ஒவ்வொரு வாக்கியமாக நிறுத்தி நிறுத்திச் சொன்னான். சுப்பையா சார் அவனுடைய தோளிலும் தட்டிக் கொடுத்தார். ‘இப்படித்தான் பசங்க ஒருத்தருக்கு ஒருத்தன் அன்பா நெருக்கமா பழகணும்’ என்றார்.

அன்று பள்ளிக்கூடம் முடிந்து வீட்டுக்கு நடந்து செல்லும்போது ‘என்னடா திடீர்னு என் பெயர சொல்லிட்ட? ஒரு நிமிஷம் எனக்கு ரொம்ப கூச்சமாய்ட்டுது’ என்று சொன்னேன். ‘சொல்லணும்னு தோணிச்சி. சொன்னேன்’ என்று சாதாரணமாக பதில் சொன்னான் அவன். பிறகு ‘எம்.ஜி.ஆர்., சிவாஜின்னு சொல்ற ஆளுங்கள்லாம் நேர்லயா போய் பார்த்துட்டு வந்தாங்க? எல்லாரும் சினிமாவுல பாக்கற ஆளுங்கதான? நாமதானடா தெனந்தெனமும் நேருல பார்த்துக்கிற ஆளுங்க? அப்ப நாமதான நம்ம பத்தி சொல்லிக்கணும்’ என்று விளக்கம் கொடுத்தான்.

ஒருநாள் வீட்டிலிருந்து புறப்பட்டு பிள்ளையார் கோவிலுக்கு அருகில் சந்தித்து ஒன்றாகச் சேர்ந்து பள்ளிக்கூடத்துக்கு

நடந்துசென்றோம். வழியில் கன்னித்தீவு படிப்பதற்காக எம்.ஜி.ஆர். மன்றத்துக்குள் நுழைந்தோம். அன்று மன்றத்தில் பத்து பதினைந்து பேர்களுக்கு மேல் கூட்டமாக நின்று பேசிக்கொண்டிருந்தார்கள். ஆனால் ஒருவரும் செய்தித்தாளைப் பார்க்கவில்லை. அது பெஞ்ச் மேலேயே மடிந்து கிடந்தது. நாங்கள் உடனே அதை எடுத்து கன்னித்தீவைப் படித்துமுடித்தோம். புறப்படும் சமயத்தில் அவர்கள் உரையாடலில் எம்.ஜி.ஆர்., எம்.ஜி.ஆர். என்று பெயர் அடிபடுவதைக் கேட்டுவிட்டு ஒருகணம் நின்று காதுகொடுத்துக் கேட்டோம். எம்.ஜி.ஆர். வளவனூருக்கு வரப்போகிறார் என்னும் செய்தி மட்டும் அரைகுறையாகப் புரிந்தது. அதற்கு மேல் ஆவலைக் கட்டுப்படுத்திக்கொள்ள முடியாமல் அந்த அண்ணகளிடமே கேட்டோம்.

'பாண்டிச்சேரியில கட்சிக்காரங்க வீட்டு கல்யாணத்துல கலந்துக்கறதுக்காக எம்.ஜி.ஆர். மெட்ராஸ்லேர்ந்து வராரு. செங்கல்பட்டு, மதுராந்தகம், திண்டிவனம்னு பல இடங்கள்ல கட்சிக்கூட்டம் வச்சிருக்காங்க. நம்ம வளவனூருலயும் ஒரு கூட்டம்ன்னு கணக்குல சேர்த்தாச்சி. நம்ம தலைவர் நேருல பார்த்து சொல்லிட்டு வந்துட்டாரு.'

எங்களுக்கு அவரை நம்புவதா, வேண்டாமா என்று குழப்பமாக இருந்தது. 'எம்.ஜி.ஆர். உண்மையாவே நம்ம ஊருக்கு வராறாண்ணே?' என்று கேட்டேன்.

'வருவார். சிரிப்பார். கையை அசைப்பார். பேசுவார். போதுமா? அதோ பாரு, தட்டி எழுத ஏற்பாடு நடக்குது.'

அவர் சுட்டிக் காட்டிய திசையைப் பார்த்தேன். ஆளுயரத் தட்டியின் மீது ஒருபக்கம் வெள்ளையான விளம்பரத் தாட்களை ஒட்டிக்கொண்டிருந்தனர்.

'எந்த இடத்துலண்ணே கூட்டம்?'

'நம்ம சத்திரத்துக்குப் பக்கத்துல. திரௌபதை அம்மன் கோவில் திடல்ல.'

'என்னைக்குண்ணே?'

'இன்னும் பத்து நாள்தான் தம்பி. வர ஞாயித்துக்கெழம இல்லாத அடுத்த ஞாயித்துக்கெழமை.'

எம்.ஜி.ஆரைப் பார்ப்பதற்காக நாங்கள் கண்ட கனவு இவ்வளவு விரைவில் நிறைவேறும் என்று நாங்கள் எதிர்பார்க்கவே இல்லை.

எங்கள் நெஞ்சில் உற்சாகம் கரைபுரண்டு ஓடியது. நாங்கள் வேகமாகப் பள்ளிக்குச் சென்று முடிந்தவரை செய்தியை வேகவேகமாகப் பரப்பினோம். நாங்கள் மாலையில் பள்ளிக்கூடம் விட்டுத் திரும்பும் நேரத்தில் ஊருக்குள் பல இடங்களில் உயரமான பெரிய தட்டிகள் நிற்கவைக்கப்பட்டிருந்தன. சின்னச்சின்ன விளம்பரத்தட்டிகள் தந்திக்கம்பங்களிலும் விளக்குக்கம்பங்களிலும் எட்டாத உயரத்தில் கட்டப்பட்டு தொங்கின. எம்.ஜி.ஆர். என்னும் எழுத்துகள் இரண்டாகப் பிரிக்கப்பட்டு முதல் பாதி கருவண்ணத்திலும் மறு பாதி சிவப்பு வண்ணத்திலுமாக எழுதப்பட்டிருந்தன. எல்லாவற்றிலும் வெவ்வேறு அளவுகளில் எம்.ஜி.ஆர். படம்.

பத்து நாட்கள் என்று தெளிவாகத் தெரிந்தபிறகு ஒவ்வொரு நாளும் ஒவ்வொரு ஆண்டு கழிவதுபோல இருந்தது. பொழுதே மெதுவாகப் பிறந்து, மெதுவாக நகர்ந்து, மெதுவாக மறைவது போல இருந்தது.

திரௌபதை அம்மன் கோவில் திடலைச் சரிப்படுத்தும் வேலை அடுத்த நாளிலிருந்தே தொடங்கியது. நாங்கள் ஒவ்வொரு நாளும் பள்ளிக்கூடம் விட்டு வரும்போது அந்த வழியாக வந்து ஒரு சுற்று சுற்றிப் பார்த்துவிட்டு வருவதை வழக்கமாக வைத்துக் கொண்டோம்.

ஒருநாள் புல்லையெல்லாம் செதுக்கி சுத்தமாக்கினார்கள். அடுத்த நாள் மாட்டு வண்டியில் மண்ணைக் கொண்டுவந்து கொட்டி திடல் முழுதும் நிரப்பி அழகாக்கினார்கள். பிறகு கம்பங்கள் எழுந்தன. தோரணங்கள் தொங்கின. யாரோ ஒருவர் தெருவோரத்தில் நின்று எம்.ஜி.ஆர். படம் ஒட்டப்பட்ட சின்னச்சின்ன நோட்டீஸ்களை வழியில் போகிறவர்களுக்கெல்லாம் கொடுத்தபடி இருந்தார். வண்ணத்தட்டிகள் வந்தன.

இன்னும் நான்கு நாட்களே உள்ளன என்ற நிலையில் ஒருநாள் பள்ளியிலிருந்து திரும்பி திடல் பக்கமாக ஒருமுறை சென்று பார்த்துவிட்டு வீட்டுக்குத் திரும்பியபோது என்னால் நடக்கவே முடியவில்லை. உடலே பாரமானதுபோல இருந்தது. கண்களில் நெருப்பு பட்டதுபோல எரிந்தது.

வீட்டுக்கு வந்ததும் புத்தகப்பையை சுவரோரமாக வைத்துவிட்டு அப்படியே சுருண்டு படுத்துவிட்டேன். நெடுநேரம் கழித்து தண்ணீர்க்குடத்துடன் வீட்டுக்கு வந்த அம்மா ‘எப்படா வந்த? பொழுது சாயற நேரத்துல ஏன் படுத்துட்டிருக்கே? என்ன செய்யுது?’ என்று கேட்டுக்கொண்டே பின்கட்டுக்குச் சென்று

தண்ணீரை ஊற்றிவிட்டுத் திரும்பினார். பதில் சொல்ல எனக்குத் தெம்பில்லை. அம்மா அதைப் பொருட்படுத்தாமல் மீண்டும் குடத்துடன் வெளியே சென்றுவிட்டார். தண்ணீர் எடுக்கிற வேலை முடிந்த பிறகுதான் எனக்குப் பக்கத்தில் வந்தார். 'என்னாச்சிடா? என்ன இந்த நேரத்துல தூக்கம்? எழுந்து மூஞ்சிய கழுவு. போ' என்று சொல்லிக்கொண்டே என்னைத் தொட்டுப் பார்த்தார். அடுத்த கணமே உடல்சூட்டை உணர்ந்தவராக 'என்னாச்சிடா? ஏன் உடம்பு இப்படி கொதிக்குது?' என்றார். பேசுவதற்கு எனக்கு தெம்பே இல்லை. 'தெரியலைம்மா, சாயங்காலத்துலேர்ந்து இப்படித்தான் இருக்குது' என்றேன்.

'சரி, எழுந்து துணிய மாத்து. நான் அந்த நர்ஸம்மா வீடு வரைக்கும் போய் ஏதாவது மாத்திரை வாங்கிட்டு வரேன்.'

அம்மா அவசரமாக வெளியே சென்றார். நான் புத்தகப்பையை ஓரமாக வைத்துவிட்டு துணிமாற்றிக்கொண்டு வந்து மீண்டும் சுருண்டு படுத்துக்கொண்டேன். தம்பிகளும் தங்கையும் சுற்றி வந்து நின்றுகொண்டனர். 'என்னண்ணே செய்யுது?' என்றாள் தங்கை. 'காய்ச்சல்' என்றேன். உதடுகள் உலர்ந்துவிட்டன. நாக்கை நீட்டி எச்சிலால் ஈரப்படுத்திக்கொண்டேன்.

'அப்ப, உனக்கு இன்னைக்கு கஞ்சிதான் சாப்பாடு.'

'இல்லை. இல்லை. ரொட்டிதான் கொடுப்பாங்க.'

'ஆ, ரொட்டியா?'

'அண்ணே, அப்பா ரொட்டி வாங்கிவந்து கொடுத்தா, எனக்கும் கொஞ்சம் கிள்ளிக் கொடுக்கறியா? ரொட்டி சாப்பிட ஆசையா இருக்குது.'

நான் 'ம்' என்று தலையசைத்தேன். உடனே தம்பிகளும் 'எனக்கும் கூட கொஞ்சம் கொடுண்ணே. மறக்காதண்ணே' என்று நெருங்கினார்கள். நான் எல்லோருக்கும் சரி என்றேன்.

அம்மா ஒரு பொட்டலத்தில் மாத்திரைகள் வாங்கி வந்து மாடத்தில் வைத்தார். மீண்டும் என் நெற்றியில் கையை வைத்துத் தொட்டுப் பார்த்தார். 'சாப்ட்ட பிறகுதான் மாத்திரையை போட்டுக்கணுமாம். கொஞ்ச நேரம் அப்படியே சாஞ்சிப் படு. தோ, ஒரு மணி நேரத்துல சோறு வடிச்சிடுவேன்' என்று சொல்லிவிட்டு அடுப்பங்கரைக்குச் சென்றார்.

இரவு உணவுக்குப் பிறகு மாத்திரையைப் போட்டுக்கொண்டு படுத்துக்கொண்டேன். கொஞ்சம் கூட தூக்கம் வரவில்லை. அம்மா

அம்மா என்று பிதற்றிக்கொண்டே படுத்திருந்தேன். விடிந்தபிறகு கூட காய்ச்சல் குறையவில்லை.

'பள்ளிக்கூடத்துக்கு அனுப்பவேணாம். பத்து மணிக்கு மேல டாக்டர்கிட்ட அழச்சிட்டு போறேன்' என்று சொன்னார் அப்பா. தம்பிகளையும் தங்கையையும் பள்ளிக்கு அனுப்பும் வேலைகளில் மூழ்கியிருந்தார் அம்மா.

வழக்கமாக நான் பள்ளிக்குக் கிளம்பும் நேரத்தில் சுந்தரமும் குமரவேலும் வந்து வாசலில் நின்று பெயர் சொல்லி அழைத்தார்கள். அம்மா வெளியே சென்று அவர்களுக்கு தகவல் சொன்னார். அவர்கள் உடனே உள்ளே வந்து என்னைப் பார்த்தனர். அவர்களிடம் பேசுவதற்கு எனக்குத் தெம்பே இல்லை. கண்களைக் கூட திறக்கமுடியவில்லை. மூடிக்கொண்டே இருக்கவேண்டும் போல இருந்தது.

அதே நேரத்தில் மனோகரன், சுப்பிரமணி, கஜேந்திரன், பரசுராமன், பழனி எல்லோரும் வந்துவிட்டனர். கொஞ்ச நேரம் பேசிக்கொண்டிருந்துவிட்டு புறப்பட்டுச் சென்றனர்.

ஒருபக்கம் பள்ளிக்குச் செல்லமுடியவில்லையே என்கிற ஏக்கம். இன்னொரு பக்கத்தில் என் மனம் கவர்ந்த எம்.ஜி.ஆர். ஊருக்கு வரும் நேரத்தில் இப்படிப் படுத்துக் கிடக்கும்படியான சூழல் வந்துவிட்டதே என்கிற துக்கம்.

காலையில் அம்மா நொய்க்கஞ்சி வைத்துக் கொடுத்தார். அதைப் பருகிய பிறகு அப்பா மருத்துவரிடம் அழைத்துச் சென்றார். அவர் சோதித்துப் பார்த்துவிட்டு ஊசி போட்டு மருந்து கொடுத்து அனுப்பினார். வீட்டுக்குத் திரும்பியதும் நான் மீண்டும் சுருண்டு படுத்துக்கொண்டேன்.

அன்று முழுதும் மாத்திரை, மருந்து என கொடுப்பதையெல்லாம் விழுங்கிக்கொண்டிருந்தேன். காய்ச்சல் கொஞ்சம் கூட குறையவில்லை. அப்படியே இருந்தது.

மறுநாள் வீட்டுக்கு வந்த தயிர்க்கார அம்மாவிடம் என் விஷயத்தைச் சொல்லி வருத்தப்பட்டார். 'மருந்து சாப்ட்டும் காய்ச்சல் கொறையலைன்னா...... அது என்ன காய்ச்சல்? எங்க இருக்கான் தம்பி?' என்று கேட்டுக்கொண்டே வீட்டுக்குள் வந்தார். அவர் குரலை மட்டுமே என்னால் கேட்கமுடிந்தது. கண்களைத் திறக்கமுடியவில்லை.

சுருண்டு படுத்திருந்த என்னைத் தொட்டுப் பார்த்தார் தயிர்க்கார அம்மா. பிறகு முகத்தைத் திருப்பிப் பார்த்தார். 'இங்க என்ன

கழுத்துல? கொப்புளம் மாதிரி இருக்குது?' என்று அம்மாவிடம் கேட்டார். பிறகு என்னிடம் 'தம்பி, எழுந்து ஒரு நிமிஷம் சட்டையைக் கழட்டு' என்றார். நான் எந்திரம்போல அவர் சொன்னதைச் செய்தேன். என் முதுகை நன்றாக ஆராய்ந்து பார்த்து விட்டு 'ஐயோ, மாரியாத்தா தாயே, இப்படி ஒரு சோதனையா?' என்று பெருமூச்சு விட்டபடி அம்மாவைப் பார்த்தார்.

'என்னக்கா சொல்றீங்க? ஒன்னும் புரியலையே'

'புள்ளைக்கு மாரியாத்தா வந்திருக்குது. முதுவுல, கழுத்துல எல்லாம் இப்படி இருக்குதே, நீ பார்க்கலையா?'

அம்மா அப்போதுதான் திகைப்போடு என் உடலைப் பார்த்துவிட்டு அதிர்ச்சியில் இடிந்துபோய் சுவரோடு சரிந்து உட்கார்ந்தார்.

'கவலைப்படாத. எல்லாம் சரியாய்டும். போய் ஆத்தாள நெனச்சிகிட்டு மஞ்சத்துணியில ஒரு ரூபா முடிஞ்சி வை. அப்புறம் வேப்பிலையை பறிச்சி வந்து படுக்கிற இடத்துல பரப்பி வை. இதெல்லாம் மருந்து மாத்திரைக்கு அடங்காது. ஆகாரம்லாம் ஒன்னும் வேணாம். வெறும் இளநீர், மோர் போதும். எப்ப கேட்டாலும் அது மட்டும் கொடு. ரெண்டு மூனு நாள்ல தானா எறங்கிடும். அதுக்கப்புறம் தலைக்கு தண்ணி விட்டா போதும்.'

அன்று மாலை பள்ளிக்கூடம் விட்டதும் நண்பர்கள் எல்லோரும் கூட்டமாக வீட்டுக்கு வந்தார்கள். வீட்டு வாசலில் வேப்பிலைக்கொத்து செருகியிருப்பதைப் பார்த்துவிட்டு திகைத்து அம்மாவிடம் விசாரித்தார்கள். அனைவரும் வாசலில் நின்றபடி சத்தமான குரலில் பள்ளிக்கூட விவரங்களைச் சொன்னார்கள்.

அடுத்தநாள் சனிக்கிழமை. விடுமுறை என்பதால் காலையிலேயே எல்லோரும் வந்துவிட்டனர். அவர்களைப் பார்த்த பிறகுதான் எனக்குச் சற்றே உற்சாகமாக இருந்தது. நான் கதவுக்கு உட்பக்கமாக சுவரில் சாய்ந்திருந்தேன். அவர்கள் கதவுக்கு வெளியே வட்டம் கட்டி உட்கார்ந்திருந்தனர். அம்மா ஒன்றும் சொல்லவில்லை.

'நம்ம ஊரத் தேடி எம்.ஜி.ஆர். வர நேரத்துல உனக்கு இப்படி ஆகும்னு நெனச்சிக் கூட பார்க்கலைடா. பாவம். இனிமே நாம அவர எப்ப பார்க்க போறோமோ?'

எனக்கும் உள்ளூர வருத்தம் இருந்தது. ஆனால் அதை வெளியே காட்டிக்கொள்ளவில்லை. 'என்னால பாக்கமுடியலைன்னா என்னடா? நீங்க போய் பார்த்துட்டு வந்து சினிமாக்கதை மாதிரி சொல்லுங்க' என்றேன்.

தொடர்ந்து இளநீர் பருகிக்கொண்டே இருந்ததால் உடல்வெப்பம் பெருமளவில் குறைந்திருந்தது. சற்றே உற்சாகமாகப் பேசுவதற்கு அது வசதியாக இருந்தது. அன்று சாயங்காலம் வரைக்கும் எல்லோரும் பேசிக்கொண்டிருந்தனர். பிறகுதான் புறப்பட்டுச் சென்றனர்.

அடுத்தநாள் ஞாயிறு. காய்ச்சல் இல்லை. அம்மாவிடம் 'குளிக்கட்டுமா?' என்று கேட்டேன். அம்மா முதுகைப் பார்த்துவிட்டு 'இன்னும் கொஞ்சம் காயணும் தம்பி. அவசரப் படாதடா. இன்னும் ரெண்டு மூனு நாள் போவட்டும்' என்றார்.

'அப்ப ஸ்கூல்?'

'பரவாயில்லை. லீவுன்னு பசங்ககிட்ட சொல்லியனுப்பு.'

வழக்கமாக பள்ளிக்குக் கிளம்பும் நேரத்தில் நண்பர்கள் அனைவரும் வீட்டுக்கு வந்துவிட்டனர். திரௌபதை அம்மன் திடலில் ஸ்பீக்கர் கட்டு ஒலிபரப்பிய பாடல்கள் வீடு வரை கேட்டன. நாங்கள் எப்போதும் விரும்பிக் கேட்கும் பாடல். அச்சம் என்பது மடமையடா. மூன்றெழுத்தில் என் மூச்சிருக்கும். ஒருதாய் மக்கள் நாமென்போம். தாயில்லாமல் நால் இல்லை. தூங்காதே தம்பி தூங்காதே. ஒவ்வொரு பாட்டையும் கேட்கக்கேட்க எங்களுக்கு உற்சாகமாக இருந்தது. ஒவ்வொரு பாட்டுக் கிடையிலும் ஒரு குரல் ஒலித்தது.

'இன்று மாலை நான்கு மணிக்கு மக்கள் திலகம் எம்.ஜி.ஆர். அவர்களைப் பார்க்க வருக வருக என்று வரவேற்கிறோம்.'

'இன்னும் ஒரு வாரம் கழிச்சி வந்தா நல்லா இருந்திருக்கும். எனக்குத்தான் கொடுத்து வைக்கலை. த்ச். நீங்களாவது போய் பார்த்துட்டு வாங்கடா.'

சொல்லக்கூடாது என்று நினைத்தாலும் என்னால் சொல்லாமல் இருக்கமுடியவில்லை.

'பார்த்தா நாம எல்லோரும் ஒன்னா பாக்கணும். இல்லைன்னா பாக்கவே கூடாது. அதான் எங்க முடிவு' என்றான் மனோகரன்.

எனக்கு அதைக் கேட்டதும் திகைப்பாக இருந்தது. உடனே கையை உயர்த்தி அசைத்து 'அப்படியெல்லாம் செய்யாதீங்கடா. இது பொன்னான வாய்ப்பு. பேசாம போய் பாருங்க' என்றேன். 'சரி சரி. நீ அமைதியா உக்காந்து நாங்க சொல்றத காது கொடுத்து கேள். அது போதும்' என்றான் குமரவேல். அப்போது 'நல்ல பேரை வாங்கவேண்டும் பிள்ளைகளே' ஒலித்தது.

மதிய உணவு நேரம். அம்மா எனக்காக ஒரு இளநீரை உடைத்து செம்பில் நிறைத்துக் கொண்டுவந்து கொடுத்தார். ‘கஞ்சி இருக்குது. பொட்டுக்கடலை சட்டினி இருக்குது. ஆளுக்கு ஒரு வாய் குடிக்கிறீங்களாடா?’ என்று நண்பர்களிடம் கேட்டார். ‘வேணாம்மா. வீட்டுக்கு போய்ட்டு சாயங்காலமா வரோம்மா’ என்று ஒவ்வொருவராக எழுந்து சென்றார்கள்.

என்னை அறியாமல் எப்படியோ தூங்கி விழித்தபோது நேரம் என்ன என்று கூட தெரியவில்லை. பொழுது சற்றே சாய்ந்திருந்தது. கதவுக்கு வெளியே பழனி மட்டும் உட்கார்ந்து ஏதோ ஒரு புத்தகத்தைப் படித்துக்கொண்டிருந்தான். நான் கண்களைக் கசக்கியபடியே அவசரமாக ‘எப்படா வந்த? எழுப்பியிருக்கலாமே’ என்றேன். ‘அசந்து தூங்கிட்டிருந்தே. எழுப்ப மனசு வரலை. அதான் இப்படியே உக்காந்து படிக்க ஆரம்பிச்சேன்’ என்றான் பழனி.

‘மத்தவனுங்க எங்க?’

‘தெரியலையே. வரேன்னுதான் சொன்னாங்க. ஒருத்தனயும் காணோம்’

‘ஒரு நிமிஷம்’ என்றபடி பின்கட்டுக்குப் போய்விட்டுத் திரும்பி வந்தேன்.

‘சத்திரத்துல கூட்டம் எப்படி இருக்குது?’

‘எம்.ஜி.ஆர. பாக்க வர கூட்டத்த பத்தி சொல்ல என்ன இருக்குது? எள்ளு போட்டா எள்ளு விழ இடமில்லை. நூறு பேரு நிக்கக்கூடிய இடத்துல ஆயிரம் பேரு நிக்கறாங்க. அக்கம்பக்கம் பட்டிதொட்டியிலேர்ந்துலாம் ஜனங்க வந்து ஜேஜேன்னு நிக்குது. போலீசே ஒரு நூறு போலீஸ்காரங்க நிக்கறாங்க.’

அறிவிப்பும் பாடல்களும் மாறிமாறி ஒலித்தபடி இருந்தன. ஒரு மாதத்துக்கு முன்பு வளவனூர் டாக்கீஸில் குடியிருந்த கோயில் படத்தைத் திரையிட்டிருந்தனர். அந்தப் படத்துக்குப் பிறகு நாங்கள் வேறெந்தப் படத்தையும் பார்க்கவில்லை. எங்கள் பேச்சு அந்தப் படத்தை முன்வைத்து தொடங்கியதும், உற்சாகமாக அதைப் பற்றிப் பேசினோம். பொழுது போனதே தெரியவில்லை.

ஆறு மணி இருக்கும். திடல் இருக்கும் திசையில் பாட்டுச்சத்தமும் பேச்சுச்சத்தமும் சட்டென்று நின்று ‘மக்கள் திலகம் எம்.ஜி.ஆர். வாழ்க, புரட்சி நடிகர் எம்.ஜி.ஆர். வாழ்க’ என்னும் வாழ்த்தொலி முழக்கம் எழுந்தது. ஒவ்வொரு சொல்லும் பக்கத்திலிருந்து

சொல்வதுபோல கேட்டது. எம்.ஜி.ஆர். வந்துவிட்டார் என்பதை உணர்ந்துகொண்டேன்.

நான் அவசரமாக பழனியைப் பார்த்தேன். ‘பழனி, நான் சொல்றத கேளு. எழுந்து ஓட்டமா ஓடிப் போய் அவர பார்த்துட்டு வாடா’ என்றேன். ‘அதெல்லாம் ஒன்னும் வேணாம். இங்கயே மைக் சத்தம் நல்லா கேக்குது. எம்.ஜி.ஆர். பேச்ச ரெண்டு பேரும் இங்கேர்ந்தே கேக்கலாம்’ என்று அதட்டி என்னைப் பேசவிடாமல் தடுத்தான் பழனி. அடுத்து சில நிமிடங்களில் எம்.ஜி.ஆரின் வெண்கலக்குரல் ஒலிக்கத் தொடங்கியது.

12. போட்டி

நான் பத்தாம் வகுப்பில் படித்துக்கொண்டிருந்தபோது, திடீரென எங்கள் அப்பாவின் உடல்நலம் குன்றியது. உள்ளூர் மருத்துவர்கள் அளித்த மருந்துகள் எதுவும் பயனளிக்கவில்லை. சென்னைக்குச் சென்று பெரிய மருத்துவமனைகளில் காட்டுமாறு சொந்தக்காரர்கள் சொல்லத் தொடங்கினர். சென்னையில் எங்கள் அத்தை இருந்தார். அதனால் எங்கள் பெரியப்பா, அப்பாவை அழைத்துக்கொண்டு சென்னைக்குச் சென்றார். அத்தையின் துணையோடு பெரிய மருத்துவமனை யில் சேர்த்துவிட்டுத் திரும்பிவிட்டார்.

அப்பாவின் உதவியாளராக இருந்த மாதவன் அண்ணனே அப்பா இல்லாத சமயத்தில் கடையைத் திறந்து வேலை செய்தார். ஆனாலும் வாடிக்கையாளர்கள் குறைந்ததால் வருமானமும் குறைந்துவிட்டது. கொஞ்சம் கொஞ்சமாக குடும்பம் வறுமையை நோக்கிச் சரிந்து விழுந்தது. அதை நேருக்கு நேர் பார்த்து உணரமுடிந்த சாட்சியாக நான் இருந்தேன்.

அப்போதெல்லாம். ஒவ்வொரு நாளும் சாயங்காலத்தில் பள்ளிக்கூடம் விட்டுத் திரும்பியதும் கடைத்தெருவுக்குச் சென்று அரிசி,

புளி, காய்கறிகள் வாங்கிவரும் வேலை என்னைச் சார்ந்ததாக இருந்தது. ஒரு படி என்னும் அளவில் வாங்கிய பொருள் திடீரென முக்கால் படியாகவும் அரைப்படியாகவும் குறைந்தது. எட்டணாவுக்கு வாங்க வேண்டிய காய்கறிகளை நான்கணாவுக்கு வாங்கி வருமாறு அம்மா சொல்லியனுப்பத் தொடங்கினார். படித்த நேரம் போக, கடைவேலைகளில் மாதவன் அண்ணனுக்குத் துணைசெய்யும் பொருட்டு ஓய்வு நேரங்களில் நான் கடைக்கும் செல்லவேண்டியிருந்தது.

என்னோடு ஒட்டியிருந்த விளையாட்டுக்குணம் திடீரென காணாமல் போய்விட்டது. சட்டென வயதுக்கு மீறிய ஒரு முதிர்ச்சி எனக்குள் புகுந்துவிட்டது. அதே படிப்பு. அதே தேர்வுகள். அதே மதிப்பெண். எதுவும் மாறவில்லை. ஆயினும் முன்புபோல என்னால் கலகலப்பாக இருக்கமுடியவில்லை. நண்பர்களோடு சேர்ந்து கதை பேசவோ, விளையாடவோ, சினிமாக்கதைகள் சொல்லவோ இயலவில்லை. எல்லா ஆர்வங்களும் சட்டென வடிந்துவிட்டன. எல்லாவற்றிலிருந்தும் ஒதுங்கிச் செல்லும் போக்கு ஆட்கொண்டது.

ஒருநாள் பள்ளியில் காலைப் பிரார்த்தனை சமயத்தில் உரையாற்றிய தலைமையாசிரியர் வழக்கம்போல மாவட்ட அளவில் நடைபெறும் இலக்கியமன்றப் போட்டிகள் குறித்த சுற்றோலை வந்திருப்பதாகவும் இரண்டு வார இடைவெளியில் விழுப்புரத்தில் நடைபெறவிருப்பதாகவும் பேச்சுப்போட்டி, கட்டுரைப்போட்டி, ஓவியப்போட்டி என எல்லாப் போட்டிகளிலும் மாணவர்கள் அதிக எண்ணிக்கையில் கலந்துகொண்டு தம் திறமையைக் காட்டி வெற்றி பெற்று பள்ளிக்குப் பெருமை சேர்க்கவேண்டும் என்றும் கேட்டுக்கொண்டார்.

அன்று இரண்டாவது பாட வேளையிலேயே வகுப்புக்கு சுற்றோலை வந்துவிட்டது. அப்போது ரங்கனாதன் சார் கணக்குப் பாடம் நடத்திக்கொண்டிருந்தார். அவர்தான் சுற்றோலையை வாங்கிப் படித்தார். தொடர்ந்து நடைபெறவிருக்கும் போட்டிகளின் பட்டியலையும் படித்தார். பேச்சுப்போட்டி, கட்டுரைப்போட்டி, இசைப்போட்டி, ஓவியப்போட்டி என படித்துக்கொண்டே சென்றவர் இறுதியாக தனிநடிப்பு போட்டி என்று புதிதாக ஒரு போட்டியின் பெயரைச் சொன்னார்.

தனிநடிப்பு என்னும் பெயர் புதுமையாக இருந்தது. இப்படி ஒரு போட்டிப்பிரிவு இதற்கு முன் இல்லாததால் அனைவருக்கும் அது புதுமையாக இருந்தது.

‘தனி நடிப்புன்னா என்ன சார்?’ என்று ராஜசேகர் கேட்டான்.

‘தனியா நடிக்கிறதுடா’ என்றார் சார்.

ஒருகணம் வகுப்பே அமைதியில் மூழ்கியிருந்தது. அந்த அசாதாரணமான அமைதியே அந்தச் சொல் யாருக்கும் புரியவில்லை என்பதைச் சாருக்கு உணர்த்திவிட்டது.

‘என்னடா, திடீர்னு எல்லாரும் ஊமையாய்ட்டீங்க. யாருக்கும் புரியலையா?’

எல்லோரும் உதட்டைப் பிதுக்கியபடி தலையாட்டுவதைப் பார்த்து சாருக்கு சிரிப்பு வந்துவிட்டது. ‘தலையை மட்டும் நல்லா பூம்பூம் மாடு மாதிரி ஆட்டத் தெரியுது, ஒரு வார்த்தைக்கு அர்த்தம் சொன்னா தெரிஞ்சிக்க முடியலையா?’ என்றார். பிறகு அவரே தொடர்ந்து ‘நடிப்புன்னா என்ன? மேடையில ஒரு ஆள் வீரனா நடிக்கிறது, கோழையா நடிக்கறது, முதலாளியா நடிக்கறது, தொழிலாளியா நடிக்கிறது எல்லாமே நடிப்புதான். தனி நடிப்புங்கறது, ஒரு காட்சியில ஒரே ஆள் எல்லாப் பாத்திரமாவும் மாறி மாறி நடிக்கிற கலை. புரியுதா?’ என்று கேட்டார்.

சிலர் தலையசைத்தார்கள். சிலர் மௌனமாகவே இருந்தார்கள். அதைப் பார்த்துவிட்டு ‘என்னடா ஊமைக்கோட்டானுங்களா, இன்னுமா புரியலை?’ என்றார். தொடர்ந்து ‘உங்களுக்கெல்லாம் சினிமா கதையை உதாரணமா சொன்னாதான்டா புரியும். எல்லாரும் ஒரு நிமிஷம் கர்ணன் படத்த நினைச்சிக்குங்க. அதுல கடைசிக்காட்சியில கர்ணன் அம்பு பட்டு சாகறாரு. அந்த நேரத்துல அவருக்கு பக்கத்துல வந்து கிருஷ்ணர் பேசறாரு. இல்லையா? அப்ப கர்ணன், கிருஷ்ணர் ரெண்டு பாத்திரங்கள் அந்தக் காட்சியில நடிக்கிறாங்க. ரெண்டு பேருக்கு பதிலா ஒரே ஆளா கர்ணனாவும் கிருஷ்ணனாவும் மாறி மாறி நடிச்சா எப்படி இருக்கும்னு யோசிச்சி பாருங்க. அதுக்குப் பேருதான் தனி நடிப்பு. இங்க்லீஷ்ல மோனோ ஆக்டிங்னு சொல்வாங்க’ என்றார்.

ராஜசேகர் உற்சாகத்தோடு எழுந்து ‘இப்ப நல்லா புரிஞ்சிடுச்சி சார்’ என்று கையை உயர்த்தி நின்று சிரித்தான்.

‘சரி சரி. பேர் கொடுக்க நினைக்கிறவங்க எல்லாரும் க்ளாஸ் லீடர்கிட்ட வர வெள்ளிக்கிழமைக்குள்ள குடுத்துடணும், சரியா?’ என்று சொல்லிவிட்டு பாடங்களைத் தொடங்கினார்.

இடைவேளை சமயத்தில் போட்டிகளில் ஆர்வம் கொண்டிருந்த மாணவர்கள் அனைவரும் லீடர் அமர்ந்திருந்த டெஸ்க்கைச்

சூழ்ந்துகொண்டார்கள். ஒவ்வொருவரும் தமக்கு ஆர்வமுள்ள போட்டிகளில் எல்லாம் தம் பெயர்களைச் சொல்லி பதிவு செய்துகொண்டனர். மனோகரன் பாட்டுப்போட்டிக்குப் பெயர் கொடுத்துவிட்டு வந்தான். ராஜசேகரும் நாகராஜனும் கட்டுரைப்போட்டிகளுக்குப் பெயர் கொடுத்தார்கள். பழனி ஓவியப்போட்டிக்கு பெயரைப் பதிவு செய்துகொண்டான். நான் அமைதியாக அவர்களையே பார்த்துக்கொண்டிருந்தேன். என் ஆர்வமெல்லாம் எப்படி கரைந்துபோனது என்றே தெரியவில்லை.

மதிய உணவு இடைவேளை சமயத்திலும் சில மாணவர்கள் லீடரைச் சந்தித்து தம் பெயர்களைப் பதிவு செய்துகொண்டார். பக்கத்தில் உட்கார்ந்திருந்த மனோகரன் 'ஏன்டா இன்னும் பேர் கொடுக்காம இருக்க? ஒவ்வொரு வருஷமும் பேச்சுப்போட்டி, கட்டுரைப்போட்டியில நீதானடா பரிசு வாங்கற ஆளு. உன்னைத் தவிர மத்தவனுங்க எல்லாரும் கொடுத்துட்டிருக்கானுங்க. நீ பாட்டுக்கும் உட்கார்ந்திட்டிருக்கே? என்ன ஆச்சு உனக்கு?' என்றான்.

த்ச் என்று நாக்கு சப்புக் கொட்டியபடி 'எதுவும் வேணாம்டா. விடு' என்றேன் நான். அவன் நம்ப முடியாதவனாக என்னை ஒருகணம் பார்த்தான். பிறகு பக்கத்திலிருந்த நாகராஜன், சுப்பிரமணி, பழனி அனைவரையும் பார்த்து 'ஏன்டா, நீங்களாச்சிம் இவனுக்கு எடுத்துச் சொல்லுங்கடா' என்று தூண்டினான்.

'அவன் சொல்றது காதுல உழுதா, இல்லையா? போய் பேர கொடுக்கற வேலையைப் பாரு' என்று முதுகைப் பிடித்து உலுக்கினான் பழனி.

'என்னமோ மனசே சரியில்லைடா. போட்டிக்கு தயார் செஞ்சிக்கிற அளவுக்கு நேரமும் இல்லை. உற்சாகமும் இல்லை. வீட்டு வேலைக்கே நேரம் சரியா இருக்குது'

நண்பர்கள் முகங்களைப் பார்த்துச் சொல்ல சங்கடமாக இருந்தது. தலைகுனிந்து டெஸ்க் மீது இருந்த புத்தகத்தைப் புரட்டியபடி சொன்னேன்.

மதிய உணவுக்குப் பிறகான முதல் பாடவேளைக்கு தமிழாசிரியர் ராதாகிருஷ்ணன் வந்தார். அவர் வகுப்பு என்றாலே பேச்சுக்கும் கதைக்கும் குறையே இருக்காது. வந்ததுமே பாடத்தைத் தொடங்கி விட்டார். அரியது, பெரியது, இனியது, கொடியது என்கிற தலைப்பில் அமைந்த ஔவையார் பாடலின் முதல் மூன்று பகுதிகளை அவர் ஏற்கனவே நடத்தியிருந்ததால் அன்று கொடியது

என்னும் பகுதிதான் பாடத்துக்கு உரியதாக இருந்தது. அதையும் அவர் ஒரு கதை சொல்வதுபோலவே சொன்னார்.

‘பாட்டுக்கு போகறதுக்கு முன்னால நாம ஒரு விஷயத்தை பத்தி பேசலாம். உலகத்துலயே கொடுமையான விஷயம் எதுன்னு உங்களுக்கு தோணுது?’

அந்தக் கேள்வியைக் கேட்டதும் அனைவரும் கைகளை உயர்த்தி ஒரே நேரத்தில் பதில் சொல்வதற்குத் துள்ளிக் குதிக்கத் தொடங்கினார்கள். ‘ஒரொருத்தனா எழுந்து நின்னு பதில் சொல்லு. எல்லாருக்கும் வாய்ப்புண்டு’ என்றார் சார்.

‘வியாதி.’

‘கோபம்.’

‘பொறாமை.’

‘துரோகம்.’

‘பேராசை.’

‘நம்ப வச்சி கழுத்தறுக்கறது.’

‘ஏமாத்தறது.’

ஒவ்வொருவரும் ஒரு பதிலைச் சத்தமாகச் சொல்லிவிட்டு அமர்ந்தனர். எல்லாவற்றையும் புன்னகையோடு கேட்டுக் கொண்டார் சார்.

‘நீங்க சொன்னதெல்லாமே நம்ம சுத்தி நின்னு ஆட்டம் போடற கொடுமைங்கதான். ஆனா, சர்வாதிகாரி மாதிரி எல்லாக் கொடுமைகளைவிடவும் பெரிய கொடுமை ஒன்னு இந்த உலகத்துல இருக்குது? அது என்ன தெரியுமா?’

சார் பதில் சொல்லாமல் எல்லோருடைய முகங்களையும் ஒரு நிமிடம் பார்த்தார். அவர் சொல்லப் போகும் பதிலைக் கேட்பதற்காக எல்லோரும் அவருடைய முகத்தையே பார்த்தபடி இருந்தோம்.

‘வறுமைடா வறுமை. அதுதான் மிகப்பெரிய கொடுமை.’

தலையை மேலும்கீழும் அசைத்தபடி ஒரு கணம் ஆழ்ந்த பெருமூச்சு விட்டார். தொடர்ந்து ‘வறுமை வந்தா பசி வந்துரும். பசி வந்தா பத்தும் பறந்துடும். அதப்பத்தி ஒரு பாட்டே இருக்குது, தெரியுமில்லையா? அதுக்கப்புறம் பண்பாடு கிடையாது. நாகரிகம்

கிடையாது. மனிதத்தன்மையே கிடையாது. எல்லாமே ஒழிஞ்சி போயிடும். உலகத்துல எல்லா நாடுகளும் வறுமையை ஒழிக்கறதுதான் முதல் குறிக்கோள்னு சொல்றதுக்கு அதுதான் காரணம். வறுமை இல்லாம இருந்தாதான் மக்களும் நல்லா இருப்பாங்க.'

அதற்குப் பிறகு முதல் வரிசை பெஞ்ச்சில் அமர்ந்திருந்த நாலைந்து பேர்களை அன்றைய பாடத்துகுரிய 'கொடியது' பாடலை நிறுத்தி நிதானமான குரலில் படிக்கச் சொன்னார் சார். பிறகு ஒவ்வொரு வரியாக பொருள் சொல்லி விளக்கம் கொடுத்தார். முடிவாக 'அரியது, பெரியது, இனியது, கொடியது நாலு பகுதிகளையும் நாளைக்கு மனப்பாடமா படிச்சிட்டு வாங்க. ஒவ்வொரு ஆளும் இங்க வந்து ஒப்பிக்கணும். புரியுதா?' என்றார்.

மேசை மீது வைத்திருந்த புத்தகங்களையெல்லாம் ஒன்றின்மீது ஒன்றாக அடுக்கியபடி லீடர் பக்கமாகத் திரும்பி 'என்னடா, இலக்கிய மன்றப் போட்டிக்கு எல்லோரும் பேரு கொடுத்துட்டாங்களா?' என்று கேட்டார். அவன் 'ம் சார்' என்றான்.

'யார் யார் பேர கொடுத்திருக்காங்க, இங்க கொண்டு வா, எல்லாப் போட்டிகளுக்கும் போதுமான ஆளுங்க இருக்காங்களா, பார்க்கலாம்' என்று கையை நீட்டினார். அவன் உடனே எழுதி வைத்திருந்த பெயர்ப்பட்டியலை அவரிடம் கொண்டுபோய்க் கொடுத்தான். சார் முதலிலிருந்து கடைசி வரைக்கும் எல்லாப் பெயர்களையும் படித்தார்.

'வெள்ளிக்கிழமைதான்டா கடைசி நாள். அதுக்கப்புறம் என்னச் சேருங்க அவனச் சேருங்கன்னு யாரும் கேக்கமுடியாது.'

பொதுவான குரலில் மாணவர்களைப் பார்த்துச் சொல்லிவிட்டு மீண்டுமொரு முறை பெயர்பட்டியலைப் பார்த்தார். சட்டென எதையோ நினைத்துக்கொண்டவர்போல 'என்னடா, இதுல பாஸ்கரன் பெயரே இல்லையே. ஏன் இன்னும் அவன் கொடுக்கலையா?' என்று கேட்டார். 'ம்ஹூம், கொடுக்கலை சார்' என்றபடி உதட்டைப் பிதுக்கினான் லீடர்.

அதைக் கேட்டு துணுக்குற்றவரைப்போல என் பக்கமாகப் பார்த்தார் சார். அந்த நேரத்தைப் பயன்படுத்திக்கொண்டு ராஜசேகரும் மனோகரனும் எழுந்து நின்று 'நாங்க எவ்வளவோ சொல்லிப் பார்த்துட்டம் சார். அவன் வேணாம் வேணாம்னு ஒதுங்கிப் போறான் சார்' என்று சொன்னார்கள். அதைக் கேட்டு சாருடைய பார்வை இன்னும் கூர்மையானது. அவர் என்னைப் பார்த்து

கையசைத்து 'ஒவ்வொரு வருஷமும் போட்டியில ஜெயிச்சிட்டு வரக்கூடியவன் நீ ஒரு ஆளுதான். நீயே கலந்துக்கலைன்னா எப்படி?' என்றார். நான் பதிலெதுவும் சொல்லாமல் அவரையே பார்த்தபடி நின்றேன். அக்கணமே அவர் 'இங்க கிட்ட வா. உன்ன விசாரிக்கணும்' என்றார்.

நான் மெதுவாக என் டெஸ்க்கிலிருந்து எழுந்து அவரை நோக்கி நடந்து சென்று அமைதியாக நின்றேன்.

'என்ன விஷயம்? ஏன் பேரு கொடுக்கலை?'

என்ன பதில் சொல்வதென்று தெரியாமல் அமைதியாக தலைகுனிந்தபடி அவருடைய பாதங்களைப் பார்த்துக்கொண்டு நின்றேன்.

'என்ன விஷயம்னு சொல்லுடா, சொன்னாதான புரியும்.'

அப்போதும் நான் அமைதியாகவே நின்றிருந்தேன்.

'ரெண்டு மூனு வாரமாவே உன்ன கவனிச்சிட்டுதான் வரேன். கலகலப்பே இல்லாம என்னத்தையோ பறிகொடுத்தவன் மாதிரி உட்கார்ந்திட்டிருக்கே. சரி, ஏதாவது உடம்பு சரியில்லையோ என்னமோனு நானும் எதையும் கேக்காம போயிட்டேன். இப்ப என்னடான்னா, இலக்கிய மன்றப் போட்டிக்கு பேரே கொடுக்காம ஒதுங்கப் பார்க்கற. எந்தப் பிரச்சினையா இருந்தாலும் நேரா சொல்லு. அப்பதான ஒரு தீர்வ கண்டுபுடிக்கமுடியும்.'

அப்போதும் நான் அமைதியாக நின்றிருந்தேன்.

வகுப்பு முடிந்ததற்கு அடையாளமாக அப்போது மணியடித்தது. சார் மேசை மீது வைத்திருந்த புத்தகங்களை எடுத்துக்கொண்டார். 'அடுத்த க்ளாஸ் யாருடா?' என்று லீடரைக் கேட்டார். அவன் 'சரித்திரம் சார். சுப்பையா சார்' என்றான். 'சரி, அவரு வந்தா சொல்லு. இவன நான் அழைச்சிட்டு போறேன்' என்று சொல்லிவிட்டு 'வா என் பின்னால' என்று வகுப்பறையைவிட்டு படியிறங்கினார். நான் அமைதியாக அவரைப் பின்தொடர்ந்து நடந்தேன்.

ஆசிரியர் அறைக்குள் சென்று, புத்தகங்களை மேசை மீது வைத்துவிட்டு வெளியே வந்தார். வகுப்பறைக் கட்டடங்களை ஒட்டி வேலியோரமாக நாலைந்து பெரிய புளியமரங்கள் இருந்தன. அந்த நிழலை நோக்கி நடந்தார். அங்கே எப்போதோ வெட்டுண்ட அடிமரத்தின் பருத்த துண்டொன்று பெஞ்ச் மாதிரி கிடந்தது. அதன் மீது உட்கார்ந்தபடி என்னை அருகில் வருமாறு அழைத்தார்.

‘என்னடா உன் பிரச்சினை? எதுக்கு எதுலயும் ஆர்வமில்லாதவன் மாதிரி நடந்துக்கிற? திடீர்னு என்ன ஆச்சு உனக்கு?’

நான் பதில் பேசாமல் தலைகுனிந்தபடி நின்றேன்.

‘எதுவா இருந்தாலும் வாயத் தெறந்து சொல்லுடா. சொன்னாதான ஏதாவது உதவி வேணும்னாலும் செய்யமுடியும்.’

அதற்குமேல் என்னால் கட்டுப்படுத்த முடியவில்லை. அழுகை பொங்கி வந்தது. தேம்பித்தேம்பி அழத் தொடங்கினேன். என் அழுகை அவரைச் சற்றே திகைப்பில் ஆழ்த்தியது. சட்டென எழுந்து நின்றுவிட்டார். பிறகு என் தோளில் கைவைத்து அழுத்தியபடியே சில கணங்கள் நின்றார். பிறகு ஒரு பெருமூச்சுடன் மீண்டும் அமர்ந்துகொண்டார். ‘என்னடா, வீட்டுல ஏதாவது பிரச்சினையா?’ என்று பொறுமையாகக் கேட்டார்.

மனத்தில் அதுவரை அடைத்துக்கொண்டு கிடந்ததையெல்லாம் அவரிடம் கொட்டினேன். அப்பாவின் மருத்துவமனை வாசம், வீட்டு நிலைமை, ஒரு நேரம் மட்டுமே சமைக்கமுடிந்த வறுமைச்சூழல், களைப்பு எல்லாவற்றையும் ஒவ்வொன்றாகச் சொன்னேன்.

‘எல்லாம் சரிடா. எதுலயும் ஆர்வம் காட்டாம உன்னை நீயே ஒடுக்கிக்கிறதால, இந்தப் பிரச்சினைகள் எல்லாம் தீர்ந்துடும்னு நினைக்கிறியா?’

நான் மௌனமாக தலைகுனிந்திருந்தேன்.

‘ஆர்வத்தோடு இருக்கறத மத்தவங்க பாத்துட்டா, பாருடா இவ்ளோ கஷ்டங்களுக்கு நடுவுலயும் இப்படி சிரிச்சிகிட்டு திரியறானே, கொஞ்சமாவது பொறுப்பா நடந்துக்கத் தெரியுதா பாருன்னு சொல்லிடுவாங்கன்னு பயப்படறியா?’

அப்போதும் அவரை நிமிர்ந்து பார்க்க தைரியமில்லாமல் குனிந்தே இருந்தேன்.

சார் ஒருகணம் அமைதியாக இருந்தார். பிறகு ‘நீ என்ன, தப்பா பண்ணிட்ட? எதுக்கு தலைகுனிஞ்சி நிக்கிற? என்ன பாத்து நில்லுடா’ என்று அதட்டினார். நான் மெதுவாக தலையை உயர்த்தி அவரைப் பார்த்தேன். கண்களில் இருந்து வழிந்த கண்ணீரை சட்டையை உயர்த்தி துடைத்துக்கொண்டேன்.

‘இப்ப நான் சொல்றது இன்னைக்குள்ள பிரச்சினைக்கான வார்த்தை கிடையாது. உன் வாழ்க்கை முழுக்க ஞாபகம் வச்சிக்கவேண்டிய வார்த்தை. நல்லா கேட்டுக்கோ.’

ஆட்காட்டி விரலை உயர்த்தி அசைத்தபடி சார் சொன்னார். நான் அவர் முகத்தையே பார்த்தபடி இருந்தேன்.

'நம்மகிட்ட இருக்கிற ஆர்வம், உழைப்பு, சக்தி எல்லாமே நமக்காக இயற்கை கொடுத்த அம்சங்கள். மத்தவங்க என்ன நினைப்பாங்களோன்னு நினைச்சி ஒருநாளும் அத மாத்திக்கக் கூடாது. புரியுதா?' சார் ஒவ்வொரு சொல்லாக உறுதியான குரலில் சொல்லிக்கொண்டே சென்றார்.

'முன்னால இருந்த ஆர்வத்தைவிட இப்போதான் நீ பல மடங்கு ஆர்வத்தோடு இருக்கணும். எப்படிப்பட்ட சூழலா இருந்தாலும், அந்தச் சூழலுக்கு நம்ம ஆர்வத்தை பலிகொடுத்துடக் கூடாது. ஆர்வத்தை வளர்த்துகிட்டாதான் சூழலை ஜெயிக்கமுடியும். புரியுதா?'

நான் தலையசைத்தேன்.

'முதல்ல கண்ண துடை. அழறத நிறுத்து. அழறதால ஒருநாளும் ஒரு பிரச்சினையும் தீராது. குடும்பத்துல திடீர்னு வறுமை வந்துட்டுதுன்னு மூஞ்சிய உம்முனு தூக்கி வச்சிகிட்டிருந்தா, வறுமை ஓடிடுமா? சொல்லு. வறுமை வந்தா என்ன? மூனு வேளை சாப்பாடு ரெண்டு வேளை சாப்பாடாவும். இல்ல, ஒருவேளை சாப்பாடா குறையும். அவ்ளோதான? இந்தியாவுல கால்வாசி பேரு அப்படித்தான் இன்னைக்கு வாழ்ந்திட்டிருக்காங்க தெரியுமா? நெஞ்சில நெருப்பிருந்தா வயித்துல எரியற நெருப்பெல்லாம் சாம்பல்மாதிரி அவிஞ்சிடும். புரியுதா?'

சார் தொடர்ந்து பேச்சு வராமல் என் கண்களையே பார்த்தார். தலை மட்டும் மேலும் கீழும் அசைந்தபடி இருந்தது.

'குடும்பத்துல வறுமை வருவது ஒரு குடிசைக்குள்ள பாம்பு வந்து நுழையறமாதிரிதான். புரியுதா? ஒரு பாம்பால குடிசைக்குள்ள எவ்ளோ நேரம் சுத்திச்சுத்தி வரமுடியும்? பானைக்குக் கீழ போவும். படுக்கைக்குக் கீழ போவும். அடுப்புக்கு பக்கத்துல ஒண்டும். அப்புறம் தன்னால வெளியே ஓடி போவும். ஐயோ, பாம்பு வந்துட்டுதேன்னு யாராவது குடிசையை உட்டு ஓடறாங்களா? முடிஞ்சா விரட்டியடிக்கிறாங்க. இல்லைன்னா, வெளியே போறவரைக்கும் காத்திருக்காங்க. அதுக்கப்புறம் அங்கதான வாழறாங்க. அத நீ முதல்ல புரிஞ்சிக்கணும். நீ பெரிய பையன். நீ தைரியமா இருக்கறத பார்த்தாதான், வீட்டுல மத்த பிள்ளைங்க தைரியமா இருக்கும். நீ கோழையா இருந்து மத்தவங்களயும் கோழையாக்கிடக்கூடாது. புரியுதா?'

சார் சொன்ன சொற்கள் நேரிடையாக என் நெஞ்சில் இறங்கின. என் பாரமெல்லாம் அச்சொற்களால் கரைந்துவிட்டன. இனி எதற்காகவும் சோர்வடையக்கூடாது என எனக்கு நானே சொல்லிக்கொண்டேன்.

'போ. போய் போட்டிக்கு பேர கொடுக்கிற வேலைய பாரு. கலகலப்பா, சுறுசுறுப்பா இரு. உன் சக்தி உனக்குத் தெரியாமலேயே ரெண்டு மடங்கா மாறும். புரியுதா?'

சார் எழுந்துகொண்டார். 'டீ குடிக்கிறியாடா?' என்று கேட்டார். எனக்கு உண்மையில் அப்போது டீ தேவைப்படவில்லை. ஆனால் சாருடன் இன்னும் கொஞ்ச நேரம் இருக்கவேண்டும் என்று தோன்றியது. அதனால் சரி என்று தலையசைத்தேன்.

வேலியைக் கடந்து தோப்பு வழியாக டீக்கடைக்குச் செல்லும் குறுக்கு வழியொன்று இருந்தது. அதன் வழியாக சாரும் நானும் நடந்து சென்றோம். டீக்கடைக்காரர் சாரைப் பார்த்ததும் வணக்கம் சொன்னார். பெஞ்ச்சில் அமர்ந்திருந்தவர்கள் எழுந்து சாருக்கு இடமளித்தார்கள். 'பையனுக்கு நல்லா ஆத்திக் குடுங்க மாஸ்டர்' என்று டீ போடுபவரைப் பார்த்துச் சொன்னார் சார். அவர் புன்னகையோடு தலையசைத்துக்கொண்டார்.

டீ அருந்திய பிறகு மீண்டும் தோப்பு வழியாகவே நடந்து பள்ளிக்குள் வந்தோம். ஆசிரியர் அறைக்குள் சார் சென்றதும், நான் வகுப்பறைக்குள் சென்றேன். சுப்பையா சார் பாடம் நடத்திக் கொண்டிருந்தார். வெளியே சென்றதற்கான காரணத்தை அவரிடம் சொல்லிவிட்டு நான் என்னுடைய இடத்தில் அமர்ந்துகொண்டேன். அந்தப் பாடவேளை முடிந்ததும் லீடரிடம் போட்டிகளில் என் பெயரை எழுதிக் கொள்ளும்படி சொன்னேன்.

'எந்தெந்த போட்டிடா?'

நான் அவனிடமிருந்த தாளை வாங்கி பேச்சுப்போட்டி, கட்டுரைப் போட்டி, ஓவியப்போட்டி, தனிநடிப்பு ஆகிய தலைப்புகளின் கீழே என் பெயரை எழுதினேன். 'நாம சொல்லும்போது வேணாம் வேணாம் தலையாட்டின ஆளு இப்ப தானா வந்து எழுதறான் பாரு' என்று கேலியாக என்னைப் பார்த்துக் கண்சிமிட்டியபடி சிரித்தான் லீடர்.

பள்ளிக்கூட அறிவிப்புப்பலகையில் போட்டிக்குரிய தலைப்பு விவரங்கள் எல்லாம் இருந்தன. நான் அதைப் பார்த்து எல்லா விவரங்களையும் எழுதிக்கொண்டேன். தனி நடிப்புப் போட்டி ஆங்கில மொழிக்கு மட்டுமானதாக இருந்தது. அதற்குரிய பகுதி

ஐம்பது வரி நீளத்துக்கு கொடுக்கப்பட்டிருந்தது. தொடக்க வரிகளைப் படித்துப் பார்த்தேன். கொஞ்சம் சிடுக்காகத்தான் இருந்தது. உச்சரிக்கும் விதம் தெரியவில்லை. சொற்கள் இரும்புக்குண்டுகளாக இருந்தன. ஒருகணம் கொடுத்த பெயரை நீக்கி?விடச் செய்யலாமா என்று தோன்றியது. பிறகு என்ன ஆனாலும் சரி, முன்வைத்த காலை பின்வாங்குவதில்லை என எனக்கு நானே சொல்லிக்கொண்டேன்.

ஒருகணம் ராதாகிருஷ்ணன் சாரின் முகம் நினைவில் எழுந்து மறைந்தது. பையிலிருந்து நோட்டை எடுத்து நடிப்புக்குரிய பகுதியை எழுதிக்கொண்டேன். ஒருமுறை படித்துப் பார்த்தேன். முதல் சொல்லே சிக்கலாகத் தொடங்கியது. ஏணிதீ என்றால் படிப்பது எளிது. ஏணிதீடு என இருப்பதை எப்படிப் படிப்பது. அச்சொல்லுக்கு என்ன பொருள் என்றே புரியவில்லை. ஒருமுறை அல்ல, மூன்றுமுறை அடுத்தடுத்து Howl என்று குறிப்பிடப் பட்டிருந்தது. என்ன பொருள் என்பதை ஊகிக்கவே முடியவில்லை.

அடுத்த நாள் காலைப் பிரிவிலேயே ராதாகிருஷ்ணன் சார் வந்துவிட்டார். எல்லாப் போட்டிகளுக்கும் பெயரை பதிவு செய்துவிட்டேன் என்பதை லீடர் வழியாக அறிந்து மகிழ்ச்சியுடன் என்னைப் பார்த்துச் சிரித்தார்.

ஔவையார் பாடல்களை ஒவ்வொருவராக எழுந்து நின்று ஒப்பிக்கும்படி சொன்னார் சார். பத்து பதினைந்து பேர்களுக்குப் பிறகு ஆளுக்கு ஒரு பாடலைச் சொல்லும்படி கேட்டுக்கொண்டார். எல்லோரும் சொல்லி முடித்ததும் ஒருசில இலக்கணக்குறிப்பு களைச் சொல்லிக் கொடுத்தார்.

தனிநடிப்புக்குரிய ஆங்கில வரிகளை சாரிடம் காட்டி ஏற்றஇறக்கத்தோடு படிக்கும் விதத்தை அறிந்துகொள்ள வேண்டும் என நினைத்திருந்தேன். ஆனால் அவர் பாடத்தை முடிக்கும் நேரத்தில் பாடவேளை முடிந்துவிட்டதன் அடையாளமாக மணியடித்துவிட்டது. சார் வெளியேறிவிட்டார். அடுத்தடுத்த இரு நாட்கள் விடுமுறையில் அப்பகுதியை மனப்பாடம் செய்து கொள்வோம் என்றும் அதற்குப் பிறகு பொருளைப்பற்றித் தெரிந்துகொள்ளலாம் என்றும் முடிவு செய்தேன்.

அன்று இரவு அந்த உரையாடலின் முதல் இருபது வரிகளை மனப்பாடம் செய்துவிட்டேன். மறுநாள் காலையில் எஞ்சியிருந்த வரிகளையும் படித்து மனப்பாடம் செய்துவிட்டேன். கண்ணை மூடிக்கொண்டு எல்லா வரிகளையும் என்னால் சொல்ல முடிந்தது. ஆனால் அவற்றின் பொருளைத்தான் புரிந்துகொள்ள முடியவில்லை.

அதனால் எந்த வரிக்கு எப்படிப்பட்ட உணர்ச்சிகளை முகத்திலும் நடையிலும் காட்டவேண்டும் என்பது புரியவில்லை.

சனிக்கிழமை காலை விடிந்ததும் நோட்டுப்புத்தகத்தை எடுத்துக் கொண்டு வீட்டுக்குப் பக்கத்தில் இருந்த ரயில்வே ஸ்டேஷனுக்குச் சென்றேன். அமைதியின் உறைவிடமாக விளங்கும் அந்த இடத்தில் நிறைய கூட்டம் சேர்ந்திருந்தது. எல்லோரும் ஸ்டேஷன் மாஸ்டர் அறையைச் சுற்றிச் சூழ்ந்திருந்தார்கள். ஒரே கூச்சல். அதோ அதோ, அடி அடி என்று ஆளாளுக்கு சத்தம் போட்டபடி இருந்தார்கள். சத்தத்தைக் கேட்டு நான் வேகமாக ஓடி அந்தக் கூட்டத்துக்குப் பக்கத்தில் சென்று நின்றேன். எதுவும் தெரியவில்லை. பாம்பு, பாம்பு என்று சொல்வதுமட்டும் கேட்டது.

சிறிது நேரத்துக்குப் பிறகு யாரோ ஒருவர் ஒரு நீளமான பாம்பை மாலைபோல கழுத்தில் சுற்றிக்கொண்டு வெளியே வருவதைப் பார்த்தேன். அந்தத் தோற்றம் பீதியூட்டுவதாக இருந்ததால் சற்றே பின்வாங்கி நின்றேன்.

'எம்மாம் பெரிய பாம்பு பாருடா. நல்லா ஜாலியா ஃபேன் காத்துல போய் ஒண்டிகிச்சி போல.'

'ஒரு அரைமணி நேரம் எல்லாரயும் டிரில் வாங்கிடுச்சி. இப்ப எல்லாம் அடங்கிட்டுது பாரு.'

'எங்கனா போய் எரையெடுத்துட்டு திரும்பிப் போக வழி தெரியாம மல்லிகைப்பந்தல் வழியா ரூமுக்குள்ள போயிட்டுதுன்னு நெனைக்கறேன்.'

அதற்குள் ஸ்டேஷன் மாஸ்டர் அறையை விட்டு வெளியே வந்து பாம்புடன் நடந்துபோன ஆளைத் தேடினார். அவர் அந்தப் பாம்பை ஒரு கூடைக்குள் செலுத்திவிட்டு மூடினார்.

அவரை நெருங்கிச் சென்ற ஸ்டேஷன் மாஸ்டர் 'பாவம், அடிச்சி கொன்னுடாத. எங்கனா காட்டுப்பக்கமா கொண்டு போய் விட்டுடு, புரியுதா?' என்றபடி இரண்டு ரூபாய் நோட்டு ஒன்றைக் கொடுத்தார். 'சரிங்க சாமி' என்றபடி அந்த நோட்டை வாங்கி மடித்து கண்களில் ஒத்திக்கொண்டார் அவர்.

பாம்பாட்டி புறப்பட்டுச் சென்றதும் கூடியிருந்தவர்கள் அனைவரும் ஒவ்வொருவராக உரையாடிக்கொண்டபடி வெளியேறினார்கள்.

டிக்கெட் கவுன்ட்டருக்கு எதிரில் ஓடு வேய்ந்த ஒரு பெரிய கூடம் இருந்தது. அதற்குள் நான்கு திசைகளிலும் சதுரவடிவில் இரும்புப்பிடி போட்ட மர பெஞ்சுகள் போடப்பட்டிருந்தன. நான்

அங்கே உட்கார்ந்து தனிநடிப்புக்குரிய பாடல் பகுதியை மனப்பாடமாக எனக்கு நானே சொல்லிப் பார்த்துக்கொண்டேன். அதன் இறுதிப்பகுதியில் மூன்று வெவ்வேறு பாத்திரங்கள் பேசுவதுபோல ஆறேழு வரிகள் இருந்தன. அவற்றை வெவ்வேறு தொனிகளில் பேசிப் பழகினேன். ஆள் நடமாட்டம் இல்லாத கூடம் என்பதால் சுதந்திரமாக சத்தமாக பேசிப் பேசிப் பழகினேன்.

ஒருமுறை விழிமூடி எல்லாப் பகுதியையும் சொல்லிப் பார்த்துவிட்டு நம்பிக்கையோடு விழி திறந்தபோது எதிரில் ரயில்வே ஸ்டேஷன் மாஸ்டர் நின்றிருந்தார். வெள்ளைச் சட்டை, வெள்ளை பேன்ட் போட்டிருந்தார். கழுத்தில் கழுத்துப்பட்டை தொங்கியது. நான் அவசரமாக எழுந்து நின்று வணக்கம் சார் என்றேன்.

'என்னடா விசேஷம்? காலையிலயே கண்ண மூடிட்டு சொல்லிப் பார்க்கறே? என்ன, ஏதாவது பரீட்சையா?'

'இல்லை சார், ஒரு போட்டிக்காக மனப்பாடம் செய்யறேன்.'

'போட்டியா? என்ன போட்டி?'

'விழுப்புரம் வட்டத்துல எல்லாப் பள்ளிக்கூடங்களும் கலந்துக்கப்போற இலக்கிய மன்றப் போட்டியில கலந்துக்கப் போறேன் சார். அதுக்காகத்தான் மனப்பாடம் செய்யறேன்.'

ஸ்டேஷன் மாஸ்டர் என்னிடம் இருந்த நோட்டை வாங்கிப் பார்த்தார். முதல் வரியைப் படித்ததுமே அவர் கண்கள் மலர்ந்தன. பிறகு 'இது என்ன? இந்தப் பகுதி எதுல வருது? இத எழுதிய ஆள் யாரு? யாராவது அதைப்பற்றி உனக்குச் சொன்னாங்களா?' என்று கேட்டார். 'எனக்குத் தெரியாது' என்பதற்கு அடையாளமாக உதட்டைப் பிதுக்கி தலையசைத்தேன்.

'நான் காலேஜ் படிக்கிற காலத்துல ஒரு விழாவுல இதே வசனங்களை பேசி மேடையில நான் நடிச்சிருக்கேன்.'

பெருமிதமும் புன்னகையும் படர்ந்த அவருடைய முகத்தைப் பார்க்க மகிழ்ச்சியாக இருந்தது. அவர் தன்னிச்சையாக முதல் மூன்று வரிகளை மேடையில் பேசிக் காட்டுவதுபோலப் பேசினார். பிறகு எனக்குப் பக்கத்தில் உட்கார்ந்தார்.

'இது சாதாரணமான வசனம் இல்லை. இதை எழுதியவர் இங்க்லீஷ்ல பெரிய நாடக ஆசிரியர். ஷேக்ஸ்பியர். அவர் எழுதிய ஒரு நாடகத்துல ஒரு பக்கம்தான் இந்த வசனம்.'

'என்ன நாடகம்?'

'கிங் லியர்.'

நான் அவருடைய முகத்தையே பார்த்தபடி இருந்தேன்.

'கிங்னா என்னன்னு தெரியும் இல்லையா? அரசன். ஒரு காலத்துல லியர் பெரிய அரசன். அவனுக்கு மூனு பொண்ணுங்க இருந்தாங்க. அரசனுக்கு வயசாயிட்டுது. அதனால தன்னுடைய நாட்ட தன்னுடைய மூணு பொண்ணுங்களுக்கும் நல்ல முறையில பிரிச்சிக் கொடுத்துடணும்னு அவரு நினைக்கிறாரு. அதனால மூனு பொண்ணுங்களயும் உக்கார வச்சி ஒரு கேள்வி கேட்டாரு. உங்கள்ல யாருக்கு என் மேல பாசம் அதிகம்னு கேட்டாரு. முதல் ரெண்டு பொண்ணுங்களும் ஆளாளுக்கு அப்பாவை மயக்குற மாதிரி ஏதேதோ பதில் சொன்னாங்க. அவுங்களுக்கு நாடு கெடைச்சிட்டுது. சின்னப்பொண்ணு ரொம்ப உணர்ச்சிவசப் பட்டிருந்ததால அவளுக்கு பேச்சே வரலை. ஆனா லியர் ராஜா அவளுக்கு தன் மேல பாசமே இல்லைன்னு நெனச்சிகிட்டு நாட்டைவிட்டே துரத்தியடிச்சிடுறாரு. ரெண்டு பொண்ணுங் களுக்கு மட்டும் நாட்ட பிரிச்சி கொடுத்துட்டாரு. ஆரம்பத்துல ராஜாவை நல்லபடியா பாத்துகிட்ட பொண்ணுங்க, நாளாக நாளாக அலட்சியப்படுத்தி விரட்டியடிச்சிடறாங்க. குத்துயிரும் குலையுயிருமா அவர் மூணாவது பொண்ண தேடி வராரு. படையெடுத்து போய் சண்டை போடறாங்க. எதிர்பாராத விதமா அவருக்கு ஆறுதலா இருந்த சின்னப் பொண்ணு செத்துடறா. அவள் மரணத்துக்காக நாயம் கேக்க ஊர் மக்களைப் பார்த்து பேசறாரு லியர் ராஜா. அந்தப் பேச்சுதான் உன் கையில வச்சிருக்கிற சீட்டுல இருக்குது.'

அவர் சொன்ன கதையின் சாரத்தைக் கேட்கக்கேட்க சினிமாக்கதை போல இருந்தது. சட்டென நினைவுக்கு வந்ததுபோல 'Howக்கு என்ன அர்த்தம்னு புரியுது சார். ஆனா Howlங்கறதுக்கு என்ன அர்த்தம் புரியலை சார். அதை எப்படி உச்சரிக்கிறது?' என்று கேட்டேன்.

ஸ்டேஷன் மாஸ்டர் நெருங்கி வந்து என் தோளைத் தட்டிக் கொடுத்தார். 'ஹௌ ன்னா எப்படின்னு அர்த்தம். ஹௌல்னு சொன்னா சத்தம் போடறதுன்னு அர்த்தம். முழக்கம்னும் சொல்லலாம். ஆரவாரம்னு அர்த்தம். நியாயத்துக்காக குரல் கொடுங்கன்னு அர்த்தம். ஒரு பெரிய கொடுங்கோலாட்சி நடக்கிற நேரத்துல தட்டிக் கேக்க தைரியம் இல்லாம அமைதியா இருக்கிற

மக்கள பார்த்து சத்தம் போட்டு தட்டிக் கேளுங்கன்னு சொல்லிக் கொடுக்கிறாரு. வானமே இடிஞ்சி உழற அளவுக்கு சத்தம் போட்டு எதிர்ப்பை காட்டுங்கன்னு சொல்றாரு.'

அவர் சுவாரசியமாக அப்பகுதியை விளக்கிய விதம் மிகவும் பிடித்திருந்தது.

நோட்டினை என்னிடம் கொடுத்துவிட்டு அவர் தன்னிச்சையாக அந்த உரையாடல்களைப் பேசியபடி அந்தக் கூடத்திலேயே நடித்துக் காட்டினார். ஒரு பள்ளிக்கூட மாணவனுக்கே உரிய துள்ளலையும் வேகத்தையும் அவருடைய குரலிலும் உடல் திரும்பும் வேகத்திலும் பார்த்தேன். ஒவ்வொரு சொல்லுக்கும் அவர் முகமும் உடலும் எப்படித் திரும்புகிறது, என்னென்ன பாவனைகளைக் காட்டுகிறது, அவருடைய குரல் காட்டும் ஏற்ற இறக்கங்கள் என்ன என எல்லாவற்றையும் உற்றுக் கவனித்தேன்.

ஸ்டேஷன் மாஸ்டர் முழுப் பகுதியையும் பேசி நடித்ததைப் பார்த்தபோது, ஒரு நாடகத்தைப் பார்ப்பதுபோல இருந்தது. இத்தனை ஆண்டுகளுக்குப் பிறகும் அவர் ஒரு வரியைக் கூட மறக்காமல் முழு பகுதியையும் நினைவில் வைத்திருக்கும் விதம் ஆச்சரியத்தை அளித்தது. அவர் உரையாடலைச் சொல்ல, அவருக்குப் பின்பாட்டு போல மனசுக்குள் நானும் ஒவ்வொரு வரியையும் சொல்லிக்கொண்டேன்.

ஸ்டேஷன் மாஸ்டர் நடித்து முடித்ததும் கைதட்டினேன். 'சினிமாகாரங்க மாதிரி நடிக்கிறீங்க சார். சினிமாவுக்கு போயிருந்தா பெரிய ஆளா வந்திருப்பீங்க' என்றேன். 'நமக்கு எதுக்குப்பா அந்த ஸ்டார்லாம்? இருக்கிற ஸ்டாரே போதும்' என்று புன்னகைத்தபடி என் பக்கமாக நடந்துவந்து பெஞ்ச்சில் உட்கார்ந்துகொண்டார்.

ஒருமுறை என் நோட்டைப் பிரித்துவைத்துக்கொண்டு ஒவ்வொரு வரியாகப் பிரித்துப் படிக்கும் விதங்களை எடுத்துரைத்தார். பிறகு உரையாடலை எப்படி உச்சரிப்பது என்று சொல்லிக்கொடுத்தார். இறுதியாக ஒவ்வொரு வரியையும் உயிரோட்டமாக உச்சரிக்கும் விதத்தையும் சொல்லிக்கொடுத்தார். ஒவ்வொரு வரிக்கும் அர்த்தத்தையும் சொல்லி முழுமையாகப் புரியும்படி சொன்னார்

'ஒருமுறை நான் நடிச்சிகிட்டே பேசிக் காட்டறேன் சார். சரியா வருதான்னு பார்க்கறீங்களா?' என்று ஸ்டேஷன் மாஸ்டரிடம் கேட்டேன். அவர் அதற்கு ஒப்புக்கொண்டதும் அவருக்கு முன்னால் முழுப் பகுதியையும் நடித்துக் காட்டினேன். ஸ்டேஷன் மாஸ்டர் ஒருசில இடங்களில் மட்டும் திருத்தங்கள் சொன்னார்.

அந்தத் திருத்தங்களோடு மீண்டுமொரு முறை நடித்துக் காட்டினேன். 'இப்ப சரியா வந்துடுச்சி' என்று பாராட்டினார் ஸ்டேஷன் மாஸ்டர். அந்தக் கணத்திலேயே ஓர் அரசனுக்குரிய மிடுக்கு எனக்குள் வந்துவிட்டது.

அன்றைய பயிற்சிக்குப் பிறகு எனக்கு பத்து நாட்களுக்கும் மேல் இடைவெளி இருந்தது. ஒவ்வொரு நாளும் கடைவேலையை முடித்துக்கொண்டு இரவில் திரும்பிய பிறகு அரைமணி நேரம் அந்தப் பயிற்சிக்காகவென்றே ஒதுக்கினேன். அதற்குப் பிறகே நான் தூங்குவதற்குச் சென்றேன்.

விழுப்புரத்தில் பள்ளிகளிடையில் நடைபெறும் போட்டிகளில் கலந்துகொள்வோரைத் தேர்ந்தெடுப்பதற்கான முதல் சுற்றுப் போட்டிகள் எங்கள் பள்ளியிலேயே மூன்று நாட்கள் தொடர்ச்சியாக நடைபெற்றன. மூன்று நாட்களும் மாலைப் பொழுதுகள் விழாக்காலம் போல இருந்தது. பேச்சுப்போட்டி, கட்டுரைப்போட்டி, ஓவியப்போட்டி, தனிநடிப்பு என நான் பெயர் கொடுத்திருந்த எல்லாப் போட்டிகளிலும் நான் தேர்வு பெற்றேன். வெற்றியாளனாக என் பெயரை அறிவிக்கும் சமயத்தில் ராதாகிருஷ்ணன் சார் அதைக் கேட்கவேண்டுமே என்ற பதற்றத்தில் கூட்டத்தில் அவரைத் தேடினேன். அவரைக் கண்டுபிடித்து புன்னகைத்தபோது அவர் கண்கள் என்னைத் தேடியதையும் உணர்ந்தேன்.

13. முகம்

பொங்கல் பண்டிகைக்கான விடுமுறை அறிவிக்கப்பட்டதுமே எங்கள் மனம் ஆற்றுத்திருவிழாவுக்குச் செல்வதைப்பற்றி நினைக்கத் தொடங்கிவிட்டது. பள்ளிக்கூடத்திலிருந்து வீட்டுக்குத் திரும்பும் வழியில் எங்கள் பேச்சு அதைப்பற்றியதாகவே இருந்தது. ரயில்வே ஸ்டேஷன் நெம்புகோல் மேடைக்கு அருகில் மாலை விளையாட்டை முடித்துக் கொண்டு உட்கார்ந்திருக்கும் நேரத்திலும் எங்கள் உரையாடல் மிக இயல்பாக ஆற்றுத்திருவிழாவை நோக்கியே திரும்பியது.

எங்கள் தெருவிலிருந்து எத்தனை வண்டிகள் கிளம்புகின்றன, எந்தெந்த வண்டிகளில் எங்களைப் போன்றவர்கட்கு இடம் கொடுப்பார்கள், யாரிடம் சொல்லி வண்டியில் இடம் பிடிப்பது என்பது பற்றி முடிவில்லாமல் பேசிக்கொண்டே இருந்தோம். அப்படியே பேச்சு நீண்டு, போன ஆண்டு ஆற்றுத்திருவிழாவுக்குச் சென்று ஆடித் திரிந்த அனுபவங்களைப்பற்றி உற்சாகமாகப் பேசி பொழுது போக்கினோம்.

ஒவ்வொரு வருஷமும் ஆற்றுத்திருவிழாவுக்குத் தவறாமல் சென்று வருபவன் பழனி. செழியன்,

கஜேந்திரன், பரசுராமன் எல்லோரும் இரண்டு மூன்று முறைகளுக்கும் மேல் சென்று வந்தவர்கள். அந்தக் கூட்டத்தில் ஒரே ஒருமுறை சென்று வந்தவன் நான் மட்டுமே. ஏழாவது படிக்கும்போது மாதவன் அண்ணன் என்னை மிதிவண்டியில் அமரவைத்து அழைத்துச் சென்று ஆற்றைச் சுற்றிக் காட்டினார். அந்த அனுபவமே எனக்கு நினைக்க நினைக்க பரவசமாக இருந்தது. அதற்குப் பிறகு ஆற்றுத்திருவிழாவுக்குச் செல்லும் வாய்ப்பு அமையவே இல்லை.

ஆற்றுத்திருவிழா பேச்சைத் தொடங்கினாலே எனக்கு ஞாபகம் வருவது குடைராட்டினத்தில் அமர்ந்து சுற்றிய அனுபவம்தான். சின்ன கார் அமைப்பில் தொங்குவதுபோல வடிவமைக்கப் பட்டிருந்த ஒரு மரப்பெட்டியில் உட்கார்ந்ததும் அது வேகமெடுத்துச் சுற்றும்போது உலகமே சுற்றுவதுபோலத் தெரிந்ததும் மறக்கமுடியாத அனுபவங்கள். அதைப்பற்றி பரவசத்துடன் விவரித்தேன் நான். ஆற்றில் அமிழ்ந்தபடி நீந்திச் செல்லும் மீன்களை விரட்டிப் பிடித்த அனுபவத்தைச் சொன்னான் செழியன். கரையோர மணலில் பள்ளமெடுத்து தண்ணீரின் ஊற்றைத் தேடிக் கண்டடைந்த அனுபவத்தைச் சொன்னான் கஜேந்திரன். கரையோரத்தில் ஓலைத்தடுப்புக்கு நடுவில் இயங்கிய கடையில் சுடச்சுட மிளகாய் பஜ்ஜி வாங்கிச் சாப்பிட்ட கதையைச் சொன்னான் பரசுராமன். ஆற்றுத்திருவிழா அனுபவக்கதைகள் ஒவ்வொன்றும் பரவசத்தில் தொடங்கி பரவசத்தில் முடிவடைவதாக இருந்தன.

வளவனூரிலிருந்து பதினைந்து கிலோமீட்டர் தொலைவில் தென்பெண்ணை ஆறு செல்கிறது. கார்த்திகை மாத மழையில் கரைபுரண்டு ஓடத் தொடங்கும் ஆறு, பொங்கல் சமயத்திலும் அளவு குறையாமல் ஓடிக்கொண்டிருக்கும். மாட்டுப் பொங்கலுக்குப் பிறகு இரண்டு நாட்கள் கழித்து அந்த ஆற்றங்கரையில் திருவிழா நடைபெறும். ஆயிரக்கணக்கில் மக்கள் கூடுவார்கள். தென்பெண்ணை ஆற்றுக்கு இருபுறங்களிலும் உள்ள சின்னச்சின்ன கிராமங்களிலிருந்து அலங்கரிக்கப்பட்ட ஏராளமான அம்மன் சிலைகளை ஊர்வலமாகக் கொண்டு வருவார்கள். எல்லா ஊர் அம்மன்களையும் ஒரே இடத்தில் எல்லோரும் பார்க்கலாம். ஆற்றில் இறங்கிக் குளிக்கலாம். பொதுபொதுவென கால்கள் பதியும் மணல்வெளியில் நடக்கலாம். புரளலாம். கரையோரமாக தற்காலிகமாக உருவாக்கப்பட்டிருக்கும் கடைகளை வேடிக்கை பார்க்கலாம். விளையாடலாம்.

ஆற்றுத்திருவிழா என்பது எங்களைப்போன்ற பிள்ளைகளுக்கு பட்டணத்துக்குச் சென்றுவருவதுபோல. சிலருக்கு அது எட்டும் கனி. சிலருக்கு எட்டாக்கனி.

திருவிழாவுக்குச் செல்ல எங்கள் அம்மாவிடமிருந்து அனுமதி பெறுவதுதான் பெரிய வேலையாக இருந்தது. எந்த நாடகமும் அவரிடம் செல்லுபடியாகவில்லை. அவர் எங்களை எங்கும் தனியாக அனுப்பியதில்லை. அனுப்பாமல் இருப்பதற்கு என்னென்ன காரணங்களைச் சொல்லமுடியுமோ, அவை அனைத்தையும் சொல்லி வாயை அடைத்துவிடுவார். அவர் தடை சொன்னதற்குப் பிறகு யாரும் ஒரு வார்த்தை கூட மறுப்பு சொல்லமுடியாது. எங்கள் வீட்டில் அது எழுதாத சட்டமாக இருந்தது. எங்கள் தாத்தா வீட்டுக்குக் கூட நாங்கள் தனியாகச் சென்றதில்லை. எங்கு போனாலும் அவரோடுதான் செல்வோம். அவரோடுதான் திரும்புவோம். எங்காவது சென்று, யாரிடமாவது பேச்சுக் கொடுத்து வம்புகளில் சிக்கிவிடுவார்களோ என ஒவ்வொரு கணமும் எங்களை நினைத்து அவர் பெரிதும் அஞ்சினார்.

எங்கள் வீட்டுக்கு அடுத்த வீட்டில் மூன்று வண்டிகள் இருந்தன. அந்த வீட்டில் வசித்த மூன்று சகோதரர்களுக்குச் சொந்தமானவை. வளவனூருக்கும் விழுப்புரத்துக்கும் இடையில் தானிய மூட்டைகளையும் எண்ணெய் பேரல்களையும் எடுத்துச் சென்று வணிகர்களிடம் ஒப்படைப்பதுதான் அவர்கள் வேலை. வண்டி இழுக்கும் காளைகளை அவர்களே ஒரு தனி தொழுவத்தில் வளர்த்தார்கள். அவர்கள் வண்டிகளில் மரச்சக்கரங்களுக்குப் பதிலாக லாரிகளில் பயன்படுத்துவதுபோல உருண்டையான டயர் சக்கரங்கள் பொருத்தப்பட்டிருக்கும்.

பொதுவாக மூட்டைகளை ஏற்றி அடுக்குவதற்குப் போதுமான உயரத்துக்கு மட்டுமே வண்டியின் இரு பக்கங்களிலும் தடுப்புப்பலகைகள் இருக்கும். ஆற்றுத்திருவிழா சமயத்தில், அந்தப் பலகைகளோடு தட்டிகளை நிறுத்தி இறுக்கமாகக் கட்டி உயர்த்திவிடுவார்கள். பிறகு இருபுறத் தட்டிகளையும் இணைக்கும் வகையில் சமுக்காளத்தை விரித்துக் கட்டிவிடுவார்கள். உடனே டயர் வண்டி கூண்டு வண்டியாக மாறிவிடும். அந்தக் குடும்பத்தைச் சேர்ந்தவர்கள் இரண்டு வண்டிகளில் இடம்பிடித்துவிடுவார்கள். மூன்றாவது வண்டியை அக்கம்பக்கத்தில் இருப்பவர்களுக்காக ஒதுக்கிக் கொடுப்பார்கள். நெருக்கியடித்துக்கொண்டு உட்கார்ந்தால் பதினைந்திலிருந்து இருபது பேர் வரைக்கும் உட்காரலாம்.

ஆற்றுத் திருவிழாவுக்கு வண்டிகள் புறப்படவிருக்கும் செய்தி கிடைத்ததும் ஆற்றுத் திருவிழாவுக்கே சென்றுவிட்டதுபோல

மனம் துள்ளியது. அன்று இரவு சாப்பாட்டுக்குப் பிறகு தூங்குவதற்கு பாய்களை விரிக்கத் தொடங்கிய சமயத்தில் பள்ளியில் விடுப்பு விட்டிருக்கும் செய்தியையும் வண்டிக்காரர் வீட்டிலிருந்து வண்டிகள் புறப்படும் செய்தியையும் இணைத்து ஒரு தகவலைப்போல அம்மாவிடம் சொன்னேன்.

'இப்ப எதுக்கு அந்தப் பேச்சு? அவுங்க போனா நமக்கென்ன, போவாட்டா நமக்கென்ன?' என்று கேட்டார் அம்மா.

நான் அம்மாவின் முகத்தைப் பார்த்தேன். கடுமையாகவும் இல்லை. இனிமையாகவும் இல்லை. அதைப் பார்த்த பிறகு, உரையாடலைத் தொடர துணிச்சல் வரவில்லை. இருப்பினும் அந்த நல்ல தருணத்தைவிட்டால் அதற்குப் பிறகு வாய்ப்பே வராமல் போய்விடுமோ என குழப்பமாகவும் இருந்தது.

சில கணங்களுக்குப் பிறகு தயக்கமான குரலில் 'ரெண்டு வருஷத்துக்கு முன்னால ஆத்துத்திருவிழா பார்த்ததோடு சரி. அதுக்கப்புறம் பார்க்கவே இல்லை. அந்த வண்டியில நானும் போய் வரட்டுமா?' என்று கேட்டேன்.

அம்மா ஒருகணம் என்னைப் பார்த்து முறைத்தார். பிறகு 'கெடக்கறதெல்லாம் கெடக்கட்டும், கெழவனை தூக்கி மனையில வையின்னு சொல்றமாதிரி இருக்குதுடா உன் கதை. இப்ப, நம்ம வீடு இருக்கிற நிலையில இது ஒன்னுதான் குறைச்சல். போடா. ஆத்துத்திருவிழாவும் வேணாம், கூத்துத்திருவிழாவும் வேணாம், பேசாம படு' என்றார்.

அதற்குமேல் பேச்சை எப்படித் தொடர்வது என்று தெரியவில்லை. அமைதியாகப் படுத்துவிட்டேன். அப்பாவின் வருகையைப் பார்ப்பதற்காக அம்மா வாசல் பக்கமாகச் சென்றுவிட்டார். என் பக்கத்தில் படுத்தபடி அந்த உரையாடலைக் கேட்டுக்கொண்டிருந்த தம்பியும் தங்கையும் 'ஆத்துத் திருவிழா நடக்கிற இடம் நம்ம ஊருலேர்ந்து எவ்ளோ தூரம்ண்ணே?' என்று கேட்டனர்.

'பதினஞ்சி கிலோமீட்டர்.'

'அவ்ளோ தூரமா? அவ்ளோ தூரத்துக்கும் அவுங்க வண்டியில ஏத்திம் போறாங்களா?'

'ம்.'

'நீ போவும்போது மறக்காம எங்களையும் அழச்சிட்டு போறியா?'

அவர்களுக்கு என்ன பதில் சொல்வது என்று யோசித்துக் கொண்டிருக்கும்போதே, வாசல் பக்கத்திலிருந்து ‘தூங்காம என்னடா அங்க கதை பேசிட்டிருக்கீங்க?’ என்று அம்மாவின் குரல் ஒலித்தது. சட்டென நாங்கள் அனைவரும் அமைதியாக கண்களை மூடிக்கொண்டோம்.

அடுத்தநாள் அதே வேளையில் மீண்டும் அந்தப் பேச்சை அம்மாவிடம் தயக்கத்துடன் தொடங்கினேன். ‘ஏன்டா, ஒருதரம் சொன்னா, உன் மண்டையில உறைக்காதா? படிக்கிற புள்ளைதான நீ? கேட்டதயே மறுபடியும் மறுபடியும் கேக்கற?’ என்றபடி அவர் என்னை முறைத்தார். நானும் பேச்சைத் தொடராமல் உறங்குவதற்காக கண்களை மூடிக்கொண்டேன்.

மறுநாள் முதல் ஒவ்வொரு நாளும் அதே வேளையில் அதே கோரிக்கையுடன் என் உரையாடலை வெவ்வேறு கோணங்கள் வழியாக மெதுவாகத் தொடங்கி, அம்மாவின் மனநிலையை அறிந்துகொள்ள முயற்சி செய்தேன். ஒருநாள் ‘தெனமும் ஏன்டா என்னை இப்படி பாடா படுத்தற?’ என்று எரிச்சலோடு என்னைப் பார்த்தார் அம்மா. பிறகு முறைத்தபடி அங்கிருந்து புறப்பட்டுச் சென்றுவிட்டார். அந்த வேகத்தைப் பார்க்க எனக்கும் சங்கடமாக இருந்தது. ஆறு எங்கே போகப்போகிறது, ஆற்றுத் திருவிழாதான் எங்கே போகப் போகிறது, அடுத்த ஆண்டு போய்க்கொள்ளலாம் என எனக்கு நானே சொல்லிக்கொண்டேன். இனி, அதைப்பற்றிய பேச்சையே வீட்டில் எடுக்கக்கூடாது என நினைத்து போர்வையை இழுத்துப் போர்த்திக்கொண்டேன்.

சிறிது நேரத்துக்குப் பிறகு அம்மா மீண்டும் வீட்டுக்குள் வந்தார். தம்பியும் தங்கையும் உறக்கத்தில் ஆழ்ந்திருக்க, நான் மட்டும் இறவாணத்தைப் பார்த்தபடி படுத்திருந்தேன். ஒருகணம் எனக்கு அருகில் நின்று ‘அதயே நெனச்சி தூக்கத்த கெடுத்துக்காதடா. கும்பல்ல போய் தனியா மாட்டிகினு கஷ்டப்படவேணாம்னு நெனச்சித்தான் சொன்னேன். போவணும்ன்னு ஆசைப்பட்டா ஜாக்கிரதையா போய் வா’ என்று சொல்லிவிட்டுச் சென்றார். உடனே என் மனசில் இருந்த பாரமெல்லாம் கரைந்துவிட்டது. உள்ளூர மகிழ்ச்சியுடன் கண்களை மூடி உறக்கத்தில் மூழ்கினேன்.

அடுத்த நாள் மாலையில் விளையாடிவிட்டு வீட்டுக்குத் திரும்பும் வழியில் வண்டிக்காரர் வீட்டுக்குச் சென்றேன். அந்த வீட்டில் ஒரு அக்கா இருந்தார். அவர் பெயர் சந்திரா. என்னை அவருக்கு மிகவும் பிடிக்கும். ஒவ்வொரு வாரமும் அவர் பார்த்துவிட்டு வரும் சினிமாக்கதைகளை என்னிடம்தான் விரிவாகச் சொல்வார். ஒவ்வொரு காட்சியாக அந்த அக்கா நிறுத்தி நிதானமாக

விவரிப்பதைக் கேட்கும்போது சினிமா பார்ப்பதுபோலவே இருக்கும். அவர் முன்னால் உட்கார்ந்து 'ம்' கொட்டியபடி அவர் சொல்வதையெல்லாம் கேட்பேன். நல்ல அக்கா. அம்மாவிடம் சம்மதம் வாங்கிவிட்டால், ஆற்றுத்திருவிழாவுக்கு என்னை வண்டியில் அழைத்துச் செல்வதாக அவர் ஏற்கனவே என்னிடம் உறுதியளித்திருந்தார். அம்மா சம்மதித்துவிட்டார் என்பதை அவருக்குத் தெரிவித்தேன். 'அப்புறம் என்ன, கவலையை விடு. கதை பேசிட்டே போய்ட்டு வரலாம். நானும் அம்மாகிட்ட சொல்றேன்' என்றார் அந்த அக்கா. அதைக் கேட்ட பிறகுதான் எனக்கு நிம்மதி பிறந்தது. அவர் எங்கள் அம்மாவுக்கும் நல்ல தோழி. அவர் சொன்னால் அம்மா தட்டமாட்டார்.

பொங்கலை உத்தேசித்து தைப்பதற்காக வாடிக்கையாளர்கள் கொடுத்த துணிகளே அதிக எண்ணிக்கையில் இருப்பதாகவும் அதனால் எங்களுக்குரிய புத்தாடைகளை பொங்கலுக்குப் பிறகு ஓய்வான சமயத்தில் தைத்துக் கொடுப்பதாகவும் அப்பா தெரிவித்து விட்டார். பொங்கல் வந்ததும் தெரியவில்லை. போனதும் தெரியவில்லை. எல்லா நாட்களையும்போல அந்த நாட்களும் கழிந்துவிட்டன. என் மனம் ஆற்றுத்திருவிழா கனவுகளிலேயே மூழ்கியிருந்ததால், அதைத் தவிர வேறு எதுவும் எனக்குப் பெரிதாகத் தெரியவில்லை.

ஆற்றுத் திருவிழா நாளன்று குளித்துவிட்டுப் புறப்படும் சமயத்தில் என் தம்பியும் தங்கையும் தம்மையும் அழைத்துச் செல்லுமாறு அழுது அடம் பிடித்தார்கள். எனக்கு என்ன செய்வதென்றே தெரியவில்லை. குழப்பத்துடன் அம்மாவிடம் சொன்னேன். அம்மாவின் பேச்சு அவர்களிடம் எடுபடவில்லை. ஒருவழியாக என் தங்கையை மட்டும் அமைதிப்படுத்தி தன்னோடு நிறுத்திக்கொண்டார். தம்பியை நிறுத்த முடியவில்லை. 'அடங்காப்பிடாரிடா அவன். அவனையும் அழச்சிகினு போடா. இங்க இருந்தா, அதயும் இதயும் உருட்டி வம்பு வாங்கிகிட்டே இருப்பான்' என்று சொல்லிவிட்டார்.

மதிய உணவுக்கு புளிசோறு கிளறி அலுமினிய தூக்குவாளியில் நிரப்பி, அதை ஒரு பையில் போட்டுக் கொடுத்தார் அம்மா. மாடத்தில் இருந்த விபூதிப் பெட்டியிலிருந்து திருநீற்றைத் தொட்டெடுத்து எங்கள் நெற்றியில் பூசிவிட்டார். 'பையும் வாளியும் பத்தரம். ஜாக்கிரதையா பக்கத்துலயே வச்சிக்கோ' என்றார்.

'சரிம்மா, நேரமாச்சி. நாங்க கௌம்பறம்' என்று அம்மாவிடம் சொன்னேன். 'இருடா, இருடா. ஏன் பறக்கற?' என்றபடி இடுப்பில் செருகியிருந்த முந்தானை முடிச்சை அவிழ்த்தார். இரண்டு பத்து பைசாக்களை எடுத்து ஆளுக்கொன்றைக் கொடுத்தார். 'ஏதாவது வாங்கிச் சாப்புடுங்கடா' என்றார். நாங்கள் உடனே அந்த நாணயத்தை கால்சட்டைப்பைக்குள் வைத்துவிட்டு, அம்மா சொன்னதற்குத் தலையசைத்தேன்.

'வண்டிய விட்டு எங்க எறங்கிப் போனாலும் அவனை கையை புடிச்சி கூப்ட்டும் போடா. அவன் பாட்டுக்கு திக்குதிசை தெரியாம பெராக்கு பார்த்துகினே எங்கயாச்சும் போயிடப் போறான்.'

'சரிம்மா' என்று மறுபடியும் தலையசைத்தேன். பிறகு அம்மாவிடம் விடைபெற்றுக்கொண்டு நான் வண்டிக்காரர் வீட்டுக்குச் சென்றேன். நல்ல பிள்ளை மாதிரி என் தம்பி ஓடிவந்து என் விரல்களைப் பிடித்துக்கொண்டான்.

வண்டிக்காரர் வீட்டு வாசலில் மூன்று வண்டிகளிலும் ஆட்கள் ஏறி உட்கார்ந்திருந்தார்கள். வண்டிகளும் காளைகளும் அழகாக அலங்கரிக்கப்பட்டிருந்தன. சமுக்காளத்தால் போர்த்தப்பட்ட கூண்டு வண்டி பார்ப்பதற்கு குடிசையைப் போலவே இருந்தது. எங்களைப் பார்த்ததும் சந்திரா அக்கா கையசைத்து அழைத்தார். நாங்கள் ஓடிச் சென்று அவருக்குப் பக்கத்தில் உட்கார்ந்து கொண்டோம்.

மூன்று வண்டிகளும் வரிசையாக நின்றிருக்க, வீட்டிலிருந்து வெளியே வந்த வண்டிக்காரரின் பாட்டி ஒரு தட்டில் கற்பூரம் ஏற்றி வண்டிகளின் முன்னால் நின்று படைத்தார். பிறகு மாடுகளின் நெற்றியில் குங்குமம் வைத்தார். படியோரமாக ஒதுங்கி நின்றுகொண்டு 'ம்' என்று தலையசைத்தார். அடுத்த கணமே ஒவ்வொரு வண்டியாக நகரத் தொடங்கியது. வண்டிக்குள் இருந்தவர்கள் எல்லோரும் 'பொங்கலோ பொங்கல்' என்று முழக்கமிட்டார்கள். நாங்களும் அவர்களோடு சேர்ந்து முழக்க மிட்டோம். எங்கள் தெருவைக் கடந்து பிரதான சாலையை நோக்கி வண்டி ஓடியது.

சாலையில் எங்களுக்கு முன்னால் பல வண்டிகள் போய்க் கொண்டிருந்தன. அந்த வண்டியிலிருந்தவர்கள் எங்களைப் பார்த்து ஆரவாரத்தோடு கையசைத்தார்கள். எங்கள் வண்டியிலிருந்தவர் களும் கையசைத்துச் சிரித்தார்கள். சத்தமில்லாமல் எங்களுக்குப் பின்னால் வந்த ஒரு வண்டி எங்களை வேகமாகக் கடந்து செல்ல

முயற்சி செய்தது. அதை உணர்ந்த எங்கள் வண்டிக்கார அண்ணன் லாவகமாக வண்டியைத் திருப்பி முன்னால் போகச் செய்து வேகத்தைக் கூட்டினார். கோலியனூர் கூட்டுச்சாலையைத் தொடும் வரைக்கும் இந்த விளையாட்டுப்பந்தயம் வண்டிக்குள் உட்கார்ந்திருப்பவர்களுக்கு உற்சாகமாகவே இருந்தது.

அதற்குப் பிறகு அனைவரும் தத்தம் சொந்தக்கதைகளைப் பேசத் தொடங்கினர். சந்திரா அக்கா மாட்டுக்கார வேலன் திரைப்படத்தின் கதையைச் சொன்னார். வண்டியில் அமர்ந்திருந்த அனைவருமே அவர் சொல்வதை ஆர்வத்துடன் கேட்டோம். அந்தக் கதை முடிந்ததும் இன்னொரு அக்கா வசந்த மாளிகை திரைப்படத்தின் கதையை விரிவாகச் சொன்னார். அவை இரண்டுமே வளவனூர் திரையரங்கத்துக்கு வந்து போன படங்கள். அவர் சொல்லி முடிப்பதற்குக் காத்திருந்ததைப்போல இன்னொரு அண்ணன் புதிதாக உலகம் சுற்றும் வாலிபன் படத்தின் கதையைச் சொல்லத் தொடங்கினார். அது இன்னும் வளவனூருக்கு வரவில்லை. பாண்டிச்சேரிக்குச் சென்று பார்த்துவிட்டு வந்ததாக அந்த அண்ணன் சொன்னார். புதிய படம் என்பதால் எல்லோரும் ஆர்வத்துடன் அந்தக் கதையைக் கேட்டார்கள்.

கதையை முடிக்கும் சமயத்துக்குச் சரியாக கிட்டத்தட்ட நாங்கள் தென்பெண்ணையை நெருங்கிவிட்டோம். தொலைவில் அது பாய்ந்தோடும் காட்சியைப் பார்க்க மனம் சிலிர்த்தது. சாலையில் நீண்ட தொலைவுக்கு ஒவ்வொரு மரத்தடியிலும் ஏராளமாக வண்டிகள் நின்றிருந்தன.

மூன்று வண்டிகளையும் ஒன்றாக நிறுத்துவதற்குத் தோதாக நிழல் நிறைந்த இடமாகப் பார்த்து நிறுத்தினார் வண்டிக்கார அண்ணன். அதற்குப் பிறகு ஒவ்வொருவராக வண்டியை விட்டு இறங்கினர்.

'வண்டி நிக்கிற இடத்தை எல்லாரும் ஒரு தரம் நல்லா பாத்துக்குங்க. திரும்பி வரும்போது இடம் தெரியாம தவிக்காதிங்க' என்று அறிவித்தார் ஒரு அண்ணன்.

இன்னொரு அண்ணன் 'சாப்பாட்டு மூட்டைங்க எல்லாம் வண்டியிலயே இருக்கட்டும். எங்க போனாலும் கும்பலாவே இருங்க. கும்பலவிட்டு தனியா பிரிஞ்சி போயிடாதீங்க. நல்லா ஆசை தீர குளிச்சிட்டு, அங்கங்க நிக்கிற சாமிங்களையும் பார்த்துட்டு ரெண்டு மணிக்கு வந்தா போதும். போங்க' என்று சொல்லி அனுப்பி வைத்தார்.

சந்திரா அக்காவிடம் சொல்லிவிட்டு தம்பியை அழைத்துக் கொண்டு நான் ஆற்றை நோக்கி நடந்தேன். நூற்றுக்கணக்கான

வண்டிகள் சாலையெங்கும் நின்றிருந்தன. 'எவ்ளோ வண்டிங்க. எவ்ளோ வண்டிங்க. உலகத்துல இருக்கிற வண்டிங்க எல்லாம் இங்க ஆத்துக்கு வந்துட்டமாதிரி இருக்குது' என்றான் தம்பி.

திரும்பும் இடங்களிலெல்லாம் அம்மன் சிலைகள் தென்பட்டன. அம்மன் சிலை ஊர்வலங்கள் வந்துகொண்டே இருந்தன. அவற்றைக் கடந்து செல்கிறவர்களெல்லாரும் ஒரு கணம் அம்மன் முன்னால் நின்று வணங்கி திருநீறு வாங்கிச் சென்றனர். மோர் நிரப்பிய அண்டாக்களோடு மூலைக்கு மூலை நின்ற ஆட்கள் எல்லோருக்கும் தம்ளர்களில் குடிப்பதற்குக் கொடுத்தார். மேளச்சத்தமும் பாட்டுச்சத்தமும் கேட்டுக்கொண்டே இருந்தது. இசைத்தட்டுகள் ஒலித்தபடி இருந்தன. வழிநெடுக எல்லா அம்மன்களையும் நின்று வணங்கியபடி நடந்தோம்.

ஆறு வேகமாக ஓடிக்கொண்டிருந்தது. அலைபுரளும் இடங்களில் எல்லாம் வெள்ளிச்சரிகை போல மின்னியது. எல்லா இடங்களிலும் மனிதத்தலைகள் தெரிந்தன. ஒருசில நீச்சல் வீரர்கள் ஒரு பக்கக்கரையிலிருந்து இன்னொரு பக்கத்துக் கரையை நோக்கி நீந்திச் சென்றுகொண்டிருந்தனர்.

'இந்த ஆறு எங்கேர்ந்து வருதுண்ணே?'

'சாத்தனூர்ல ஒரு பெரிய அணைக்கட்டு இருக்குது. அங்கேருந்து தான் இந்த ஆறு இந்த ஊருக்கு வருது.'

'இது எங்க போய் முடியும்?'

'எல்லா ஆறுகளும் கடல்லதான் போய் முடியும். இந்த ஆறு கடலூர் வரைக்கும் போய், அங்க இருக்கற கடலோடு கலந்துடும்.'

அவன் கேள்விகள் கேட்பதில் பெரிய மன்னன். விட்டால் ஒரு நாள் முழுக்க கேள்வி கேட்டுக்கொண்டே இருப்பான். அதனால் அதற்குமேல் அவனைத் தொடரவிடாமல் தடுத்து 'சரி சரி, வா. எல்லாரும் குளிக்கறாங்க பாரு. நாமும் குளிக்கலாம்' என்றேன்.

இருவரும் ஆடைகளைக் கழற்றி கரையோரமாகவே வைத்துவிட்டு ஆற்றில் இறங்கினோம். தலைக்கு மேல் வெயில் சுடுவதுபோல இருந்தாலும் ஆற்றுத்தண்ணீர் சில்லென்றிருந்தது. முட்டிக்கால் மூழ்கும் வரை ஆற்றுக்குள் நடந்துசென்று அப்படியே உட்கார்ந்து தண்ணீரில் புரண்டோம். அக்கம்பக்கத்தில் குளித்தவர்கள் அனைவரும் ஓவென்று கூச்சலிட்டார்கள். சிலர் பாட்டு பாடினார்கள். அவர்களைப் பார்த்து நாங்களும் கூச்சலிட்டோம்.

யார் அதிக நேரம் தண்ணீருக்குள் மூச்சையடக்கிக்கொண்டு மூழ்கியிருக்கிறார்கள் என்னும் பந்தயம் நடந்துகொண்டிருந்தது. ஒருவர் மூழ்கி மூச்சடக்கியிருக்க, சூழ்ந்திருந்தவர்கள் அனைவரும் சத்தமாக 'ஒன்னு ரெண்டு மூனு' என எண்ணினார்கள். அதைப் பார்த்துவிட்டு கிளர்ச்சியோடு என் தம்பி என்னிடம் 'நான் மூச்ச அடக்கிகிட்டு தண்ணிக்குள்ள இருக்கறேன். எவ்ளோ நேரம்னு நீ எண்ணுண்ணே?' என்று சொல்லிக்கொண்டே தண்ணீருக்குள் மூழ்கிவிட்டான். பதினைந்து சொல்லி முடிக்கும் போதுதான் வெளியே வந்தான். பிறகு 'இப்ப நீ மூழ்கு. நான் எண்ணறேன்' என்று என்னை மூழ்கச் சொன்னான். முடிந்த வரைக்கும் தண்ணீருக்குள் இருந்துவிட்டு வெளியே வந்தபோது அவன் 'பத்தொன்பது' என்று சத்தமாகச் சொன்னான்.

தண்ணீருக்குள் உட்கார்ந்து வட்டமடித்தோம். பெரிய வீரர்கள் போல எங்களை நினைத்துக்கொண்டு சுற்றிச்சுற்றி தரைநீச்சல் அடித்தோம். எவ்வளவு நேரம் தண்ணீரில் கிடந்தோம் என்றே தெரியவில்லை. பசிக்கத் தொடங்கியதும் எழுந்து வெளியே வந்தோம். உடல் ஈரம் உலரும்வரை சுற்றுமுற்றும் வேடிக்கை பார்த்தபடி வெயிலில் நின்றிருந்தோம். பிறகு ஆடைகளை அணிந்துகொண்டு வண்டியை நோக்கி நடந்தோம்.

பெண்கள் அனைவரும் வண்டிக்குத் திரும்பியிருந்தார்கள். நீளமான தலைமுடியை உதறித் துவட்டியபடியே சந்திரா அக்கா எங்களைப் பார்த்து 'என்னடா, ஆசை தீர குளிச்சிங்களா?' என்று கேட்டார். நாங்கள் 'ம்' என்று மகிழ்ச்சியோடு தலையசைத்தோம்.

தூக்குவாளியைத் திறந்து, நானும் தம்பியும் புளிசோறு சாப்பிட்டோம். சந்திரா அக்கா தன் பாத்திரத்தைத் திறந்து எல்லோருக்கும் ஒரு ஜாங்கிரியும் எள்ளுண்டையும் எடுத்துக் கொடுத்தார். அதற்குப் பிறகு ஒரு பிடி காராசேவ் கொடுத்தார். நாங்கள் எவ்வளவோ மறுத்தும் அவர் விடவில்லை. வாளிக்குள் வைத்துவிட்டார். பேசிக்கொண்டே சாப்பிட்டதில் பொழுது போனதே தெரியவில்லை.

சாப்பிட்ட களைப்பில் சிலர் வண்டிக்குப் பக்கத்திலேயே கால்களை நீட்டி உட்கார்ந்து வெற்றிலை பாக்கு போட்டார்கள். சிலர் அந்த நிழலிலேயே படுத்துவிட்டனர். சிலர் மட்டுமே ஆற்றை நோக்கி மீண்டும் புறப்பட்டோம். எங்களைப் பார்த்து வண்டிக்கார அண்ணன் 'சாமியை பாக்கறவங்க, ஆத்த சுத்திப் பாக்கறவங்க எல்லாரும் சுத்தி பார்த்துட்டு சீக்கிரமா வண்டிக்கு வந்துடணும். புரியுதா? அப்பதான் பொழுதோடு வீட்டுக்குப் போய் சேரமுடியும்'

என்றார். 'சரிண்ணே, சரிண்ணே' என்றபடி நாங்கள் உற்சாகமாகத் தலையசைத்துக்கொண்டே நடக்கத் தொடங்கினோம்.

என் கண்கள் அந்தக் கூட்டத்தில் குடைராட்டினத்தைத் தேடின. கண்டரக்கோட்டை பக்கத்திலிருந்து வந்து சேரும் பாதைக்கு அருகில் அது இருந்தது. நாங்கள் வேகமாக நடந்து அதன் முன்னால் நின்றோம்.

அப்போதுதான் தன் சுற்றை முடித்துவிட்டு குடைராட்டினம் நின்றது. ஒவ்வொருவராக மலர்ந்த முகத்துடன் பெட்டியைவிட்டு இறங்கி வருவதைப் பார்க்க மகிழ்ச்சியாக இருந்தது.

'வா வா. வந்து உக்காரு. நம்ம ராட்டினத்துல பறந்தா ராக்கெட்டுல பறக்கறமாதிரி இருக்கும். உட்கார்ந்த இடத்துலிருந்தே ஊரை சுத்தலாம். உலகத்தை சுத்தலாம். சந்திரமண்டலம் பார்க்கலாம். சூரிய மண்டலம் பார்க்கலாம். பத்தே பைசா. வா வா. பத்தே பைசா'.

கூடியிருந்தவர்களைப் பார்த்து அழைப்பு விடுத்தார் குடைராட்டினக்காரர். தொடர்ந்து 'பாரு பாரு, பறந்து பாரு. சீனா பாரு, சிங்கப்பூர் பாரு, அமெரிக்கா பாரு ஆப்பிரிக்கா பாரு' என்று ராகமாக இழுத்துப் பாடினார்.

அதற்காகவே காத்திருந்ததுபோல கூடியிருந்த கூட்டத்திலிருந்து ஒவ்வொருவராகச் சென்று சில்லறை கொடுத்துவிட்டு பெட்டியில் உட்கார்ந்தார்கள். எல்லாப் பெட்டிகளும் சில நொடிகளிலேயே நிறைந்துவிட்டன. அவர் உடனே குடைராட்டினத்தைச் சுற்றத் தொடங்கினார். முதலில் நிதானமாகச் சுற்றிவந்த ராட்டினம் கொஞ்சம் கொஞ்சமாக வேகமெடுத்தது. உட்கார்ந்திருவர்கள் அனைவரும் ஓவென்று ஆனந்தக்கூச்சல் எழுப்பினர். அக்கூச்சலைக் கேட்கக்கேட்க கிளர்ச்சியாக இருந்தது.

'என்னடா, நாமும் ராட்டினத்துல சுத்தலாமா?' என்று தம்பியிடம் கேட்டேன். அவன் உறுதியான குரலில் 'ம்ஹூம்' என்று மறுத்தான். எனக்கு ஆசையாக இருந்தது. ஏற்கனவே சுற்றிய அனுபவம் நினைவுக்கு வந்து ஆசையைத் தூண்டியது.

'பத்து பைசாதான்டா. போகலாம். அம்மா கொடுத்த காசு இருக்குதில்ல. அப்புறமென்ன?' என்றேன்.

'ம்ஹூம். வேணாம். ஏதாவது வாங்கிச் சாப்புடறதுக்குத்தான் அம்மா கொடுத்திருக்காங்க' என்றான் அவன்.

அவன் உறுதியாக இருந்தான். எப்படிச் சொன்னாலும் அவன் ஏற்றுக்கொள்ளத் தயாராக இல்லை. வேறு வழியில்லாமல் ‘சரி, நான் மட்டும் சுத்தட்டுமா?’ என்று கேட்டேன். ஒரு கணம் தலையை உயர்த்தி என்னை முறைத்துப் பார்த்தான். பிறகு ‘உன் இஷ்டம்’ என்று சொல்லிவிட்டுத் திரும்பிக்கொண்டான்.

நான் சிறிது நேரம் அவனையும் குடைராட்டினத்தையும் மாறிமாறிப் பார்த்துவிட்டு, கடைசியாக குடைராட்டினக்காரரை நெருங்கிச் சென்று என்னிடமிருந்த பத்து பைசாவைக் கொடுத்தேன். அவர் அதை வாங்கி தன் பையில் போட்டுக்கொண்டு பச்சை நிறப் பெட்டியில் உட்காரும்படி சொன்னார். எனக்கு முன்னால் நீல நிறப் பெட்டியில் ஒரு பெண்ணும் சிவப்பு நிறப் பெட்டியில் இன்னொரு பெண்ணும் அமர்ந்திருந்தனர். கண்ணை மூடி கண்ணைத் திறப்பதற்குள் எனக்குப் பிறகு வந்த நான்கு பேர் நான்கு பெட்டிகளில் அமர்ந்துகொண்டனர்.

எல்லாப் பெட்டிகளும் நிரம்பியதும் ராட்டினத்தைச் சுழலவிட்டார். திடீரென எனக்கு உடலெல்லாம் சிறகு முளைத்ததுபோல இருந்தது. வானவெளியைக் கிழித்து வட்டமிட்டுப் பறப்பதைப் போல இருந்தது. பெட்டிகளில் அமர்ந்திருந்தவர்கள் எல்லோரும் ஓவென்று ஓசையெழுப்பினர். அவர்களோடு சேர்ந்து நானும் ஓசையெழுப்பினேன். குடைராட்டினம் வேகமெடுத்ததும் குடைராட்டினக்காரர் ‘பாரு பாரு, பறந்து பாரு. சீனா பாரு, சிங்கப்பூர் பாரு, அமெரிக்கா பாரு, ஆப்பிரிக்கா பாரு’ என்று தாளத்தோடு ராகமிழுக்கத் தொடங்கினார். சுழலச்சுழல அந்தரத்தில் நீந்திச் செல்வதுபோல இருந்தது.

ராட்டினம் நின்ற பிறகுகூட பறந்து செல்வது போலவே இருந்தது. உடலில் அந்த விசையை உணரமுடிந்தது. ஒவ்வொரு பெட்டியையும் தன்னை நோக்கித் திருப்பி, ஒவ்வொருவராக இறங்கிச் செல்ல ராட்டினக்காரர் உதவினார். என் முதுகில் தட்டி ‘எப்படி இருக்குது நம்ம ஏரோப்ளேன்?’ என்று சிரித்துக்கொண்டே கேட்டார். நானும் சிரித்துக்கொண்டே அவரிடம் ‘நல்லா இருக்குது’ என்று பதில் சொல்லிவிட்டு தம்பிக்குப் பக்கத்தில் சென்று நின்றேன்.

எனக்கு அங்கேயே நின்று அடுத்த சுற்றை வேடிக்கை பார்க்கவேண்டும் போல இருந்தது. ஆனால் தம்பி ‘வா, அங்க போகலாம்’ என்று வேறு பக்கம் இழுத்தான். அதனால் அங்கிருந்து வெளியேறி நடக்கத் தொடங்கினோம்.

ஒரு கூடாரத்துக்கு வெளியே ஒரு பெரிய விளம்பரப்பலகை வைத்திருந்தார்கள். பெண்ணின் தலையும் பாம்பு உடலும் கொண்ட அதிசய உயிரைப் பார்க்க வருக, வருக என்று அந்தப் பலகையில் எழுதியிருந்தது. அந்தப் படத்தை நானும் தம்பியும் வேடிக்கை பார்த்தோம். 'இப்படி ஒரு பாம்பு உண்மையிலேயே இருக்குமாண்ணே?' என்று தம்பி கேட்டான். 'வாய்ப்பே இல்லைடா. இது எல்லாமே ஏதோ செட்டிங் வேலை' என்றேன்.

அடுத்தடுத்து ஏராளமான பொம்மைக்கடைகள் இருந்தன. பிளாஸ்டிக் பொம்மைகள். மரப்பாச்சிப்பொம்மைகள். மாவுக்கல்லால் செய்யப்பட்ட பொம்மைகள். கடைக்காரர்கள் கூவிக்கூவி விற்பனை செய்தார்கள். ஒரு மேசையில் பல நிறங்களில் கொத்துக்கொத்தாக கண்ணாடி வளையல்களைப் பரப்பிவைத்து விட்டு 'ஒரு டஜன் எட்டணா, ஒரு டஜன் எட்டணா' என்று கூவினார். யாரும் எதிர்பாராத நேரத்தில் 'கல்யாணப் பொண்ணு கண்ணான கண்ணு கொண்டாடி வரும் வளையல் அம்மா பூவோடு வருமே பொட்டோடு வருமே சிங்காரத் தங்க வளையல்' என்று படகோட்டி திரைப்படத்தின் பாட்டைப் பாடியபடி வளையல் விற்றார். வளையல் மேசைக்கு அருகில் சென்ற தம்பி ஒருமுறை வளையல்களின் நிறங்களைப் பார்த்துவிட்டு வந்தான். பிறகு 'அந்தப் பச்சை வளையல் அம்மா கைக்கு சரியா இருக்கும், இல்லண்ணே?' என்று கேட்டான். நான் ஒருமுறை அதைத் திரும்பிப் பார்த்துவிட்டு பதில் சொல்லாமல் நடக்கத் தொடங்கினேன்.

ஒரு கடையில் ஒரு குச்சியின்மீது ஒரு சிறுமியின் பொம்மையை நிறுத்திவைத்திருந்தார்கள். தலை, உடல், கைகள், கால்கள் எல்லாமே தனித்தியங்கும் வகையிலும் சேர்ந்தியங்கும் வகையிலும் நேர்த்தியாக வடிவமைக்கப்பட்டிருந்தது. அருமையான வண்ண வேலைப்பாடு. தம்பி அந்தப் பொம்மையைக் காட்டி 'அது என்ன விலை?' என்று கடைக்காரரிடம் கேட்டான். அவர் 'மூணு ரூபா' என்று சொன்னபடி மூன்று விரல்களை உயர்த்திக் காட்டினார்.

அதையடுத்து காய்கறிகளும் பழங்களும் விற்பனை செய்யும் கடைகள் காணப்பட்டன. நாங்கள் வேகவேகமாக அந்த இடத்தைக் கடந்து சென்றோம்.

ஒரு மரத்தடியில் ஒரு மேசையில் வட்டமான வளையங்கள் வைக்கப்பட்டிருந்தன. அங்கிருந்து சிறிது தொலைவில் செங்குத்தாக ஒரு பலகை நிறுத்தப்பட்டிருந்தது. அதில் பல

இடங்களில் முளைகள் அடிக்கப்பட்டிருந்தன. நின்ற இடத்திலிருந்து வளையத்தை வீசி ஏதேனும் ஒரு முளைக்குச்சியில் சிக்கவைத்துத் தொங்கும்படி செய்யவைப்பதுதான் ஆட்டம். ஒரு வளையத்தை ஒரு முறை மட்டுமே பயன்படுத்த முடியும். பத்து பைசா கட்டணம். கட்டணம் செலுத்துவோருக்கு ஐந்து வளையங்கள் கொடுக்கப்படும். அந்தப் போட்டி பார்ப்பதற்கே சுவாரசியமாக இருந்தது. ஒருவரால்கூட வளையத்தை முளைக்குச்சியில் சிக்கும் வகையில் வீச முடியவில்லை. எல்லா வளையங்களும் குச்சியைத் தொட்டுவிட்டு மணலில் விழுந்தன. என்னால் சிக்கவைக்கமுடியும் என்கிற நம்பிக்கை எனக்குள் இருந்தது. ஆனால் திறமையைக் காட்டுவதற்கு சில்லறை இல்லை. 'என்னடா, ஆடணுமா?' என்று தம்பியிடம் கேட்டுப் பார்த்தேன். 'ம்ஹூம். வேணாம். போவலாம். வா' என்றபடி எனக்கு முன்னால் நடந்தான்.

ஒரு மரத்தடியில் தலைப்பாகை கட்டியிருந்த ஒருவர் குலைகுலையாக நுங்கு வைத்திருந்தார். சீவிச்சீவி நுங்கை மட்டும் வெளியே எடுத்து ஒரு பனைமட்டையின் மீது குவித்தார். 'பத்து பைசாவுக்கு ரெண்டு, பத்து பைசாவுக்கு ரெண்டு' என்று கூவிக்கூவி விற்றார் இன்னொருவர். பெண்கள் கூட்டம் அவரைச் சுற்றி நின்று வாங்கிக்கொண்டு சென்றது. 'என்னடா, சாப்புடலாமா?' என்று தம்பியிடம் கேட்டேன். அவன் 'ம்ஹூம்' என்று உடனடியாக மறுத்தான்.

அதையடுத்து கடலைமிட்டாய்க்கடை வந்தது. அதற்கடுத்து பஞ்சு மிட்டாய், கொய்யாப்பழம், மாம்பழம், முந்திரிப்பழம் விற்கிற கடைகள் வரிசையாக இருந்தன. எந்தக் கடையின் முன்னால் நின்றாலும் 'வேணாம் வேணாம்' என்று தம்பி சொல்வதைக் கேட்டு நான் சலிப்படைந்தேன். அதனால் அதற்குப் பிறகு தென்பட்ட கடைகளை அப்படியே நடந்து கடந்தோம்.

ஒரு திருப்பத்தில் ஒருவர் சைக்கிள் கேரியரில் ஜீவா ஐஸ் என்று எழுதப்பட்ட ஒரு சதுரமான பெட்டியை வைத்துக்கொண்டு நின்றிருந்தார். நொடிக்கொரு முறை 'பாலைஸ் தேனைஸ் பாலைஸ் தேனைஸ்' என்று ராகமாக இழுத்துக் கூவினார்.

தம்பி திடீரென அந்த ஐஸ் பெட்டி சைக்கிள் முன்னால் நின்றான். ஒரு சிறுவன் ஒரு குச்சி ஐஸை வாயில் வைத்து ருசிப்பதுபோல ஐஸ் பெட்டியின் முனையில் ஒரு ஓவியம் தீட்டப்பட்டிருந்தது. சிறிது நேரம் அந்தப் படத்தை வேடிக்கை பார்த்தான். பிறகு மெதுவாக என் பக்கமாகத் திரும்பி 'ஐஸ் சாப்பிடலாமா?' என்று கேட்டான்.

‘இப்ப எதுக்குடா ஐஸ்? வழியில கிழங்கு ஏதாவது விக்கும். அதை சாப்பிடலாம்’ என்று நான் வேண்டுமென்றே ஈடுபாடு இல்லாதவனைப்போல சொன்னேன்.

தம்பி எதுவும் பேசாமல் ஒருகணம் அந்தச் சின்னஞ்சிறிய ஓவியத்தையே கண்கொட்டாமல் பார்த்தான். அதற்குப் பிறகு ‘கெழங்கு வேணாம், வெயிலுக்கு ஐஸ்தான் ஜில்னு இருக்கும்’ என்றான். பிறகு அவனாகவே கடைக்கார அண்ணனிடம் ‘ஒரு ஐஸ் என்ன விலைண்ணே?’ என்று கேட்டான். அதற்கு அந்த அண்ணன் ‘அஞ்சி பைசா, பத்து பைசா, அம்பது பைசா, ஒரு ரூபா எல்லா விதத்துலயும் ஐஸ் இருக்குது. ஒனக்கு எந்த ஐஸ் வேணும்?’ என்று சிரித்துக்கொண்டே கேட்டார். உடனே தம்பி ‘அஞ்சி பைசா ஐஸே போதும். இந்தாங்க பத்து பைசா. ரெண்டு ஐஸ் குடுங்க’ என்று சொல்லிக்கொண்டே தன்னிடமிருந்த பத்து பைசா நாணயத்தை எடுத்து அவரிடம் கொடுத்தான்.

ஏதோ ஒரு சினிமா பாட்டை முணுமுணுத்துக்கொண்டே, பெட்டியின் மேற்புறத்தில் இருந்த சின்னஞ்சிறு பலகையைத் திறந்தார் அந்த அண்ணன். வெள்ளையாய் ஆவி மேலெழுந்து பரவியது. ‘பாலைஸ் வேணுமா, தேனைஸ் வேணுமா?’ என்று கேட்டார். உடனே தம்பி ‘எனக்கு பால் ஐஸ்’ என்றான். நான் ‘எனக்கு தேன் ஐஸ்’ என்றேன்.

கடைக்காரர் தம்பியிடம் வெள்ளைவெளேரென்ற நிறத்தில் இருந்த ஐஸை எடுத்துக் கொடுத்தார். பட்டையான அதன் நுனிப்பகுதியில் சேமியா ஒட்டிப் பரவியிருந்தது. எனக்குக் கொடுத்த ஐஸ் தேன் நிறத்தில் இருந்தது. அதன் நுனியிலும் சேமியா ஒட்டிப் பரவியிருந்தது. ஐஸை வாய்க்குள் வைத்ததுமே அதன் குளிர்ந்த சுவையான நீர் நாக்கில் பரவியது.

ஐஸை ருசித்தபடியே வேடிக்கை பார்த்துக்கொண்டு நடந்தோம். ஒரு குரங்காட்டி வித்தை காட்டிக்கொண்டிருந்தார். சிறிது தொலைவில் ஒரு பாம்பாட்டி மகுடி ஊதி பாம்பு வித்தை காட்டினார்.

திடீரென எழுந்த மேளத்தின் சத்தம் கேட்டு திரும்பிப் பார்த்தோம். நாலைந்து மரங்கள் தள்ளி ஒரு பெரியவர் மேளம் அடித்தபடி நின்றிருந்தார்.

‘அம்மாமாரே அப்பாமாரே, அண்ணன்மாரே தம்பிமாரே, அக்காமாரே தங்கைமாரே, தர்மதுரைகளே தாராள பிரபுகளே, உங்களுக்காக நடைபெறுகிற ஆட்டத்தை வந்து பாருங்க. உங்க அன்பான கையாலே இந்த ஏழைகளுக்கு அள்ளி அள்ளி தாருங்க.’

மேளத்தின் சத்தத்துக்கு இணையாக அவருடைய குரலும் கேட்டது. நாங்கள் அந்தக் கூட்டத்தை நெருங்கிச் சென்று ஓரமாக நின்றுகொண்டோம்.

ஒரு சிறுமி வட்டத்துக்கு நடுவில் நின்று உடலை வில்போல வளைத்து வளைத்து வித்தை காட்டினாள். கைளைக் தரையில் ஊன்றி கால்களை மேலே செங்குத்தாக உயர்த்தி, கைகளாலேயே நடந்து காட்டினாள். அவள் முதுகெலும்பு உடைந்துவிடுமோ என நினைத்து அஞ்சுகிற அளவுக்கு அவள் பல கோணங்களில் உடலை ரப்பரைப்போல வளைத்தாள். அவளுடைய ஒவ்வொரு அசைவும் பார்ப்பவர்களை திகைப்பில் ஆழ்த்தியது.

தரையில் நிகழ்த்திய வித்தைகளைத் தொடர்ந்து அச்சிறுமி அங்கே வட்டத்தின் இரு புறங்களிலும் நடப்பட்டிருந்த கம்பங்களை நோக்கிச் சென்றாள். அந்த இரு கம்பங்களையும் ஒரு கயிற்றால் இணைத்துக் கட்டியிருந்தார்கள். தரையில் நின்றிருந்த பெரியவர் தன் மேளத்தைத் தொடர்ந்து அடித்துக்கொண்டே இருக்க, அச்சிறுமி சட்டென கம்பத்தைப் பற்றி ஏறி ஒரே நொடியில் கயிற்றின் மீது இரு கைகளையும் விரித்தபடி புன்னகைத்தபடி நின்றாள். அதைப் பார்த்தபோது வயிற்றுக்குள் ஒரு நடுக்கம் பரவியது. தம்பி என்னை நெருங்கி வந்து என் உடலோடு ஒட்டிக்கொண்டான். பீதியோடு அண்ணாந்து அச்சிறுமியையே கண்ணிமைக்காமல் பார்த்தான்.

பெரியவர் மேளம் அடித்தபடி ஓங்கிய குரலெடுத்து 'வயித்துக்காக மனுஷன் இங்கே கயித்தில ஆடுறான் பாரு. ஆடி முடிச்சி இறங்கி வந்தா அப்புறம்தான்டா சோறு' என்னும் வரிகளை மீண்டும் மீண்டும் பாடினார். கயிற்றில் நடந்த சிறுமி ஒவ்வொரு அடியாக அடியெடுத்து வைத்து முன்னேறினாள். சுற்றியிருந்தவர்களின் பார்வை அவளுடைய பாதத்தின் மீதே படிந்திருந்தன. மெல்ல மெல்ல நடந்து அடுத்த கம்பத்தைத் தொட்டு, அதன் வழியாக சர்ரென்று வழுக்கிக்கொண்டே இறங்கிவந்து எல்லோரையும் வணங்கினாள். பார்வையாளர்கள் கைதட்டி ஓவென்று சத்தமெழுப்பி ஆரவாரம் செய்தனர்.

ஒரு புறம் அந்தச் சிறுமி ஒரு தட்டை ஏந்தியபடியும் இன்னொரு புறம் அந்தப் பெரியவர் மற்றொரு தட்டை ஏந்தியபடியும் பார்வையாளர்களைச் சுற்றி வந்தனர். கொஞ்சம் கொஞ்சமாக அவர்கள் தட்டுகளில் சில்லறைக்காசுகள் விழுந்தன.

தன் கால்சட்டைப்பைக்குள் அனிச்சையாக கையை விட்டு சில்லறைக்காகத் தேடினான் தம்பி. பிறகு த்ச் என்று நாக்கு

சப்புக்கொட்டியபடியே 'ஐஸ் தின்னாம இருந்திருந்தா நாமளும் சில்லறை போட்டிருக்கலாம்' என்று என்னைப் பார்த்துச் சொன்னான். அவனைச் செலவு செய்ய வைத்ததை நினைத்து எனக்குள் குற்ற உணர்வு பெருகியது. சங்கடத்துடன் அவனைப் பார்த்து பெருமூச்சு விட்டுக்கொண்டேன். என்னால் அச்சிறுமியின் முகத்தை நேருக்கு நேர் பார்க்கமுடியவில்லை. ஒடுங்கியிருந்த அவளுடைய முகம் எனக்குள் என்னமோ செய்தது.

'போவலாம்டா, வண்டிக்கு நேரமாய்டுச்சி' என்றபடி அந்தக் கும்பலிலிருந்து விலகினேன். தம்பியும் எதுவும் பேசாமல் என்னோடு நடந்தான். பிரதான சாலையைத் தொட்டுவிட்டால் வண்டிகள் நிற்கிற இடத்தைக் கண்டுபிடித்துவிடலாம் என்பதால் அந்தச் சாலையை நோக்கிச் செல்லும் கூட்டத்தோடு நடந்தேன்.

ஒரு திருப்பத்தில் சந்திரா அக்காவைப் பார்த்துவிட்டேன். என்னை அறியாமல் ஒரு வேகத்தில் அக்கா என்று அழைத்தேன். அவர் உடனே திரும்பிப் பார்த்து எங்களை நோக்கி கையை அசைத்தார். அக்காவின் கையில் ஒரு பல்லாங்குழிப் பெட்டி இருந்தது. வளையல், ரிப்பன், பழங்கள் என ஏராளமாக வாங்கி அடுக்கிய பையை மற்றொரு கையில் வைத்திருந்தார். நான் அவருக்கு அருகில் சென்று அந்தப் பையை வாங்கிக்கொண்டேன்.

பிரதான சாலைக்குத் திரும்பியதும் அனைவரும் ஒருமுறை திரும்பி ஆற்றைப் பார்த்தோம். ஒரு நீண்ட வெள்ளைத்துணி காற்றில் நெளிந்து அசைவதுபோல ஆறு நகர்ந்துகொண்டிருந்தது. திரும்பிய திசைகளில் எல்லாம் இசைத்தட்டுகளில் அம்மன் பாடல்கள் ஒலித்தன.

வீடு வந்து சேர்வதற்குள் இருட்டிவிட்டது. சந்திரா அக்கா எங்களை வீடு வரைக்கும் அழைத்துவந்து விட்டுவிட்டுச் சென்றார். தம்பி அக்கணமே எல்லாக் கதைகளையும் அம்மாவிடம் விவரித்துச் சொல்லத் தொடங்கினான். சமையல் செய்துகொண்டே அவன் சொன்ன கதைகளுக்கெல்லாம் அம்மாவும் கொட்டினார். 'என்னை விட்டுட்டு நீங்க ரெண்டு பேரும் மட்டும் ஆத்துக்குப் போய் வந்துட்டீங்க' என்றாள் தங்கை. அவள் சங்கடத்தை நீக்குவதற்காக 'அடுத்த வருஷம் ஆத்துக்குப் போவும்போது அவளையும் அழச்சிட்டு போவணும், புரியுதா?' என்று கோபமாகச் சொல்வது போல எங்களைப் பார்த்து குரலை உயர்த்திச் சொன்னார் அம்மா. 'சரிம்மா சரிம்மா' என்று நாங்களும் அவருக்குப் பதில் சொன்னோம்.

பகலெல்லாம் வெயிலில் திரிந்ததால் உடல்முழுதும் வேர்வை படிந்து பிசுபிசுப்பாக இருந்தது. குளித்தால் நல்லது என்று

தோன்றியதால் அம்மாவிடம் சொல்லிவிட்டு தோட்டத்துப் பக்கம் சென்றேன்.

தொட்டியில் தண்ணீர் நிரப்பியிருந்தது. அதிலிருந்து ஒரு வாளியில் தண்ணீரை நிரப்பிவைத்துக்கொண்டு குளியல் தடுப்புக்குப் பின்னால் சென்று குளித்தேன். குளிர்ந்த நீர் உடலில் பட்ட பிறகுதான் புத்துணர்ச்சியை உணரமுடிந்தது. ஆற்றுக்குள் படுத்துக் கொண்டு புரண்டுபுரண்டு குளித்ததை நினைத்துக்கொண்டேன். எல்லாமே கனவுபோல இருந்தது.

உடலைத் துவட்டிக்கொண்டு புதிய சட்டையணிந்தபடி குளியல் தடுப்பைவிட்டு வெளியே வந்தேன். துண்டை உதறி கொடிக்கம்பியில் உலரவைத்துவிட்டு நிமிர்ந்தபோது வானத்தில் நன்றாகப் பார்க்கிற உயரத்துக்கு நிலா சென்றிருப்பதைப் பார்க்க முடிந்தது. அரைகுறையாக ஒடுங்கிய நிலா. அங்கங்கே கரிய திட்டுகள். கம்பியின் மீது அந்த நிலவே நடந்துபோவதுபோல இருந்தது. ஒவ்வொரு அடியாக நடந்துசெல்லும் அந்த நிலவையே கண்ணிமைக்காமல் பார்த்தேன். ஒருகணம் ஆற்றுத்திருவிழாவில் கண்ட வித்தைக்காரச் சிறுமியின் முகம் ஆழ்மனத்திலிருந்து மிதந்து வருவதை உணர்ந்தேன்.

14. திறப்பு விழா

'அன்புள்ள மாணவர்களே. இந்தப் பிரார்த்தனை வேளையில் உங்களிடம் ஒரு மகிழ்ச்சியான செய்தியைப் பகிர்ந்துகொள்ள விரும்புகிறேன்' என்று தொடங்கினார் எங்கள் தலைமையாசிரியர்.

அடுத்த கணமே, வரிசையில் எனக்கு இடது பக்கமாக நின்றிருந்த சேகர் 'நாளைக்கு லீவு விடுங்க சார். எங்க வாழ்க்கையில அதைவிட பெரிய மகிழ்ச்சி எதுவுமே இல்லை' என்று சொன்ன சொற்கள் துல்லியமாகக் கேட்டன. துணுக்குற்று கண்களை மட்டும் சுழற்றி அவன் பக்கம் பார்த்தேன். அவன் உதடு அசையவே இல்லை. முகமும் சிற்பம்போலவே இருந்தது. குரல் மட்டும் எப்படிக் கேட்டது என்று புரியவில்லை. குழப்பத்தோடு பார்வையைத் திருப்பி தலைமையாசிரியரின் உரையில் கவனத்தைக் குவித்தேன். ஆனாலும் ஆழ்மனத்தில் 'எப்படி எப்படி?' என்கிற கேள்வி மட்டும் குடைந்தபடி இருந்தது.

'நம் பள்ளிக்கூட வளாகத்தில் நடனராணி போக்குவரத்து நிர்வாகம் கட்டி முடித்திருக்கும் புதிய கட்டடத்தின் திறப்புவிழாவுக்கு நாள் குறிக்கப்பட்டுவிட்டது. எதிர்வரும் வாரத்தில் புதன்கிழமை அன்று திறப்புவிழா நடைபெறும்.

மாவட்ட ஆட்சியரும் மாவட்டக் கல்வி அதிகாரியும் அந்த விழாவுக்கு வருவதற்கு ஒப்புக்கொண்டுவிட்டனர். அன்றைய தினம், நடனராணி நிர்வாகம் கட்டடத்தை இந்தப் பள்ளியிடம் ஒப்படைக்க இருக்கிறது. நம் பாசத்துக்குரிய ஆசிரியர் சுப்பையா ஒருங்கிணைப்பாளராக இருந்து விழாவை நடத்துவார். விழா கலை நிகழ்ச்சி ஏற்பாடுகளையெல்லாம் அவரே கவனித்துக்கொள்வார். மற்ற ஆசிரியர்களும் மாணவர்களும் அவருக்குத் துணையாக இருந்து விழா வெற்றிகரமாக நடைபெற உதவியாக இருக்க வேண்டும் என்று கேட்டுக்கொள்கிறேன்'

தலைமையாசிரியர் அறிவிப்பைத் தொடர்ந்து அனைவரும் கைத்தட்டி ஓசையெழுப்பி மகிழ்ச்சியைப் புலப்படுத்தினர்.

வகுப்புக்குத் திரும்பியதும் சேகரை நிறுத்தி 'டேய், எச்.எம். பேசும்போது லீவ் விட்டா மகிழ்ச்சியா இருக்கும்னு நீதான சொன்ன?' என்று கேட்டேன். அவன் ஆச்சரியத்தோடு புருவங்களை உயர்த்தியபடி 'என் மனசுக்குள்ளதான சொல்லிகிட்டேன். உனக்கு எப்படி கேட்டுது?' என்று சிரித்தான். நான் அவன் தோளில் அழுத்தமாகத் தட்டினேன். 'அது எப்படிடா உதட்டயே திறக்காம உன்னால பேச முடியுது?' என்று ஆச்சரியத்தோடு கேட்டேன். 'உனக்கு எதுக்குடா அதெல்லாம். நீயெல்லாம் நல்ல புள்ளை. அதையெல்லாம் கத்துகிட்டா கெட்டுப் போயிடுவ. போடா, போய் எதயாச்சும் படிக்கிற வேலை இருந்தா பாரு' என்று கிண்டல் செய்தான். 'உன்னை....' என்று தொடங்கினாலும் தொடர்ந்து பேச்சு எதுவும் வராமல் அவன் முதுகில் ஓங்கி ஒரு குத்து வைத்துவிட்டு, எனது இடத்தில் அமர்ந்தேன்.

பக்கத்தில் அமர்ந்திருந்த மாணவர்கள் புதிய கட்டடத்தை எந்த வகுப்புக்கு ஒதுக்கிக் கொடுப்பார்கள் என்று உரையாடிக் கொண்டிருந்தனர்.

'இதுல என்னடா சந்தேகம் ஒனக்கு? பதினோராம் வகுப்புக்குத்தான் கிடைக்கும். அவுங்கதான எல்லாரையும்விட பெரிய க்ளாஸ்?' என்றான் சுந்தரம்.

'இல்லடா, ஆறாவது, ஏழாவது மாதிரி சின்ன க்ளாஸ்காரங் களுக்குத்தான் கொடுப்பாங்க' என்றான் மனோகரன்.

'ஏன்டா அவுங்களுக்கு இவுங்களுக்குன்னு பேசறீங்க? நம்ம க்ளாஸ்க்குன்னு ஒதுக்கினா கூட நல்லாதான் இருக்கும்' என்றேன் நான்.

‘ஆசை தோசை அப்பளம் வடை. மழை நாள்ல ஏழாம் கிளாஸ் கூரையில ஓட்டை விழுந்து ஒழுவுதே, நீ பார்த்ததே இல்லையா? எனக்கு என்னமோ, அந்த கிளாஸ்க்குத்தான் போவும்னு தோணுது’ என்றான் செல்வகுமார்.

‘இப்ப எதுக்குடா அதப்பத்தி வீண்பேச்சு? சுப்பையா சார்கிட்டயே கேட்டா முழு விவரமும் தெரிஞ்சிடும்’ என்று தற்காலிகமாக அப்பேச்சுக்கு ஒரு முற்றுப்புள்ளி வைத்தான் முருகன்.

சுப்பையா சார் வகுப்புக்கு வந்ததும் எல்லோருமே அந்தக் கேள்வியைத்தான் அவரிடம் முதலில் கேட்டார்கள். ஆனால் அவர் புன்னகைத்தபடியே உதட்டைப் பிதுக்கினார்.

‘இந்த விஷயத்துல உங்கள மாதிரித்தான் நானும். எனக்கும் எதுவும் தெரியாது. அது நிர்வாகம் எடுக்கிற முடிவு. அதுல தலையிட எனக்கு எந்த விருப்பமுமில்லை’.

அதற்கு மேல் அந்தப் பேச்சைத் தொடரமுடியவில்லை. சாரும் உடனடியாக பாடத்தைத் தொடங்கிவிட்டார். எல்லோரும் அவரையே கவனித்தோம்.

நேரம் கழிந்ததே தெரியவில்லை. கரும்பலகையில் எழுதியதை யெல்லாம் அழித்துவிட்டு கையில் ஒட்டியிருந்த சாக்பீஸ் துகள்களை தட்டி உதறியபோதுதான் பாடம் முடிந்துவிட்டது என்பது புரிந்தது.

அப்போது ‘இந்தக் கட்டடத்தை நடனராணி நிர்வாகம் பள்ளிக் கூடத்திடம் ஒப்படைக்கப் போகுதுன்னு எச்.எம். சொன்னதுக்கு என்ன சார் அர்த்தம்? மாசாமாசம் நம்ம பள்ளிக்கூடம் அவுங்களுக்கு வாடகை கொடுக்கணுமா?’ என்று கேட்டான் குமாரசாமி.

சார் உடனே ‘இல்லை இல்லை. அப்படி இல்லை’ என்றபடி தலையசைத்தார். ‘இதுவரைக்கும் செலவு பண்ணி இந்தக் கட்டடத்தைக் கட்டியது அந்த நிர்வாகம்தான். ஆனா, அதை அவுங்க கட்டியது நம்ம பள்ளிக்கூடத்துக்காகத்தான். அதை முறையா அதிகாரிகள் முன்னிலையில நம்மிடம் ஒப்படைக்கிறாங்க’ என்று விளக்கம் கொடுத்தார்.

‘இனிமேல இந்தக் கட்டிடத்துமேல அவுங்களுக்கு எந்த உரிமையும் இருக்காதா?’

‘இருக்காது. இனிமேல இது பள்ளிக்கூடத்துக்கு மட்டுமே உரிமையுள்ள சொத்தாயிடும்.’

'பள்ளிக்கூடத்துக்கு அவுங்க ஏன் சார் செலவு செஞ்சி கட்டித் தரணும். அரசாங்க பள்ளிக்கூடத்துக்கு அரசாங்கம்தான கட்டித் தரணும்.'

'ஆமாமாம். அரசாங்கம்தான் கட்டித் தரணும். அதுதான் நியாயம். ஆனால் நம்ம இந்தியா பெரிய நாடு. இதுல எத்தனையோ மாவட்டங்கள். எத்தனையோ கிராமங்கள். எல்லா இடங்கள்லயும் பள்ளிக்கூடம் கட்டியாகணும். அந்த அளவுக்கு செலவு செய்ய அரசாங்கத்துகிட்ட பணமில்லை. அதனால படிச்சா படிங்கடா, இல்லைன்னா போங்கடான்னு இளைஞர் சமுதாயத்தை கைவிடமுடியுமா?'

முடியாது என்று உள்ளூர முணுமுணுத்தபடி எங்களுடைய தலை தானாகவே அசைந்தது.

'தற்காலிகமா குறைந்தபட்சமா ஒரு கூரையைக் கட்டி பள்ளிக்கூடத்தை ஆரம்பிச்சிடுவோம். போகப்போக, சுத்து வட்டாரத்துல இருக்கிறவங்க உதவியோடு முடிஞ்ச வரைக்கும் ரெண்டு மூனு கட்டடங்கள கட்டிக்கிங்கன்னு அரசாங்கத்துல சொல்லிட்டாங்க. அப்படித்தான் இந்த ஊருக்கு இந்த பள்ளிக்கூடம் வந்தது.'

இப்படி ஒரு வரலாறு எங்கள் பள்ளிக்கூடத்தின் உருவாக்கத்தின் பின்னால் இருக்கும் என்பது அன்றுதான் எங்களுக்குப் புரிந்தது.

'கோவிந்தன்னு இங்க ஒரு எச்.எம். இதுக்கு முன்னால இருந்தாரு. அவருதான் நம்ம வட்டாரத்துல இருக்கிற பல முதலாளிகளைப் பார்த்து உதவி கேட்டாரு. நடனராணி பஸ் முதலாளியும் அதுல ஒருத்தரு. மத்தவங்க யாருக்கும் அந்த எச்.எம். பேச்சு ஒரு விஷயமாவே தெரியலை. ஆனா, நடனராணி பஸ் முதலாளிக்கு மட்டும் இது முக்கியமான கடமைன்னு தோணியிருக்குது. சொந்த செலவுல இந்தக் கட்டடத்தை கட்டி, இந்தாடா பசங்களா, வச்சிக்குங்கடா, நல்லா படிங்கடான்னு கொடுக்கறாரு.'

பாடத்தில் எழும் சந்தேகங்களாக இருந்தாலும் சரி, நடைமுறை வாழ்க்கையில் ஏற்படும் சந்தேகங்களாக இருந்தாலும் சரி, அதை முழுமையாகப் போக்கி புரிந்துகொள்ள வைப்பதில் சுப்பையா சாருக்கு இணையானவர் ஒருவரும் இல்லை என்று தோன்றியது.

வகுப்பைவிட்டு புறப்படுவதற்கு முன்பாக, 'இன்னைக்கே நம்ம க்ளீனிங் வேலையை ஆரம்பிச்சிடலாமா?' என்று கேட்டார். 'சரி சார்' என்று நாங்கள் உற்சாகமாக தலையசைத்தோம்.

‘கடைசி பீரியட் யாரு?’

‘ராதாகிருஷ்ணன் சார்’

‘தமிழ் சாரா? சரி, நான் அவருகிட்ட சொல்லிடறேன். எல்லாரும் தயாரா இருங்க’ என்றபடி கைக்கடிகாரத்தைப் பார்த்தார். ‘இன்னும் கொஞ்சம் நேரம் இருக்குது. பொதுவா ஒரு கேள்வி கேக்கறேன். அதுக்கு பதில் சொல்லுங்க. தானம்ன்னா என்ன அர்த்தம்? உங்களுக்கு என்னென்ன தானங்கள் தெரியும்? ஒவ்வொருத்த வங்களா எழுந்து சொல்லுங்க’ என்றார்.

சுந்தரம் சட்டென ஒரு கையை உயர்த்தியபடி சாரின் முகத்தைப் பார்த்தான். சார் தலையசைத்ததும் எழுந்து நின்று ‘ஐயா, தானம் செய்யுங்கய்யான்னு பிச்சைக்காரங்க கேக்கும்போது, நம்மகிட்ட இருக்கிற சில்லறையை கொடுக்கறதுக்கு தானம்னு பேரு’ என்றான்.

சார் அமைதியாக தலையசைத்தபடி இன்னும் யாராவது சொல்லத் தயாராக இருக்கிறார்களா என்பதுபோலப் பார்த்தார். குமாரசாமி எழுந்து ‘பிச்சைக்காரங்களுக்கு பணம் கொடுக்கறது மட்டுமில்லை, ஏழைகளுக்கு அரிசி, பருப்புன்னு கொடுக்கிறதுவும் தானம்தான்’ என்றான்.

அவன் சொன்னதுமே எல்லோருக்கும் ஒரு பிடி கிடைத்ததுபோல இருந்தது. ஒவ்வொருவருமே எழுந்து நின்று ஏதாவது ஒன்று சொன்னார்கள்.

‘பசிக்கு சாப்பாடு போடறது.’

‘கந்தைத்துணி கட்டியிருக்கிறவங்களுக்கு துணி குடுக்கறது.’

‘உதவியா செய்யறது எல்லாமே தானம்தான் சார்.’

‘கர்ணன் மாதிரி அள்ளி அள்ளிக் கொடுக்கறதுதான் சார் தானம்’

‘இருக்கிறவங்க இல்லாதவங்களுக்கு எடுத்துக் கொடுக்கறது.’

‘நம்ம பள்ளிக்கூடத்துக்கு கட்டடம் கட்டிக் கொடுக்கிறது.’

உற்சாகத்துடன் ஆளுக்கொரு விளக்கம் சொல்லிக்கொண்டே சென்றனர். எல்லோருக்கும் ஒரு வாய்ப்பைக் கொடுத்த சுப்பையா சார் புன்னகையோடு எல்லாவற்றையும் தலையசைத்தபடி பார்த்தார். இறுதியில் ‘நீங்க சொன்ன எல்லா விளக்கங்களும் சரி. இருக்கிறவங்க இல்லாதவங்களுக்கு கொடுக்கிற எல்லாமே தானம்தான். அது ஒரு நூறு ரூபாயானாலும் சரி. ஒரு லட்ச ரூபாயா

இருந்தாலும் சரி' என்று ஒருகணம் நிறுத்தினார். தொடர்ந்து 'இதெல்லாம் ஒருவகையில பொருள்தானம். பொருள் இல்லாதவங்களும் கொடுக்கக்கூடிய ஒரு தானம் உலகத்துல இருக்குது, என்ன தெரியுமா?' என்று கேட்டார்.

எதுவும் இல்லாதவன் எதைத் தானமாக அளிக்கமுடியும் என்று புரியாமல் நாங்கள் குழப்பத்துடன் சார் முகத்தைப் பார்த்தோம். அவர் உடனே கையை உயர்த்தி மடக்கிக்காட்டி 'உழைப்பு தானம். அன்பின் காரணமாக விருப்பத்தோடு நாம் இன்னொருவருக்காக உழைக்கும் உழைப்புகூட ஒருவகையில் தானம்தான்' என்றார். தொடர்ந்து 'இன்று மாலை நாம் பள்ளி வளாகத்தைச் சுத்தப்படுத்த செலுத்தப்போகும் உழைப்புக்கும் அதுதான் பெயர். உழைப்பு தானம்' என்றார்.

அவர் ஒவ்வொன்றையும் பிரித்துப் பிரித்துச் சொல்லும் விதம் எங்களுக்கு மிகவும் பிடித்திருந்தது.

'இன்னொன்னும் இருக்குது. அதுதான் உலகத்திலேயே மிகப்பெரிய தானம். கல்வி தானம். படிக்கறதுக்கு ஆசை இருந்தும் வாய்ப்பில்லாத பிள்ளைகளை யாராவது ஒருத்தர் கைக்காச போட்டு செலவு செஞ்சி ரொம்ப அக்கறையா படிக்க வைக்கிறார்னு வைங்க. அதுக்குப் பேரு கல்விதானம்.'

அவர் சொல்லி முடித்த சமயத்தில் அடுத்த பாடவேளைக்கான மணி அடித்துவிட்டது. சார் புறப்பட்டுச் சென்றுவிட்டார். அடுத்து சில நிமிடங்களிலேயே அறிவியல் சார் உள்ளே வந்துவிட்டார்.

கடைசி பாடவேளைப் பிரிவு சமயத்தில் நிகழ்ச்சி நடைபெறு வதற்குத் தேர்ந்தெடுத்த இடத்துக்கு வந்துவிட்டோம். சுப்பையா சார் வேறு ஏதோ வகுப்பை முடித்துக்கொண்டு நேராக அங்கே வந்து சேர்ந்தார். முதலில் எங்களை அவர் நான்கு குழுக்களாகப் பிரித்துவிட்டார். ஒவ்வொரு குழுவும் ஒரு திசையில் சென்று மரத்தடிகளில் விழுந்து மக்கியிருந்த இலைகளையும் சருகுகளையும் கூடைகளில் வாரியெடுத்துச் சென்று குப்பை மேட்டில் கொட்டியது. அரை மணி நேரத்தில் அந்த இடமே மிகவும் அழகாகிவிட்டது.

குப்பைக்குழியின் ஓரமாக எளிதில் யார் பார்வையிலும் விழாதபடி சின்னஞ்சிறிய மாஞ்செடி ஒன்று முளைத்திருப்பதைப் பார்த்துவிட்டு கூச்சல் போட்டு எல்லோரையும் அழைத்து சுட்டிக் காட்டினான் மனோகரன். 'யாரோ எப்பவோ சப்பிப் போட்ட மாங்கொட்டை இப்படி செடியா நிக்குது' என்றபடி குனிந்து

அச்செடியின் மென்மையான தளிர்களைத் தொட்டு வருடினான். 'வழவழன்னு சில்க் துணி மாதிரி இருக்குதுடா' என்று சிரித்தான்.

ஓடி வந்தவர்கள் அனைவரும் ஆசையோடு ஒருமுறை அந்தச் செடியின் தளிரைத் தொட்டுப் பார்த்துவிட்டுப் புன்னகைத்தனர்.

அதற்குள் சுப்பையா சாரும் அங்கே வந்துவிட்டார். 'சார், மாஞ்செடி சார்' என்று சுட்டிக் காட்டினான் மனோகரன். அதைப் பார்த்ததும் சார் முகம் கனிந்துவிட்டது. அச்செடிக்கு அருகில் உட்கார்ந்து அதையே ஒரு கணம் பார்த்தார். பிறகு மனோகரனைப் பார்த்து புன்னகைத்தார். அவன் முகம் உடனே பூரித்தது. 'நான்தான் சார் முதல்ல கண்டுபிடிச்சேன்' என்றான்.

'புடுங்கி எடுத்துட்டு போய் வேற எங்கயாவது நடலாம். இங்கயே இருந்தா நிழல்ல வளராது' என்றார் சார்.

அவனும் 'சரி சரி' என்று சொன்னபடி செடியை வேரோடும் வேரடி மண்ணோடும் தோண்டி எடுத்தான். 'வா' என்று அவனை அழைத்துக்கொண்டு சார் பத்தாம் வகுப்பு வாசலையொட்டிய தோட்டத்துக்குச் சென்றார். நாங்கள் அனைவரும் கூட்டமாக அவர்களுக்குப் பின்னாலேயே சென்றோம். அங்கே அவரே குனிந்து செடியை நடுவதற்குப் போதுமான அளவு சின்னதாகக் குழியைத் தோண்டினார். மனோகரன் குனிந்து மண்குவியலோடு தன் கையிலிருந்த செடியை நட்டு மண்ணை அழுத்தி மூடினான்.

அடுத்த நாள் மறுபடியும் கடைசி பாட வேளையில் ஒன்றாக வகுப்பைவிட்டு வெளியே வந்தோம். சார் ஒரு பெரிய அட்டைப்பெட்டியை எடுத்துவந்து எங்கள் முன்னால் வைத்தார்.

'உள்ள என்ன சார் இருக்குது? சாப்பிடறதுக்கு ஏதாச்சிம் கொண்டு வந்திருக்கீங்களா?' என்று ஆவலுடன் கேட்டான் சேகர். அந்தப் பெட்டியின் விளிம்புகளைத் தொட்டுத்தொட்டுப் பார்த்தான். சார் அவனைப் பார்த்து புன்னகைத்தபடி இல்லை என்று மறுத்துச் சொல்வதுபோலத் தலையாட்டின்னார்.

'ஆப்பிளா சார்?' என்று கேட்டான் குமாரசாமி.

சார் வாய்விட்டுச் சிரித்தே விட்டார். பிறகு மெதுவாக அட்டைப் பெட்டியின் மீது ஒட்டப்பட்டிருந்த தாளைப் பிரித்துவிட்டு பெட்டியைத் திறந்தார்.

மஞ்சள், நீலம், சிவப்பு, பச்சை என நான்கு நிறங்களில் வண்ணத்தாட்கள் அடுக்கப்பட்டிருந்தன.

'கலர் பேப்பரா?' என்று எல்லோருமே ஒரு புன்னகையுடன் சொல்லிக்கொண்டோம்.

'ஆமாம். கலர் பேப்பர். அலங்காரத்துக்கு கொடி கட்டி தொங்கவிடணுமில்லையா? அதுக்காக' என்றபடி தாள்களையெல்லாம் எடுத்து வெளியே வைத்தார். பிறகு அனைத்தையும் ஒரு மேசையில் விரித்து வைத்து ஒரே அளவில் சதுரமாக எல்லாத் தாட்களையும் வெட்டி அடுக்கினார். பிறகு ஒவ்வொரு சதுரத்தையும் நடுவில் குறுக்காக வெட்டி இரு செங்கோண முக்கோணங்களாக மாற்றினார். எங்கள் பள்ளிச் சேவகர் காய்ச்சி எடுத்து வந்த பசை ஒரு சின்ன வாளியில் இருந்தது.

சணலைப் பிரித்தபடி 'இந்த மரத்திலேருந்து அந்த மரம் வரைக்கும் கட்டிட்டு ஒட்டலாமா?' என்று கேட்டார். வேலை செய்யும் உற்சாகத்தில் நாங்கள் உடனே அவர் சொன்னதுக்கு 'ம் சார்' என்று பதில் சொன்னோம்.

பசை எடுத்து வந்த சேவகர் 'வெளிய மரத்தடியில வேணாம் சார்' என்று தடுத்தார்.

'ஏன், காயறதுக்கு இங்க வசதியா இருக்குமே.'

'வசதியாத்தான் இருக்கும். இல்லைன்னு சொல்லலை. ராத்திரி முழுக்க இங்கயே விட்டுட்டு போவணும். ராத்திரியில காத்து வேகமா அடிச்சி கொடி பேப்பர் கிழிஞ்சிட்டா, செஞ்சதெல்லாம் வீணா போயிடும். எங்கயாச்சிம் ஆள் இல்லாத க்ளாஸ் ரூம்ல கட்டி ஒட்டி வச்சிட்டம்னா, காலையில வந்து எடுத்துக்க வசதியா இருக்கும்.'

சார் ஒரு கணம் யோசித்துவிட்டு 'சரி, அப்படியே செய்யலாம்' என்றார். நாங்கள் துண்டுத்தாட்கள் வைக்கப்பட்டிருந்த மேசையையே தூக்கிக்கொண்டு எங்கள் வகுப்பறைக்கே சென்றோம். சணலை ஜன்னல் சட்டங்களிடையில் கட்டிவிட்டு, வண்ணத்தாளை ஒட்டத் தொடங்கினோம். எல்லா வேலைகளையும் முடித்த பிறகு குழாயடிக்குச் சென்று கைகால்களைக் கழுவிக்கொண்டு திரும்பிவந்தோம்.

அடுத்த நாள் சார் என்னை எல்லா வகுப்புகளுக்கும் சென்று நன்றாகப் பாடத் தெரிந்த ஒரு பையனை பிரிவுக்கொருவராக அழைத்துவரச் சொன்னார். நான் அவர்களையெல்லாம் ஏற்கனவே பல போட்டிகளில் பார்த்திருந்ததால், எளிதாக அவர்களை அடையாளம் கண்டு, வகுப்பு ஆசிரியரிடம் விஷயத்தைச் சொல்லி அழைத்துவந்தேன்.

ஆறாம் வகுப்பு பையன் குண்டாக இருந்தான். அவனைப் பார்த்ததும் சாருக்கு சந்தேகம் வந்துவிட்டது. 'பாடுவியாப்பா நீ?' என்று கேட்டார். 'தெரியும் சார். ரெண்டு மாசத்துக்கு முன்னால நடந்த பாட்டுப்போட்டியில எனக்கு ரெண்டு ப்ரைஸ் கிடைச்சது சார்' என்று இரு விரல்களை உயர்த்திக் காட்டியபடி சொன்னான். அவன் குரலுக்கும் அவன் உருவத்துக்கும் தொடர்பே இல்லை. அவ்வளவு இனிமையாக இருந்தது அவன் குரல். சார் புன்னகைத்தபடி அவன் முதுகில் தட்டிக் கொடுத்தார். பிறகு 'ஆறாவது மூனு செக்?ஷன் புள்ளைங்களும் இப்படி ஒன்னா வாங்கடா' என்றார்.

மூன்று மாணவர்களும் ஒரு குழுவாக அவருக்கு முன்னால் நின்றனர். சார் உடனே தன் பையிலிருந்து ஒரு தாளை எடுத்து அவர்களிடம் கொடுத்தார்.

'இதான் நீங்க பாடவேண்டிய பாட்டு. நல்லா மனப்பாடம் பண்ணிக்கணும். புரியுதா?'

'சரி சார்' மூன்று பேரும் தலையாட்டியபடி அந்தத் தாளை வாங்கிக்கொண்டனர்.

'பாட்டுத்தாளை பத்திரமா வச்சிக்கணும். தொலைச்சிடக் கூடாது. வேணும்ன்னா இதைப் பார்த்து ரெண்டு மூனு தாள்ல எழுதி வச்சிக்குங்க.'

அவர்கள் மூன்று பேரும் அப்போதே ஒரு மூலையில் உட்கார்ந்து அந்தப் பாடலை தமது நோட்டில் எழுதிக்கொள்ளத் தொடங்கினர்.

ஏழு முதல் பதினொன்று வரைக்கும் அழைத்துவந்த எல்லாப் பிள்ளைகளுக்கும் பாட்டுத்தாட்களைக் கொடுத்தார் சார், அவர்களும் கூட்டமாக அமர்ந்து தனித்தனியாக அந்தப் பாட்டைப் பார்த்து தன் நோட்டுகளில் எழுதிக் கொண்டனர். எங்கள் ஒன்பதாவது ஆ பிரிவில் மனோகரனுக்குத்தான் பாடும் வாய்ப்பு கிடைத்தது.

'தப்பில்லாம மனப்பாடம் பண்ணிட்டு வந்து எங்கிட்ட ஒப்பிக்கணும். புரியுதா? நாளைக்கு ஒரு பாட்டு வாத்தியாரை அழைச்சிட்டு வருவேன். அவர் வந்து ராகமா எப்படி பாடறதுன்னு உங்களுக்கு சொல்லிக் கொடுப்பாரு. புரியுதா?'

'சரி சார்.'

கடைசியாக பையிலிருந்து ஒரு தாளை எடுத்து என்னிடம் கொடுத்தார். நான் அதை வாங்காமலேயே 'சார், எனக்கு பாடத் தெரியாது' என்றபடி பின்வாங்கினேன்.

‘உன்னை யாருடா பாடச் சொன்னா? இதப் புடி. இத நல்லா படிச்சி மனப்பாடம் பண்ணிட்டு வந்து நாளைக்கு சொல்லு. அது போதும்.’

எனக்கு அவர் சொன்னது எதுவும் புரியவில்லை. வேகமாக தாளைப் புரட்டிப் பார்த்தேன். ஒளி படைத்த கண்ணினாய் பாட்டு. பாட்டுத்தாளைக் கொடுத்துவிட்டு பாடவேண்டாம் என்று சொல்வதற்கு என்ன அர்த்தம் என்று புரியவில்லை. நான் குழப்பத்துடன் அவரை நிமிர்ந்து பார்த்தேன்.

‘எதயும் நினைச்சி குழப்பிக்காத. நீதான் மனப்பாடப்புலியாச்சே. நாளைக்கு மனப்பாடமா வந்து சொல்லு. அது போதும்.’

அப்போது எங்கள் பள்ளி வாசலுக்கு அருகில் ஒரு கார் வந்து நின்றதைப் பார்த்தோம். தலைமையாசிரியர் அலுவலகத்துக்கு வெளியே நின்றிருந்த காவல்காரர் ஓடிச் சென்று கேட் கதவுகளைத் திறந்துவிட்டார். கார் உள்ளே வளைந்து நுழைந்து வேப்பமரத்துக்கு அடியில் நின்றது. கதவைத் திறந்துகொண்டு பெரியவர் ஒருவர் இறங்கினார். வெள்ளை வேட்டி வெள்ளை சட்டை அணிந்திருந்தார். தோளில் ஒரு துண்டு இருந்தது. நெற்றியில் பட்டையாக திருநீறு பூசியிருந்தார். படியேறி நடந்து தலைமையாசிரியர் அறைக்குள் சென்றார்.

‘யாரு சார்?’

மனோகரன் அடங்கிய குரலில் சாரிடம் கேட்டான். சார் அவன் தோளைத் தொட்டு தட்டிக்கொடுத்தபடி ‘அவர்தான்டா நடனராணி பஸ் முதலாளி. நம்ம பள்ளிக்கூடத்துக்காக இந்தக் கட்டடத்தைக் கட்டியவரு. விழாவுக்கு வரும்போது அவரைப் பத்தி இன்னும் கூடுதலா தெரிஞ்சிக்கலாம்’ என்றார்.

பத்து நிமிடத்திலேயே அவர் வெளியே வந்து காரில் உட்கார்ந்தார். அக்கணமே கார் புறப்பட்டுச் சென்றது.

அடுத்த நாள் காலை பிரார்த்தனையை முடித்துவிட்டு தலைமையாசிரியர் உரையாடியபோது எல்லோருக்கும் பொதுவாக ஒரு வேண்டுகோளை முன்வைத்தார். ‘விழா முடிந்ததும் எல்லா ஆசிரியர்களுக்கும் மாணவர்களுக்கும் மதிய விருந்துக்கு ஏற்பாடு செய்திருப்பதாக நடனராணி பஸ் முதலாளி நேற்று வந்து தெரிவித்துவிட்டு சென்றார். அன்றைய தினம் ஒருவரும் பகல் உணவு எடுத்துவர வேண்டாம். எல்லோருமே இங்கே பள்ளிக்கூடத்திலேயே சேர்ந்து சாப்பிடலாம்’ என்று தெரிவித்தார்.

மறுநாள் பாடல்களை மனப்பாடம் செய்த மாணவர்கள் ஒவ்வொருவராக வந்து சாரிடம் ஒப்பித்தனர். ஒன்றிரண்டு

உச்சரிப்புப் பிழைகளை மட்டும் சுட்டிக் காட்டி திருத்திக் கொள்ளும்படி சொன்னார்.

அந்த நேரத்தில் காவல்காரர் வெள்ளைவெளேரென வேட்டியும் ஜிப்பாவும் அணிந்துகொண்டு நெற்றியில் திருமண் தீட்டியிருந்த ஒருவரை அழைத்துவந்தார். அவரைப் பார்த்ததும் 'ஓ. மகேந்திரனா, வா, வா' என்று எழுந்து நின்று வரவேற்றார். 'உனக்காகத்தான் காத்திட்டிருந்தேன். எல்லாப் பிள்ளைகளுக்கும் பாட்டு மனப்பாடமா தெரியும். அதுல ஒரு பிரச்சினையும் இல்லை. ஆனா ராகமா பாட வைக்கணும். அது உன் வேலை' என்றார். ஒரு மாணவன் ஓடிச் சென்று ஒரு நாற்காலியை எடுத்துவந்து அவருக்கு அருகில் வைத்தான். 'அதுக்கென்ன, தாராளமா பாட வச்சிடலாம்' என்றபடி மகேந்திரன் அதில் உட்கார்ந்துகொண்டார்.

பக்கத்திலேயே நின்றிருந்த ஆறாம் வகுப்புச் சிறுவனை அருகில் அழைத்தார். அவன் நெருங்கி வந்ததும் அவனிடம் இருந்த பாட்டுத்தாளை வாங்கிப் பார்த்துவிட்டு 'ஓ, மன்னும் இமயமலை எங்கள் மலையே பாட்டா? நல்லது. நல்லது' என்று தனக்குள் சொல்லிக்கொண்டார். பிறகு அவனிடம் 'உன் பேரு என்னப்பா?' என்று கேட்டார். அவன் சொன்னதும் 'இங்க பாரு தம்பி, இது யாரு எழுதிய பாட்டு தெரியுமா?' என்று கேட்டார்.

'தெரியும் சார். பாரதியார்' என்றான் அவன்.

'நல்லது நல்லது. எங்க, நீ ஒரு தரம் அந்தப் பாட்டை சொல்லு, கேப்போம்' என்று அவனைத் தூண்டினார்.

அவன் திரும்பி அருகில் நின்றிருந்த துணையாட்களைப் பார்த்தான். அவர்களும் அவனை நெருங்கி வந்து நின்றனர். சுப்பையா சார் 'எல்லாருமே ஆறாங்கிளாஸ். ஆளுக்கொரு பாட்டுன்னா நேரம் போதாது. அதனால க்ளாஸ்க்கு ஒரு பாட்டுன்னு மாத்திட்டேன்' என்று விளக்கினார். 'சரி சரி' என்றபடி சிறுவர்கள் பாடுவதைக் கேட்க மகேந்திரன் தயாரானார்.

மூன்று சிறுவர்களும் ஒரே நேரத்தில் மன்னும் இமயமலை என்று தொடங்கி தெளிவான குரலில் சொல்லி முடித்தனர். 'இது போதும்டா சிங்கக்குட்டிகளா' என்று அச்சிறுவர்களைத் தட்டிக் கொடுத்தார் மகேந்திரன்.

'தடையில்லாம ரொம்ப அருமையா சொல்லிட்டீங்க. அற்புதம். இப்ப அதே வரிகளை நான் ராகத்தோடு பாடிக் காட்டறேன். கவனமா காது கொடுத்துக் கேக்கணும். பிறகு நீங்க தனியா அதே

போல பாடிப் பழகினா போதும். அருமையா வந்துரும்' என்றபடி தன் தொண்டையைச் செருமி சரிப்படுத்திக்கொண்டார் மகேந்திரன்.

முதல் இரு வரிகளை மட்டும் பாடிவிட்டு நிறுத்தினார் மகேந்திரன். அவருடைய உச்சரிப்பு அந்த வரிகளுக்கு உயிரூட்டியதுபோல இருந்தது. அவரைத் தொடர்ந்து, சிறுவர்கள் மெதுவாக அந்த வரிகளை அவரைப்போலவே பாடிக் காட்டினார்கள். மகேந்திரன் மகிழ்ச்சியில் கைத்தட்டி அவர்களை உற்சாகமூட்டினார். பிறகு மெதுவாக ஒன்றிரண்டு திருத்தங்கள் சொன்னார். அதை உணர்ந்து மீண்டும் அவர்கள் பாடிக் காட்டினார்கள். அப்போது அந்த வரிகள் சரியாக அமைந்துவிட்டன.

அடுத்தடுத்த வரிகளையும் அதேபோல பாடிக்காட்டி, பாடவைத்து திருத்தித் திருத்தி அவர்களுடைய குரல்களை ராகக்கட்டு மானத்துக்குள் கொண்டுவந்துவிட்டார் மகேந்திரன்.

ஏழாம் வகுப்புக்கு 'எந்தையும் தாயும் மகிழ்ந்து குலாவி' பாட்டு. எட்டாம் வகுப்புக்கு 'வந்தே மாதரம்' என்போம் பாட்டு. ஒன்பதாம் வகுப்புக்கு 'தாயின் மணிக்கொடி பாரீர்' பாட்டு. பத்தாம் வகுப்புக்கு 'பாரத சமுதாயம் வாழ்கவே' பாட்டு. பதினொன்றாம் வகுப்புக்கு 'செந்தமிழ் நாடெனும் போதினிலே' பாட்டு.

அடுத்த நாளும் மகேந்திரன் வந்தார். எல்லோரும் அவரவருக்குரிய பாடலை ஒருமுறை அவர் முன்னிலையில் பாடிக் காட்டினார்கள். ஒன்றிரண்டு திருத்தங்கள் மட்டுமே தேவைப்பட்டன. மகேந்திரன் திருப்தியோடு தலையசைத்தார். 'பசங்களுக்கு கற்பூரப்புத்தி சுப்பையா. சங்கதிகள் எல்லாம் மனசுல ஆணி அடிச்ச மாதிரி பதிஞ்சிருக்கு' என்று சாரிடம் தெரிவித்தார்.

'இவனை ஒரு பாட்டு படிச்சிட்டு வாடான்னு சொன்னேன். இவன் குரல் மேடையில தேறுமான்னு ஒரு நிமிஷம் கேட்டுப் பாரு.'

பாட்டுத்தாளுடன் நின்றிருந்த என்னை மகேந்திரன் முன்னால் அனுப்பினார் சார்.

'என்ன பாட்டு தம்பி?'

'ஒளிபடைத்த கண்ணினாய்'

'சரி சொல்லு.'

பாட்டுத்தாளை அவரிடம் கொடுத்துவிட்டு நான் பாடலை மனப்பாடமாகச் சொன்னேன். வா வரிசையில் இரண்டு பாட்டு. போ வரிசையில் இரண்டு பாட்டு.

‘சரியா இருக்குது சுப்பையா. வார்த்தைகளை பிரிச்சி அழகா சொல்றான். அப்படியே இருக்கட்டும். இதுக்கும் ராகம் தாளம் சொல்லணுமா?’ என்று கேட்டார் மகேந்திரன் .

‘அதெல்லாம் வேணாம். ஆனா ஒரு சின்ன ஏற்ற இறக்கம் வேணும். சொல்லும்போது குரலை எந்த இடத்துல ஓங்கி ஒலிக்கணும், எந்த இடத்துல இறங்கி வரணும்ங்கற அடிப்படையை மட்டும் சொல்லிக் கொடு. அது போதும்’ என்றார் சார்.

‘இந்த பாட்டை வச்சி என்ன செய்யணும்னு நினைக்கறே. சரியா சொல்லு.’

‘இத பாட்டா வைக்காம, ஒரு சின்ன நாடகம் மாதிரி வச்சிக்கலாம்ங்கறது என் எண்ணம். ஏற்கனவே ஆறும் பாட்டாவே திட்டமிட்டிருக்கறதால, இத வேற மாதிரி செஞ்சாதான் நல்லா இருக்கும்.’

‘அதான் எந்த மாதிரின்னு கேக்கறேன். விளக்கமா சொல்லு.’

‘மேடையில இந்தப் பக்கம் ஆறு பேரு. அந்தப் பக்கம் ஆறு பேருன்னு நிக்க வச்சிடலாம். இவன் நடுவுல நின்னு இந்தப் பாட்ட ஏற்ற இறக்கத்தோடு சொல்லணும். வா வா வா ன்னு வர இடத்துல ஒரு பக்கத்துல இருக்கிறவங்க எல்லாரும் வா வா வான்னு பின்னணிக்குரல் கொடுக்கணும். போ போ போன்னு வர இடத்துல அடுத்த பக்கத்துல இருக்கிறவங்க எல்லாரும் போ போ போன்னு பின்னணிக்குரல் கொடுக்கணும். குரல் கொடுக்கிறதுக்கு தகுந்த மாதிரி கையையும் அசைக்கணும். அப்ப பாக்கறதுக்கு அது ஒரு நாடகம் மாதிரி இருக்கும். அதுதான் நம்ம திட்டம்.’

‘இப்ப புரியுது சுப்பையா. ஒன்னும் பிரச்சினை இல்லை. ஏற்ற இறக்கம் தெரிஞ்சிகிட்டா போதும்.’

மகேந்திரன் என்னை மறுபடியும் ஒவ்வொரு வரியாகச் சொல்லும்படி சொன்னார். ஒவ்வொரு வரியையும் சொல்லி முடித்ததும், அந்த வரியில் எந்தச் சொல்லுக்கு அழுத்தம் கொடுக்கவேண்டும், எந்தச் சொல்லை அழுத்தமில்லாமல் கடக்க வேண்டும் என்று சுட்டிக் காட்டினார். இரண்டு மூன்று முறை சொல்லிப் பார்த்த பிறகு, அவர் எதிர்பார்த்த விளைவை என் குரல் வழியாக உணர்த்த முடிந்தது.

அடுத்த நாளும் வழக்கம்போல மகேந்திரன் வந்துவிட்டார். எங்கள் சுப்பையா சாரும் வந்து சேர்ந்தார். நாங்கள் அனைவரும் அடுத்தடுத்து எங்களுக்குக் கொடுக்கப்பட்ட பாடலைப் பாடிக்

காட்டினோம். மகேந்திரன் 'தங்கமான பசங்க. நெருப்பு மாதிரி புடிச்சிகிட்டானுங்க' என்று பாராட்டினார். ஒவ்வொருவரிடமும் 'எத்தனாவது படிக்கிறே?' என்று கேட்டுத் தெரிந்துகொண்டார். 'நல்லா படிச்சி நல்ல ஒசத்தியான வேலைக்குப் போங்கடா. இத்தனியூண்டு வெத்திலை மாதிரி இருக்கிற நம்ம வளவனூருக்கு எல்லாரும் சேர்ந்து நல்ல பேரை வாங்கிக் கொடுங்க' என்று சொல்லிவிட்டுச் சென்றார்.

திறப்பு விழா அன்று புதிய கட்டடத்தின் முன்னால் கோலம் போடுவதற்கு காவல்காரர் இரண்டு பெரியம்மாக்களை அழைத்து வந்திருந்தார். அவர்கள் அழகாக வாசலில் படிக்கட்டுகளிலும் பூக்களும் இலைகளும் படர்ந்திருப்பதுபோல கோலம் போட்டு வண்ணப்பொடியை நிரப்பினர். அவர்களுடைய கைவண்ணத்தால் அந்தக் கூடத்துக்கே ஒரு அழகு வந்துவிட்டது. வாசல் தூண்களையொட்டி அவர்கள் போட்ட குத்துவிளக்கு கோலம், உண்மையான குத்துவிளக்கு இல்லாத குறையை நீக்கிவிட்டது. இன்னொரு பக்கத்தில் நிகழ்ச்சிக்கான பந்தலும் மேடையும் தயாராக இருந்தன. தோரணங்களும் வண்ணத்தாள் கொடிகளும் காற்றில் அசைந்தபடி இருந்தன.

பள்ளிக்கூடமே கலகலப்பாக இருந்தது. காலைமுதல் வழக்கம்போல வகுப்புகள் இயங்கிக்கொண்டிருக்கவேண்டு மென்றும் நிகழ்ச்சி தொடங்குவதற்கு முன்னால் அடிக்கப்படும் அறிவிப்பு மணியைக் கேட்ட பிறகு ஒவ்வொரு வகுப்பிலிருந்தும் மாணவர்கள் வரிசையாக வெளியேறி வந்து நிகழ்ச்சியிடத்தில் அமர்ந்துகொள்ள வேண்டும் என்றும் தலைமையாசிரியர் பிரார்த்தனை நேரத்தில் தெரிவித்துவிட்டதால் ஒவ்வொரு வகுப்பிலும் பாடம் நடந்துகொண்டிருந்தது.

சுப்பையா சார் இன்னும் சில ஆசிரியர்களைத் துணைக்குச் சேர்த்துக்கொண்டு மேடையமைப்பு வேலையைப் பார்த்துக் கொண்டிருந்தார். நானும் என் நண்பர்களும் ஒவ்வொரு வகுப்பிலிருந்தும் சில டெஸ்க்குகளை எடுத்துவந்து நிகழ்ச்சியிடத்தில் வைத்தோம். ஆசிரியர்கள் உட்கார்வதற்குத் தோதாக பக்கவாட்டில் நாற்காலிகளைக் கொண்டுவந்து போட்டோம்.

இரண்டு பெரிய வேன்கள் உள்ளே நுழைந்து எட்டாம் வகுப்புக்கு முன்னால் நீண்டிருந்த பெரிய வராந்தாவின் ஓரமாக நின்றன. பந்திப்பாய்களின் உருளைகள். ஏராளமான சாப்பாட்டுப் பாத்திரங்கள். பெரிய பெரிய அண்டாக்கள். சோறு. குழம்பு. ரசம். பொறியல்கள். இலைக்கட்டுகள். குழம்பு மணமும் காய்கறி

மணமும் பள்ளி முழுக்க பரவியது. ஒவ்வொருவரும் சுவாசத்தை ஆழமாக இழுத்து 'என்ன குழம்பு? என்ன பொறியல்?' என்ற கேள்விகளுக்கு பந்தயம் போட்டு விடைகளைச் சொல்லிக் கொண்டிருந்தனர். மேடையில் ஓரமாக பொருத்தப்பட்டிருந்த மைக் முன்னால் ஒருவர் அடிக்கடி தோன்றி 'அலோ மைக்டெஸ்டிங். ஒன் டூ த்ரீ' என்று சொல்லிவிட்டு மறைந்தார்.

ஒரு கார் மெதுவாக பள்ளிக்கூடத்துக்குள் நுழைந்து வலது பக்கமாகத் திரும்பியது. நடனராணி பஸ் முதலாளி இறங்கி தலைமையாசிரியர் அறைக்குச் சென்றார். தாட்களால் சுற்றப்பட்ட மாலைகளைச் சுமந்துகொண்டு அவருக்குப் பின்னால் சென்ற சேவகர் உள்ளே வைத்துவிட்டு மறுகணமே இறங்கி வந்து வண்டிக்கு அருகில் நின்றுகொண்டார்.

பாடுவதற்காகத் தேர்ந்தெடுக்கப்பட்டிருந்த மாணவர்களும் நானும் ஒரு மரத்தடியில் நின்று கையிலிருந்த பாட்டுத்தாளைப் புரட்டிப்புரட்டிப் பார்த்துக்கொண்டிருந்தோம்.

'எந்த க்ளாஸ்டா நீ? என்னடா பண்ணிட்டிருக்க இங்க?' என்று அதட்டியபடி முத்துராமன் சார் வந்து நின்றார். மாணவர்கள் அவருக்கு மீசைராமன் என்று பட்டப்பெயர் வைத்திருந்தனர். அவர் கைவிரல் எப்போதும் தன்னிச்சையாக மீசையை முறுக்கியபடி இருக்கும். அவர் பத்தாவது, பதினோராவது வகுப்புக்கு மட்டும் கணக்கு பாடம் எடுப்பவர்.

'நைந்த் பி சார். திறப்பு விழா கலை நிகழ்ச்சிக்கு பாட்டு ப்ராக்டிஸ் செய்றோம் சார்.'

'ம்' என்று அவர் ஒருகணம் உறுமியபடி மீசையை முறுக்கிக் கொண்டார். 'உருப்படியா ஒரு வேலையையும் செய்யாதீங்கடா. பாட்டு, கூத்துன்னு அலைஞ்சிகிட்டே இருங்க' என்றபடி கசப்புடன் முகத்தைத் திருப்பிக்கொண்டு சென்றார்.

இரண்டு கார்கள் கேட்டைக் கடந்து பள்ளிக்குள் நுழைவதைப் பார்த்தேன். பின்னால் வந்த காரின் முகப்பில் சிறிய அளவிலான தேசியக்கொடி பறந்தது. முன்னால் வந்த காரிலிருந்து இறங்கியவர் வேகமாகச் சென்று பின்னால் வந்த காரிலிருந்தவரை வரவேற்று தலைமையாசிரியர் அறைக்கு அழைத்துச் சென்றார். அவர்களில் கலெக்டர் யார் என்று நானாக ஓர் ஊகம் செய்தேன்.

அவர்கள் அறைக்குள் சென்ற சில கணங்களிலேயே அறிவிப்பு மணியை அடித்தார் காவல்காரர். ஏற்கனவே சொல்லி வைத்திருந்ததால் ஒவ்வொரு வகுப்பிலிருந்தும் மாணவர்கள்

வரிசையில் வெளிவந்து நிகழ்ச்சி மேடையின் முன்னால் அமர்ந்தனர். பத்து நிமிடங்களில் அந்த இடம் நிறைந்துவிட்டது. அங்கங்கே நின்று பேசிக்கொண்டிருந்த ஆசிரியர்களும் நெருங்கி வந்து ஆளுக்கொரு நாற்காலியில் அமர்ந்தனர். நிலை கொள்ளாதவராக சிறிது நேரம் முத்துராமன் சார் அங்குமிங்கும் நடந்தபடி இருந்தார். பிறகு ஒரு நாற்காலியில் உட்கார்ந்தார்.

சில நிமிடங்களுக்குப் பிறகு தலைமையாசிரியர் வெளியே வந்தார். அவரைத் தொடர்ந்து மாவட்ட ஆட்சியரும் மாவட்ட கல்வி அதிகாரியும் நடனராணி பஸ் முதலாளியும் வந்தனர். 'வாங்க சார். வாங்க' என்றபடி அவர்களுக்கு வழிகாட்டியபடி புன்னகை படிந்த முகத்துடன் நிகழ்ச்சி மேடையை நோக்கி வந்தார் தலைமையாசிரியர்.

மேடையில் அமர வேண்டியவர்கள் அனைவரும் அமர்ந்ததும் தலைமையாசிரியர் அங்குமிங்கும் பார்வையைத் திருப்பி சுப்பையா சாரைத் தேடிக் கண்டுபிடித்து 'ம், ஆரம்பிக்கலாம்' என்பதுபோல தலையை அசைத்தார். சுப்பையா சார் மேடையில் ஏறி மைக் முன்னால் நின்று 'இறைவணக்கம்' என்று அறிவித்தார். அனைவரும் அதைக் கேட்டு எழுந்து நின்றனர். அந்த அமைதிக்கிடையில் இரண்டு சிறுவர்கள் மைக் முன்னால் நின்று இறைவணக்கம் பாடினர்.

சுப்பையா சார் மீண்டும் மேடையில் தோன்றி வரவேற்புரை நிகழ்த்தினார். அவரைத் தொடர்ந்து தலைமையாசிரியர், மாவட்டக் கல்வி அதிகாரி, கட்டிடப்புரவலர் என ஒவ்வொருவரும் சிறிது நேரம் பேசி முடித்தனர். பிறகு அனைவரும் சூழ்ந்து வர மாவட்ட ஆட்சியர் நடந்து சென்று புதிய கட்டிடத்தின் வெளித்தூண்களிடையில் கட்டப்பட்டிருந்த ரிப்பனை வெட்டி திறந்துவைத்தார். ஒரு நிமிடம் உள்ளே சென்று அறைகளை யெல்லாம் பார்த்துவிட்டு வந்து புரவலரைப் பார்த்து 'உங்கள் சேவையை அரசாங்கம் ஒருபோதும் மறக்காது' என்று சொன்னபடி கைகளைக் குலுக்கினார். அவர் அந்தக் கட்டடம் தொடர்பான ஆவணங்கள் நிரபிய பையை ஆட்சியரிடம் ஒப்படைத்தார். ஆட்சியர் அதை வாங்கி கல்வி அதிகாரியிடம் கொடுத்தார்.

மேடைக்குத் திரும்பிய ஆட்சியர் மனம் திறந்து புரவலரைப் பாராட்டினார். கல்விக்கூடங்கள் அனைத்தும் ஒருவகையில் நவீன கோவில்கள் என்றும் கல்விக்காக ஒருவர் செய்யும் உதவி அனைத்தும் இறைவனுக்குச் செய்கிற வழிபாடு என்றும் குறிப்பிட்டார்.

எல்லோருடைய முகமும் மலர்ந்திருந்தது. மேடையில் அமர்ந்திருந்தவர்கள் கீழே இறங்கி இருக்கைகளில் அமர்ந்ததும், எல்லோரும் ஆவலோடு எதிர்பார்த்திருந்த கலை நிகழ்ச்சி தொடங்கியது.

முதலில் ஆறாவது வகுப்புப் பிள்ளைகள் மேடைக்குச் சென்று 'மன்னும் இமயமலை' பாடினார்கள். அதைக் கேட்டதுமே அனைவரும் மேடையைக் கவனிக்கத் தொடங்கினர்.

முதல் பாட்டு அனைவரையும் கவர்ந்துவிட்டது. அனைவரும் கைதட்டி வரவேற்றார்கள். அவர்களைத் தொடர்ந்து ஏழு, எட்டு, ஒன்பது, பத்து, பதினொன்று என எல்லா வகுப்பினரும் மேடையில் தோன்றிப் பாடினார்கள். அதற்குப் பிறகு நான் எனது குழுவினரோடு மேடைக்குச் சென்று ஒளிபடைத்த கண்ணினாய் பாடத் தொடங்கினேன். வா வா வா என்று ஒரு குழுவினர் அழைப்பதும் போ போ போ என இன்னொரு குழுவினர் உரைப்பதுமாக எங்கள் நிகழ்ச்சி ஒரு நாடகம் போல அமைந்து விட்டது. கைத்தட்டல் ஓசை அடங்குவதற்கு வெகுநேரமானது. அதைக் கேட்டதும் வானத்தில் ஏறி மிதப்பதுபோல இருந்தது.

எல்லோரும் விருந்தில் கலந்துகொள்ள வேண்டும் என்ற வேண்டுகோளோடு நிகழ்ச்சி நிறைவுற்றது. மாவட்ட ஆட்சித்தலைவரும் கல்வி அதிகாரியும் உடனடியாகக் கிளம்ப வேண்டும் என்று சொல்லிவிட்டுப் புறப்பட்டார்கள். அவர்களை அனுப்பி வைத்துவிட்டு தலைமையாசிரியரும் புரவலரும் திரும்பினார்கள். இருவரும் பந்திப்பாயில் எங்களோடு ஒன்றாக வரிசையில் சாப்பிட விரும்பினார்கள். ஒரு கூடம் போதவில்லை. உடனே எல்லா வகுப்பறைகளும் திறந்துவிடப்பட்டன. மாணவர்கள் எல்லா இடங்களிலும் சென்று நிறைந்தார்கள்.

பந்தியில் உட்கார்ந்ததும் பேச்சுச்சத்தம் ஓங்கி ஒலிக்கத் தொடங்கியது. ஒருவர் இலையைப் போட்டுக்கொண்டே சென்றார். இன்னொருவர் தம்ளர் வைத்து தண்ணீர் ஊற்றிக் கொண்டே சென்றார். மற்றொருவர் இலையைத் தூய்மை செய்ய தண்ணீரைத் தெளித்தபடி சென்றார். உப்பு, ஊறுகாயைத் தொடர்ந்து இனிப்பு வந்தது. சின்ன செவ்வகம் போன்ற மைசூர் பாகு. தட்டோடு நெருங்கி வரும்போதே நெய்மணம் வீசியது. ஒரு துண்டு கிள்ளி வாய்க்குள் வைத்தேன். அப்படியே கரைந்து விட்டது.

'என்னய்யா இது? இதுதான் நீ பரிமாறக்கூடிய லட்சணமா?'

கூடமே அதிர்கிற மாதிரி ஒரு குரல் கேட்டு எனக்கு உடம்பே நடுங்கிவிட்டது. விருந்து நேரத்தில் என்ன சத்தம் என்று புரியவில்லை. ஒருகணம் அதிர்ச்சியில் உறந்துவிட்டேன். அப்போது சற்றே தொலைவில் முத்துராமன் சார் பரிமாறுகிறவரிடம் வாக்குவாதம் செய்யும் காட்சியைப் பார்த்தேன். அக்கணமே என்ன நிகழ்ந்திருக்கும் என்பதை என்னால் ஊகிக்க முடிந்தது.

சுப்பையா சார் எங்கிருந்தோ அவர் குரலைக் கேட்டுவிட்டு அவரை நோக்கி ஓடி வந்தார். அவரை நெருங்கி 'முத்துராமன், இங்க பாரு. என்ன இது?' என்று சங்கடமான குரலில் கேட்டார். முத்துராமன் சார் அவரைச் சிறிதுகூட பொருட்படுத்தவில்லை.

'குனிஞ்சி இலையில வைக்கத் தெரியாத ஆளு, நீ எதுக்கு பந்தி பரிமாறுற இடத்துக்கு வந்த? என்னை என்ன ஊறுகாய்க்கு வக்கத்த ஆளுன்னு நெனசிட்டியா? இப்படி வெள்ளைவேட்டி மேல கொட்டி பாழாக்கிட்டு போறியே? இதுக்கு பேர்தான் விருந்தா?'

தொடர்ந்து சத்தம் போட்டபடி இருந்தார். 'முத்துராமன், அமைதியா இருங்க. முத்துராமன் அமைதியா இருங்க' என்றபடி அவர் தோளைத் தொடுவதற்குச் சென்றார் சுப்பையா சார். அக்கணமே அவருடைய கைகளைத் தட்டி விலக்கினார் முத்துராமன் சார்.

'எல்லாமே உன்னாலதான் சுப்பையா. பார்க்கிறதுக்கு சின்ன பையனா இருந்துகிட்டு தேவையில்லாத வேலையையெல்லாம் இழுத்துவிடற. உங்கள யாருய்யா கேட்டா விருந்து வேணும்னு'

அவருக்கு அப்படி ஒரு கோபம் ஏன் வந்தது என்றே புரியவில்லை. எல்லோரையும் வசைபாடியபடி எழுந்து வேகமாக நடந்து சென்றார்.

எச்.எம்.எழுந்து நின்று ஒருமுறை அவரைப் பெயர் சொல்லி அழைத்தார். ஆனால் அதைப் பொருட்படுத்தாமல் அவர் நடந்துவிட்டார். அதை அவரால் நம்பவே முடியவில்லை. புரவலர் ஒன்றும் சொல்லத் தோன்றாமல் அவரைத் திகைப்புடன் பார்த்தார். ஆயினும் அவரை அமைதிப்படுத்தும் விதமாக உரையாடுவதற்காக 'சார் சார்' என்று அழைத்தார். அவர் யாரையுமே பொருட் படுத்தவில்லை. புரவலரின் முகமே மாறிவிட்டது.

எனக்குக் குழப்பமாக இருந்தது. இந்த முத்துராமன் சார் ஏன் இப்படி விஷம் மாதிரி சொற்களைக் கொட்டியபடி செல்கிறார் என்பது புரியாமல் சிலையைப்போல நின்றேன்.

‘இந்த சோத்துக்காக நான் ஒன்னும் ஏங்கிகிட்டு கெடக்கலை. மனசு வச்சா, இந்த மாதிரி நான் ஆயிரம் பேருக்கு போடுவேன்’ என்று மீண்டும் மீண்டும் சொல்லிக்கொண்டே வேகமாக வெளியேறினார்.

அதற்குப் பிறகு பந்தி வேலை அமைதியாக நடந்தது. எல்லோரும் ஆழ்ந்த அமைதியுடன் சாப்பிட்டார்கள். எச்.எம். முகத்தையும் சுப்பையா சாரின் முகத்தையும் பார்த்தேன். களையிழந்து புழுதி படிந்த சிற்பம் போல இறுகியிருந்தது.

15. புங்கம்பூ

எங்கள் ஊர் ரயில்வே ஸ்டேஷன் திடல் எங்களுக்குக் கிடைத்த மாபெரும் ஒலிம்பிக் மைதானம். பேஸ் பால், கிரிக்கெட், கபடி, கோகோ, ரிங்பால் என நாங்கள் விளையாடும் எல்லா ஆட்டங்களுக்கும் அதுதான் ஆடுகளம். ஒவ்வொரு நாளும் நேரம் கிடைக்கும் போதெல்லாம் அந்த இடத்துக்கு ஆடுவதற்கு வந்துவிடுவோம். விடுமுறை நாட்களில் காலை நேரத்திலும் ஆடுவோம். மாலை நேரத்திலும் ஆடுவோம்.

ஆடி முடித்ததும் அங்கிருந்தே கூட்டமாக ஏரிக்கரைக்குச் செல்வோம். எங்களைத் தூக்கிக்கொண்டு பறப்பதுபோல காற்று வீசும். அங்கே நின்று அமைதியின் உறைவிடமாகத் தோற்றமளிக்கும் தண்ணீர்ப்பரப்பின்மீது உரசிக்கொண்டு பறப்பதுபோல ஓட்டாஞ் சில்லை வீசுவது எங்கள் வீர விளையாட்டுகளில் ஒன்று. மூன்று அல்லது நான்கு முறைக்கு மேல் தண்ணீரைத் தொட்டு பறப்பதுபோல சில்லு வீசத் தெரிந்தவனே மிகப்பெரிய கலைஞன்.

எங்கள் குழுவில் அன்பழகனே பெருங் கலைஞன். அவன் சாதாரணமாக வீசும் சில்லு கூட கிளைகளைத் தொட்டுத்தொட்டு தாவிச்

செல்லும் சிட்டுக்குருவியைப்போல ஐந்தாறுமுறை உரசிவிட்டுப் பறக்கும். நான் வீசும் சில்லு ஒருமுறை கூட இரண்டாவது உரசலைக்கூட முழுமையாக முடிக்காது. அப்படியே மூழ்கிவிடும்.

ரயில் தண்டவாளப்பாதைக்கும் ஏரிக்கும் இடைப்பட்ட அந்தத் திடல் அருமையான ஒரு தோப்புபோல இருக்கும். ஒரு பெரிய குட்ஸ் ஷெட். அதற்கு எதிரில் ஒரு பெரிய ஆலமரமும், அதைச் சுற்றி காட்டுவா மரங்களும் இலுப்பை மரங்களும் நாவல் மரங்களும் அடர்த்தியாக வளர்ந்து நிற்கும்.

அந்த வரிசையில் சற்றே விலகி தனியாக ஒரு புங்கமரமும் உண்டு. பூ பூக்கும் காலத்தில் புங்கம்பூவுக்கு மல்லிகைப்பூவின் மணத்தை விட கூடுதல் மணமுண்டு. மரத்தின் கீழே கொட்டிக் கிடக்கும் கருமை படிந்த பழைய பூக்களும் வெள்ளைவெளேரென்ற புதிய பூக்களும் சேர்ந்து எழுப்பும் மணத்தை நுகரும்போது மயக்கம் வருவதுபோல இருக்கும். தண்டவாளத்தைத் தாண்டும்போதே அந்தப் பூவின் மணம் வந்துவிடும். அது எங்கள் ஆடுகளத்தின் நிரந்தர அடையாளம். அந்த மணத்துடன் சங்கமித்தபடி மாட்டுச் சாணத்தின் வாடையும் குப்பென்று எழுந்து வரும். அதற்குக் காரணம் புங்கமரத்துக்கு அருகில் இருந்த குடிசை.

அது வெள்ளைக்காரன் என்பவரின் குடிசை. அவருடைய சொந்தப் பெயர் என்ன என்பது யாருக்குமே தெரியாது. ஆள் வெள்ளை வெளேரென்று இருப்பார். போலீஸ்காரர் மாதிரி அரைக்கால் சட்டையும் அழுக்கேறிய ஒரு பனியனும்தான் அவருடைய ஆடைகள். நல்ல உயரம். மெலிந்த உடல். ஏடு படிந்த பாலின் நிறத்தில் மெலிந்த தோற்றம். நீளமான கைவிரல்கள். தலைமுடி, புருவம் எல்லாமே வெள்ளையும் பழுப்பும் கலந்த நிறத்தில் இருக்கும். பூனைக்கண்கள்.

பெரியவர்கள் எல்லோருமே அவரை 'வெள்ளைக்காரா வெள்ளைக்காரா' என்றுதான் அழைப்பார்கள். ஒருநாளும் யாரிடமும் அவர் கோபப்பட்டு பார்த்ததே இல்லை. என்னைப் போன்ற சின்னப் பிள்ளைகள் மாமா என்றோ அண்ணே என்றோ அழைப்பார்கள். சில துடுக்குப்பிள்ளைகள் பேச்சுவாக்கில் வெள்ளைக்காரா என்றும் அழைத்துவிடுவார்கள். அவர் எதையும் பெரிசாக எடுத்துக்கொள்ளமாட்டார். எல்லோருடனும் சிரிப்பு வழிந்த முகத்துடன்தான் பேசுவார். அவர் மட்டுமே அந்தக் குடிசையில் தனிமையில் வசித்து வந்தார். மனைவி, குழந்தை என அவருக்கு ஒருவரும் இல்லை.

குடிசையைச் சுற்றி முள்வேலி எழுப்பியிருந்தார் வெள்ளைக்காரன். வேலியைக் கடந்து உள்ளே செல்வதற்கு உதவும் கதவுப்படலைக் கூட முட்களையும் கட்டைகளையும் அடுக்கி கயிறு கட்டி நிறுத்தியிருந்தார். உள்ளே குடிசைக்குக் கதவாக இன்னொரு படல் உண்டு. அது பனைமட்டைகளை இணைத்து உருவாக்கப்பட்டது.

குடிசைக்கு வெளியே எல்லா இடங்களிலும் குவியல் குவியலாக மாட்டுச்சாணம் மட்டுமே குவிந்திருக்கும். அந்த இடத்தில் சாணவாடை வீசுவதற்கு அதுதான் காரணம். ஒரு மூலையில் மட்டும் மண்ணாலான அடுப்பு இருக்கும். அதன் அருகில் சின்னச்சின்ன சட்டிகள். பானைகள். அலுமினியத் தட்டுகள். எல்லாமே அவருடைய சமையலுக்கும் சாப்பாட்டுக்கும் உதவக்கூடியவை.

பல நேரங்களில் எங்களுடைய பந்து பறந்து சென்று குடிசைக்கு அருகில் சென்றுவிடும். அப்போது வெள்ளைக்காரன் இருந்தால், அவரே அந்தப் பந்தை எடுத்து எங்களை நோக்கி வீசிவிடுவார். இல்லையென்றால் நாங்களே அந்த வேலியைக் கடந்து சென்று பந்தை எடுத்துக்கொண்டு திரும்பிவிடுவோம்.

ஒருமுறை பந்தை எடுத்துக்கொண்டு வருவதற்காக பரசுராமன் குடிசையை நோக்கி ஓடினான். அதுவரை குடிசைக்கு வெளியே நின்றிருந்த வெள்ளைக்காரன் குடிசைக்குள் செல்வதற்காகத் திரும்புவதைப் பார்த்தான். அவர் கவனத்தைத் திசைதிருப்பி, அவரையே பந்தை எடுத்து வீசச் சொல்லலாம் என்கிற எண்ணத்தில் வேலிக்கு வெளியே நின்றுகொண்டு ‘ஏ வெள்ளைக்காரா வெள்ளைக்காரா’ என்று வேகமாக அழைத்தான். அவர் எந்தச் சிந்தனையில் மூழ்கியிருந்தாரோ என்னமோ, திரும்பிப் பார்க்காமல் உள்ளே சென்றுவிட்டார். உடனே அவன் இன்னும் கூடுதலான சத்தத்துடன் ‘வெள்ளைக்காரா வெள்ளைக்காரா’ என்று கைத்தட்டி அழைத்தான். அவர் வெளியே வராததால், பரசுராமன் இன்னும் வேகமாக அழுத்தம் கொடுத்து பலமுறை அழைத்துவிட்டான். அவன் குரல் சாதாரணமாகவே சங்கு ஊதுவதுபோல சத்தமாக இருக்கும். வெள்ளைக்காரனை அழைத்த நேரத்தில் அது இன்னும் பல மடங்காக உயர்ந்து கேட்டது.

நெம்புகோல் மேடைக்கு அருகில் ஏதோ வேலையாக இருந்த காசி மாமா அவனுடைய சத்தத்தைக் கேட்டுவிட்டு கோபத்தோடு புங்கமரத்துக்கு அருகில் வந்துவிட்டார்.

‘எதுக்குடா இங்க நின்னுகினு சத்தம் போடற?’

‘பந்து உள்ள போய் விழுந்துடுச்சி...’

அவன் கையை நீட்டி பந்து விழுந்திருப்பதைச் சுட்டிக் காட்டினான்.

‘அது சரி, அத நீயே போய் எடுத்துக்க வேண்டிதுதான? உள்ள போவாதன்னு உங்கிட்ட யாராவது ஏதாவது சொன்னாங்களா?’

பரசுராமன் பதிலெதுவும் சொல்லாமல் அவரையே பார்த்தபடி நின்றான்.

‘அம்மாம் பெரிய ஆள பேர் சொல்லி கூப்புடறியே, உனக்கே அது நியாயமா தோணுதா? அவர் என்ன, உங்க வீட்டு வேலைக்காரனா? உன் வயசென்ன? அந்த ஆள் வயசென்ன? மாமா, அண்ணா, சித்தப்பா, பெரியப்பான்னு ஏதாவது சொல்லி கூப்புடத் தெரியாதா? படிக்கிற புள்ளதான நீ? உனக்கு அது கூட தெரியலைன்னா, என்ன அர்த்தம்?’

கோபத்தில் காசி மாமா அடுக்கிக்கொண்டே சென்றார்.

‘நான் வேணும்ன்னு கூப்புடலை. சும்மா விளையாட்டுக்குத்தான் கூப்ட்டேன்.’

‘எப்படி இருந்தாலும் வயசுல பெரியவர பேர் சொல்லி கூப்பிடக் கூடாது, புரியுதா?’

‘புரியுது’ என்பதற்கு அடையாளமாக தலையசைத்தபடி பரசுராமன் அவரையே பார்த்தான். ‘போ, போய் நீயே பந்த எடுத்துக்கோ’ என்று அவனை அனுப்பினார் காசி மாமா. பரசுராமன் ஒரே நொடியில் ஓட்டமாக ஓடிச் சென்று உள்ளே விழுந்திருந்த பந்தை எடுத்துக்கொண்டு திரும்பினான்.

அவனை ‘ஒரு நிமிஷம். இங்க வா’ என்று நிறுத்தினார் காசி மாமா. பரசுராமன் அவருக்குப் பக்கத்தில் சென்று நின்றான். காசி மாமா அவன் தோளைத் தட்டி, அவன் தலைமீது விழுந்து முடியில் சிக்கிக்கொண்டிருந்த ஒரு புங்கம்பூவை எடுத்து கீழே வீசிவிட்டு ‘நம்மைவிட வயசில பெரியவங்கள எந்த சமயத்துலயும் பேரு சொல்லி கூப்பிடக் கூடாது. புரியுதா? எல்லாம் ஒன் நல்லதுக்குத்தான் சொல்றேன்’ என்று பொறுமையாகச் சொன்னார். அவனும் அதை ஏற்றுக்கொள்வதுபோல தலையசைத்தான். ‘சரி போ’ என்று அவனை தோளில் தட்டி காசி மாமா அனுப்பிவைத்தார்.

அந்த நேரத்தில் வெள்ளைக்காரன் குடிசையிலிருந்து வெளியே வந்தார். காசி மாமா குடிசைக்கு அருகில் நின்றிருப்பதைப்

பார்த்ததும் அவனுக்கு எதுவும் புரியவில்லை. 'என்ன, இவ்வளவு தூரத்துக்கு வந்துட்ட?' என்று கேட்டார். நடந்தது எதையும் மாமா அவரிடம் சொல்லவில்லை. 'ஏரியை பார்த்துட்டு எறங்கனேன். அப்படியே உன்ன பார்த்து பேசலாம்னு வந்தேன்' என்றார். 'அப்படியா?' என்பதுபோல வெள்ளைக்காரன் சிரித்துக்கொண்டே தலையசைத்தார்.

'எந்த ஊருக்கு போயிட்ட? ரெண்டு மூனு வாரமா ஆள பார்க்கவே முடியலை'

'மடுகரையில ஒரு சூளைக்காரர்கிட்ட போயிருந்தேன். ரெண்டுமூணு பங்காளிங்க ஒன்னா சேர்ந்து அந்த ஊருல சூளை வைக்கிறாங்க. பத்து வண்டி எருமுட்டை வேணும்ன்னு சொன்னாங்க. சூளைகிட்டயே ஒரு கொட்டா போட்டு கொடுத்தாங்க. வேளாவேளைக்கு கூழு. சோறு. மீன்குழம்பு. அங்கயே தங்கி எருமுட்டைய தட்டி நல்லா சுக்கு மாதிரி காயவச்சி அடுக்கி குடுத்துட்டு வந்தேன்.'

'சரி சரி, சோறு கூழு மட்டும் குடுத்து கதைய முடிச்சிட்டாங்களா? பணம் ஏதாவது குடுத்தாங்களா?'

'குடுத்தாங்க. குடுத்தாங்க. கைநிறைய குடுத்தாங்க.'

காசி மாமா வெள்ளைக்காரனை நம்பாதவர்போல அவர் முகத்தையே ஒருகணம் உற்றுப் பார்த்தார். ஒரு பெருமூச்சுக்குப் பிறகு 'குடுத்தா சரி. பத்திரமா வச்சிக்கோ' என்றார். தொடர்ந்து 'முதல்ல உன் கோலத்த மாத்து. இதே அழுக்கு சட்டைங்கள எத்தனை நாளைக்கு தொவைச்சி தொவைச்சி போடுவ? நாயுடு கடைக்கு போய் நல்லதா ஒரு சட்டை துணி எடுத்து தச்சி .போடக்கூடாதா?' என்று கேட்டார்.

'நான் புது சட்டை போட்டுகினு எந்த கல்யாணத்துக்கு போவ போறேன், விடுப்பா. இருக்கறதே போதும்.'

வெள்ளைக்காரன் சிரித்துக்கொண்டே பதில் சொன்னார்.

'சொல்றத கேளு. கிட்டயே வரமுடியலை. அந்த அளவுக்கு வாடை அடிக்குது. ஒனக்காக இல்லைன்னாலும் எனக்காக மாத்து' என்று சொல்லிவிட்டு அங்கிருந்து புறப்பட்டுச் சென்றார் காசி மாமா. 'சரி சரி' என்றபடி குடிசைக்குத் திரும்பிய வெள்ளைக்காரன் தரையில் ஒருபக்கம் உலர்ந்த எருமுட்டைகளை மறுபக்கத்துக்குத் திருப்பிப் போடத் தொடங்கினார்.

எருமுட்டை தட்டி விற்பனை செய்வதுதான் வெள்ளைக்காரனுக்குத் தெரிந்த ஒரே தொழில். ஒவ்வொரு நாளும் காலையில் ஏரிக்குள் மாட்டுக்காரர்கள் மாடு மேய்க்கும் இடங்களுக்கெல்லாம் கூடையைத் தூக்கிக்கொண்டு புறப்பட்டுவிடுவார். மாடுகள் பின்னால் அலைந்து சாணத்தைச் சேகரித்துக்கொண்டு திரும்புவார். நாலைந்து நாட்களுக்கு ஒருமுறை எல்லாக் குவியலையும் ஒன்றாக்கி சேறு மிதிப்பதுபோல சாணத்தை நன்றாக மிதித்துக் கூழாக்குவார்.

சாணத்தின் மீது ஏறி நின்று தை தை என்று மிதிக்கும்போது உற்சாகத்தில் அவருக்கு பாட்டு பிறந்துவிடும். 'கன்னுக்குட்டி கன்னுக்குட்டி என்னருமைக் கன்னுகுட்டி' என்னும் ஒரே வரியை மனம்போன போக்கில் பல்வேறு ராகங்களில் பாடுவார். அது ஒரு வகையான சத்தம் என்றுதான் எங்களுக்குத் தோன்றும். அவர் எழுப்பும் சத்தம் எங்களுக்குப் பிரச்சினையாகவே இருந்ததில்லை. அதேபோல, நாங்கள் போடும் சத்தமும் அவரைக் கொஞ்சம்கூட அசைத்ததில்லை. சாணம் மிதிக்கும்போது அவர் வேறொரு உலகத்தில் இருப்பதைப்போலத் தோன்றும்.

புங்கமரத்திலிருந்து சிறிது தூரத்தில் அந்தக் காலத்தில் பர்மா ஷெல் எண்ணெய்க்கம்பெனி கட்டிய ஒரு குடோன் இடிந்து பாழாகி விட்டாலும், அதன் சுவர்கள் அரைகுறையாக நின்றிருந்தன. அந்தச் சுவருக்கு அருகில் மிதிபட்டுக் குழைந்த சாணத்தை ஒரு கூடையில் நிரப்பி எடுத்துவந்து வைப்பார். பிறகு வேறொரு கூடையில் கூளத்தைக் கொண்டுவருவார். சாணத்தை ஒரு கை நிறைய அள்ளி பந்துபோல உருட்டி, கூளத்தில் படியவைத்து உருட்டியெடுப்பார். பிறகு அதைச் சுவர்மீது தட்டி அழுத்தி அழுத்தி வட்டமாக்கி விடுவார். அவருடைய ஐந்து விரல்களும் அச்சடித்ததுபோல அந்த எருமுட்டையில் பதிந்துவிடும். அடிக்கிற வெயிலுக்கு எல்லா எருமுட்டைகளும் ஒரே வாரத்தில் சுக்குத்துண்டு மாதிரி உலர்ந்துவிடும். பிறகு அவை அனைத்தும் குவியல் குவியலாக குடிசைக்கு வந்துவிடும்.

மரத்தடியில் ஆடிக்கொண்டிருக்கும்போது தண்ணீர் தாகமெடுத்தால், நாங்கள் முள்படலைத் தள்ளிக்கொண்டு வெள்ளைக்காரனின் குடிசைக்குள்தான் ஓடுவோம். சாண வீச்சத்தை நாங்கள் ஒருபோதும் பொருட்படுத்தியதே இல்லை. சுவரோரமாக பானையில் நிரப்பப்பட்டிருக்கும் தண்ணீரை எடுத்துப் பருகிவிட்டு போன வேகத்தில் திரும்பிவந்து ஆட்டத்தில் மூழ்கிவிடுவோம். பார்த்தாலும் சரி, பார்க்காவிட்டாலும் சரி, அதைப் பற்றியெல்லாம் வெள்ளைக்காரன் ஒன்றும் சொல்லமாட்டார்.

வெள்ளைக்காரன் காலைப்பொழுதில் சாணத்துக்காக ஏரிக்கரையில் அலைந்து திரிந்து திரும்புவார். அதற்குப் பிறகு அவர் ரங்கநாதன் மேஸ்திரி வீட்டுக்குச் சென்றுவிடுவார். ‘நியாயமா பார்த்தா நீ இருக்கிற குடிசைக்கு பஞ்சாயத்து போர்டுக்கு வருஷாவருஷம் வரி கட்டணும் தெரியுதா?. நமக்காக வேலை செய்யற ஆளுன்னு உன்ன விட்டு வச்சிருக்கேன். உன்ன வெளியே போடான்னு சொல்லிட்டு குடிசையை பிரிச்சி போட்டா, உன்னால என்ன செய்யமுடியும்’ என்று கர்ஜித்த மேஸ்திரியின் மிரட்டலுக்கு வெள்ளைக்காரன் கட்டுப்பட வேண்டியதாகிவிட்டது.

பஞ்சாயத்து போர்டு அலுவலகத்தில் ரங்கநாதன் மேஸ்திரியாக வேலை பார்த்துவந்தார். தெருக்கூட்டும் துப்புரவுப்பணியாளர்கள் அனைவரும் அவருடைய நேரடிக் கட்டுப்பாட்டில் இருந்தார்கள். அவர் தன் அதிகாரத்தைப் பயன்படுத்திக்கொண்டு அவர்களை யெல்லாம் வெவ்வேறு காரணம் சொல்லி வீட்டுக்கு வரவழைத்து சொந்த வேலைகளைச் செய்யவைப்பதில் பெரிய கில்லாடி என்று பேசிக்கொள்வார்கள். அவரைவிட அவருடைய மனைவி பெரிய கில்லாடி. அவர் வாயைத் திறந்து பேசத் தொடங்கினால் அந்தத் தெருவுக்கே கேட்கும். எல்லாமே கெட்ட வார்த்தைகள் கலந்த வசை. ஒருவேளை சாப்பாடு, ஒரு செம்பு கூழ், கொஞ்சம் வெற்றிலை, பாக்கு, சுண்ணாம்பு, புகையிலை மட்டும்தான் அவர் கூலியாகக் கொடுப்பார். எப்போதாவது அவருக்கு நியாயமாகத் தோன்றினால், கொஞ்சம் சில்லறைகளை எடுத்துக்கொடுப்பார்.

அவருடைய வீட்டுக்குப் பின்னால், வீடு அளவுக்கே ஒரு பெரிய மாட்டுக்கொட்டகை இருந்தது. பத்து எருமைகள், பத்து பசுக்கள் அவருக்குச் சொந்தமாக இருந்தன. அந்த மாடுகளை ஏரிக்கு அழைத்துச் சென்று மேய்ப்பதற்கென்றே ஒருவன் அவருடைய வீட்டில் வேலை பார்த்துவந்தான். ஒவ்வொரு நாளும் அங்கே விழும் சாணமே ஒரு வண்டியளவுக்கு இருக்கும். வெள்ளைக்காரன் ஒவ்வொரு நாளும் குவிந்த சாணத்தை அள்ளிச் சென்று குழியில் போட்டுவிட்டு வருவார். சில சமயங்களில் அவர்கள் வீட்டு மதிலிலேயே எருமுட்டைகளைத் தட்டிவிட்டுத் திரும்புவார்.

ஆறாம் வகுப்பு படிக்கிற சமயத்திலேயே வீட்டு வேலைகளில் என் அம்மா என்னைப் பழக்கிவிட்டார். வீட்டில் தம்பியும் தங்கையும் பிறந்து சின்னஞ்சிறியவர்களாக இருந்தனர். குழாயடியிலிருந்து தண்ணீர்க்குடம் சுமந்து வருவது, கடைத்தெருவுக்குச் செல்வது, விறகும் மிளாரும் சுமந்து வருவது, கல் இயந்திரத்தில் மாவு அரைப்பது, துணி துவைப்பது, எருமுட்டை வாங்கி வருவது எல்லாமே என் கடமைகளாகிவிட்டன.

‘இந்தா, கூடை எடுத்தும் போயி எருமுட்டை வாங்கி வா’ என்று ஒருநாள் அம்மா ஐம்பது பைசா கொடுத்தார்.

எங்கள் வீட்டில் இரண்டு கூடைகள் இருந்தன. ஒன்று, தாளைக் கூழாக அரைத்துப் பூசியதால் இடைவெளியே இல்லாமல் மழமழப்பாக இருக்கும் வெள்ளைக்கூடை. நெல், கம்பு, கேழ்வரகு என ஏதேனும் தானியத்தை நிரப்பி வைக்க அது உதவியாக இருந்தது. இன்னொன்று, பூச்சு எதுவும் இல்லாத சாதாரணமான மூங்கில் கூடை. குப்பையை நிரப்பி எடுத்துச் சென்று கொட்டுவதற்கும் இரவு நேரத்தில் கோழிகளை மூடிவைப்பதற்கும் எருமுட்டை வாங்கி வருவதற்கும் அது உதவியாக இருந்தது.

நான் அந்த இரண்டாவது கூடையை எடுத்துக்கொண்டு வெள்ளைக்காரன் குடிசைக்குப் புறப்பட்டேன். எனக்குப் பின்னால் ‘காசு பத்திரம் காசு பத்திரம்’ என்று அம்மா சொல்வது காது கேட்கிற எல்லை வரைக்கும் கேட்டுக்கொண்டே இருந்தது. நான் கூடையை தொப்பி மாதிரி தலைமீது சாய்வாக வைத்துக்கொண்டு ‘புதிய வானம் புதிய பூமி’ என்று மனசுக்குள் பாடியபடி வெள்ளைக்காரன் குடிசையை நோக்கிச் சென்றேன்.

நல்ல வேளையாக நான் சென்ற நேரத்தில் வெள்ளைக்காரன் குடிசையில் இருந்தார். என்னைப் பார்த்ததும் ‘என்ன தம்பி? எருமுட்டையா?’ என்று கேட்டார். நான் ‘ஆமாம். அம்பது பைசாவுக்கு’ என்றபடி என் பையிலிருந்த நாணயத்தை எடுத்துக் கொடுத்தேன். அவர் அதை வாங்கி இரண்டு பக்கமும் திருப்பித்திருப்பிப் பார்த்துவிட்டு பையில் வைத்துக்கொண்டார்.

‘கூடையில உன்னால தூக்கிட்டு போவ முடியுமா?’

‘ம். தூக்குவேன்.’

‘உடையாம எடுத்தும் போ. புரியுதா? இல்லைன்னா, உங்க அம்மா என்னைப் பார்க்கும்போது என்னப்பா, சின்ன புள்ளைய ஏமாத்திட்டியான்னு கேப்பாங்க.’

‘சரி. உடையாம எடுத்தும் போவேன். கவலைப்படாதீங்க.’

‘அஞ்சி பைசாவுக்கு ரெண்டுன்னா, அம்பது பைசாவுக்கு எத்தனை வரும்னு உனக்குத் தெரியுமா?’

‘இருவது’

‘நான் ஒவ்வொன்னா குடுக்கறேன். நீ எண்ணி எண்ணி வச்சிக்கோ, சரியா?’

'சரி'

எருமுட்டைக் குவியலுக்கு அருகில் என்னை அழைத்துச் சென்று தட்டு மாதிரி அகலமாக இருக்கும் எருமுட்டையை எடுத்துக் கொடுத்தார். நான் அதை 'ஒன்னு' என்று சொன்னபடி வாங்கி கூடையின் அடியில் படுக்கைவாக்கில் வைத்தேன். பிறகு அவர் ஒவ்வொன்றாக கொடுக்கக்கொடுக்க 'ரெண்டு' 'மூணு' என்று எண்ணியபடியே சுற்றி அடுக்கினேன். நான் 'இருபது' என்று எண்ணி முடித்த பிறகு கூட அவர் எடுத்துக் கொடுப்பதை நிறுத்தவில்லை. நான் அதை வாங்கவில்லை. 'இருபது முடிஞ்சி போச்சி மாமா' என்றேன். அவர் சிரித்துக்கொண்டே 'அப்படியா, சரியாயிடுச்சா? ஒழுங்கா எண்ணியா? அப்புறம் அம்மா குறையுதுன்னு சொல்லப் போறாங்க' என்றார். 'இல்லை இல்லை மாமா. சரியா இருக்குது' என்று நான் மறுபடியும் சொன்னேன். 'பரவாயில்லை, இருக்கட்டும். உனக்காக ஒரு கொசுறு. வச்சிக்கோ' என்றபடி அவரே கூடைக்குள் குனிந்து வைத்தார்.

'எத்தனாவது படிக்கிற நீ?'

'ஏழாவது.'

'இங்க்லீஷ்லாம் படிப்பியா?'

'ம். நல்லா படிப்பேன். க்ளாஸ்ல நான்தான் ஃபர்ஸ்ட் ரேங்க்.'

'படிச்சி படிச்சி மேல போ. லண்டனுக்கு போய் படி. தெரியுதா? அங்க போய் அதிகாரமா வேலை செய். தெரியுதா?'

நான் 'சரி' என்று தலையசைத்தபடி கூடையைத் தூக்குவதற்குக் குனிந்தேன். 'நீ குனிய வேணாம். இரு. இரு. நான் தூக்கி வைக்கறேன்' என்று சொன்னபடி என்னை நெருங்கி வந்து கூடையைத் தூக்கி என் தலைமீது வைத்தார். பிறகு 'புடிச்சிகிட்டியா, கெட்டியா புடிச்சிகிட்டியா?' என்று நாலைந்து முறை கேட்டு உறுதி செய்துகொண்ட பிறகே கூடையைப் பிடித்துக்கொண்டிருந்த தன் கையை விலக்கினார். நான் வேலியைக் கடந்து வெளியே நடக்கத் தொடங்கியபோது 'பாத்து பத்தரமா போ தம்பி' என்றார்.

இன்னொரு முறை நான் எருமுட்டை வாங்குவதற்குச் சென்ற சமயத்தில் வெள்ளைக்காரன் குடிசையில் இல்லை. 'மாமா மாமா' என்று பல முறை கூப்பிட்டுப் பார்த்தேன். குடிசையிலிருந்து எந்தச் சத்தமும் வரவில்லை. கூடையை வாசலிலேயே வைத்துவிட்டு குடிசைக்குள் எட்டிப் பார்த்தேன். ஒரே இருட்டு. ஒன்றும் தெரியவில்லை. பார்வைக்கு வெளிச்சம் தெளிந்து வந்தபோது

எல்லா இடங்களிலும் எருமுட்டை அடுக்குகளே நிறைந்திருப்பதைப் பார்த்தேன். வெளியே வந்துவிட்டேன். சாணக்குவியலின் வாடையில் மூச்சு விட முடியவில்லை.

வேலிப்படலைத் திறந்துகொண்டு வெளியே வந்து எங்காவது வெள்ளைக்காரன் முகம் தெரிகிறதா என வெகுநேரம் பார்த்தேன். ஒருவரும் தெரியவில்லை. வீட்டுக்குச் சென்று 'எருமுட்டை கிடைக்கலை. அவர் வீட்டுலயே இல்லை' என்று அம்மாவிடம் சொல்லிவிடலாமா என்று ஒரு கணம் நினைத்தேன். 'அங்க இங்க எங்கனா கடைப்பக்கம் போயிருப்பாரு. சித்த நேரம் நின்னு வாங்கிவரக் கூடாதா? இங்க என்ன குடிமுழுகிப் போவுதுன்னு வெறுங்கூடைய தூக்கினு வந்துட்ட?' என்று அம்மா கேட்பதற்குச் சாத்தியமான கேள்விகள் எல்லாம் ஒவ்வொன்றாக எழுந்தது. பிறகு இன்னும் கொஞ்ச நேரம் காத்திருந்து பார்ப்போம் என்று முடிவு செய்துகொண்டேன்.

குடிசையை ஒட்டியிருந்த மேட்டில் ஏறி நின்று ஏரியில் கண்ணுக்கு எட்டிய வரை நிறைந்து தளும்பிக்கொண்டிருந்த தண்ணீரைப் பார்த்தபடி நின்றிருந்தேன். தொலைவில் நாலைந்து நீர்க்காகங்கள் புழுவைக் கொத்தியெடுத்துக்கொண்டு பறந்துபோவதைப் பார்த்தேன். ஏதோ ஒரு கணத்தில் வழக்கமாக நாங்கள் விளையாடும் வீர விளையாட்டு நினைவுக்கு வந்துவிட்டது. கரை மீது ஆங்காங்கே கிடந்த ஓட்டாஞ்சில்லுகளை எடுத்து வைத்துக்கொண்டு தண்ணீரைச் சீவிக்கொண்டு பறப்பதுபோல வேகமாக வீசினேன். சொல்லிவைத்ததுபோல எல்லாமே ஒரு சீவலோடு தண்ணீரில் மூழ்கிவிட்டன. வீசும் கோணம், சில்லுவின் அளவு என எல்லாவற்றையும் மாற்றிப் பார்த்தேன். ஒன்றும் பயனில்லை.

சலிப்போடு இறங்கி வந்த சமயத்தில் வெள்ளைக்காரன் தண்டவாளப்பாதையைக் கடந்து நடந்து வருவது தெரிந்தது. அவரைப் பார்த்த பிறகுதான் என்னால் நிம்மதியாக மூச்சு விட முடிந்தது. குடிசைக்கு அருகில் என்னைப் பார்த்ததுமே 'என்னப்பா தம்பி? ரொம்ப நேரமா காத்திட்டிருக்கியா?' என்று கேட்டார்.

'ஆமாம் மாமா. அம்பது பைசாவுக்கு எருமுட்டை வேணும். அம்மா வாங்கிட்டு வரச் சொன்னாங்க.'

'நான் இல்லைங்கறதுக்காக இங்கயே நின்னுட்டிருக்கியா? நீ பாட்டுக்கு எண்ணி எடுத்துகினு போகவேண்டிதுதான?'

'காசு?'

‘அது எங்க ஓடிடப் போவுது? தெனம் இந்தப் பக்கமா ஆட வர்ற ஆள்தான நீ? அந்தச் சமயத்துல குடுத்தா வாங்கிக்கப் போறேன்.’

வழக்கம்போல ஒவ்வொன்றாக அவர் எருமுட்டையை எடுத்துக் கொடுக்கக்கொடுக்க நான் ‘ஒன்னு ரெண்டு’ எண்ணியபடி வாங்கி கூடைக்குள் அடுக்கிவைத்தேன். வழக்கம்போல அவராகவே நாலைந்து எருமுட்டைகளைக் கூடுதலாக எடுத்து கூடைக்குள் வைத்துவிட்டார். நான் என் பையிலிருந்த ஐம்பது பைசா நாணயத்தை எடுத்து அவரிடம் கொடுத்தேன். அவர் சிரித்துக் கொண்டே அதை வாங்கிக்கொண்டார்.

‘ஒரு நிமிஷம் நில்லு. இதோ வரேன்’ என்றபடி வெள்ளைக்காரன் குடிசைக்குள் சென்றார். சில நொடிகளுக்குப் பிறகு அவர் வெளியே வந்தபோது அவருடைய கையில் ஒரு கொட்டாங்கச்சி இருந்தது. அதைக் கொண்டுவந்து ‘இந்தா, எடுத்தும் போய் சாப்புடு’ என்று கொடுத்தார். எல்லாம் நாவல்பழங்கள். ‘உங்களுக்கு?’ என்று கேட்டேன். அவர் உடனே ‘நான்தான் தெனமும் தின்னறனே, நீ எடுத்தும் போய் சாப்புடு’ என்று கையில் திணித்தார். பிறகு கூடையைத் தூக்கி தலையில் வைத்து அனுப்பிவைத்தார். ‘இனிமேல நான் இல்லைன்னு எனக்காக காத்திருக்காத. எத்தனை வேணும்னாலும் எடுத்துட்டு போவலாம். ஞாபகம் இருக்கட்டும்’ என்று அவர் சொன்ன வார்த்தைகள் முதுகுக்குப் பின்னால் ஒலித்தன.

தீபாவளி சமயத்தில் நாலைந்து நாட்களுக்கு முன்பேயே வீட்டில் அம்மா முறுக்கும் அதிரசமும் சுட்டுவிட்டாள். அப்போது நான் அவருக்கு உதவியாக அடுப்புக்குப் பக்கத்தில் உட்கார்ந்து நெருப்பின் வேகம் பெருகியும் விடாமல் குறைந்தும் போகாமலும் பார்த்துக்கொண்டேன். எல்லாவற்றையும் ஒரு பானைக்குள் எண்ணி வைத்து அடுக்கிவிட்டு துணியால் அதன் வாயை மூடி பழங்கலத்தின் பக்கத்தில் வைத்துவிட்டாள் அம்மா. அதற்குப் பிறகு நொறுங்கிய முறுக்குத்துண்டுகளோடு நாலைந்து முழு முறுக்கு களையும் சேர்த்து ஒரு தட்டில் வைத்து எனக்குக் கொடுத்தாள். ‘பசங்களோடு சேர்ந்து சாப்புடப் போறேன்’ என்று சொல்லிவிட்டு எல்லாவற்றையும் எடுத்துக்கொண்டு நான் ரயில்வே ஸ்டேஷன் பக்கம் ஓடிவிட்டேன். அன்பழகனும் ராஜசேகரும் மட்டும்தான் அங்கே இருந்தார்கள். அப்புறம் காசி மாமா இருந்தார். எருமுட்டைகளைத் தட்டியபடி வெள்ளைக்காரனும் இருந்தார்.

எல்லோருக்கும் பிரித்துக் கொடுத்தேன். முறுக்கைப் பார்த்ததும் வெள்ளைக்காரனின் முகத்தில் சிரிப்பு தாண்டவமாடியது.

'முறுக்கப் பார்த்தாதான் தீவாளி ஞாபகம் வருது. போன வருஷமும் நீதான் கொண்டாந்து குடுத்த, இல்ல?' என்று சொன்னார். பிறகு சாணக்கறை படிந்த இரு கைகளையும் உயர்த்திக் காட்டியபடி 'இந்தக் கையோடு எப்படி வாங்கமுடியும்? சித்த இரு. இதோ கைய கழுவிட்டு வரேன்' என்று சொன்னபடி குடிசைக்குச் சென்றார்.

அவர் பார்வையிலிருந்து மறைந்ததும் காசி மாமாவிடம் 'பாவம் அவரு. சாணிகிட்ட சித்த நேரம் நின்னாகூட நம்மால அந்த வாடையை தாங்கமுடியலை. நாள் முழுக்க அத தாங்கிகிட்டு நிக்க அவரால மட்டும் எப்படி முடியுது?' என்று கேட்டேன்.

'கஷ்டமாத்தான் இருக்கும். ஆனா அதுக்கு நடுவுலதான் வாழ்ந்தாவணும்ங்கற சூழல் இருந்தா, எல்லாமே தானா பழகிடும்' என்று நாக்கு சப்புக்கொட்டியபடியே சொன்னார் காசி மாமா. அவர் பார்வை அந்தக் குடிசையின் மீது நிலைகுத்தியிருந்தது.

'அவருக்கு எது சொந்த ஊரு?'

'இது என்னடா கேள்வி? அவரும் வளவனூருதான்டா.'

'அந்த காலத்துலேர்ந்து இந்த ஊருலதான் இருக்காரா?'

'ஆமாமாம்டா. இதே ஊருதான். அவரு, அவருக்கு அம்மா, அந்த அம்மாவுக்கு அம்மா எல்லாருமே பரம்பரையா இந்த ஊருக்காராங்கதான்.'

'அப்புறம் ஏன் எல்லாரும் அவரை வெள்ளைக்காரன்னு சொல்றாங்க?'

காசி மாமா ஒரு கணம் அமைதியாக இருந்துவிட்டு த்ச் என்று நாக்கை சப்புக்கொட்டிக்கொண்டார். 'எல்லாமே காலத்தின் கோலம். வேற என்ன சொல்ல?' என்றார். பிறகு ஒரு பெருமூச்சுடன் 'நம்ம நாட்டுக்கு சுதந்திரம் கெடைக்கறதுக்கு முன்னால இங்க வெள்ளைக்காரங்கதான ஆட்சி செஞ்சாங்க. அப்ப இந்த ஊருக்கு அதிகாரியா ஒரு வெள்ளைக்கார தொர இருந்தாரு. ஏரிக்கரையோரமாவே நடந்துபோனா, கொஞ்ச தூரத்துல ஒரு பங்களா இருக்குதே. பார்த்திருக்கியா? அந்த பங்களாவுலதான் அவரு இருந்தாரு. இவருடைய அம்மா அந்த தொர ஊட்டுல வேலை செஞ்சாங்க. அப்ப எப்படியோ ரெண்டு பேரும் நெருக்கமாயிட்டாங்க. அந்த தொரைக்கு பொறந்த பையன்தான் இவரு. சுதந்திரம் கெடைச்சதும் தொர நாட்ட விட்டு போயிட்டாரு. இந்த அம்மா புள்ளையோடு இங்கயே நின்னுடுச்சி. அவரு கொடுத்துட்டு போன பணத்தை வச்சி ஏரிக்கரை ஓரமாவே ஒரு

குடிசை போட்டுகிச்சி. அங்க இங்க சாணி பொறுக்கி எருமுட்டை தட்டி எப்படியோ வாழ்ந்து முடிச்சிட்டு போய் சேர்ந்துட்டா அந்த மகராசி. அம்மா தொழிலே போதும்னு இவரும் வாழ்க்கைய ஓட்டறாரு. என்ன செய்யமுடியும்?'

மாமா சொல்லி முடிப்பதற்குள் வெள்ளைக்காரன் வந்துவிட்டார். கைகளை சுத்தமாக கழுவியிருந்தார். முறுக்கை வாங்கி கடித்து ருசித்தார். என்னைப் பார்த்து 'வீட்டுல அம்மா சுட்டாங்களா?' என்று கேட்டார். நாம் 'ஆமாம்' என்பதுபோலத் தலையசைத்தேன். 'நல்லா இருக்குது. நல்லா இருக்குது' என்றபடி அவர் மீண்டும் ஒரு முறுக்குத்துண்டை எடுத்து வாய்க்குள் போட்டுக் கடித்தார்.

ஒருநாள் எங்கள் தெருவில் ஒரு தாத்தா இறந்துவிட்டார். ஏதோ ஒரு வகையில் அவர் எங்களுக்கு தூரத்துச் சொந்தம். நான் பள்ளிக்கூடத்துக்குச் செல்லவில்லை. சாவு வீட்டையே சுற்றிச்சுற்றி வந்தேன். வாசலில் ஒரு நீளமான பெஞ்ச்சில் தாத்தாவைக் கிடத்தியிருந்தனர். தெருவில் இருப்பவர்கள் எல்லாரும் குடும்பமாக வந்து அவர் மீது மாலை போட்டு வணங்கியபடி ஒரு கணம் நின்றிருந்துவிட்டுச் சென்றார்கள். வாசலில் இடைவிடாத மேளச்சத்தம். வீட்டுக்குள் அழுகைச்சத்தம்.

வாசலில் நின்றிருந்த ஒரு தாத்தா பக்கத்தில் நின்றிருந்த சித்தப்பாவிடம் 'ஏம்பா. சாயந்தரம் எடுக்கணும்னு நாம பாட்டுக்கு பேசிகிட்டிருக்கமே, வெள்ளைக்காரன்கிட்ட எருமுட்டைக்கு சொல்லிட்டீங்களா?' என்று கேட்டார். 'இன்னும் இல்ல. இனிமேலதான் சொல்லணும்' என்றார் சித்தப்பா.

'அவனைத்தான்டா நீ மொதல்ல புடிக்கணும். அவன் பாட்டுக்கு அந்த சூளைக்காரன் கூப்பிட்டான் இந்த சூளைக்காரன் கூப்பிட்டான்னு ஊரை விட்டு கௌம்பியிருந்தான்னா எருமுட்டைக்கு என்ன செய்யறது?' என்று பதற்றமுடன் கேட்டார் தாத்தா.

அப்போது நான் முந்திக்கொண்டு அந்தத் தாத்தாவிடம் 'அவரு குடிசை எனக்குத் தெரியும். நான் போய் அவரு இருக்கறாரா இல்லையான்னு பார்த்துட்டு வரட்டுமா?' என்று கேட்டேன். அவர் என்னை உற்சாகப்படுத்தும் வகையில் 'நல்ல புள்ளைடா நீ. ஒரு ஓட்டம் ஓடிப் போய் பார்த்துட்டு வா' என்று முதுகில் தட்டி அனுப்பிவைத்தார்.

நான் உடனே ஒரு காரை ஓட்டிச் செல்லும் பாவனையில் உடலையும் தலையையும் வளைத்து வளைத்து ஸ்டேஷனை நோக்கி ஓடினேன். அந்தக் குடிசை வாசலுக்குச் சென்ற பிறகுதான்

என் ஓட்டம் நின்றது. குடிசையில் அவர் இல்லை. 'மாமா மாமா' என்று அழைத்தபடி சுற்றுமுற்றும் தேடிப் பார்த்தேன். எந்த இடத்திலும் அவர் தென்படவில்லை. எருமுட்டை தட்டும் இடம், உலரவைக்கிற இடம் எல்லா இடங்களிலும் பார்த்தேன். எங்கும் இல்லை. அவரைக் கண்டுபிடிக்க முடியாதது எனக்கு ஏமாற்றமாக இருந்தது. மீண்டும் ஒரே ஓட்டமாக ஓடிவந்து தாத்தாவுக்கு அருகில் வந்து நின்றேன். 'அவரு குடிசையிலயே இல்லை தாத்தா. அக்கம்பக்கத்துலயும் தேடி பார்த்துட்டேன். எங்கயும் இல்ல' என்று சொன்னேன்.

அதற்குப் பிறகுதான் வெள்ளைக்காரனைத் தேடிப் பிடிக்க வேண்டும் என்று ஒவ்வொருவருக்கும் தோன்ற ஆரம்பித்தது. 'இங்கதான சுத்திகிட்டு இருக்கிற ஆளுன்னு நெனச்சது தப்பா போயிடுச்சி' என்று தனக்குத்தானே முணுமுணுத்துக்கொண்டார் தாத்தா.

சிறிது நேர யோசனைக்குப் பிறகு 'டேய் தம்பி இங்க வா' என்று பக்கத்தில் நின்றிருந்த ஒருவரை அழைத்தார். அவர் வந்து நின்றதும் 'நீ ஒரு நடை நம்ம மேஸ்திரி வீட்டுப் பக்கம் போய் பார்த்துட்டு வரியா? அப்பப்ப சாணி அள்றதுக்கு அங்கதான் அவன் போவான்' என்றார். 'சரி மாமா' என்றபடி அவன் அங்கிருந்து புறப்பட்டான்.

அந்தக் கூட்டத்தில் சுற்றிப் பார்த்து மேலும் இருவரை அருகில் அழைத்து 'நீங்க ரெண்டு பேரும் ஏரிப் பக்கம் போய் பாருங்கப்பா. ஆளுக்கு ஒரு கரைப்பக்கமா போங்க. எங்கனா மாட்டுக்குப் பின்னால போயிட்டிருப்பான். எங்க கெடைச்சாலும் கையோட கூப்ட்டுகினு வா்ங்க' என்று சொல்லி அனுப்பினார்.

'அண்ணே' என்றபடி ஒருவர் தானாகவே முன்வந்தார். 'சில சமயத்துல கடைத்தெரு பக்கம் ஏதாவது ஓட்டலுக்கு எருமுட்ட குடுக்கறதுக்காக போயிருந்தாலும் போயிருக்கலாம். ஒரு நடை போய் பார்த்துட்டு வரட்டுமா?' என்று கேட்டார். 'ஓடு. ஓடு. எந்த திசையில பார்த்தாலும் எருமுட்டை வேணும்னு சொல்லி இட்டுகினு வா' என்று அனுப்பினார் தாத்தா.

ஒரு மணி நேரம் ஊர் முழுக்க அலைந்து திரிந்துவிட்டு ஆளுக்கொரு திசையிலிருந்து 'எங்கயும் ஆள் தென்படலை' என்ற பதிலோடு அனைவரும் திரும்பி வந்தார்கள்.

'மசமசன்னு இங்கயே சுத்தி சுத்தி வர்றதுல எந்த அர்த்தமும் இல்லை. யாராவது ஒருத்தவங்க சீக்கிரமா ஒரு சின்ன வண்டி எடுத்துகினு போங்கப்பா. பேட்டையிலாவது

கோலியனூர்லயாவது எருமுட்டை கிடைக்குதான்னு பார்த்து வாங்கினு வாங்கப்பா. நேரம் ஓடிகினே இருக்குது பாரு.'

'அதுதான் சரி' என்ற முடிவோடு இரண்டு பேர் எங்கள் தெருவிலேயே இருந்த வண்டிக்காரர் வீட்டுக்குச் சென்றார்கள். கொட்டகையிலிருந்து மாடுகளை அழைத்துவந்து வண்டியில் பூட்டினார்கள். வாசலில் வந்து நின்ற வேறொரு வண்டியிலிருந்து உறவினர் கூட்டமொன்று இறங்கி ஓங்கிய ஒப்பாரிக்குரலோடு வீட்டுக்குள் சென்றது.

தற்செயலாக தெருப்பக்கம் திரும்பியபோது, வெள்ளைக்காரன் நடந்து வருவதைப் பார்த்துவிட்டேன். 'அதோ வராரு, அதோ வராரு' என்று கூவினேன். அதற்குள் மற்றவர்களும் அவரைப் பார்த்துவிட்டு நிம்மதியாக மூச்சு வாங்கினார்கள்.

கும்பல் நிற்பதைப் பார்த்துவிட்டு வெள்ளைக்காரனே நெருங்கி வந்து 'என்னாச்சி?' என்று கேட்டார். அவருக்கு விஷயத்தை சுருக்கமாகச் சொன்ன தாத்தா , கூடத்தில் கிடத்தப்பட்டிருந்த உடல் பக்கமாக கையைக் காட்டினார். பிறகு 'இன்னைக்கே எடுத்துடலாம்னு தீர்மானம் பண்ணிட்டாங்க. எருமுட்டைக்காக எல்லாரும் உன்னத்தான் தேடிட்டிருக்கோம். நீ என்ன, திடீர்னு ஆளே காணாம போயிட்ட?' என்று கேட்டார்.

'இங்கதான் நரையூரு வரைக்கும் போயிருந்தேன்.'

'அந்த ஊருல என்னடா வேலை?'

'அங்க ஒருத்தரு புதுசா சூளை போடறாரு. நாலு நாளைக்கு மின்னாலயே வந்து எருமுட்ட அடுக்கிக் குடுத்துட்டு போப்பான்னு சொல்லிட்டு போனாரு. அதுக்காக போயிருந்தேன்.'

'சரி சரி, நீ எங்கயோ ஊர விட்டு போயிட்டியோன்னு நெனச்சி என்ன பண்றதுன்னு தெரியாம தவியா தவிச்சிட்டம்.'

'இப்ப என்ன எருமுட்டைதான வேணும்? வாங்க எடுத்துக் குடுக்கறேன்.'

வெள்ளைக்காரன் முன்னால் நடக்க மாட்டுவண்டி அவருக்குப் பின்னால் சென்றது. நானும் அந்த வண்டியின் பின்னால் ஓடினேன்.

தண்டவாளத்துக்கு முன்பே வண்டி நின்றுவிட்டது. நானும் வெள்ளைக்காரனும் மட்டும் குடிசைக்குச் சென்றோம். வெள்ளைக்காரன் குடிசையிலிருந்து ஒரு கூடையை எடுத்து வந்தார். கூடையில் உள்ளும் புறமும் உலர்ந்த சாணத்தின் தடங்கள்.

வெள்ளைக்காரன் தன் எருமுட்டைக் குவியலிலிருந்து எருமுட்டையை எடுத்து என்னிடம் நீட்டினார். நான் அதை வழக்கபோல 'ஒன்னு' என்றும் சொல்லிக்கொண்டே வாங்கினேன். 'வேணாம், வேணாம். எண்ணாத' என்று வெள்ளைக்காரன் தலையசைத்தார். நான் அவரை விசித்திரமாகப் பார்த்தேன். 'இருக்கட்டும் விடு' என்று சொல்வதுபோல இருந்தது அவர் என்னைப் பார்த்த பார்வை.

கூடை நிறைந்ததும் நான் தலையில் சுமந்துகொண்டு வண்டிக்கருகில் சென்றேன். வண்டிக்கார அண்ணன் அதை வாங்கி வண்டிக்குள் அடுக்கிக்கொண்டு கூடையைத் திருப்பிக் கொடுத்தார். நான் உடனே ஓட்டமாக ஓடிவந்து வெள்ளைக்காரன் முன்னால் வைத்தேன். அதை நிரப்பியதும் மீண்டும் சுமந்துகொண்டு வண்டிக்கு ஓடினேன். எத்தனை கூடைகள் என்று நானும் எண்ணவில்லை. அவரும் எண்ணவில்லை. 'போதும் போதும். வாங்க' என்று வண்டிக்காரர் சொன்ன பிறகுதான் நாங்கள் நிறுத்திவிட்டுத் திரும்பினோம்.

வண்டிக்காரர் அங்கிருந்தே வண்டியை சுடுகாட்டுக்கு ஓட்டினார். நானும் வெள்ளைக்காரனும் வண்டியின் பின்னால் நடந்தோம். சுடுகாட்டில் தகன மேடையை நெருங்கும் சமயத்தில் அங்கிருந்த பணியாளர் 'இங்க இங்க' என்று ஒரு இடத்தைச் சுட்டிக் காட்டினார். அவர் சுட்டிக் காட்டிய இடத்திலேயே எல்லா எருமுட்டை களையும் இறக்கி வைத்தோம்.

வீட்டுக்குத் திரும்பி வந்தபோது சாவு வீட்டின் சத்தம் இன்னும் உச்சத்தில் இருந்தது. நான் உள்ளே சென்று சுடுகாட்டில் எருமுட்டைகளை ஒப்படைத்த செய்தியை துண்டுபோட்ட தாத்தாவிடம் சொன்னேன். 'சரி சரி' என்றபடி என்னோடு வெளியே வந்த அவர் வெள்ளைக்காரனிடம் இரண்டு பத்து ரூபாய் நோட்டுகளைக் கொடுத்தார். வெள்ளைக்காரன் அதை வாங்கி பையில் வைத்துக்கொண்டார்.

இரண்டு மாதம் கழித்து மேஸ்திரி வீட்டில் ஒரு சாவு விழுந்துவிட்டது. அவருடைய அம்மா இறந்துவிட்டார். வியாதியெல்லாம் எதுவும் இல்லை. மதிய உணவைச் சாப்பிட்டுவிட்டு ஓய்வெடுப்பதற்காகப் படுத்தவர் எழுந்திருக்கவே இல்லை. விளக்கு வைக்கிற நேரமான பிறகும் எழுந்திருக்காம லேயே இருக்கிறாரே என்ற சந்தேகத்தில் எழுப்பச் சென்றபோது தான், அவர் இறந்துவிட்டது தெரிந்தது. பெரிய சாவு. அவர்கள் உறவினர்கள் பலர் வெளியூர்களிலிருந்து வரவேண்டியிருந்தது.

பாண்டிச்சேரி, கடலூர், சிதம்பரம் வரைக்கும் பரவியிருந்தனர். இரவு முழுக்க ஆட்கள் வந்துகொண்டே இருந்தனர். இரவெல்லாம் மேளச்சத்தம் காதைத் துளைத்தது.

அடுத்த நாள் காலையில் எருமுட்டை வாங்க வெள்ளைக்காரனைத் தேடிச் சென்றார்கள். அவர் அங்கே இல்லை. போன சாவின்போது ஏற்பட்ட அதே அனுபவம் அப்போதும் நிகழ்வதாக எல்லோரும் பேசிக்கொண்டனர். கடைத்தெரு, ஏரிக்கரை எல்லா இடங்களுக்கும் தேடுவதற்காகச் சென்ற ஆட்கள் ஏமாற்றத்துடன் திரும்பிவிட்டனர்.

'அவன் இல்லைன்னா என்ன? குடிசையில எருமுட்டை இருக்குதா இல்லையா? வண்டி எடுத்துகினு போய் வேணும்ங்கற அளவுக்கு எடுத்துட்டு வா' என்று அதிகாரத்துடன் சொன்னார் மேஸ்திரி.

'பணம் கொடுக்காம எப்படிங்க மேஸ்திரி....?' என்று திடுக்கிட்டார் வண்டிக்காரர்.

'அதுக்காக? அவன் இருக்கிற இடம் தெரியாம, அவன எங்கேன்னு போய் தேடறது? அவன என்ன, நாம ஏமாத்தவா போறோம்? எவ்ளோ பணம் கேக்கறோனோ, அவ்ளோ பணத்தை விட்டுக் கிடாசினா போச்சி' என்றார். வேறு வழியில்லாமல் வண்டிக்காரரும் 'சரி சரி' என்றபடி அங்கிருந்து நகர்ந்தார். அவருக்குத் துணையாக இரண்டு ஆட்கள் சென்றார்கள். வெள்ளைக்காரன் குடிசையில் இருந்த எருமுட்டைகள் சுடுகாட்டுக்குச் சென்று சேர்ந்தன.

எங்கோ போயிருக்கும் வெள்ளைக்காரன் திரும்பியதும் ஊருக்குள் ஒரு பிரச்சினை வெடிக்கப் போகிறது என்று நினைத்து நினைத்து நான் உள்ளூர அஞ்சிக்கொண்டிருந்தேன். புங்கமரத்தடியில் விளையாடும் போதெல்லாம் அவ்வப்போது குடிசைக்குள் ஏதேனும் ஆள்நடமாட்டம் தெரிகிறதா என பார்த்துவிட்டுத் திரும்பினேன். நான் நினைத்த எதுவும் நிகழவில்லை.

ஒருநாள் காசி மாமா 'எங்கடா போனான் இந்த வெள்ளைக்காரன்? ஆள் அட்ரஸே இல்லை' என்று எங்களிடம் கேட்டார். அப்போது தான் வெள்ளைக்காரனைப்பற்றிய விவரம் அவருக்கும் தெரியாது என்று புரிந்தது. 'தெரியலையே, நாங்களும் அவரைத்தான் எதிர்பார்த்திட்டிருக்கோம்' என்றோம்.

ஒரு வாரம். பத்து நாள். ஒரு மாதம். வெள்ளைக்காரன் திரும்பி வரவே இல்லை. என்ன காரணம் என்பது புரியவே இல்லை. இரண்டு மூன்று மாதங்கள் வரைக்கும் கூட அவர் என்றாவது ஒருநாள் திடீரென வந்து நிற்கக்கூடும் என்ற நம்பிக்கை இருந்தது.

அதற்குப் பிறகு என் நம்பிக்கை கொஞ்சம் கொஞ்சமாகத் தேயத் தொடங்கியது.

புங்கமரத்தடியில்தான் அப்போதும் விளையாடிக்கொண்டிருந் தோம். நாங்கள் உதைக்கும் பந்து அவருடைய குடிசைப்பக்கமாக சென்று விழும் போதெல்லாம் ஒருமுறை அதன் வாசல் பக்கம் என் பார்வை சென்று வரும். யாருமில்லாத வெறுமை ஏமாற்றத்தையே கொடுக்கும். குடிசையில் நிறைந்திருக்கும் சாணத்தின் வாடை அவர் அந்த இடத்தில்தான் இருக்கிறார் என்ற எண்ணத்தையே கொடுக்கும். என்றாவது ஒருநாள் படலைத் திறந்துகொண்டு வெளியே வந்து நிற்பார் என்று கற்பனை செய்தபடி திரும்பிவிடுவேன்.

அந்த ஆண்டு தீபாவளி தொடங்கும் முன்பேயே மழை தொடங்கிவிட்டது. இரவும் பகலும் ஓய்வில்லாமல் பொழிந்த படியே இருந்தது. மழைக்கு நடுவில் தீபாவளி ஒரு கொண்டாட்டமாகவே இல்லை. அதற்குப் பிறகும் இரண்டு வார காலம் மழை நீடித்தது. தெருவெல்லாம் சேறும் சகதியும் நிறைந்துவிட்டது. அங்கங்கே தண்ணீர் குளம்போல நின்றது. ஏரி உடைந்து ஊருக்குள் தண்ணீர் புகுந்துவிடுமோ என்ற அச்சத்திலேயே வீட்டைவிட்டு வெளியே வராமல் இருந்தோம். பள்ளிக்கூடத்துக்கு விடுமுறை அறிவித்துவிட்டனர். பள்ளிக்கும் செல்லாமல் விளையாடுவதற்கும் செல்லாமல் வீட்டிலேயே முடங்கியிருப்பது பெரிய தண்டனையாக இருந்தது.

ஒருநாள் காலை மழை நின்று வானத்தில் வெளிச்சம் படர்ந்தது. இனி மழை பொழியாது என்று ஒவ்வொருவருமே நம்பினார்கள். இரண்டு மூன்று நாட்களில் ஊர் இயல்பு வாழ்க்கைக்குத் திரும்பிய பிறகுதான் கொஞ்சம் கொஞ்சமாக நம்பிக்கை வந்தது. பள்ளிக்கூடத்துக்குச் சென்று நண்பர்களையும் ஆசிரியர்களையும் பார்த்த பிறகுதான் சற்றே உற்சாகம் பிறந்தது.

அடுத்து வந்த விடுமுறை நாளில் நானும் நண்பர்களும் நீண்ட இடைவெளிக்குப் பிறகு பந்து விளையாடுவதற்காக மட்டை எடுத்துக்கொண்டு ஸ்டேஷன் திடலுக்குச் சென்றோம். மழை அந்த இடத்தின் கோலத்தையே மாற்றியிருந்தது. முன்பு இருந்ததைவிட அழகு கூடியிருந்தது. எங்கெங்கும் புல் உயரமாக வளர்ந்து அடர்ந்திருந்தது. மரங்களில் புதிய இலைகள் துளிர்த்திருந்தன. பறவைகளின் கூச்சல் ஒலித்தது. புங்கமரம் பூத்துச் செழித்திருந்தது.

வழக்கம்போல கீழே விழுந்து மக்கியிருக்கும் பூக்களிலிருந்து எழுந்த மணம் நெஞ்சை நிரப்பியது. ஆகா என்ன மணம் என்று

ஆனந்தமாக அதில் திளைத்தேன். ஒன்றிரண்டு கணங்களுக்குப் பிறகே, அந்த மணத்துடன் இணைந்து வழக்கமாக எழும் சாணத்தின் மணமே வரவில்லை என்பதை திகைப்புடன் உணர்ந்தேன். துணுக்குற்று அருகிலிருந்த குடிசையின் பக்கம் திரும்பினேன். கழுவி கவிழ்த்துவைத்த பாத்திரம்போல அந்தக் குடிசையின் புறத்தோற்றம் தெரிந்தது. அந்த இடமா சாணம் கொட்டிவைக்கும் இடமாக இருந்தது என்று நினைக்கும் அளவுக்கு மழை அந்த இடத்தை கரைத்து அழித்திருந்தது. வேலியிலும் முள்ளே தெரியாதபடி ஓணான் கொடி படர்ந்து பச்சைப்பசேலென அதன் முகமே மாறியிருந்தது.

கடைசிவரை வெள்ளைக்காரன் ஊருக்குத் திரும்பிவரவே இல்லை. அந்தக் குடிசை அவருக்காகவே காத்திருந்து கொஞ்சம் கொஞ்சமாக தன் பொலிவை இழந்து இடிந்து உதிர்ந்தது.

வெள்ளைக்காரன் இல்லாவிட்டாலும் புங்கமரத்தடிக்கு வரும்போதெல்லாம் அவரை நினைக்காமல் இருந்ததில்லை. ஒரு காலத்தில் புங்கம்பூ மணத்துடன் கலந்த சாணத்தின் மணத்துக்கு அவரை நினைவுபடுத்தும் ஆற்றல் இருந்தது. காலம் செல்லச்செல்ல, புங்கம்பூ மணமே போதுமானதாக மாறிவிட்டது. பிறகு, எந்த இடத்தில் புங்கம்பூவைப் பார்த்தாலும் அவருடைய முகம் நினைவில் மிதந்து வரத் தொடங்கியது.

16. மயக்கம் எனது தாயகம்

சினிமாப்பாட்டு பாடுவதும் கேட்பதும் அந்தக் காலத்தில் எங்களுக்கு வாய்த்த பெரிய பொழுதுபோக்கு. சினிமாப்பாட்டு பாட பெரிய சங்கீத ஞானமெல்லாம் தேவையில்லை. பாடல்வரிகளை தப்பில்லாமல் பாடினால் போதும். நாலைந்து முறை அடுத்தடுத்து கேட்டால், எல்லாப் பாட்டும் மனப்பாடமாகி விடும். வரிகளை மறந்துபோனால்கூடப் பரவாயில்லை. ராகத்தின் போக்கை மட்டும் அடிப்படையாகக்கொண்டு இழுத்து இழுத்து சமாளித்துவிடலாம்.

சின்னதாகவோ பெரியதாகவோ, எல்லோருடைய வீடுகளிலும் ரேடியோ இருந்த காலம் அது. திரைகானம், நேயர் விருப்பம், நீங்கள் கேட்டவை, இலங்கை ஒலிபரப்பு வர்த்தக சேவையின் பாடல்களுடன் கூடிய நிகழ்ச்சிகள் எதையும் விட்டுவைக்கமாட்டோம். எல்லா வற்றையும் ஒன்றுவிடாமல் கேட்போம். எல்லாமே எங்கள் செவிக்குரிய விருந்து.

ஒரு வகுப்பு முடிந்து அடுத்த வகுப்பு தொடங்குவதற்கு முன்பாக கிடைக்கும் சின்னஞ்சிறு இடைவெளிக்காக ஒவ்வொரு நாளும் காத்திருப்போம். முதல்நாள்

ரேடியோவில் கேட்ட பாடல் வரிகள் ஒவ்வொன்றும் எங்கள் நெஞ்சை முட்டிக்கொண்டிருக்கும். இடைவெளி கிடைத்ததுமே அந்தப் பாடல் வரிகளையும் பாடகரின் திறமையையும் குறித்துப் பேசத் தொடங்கிவிடுவோம். ஒவ்வொரு பாட்டையும் பாராட்டி ஆராய்ச்சி செய்வதுதான் எங்களுடைய மிகமுக்கியமான பொழுதுபோக்கு. பாடலின் வரிகள், பாடகரின் பெயர், படத்தின் பெயர், கவிஞரின் பெயர் எல்லாவற்றையும் சிலர் விரல்நுனியில் தெரிந்துவைத்திருப்பார்கள். அந்த விவரங்களைச் சொல்லும்போது அவர்கள் முகங்களில் ஒரு மிடுக்கு நிறைந்திருக்கும்.

எங்கள் நட்புவட்டத்தில் மனோகரனே மிகப்பெரிய பாடகன். சீர்காழி கோவிந்தராஜனின் குரலில் அப்படியே துல்லியமாக பிசிறில்லாமல் பாடும் ஆற்றல் கொண்டவன். 'பணம் பந்தியிலே குணம் குப்பையிலே' பாட்டை அவன் பாடினால், அந்த வழியாக எதிர்பாராமல் நடந்துசெல்பவர்கள் கூட ஒருகணம் நின்று பாட்டை முழுமையாகக் கேட்டுவிட்டுத்தான் செல்வார்கள். அவன் பாடல் எங்கள் சுப்பையா சாருக்கு மிகவும் பிடிக்கும். பழனிக்கு பி.பி.ஸ்ரீநிவாஸ் குரலில் நன்றாகப் பாடவரும். எனக்கு டி.எம்.எஸ்.சின் குரலில் பாடுவதற்குப் பிடிக்கும். ஆனால், அவரைப்போல கணீரென்ற குரலும் மிகவேகமாக உச்ச ஸ்தாயிக்குத் தாவிச் செல்லும் லாவகமும் எனக்குக் கிடையவே கிடையாது. சட்டென்று கீச்சுக்குரலாக மாறிவிடும். அந்த மாற்றம் என் கட்டுப்பாட்டிலேயே இருக்காது. தொடக்கத்தில் அதைச் சரிப்படுத்திக்கொள்ள நிறைய முயற்சிகள் செய்தேன். ஒரு கட்டத்தில் அதனால் எந்தப் பயனும் இல்லை என்பது புரிந்துவிட்டது. அதனால் அந்த முயற்சியை கைவிட்டு வந்தவரைக்கும் பாடுவோம் என்கிற மனநிலையை அடைந்துவிட்டேன். பாடும் பாடல்களின் வரிகளில் தடுமாற்றமோ பிழையோ ஏற்படாமல் பார்த்துக்கொள்வேன்.

குறிப்பிட்ட பாடவேளையில் பாடம் நடத்துகிற ஆசிரியர் பாடத்தை விரைவாக முடித்துவிடும் சமயங்களில் எஞ்சியிருக்கும் நேரத்தில் 'யாராவது ஒரு பாட்டு பாடுங்கடா' என்று சொல்வார். நாங்கள் அப்படிப்பட்ட வாய்ப்புக்காகவே காத்திருப்போம். உடனே எல்லோரும் திரும்பி மனோகரனின் முகத்தைப் பார்ப்பார்கள். ஆசிரியர் உடனே ஒன்றும் புரியாமல் 'எதுக்குடா எல்லாரும் அவனைப் பார்க்கறீங்க?' என்று கேட்பார். எல்லா மாணவர்களும் ஒரே குரலில் 'அவன் ரொம்ப நல்லா பாடுவான் சார்' என்று சொல்வார்கள். உடனே அவன் ஒரு பாட்டைத் தொடங்கி விடுவான். அவனையடுத்து ஒவ்வொருவராகப் பாடுவார்கள். நானும் பாடுவேன்.

பாடுவதற்கு எனக்கு மிகவும் பிடித்தமான இடம் குளியலறை. அதை அறை என்று சொல்லமுடியாது. நான்கு புறங்களிலும் ஆளுயரத்துக்கு கீற்றுகளையும் மூங்கில்கழிகளையும் நிறுத்தி உருவாக்கப்பட்ட ஒரு சின்ன சதுரம். ஒரு மூலையில் தொட்டி. அதற்குப் பக்கத்திலேயே நின்றுகொண்டே துணிதுவைக்க ஏற்பாடு செய்யப்பட்ட கல்மேடை. இரண்டுக்கும் நடுவில் போடப் பட்டிருக்கும் சிமெண்ட் பூசிய இடத்தில் நின்றுகொண்டுதான் குளிக்கவேண்டும். அங்கிருந்து வெளியேறும் தண்ணீர் அதற்காகவே வெட்டப்பட்ட சின்ன கால்வாய் வழியாக வளைந்துவளைந்து சென்று வேலியோரமாக நின்றிருக்கும் வாழைமரத்துக்கும் கனகாம்பரச் செடிகளுக்கும் பாயும். நீல வானமும் பறக்கும் பறவைகளும் அசையும் மரக்கிளைகளும் அங்கிருந்து பார்ப்பதற்கு அழகாக இருக்கும். வகுப்பறையைப் போலவே குளியலறையும் ஓர் உற்சாகமான இடம்.

அடுத்தடுத்து நான்கு செம்பு தண்ணீரை எடுத்து தலையில் ஊற்றிக்கொண்டதுமே ஒரு குளுமையும் உற்சாகமும் உடலெங்கும் பரவியெழும். அதற்கு ஈடு இணையே இல்லை. அத்தருணத்தில் நெஞ்சிலிருந்து பாட்டு பீறிட்டுக் கிளம்பும். ‘ஓடும் மேகங்களே ஒரு சொல் கேளீரோ’ பாட்டையோ ‘அதோ அந்தப் பறவைபோல வாழவேண்டும்’ பாடலையோ பாடத் தொடங்கிவிடுவேன். பாடப்பாட என் உற்சாகம் இரண்டு மடங்காகிவிடும். பாடல்கள் அந்த அளவோடு நிற்காது. என் கட்டுப்பாட்டை மீறி போய்க் கொண்டே இருக்கும். அப்போது அசரீரி போல ‘தொட்டித்தண்ணி எல்லாத்தயும் காலி பண்ணி வச்சிடாதடா. சாயங்காமல் வரைக்கும் எல்லாருக்கும் வேணும்’ என்று ஓங்கியெழும் அம்மாவின் குரல் எழும். எல்லாம் ஒரே நொடியில் அடங்கிவிடும்.

ஒரு நாள் பள்ளிக்கூடத்திலிருந்து வீட்டுக்குத் திரும்பியபோது வழக்கம்போல ஏதோ ஒரு பாட்டைப் பாடிக்கொண்டே வந்தேன். வேலிப்படலைத் தாண்டி, கதவைத் தாண்டி உள்ளே வந்து பையை இறக்கிவைக்கும்போதுதான் கூடத்தில் சுவரோரமாக அம்மாவுக்கு அருகில் இன்னொருவர் உட்கார்ந்து பேசுவதைக் கவனித்தேன். உடனே பாடுவதை நிறுத்திவிட்டு அமைதிப்புறாவைப்போல நடந்தேன். புத்தகப்பையை தோளிலிருந்து வேகமாக விலக்கி சுவரில் அதற்கெனவே அடிக்கப்பட்டிருந்த ஆணியில் தலைகுனிந்தபடி மாட்டினேன்.

ஒருமுறை திரும்பி அவரை மறுபடியும் பார்த்தேன். பார்த்ததுமே அவருடைய முகம் நினைவுக்கு வந்துவிட்டது. வண்டிக்கார சித்தப்பாவின் மனைவி. பத்து நாட்களுக்கு முன்புதான்

அவர்களுக்கு திருமணம் நடைபெற்றிருந்தது. எங்கள் வீட்டிலிருந்து இரண்டு வீடு தள்ளி அவர்களுடைய வீடு இருந்தது. அந்தப் பக்கம் செல்லும்போதெல்லாம் அவரைப் பார்த்திருக்கிறேன். அவர்கள் வீட்டில் நான்கு வால்வு கொண்ட பெரிய ரேடியோ உண்டு. பாட்டு கேட்டபடி உரலில் நெல் குத்திக்கொண்டோ அல்லது கல் எந்திரத்தில் மாவு அரைத்துக்கொண்டோ இருப்பார்..

'இவன்தான்மா பெரியவன். ஐஸ்கூல்ல படிக்கிறான்' என்று அம்மா என்னைப்பற்றி அவரிடம் சொன்னார்.

'இங்க வா. என்ன படிக்கிற நீ?' என்று அவர் உடனே என்னை அழைத்தார். நான் வெட்கத்துடன் அவரை நிமிர்ந்து பார்த்தேன். அழகான முகம். பார்ப்பதற்கு டீச்சர் போல இருந்தார்.

'உன்னத்தான கேக்கறா. வெக்கப்படாம பேசுடா. உனக்கு சித்தி முறை. வண்டிக்கார சித்தப்பா வீடுடா, தெரியலை?' என்று அம்மா என்னைத் தூண்டினார். நான் மெதுவாக பார்வையை உயர்த்தி 'தெரியும்' என்பதற்கு அடையாளமாக தலையை அசைத்தேன். பிறகு அமைதியாக ஏழு என்பதற்கு அடையாளமாக ஏழு விரல்களைக் காட்டினேன்.

உடனே என்னை அம்மா செல்லமாக அதட்டினார். 'ஐய, ஆளப் பாரு. மத்த நேரத்துல புதுமோளம் மாதிரி தொணதொணன்னு பேசுவ, இப்ப என்ன ஆச்சி? வாய்ல என்ன முத்தா வச்சிருக்க? வாயைத் திறந்து பதில் சொல்லுடா'. நான் உடனே தொண்டையைச் செருமியபடி 'ஏழாவது' என்றேன்.

'ஒரு வார்த்தை பதில் சொல்ல தம்பிக்கு இத்தனை நேரமா? பாட்டு மட்டும்தான் சத்தமா வேகமா பாடுவியா?' என்று சிரித்துக் கொண்டே கேட்டார் அந்தச் சித்தி.

அதைக் கேட்டு ஒருகணம் நான் திகைத்து நின்றுவிட்டேன். இவர் எப்படி நான் பாடியதைக் கேட்டார் என்று குழப்பமாக இருந்தது. ஒருவேளை என்னைப்பற்றி முழு தகவலையும் அம்மா அவரிடம் கொட்டியிருப்பாரோ என்று சந்தேகம் வந்தது. அந்தச் சங்கடத்தோடும் வெட்கத்தோடும் நான் அம்மாவின் பக்கம் திரும்பினேன்.

'என்னைப் பார்த்து எதுக்குடா மொறைக்குற தம்பி? நான் எதயும் சொல்லலை. நீதான் ஒவ்வொரு நாளும் குளிக்கிற சமயத்துல ஊருக்கே கேக்கற மாதிரி கச்சேரி வைக்கறியே. அது ஒன்னு போதாதா? இங்க வந்து பத்து நாளுக்குள்ள உன்ன பத்தி முழுசா தெரிஞ்சிகிச்சாம். தெனமும் உன் பாட்டக் கேக்குதாம். இன்னைக்கு

நேருலயே பார்த்து கேக்கணும்னுதான் ஆளு ஊட்டத் தேடி வந்திருக்குது' என்று அம்மா சிரித்தார். எனக்கு வெட்கமாக இருந்தது. 'போம்மா' என்று தலையைச் சிடுக்கென திருப்பி அழகு காட்டி தோட்டத்துப் பக்கமாகச் செல்லத் தொடங்கினேன். 'இரு, இரு தம்பி. உன்கிட்ட கொஞ்சம் பேசணும்' என்று என் கையைப் பற்றினார் சித்தி.

'என்ன பார்க்கிற? தெனமும் டி.எம்.எஸ். பாட்டா வெளுத்து வாங்கற? உனக்கு அவர புடிக்குமா?'

அவர் படிப்பைப்பற்றி எதுவும் கேட்காமல் டி.எம்.எஸ். பற்றிக் கேட்டதும் அக்கணமே அவரை எனக்கு மிகவும் பிடித்துவிட்டது. 'ஆமாம்' என்று மகிழ்ச்சியாக பதில் சொன்னேன். அந்த இடத்தைவிட்டு நகர்ந்துவிட வேண்டும் என்கிற எண்ணம் சட்டென மறைந்துவிட பேசவேண்டும் என்கிற எண்ணம் உருவாகிவிட்டது.

'வேற யார் பாடினா பிடிக்கும்?'

'சீர்காழி கோவிந்தராஜன், பி.பி.ஸ்ரீநிவாஸ், ஏ.எல்.ராகவன் பாட்டுங்க எல்லாமே பிடிக்கும். ஆனா டி.எம்.எஸ். பாட்டுதான் ரொம்ப ரொம்ப புடிக்கும்.'

'காலையில ஒளிமயமான எதிர்காலம் என் கண்ணில் தெரிகிறதுன்னு ஒரு பாட்டு பாடினியே? அது எந்தப் படத்துல வருது, தெரியுமா?'

'பச்சைவிளக்கு.'

'படம் பார்த்தியா? எங்க பார்த்த?'

'எங்க ஊருலதான். சரவணன் டாக்கீஸ்ல. நானும் அம்மாவும் பார்த்தோம்.'

'ஓ. எனக்கும் அந்தப் பாட்டு ரொம்ப புடிக்கும். அது சிவாஜி படமாச்சே? உனக்கு புடிக்குமா?'

'நான் எல்லாப் படங்களையும் பார்ப்பேன். எல்லாமே எனக்குப் புடிக்கும்.'

'அப்பாடி, உன் மனசு ரொம்ப தாராளம்டா. எல்லாம் சரி, என்னைப் புடிக்குமா?'

சித்தி வாய்விட்டுச் சிரித்தாள். அப்போது அவள் மிகுந்த அழகுடன் இருப்பதுபோல இருந்தது. சித்தியோடு உரையாடுவது எனக்கு

கொஞ்சம்கொஞ்சமாகப் பிடிக்கத் தொடங்கிவிட்டது. அவர் தொடர்ந்து கேள்வி கேட்டபடி இருக்கவேண்டும் என்று தோன்றியது.

சித்தி என் கையைப் பிடித்து 'இங்க வா' என தன்னை நோக்கி இழுத்தார். ஆச்சரியத்தோடு 'என்ன உன் கை இப்படி முருங்கைக்காய் மாதிரி மெலுசா இருக்குது?' சரியா சாப்டறதில்லையா?' என்று கேட்டார்.

நான் வெட்கத்துடன் பதில் சொல்லாமல் அவரையே பார்த்தபடி நின்றேன். 'அதெல்லாம் வேளாவேளைக்கு சரியா சாப்படறான். சரியா உடம்புல ஒட்டமாட்டுது. அததுக்கும் ஒரு நேரம் வரணுமில்ல?' என்று எனக்குப் பதிலாக அம்மா பதில் சொன்னார்.

கைரேகை சாஸ்திரம் பார்ப்பவரைப்போல சித்தி என் கையைப் பிரித்து உள்ளங்கையில் அழுத்தினார். வலது கை, இடது கை என இரு கைகளையும் பிரித்து உள்ளங்கைகளை மாறிமாறி அழுத்தினார். பஞ்சு மாதிரி அழுந்தியது. பிறகு திரும்பி 'அக்கா, உன் மகன் பெரிய ஆபீஸராத்தான் வேலைக்கி போவான்' என்றார்.

'என்னம்மா சொல்ற நீ? உனக்கு கைரேகை சாஸ்திரம் கூட தெரியுமா?' என்று கேட்டார் அம்மா.

'ஐய, அதெல்லாம் ஒன்னும் தெரியாதுக்கா. உடலுழைப்புதான் வாழ்க்கைன்னு இருக்கிறவங்க கை ரொம்ப உறுதியா இரும்பு மாதிரி இருக்கும். எங்க ஊட்டுக்காரு கை அப்படித்தான் காப்புகாய்ச்சி இருக்கும். மேசை நாற்காலி போட்டு ஃபேன் கீழ உக்காந்து வேலை செய்யறவங்க கை அப்படி இருக்காது. பஞ்சு மாதிரி ரொம்ப மென்மையா இருக்கும். ஏதோ ஒரு புஸ்தகத்துல படிச்சிருக்கேன்க்கா.'

அதைக் கேட்டதும் அம்மாவின் முகம் மலர்ந்துவிட்டது. 'எதுவா வாழ்ந்தா என்னம்மா? பணம் காசிக்கு கஷ்டப்படாம வாழ்ந்தா சரிதான்' என்று சிரித்தபடி அப்பேச்சுக்கு ஒரு முற்றுப்புள்ளியை வைத்துவிட்டு எழுந்தார். ஒரு நிமிடம் அறைக்குள் சென்று எள்ளுருண்டைகள் அடைக்கப்பட்ட பாட்டிலை எடுத்துவந்து என்னிடம் இரு உருண்டைகளையும் சித்தியிடம் இரு உருண்டை களையும் கொடுத்தார்.

'எனக்கு எதுக்குக்கா? அவன்கிட்டயே கொடுங்க' என்று சித்தி மறுத்தார்.

'இன்னைக்கு நீ இருக்கியேன்னு அடக்க ஒடுக்கமா இருக்கறான். இல்லைன்னா உருண்டை எங்க உருண்டை எங்கன்னு ஆயிரம் தரம்

கேட்டிருப்பான். அவனுக்காகத்தான் இத செஞ்சி வச்சிருக்கேன். சாப்ட்டு பார்த்துட்டு எப்படி இருக்குதுன்னு சொல்லு?'

அதற்குப் பிறகு சித்தி மறுக்கவில்லை. உருண்டையைக் கடித்துத் தின்னத் தொடங்கிவிட்டார். உருண்டையின் சுவை காரணமாக ஒருவரும் அப்போது பேசவில்லை. உண்டு முடித்து, தண்ணீர் அருந்திய பிறகு 'உனக்கு அமைதியான நதியினிலே ஓடும் பாட்டு தெரியுமா?' என்று கேட்டார். 'ம். தெரியுமே' என்று நான் தலையை அசைத்தேன். உடனே சித்தி என் தோளைப் பற்றி அன்போடு அழுத்திவிட்டு 'ஒரு தரம் எனக்காக பாடிக் காட்டிறியா?' என்று ஆசையாகக் கேட்டார்.

நான் அம்மாவின் முகத்தைப் பார்த்தேன். 'ஏன்டா என் மூஞ்சிய பார்க்கிற? தெரிஞ்சா பாடு' என்று சிரித்தார். திரும்பி சித்தியின் முகத்தையும் பார்த்தேன். அவருடைய கண்களில் படிந்திருந்த ஆவலைப் பார்க்கப்பார்க்க எனக்குள் சிறகுகள் முளைத்ததுபோல இருந்தது.

சற்றே செருமி தொண்டையைச் சரிப்படுத்தியபடி அந்தப் பாட்டை ஒருமுறை மனத்துக்குள் வேகவேகமாக சொல்லிப் பார்த்துக் கொண்டேன். பாடிவிட முடியும் என்ற நம்பிக்கை பிறந்தது. உடனே 'அமைதியான நதியினிலே' என்று தொடங்கினேன். உண்மையிலேயே அந்த நேரத்தில் தோட்டக்கதவு வழியாக இதமான காற்று உள்ளே நுழைந்து அலைந்து வாசல் கதவு வழியே வெளியேறியது. அந்தக் காற்றின் வரவு எல்லோருக்குமே ஆச்சரியத்தைக் கொடுத்தது.

பாடி முடிக்கும் வரை சித்தி சிலைபோல உட்கார்ந்திருந்தாள். கொஞ்சம் கூட அவர் உடலில் அசைவில்லை. முகம் மட்டும் கனிந்து சிவந்து வந்தது. நீண்ட பின்னலை முன்னால் இழுத்து பின்னல் முடிச்சுகளுக்குள் விரலை நுழைப்பதும் விடுவிப்பதுமாக இருந்தார். ஒரே நேரத்தில் பரபரப்பாக இருப்பதுபோலவும் எவ்விதப் பரபரப்பும் இன்றி அடங்கியிருப்பதுபோலவும் இருந்தார்.

பாடல் முடிந்ததும் 'ரொம்ப நல்லா பாடறியே. குரல் இன்னும் கொஞ்சம் ஒத்துழைச்சா உண்மையாவே டி.எம்.எஸ். மாதிரியே இருக்கும். அது சரி, இந்தப் பாட்டுங்களயெல்லாம் எப்படி மனப்பாடம் பண்றே?' என்று கேட்டார் சித்தி.

'மனப்பாடம்லாம் செய்யறதில்லை சித்தி. சும்மா நாலைஞ்சி தரம் திருப்பித்திருப்பி கேட்டா மனசுல பதிஞ்சிடும்.'

சித்தி என் தோளைத் தட்டியபடி எழுந்தார். 'என்கிட்ட ஒரு பெரிய பட்டியலே இருக்குது. உனக்கு அப்புறமா சொல்றேன். ஒரொரு நாளும் ஒரு பாட்ட எனக்காக பாடிக் காட்டணும், சரியா?' என்றார். சம்மதத்துக்கு அடையாளமாக நான் தலையசைத்தேன். தொடர்ந்து 'உனக்கும் இங்க்லீஷ்ல ஏதாவது சந்தேகம் இருந்தா புத்தகத்தை எடுத்துட்டு வா. உனக்கு சொல்லித் தரேன், சரியா?' என்றார் சித்தி. பிறகு அம்மாவின் பக்கம் திரும்பி 'நான் வரேங்க்கா. தோசைக்கு அரிசி உளுந்து ஊற வச்சிருக்கேன். போய் அரைக்கணும்' என்றார்.

'சரிம்மா மோகனா. அப்பப்ப வந்து போம்மா. பேச்சுத்துணைக்கு ஆளில்லைன்னு தனியா இருக்காத' என்றபடி அம்மாவும் தலையசைத்தார்.

சித்தி வெளியே புறப்பட்டுச் சென்றதும் 'சித்திக்கு இங்க்லீஷ்லாம் எப்படிம்மா தெரியும்? சொல்லிக் குடுக்கறேன்னு சொல்றாங்க' என்று சந்தேகமாகக் கேட்டேன்.

'எஸெல்சி படிச்ச பொண்ணுடா அது. அஞ்சி பொண்ணுங்க இருக்கிற ஊடு. எப்படியாச்சிம் ஒரு உருப்படி வெளிய போனா போதும்ன்னு அதும் அப்பன்காரன் இந்த வண்டிக்காரனுக்கு கட்டிவச்சி அனுப்பிட்டான். கையெழுத்து கூட போடத் தெரியாதவனுக்கு இப்படி ஒருத்தி. கடவுள் போடற கணக்கு எப்படி இருக்குது பாரு.'

ஆற்றாமை படிந்த குரலில் அம்மா எதையோ சொல்லத் தொடங்கி, முணுமுணுத்தபடி முடிக்காமல் அப்படியே நிறுத்திவிட்டார். என்ன என்று அவரை மேற்கொண்டு கேட்க இயலாதபடி அன்பழகனும் சேகரும் வாசலில் நின்று பெயர்சொல்லி அழைப்பது கேட்டது. உடனே நான் பந்தை எடுத்துக்கொண்டு ஓடி அவர்களோடு சேர்ந்துகொண்டேன்.

அடுத்தநாள் மாலையில் ஆங்கிலப் புத்தகத்தோடு நான் சித்தி வீட்டுக்குச் சென்று கதவைத் தட்டினேன். என்னைப் பார்த்ததும் 'வாங்க டி.எம்.எஸ். உள்ள வாங்க' என்று சிரித்துக்கொண்டே வரவேற்றார் சித்தி. நான் கூச்சத்தோடு உள்ளே சென்று பெஞ்ச் மீது ஓரமாக உட்கார்ந்தேன். அந்த பெஞ்ச் மீது சுவரையொட்டி ஒன்றன்மீது ஒன்றாக இருபதுக்கும் மேற்பட்ட மூட்டைகள் அடுக்கப்பட்டிருந்தன.

நான் புத்தகத்தைப் பிரித்து கற்றுக்கொள்ளவேண்டிய பாடத்தை சித்தியிடம் காட்டினேன். சித்தி அந்தப் பக்கத்தைப் பிரித்து பாடத்தின் தலைப்பை வேகமாகப் படித்தார். பிறகு உள்ளே சென்று

ஒரு கிண்ணத்தில் நான் சாப்பிடுவதற்கு அவித்துவைத்த கடலையைக் கொண்டு வந்து கொடுத்தார். 'வேணாம் சித்தி. நான் இப்பதான் எள்ளுருண்டை சாப்ட்டுட்டு வந்தேன்' என்றேன். 'பரவாயில்லைடா. அது ஒரு மூலையில இருக்கட்டும். இது ஒரு மூலையில இருக்கட்டும். முதமுதல்ல கொடுக்கறேன். வேணாம்ன்னு சொல்லாத. எடுத்துக்கோ' என்று புன்னகைத்தபடி எனக்குப் பக்கத்தில் வைத்தார். பிறகு புத்தகத்தைப் பிரித்து பாடத்தை மௌனமாக தனக்குள் ஒருமுறை படிக்கத் தொடங்கினார்.

சித்தி அந்தப் பாடத்தை எனக்காக ஒவ்வொரு சொல்லாகப் பிரித்துப் பிரித்து படித்துக் காட்டி பொருள் சொல்லிக்கொண்டே சென்றார். ஒவ்வொரு சொல்லுக்கும் பொருளைச் சொல்லி முடிக்கும்போதே, அவர் சொல்லாமலேயே அந்த வாக்கியத்தின் பொருள் புரிந்துவிடுவதை நினைத்தால் ஆச்சரியமாக இருந்தது. அவருக்குப் பொருள் தெரியாத சொல்லே அந்தப் பாடத்தில் இல்லை. ஒரு முக்கியமான புதிய சொல் எதிர்ப்படும் சமயத்தில், அந்தப் புதிய சொல்லைக் கொண்டு புதிதாக பலவிதமான வாக்கியங்களை உருவாக்கி அவற்றுக்குரிய அர்த்தங்களைச் சொன்னார். அவர் வாக்கியங்களை உருவாக்கும் விதம் ஆச்சரியமாக இருந்தது. அவர் நடத்தும் விதமோ எல்லாவற்றையும் கரைத்துக் குடித்ததுபோல இருந்தது.

பாடம் முடிந்ததும் 'நீங்க டீச்சரா போயிருக்கலாம் சித்தி. அவ்ளோ அழகா நடத்தறீங்க' என்று சொல்லிவிட்டேன். அதைக் கேட்டு சித்தியின் முகத்தில் ஒரு கசந்த புன்னகை படர்ந்து மறைந்தது. விழியோரத்தில் ஒரு துளி கண்ணீர் தேங்கியது. உடனே அதைப் புடைவை முந்தானையின் நுனியால் துடைத்துக்கொண்டார். 'நடக்கறது எதுவும் நம்ம கையில இல்லைடா தம்பி. என்ன நடக்குதோ, அதை ஏத்துகினு திரும்பிப் பாக்காம போய் சீக்கிரமா வாழ்க்கைய வாழ்ந்து முடிச்சிடணும்' என்றார். அவர் கசப்புடன் புன்னகைத்துக்கொள்வதை மீண்டும் பார்த்தேன்.

'அது சரி, நீ நேத்து ராத்திரி நீங்கள் கேட்டவை ப்ரோக்ராம் கேட்டியா?' என்று பேச்சைத் திசைதிருப்பினார் சித்தி. பாடல்கள் என்றதுமே எனக்கும் உற்சாகம் பிறந்துவிட்டது. 'ம். கேட்டேன் சித்தி. நல்ல நல்ல பாட்டுங்க போட்டாங்க. ஏன் நீங்க கேக்கலையா?' என்று கேட்டேன். சித்தி இல்லை என்பதற்கு அடையாளமாக தலையை அசைத்தார். 'ஒங்க சித்தப்பா தூங்கற நேரம்டா அது. அந்த நேரத்துல ரேடியோவ எப்படி வைக்க முடியும், சொல்லு. பகல்ல வைக்கிற பாட்டுதான் நமக்கு,

ராத்திரியில வைக்கிற பாட்டு நமக்கு இல்லைன்னு நெனச்சிக்க வேண்டிதுதான்' என்றார். பிறகு 'சரி, நீ சொல்லு, என்னென்ன பாட்டு போட்டாங்க?' என்று கேட்டார்.

நான் ஒவ்வொரு பாட்டாக யோசித்து யோசித்து சொல்லத் தொடங்கினேன்.

'நம்ம டி.எம்.எஸ். பாட்டுதான் சித்தி முதல் பாட்டு. அந்த நாள் ஞாபகம் வந்ததே பாட்டு. உயர்ந்த மனிதன் படத்துல வருமே, அந்தப் பாட்டு. பேச்சு. கோபம். சிரிப்பு. பாட்டு. ஒரே ஆளா இவ்வளவயும் செய்யறாருன்னு ஆச்சரியமா இருந்தது. நல்ல பாட்டு.'

'அப்புறம்?'

'அடுத்து உடனே ஒரு சோகமான பாட்டு போட்டுட்டாங்க. துலாபாரத்துல பூஞ்சிட்டு கன்னங்கள் பொன்மணி தீபத்தில் பால் பொங்குது பன்னீரிலே. அந்தப் பாட்ட கேக்கும்போதே மனசுக்கு ரொம்ப கஷ்டமா இருந்தது சித்தி.'

'த்ச். ஆறுதல் அடையறதுக்குக் கூட மனசுக்குக் கஷ்டமான பாட்டைக் கேக்கறதுக்கு எழுதிப் போட்டு கேக்கறாங்கன்னா, அவுங்க அதைவிட பெரிய கஷ்டங்கள்ல வாழறவங்களா இருக்கும்' என்று நாக்கு சப்புக்கொட்டிக்கொண்டார் சித்தி. பிறகு 'அடுத்து என்ன, அத சொல்லு' என்றார்.

'மறைந்திருந்தே பார்க்கும் மர்மமென்ன. தில்லானா மோகனாம்பாள்.'

'அப்புறம்?'

'மறுபடியும் டி.எம்.எஸ். பாட்டு. நான் யார் நான் யார் நீ யார் நாலும் தெரிந்தவன் யார் யார். குடியிருந்த கோவில். எம்.ஜி.ஆர். பாட்டு.'

'அது சரி, சுசிலா பாட்டு ஒன்னுதான் போட்டாங்களா?'

'இல்லை. இல்லை. இன்னொன்னு கூட போட்டாங்க சித்தி. ஒரு நிமிஷம் இருங்க. ஞாபகப்படுத்தி சொல்றேன்' என்றபடி யோசனையில் மூழ்கினேன். சில கணங்களில் அந்தப் பாட்டு நினைவுக்கு வந்துவிட்டது. 'கண்ணனுக்கும் கள்வனுக்கும் பேதமில்லை தோழின்னு ஒரு பாட்டு சித்தி. சாமி படம். திருமால் பெருமை' என்றேன்.

முழுமையான பட்டியலை நினைவுகூர்ந்து ஒவ்வொன்றாக சித்திக்குச் சொன்னேன். திடீரென சித்தி 'அது போகட்டும். நீங்கள்

கேட்டவையில கேக்கறமாதிரி இப்ப நான் ஒரு பாட்ட கேக்கறேன். நீ எனக்காக பாடறியா?' என்று கேட்டார். சித்தியின் அந்தக் கோரிக்கை எனக்கு விசித்திரமாகவும் மகிழ்ச்சியாகவும் இருந்தது. 'என்ன பாட்டு சித்தி?' என்று வெட்கத்துடன் கேட்டேன். 'ஐ, அதுக்குள்ள வெக்கத்த பாரேன்' என்று சொன்னபோது சித்திக்கும் சிரிப்பு வந்துவிட்டது. 'உனக்கு உள்ளத்தில் நல்ல உள்ளம் தெரியுமா? அதைப் பாடறியா?' என்று கேட்டார். நான் மெதுவாக மனசுக்குள் அந்தப் பாட்டைச் சொல்லிப் பார்த்தேன். இரண்டு வரிகளுக்கு மேல் நினைவுக்கு வரவில்லை. 'முழு பாட்டு தெரியும். ஆனா இப்ப மறந்துபோச்சி' என்று உதட்டைப் பிதுக்கினேன். ஒரு கணம் யோசனையில் மூழ்கியதைத் தொடர்ந்து சித்தி 'சரி, ஒருவன் மனது ஒன்பதடா பாட்டு தெரியுமா?' என்று கேட்டார்.

'தர்மம் தலைகாக்கும் பாட்டுதான? ஓ, அது தெரியும். எம்.ஜி.ஆர். படத்துப் பாட்டு இல்லையா? ஸ்கூல்ல கூட நான் பல தடவை பாடியிருக்கேன்.'

'சரி, அதைப் பாடு.'

நான் ஒருமுறை நெஞ்சுக்குள்ளேயே வரிகளை வேகவேகமாகச் சொல்லிப் பார்த்தேன். அந்த நேரத்தில் சித்தி 'முழுசா பாடணும்னு இல்லை. உனக்கு எந்த அளவுக்கு தெரியுமோ, அந்த அளவுக்கு பாடு, போதும்' என்றார். அது சற்றே என் தயக்கத்தைப் போக்கியது. தொண்டையைச் செருமி சரிப்படுத்திக்கொண்டு ஒருவன் மனது ஒன்பதடா என்று பாடத் தொடங்கினேன். மூச்சை நிறுத்தி கீழ் ஸ்தாயிலேயே பாடும்போது ஒன்றிரண்டு முறை இடறி கீச்சுக்குரலாக மாறினாலும் வரிகளுக்கு நடுவிலேயே சமாளித்து மெல்ல மெல்ல லயத்துடன் சேர்ந்து பாடினேன். முதலில் அஞ்சியதுபோல வரிகள் எதுவும் மறக்கவில்லை. எல்லா வரிகளுமே தன் போக்கில் வந்து விழுந்தன. 'தாயின் பெருமை மறக்கின்றான் தன்னல சேற்றில் விழுகின்றான்' என்ற வரியைப் பாடும்போது என்னை அறியாமலேயே விழிகளின் நீர்த்துளிகள் திரண்டு விழுந்தன. எனக்கே அது ஆச்சரியமாக இருந்தது. சித்தியைப் பார்த்து புன்னகைத்தபடி விரலாலேயே தொட்டு துடைத்தபடி பாடி முடித்தேன்.

'எங்க பாதியிலயே நிறுத்திடுவியோன்னு பயந்துகிட்டிருந்தேன். நல்ல வேளை, முழுசாவே பாடிட்ட' என்று திருப்தியோடு புன்னகைத்தார் சித்தி. அவரும் தன் கண்களின் ஓரமாகத் திரண்டிருந்த துளிகளைத் தொட்டுத் துடைத்துக்கொண்டார். 'இனிமே, நீதான் எனக்கு நீங்கள் கேட்டவை ரேடியோ. நைட்

ப்ரோக்ராம்ல என்னால கேக்கமுடியாத பாட்டயெல்லாம் நீ கேட்டு வந்து பாடணும், சரியா?' என்றார். 'சரி' என்று நானும் தலையசைத்துவிட்டுப் புறப்பட்டேன்.

அடுத்தநாள் காலையில் குளிக்கும்போது சித்திக்காக பாடிய தர்மம் தலைகாக்கும் பாடல் நினைவுக்கு வந்தது. அந்தப் பாட்டைப் பாடியபடி ஆனந்தமாகக் குளித்தேன். சித்தி காதுகொடுத்துக் கேட்கிற நிலையில் இருந்தால் இன்னொரு முறை கேட்கட்டும் என்ற எண்ணமே அவ்வாறு பாடத் தூண்டியது.

அன்று மாலை ஆங்கிலப் பாடம் படிப்பதற்காக சித்தி வீட்டுக்குச் சென்றபோது 'என்னடா, ரேடியோவுல மறு ஒளிபரப்புன்னு போடறாங்களே, அந்த மாதிரி நீயும் மறு ஒளிபரப்பு செய்றியா?' என்று சிரித்துக்கொண்டே கேட்டார். நான் வெட்கத்துடன் தலைகுனிந்துகொண்டேன்.

ஒவ்வொரு நாளும் சித்திக்காக நீங்கள் கேட்டவை பாடலைப் பாடிக் காட்டுவதும் அடுத்தநாள் முழுக்க அதையே பாடிக் கொண்டிருப்பதும் வழக்கமாகிவிட்டது. சிற்சில சமயங்களில் பள்ளியில் பாடும் தருணங்கள் ஏற்படும்போதுகூட, அந்தப் பாட்டையே பாடி பரவசம் கொண்டேன். சித்திக்காக பாடத் தொடங்கிய இரண்டு மூன்று மாதங்களில் ஏராளமான புதிய பாடல்களை நான் கற்றுக்கொண்டேன். மீண்டும் மீண்டும் பாடிப் பழகியதால், இதற்குமுன் இடையிடையே தன் போக்கில் எழும் கீச்சுக்குரலின் அளவும் இடைவெளியும் குறையத் தொடங்கின.

ஒருநாள் இரவு. சாப்பாட்டுக்குப் பிறகு நானும் அம்மாவும் அப்பாவுக்காகக் காத்திருந்தோம். அவர் இன்னும் வீட்டுக்குத் திரும்பவில்லை. 'அம்மா, நீங்கள் கேட்டவை கேக்கலாமாம்மா?' என்றபடி நான் ரேடியோவைத் திருப்பினேன்.

அது நீங்கள் கேட்டவை நிகழ்ச்சி தொடங்குவதற்கு முன்பான நேரம். ஏதோ ஒரு நாடகம் முடிவை நோக்கி நகர்ந்து கொண்டிருந்தது. நான் பரபரப்பாக அது முடிவடைவதற்காக ஆவலோடு காத்திருந்தேன்.

அந்தக் காத்திருப்பு தாங்கவில்லை. உடனே 'அம்மா, நம்ம ரெண்டு பேருக்குள்ள ஒரு பந்தயம் வச்சிக்கலாமா?' என்று கேட்டேன். 'பந்தயமா? என்ன பந்தயம்? ஒன் முதுவுல ரெண்டு குடுத்தா பந்தயம் கிந்தயம்லாம் தானா அடங்கிடும்' என்றார் அம்மா. 'ஐயோ, நான் என்ன சொல்றேன், நீ என்ன சொல்ற?' என்றபடி அவரை நெருங்கிச் சென்று உட்கார்ந்தேன். 'இன்னும் கொஞ்ச

நேரத்துல நீங்கள் கேட்டவை ஆரம்பிக்கப்போவுது. எந்தப் பாட்டு முதல் பாட்டா வரும், சொல்லு பார்ப்போம். அதுதான் பந்தயம்' என்று கேட்டேன். 'அது எப்படிடா, அவன் போடாம நமக்கு எப்படித் தெரியும்?' என்று சலிப்போடு சொன்னார் அம்மா.

'அதுதாம்மா பந்தயம். நெஞ்சமுண்டு நேர்மையுண்டு ஓடு ராஜா பாட்டுதான் முதல் பாட்டா வரப்போவுதுன்னு நான் சொல்றேன். நீ என்ன சொல்ற?'

'அது எப்படி அவ்ளோ உறுதியா சொல்லமுடியும்?'

'அதுதாம்மா பந்தயம் சொல்லும்மா.'

'அந்தப் பாட்டு வராது. வேற பாட்டுதான் போடுவான்.'

'அப்ப சரி. இப்ப நீ சொல்றமாதிரி அந்தப் பாட்டு வரலைன்னா, நான் உனக்கு ஒரு முறுக்கு வாங்கித் தரேன். ஒருவேளை நான் சொல்றமாதிரி வந்துட்டுதுன்னா, நீ எனக்கு முறுக்கு வாங்கித் தரணும். அதுதான் பந்தயம், என்ன சொல்ற?'

'அதெல்லாம் அந்தப் பாட்டு வராது. நீ சொல்றமாதிரி போடணும்னு அவனுக்கு என்ன சட்டமா, சொல்லு. அவன் இஷ்டத்துக்குத்தான் போடுவான்.'

'சரி, போட்டா எனக்கு முறுக்கு. போடலைன்னா உனக்கு முறுக்கு. என்ன சொல்ற, பந்தயத்துக்குத் தயாரா?'

'மொத்தத்துல உனக்கு பாட்ட காரணம் காட்டி செலவு வைக்கணும், அதான உன் திட்டம்?'

'ஐயோ, ஐயோ, செலவுலாம் இல்லைம்மா. வேணும்ன்னா ஒன்னு செய்யலாம். முறுக்கு வேணாம். எள்ளுருண்டையையே பந்தயமா வச்சிக்கலாம். அதுக்காக எங்கயும் போகவேணாம், செலவும் செய்யவேணாம், வீட்டுக்குள்ள இருக்கற உருண்டையே போதும், சரிதானா?'

'அப்பவும் தின்னறதுலயே குறியா இரு. சரி, பார்ப்போம்.'

அப்போதுதான் நாடகம் முடிந்ததன் அடையாளமான இசைக்கோவை ரேடியோவில் ஒலித்தது. அதையடுத்து புதிய நிகழ்ச்சியாக நீங்கள் கேட்டவை ஒலிபரப்பாகத் தொடங்க விருப்பதன் குறிப்பாக மற்றொரு இசைத்துண்டு ஒலித்தது. அது முடிந்த கணமே அறிவிப்பாளர் வந்துவிட்டார். அதுவரை ஆவலோடு காத்திருந்த நிகழ்ச்சி தொடங்கியது.

அறிவிப்பாளர் வழக்கம்போல முதல் பாடலைப்பற்றிய விவரத்தைச் சொல்லித் தொடங்காமல் இந்த முதல் பாடலை விரும்பியிருக்கும் நேயர்கள் என்ற குறிப்பை மட்டும் கூறிவிட்டு, சுவாரசியத்தைத் தக்கவைக்கும் பொருட்டு பெயர்ப்பட்டியலைப் படிக்கத் தொடங்கிவிட்டார். கன்னியாகுமரியிலிருந்து விழுப்புரம் வரைக்கும் ஏராளமான பகுதிகளில் வாழும் நேயர்களின் பெயர்களெல்லாம் சொல்லப்பட்டன.

ஒரு வழியாக நேயர்களின் பட்டியலைப் படித்துமுடித்த அறிவிப்பாளர் ஒரு கணம் இடைவெளிவிட்டு பாடலின் விவரத்தை அறிவித்தார். நான் நம்பிய அதே 'நெஞ்சமுண்டு நேர்மையுண்டு ஓடு ராஜா' பாட்டு. அதைக் கேட்டு எனக்கு வானத்தில் பறப்பதுபோல இருந்தது. உடனே அம்மாவைப் பார்த்து 'ம், எடு எடு. எள்ளுருண்டையை எடு. பார்த்தியா, நான் சொன்னதுதான் நடந்தது' என்றேன். 'உனக்கு எப்படிடா முதல்லயே தெரிஞ்சது? பேப்பர்ல போட்டிருந்தாங்களா?' என்று சந்தேகக்கண்ணோடு பார்த்தார். 'ஆசை தோசை அப்பளம் வடை. உனக்கு அதையெல்லாம் பேப்பர்ல போடுவானா? எடு எடு. முதல்ல எள்ளுருண்டையை எடு' என்றேன். அம்மா இன்னும் சந்தேகக்கண் விலகாதவராகவே ஓர் உருண்டையை எடுத்து என்னிடம் கொடுத்தார். நான் அதை ரசித்துக்கொண்டே இடைவிடாமல் குதிரைக்குளம்படி கேட்கும் அந்தப் பாட்டையும் ரசித்தேன்.

அடுத்த பாட்டைத் தொடங்கும் நேரத்தில் அப்பா வந்துவிட்டார். 'ஏன்டா இன்னும் தூங்கலையா?' என்று கேட்டபடியே உள்ளே சென்று கடைச்சாவியை வைத்துவிட்டு தோட்டத்துக்குச் சென்றார். அம்மா அவருக்குச் சாப்பாடு எடுத்துவைப்பதற்காக எழுந்து சென்றார்.

அடுத்த பாட்டு தொடங்கிவிட்டது. சிவந்த மண் திரைப்படத்திலிருந்து 'பட்டத்து ராணி பார்க்கும் பார்வை வெற்றிக்குத்தான் என எண்ணவேண்டும்'. கொஞ்சம் நீளமான பாடல். அதன் இறுதிப் பகுதியில் சாட்டையடிகளும் பெண்ணின் கூக்குரலும் மாறிமாறி வந்தன. கேட்பவர்களிடம் ஒருவித பதற்றத்தையும் திகைப்பையும் உருவாக்கும் ஒலியமைப்பு. அதிலேயே நாங்கள் மூழ்கியிருந்தோம்.

ஒரு வழியாக அப்பாடல் முடிவடையும் நேரத்தில் நான் அடுத்த பாடலைப்பற்றிய யோசனையில் மூழ்கினேன். பாடல் முடிந்த பிறகும் அடியும் குரலும் முடியாமல் தொடர்வதை நான் அப்போதுதான் உணர்ந்து குழப்பத்துடன் திரும்பி அம்மாவைப் பார்த்தேன்.

அம்மாவும் திகைத்து அந்தச் சத்தம் வரும் திசையில் திரும்பினார். சந்தேகமே இல்லை. அது மோகனா சித்தியின் கூக்குரல். இன்னொரு பக்கத்தில் சித்தப்பாவின் கர்ஜிக்கும் குரல்.

அப்பா சாப்பிடுவதை நிறுத்திவிட்டு தலைகுனிந்தபடி அமர்ந்திருந்தார். அம்மா குழப்பத்தோடு அப்பாவையும் அந்தக் குரல் வந்த திசையையும் மாறிமாறிப் பார்த்தபடி இருந்தார். பிறகு தயக்கத்துடன் 'பாவம். புதுப் பொண்ணு. எதுக்கு அந்த தம்பி இப்படி போட்டு அடிக்குதோ, தெரியலையே. ஒரு எட்டு போய் பார்த்து கேட்டுட்டு வரியா?' என்று அப்பாவிடம் கேட்டார். அப்பா ஒருகணம் ஒன்றும் பேசாமல் இருந்தார். பிறகு ஒரு பெருமூச்சுடன் 'என்னன்னு போய் கேக்கறது? புருஷன் பொண்டாட்டிக்குள்ள ஆயிரம் இருக்கும், நடுவுல கேக்கறதுக்கு நீ யாருன்னு என்ன திருப்பிக் கேட்டான்னா, நம்ம மூஞ்சிய எங்க வச்சிக்கறது?' என்று சொல்லிவிட்டு மீண்டும் சோற்றில் கைவைத்து பிசையத் தொடங்கினார். அம்மா மட்டும் ஒருவித இயலாமையுடன் சித்தியின் குரல் வந்த திசையைப் பார்த்தபடி இருந்தார். எனக்கு பாடலைக் கேட்கும் ஆர்வமே போய்விட்டது. என்னென்ன பாடல்கள் என்று நாளைக்கு நண்பர்களிடம் கேட்டுத் தெரிந்து கொள்ளலாம் என ரேடியோவை நிறுத்திவிட்டு படுத்துக் கொண்டேன்.

அடுத்தநாள் காலையில் எழுந்திருக்கும்போதே சித்தியைப்பற்றிய நினைவு வந்துவிட்டது. வழக்கமான உற்சாகமே இல்லை. தெருக்குழாயிலிருந்து தண்ணீர் பிடித்துக்கொண்டு தவலையைச் சுமந்துகொண்டு வீட்டுக்குத் திரும்பும் வழியில் சித்தி வீட்டில் அவர் முகம் தெரிகிறதா என பக்கவாட்டில் திரும்பிப் பார்த்தபடி வந்தேன். ஆறேழு நடை தவலைத்தண்ணீரோடு வந்த போதும், சித்தியின் முகத்தை ஒருமுறை கூட பார்க்க இயலவில்லை. ஒருவேளை காலையிலேயே ஊருக்குப் புறப்பட்டுச் சென்று விட்டிருக்கலாம் என நினைத்துக்கொண்டேன்.

குளிப்பதற்காக தொட்டிக்கு அருகில் நிற்கும்போது சித்தியின் ஞாபகம்தான் வந்தது. நீங்கள் கேட்டவையில் ஒலிபரப்பாகும் பாடல்களை தனக்காகப் பாடவேண்டும் என்று கேட்டுக்கொண்ட சித்தியின் குரல் காதில் ஒலித்தபடி இருந்தது. மனத்தை உறுதிப் படுத்திக்கொண்டு ஒருமுறை 'நெஞ்சமுண்டு நேர்மையுண்டு ஓடு ராஜா' பாட்டை ஓங்கிய குரலில் தொடங்கினேன். ஒரே ஒரு வரியைத்தான் பாட முடிந்தது. அடுத்த வரியை ஆரம்பிக்க முடியவில்லை. என்னையறியாமல் துயரத்தில் தொண்டை அடைத்தது. தானாகப் பொங்கிய அழுகையை நிறுத்தமுடிய

வில்லை. எதையோ சாப்பிட்டுவிட்டு பள்ளிக்கூடத்துக்குச் சென்றுவிட்டேன்.

பள்ளியில் ஏதோ பாடங்களுக்காக காதுகொடுத்துக் கேட்கும் சூழலில் சித்தியின் நினைவு வராமல் இருந்தது. ஆனால் பள்ளி முடிந்து வீட்டை நோக்கி நடக்கத் தொடங்கிய சமயத்தில் சித்தியைப்பற்றிய நினைவு வந்துவிட்டது. ஒருவித அச்சத்துடனேயே வீட்டுக்கு வந்தேன்.

வீட்டுக்குள் கூடத்தில் அம்மா ஒருபக்கச் சுவரிலும் சித்தி எதிர்ப்பக்க சுவரிலும் சாய்ந்தவாக்கில் அமர்ந்திருந்தனர். சித்தியைப் பார்த்ததும் என் அச்சம் விலகினாலும், அவர் முகத்தில் படிந்திருந்த கண்ணீர்க்கோடுகளைப் பார்த்து மனம் ஒருவித துயரத்தில் மூழ்கியது. சித்தி என்னைப் பார்த்ததும் முந்தானையால் முகத்தைத் துடைத்துவிட்டு ஒளியிழந்த ஒரு சிரிப்பை உதிர்த்தார். நெற்றி ஓரமாக வீங்கிப் புடைத்திருந்தது. கன்னத்திலும் வீக்கம்.

'என்னடா, காலையில குளிக்காமயே ஸ்கூலுக்குப் போயிட்டியா?' என்று உதடுகளில் ஒரு புன்னகையை தேக்கிவைத்துக்கொண்டு கேட்டார். எனக்கு எதுவும் புரியவில்லை. குழப்பத்துடன் அவரைப் பார்த்தபடி 'இல்லயே, குளிச்சிட்டுத்தான போனேன்' என்றேன். சித்தி உடனே 'அப்படியா, டி.எம்.எஸ்.பாட்டு கேக்கலையே, அதனாலதான் எனக்கு ஒரு சந்தேகம் வந்திச்சி' என்றார். அதற்குப் பிறகுதான் அவருடைய பேச்சின் போக்கு புரிந்தது. நான் வருத்தம் படர்ந்த ஒரு சிரிப்புடன் சித்தியின் முகத்தைப் பார்த்துவிட்டு புத்தகப்பையை ஆணியில் மாட்டிவிட்டுத் திரும்பினேன். 'சரிக்கா, நான் வரேன்' என்று அம்மாவிடம் விடைபெற்றபடி சித்தி எழுந்தார். அப்படியே என் பக்கம் திரும்பி 'விளக்கு வச்சதும் புஸ்தகம் எடுத்துட்டு வாடா. மறந்துடாத' என்று சொல்லிவிட்டுச் சென்றார்.

நான் அம்மா ஏதேனும் சொல்லக்கூடும் என்று அவர் முகத்தையே பார்த்தபடி சுற்றிச்சுற்றி வந்தேன். வழக்கமாக எள்ளுருண்ட கைமாறியதும் எழுந்து வெளியே சென்றுவிடும் பழக்கமுடைய நான், வீட்டுக்குள்ளேயே வளையவளைய வந்தேன். ஒரு கட்டத்துக்கு மேல் பொறுமை காக்க இயலாமல் 'சித்திக்கு என்னாச்சிம்மா?' என்று கேட்டேன். அதைக் கேட்டு அம்மாவுக்குக் கோபம் வந்துவிட்டது. எதிர்பாராதவிதமாக 'ஏன், முக்கியமா நீ அந்தக் கதையைத் தெரிஞ்சிக்கணுமா?' என்று அம்மா கோபமுடன் பதில் சொன்னார். நான் அதற்கு மேல் அங்கே நிற்கவே இல்லை. வீட்டைவிட்டு வெளியேறி நண்பர்களுடன் விளையாடச் சென்று விட்டேன்.

இருட்டிய பிறகு கைகால்களைக் கழுவிக்கொண்டு ஆங்கிலப் புத்தகத்தோடு சித்தி வீட்டுக்குச் சென்றேன். 'வாடா வாடா' என்றார் சித்தி. அவர் குரலில் வழக்கமான உற்சாகம் இருந்ததா, இல்லையா என்பதை என்னால் பிரித்தறிய முடியவில்லை. எவ்விதமான சந்தேகமும் எழாத வகையில் பாடத்தைத் தெளிவாக சொல்லிக் கொடுத்தார் சித்தி. பாடம் முடிந்ததும் நான் புறப்படுவதற்காக எழுந்தேன். அவர் உடனே 'என்னடா, நீ பாட்டுக்கு கெளம்பிட்ட? நீங்கள் கேட்டவையில என்னென்ன பாட்டு போட்டாங்க, சொல்லமாட்டியா?' என்று கேட்டார். அக்கணமே அவர் பழைய சித்தியாக என் முன்னால் நிற்பதுபோல இருந்தது. எதையும் தெரிந்துகொள்ள வேண்டிய அவசியம் இல்லை என அப்போது முடிவு செய்துகொண்டேன். இரண்டு பாடல்களை மட்டுமே நான் கேட்டிருந்தபோதும் எஞ்சிய பாடல்களின் விவரங்களை நண்பர்களிடம் விசாரித்துத் தெரிந்துவைத்திருந்தேன். அந்தத் தகவலின் அடிப்படையில் நானே கேட்டதுபோல பாடல்களைப் பற்றி அவருக்குச் சொன்னேன்.

சித்தி 'அம்மாகிட்ட பந்தயம்லாம் வச்சி ஜெயிச்சிருக்க. பெரிய ஆள்தான் நீ. சரி, ஒருதரம் நெஞ்சமுண்டு நேர்மையுண்டு பாட்ட பாடு' என்றார். அன்று இருந்த மனநிலையில் அந்த உற்சாகமான பாடலைப் பாடவே முடியவில்லை. ஆயினும் அதைக் காட்டிக் கொள்ளாமல் பாடினேன். பாடி முடிக்கும் வரை அவர் அமைதியாகவே இருந்தார். பிறகு மெதுவாக 'உனக்கு மயக்கம் எனது தாயகம் பாட்டு தெரியுமா? பழைய பாட்டு' என்று கேட்டார். நான் அந்தப் பாட்டை ரேடியோவில் கேட்ட ஞாபகம் இருந்தது. ஒரே சோகமயமாக இருந்ததால், அந்தப் பாட்டை நான் ஊன்றிக் கவனிக்கவில்லை.

'தெரியாது சித்தி.'

'பரவாயில்லை விடு. தெரிஞ்சா பாட சொல்லலாம்னு சும்மாதான் கேட்டேன்.'

'என் ஃப்ரெண்ட்ஸ்ங்கள்ல பல பேரு பாட்டு புஸ்தகம் வச்சிருக்கிற பையன்ங்கதான் சித்தி. யாருகிட்டயாது அந்தப் பாட்டு கிடைக்கும். ரெண்டுமூனு நாள்ல தேடி கண்டுபுடிச்சி கத்துகிட்டு பாடறேன் சித்தி.'

'தேடி அலையறதெல்லாம் வேணாம். எனக்கே அந்தப் பாட்டு தெரியும். பாடறேன். வேணும்னா எழுதிக்கோ. அது ஆம்பளை குரல் பாட்டு. ஒருதரம் அத கேட்டா தேவலைன்னு தோணிச்சி. அதான் கேட்டேன்.'

'பாடுங்க சித்தி. நான் எழுதிக்கறேன்'

நான் உடனே என் நோட்டைத் திறந்து ஒரு புதிய பக்கத்தைப் புரட்டினேன். சித்தி அமைதியான குரலில் எங்கோ சுவரில் பார்வையைப் பதித்தபடி 'மயக்கம் எனது தாயகம்' என்று பாடத் தொடங்கினார். நான் வேகமாக ஒவ்வொரு வரியையும் குறிக்கத் தொடங்கினேன்.

வழக்கமாக திரைப்படப் பாடலைப் பாடுவதுபோல சித்தியின் குரல் அப்போது இல்லை. நெஞ்சின் ஆழத்திலிருந்து சொந்தமான வரிகளைப் பாடுவதுபோலப் பாடினார். நான் அவரைத் தடுக்கக்கூடாது என்ற எண்ணத்தில் குனிந்த தலை நிமிராமல் எழுதுவதிலேயே குறியாக இருந்தேன். இரண்டு மூன்று நிமிடங்கள். எனக்கு அது பாட்டு போலவே தெரியவில்லை. எதிரில் நிற்கும் யாரோ ஒருவரிடம் முறையிடுவதுபோல இருந்தது. நானே எனக்குப் பகையானேன். என் நாடகத்தில் நான் திரையானேன். தேனே உனக்குப் புரியாது. அந்தத் தெய்வம் வராமல் விளங்காது. அவர் பாடப்பாட உண்மையிலேயே தேம்புகிறாரோ என்று உள்ளூர என் மனம் நடுங்கியது.

அவருக்குப் பொருத்தமான ஒரு பாட்டை அவருக்கு முன்னாலேயே யாரோ எழுதிவைத்துவிட்டதுபோல தோன்றியது. சித்தியின் கைகளைப்பற்றி 'தைரியமாக இருங்கள் சித்தி' என்று சொல்லவேண்டும் போல இருந்தது. ஆனாலும் ஓர் இயந்திரத்தின் வேகத்துடன் அவர் பாடும் வரியின் ஒவ்வொரு சொல்லையும் வேகவேகமாக எழுதிக்கொண்டே சென்றேன். விதியும் மதியும் வேறம்மா என இறுதிப்பகுதியை நெருங்கியபோது சித்தியின் குரலில் துக்கத்தை மீறிய ஒரு தெளிவை என்னால் உணரமுடிந்தது. மதியில் வந்தவள் நீயம்மா என் வழிமறைத்தாள் விதியம்மா. தன் தோல்வியை தானே ஆழமாக ஆய்வுசெய்து ஒரு முடிவை அறிவிப்பதுபோல இருந்தது.

பாடி முடித்த பிறகு சித்தியின் முகத்தில் ஒரு தெளிவு படர்ந்திருப்பதைப் பார்த்தேன். பழைய சிரிப்பு கூட வந்துவிட்டது போலத் தெரிந்தது. ஒரு கணம் சிரித்துக்கொண்டே 'பொம்பள பாடவேண்டிய பாட்டு. சினிமாவுல ஒரு ஆம்பளைக்கு பொருத்தி கதை எழுதிட்டாங்க' என்றார். நான் அதை அரைகுறையாகத்தான் காதில் வாங்கினேன். அடுத்தநாள் மாலையில் சித்தியின் முன்னால் அந்தப் பாட்டைப் பாடிக் காட்டவேண்டும் என்பதிலேயே என் மனம் மூழ்கியிருந்தது. 'முழுசா எழுதிகிட்டேன் சித்தி. நாளைக்குள்ள ப்ராக்டிஸ் பண்ணிட்டு பாடிக் காட்டறேன்'

என்றேன். சித்தி பதில் எதுவும் சொல்லவில்லை. என்னைப் பார்த்துப் புன்னகைத்தார். அவ்வளவுதான்.

அன்று இரவும் சித்தியின் வீட்டிலிருந்து ஒரே கூச்சல். அங்குமிங்கும் ஓடும் சத்தம். அடிக்கும் சத்தம். வசைபடும் சத்தம். அழும் சத்தம். எல்லாமே ஒரு கட்டத்துக்குப் பிறகு ஓய்ந்துவிட உலகம் அமைதியில் மூழ்கியது. நானும் உறக்கத்தில் மூழ்கிவிட்டேன்.

அடுத்தநாள் காலையில் எழுந்திருக்கும்போதே சித்தியின் வீட்டிலிருந்து யாரோ கூச்சலிடும் சத்தம் கேட்டது. சித்தியின் குரலில்லை. வேறு குரல். அம்மா திடுக்கிட்டு எழுந்து அவசரமாக அப்பாவை எழுப்பினார். 'போய் பாரு. ராத்திரியிலிருந்து என்ன நடக்குதுன்னு தெரியலை. பாவம் அந்தப் பொண்ணு' என்றார். அப்பா அவசரமாக பாயைச் சுருட்டி வைத்துவிட்டு எழுந்து சித்தி வீட்டின் பக்கமாகச் சென்றார். நானும் பின்னாலேயே எழுந்து ஓடினேன்.

அதற்குள் அவர் வீட்டின் முன்னால் ஏராளமானோர் சேர்ந்து விட்டனர். வீட்டில் சித்தப்பா இல்லை. இரவு நடந்த சண்டையில் சித்தியின் தலையில் கடுமையாக அடிபட்டுவிட்டது. அந்த மயக்கத்தில் அவர் சுருண்டு விழுந்துவிட்டார். அதைப் பார்த்து அச்சம் கொண்ட சித்தப்பா கதவைச் சாத்திக்கொண்டு வீட்டை விட்டுச் சென்றுவிட்டார். அவர் போன இடம் தெரியவில்லை. காலையில் சாணமள்ள வந்த பெரியம்மாதான் ஜன்னல் வழியாகப் பார்த்துவிட்டு சத்தம் போட்டு ஊரைக் கூட்டினார். அனைவரும் சேர்ந்து கதவை உடைத்து உள்ளே சென்று சித்தியை வெளியே தூக்கி வந்து கிடத்தியிருந்தனர். சித்தியின் தலையிலிருந்து ரத்தம் வழிந்து முகத்தையே மூடியிருந்தது.

ஒரு பெரியவர் மூக்கின் அருகில் விரலை வைத்துப் பார்த்தார். 'மூச்சு இருக்குதுப்பா, ஆஸ்பத்திரிக்கு தூக்கிட்டு போனா காப்பாத்தலாம்' என்றார். உடனே அப்பாவும் இன்னும் இரண்டு மூன்று பேர்களும் கால்பக்கம் ஒருவர் கைப்பக்கம் ஒருவர் தலைப்பக்கம் ஒருவர் என தூக்கிக்கொண்டு ஆஸ்பத்திரிக்கு ஓடினார்கள்.

எனக்கு பள்ளிக்குச் செல்லவே மனமில்லை. ஆனால் அன்று முக்கியமான ஒரு மாதாந்திரத் தேர்வு இருந்தது. வேறு வழியில்லாமல் புறப்பட்டுச் சென்றேன்.

மாலையில் வீடு திரும்பியதும் அம்மாவிடம் 'சித்திக்கு எப்படிம்மா இருக்குது?' என்றுதான் கேட்டேன். 'யாரு செஞ்ச புண்ணியமோ, உயிருக்கு ஆபத்து இல்லை. பொழைச்சிட்டா' என்றார் அம்மா.

'கிளி மாதிரி பொண்ண வளர்த்து பூனை மாதிரி ஒருத்தவனுக்கா கட்டிக் கொடுப்பாங்க? முட்டாள் ஜனங்களுக்கு மூளையே இல்லை' என்று முணுமுணுத்துக்கொண்டார்.

'நாம போய் சித்திய பார்த்துட்டு வரலாமாம்மா?'

'இல்லைப்பா, இப்ப யாரயும் உள்ள உடமாட்டாங்களாம். இன்னும் நாலு நாள் போன பிறகுதான் உடுவாங்களாம்.'

நான் ஒவ்வொரு நாளும் ஒவ்வொரு கணமும் சித்தியை நினைத்துக்கொண்டே இருந்தேன். அவருடைய வாழ்க்கையில் இப்படி நிகழும் என நான் நினைக்கவே இல்லை.

மனோகரனின் உதவியோடு பாடிப்பாடி பயிற்சி செய்து, மயக்கம் எனது தாயகம் பாடலை சிறப்பாகப் பாடும் அளவுக்குத் தேர்ச்சி பெற்றேன். ஐந்து நிமிடம் தனிமையில் கிடைத்தால் போதும். சித்திக்கு அதைப் பாடிக் காட்டிவிடலாம் என்ற எண்ணமே நெஞ்சில் முழுக்கமுழுக்க நிறைந்திருந்தது.

நான்கு நாட்களுக்குப் பிறகு நானும் அம்மாவும் ஆஸ்பத்திரிக்குச் சென்று சித்தியைப் பார்த்தோம். சித்தி பலவீனமாக என்னைப் பார்த்துச் சிரித்தார். அவர் தலையிலும் தோளிலும் பெரிய கட்டு போட்டிருந்தார்கள். பாவமாக இருந்தது. அவருடைய பெற்றோரும் தங்கைகளும் அவரைச் சுற்றி நின்றிருந்தார்கள்.

சித்தி என்னை அருகில் அழைத்தார். நான் போய் நின்றதும் 'ஸ்கூலுக்கு ஒழுங்கா போறியா? இங்லீஷ்லாம் சரியா படிக்கிறியா?' என்று மெதுவாகக் கேட்டார். நான் எல்லாவற்றுக்கும் 'ம்' என்பதுபோல தலையாட்டினேன். பிறகு நானாகவே அடங்கிய குரலில் 'மயக்கம் எனது தாயகம் பாட்ட கத்துகிட்டேன் சித்தி. நீங்க வீட்டுக்கு வந்ததும் பாடிக்காட்டறேன், சரியா?' என்றேன். அதைக் கேட்டு சித்தியின் முகம் மலர்ந்தது. சரி என்பதுபோல கண்களாலும் புன்னகையாலும் சைகை காட்டினார்.

ஒவ்வொரு நாளும் பள்ளியிலிருந்து திரும்பியதும் அம்மாவோடு ஆஸ்பத்திரிக்கு ஒரு நடை சென்று சித்தியைப் பார்த்துவிட்டுத் திரும்புவது வழக்கமாகிவிட்டது. ஒரு வாரம் அப்படியே ஓடியது. அடுத்த நாள் பள்ளியை விட்டு வந்ததும் வழக்கம்போல எள்ளுருண்டையைச் சாப்பிட்ட பிறகு 'வாம்மா, ஆஸ்பத்திரிக்கு போயிட்டு சித்திய பார்த்துட்டு வரலாம்?' என்று அம்மாவை அழைத்தேன். 'சித்தி இல்லைடா. அவுங்க அம்மா அப்பா காலையிலயே அவுங்க ஊருக்கு வண்டி வச்சி அழச்சிட்டு போயிட்டாங்கடா' என்றார் அம்மா.

இப்படி நடக்கும் என்று நான் எதிர்பார்க்கவே இல்லை. சித்தியைப் பார்க்கமுடியாதது பெரிய ஏமாற்றமாக இருந்தது. அவர் முன்னால் பாடிக் காட்டுவதற்காக மிகவும் ஆசையாக பயிற்சி செய்த பாட்டை யார் முன்னால் பாடுவது என்று தெரியவில்லை. என்னால் அந்தத் துக்கத்தைத் தாங்கவே முடியவில்லை.

வழக்கம்போல நாங்கள் மாலை நேரத்தில் விளையாடும் ஸ்டேஷன் திடலுக்குச் சென்று தனிமையில் ஒரு நாவல் மரத்தடியில் உட்கார்ந்துகொண்டேன். சித்தியின் சிரித்த முகம் மீண்டும் மீண்டும் என் முன்னால் நிழலாடுவதைப்போல இருந்தது. ஒரு கணத்தில் என்னைப்போலவே அவரும் ஒரு மரத்தடியில் எனக்கு எதிரில் வேர்மீது அமர்ந்திருப்பதுபோல தோன்றியது. அந்தக் கற்பனையையே உண்மையென நம்பி நான் அவருக்காக 'மயக்கம் எனது தாயகம்' பாடலைப் பாடத் தொடங்கினேன்.

17. ஜெயதேவி இல்லம்

பஞ்சாயத்து போர்டு தெருவும் பிள்ளையார் கோவில் தெருவும் சந்திக்கிற இடத்தில் ஒரு பெட்டிக்கடை இருந்தது. இரண்டு தெருக்களும் சந்திக்கும் புள்ளியில் அந்தக் கடை இருந்ததால், அதற்கு மூலைக்கடை என்ற பெயர் இயல்பாகவே அமைந்துவிட்டது. அதை நடத்தி வந்தவர் ஜெயராமன் என்பவர். அதனால் ஜெயராமன் கடை என்று இன்னொரு பெயரும் உண்டு. வயது குறைந்த சின்னப்பிள்ளைகள் மூலைக்கடை என்று குறிப்பிட்டனர். வயதில் பெரியவர்கள் ஜெயராமன் கடை என்று அழைத்தனர். ஆனால் நான் அந்தக் கடைக்கு இந்த இரு முறைகளிலிருந்தும் வேறுபட்ட வகையில் மற்றொரு பெயரைச் சூட்டியிருந்தேன்.

உரையாடும்போது எங்கள் அப்பாவை அவர் 'வாங்கண்ணே, போங்கண்ணே' என்றும், அப்பா அவரிடம் 'ஆமாம் தம்பி, இல்லை தம்பி' என்றும் அழைப்பது வழக்கம். அந்த உரையாடலை நீண்ட காலமாகப் பார்த்தவன் என்கிற வகையில் நான் அவரை சித்தப்பா என்று அழைத்துப் பழகிவிட்டேன். ஆகவே நான் அந்தக் கடையை சித்தப்பா கடை என்று குறிப்பிடத் தொடங்கி, பிறகு அதுவே எனக்குப் பழகிவிட்டது.

சாயங்கால நேரங்களில் அம்மாவிடம் ‘அஞ்சி பைசா கொடும்மா. சித்தப்பா கடையில ஏதாச்சிம் வாங்கித் தின்னுட்டு ஆடப் போறேன்’ என்று கேட்பேன். எனக்கு தேன்மிட்டாய்தான் மிகவும் பிடிக்கும். அம்மா சில்லறையைக் கொடுத்ததும் ஓட்டமாக ஓடி சித்தப்பா கடையின் முன்னால்தான் நிற்பேன். பெரிய இலந்தம்பழத்தின் அளவில் சிவப்பு நிறத்தில் அந்த மிட்டாய் இருக்கும். சித்தப்பா அதை ஒரு பெரிய கண்ணாடி பாட்டிலிலிருந்து எடுத்து என்னிடம் கொடுப்பார். அந்த மிட்டாயைச் சுற்றி சர்க்கரைத்துணுக்குகள் ஒட்டியிருக்கும். அதை நாக்கு நுனியில் வைத்து சப்பிக்கொண்டே விளையாடுவதற்கு ஓடிவிடுவேன் நான்.

சின்னப்பிள்ளைகள் சாப்பிடுவதற்கு உகந்த எல்லா மிட்டாய் வகைகளையும் இனிப்புகளையும் வாயகன்ற பாட்டில்களில் அடைத்து மேசை மீது வைத்திருப்பார் சித்தப்பா. முறுக்கு, எள்ளடை, கடலை உருண்டை, எள்ளுருண்டை, பொரி உருண்டை போன்றவற்றை அடைத்த பாட்டில் வரிசை மற்றொரு மேசையில் இருக்கும். இன்னொரு மேசையில் மாம்பழம், கொய்யாப்பழம், பப்பாளி, நாவல்பழம், வாழைப்பழம் என எல்லா விதமான பழவகைகளும் இருக்கும். ஐந்து பைசாவைக் கொடுத்துவிட்டு எடுத்துச் செல்வதற்குத் தோதாக, ஒரு சின்ன முக்காலி மீது சின்னச்சின்ன துண்டுகளாக கரும்பு கூட வெட்டிவைக்கப் பட்டிருக்கும். அவசரத்துக்கு பெண்கள் வந்து கால்படி அரைப்படி என்ற அளவில் வாங்கிக்கொண்டு செல்லும் வகையில் பொட்டுக்கடலை, துவரம்பருப்பு, கடலைப்பருப்பு, அரிசி போன்றவற்றைக் கூட சின்னச்சின்ன கூடைகளில் வைத்திருப்பார்.

சித்தப்பா தன் வீட்டின் முன்பகுதியைத்தான் கடையாக வடிவமைத்திருந்தார். வீடு, கடை இரண்டுமே ஒரே கூரையின் கீழேதான் இருந்தன. அதற்கு இரண்டு கதவுகள். வீட்டின் மையப்பகுதியில் இருக்கும் கதவு வழியாகவும் வீட்டுக்குள் செல்லலாம். கடையின் பின் சுவரை ஒட்டி இருக்கிற கதவைத் திறந்துகொண்டும் வீட்டுக்குள் செல்லலாம். கோவிலுக்குச் சொந்தமான மண்ணில் கட்டப்பட்ட வீடுகள் என்பதால், அந்த வரிசையில் எல்லா வீடுகளும் கூரை வீடுகளாகவே இருந்தன.

சித்தப்பா இல்லாத நேரத்தில் சித்தி வந்து கடையைப் பார்த்துக்கொள்வார். அவர் பெயர் தேவி. நாங்கள் அவரை தேவி சித்தி என்று அழைப்போம். அவர் வீட்டுக்குள்ளிருந்தே கடைக்குள் வந்துபோக அந்தக் கதவு வசதியாக இருக்கும்.

எங்கள் தெருவுக்கு மின்சாரம் வந்ததும், முதன்முதலாக சித்தப்பாவின் கடையை ஒட்டி ஒரு பெரிய விளக்குக்கம்பமும்

பஞ்சாயத்து போர்டு அலுவலகத்தை ஒட்டி இன்னொரு விளக்குக்கம்பமும் தோன்றின. உடனே அந்த இடங்கள் ஒளிமயமாகிவிட்டன.

மின்விளக்கின் காரணமாக சித்தப்பாவின் கடையில் பரவியிருக்கும் வெளிச்சம் வண்டிகள் செல்லும் பாதை வரையில் நீண்டு சென்றது. வெகுதொலைவில் இருப்பவர்கள் கூட அங்கே ஒரு கடை இருப்பதைப் புரிந்துகொள்ள அது ஒரு வசதியாக இருந்தது.

மின்சார வெளிச்சம் எங்களால் நம்பமுடியாத ஒரு மாயசக்தியைப் போல இருந்தது. இருளின் அடர்த்தியில் தெருவோரத்து மரங்களின் கிளைகள் அசையும்போதெல்லாம் ஏதோ ஒரு பேருருவம் எழுந்து நின்று ஆடுவதுபோலக் காட்சியளித்த தோற்றமெல்லாம் திடீரென கரைந்து காணாமல் போய்விட்டது. சுவர்மீது விழுந்து மிரளவைத்த நிழல்கள் சுவாரசியமான ஆச்சரியத்தை உருவாக்கின. அச்சத்தோடு இரவைப் பார்த்த காலம் மறைந்துவிட, இரவை ஒருவித ஆர்வத்தோடும் வசீகரத்தோடும் பார்க்கத் தொடங்கினோம்.

வெளிச்சத்தின் காரணமாக எங்கள் விளையாட்டு நேரம் திடீரென கூடுதலாகிவிட்டது. நீண்ட நேரம் சடுகுடு விளையாடினோம். களைப்பு ஏற்படும் வரையில் கல்லா மண்ணா விளையாடினோம். அதற்குப் பிறகுதான் வீட்டுக்குச் சென்றோம்.

பொதுமக்களும் விண்ணப்பம் கொடுத்து தத்தம் வீடுகளுக்கு மின்சார வசதியைப் பெற்றுக்கொள்ளலாம் என்ற அறிவிப்பைத் தொடர்ந்து, எங்கள் தெருவில் மூன்று குடும்பங்கள் அந்த வசதியை முதன்முதலாக அடைந்தன. அவர்கள் அனைவரும் சொந்த மண்ணில் வீடு கட்டியிருந்தவர்கள். இரவு நேரங்களில் அவர்கள் வீட்டுக்குள் விளக்கு எரிந்தாலும், அந்த வெளிச்சம் கொஞ்சம் கூட வெளிப்பக்கம் எட்டிப் பார்த்துவிடாதபடி பெரும்பாலான நேரங்களில் அந்த வீட்டுக்காரர்கள் கதவுகளை மூடிவைத்திருந்தார்கள்.

தேர்வுத்தேதிகள் பள்ளியில் அறிவிக்கப்பட்டதும் நாங்கள் விளையாடும் நேரத்தைச் சுருக்கிக்கொள்வது அவசியமானது. அதனால் சிறிது நேரம் மட்டும் விளையாடிவிட்டு, வீட்டுக்குச் சென்று வழக்கம்போல மண்ணெண்ணெய் விளக்கு வெளிச்சத்தில் படிக்க உட்கார்ந்தோம். ஆனால், பளிச்சென்ற வெளிச்சத்தில் விளையாடிவிட்டு, வீட்டுக்குள் சிம்னி விளக்குக்கு அருகில் உட்கார்ந்து மங்கலான வெளிச்சத்தில் படிக்க தடுமாற்றமாக இருந்தது. படிப்பில் மனம் ஒட்டவில்லை. அதனால் ஒவ்வொருவராக மீண்டும் தெருவிளக்கு வெளிச்சத்தைத் தேடிச்

சென்றோம். அதன் கீழே வட்டமாக உட்கார்ந்து கேள்வி பதில்களைப் படித்தோம். மனப்பாடம் செய்த பதில்களை இன்னொருவரிடம் சொல்லிச் சரிபார்த்துக்கொண்டோம். எல்லாமே இயல்பாக நடைபெற்றன.

நாலைந்து நாட்களாக தொடர்ந்து தெருவிளக்கு வெளிச்சத்தில் படிப்பதைப் பார்த்த சித்தப்பா ஒருநாள் 'என்னடா பசங்களா, இங்கயே எதுக்குடா வட்டமடிக்கிறீங்க. வீட்டுக்குள்ள கால் தங்கலையா?' என்று கேட்டார். நாங்கள் தயக்கத்தோடு அவரிடம் விஷயத்தைச் சொன்னோம். 'அப்படியா?' என்று தலையசைத்துக் கொண்டே 'சரி சரி படிங்க' என்று சொல்லிவிட்டு கடைக்குத் திரும்பிச் சென்றார் சித்தப்பா.

மறுநாள் காலையிலேயே மின்சார அலுவலகத்துக்குச் சென்று ஒரு விண்ணப்பத்தை எழுதிக் கொடுத்தார் சித்தப்பா. ஆனால் கோவில் மண்ணில் கட்டப்பட்ட வீட்டுக்கு மின் இணைப்பைக் கொடுக்க முடியுமா என்பது ஒரு கேள்விக்குறியாக இருந்தது. அதற்கு ஏதேனும் விதி இருக்கிறதா என்று ஆராய்ந்து முடிவெடுப்பதற்கு பத்து நாட்கள் தேவைப்பட்டன. முடிவில் ஏதோ ஒரு விதியின்படி சித்தப்பா வீட்டுக்கு இணைப்பு கிடைத்துவிட்டது. அதுவரை கடைவாசலில் பரவியிருந்த வெளிச்சம் கடைக்குள்ளும் வீட்டுக்குள்ளும் வீசத் தொடங்கியது. அந்த வெளிச்சத்தைப் பார்த்த போது பிரகாசமான ஒரு நதி வீட்டுக்குள் நுழைந்து நுரைததும்ப நிறைந்ததுபோல இருந்தது.

கடையை ஒட்டி ஒரு பெரிய வெட்டவெளி இருந்தது. மூலைக்கு ஒன்றாக நான்கு மூங்கில்களை நட்டு மேலே கழி பரப்பி கீற்றுகளைப் பரப்பி பந்தல் போல வைத்திருந்தார் சித்தப்பா . அந்த இடத்தில்தான் சித்தி அவித்த நெல்லைப் பரப்பி உலர வைப்பது வழக்கம். சில நேரங்களில், மிளார்களையும் எருமுட்டைகளையும் கூட உலரவைப்பார். சித்தியிடம் சொல்லிவிட்டு நாங்களும் அக்கம்பக்கத்து வீட்டில் இருப்பவர்களும் கூட அந்த இடத்தில் நெல், கம்பு, கேழ்வரகு போன்ற தானியங்களைப் பரப்பி உலரவைப்போம். வீட்டுக்கு மின்சார இணைப்பு கொடுக்கப் பட்டதற்கு அடுத்த நாள் காலையில் சித்தப்பாவும் சித்தியும் அந்த வெட்டவெளியிலிருந்து எல்லாவற்றையும் அப்புறப்படுத்திவிட்டு சுத்தப்படுத்தினர். பிறகு யாரோ ஒருவர் கடைத்தெருவிலிருந்து வந்து வீட்டுக்குள்ளிருந்து ஒயர் கம்பிகளை இழுத்துவந்து இரண்டு பெரிய டியூப் லைட்களைப் பொருத்திவிட்டுச் சென்றார்.

வழக்கம்போல இரவு கவிந்ததும் நாங்கள் புத்தகங்களை எடுத்துக் கொண்டு தெருவிளக்கை நாடிச் சென்றபோது, சித்தப்பாவின் வீட்டு வாசலில் பகல்போல பளிச்சென்றிருந்தது. சித்தப்பா வெளிச்சத்துக்கு நடுவில் நின்றிருந்தார். சித்தப்பா வீட்டு வாசலில் நின்றபடியே 'வாங்கடா வாங்க, இந்தப் பக்கமா வந்து உக்காருங்க' என எல்லோரையும் முற்றத்துக்கு வழிகாட்டிக்கொண்டிருந்தார்.

'என்ன சித்தப்பா இது?' என்று ஆச்சரியம் தாங்காமல் நான் கேட்டேன். 'போடா போ. என்ன ஏதுன்னுலாம் கேட்காத. படிக்கிறதுதான் உன் வேலை. போய் முதல்ல அதைச் செய்' என்று சிரித்துக்கொண்டே அனுப்பிவைத்தார் சித்தப்பா.

தொடக்கத்தில் நாங்கள் ஆறேழு பேர் மட்டுமே அந்தப் பந்தலுக்குக் கீழே சென்று படிக்கத் தொடங்கினோம். பிறகு ஒவ்வொரு நாளும் ஒருவராக வந்து சேர்ந்துகொண்டனர். சில நாட்களுக்குப் பிறகு அடுத்த தெருவிலிருந்துகூட பிள்ளைகள் வந்து படித்துவிட்டுச் செல்லத் தொடங்கினர். ஒரு கட்டத்துக்குப் பிறகு ஒரு அந்த முற்றம் நிறைந்து வழிய ஒரு வகுப்பறை மாதிரி மாறிவிட்டது.

ஒருநாள் நாங்கள் அனைவரும் முற்றத்தில் படித்துக்கொண்டும் எழுதிக்கொண்டும் இருந்த சமயத்தில் சித்தி ஒரு பெரிய பாத்திரத்தில் சுண்டலை நிரப்பி எடுத்துவந்தார். 'என்ன சித்தி இது?' என்று கேட்கும் முன்பே சிரித்துக்கொண்டே 'இந்தாங்கடா. சுண்டல். சாப்புடுங்கடா' என்றபடி ஆளுக்கொரு பிடி எடுத்துக் கொடுத்தார்.

'எதுக்கு சித்தி சுண்டல்? இன்னைக்கு உங்க பொறந்த நாளா?' என்று அவசரமாக ஒரு சிறுவன் கேட்டான்.

'பொறந்த நாளுக்குத்தான் சுண்டல் குடுக்கணுமா?' என்று சிரித்துக்கொண்டே கேட்டாள் சித்தி.

'சாமிக்கு வச்சி படைக்கிறதுக்காக செஞ்சிங்களா?' என்று அவனே மறுபடியும் ஒரு சந்தேகத்தை எழுப்பினான்.

'எதுவும் இல்லடா ராஜா. உங்களுக்கு குடுக்கம்லாம்னுதான்டா சுண்டல் அவிச்சேன்.'

அந்தப் பதிலுக்குப் பிறகு ஒருவரும் பேசவில்லை. சில கணங்களுக்குப் பிறகு சித்தி 'என்னடா பசங்களா, பேச்சுமூச்சு விடாம சாப்படறீங்க? நல்லா இருக்குதா இல்லையா? வாயைத் தெறந்து சொல்லுங்கடா' என்றார்.

'ரொம்ப ரொம்ப நல்லா இருக்குது சித்தி. நம்ம பிள்ளையார் கோயில்ல படைக்கும்போது குடுப்பாங்களே, அது மாதிரி ருசியா இருக்குது சித்தி.'

சுண்டலை மென்றுகொண்டே எல்லோரும் ஒரே குரலில் சொன்னோம்.

சுண்டல் முடிந்ததும் ஆளுக்கொரு தம்ளர் சுக்குக்காப்பியைக் கொண்டுவந்து கொடுத்தார் சித்தி. எங்களுக்கு எல்லாமே புதிய அனுபவமாக இருந்தது. உதடு குவித்து ஊதி ஊதிக் குடித்துக் கொண்டிருந்த சேகரிடம் சித்தப்பா 'நீ படிச்சி பெரிய ஆளானதும் எந்த வேலைக்குடா போவ?' என்று ஒரு கேள்வி கேட்டுத் தூண்டினார்.

அவன் உடனே தொண்டையைச் செருமி சரிசெய்தபடியே 'எனக்கு ஸ்டேஷன் மாஸ்டர் வேலை ரொம்ப புடிக்கும் சித்தப்பா. எல்லா ரயில்ங்களயும் கொடியை காட்டி காட்டி நிறுத்தி அனுப்பலாம். ரொம்ப ஜாலியான வேலை' என்று உற்சாகமுடன் முகத்தையும் கைகளையும் திருப்பித்திருப்பி அசைத்தவண்ணம் பதில் சொன்னான் சேகர்.

'கணேஷு, நீ எந்த வேலைக்குடா போவ?'

'நான் ஏரோப்ளேன் ஓட்டற வேலைக்கு போவேன் சித்தப்பா.'

பதில் சொல்லும்போதே அவன் தன் கையை வளைத்து விரல்களைக் குவித்து விமானம் வானத்தில் ஏறுவதுபோல செய்துகாட்டினான்.

'ராமச்சந்திரன், நீ?'

'நான் பெரிய பெரிய கட்டடங்கள்லாம் கட்டற இஞ்சினீரா போவேன்.'

'சுந்தரம், நீ?'

'நான் டாக்டருக்கு படிச்சி ஆஸ்பத்திரியில வேலை செய்யப் போறேன் சித்தப்பா. காயலாகாரங்க வந்தாங்கன்னா, எல்லாருக்கும் ஊசி போட்டு மருந்து குடுத்து டக்குடக்குனு சரியாக்குவேன்.'

'பாலு, நீ?'

'எனக்கு டீச்சர் வேலைதா ரொம்ப ரொம்ப புடிக்கும்.'

அதற்குப் பிறகு யாரையும் பெயர் சொல்லி கேட்கவேண்டும் என்ற அவசியமே ஏற்படவில்லை. ஒவ்வொருவரும் தானாகவே

கையைத் தூக்கிவிட்டு உற்சாகத்துடன் பதில் சொல்லத் தொடங்கிவிட்டனர்.

'போஸ்ட்மாஸ்டர்.'

'போலீஸ்.'

'பேங்க் ஆபீசர்.'

'போதும் போதும்' என்றபடி கைகளை உயர்த்தி புன்னகையுடன் அனைவரையும் அமைதிகொள்ளுமாறு செய்தார் சித்தப்பா.

அந்த நேரத்துக்குச் சரியாக யாரோ ஒருவர் கடைக்கு முன்னால் வந்து நின்றார். உடனே 'சரி, இன்னொரு நாளைக்கு நாம இத பத்தி பேசலாம். இப்ப எல்லாரும் போய் உக்காந்து படிங்க, போங்க' என்று சொல்லிவிட்டு அவரை நோக்கிச் சென்றார்.

ஒரு விடுமுறை நாளில் நானும் நண்பர்களும் சேர்ந்து வழக்கம் போல ரயில்வே ஸ்டேஷனை ஒட்டி பந்து விளையாடிக் கொண்டிருந்தோம். அப்போது யாரோ ஒருவர் ஏரிக்கரையின் பக்கத்திலிருந்து உலர்ந்துபோன இரண்டு தென்னங்கீற்றுகளை கைக்கு ஒன்றாகப் பிடித்துக்கொண்டு இழுத்துவருவது தெரிந்தது. தொலைவாக இருந்ததால் சரியாக அடையாளம் கண்டுபிடிக்க முடியவில்லை. நெருங்கி வந்த பிறகுதான் வந்துக்கொண்டிருப்பது சித்தப்பா என்று புரிந்தது.

அவர் ஏன் அந்தத் திசையிலிருந்து வருகிறார் என்பது முதலில் புரியவில்லை. அதனால் ஆட்டத்தை நிறுத்திவிட்டு நாங்கள் அருகில் வரும் நேரத்துக்காகக் காத்திருந்தோம். அருகில் நெருங்கி வந்ததும் 'என்ன சித்தப்பா இது?' என்று கேட்டேன்.

'தாதம்பாலையத்துல ஒரு ஆள பாக்கவேண்டிய வேலை இருந்தது. பார்த்துட்டு இப்படியே குறுக்கு வழியில வந்துட்டிருந்தேன். வெள்ளைக்காரன் பங்களா கிட்ட வரும்போது இந்த கீத்துங்க விழுந்து கெடந்தது. கண்ணுல பட்டபிறகு அப்படியே கெடக்கட்டும்னு விட்டுட்டு வரமுடியலை. அதான் இழுத்துட்டு வந்தேன்.'

நான் சித்தப்பாவை நெருங்கி 'ஒரு கீத்த கொடுங்க. நான் இழுத்துட்டு வரேன்' என்றபடி அவரிடமிருந்து ஒரு கீற்றை வாங்கிக்கொண்டேன். வற்றலாக உலர்ந்து தக்கையாக இருந்தது. 'நீங்க ஆடுங்கடா, தோ வந்துர்ரன்' என்று நண்பர்களிடம் சொல்லிவிட்டு சித்தப்பாவோடு நடக்கத் தொடங்கினேன்.

'எதுக்கு சித்தப்பா இது? அடுப்புக்கா?' என்று நான் சும்மா பேச்சைத் தொடங்கினேன். சித்தப்பா உடனே 'முரிச்சி அடுப்புல வைக்க

வசதியாதான் இருக்கும். ஆனா நான் அதுக்காக எடுத்துவரலை' என்று தலையசைத்தார். 'வேற எதுக்கு?' என்று கேட்க நினைத்தேன். ஆனால் கேட்கவில்லை.. அவராகவே சொல்லட்டும் என்று நான் அவரைப் பார்த்தேன்.

'தென்னங்குச்சிய உருவி எடுக்கறதுக்குடா.'

குச்சி என்று அவர் சொன்னதுமே எனக்குப் புரிந்துவிட்டது. 'ஓ, துடைப்பம் செய்யறதுக்கா?' என்று நானே கண்டுபிடித்துவிட்டது போன்ற பெருமையுடன் கேட்டேன்.

அவர் ஒருகணம் புன்னகைத்தபடி இல்லை என்பதுபோல தலையசைத்தார். பிறகு 'வேணும்ன்னா துடைப்பமும் செஞ்சிக்கலாம். ஆனால் நான் எடுத்து வந்தது அந்த நோக்கத்துக்காக கிடையாது' என்றார்.

என்ன நோக்கமாக இருக்கும் என்பதை என்னால் ஊகிக்க முடியவில்லை. அவராகவே சொல்லட்டும் என அமைதியாக அவர் முகத்தையே பார்த்தேன்.

'நீ குருவிக்கூடு பார்த்திருக்கியா?'

'ம்.'

'குருவி அந்தக் கூட்ட எப்படி கட்டுது, சொல்லு பார்ப்போம்?'

'சின்னச்சின்ன சுள்ளிகள், சருகு, புல், செத்தை எல்லாத்தயும் ஒன்னொன்னா கொண்டுவந்து சேர்த்து கூட்டைக் கட்டுது.'

'அந்தச் சுள்ளிகளுக்காக அது ஓடி ஓடி அலையணும். எல்லா இடங்கள்லயும் அதுக்கு சுள்ளி கிடைக்குமா கிடைக்காதான்னு தெரியாது.'

'ஆமாம், அதுக்காக?'

'நாம என்ன செய்ய போறோம்னு சொன்னா, இந்தத் தென்னங்குச்சி களை சின்னச்சின்ன அளவா ஒடைச்சி குருவி கண்ணுல படறமாதிரி அங்கங்க வைக்கப் போறோம். குருவிங்களுக்கு எப்ப வேணுமோ அப்ப எடுத்துக்கும். கூடு கட்டிக்கறதுக்காக நாம அதுக்கு செய்யற சின்ன உதவி. புரியுதா?'

நான் அவரை மலைப்புடன் பார்த்தேன். இப்படியெல்லாம் ஒருவரால் யோசிக்கமுடியுமா என்ற எண்ணமே முதலில் நெஞ்சில் எழுந்தது.

அதற்குப் பிறகு நான் அவரிடம் எதையும் கேட்கவில்லை. அமைதியாக அவரோடு சேர்ந்து கீற்றை இழுத்துக்கொண்டு சென்றேன். வீட்டை அடைந்ததும் அவரோடு சேர்ந்து குச்சிகளைப் பிரித்தெடுக்க உதவி செய்தேன். பிறகு அவரைப்போலவே ஒவ்வொரு குச்சியையும் இரண்டாகவும் மூன்றாகவும் மடித்து உடைத்து ஒரு கூடைக்குள் போட்டேன்.

'இந்தக் கூடையை எடுத்துகினு என் பின்னாலயே வா. நான் என்ன செய்றேன்னு பாரு. அப்பதான் உனக்குப் புரியும்' என்று சொன்னார் சித்தப்பா. குச்சித்துணுக்குகளால் நிறைந்த அந்தக் கூடையை எடுத்துக்கொண்டு அவருக்குப் பின்னாலேயே நடந்தேன.

முதலில் நாங்கள். கோவில் மதில் பக்கமாகச் சென்றோம். அங்கங்கே சிதைந்து பள்ளம்பள்ளமாக காணப்பட்ட அந்த மதில்மீது குச்சிகளை அள்ளியள்ளி வைத்தபடி வந்தார் சித்தப்பா. பிறகு கைக்கு எட்டும் உயரத்தில் இருக்கும் மரக்கிளைகளுக்கு நடுவிலும் அள்ளி வைத்தார். தோப்புக்கு நடுவில் ஒரு பாழடைந்த கிணறு இருந்தது. அந்த மதிலைச் சுற்றி நிறைய வேப்பமரங்களும் பூவரசமரங்களும் இருந்தன. அந்த வட்டாரத்தில் குருவி நடமாட்டம் உள்ள இடங்களிலெல்லாம் கூடையிலிருந்த குச்சிகளையெல்லாம் தூவுவதுபோல வைத்துமுடித்தார்.

சித்தப்பாவின் செயல் எனக்கு விசித்திரமாக இருந்தது. அதைப்பற்றி உடனே யாரிடமாவது சொல்லிப் பகிர்ந்துகொள்ள வேண்டும் என்று தோன்றியது.

அன்று இரவு அம்மாவிடமும் அப்பாவிடமும் அதைச் சொன்னேன். 'அவன் ஒரு பெரிய அற்புதப் பிறவிடா. எச்ச கையால கூட காக்காவ ஓட்டாத மனுஷங்கள் வாழற ஊருல இப்படி ஒரு அபூர்வமான ஜென்மம். என்னமோ நாம செஞ்ச புண்ணியம், அவன் கூட நாம இருக்கோம்' என்றார் அப்பா. 'ஒரு பக்கம் குருவிங்கள சுட்டுத் தின்னறவங்களும் இருக்காங்க. இன்னொரு பக்கம் இப்படி குருவிக்கு கூடு கட்ட குச்சி குடுக்கறவங்களும் இருக்காங்க. என்ன மாதிரியான உலகமோ இது. ஒன்னயும் புரிஞ்சிக்க முடியலை' என்று சொல்லிவிட்டு உதட்டைப் பிதுக்கியபடி கைகளை விரித்தார் அம்மா.

மறுநாள் எங்கள் ராதாகிருஷ்ணன் ஐயாவிடம் விவரமாக எல்லாவற்றையும் சொன்னேன். நான் சொன்னதைக் கேட்டதும் அவர் முகம் கனிந்துவிட்டது. 'அப்படி ஒரு மனுஷன் உண்மையாவே உங்க வீட்டுக்குப் பக்கத்துல இருக்காரா' என்று வியப்பை வெளிப்படுத்தினார். தொடர்ந்து 'அவர நான் ஒருமுறை

பார்க்கணுமே. என்னைக்காவது ஒருநாள் என்னை அந்தக் கடைக்காரர்கிட்ட அழச்சிகிட்டு போடா' என்றார். பிறகு ஒரு பெருமூச்சுடன் 'இதுக்குப் பேருதான் ஜீவகாருண்யம். உலகத்துல இருக்கிற எல்லா உயிர்களயும் தன்னைப்போலவே நேசிக்கிறது பெரிய விஷயம். பெரிய பெரிய ஞானிகளுக்கு மட்டும்தான் அப்படித் தோணும்' என்றார்.

அதையெல்லாம் கேட்கக்கேட்க நான் சித்தப்பாவின்மீது வைத்திருந்த அன்பும் மதிப்பும் பெருகிக்கொண்டே சென்றன.

மற்றொரு நாள் நான் எருமுட்டை வாங்கி வருவதற்காக ஏரிக்கரையில் இருக்கும் வெள்ளைக்காரன் வீட்டுக்குச் சென்றிருந்தேன். அப்போது வெள்ளைக்காரன் வீட்டில் இல்லை. நான் அவருக்காக குடிசைக்கு வெளியே மரத்தடியில் காத்திருந்தேன். அப்போது எதிர்பாராத விதமாக ஏரிக்கரையோரமாக சித்தப்பாவைப் பார்த்தேன். அவர் கையில் ஒரு வாளி இருந்தது. தரையையே பார்த்தபடி சிறிது தொலைவு நடப்பதும் பிறகு வாளியிலிருந்து ஒரு குவளையால் தண்ணீரை எடுத்து குனிந்து செடிக்கு ஊற்றுவதுபோல ஊற்றுவதுமாக இருந்தார். செடிகொடிகளும் புதர்களும் மண்டிக் கிடக்கும் இந்த இடத்தில் எந்தச் செடிக்கு அவர் தண்ணீர் ஊற்றுகிறார் என்பதே புரியவில்லை. ஒரே குழப்பமாக இருந்தது.

எருமுட்டைக் கூடையை குடிசைக்கு அருகிலேயே வைத்துவிட்டு, 'சித்தப்பா' என்று சத்தமாக அழைத்தபடி வேகமாக அவரை நோக்கி நடந்தேன். முதல் இரு அழைப்புகள் அவரை எட்டவில்லை. மூன்றாவது அழைப்பைக் கேட்டதும் என் பக்கமாகத் திரும்பிப் பார்த்தார். 'என்னடா இந்த பக்கம்? ஜோடி ஆளுங்க இல்லாம நீ மட்டும் தனியா வந்திருக்க?' என்று சிரித்தார்.

'விளையாடறதுக்கு வரலை சித்தப்பா. எருமுட்டை வாங்கிட்டு வரச் சொன்னாங்க அம்மா. அதுக்காக வந்தேன்.'

'அப்படியா?' என்றபடி வேறு பக்கம் திரும்பி குனிந்து தண்ணீர் ஊற்றினார். அப்போதுதான் அவர் செடிக்கு தண்ணீர் ஊற்றவில்லை. ஏற்கனவே அங்கே மண்ணில் குழியைப்போல புதைந்திருக்கும் ஒரு பானை ஓட்டில் தண்ணீர் ஊற்றுகிறார் என்பது புரிந்தது.

என் குழப்பம் இன்னும் அதிகரித்தது. 'பானை ஓட்டுல எதுக்கு தண்ணி ஊத்துறீங்க சித்தப்பா? ஏதாச்சும் செடி வைக்கப் போறீங்களா?' என்று கேட்டேன்.

சித்தப்பா அதைக் கேட்டு சிரித்தபடி மேலும் நாலு எட்டு நடந்து மற்றொரு பானை ஓட்டில் தண்ணீர் ஊற்றினார். பிறகு 'இது செடிக்காக கிடையாதுடா' என்று என்னைப் பார்த்தார். அப்படியானால் எதற்கு என்று கேட்பதுபோல குழப்பத்துடன் புருவத்தைச் சுருக்கி அவரைப் பார்த்தேன்.

'இப்ப உனக்கு தண்ணி தாகமெடுத்தா என்ன செய்வ? என்கிட்ட வாங்கிக் குடிப்ப. என்கிட்ட இல்லைன்னா வேற யாருகிட்டயாவது வாங்கி குடிச்சிட்டு போயிடுவ. அதேமாதிரி எனக்கு தாகமெடுத்தா உன்கிட்ட வாங்கி குடிப்பேன். இல்லைன்னா வேற யாருகிட்டயாவது வாங்கி குடிச்சிட்டு போயிடுவேன். இல்லையா?'

'ஆமா. அதுக்கு?'

'நமக்கு வாயிருக்குது. கேக்கறம். வாயில்லாத சின்னச்சின்ன குருவி, கோழி, காக்கா, குயிலு, கிளி, கவுதாரி எல்லாம் என்ன செய்யும்? சொல்லு. தண்ணிக்காக அலைஞ்சி அலைஞ்சி ஓடறதைத் தவிர அதுக்கு வேற வழி என்ன இருக்குது? இப்படி அங்கங்க அதுங்க கண்ணுல படறமாதிரி தண்ணிய வச்சிட்டு போனோம்னு வை. எப்பவாவது அதுக்கு தண்ணி தேவைப்படற சமயத்துல வந்து தகிரியமா குடிச்சிட்டு போகும். புரியுதா?'

அவருடைய கவலை புதிதாகவும் அதுவரை யாரும் தெரிவிக்காததுமாக இருந்தது. நான் மௌனமாக அவரை நெருங்கி, அவரிடமிருந்த வாளியை வாங்கிக்கொண்டேன். அவர் திரும்பி நடக்கும் திசையில் எல்லாம் அதைத் தூக்கிக்கொண்டு அவருக்குப் பின்னாலேயே நடந்தேன். சிறிது தொலைவு நடந்து சென்ற பிறகு, அவர் குறிப்பிட்டதுபோலவே மரக்கிளையிலிருந்து வேகமாக இறங்கி தரைக்கு வந்த ஒரு காகம் ஒரு இடத்தில் குனிந்து தண்ணீர் அருந்துவதைப் பார்த்தேன். ஒரு கணம் உடல் சிலிர்த்தது. அந்தக் காகத்தை சித்தப்பா கவனிக்கிறாரா என்று திரும்பி அவர் முகத்தைப் பார்த்தேன். அவர் வேறொரு திசையில் ஓடு இருக்கும் இடத்தைத் தேடும் முனைப்பில் இருந்தார்.

வெள்ளைக்காரன் குடிசையின் பக்கத்திலிருந்து வந்த சத்தத்தை சித்தப்பாதான் முதலில் கேட்டார். 'எருமுட்டகாரன் வந்து குரல் குடுக்கிறான் பாரு. ஓடு. ஓடு' என்று அவர் சொன்ன பிறகுதான் அதை நான் உணர்ந்தேன். கையிலிருந்த வாளியை கீழே வைத்துவிட்டு 'வரேன் சித்தப்பா' என்று சொல்லிக்கொண்டு விடைபெற்றேன். சில்லறையைக் கொடுத்துவிட்டு எருமுட்டை களை எண்ணி வாங்கிக்கொண்டு கூடையைத் தூக்கி தலையில்

வைத்தபடி திரும்பிப் பார்த்தபோது சித்தப்பா தொலைவில் குட்ஸ் ஷெட்டைக் கடந்து வேறு பக்கமாக போய்க்கொண்டிருந்தார்.

நாலைந்து மாதங்களுக்குப் பிறகு ஒருநாள் இரவு வீட்டில் அனைவரும் சாப்பிட்டு முடித்து பேசிக்கொண்டிருந்த நேரத்தில் சித்தப்பா வாசலில் வந்து நின்றார். முழு உருவம் தெரியவில்லை. நிழலைப் பார்த்து 'யாரு அங்க, ஜெயராமனா? என்று கேட்டார் அப்பா. 'ஆமாம்ண்ணே' என்றபடி அவர் வேலிப்படலைத் தள்ளிவிட்டு வாசலை நோக்கி வந்தார் அவர். 'வா ஜெயராமா, வா வா. என்ன இந்த நேரத்துல?' என்று கேட்டார் அப்பா. 'உங்கள பார்த்து ஒரு நல்ல விஷயம் சொல்லிட்டு போவலாம்னு வந்தேண்ணே' என்றபடி குனிந்து கையை ஊன்றியபடி மெழுகிய தரையின் மீது விரிக்கப்பட்டிருந்த சாக்கு மீது உட்கார்ந்தார்.

'நல்ல விஷயமா? சொல்லு, சொல்லு? ஏதாவது பிரசவ செய்தியா?'

'ஐயோ, அண்ணனுக்கு எப்பவும் கிண்டல் செஞ்சி பேசறதே வேலையா போச்சி. அதான் ஏற்கனவே வீடு நிறைய மூணு இருக்குதே, இதுக்கு மேல இன்னொன்னு எதுக்குண்ணே?'

'சரி சரி. வேற என்ன விஷயம், சொல்லு?' என்று அப்பா அவரைத் தூண்டினார்.

'நம்ம சுப்பிரமணியர் கோயில் தெருவுல ஒரு நாலு சதுரம் இடம் வெலைக்கு வருதுண்ணே. வாங்கி சின்னதா ஒரு வீடு கட்டிகிட்டு போயிடலாம்னு ஊட்டுக்காரி சொல்றா. நீங்க ஒரு தரம் வந்து எடத்த பார்த்துட்டு சரின்னு சொன்னா தகிரியமா முடிச்சிடுவேண்ணே. இன்னும் எவ்ளோ காலம்தான்னே இந்த கோயில்மண்ணே கதின்னு கெடக்கறது?'

அப்பா உடனே சித்தப்பாவின் கையைப்பற்றி இழுத்து அவர் தோளில் தட்டிக் கொடுத்தார். 'ரொம்ப ரொம்ப சந்தோஷம்டா ஜெயராமா. ரொம்ப ரொம்ப சந்தோஷம்' என்று சொன்னபோது அவர் முகத்தில் வெளிச்சம் படர்ந்திருந்தது. தொடர்ந்து பேச அவருக்கு உடனடியாக சொற்கள் கிடைக்காமல் ஒருகணம் அவர் முகம் தவித்தது.

'குருவி பின்னால, காக்கா பின்னால வெள்ளந்தியா ஓடிட்டிருக்கானே, இவன காப்பாத்துடி மாரியாத்தான்னு அப்பப்ப மனசுக்குள்ள தோணும் ஜெயராமா. அந்தத் தெய்வம் உண்மையிலயே உனக்கு நல்ல வழியை காட்டியிருக்குது. நீயாவது இங்கயே கெடந்து லோள்படாம வெளியே போய் நல்லா இருடா, நல்லா இரு' என்று ஆசி வழங்குவதுபோல புன்னகையோடு கையை உயர்த்தினார்.

தொடர்ந்து 'குடுக்கற ஆளு யாரு? எந்த இடம்? நாளைக்கு காலையிலயே போய் பார்த்துடலாம் வா' என்றார்.

அடுத்த நாள் காலையில் திட்டமிட்டபடியே அப்பாவும் சித்தப்பாவும் புறப்பட்டுச் சென்று இடத்தைப் பார்த்துவிட்டு வந்தார்கள். வீட்டுக்குத் திரும்பிய பிறகு அம்மாவிடம் 'தெற்குப் பார்த்தமாதிரி வாசப்படி வச்சி கட்டறதுக்கு தோதானா இடம். கோயில்லேர்ந்து நாலு வீடு தள்ளியிருக்குது. தற்சமயம் ஒரு பழைய ஓட்டுவீடு இருக்குது. அந்த குடும்பத்து பையன் மெட்ராஸ்ல செட்டிலாவப் போறானாம். அம்மா அப்பாவையும் பையன் கையோடு அழச்சிகினு போயிடணும்னு ஒரு திட்டம் வச்சிருக்கான். கைமாறின உடனே இடிச்சிட்டு கட்ட ஆரம்பிச்சா, ஆறேழு மாசத்துல கட்டி முடிச்சிடலாம். ஜெயராமன் குணத்துக்கு எல்லாம் நல்லபடி அமையணும்' என்று அப்பா சொன்னதைக் கேட்டேன்.

அடுத்து வந்த செவ்வாய்க்கிழமை அன்று சுப்பிரமணியர் கோயிலுக்கு அம்மாவும் சித்தியும் புறப்பட்டபோது, அவர்களோடு நானும் சேர்ந்துகொண்டேன். முருகரைப் பார்த்துவிட்டு வெளியே வந்ததும் எல்லோரும் சித்தப்பா வாங்கவிருக்கும் புதிய வீட்டுமனையைப் பார்த்தோம். அந்த வீட்டு வாசலில் ஒரு பெரிய வேப்பமரமும் வாதுமை மரமும் திசைக்கொன்றாக நின்றிருந்தன. காற்று அருமையாக வீசியது. தள்ளிவிடுவதுபோல எங்கள் முதுகைத் தழுவிக்கொண்டு சென்றது. 'அதிர்ஷ்டக்காரிடி நீ. அருமையான இடம் கிடைச்சிருக்குது' என்று சொன்னார் அம்மா.

பதிவுவேலை முடிந்து பூமிபூஜை போட்டு வேலையைத் தொடங்குவதற்குள் ஒரு மாதம் கரைந்துவிட்டது. பூஜைக்கு அம்மா, அப்பா, நான், தம்பிகள், தங்கைகள் எல்லோரும் சென்றிருந்தோம். பள்ளிக்கூட விளையாட்டு மைதானத்தில் சுண்ணாம்புக்கோடு இழுத்திருப்பதுபோல வீட்டுமனையில் குறுக்கும் நெடுக்குமாக பல கோடுகள் போட்டிருந்தார்கள்.

அவசரத்தில் 'இது என்ன சித்தப்பா? பாண்டி விளையாடறதுக்கு கோடு போட்ட மாதிரி இருக்குது?' என்று கேள்வி எழுப்பினேன். அதைக் கேட்டதும் சித்தப்பா சிரித்துவிட்டார். பிறகு 'இது விளையாடறதுக்குப் போட்ட கோடு இல்லடா. வீடு எப்படி இருக்கணும்ங்கற திட்டம்' என்றார்.

'திட்டமா?'

'ஆமாம். இங்க பாரு. இது கூடம், இது சமையலறை, இது குளிக்கிற அறை' என்று ஒவ்வொரு சதுரத்தயும் சுட்டிக்காட்டி உற்சாகத்தோடு

சொன்னபடி வந்தார் சித்தப்பா. கடைசியாக ஒரு பெரிய சதுரமான இடத்தை நெருங்கியதும் ‘இது பிள்ளைங்க படிக்கிறதுக்கான பொதுவான அறை. அந்த வீட்டுல வந்து படிச்சிட்டு போறமாதிரி இங்கயும் வந்து படிக்கலாம்’ என்றார்.

அதற்குள் அப்பா குறுக்கிட்டு ‘எங்க போனாலும் இத மட்டும் நீ விடமாட்ட’ என்று சித்தப்பாவின் முதுகில் தட்டிச் சிரித்தார். பள்ளிக்கூடத்தில் எங்கள் வகுப்பறை அளவுக்கே அந்த இடம் இருந்தது. வரிசையாக டெஸ்க் இருந்தால், வகுப்பறை என்றே சொல்லிவிடலாம். அந்த அளவுக்கு பெரிதாக இருந்தது.

பூஜை முடிந்ததும் தொழிலாளர்கள் பள்ளமெடுக்க ஆரம்பித்தார் கள். அப்போது எங்கள் பள்ளியில் அரையாண்டுத்தேர்வுக்கான அட்டவணையை எழுதிப் போட்டுவிட்டனர். நாங்கள் அதற்காகப் படித்துக்கொண்டிருந்தோம். சித்தப்பா பகல் முழுக்க வேலை நடக்கும் இடத்திலேயே இருந்தார். மணல், ஜல்லி, இரும்பு, சிமெண்ட் என ஒவ்வொன்றுக்கும் அலைந்துகொண்டே இருந்தார். கடையை நடத்தும் முழு பொறுப்பையும் சித்தி எடுத்துக் கொண்டார். மிகவும் அபூர்வமாகத்தான் எங்களுக்கு சித்தப்பாவைப் பார்க்கும் வாய்ப்பு கிடைத்தது.

ஏழாம் வகுப்பை முடித்துக்கொண்டு நான் எட்டாம் வகுப்புக்கு வந்து காலாண்டுத் தேர்வையும் எழுதிமுடித்துவிட்டேன். என்னைப்போலவே எல்லாச் சிறுவர்களும் சிறுமிகளும் அடுத்தடுத்த வகுப்புக்குச் சென்றுவிட்டனர். நினைத்ததுபோலவே வீடு கம்பீரமாக எழுந்து நின்றது. சின்னச்சின்ன வேலைகள் மட்டுமே பாக்கியிருந்தன.

‘வீட்டுக்கு ஒரு பேர் வைக்கணும்டா. ஒரு நல்ல பேர் சொல்லுங்கடா’ என்று ஒரு நாள் சித்தப்பா பொதுவாக எங்களைப் பார்த்துக் கேட்டார்.

‘சித்தப்பா, தாஜ்மகால்னு வைங்க சித்தப்பா. ஒரு உலக அதிசயத்துடைய பேரு நம்ம ஊருலயும் இருக்கட்டும்’ என்று சீனிவாசன் வேகமாக எழுந்து நின்று சொன்னான். ‘அப்படிலாம் வைக்கக்கூடாதுடா தம்பி. அது கல்லறைக்கு வைச்ச பேரு. வேற சொல்லு’ என்று சிரித்துக்கொண்டே சொன்னார் சித்தப்பா.

‘உதயசூரியன் இல்லம்னு வைங்க சித்தப்பா’ என்றான் ஒருவன்.

‘யாருடா அது? நாம என்ன கட்சியாடா நடத்தறம்? வேற ஏதாவது ஒரு பேரு சொல்லுடா’ என்றார் சித்தப்பா.

'மல்லிகை இல்லம்.'

'தங்க மாளிகை.'

'அன்புக்கோயில்.'

'அழகு இல்லம்.'

'முருகர் இல்லம்.'

'முத்தமிழ் இல்லம்.'

ஆளாளுக்கு ஒன்றென மனத்தில் தோன்றும் பெயர்களையெல்லாம் சித்தப்பாவிடம் சொன்னோம். அவர் ஒவ்வொரு பெயரையும் ஒருமுறை மனத்துக்குள் சொல்லிப் பார்ப்பதும் பிறகு உதட்டைப் பிதுக்கி அதிருப்தியை வெளிப்படுத்துவதுமாக இருந்தார். அவரால் ஒரு முடிவுக்கு வர இயலவில்லை.

சித்தப்பாவின் பெயர் ஆராய்ச்சியைப்பற்றி அன்று இரவு சாப்பிடும் சமயத்தில் அம்மாவிடமும் அப்பாவிடமும் சொன்னேன். அம்மா மிகவும் சர்வசாதாரணமாக 'அந்தப் பேரு இந்தப் பேருன்னு எதுக்கு அலையணும். ஒன் சித்தி பேரு தேவி. அந்தப் பேரு புடிச்சிருந்தா தேவி இல்லம்னு வைக்கச் சொல்லு. அவரு பேரு ஜெயராமன், அதுவும் நல்லாதான் இருக்குது. அது புடிச்சிருந்தா ஜெயராமன் இல்லம்னு வைக்கச் சொல்லு' என்று ஒரு தீர்வைக் கொடுத்தார். அவர் யோசிக்கிற வேகம் எனக்கு ஆச்சரியமாக இருந்தது.

அப்போது நான் வேண்டுமென்றே 'அந்த ரெண்டுமே புடிக்கலைன்னு வை, அப்ப என்ன செய்யறது?' என்று இழுத்தேன். 'அந்த ரெண்டுமே வேணாம்ன்னா, மூணு புள்ளைங்கள்ல ஏதாவது ஒரு புள்ள பேர வைக்கச் சொல்லு. அதுவும் வேணாம்ன்னா மூணு புள்ளைங்க பேரயும் சேர்த்து ஒரு பெரிய பேரா வைக்கச் சொல்லு' என்று தீர்வுகளை அடுக்கிக்கொண்டே சென்றார்.

அம்மா கொடுத்த ஆலோசனைகள் எல்லாமே எனக்குப் பிடித்திருந்தன. அதை உடனே சித்தப்பாவுக்குத் தெரிவிக்க வேண்டும் என்று மனம் துடித்தது. அதனால் சாப்பிட்டு முடித்து கை கழுவிக்கொண்டு உதறியபடியே தோட்டத்திலிருந்து நேராக சித்தப்பா வீட்டுக்கு ஓடினேன். 'என்னடா?' என்று அவர் கேட்டு முடிப்பதற்குள் அம்மா சொன்னதையெல்லாம் அவர் முன்னால் அடுக்கினேன்.

'தேவி இல்லம். ஆகா, நல்லாதான்டா இருக்குது. அப்படியே வச்சிடலாமா?' என்று என்னிடம் கேட்டார். பிறகு சித்தியைப்

பார்த்தார். சித்தி உடனே சிரித்துக்கொண்டே 'அதெல்லாம் வேணாம். ஜெயராமன் இல்லம்ங்கற பேரயே வைங்க. உங்க ஆசை, உழைப்பு எல்லாத்துக்கும் அதுதான் கௌரவம்' என்றார்.

சித்தப்பா ஒரு கணம் ஆழமாக சித்தியைப் பார்த்தார். பிறகு என்னைத் திரும்பிப் பார்த்தார். 'ரெண்டும் வேணாம். உன் பேருல பாதி, என் பேருல பாதி. ரெண்டயும் இணைச்சி ஜெயதேவி இல்லம்னு வச்சிடலாமா?' என்று கேட்டார்.

சித்தி இரண்டுமூன்று முறை அந்தப் பெயரை வெவ்வேறு ஏற்ற இறக்கத்துடன் முணுமுணுத்துப் பார்த்தார். அவர் கண்கள் மலர்ந்தன. உடனே திருப்தியுடன் 'உங்க விருப்பம். எப்படி வச்சாலும் சரி' என்று சொல்லிக்கொண்டே எழுந்து சென்றார்.

'நீ என்னடா சொல்ற?' என்று சித்தப்பா என்னைத் திரும்பிப் பார்த்தார். ஜெயதேவி என்னும் பெயரைக் கேட்டதுமே நான் அவசரத்தில் 'யாரோ சரோஜாதேவின்னு சொல்ற மாதிரி இருக்குது சித்தப்பா' என்று சொல்லிவிட்டேன். மறுகணமே நாக்கைக் கடித்தபடி சிரித்துக்கொண்டே 'நல்லா இருக்குது சித்தப்பா' என்று தெரிவித்துவிட்டு வீட்டுக்குத் திரும்பி வந்தேன்.

'என்னடா, போய் உளறிட்டு வந்துட்டியா? சரியான ஓட்டைவாயன்டா நீ' என்றார் அம்மா. நான் அதைக் கொஞ்சம் கூட பொருட்படுத்தாமல் ஜெயதேவி இல்லம் என்கிற பெயர் முடிவாகியிருக்கும் செய்தியைச் சொன்னேன். 'இந்தப் பேருல ரெண்டெழுத்து. அந்தப் பேருல ரெண்டெழுத்து. அதுவும் நல்லாதான் இருக்குது' என்றார் அம்மா.

அடுத்த நாள் காலையில் நான் பள்ளிக்கூடத்துக்குப் போய்க் கொண்டிருந்தபோது கடையிலிருந்தபடி சித்தப்பா என்னை அழைத்தார். 'என்ன சித்தப்பா?' என்று அவருக்குப் பக்கத்தில் சென்றேன்.

அவர் ஒரு வெற்றுத்தாளை என்னிடம் கொடுத்து 'இந்தப் பேப்பர்ல தப்பில்லாம திருத்தமா கொட்டை எழுத்துல ஜெயதேவி இல்லம்னு எழுதிக் கொடு' என்று கேட்டுக்கொண்டார். நான் பேனாவை எடுத்து அவர் சொன்ன மாதிரி நிறுத்தி அழகாக எழுதிக் கொடுத்தேன். அதை வாங்கிய சித்தப்பா ஒருமுறை படித்துப் பார்த்துவிட்டு திருப்தியுடன் மடித்து பைக்குள் வைத்துக் கொண்டார். 'மேஸ்திரிகிட்ட கொடுத்தா, பேர் பதிக்கிற வேலையை முடிச்சிடுவாரு. பெயிண்டிங் வேலையைத் தொடங்கறதுக்குள்ள எல்லா சில்லறை வேலைங்களையும் முடிக்கணும்' என்றார்.

ஒரு வாரம் கழித்து, அம்மாவும் நானும் சுப்பிரமணியர் கோயிலுக்குச் சென்றபோது, சித்தப்பாவின் புதுவீட்டு உச்சியில் கல்லில் செதுக்கியதுபோல கச்சிதமாக சிமெண்ட் புடைப்புகளால் ஜெயதேவி இல்லம் என்ற பெயர் பதிக்கப்பட்டிருப்பதைப் பார்த்தோம்.

அன்று இரவு சாப்பிட்டுவிட்டு பாய்களை விரித்து உறங்குவதற்கான ஏற்பாடுகளைச் செய்துகொண்டிருந்த சமயத்தில் ‘அண்ணே அண்ணே’ என்று கலவரம் படிந்த முகத்துடன் ஓடிவந்து நின்றார் சித்தப்பா. ‘என்னடா, என்னாச்சி? ஏன் இப்படி மூஞ்சியெல்லாம் வேர்த்திருக்குது?’ என்று கேட்டார் அப்பா. அதற்குள் குரல் உடைந்து ஓவென்று அழுதார் சித்தப்பா. ‘வயித்துவலின்னு தேவி சுருண்டு சுருண்டு துடிக்குதுண்ணி. மூச்சு கூட இழுத்து உடமுடியலை. கொஞ்சம் வந்து பாருங்கண்ணி’ என்று அம்மாவைப் பார்த்து பதறினார்.

அம்மாவும் அப்பாவும் உடனே எழுந்து சித்தப்பா வீட்டுக்குப் புறப்பட்டார்கள். அவர்களோடு சேர்ந்து நானும் கிளம்பினேன். ஆனால் அம்மா என்னைத் தடுத்து ‘நீ எதுக்குடா இந்த நேரத்துல அங்க வர? இங்கயே இருந்து தம்பி தங்கச்சிங்கள பார்த்துகிட்டிரு’ என்று தடுத்துச் சொல்லிவிட்டுப் புறப்பட்டார்.

கால் மணி நேரத்திலோ, அரை மணி நேரத்திலோ, அவர்கள் திரும்பி வந்துவிடக்கூடும் என்ற எண்ணத்தோடு தம்பிகளுக்கும் தங்கைகளுக்கும் கதை சொன்னபடி காத்திருந்தேன் நான். ஆனால் ஏதோ ஒரு கணத்தில், என்னையும் அறியாமல் காலை நீட்டி உறக்கத்தில் ஆழ்ந்துவிட்டேன்.

விழித்தபோது நன்றாக விடிந்திருந்தது. அப்பா மட்டும் படுத்திருந்தார். அம்மாவைக் காணவில்லை. ஒரு கணம் எதுவும் புரியாமல் குழம்பினேன்.

அப்பா எழுந்த பிறகுதான் நடந்த செய்திகளைச் சொன்னார். கைவைத்தியமாக அம்மா வைத்துக்கொடுத்த கஷாயத்தால் எந்தப் பயனும் தெரியவில்லை. சித்தியின் வயிற்றுவலி கொஞ்சம் கூட குறையவே இல்லை. கைத்தாங்கலாக மெல்ல நடக்கவைத்து அடுத்த தெருவிலிருந்த அரசாங்க மருத்துவமனைக்கு அழைத்துச் சென்று சேர்த்துவிட்டனர். வலி குறைவதற்காக அங்கே ஊசி போட்டார்கள். அதற்குப் பிறகே சித்தி தூங்கத் தொடங்கினார். சித்திக்குத் துணையாக அம்மாவை விட்டுவிட்டு அப்பாவும் சித்தப்பாவும் வீட்டுக்குத் திரும்பிவிட்டனர்.

இரண்டு நாள் சிகிச்சைக்குப் பிறகும் சித்தியின் வலி குறையவே இல்லை. ஊசி போட்டால் மட்டுமே வலி குறைந்தது. ஏழெட்டு மணி நேரத்துக்குப் பிறகு மீண்டும் வலி அதிகரித்தது. அரசாங்க மருத்துவரால் ஒரு முடிவுக்கு வரமுடியவில்லை. கூடுதலான பரிசோதனைகளுக்கு அந்த ஆஸ்பத்திரியில் வழியில்லை. ஒருவேளை குடல்வால் பிரச்சினையாக இருக்கலாம் என்ற சந்தேகம் அவருக்கு இருந்தது. நிபுணரைப் பார்த்து ஆலோசனை பெறுவதற்காக பாண்டிச்சேரிக்கோ சென்னைக்கோ செல்லுமாறு சொல்லி அனுப்பிவிட்டார் அந்த மருத்துவர்.

முடியும் கட்டத்திலிருந்த வீட்டு வேலையை அப்படியே நிறுத்திவைத்தார் சித்தப்பா. தேவி சித்தியின் பெற்றோர்களும் சகோதரர்களும் வந்து வீடு முழுதும் நிறைந்துவிட்டனர். அவர்கள் சொன்ன ஆலோசனையின் பேரில் சித்தியை அழைத்துக்கொண்டு பாண்டிச்சேரிக்குச் சென்றார் சித்தப்பா.

ஒரு வாரத்துக்குப் பிறகுதான், நோய்நிலவரத்தைப்பற்றி உத்தேசமான சித்திரத்தை பாண்டிச்சேரி மருத்துவர்கள் சுருக்கமாகச் சொன்னார்கள். அவர்கள் சந்தேகப்பட்டதுபோல அவர் துன்பத்தில் நலிவு கொண்டதற்குக் காரணம் குடல்வால் நோயல்ல. வலி அந்த இடத்தைச் சுற்றி சூழ்ந்திருந்தாலும் அதற்கும் குடல்வாலுக்கும் ஒரு தொடர்புமில்லை என்னும் உண்மையை மட்டுமே அவர்களால் கண்டுபிடிக்க முடிந்தது. வலிக்கான உண்மையான காரணம் அவர்கள் அறிவுக்கு எட்டாததாக இன்னும் மர்மமாகவே இருந்தது.

அந்த நேரத்தில் சித்தப்பா ஆங்கில மருத்துவத்தின் மீதிருந்த நம்பிக்கையை இழந்தார். நோயைக் கண்டுபிடிக்க முடியாத இயலாமையை மறைத்துக்கொண்டு மருத்துவர்கள் ஏதேதோ இல்லாத விஷயங்களைப் பேசுவதாக நினைத்துக்கொண்டார்.

இந்த மாதிரியான வயிற்றுவலிக்கு திருபுவனையில் ஒரு மருத்துவர் சூரணமும் கஷாயமும் கொடுத்து பத்தே நாட்களில் குணப்படுத்துவதாக சித்தியின் உறவினர்கள் தெரிவித்தார்கள். அந்தச் செய்தியை நம்பி மருத்துவமனையிலிருந்து சித்தியை வீட்டுக்கு அழைத்துவந்துவிட்டார் சித்தப்பா. அம்மாவோ அப்பாவோ, அவருடைய நம்பிக்கைக்குக் குறுக்கில் செல்ல இயலாமல் நின்றுவிட்டனர்.

ஒரு வாடகைக்காரில் தினமும் சித்தியை திருபுவனத்துக்கு அழைத்துச் செல்ல வேண்டியிருந்தது. ஒவ்வொரு நாளும் நாடிமாற்றத்தைக் கவனித்து அதற்குத் தகுந்த மாதிரி மருந்துப் பொடிகளைச் சேர்க்கும் விகிதாச்சாரத்தைக் கூட்டவோ,

குறைக்கவோ வேண்டியிருப்பதால், ஒவ்வொரு நாளும் நோயாளியை அழைத்துவர வேண்டும் என்று சொல்லிவிட்டார் மருத்துவர்.

வைத்தியர் குறிப்பிட்ட பத்து நாட்கள் கடந்த பின்னும் சித்தியின் வலியும் வேதனையும் நிற்கவே இல்லை. அதற்குள் சித்தி துரும்பாக இளைத்துவிட்டார். எதைச் சாப்பிட்டாலும் வயிற்றில் தங்காமல் வாந்தியெடுக்கத் தொடங்கினார். சித்தப்பா பல இடங்களில் பணத்தைக் கடனாக வாங்கி தண்ணீர்போல செலவு செய்து கொண்டே இருந்தார்.

சோதனை வசதிகளைக் கொண்ட தனியார் மருத்துவமனையில் சேர்ப்பதுதான் ஒரே தீர்வு என்று மற்றொரு உறவினர் குழு சொன்னது. அதைக் கேட்டு சித்தப்பா பெருந்தொகை ஒன்றைக் கடனாக வாங்கிக்கொண்டு சித்தியுடன் சென்னைக்குச் சென்றார். ஏறத்தாழ ஒரு மாத காலம் தொடர் மருத்துவத்திலேயே சித்தி இருந்தார். அவருடைய வயிற்றுவலிக்கான காரணம் குடலோ வயிறோ அல்ல என்பதும் கல்லீரலின் ஒரு பகுதி செயலிழந்து போனதுதான் காரணம் என்பதை அந்த மருத்துவமனையின் மருத்துவர்கள் கண்டறிந்து சொன்னார்கள். அதற்குக் காரணம் அந்தப் பகுதியில் பரவியிருக்கும் புற்றுநோய் என்பதையும் தெரிவித்தனர். சித்தப்பா மிகவும் உடைந்துவிட்டார். வெறிகொண்டவர் போல மேலும் மேலும் கடன் வாங்கி தன் சக்திக்கு மேல் செலவழித்தார். சித்தியை எப்படியாவது நோயிலிருந்து மீட்டெடுக்க வேண்டும் என்பதில் உறுதியாக இருந்தார்.

முதல் ஒரு மாதம் அந்த நம்பிக்கை வலிமையாகவே இருந்தது. அவருக்கு அளிக்கப்பட்ட மருத்துவம் பயனளிப்பதுபோல அதன் தொடக்கம் அமைந்திருந்தது. வயிற்று வலி குறைந்து சித்தி எளிய வகையான கஞ்சியை உட்கொள்வதாக ஊருக்கு வந்தபோது சித்தப்பா மகிழ்ச்சியுடன் தெரிவித்தார். ஒருநாள் அப்பாவும் அம்மாவும் மருத்துவமனைக்குச் சென்று சித்தியை நலம் விசாரித்துவிட்டு வந்தனர்.

அடுத்த மாதத்திலேயே அவருடைய ஆரோக்கியம் மீண்டும் நிலைகுலைந்து சரிவடையத் தொடங்கியது. திடீரென சிறுநீரகம் செயலிழந்துவிட்டதாக மருத்துவர்கள் தெரிவித்தனர். இரண்டாவது வார முடிவில் மருத்துவத்தால் இனி பலனில்லை என்று கைவிரித்துவிட்டனர். அதற்கு மேல் செலவழிக்க சித்தப்பாவிடமும் பணமில்லை. கடன் வாங்கவும் வழியில்லை. மனபாரத்துடன் ஒருநாள் மாலை வாடகை வாகனத்தில் சித்தியை

அழைத்துக்கொண்டு வீட்டுக்கு வந்துவிட்டார். பத்து நாட்கள் நரகவேதனை. ஒவ்வொரு கணமும் வலியால் துடித்துக்கொண்டே இருந்தார் சித்தி. அவருடைய முனகலும் கூக்குரலும் இரவும் பகலும் ஒலித்தபடியே இருந்தன. ஒருநாள் அதிகாலையில் அவர் உயிர் பிரிந்தது.

சடங்கு முடிந்து ஒரு வாரத்துக்குப் பிறகு சித்தப்பா கடையைத் திறந்தார். அவர் முகத்தில் களையே இல்லை. தாடிமீசையோடு அவருடைய உருவமே மாறிவிட்டது. எலும்புக்கூடுக்கு சட்டை போட்டதுபோல இருந்தார்.

இரவு நேரத்தில் நாங்கள் முற்றத்தில் நிறைந்திருந்த விளக்கு வெளிச்சத்தில் படித்துக்கொண்டிருந்தபோது ஒருநாள் சித்தப்பா கடையைவிட்டு எழுந்துவந்து எங்களைப் பார்த்தார். ஒவ்வொருவரையும் புதிதாகப் பார்ப்பதுபோலப் பார்த்து 'இப்ப நீ எந்த க்ளாஸ் படிக்கிற? நல்லா படிக்கிறியா? நல்லா மார்க் வாங்கறியா?' என்று விசாரித்தார்.

அன்று இரவு சாப்பிடும்போது, சித்தப்பாவுடைய கோலம், பேச்சு ஆகியவற்றைப்பற்றி அம்மாவிடம் வருத்தத்துடன் சொல்லிக் கொண்டிருந்த போது, முற்றிலும் எதிர்பாராத வகையில் 'அண்ணே' என்று அழைத்துக்கொண்டே வாசலில் வந்து நின்றார் சித்தப்பா. 'வா ஜெயராமா, வா' என்று உள்ளே அழைத்தார் அப்பா. ஆனால் அவர் உள்ளே வரவில்லை. வாசலில் இருந்தபடியே 'வீட்டுல பசங்க தனியா படுத்திருக்கும்ண்ணே. நான் வீட்டுக்கு போறேன். சாப்ட்டு முடிச்ச பிறகு ரெண்டு நிமிஷம் வீட்டுப்பக்கம் வந்துட்டுப் போங்கண்ணே' என்று சொல்லிவிட்டுச் சென்று விட்டார். சிறிது நேரத்துக்குப் பிறகு அப்பா சாப்பிட்ட கையைக் கழுவிக்கொண்டு சித்தப்பா வீட்டுக்குச் சென்றார்.

சாப்பிட்ட பிறகு பாய்களை விரித்து நாங்கள் படுத்துக் கொண்டோம். அம்மா எங்களுக்கு ஒரு கதையைச் சொன்னார். கதை கேட்டபடியே தம்பிகளும் தங்கைகளும் உறங்கிவிட்டனர். நானும் அம்மாவும் மட்டும் விழித்திருந்தோம். நீண்ட நேரத்துக்குப் பிறகு அப்பா திரும்பி வந்தார். 'என்ன விஷயம்?' என்று அம்மா கேட்டார். 'என்னத்த சொல்றது, போ' என்று அப்பா சலிப்புடன் பெருமூச்சு விட்டார்.

பிறகு அவரே தொடர்ந்து 'கணக்கில்லாம ஏகப்பட்ட கடன் வாங்கி செலவு பண்ணிட்டான். இப்ப எல்லாமே தலைக்கு மேல போயிடுச்சி. கட்டன வீட்ட வித்தாதான் கடன்லேருந்து

மீளமுடியும்னு சொல்றான். யாரோ சடராமன் கோயில் தெருவுல இருக்கற ஒருத்தர்கிட்ட பேசி முடிச்சிட்டானாம். காலையில கெரயம் பண்ண போறானாம். ரெஜிஸ்டர் ஆபிஸ்க்கு ஒரு தொணைக்கு கூட வாங்கன்னு சொன்னான்' என்றார். அதைக் கேட்டு அம்மாவும் பெருமூச்சு விட்டார். 'என்னதான் உருண்டு பொரண்டாலும் நமக்கு ஒட்டறதுதான் ஒட்டும் போல' என்று முணுமுணுத்துக்கொண்டே சமையலறையின் பக்கம் சென்றார்.

ஒரு வாரத்துக்குப் பிறகு வழக்கம்போல இரவு நேரத்தில் படிப்பதற்காக சித்தப்பாவின் கடையைக் கடந்து, அதையொட்டிய முற்றத்துக்குச் சென்றிருந்தேன். கடைக்குள் சுவரையொட்டி புதிதாக சட்டமிட்ட இரு பெரிய போட்டாக்கள் தொங்குவதை அப்போதுதான் பார்த்தேன். 'இத எப்ப மாட்டினீங்க சித்தப்பா?' என்று கேட்டபடி கடை வாசல் பக்கமாக திரும்பி வந்தேன்.

ஒவ்வொரு போட்டாவிலும் ஒரு பெரிய மாலை தொங்கியது. புத்தம்புதிய ரோஜாமாலை.

முதல் சட்டகத்தில் சித்தியின் படம் இருந்தது. படத்துக்குக் கீழே நடுப்பகுதியில் சித்தியின் பெயரும் அதற்குக் கீழே தோற்றம், மறைவு என்று பெரிய கரிய எழுத்துகளில் எழுதப்பட்ட சொற்களும் தேதிகளும் காணப்பட்டன.

அடுத்த சட்டகத்தில் சொந்தமென கனவுகளுடன் கட்டிமுடித்து சொந்தமில்லாமல் போய்விட்ட வீட்டின் படம் இருந்தது. வண்ணம் பூசப்படாத வீடு. பக்கத்துக்கு ஒன்றாக பூவரசமரம் நின்றிருந்தது. வீட்டின் உச்சியில் பதிக்கப்பட்ட ஜெயதேவி இல்லம் என்னும் வரி பளிச்சென்று இருந்தது. அதற்குக் கீழே தோற்றம், மறைவு என்று பெரிய கரிய எழுத்துகளில் எழுதப்பட்ட சொற்களும் கட்டத் தொடங்கிய தேதிக்குறிப்பும் விற்பனை செய்த தேதிக்குறிப்பும் காணப்பட்டன.

'என்ன சித்தப்பா இது?' என்று சற்றே திகைப்புடன் நான் கேட்டேன். அவர் என் கேள்விக்கு நேரிடையாக பதில் சொல்லாமல் 'நம்ம புனிதா ஸ்டுடியோ ஆளுதான் கேமிராவோடு வந்து படம் எடுத்துக் குடுத்தாரு, எப்படி இருக்குது?' என்று சித்தப்பா வேறொரு கேள்வியைக் கேட்டார்.

18. காட்சி மயக்கம்

ஒவ்வொரு வாரமும் எங்கள் பள்ளிக்கூடத்தில் சனி, ஞாயிறு இரண்டு நாட்கள் விடுமுறை வழங்கும் பழக்கம் இருந்தது. அந்த இரு நாட்களில் ஞாயிறு ஒருநாள் மட்டுமே நண்பர்களோடு சேர்ந்து என்னால் விளையாட முடியும். சனிக்கிழமையில் அந்த வாய்ப்புக்கு வழியில்லை. அன்று அப்பாவுடைய தையல் கடைக்குச் செல்லவேண்டும். அங்கு காஜா எடுப்பது, பட்டன் தைப்பது, துணி மடிப்பது போன்ற கைவேலைகளில் உதவி செய்ய வேண்டும். அது அப்பாவுடைய கட்டளை. அந்தக் கட்டளைக்கு உடன்படவேண்டும் என்பது அம்மாவுடைய கட்டளை.

ஏற்கனவே இரண்டு அண்ணன்கள் கடையில் வேலை செய்துவந்தனர். ஒருவர் தைப்பவர். இன்னொருவர் கைவேலை நிபுணர். சனிக்கிழமைகளில் மட்டும் நான் அவரோடு சேர்ந்து கொள்வேன். அந்த அண்ணன் அடங்கிய குரலில் நிறைய சினிமாக்கதைகளை உற்சாகத்துடன் என்னிடம் சொல்வார். உரையாடல் பகுதிகளைச் சொல்லும்போது, குரல்களை மாற்றிமாற்றி பொருத்தமான ஏற்ற இறக்கத்துடன் விவரிப்பார். அதைக் கேட்கும்போது அந்தக் காட்சிகளை நேரில் பார்ப்பதுபோல இருக்கும்.

எங்கள் கைவிரல்கள் தம் போக்கில் வேகவேகமாக இயங்கியபடி இருக்க, வாயும் காதுகளும் வேறொரு போக்கில் இயங்கும். சனிக்கிழமைகள் அவருடைய கதைகளால் ஐஸ் மாதிரி கரைந்து காணாமல் போய்விடும்.

ஒரு நாள் அண்ணன் எனக்கு ஆயிரத்தில் ஒருவன் திரைப்படத்தின் கதையை உற்சாகமாக விவரித்துக்கொண்டிருந்தார். சிந்துபாத் கதையில் வருவதுபோல அந்தக் கதையிலும் ஒரு கன்னித்தீவு வருகிறது. அந்தத் தீவு அடிமைகளை விலைகொடுத்து வாங்குகிறது. அடிமைக்கூட்டத்தில் வேலை செய்யும் ஒரு வீரன்மீது கன்னித்தீவின் இளவரசிக்கு ஆர்வம் பிறக்கிறது. ஆனால் அந்த அடிமைக்கு அதில் விருப்பமில்லை. எப்படியாவது விடுதலை பெற்று தம் நண்பர்களுடன் அங்கிருந்து வெளியேறி சுதந்திரமாக வாழவேண்டும் என்பது அவனுடைய இலட்சியமாக இருக்கிறது.

ஒரு சமயத்தில் எதிர்பாராத விதமாக வேறொரு தீவைச் சேர்ந்த கொள்ளைக்காரர்கள் கன்னித்தீவுமீது படையெடுத்து வந்து தாக்குகிறார்கள். கன்னித்தீவின் படைபலம் குறைவாக உள்ளது. அதனால் அடிமைகளை போரில் ஈடுபடுத்தத் திட்டமிடுகிறாள் இளவரசி. அந்தத் திட்டத்துக்கு உடன்பட மறுக்கிறான் வீரன். வெற்றி பெற்றால் அடிமைகளுக்கெல்லாம் விடுதலை அளிப்பதாக வாக்குறுதி அளிக்கிறாள் இளவரசி. அதை நம்பி போரில் ஈடுபடுகிறான் வீரன்.

கதை விறுவிறுப்பான கட்டத்தைத் தொட்ட நேரத்தில் 'என்ன பலராமா, நல்லா இருக்கியா?' என்று எழுந்த குரலால், கதை அப்படியே அந்தரத்தில் நின்றுவிட்டது. குரல் வந்த திசையில் திரும்பி, படியேறி கடைக்குள் வந்த பெரியவரைப் பார்த்தேன். அவர் புன்னகைத்தபடியே அப்பாவுக்கு முன்னால் இருந்த ஸ்டூலில் அமர்ந்தார். மிஷினிலிருந்து தலையை நிமிர்த்திப் பார்த்த அப்பா 'ஐயாவா? வாங்க வாங்க. வணக்கம்' என்று வரவேற்றார். தொடர்ந்து 'நீங்க எதுக்கு ஐயா இந்த வெயில்ல கௌம்பி வந்தீங்க? யார்கிட்டயாவது சொல்லி அனுப்பியிருந்தா, நானே வீட்டுப்பக்கம் வந்திருப்பேனே' என்றார்.

'நாடு பூரா நடையா நடந்த காலுக்கு சடராமன் கோயில் தெருவிலேர்ந்து இந்தக் கடைத்தெரு வரைக்கும் நடக்கறதுலாம் ஒரு தூரமா? என்ன சொல்ற நீ பலராமா?'

அந்தப் பெரியவரின் புன்னகையைப் பார்க்க அழகாக இருந்தது. ஒரு கோணத்தில் பொக்கைவாயைத் திறந்து சிரிக்கும் காந்தித்தாத்தா வின் படத்தைப்போல இருந்தது. ஒரே ஒரு வித்தியாசம். படத்தில்

காந்தித்தாத்தாவுக்கு பற்கள் இருக்காது. அந்தப் பெரியவருக்கு பற்கள் இருந்தன. ஆனால் குச்சி மாதிரி இருந்தார். கதர் வேட்டி. கதர் சட்டை. கதர் துண்டு. ஒரே கதர்மயமாக காணப்பட்டார். தோல் சுருக்கம் இல்லாததால் அவருடைய முகம் ஒரு சிற்பத்தைப்போல காணப்பட்டது.

'சண்முகம் கடையில ஐயாவுக்கு ஒரு டீ வாங்கிட்டு வா, ஓடு.'

கதை சொல்லிக்கொண்டிருந்த அண்ணனைப் பார்த்துச் சொன்னார் அப்பா. அந்தப் பெரியவர் உடனே கையை உயர்த்தித் தடுத்தார். 'எனக்கு மட்டும் தனியா வாங்கி வரதுன்னா, வேணாம் பலராமா. எல்லாரும் சேர்ந்து குடிக்கிறதா இருந்தா சொல்லு' என்றார். ஒரு கண யோசனைக்குப் பிறகு அப்பா கடை அண்ணனிடம் 'சரி, ஆளுக்கொரு டீ. கொத்துல வச்சி குடுக்கச் சொல்லி ஜாக்கிரதையா எடுத்துட்டு வா' என்று சொல்லி அனுப்பிவைத்தார்.

'புதுசா ரெண்டு சட்டை தைக்கணும் பலராமா' என்றபடி கைப்பையைப் பிரித்து கதர்த்துணியை எடுத்து மிஷின் மீது வைத்தார் பெரியவர்.

'அஞ்சி கெஜம் இருக்குது. ரெண்டு சட்டைக்கு எடுத்தது போக மிச்சமிருந்தா ஜிப்பா மாதிரியோ துண்டு மாதிரியோ ஏதாவது ஒன்னு தச்சிடு.'

கதர்த்துணியை ஒருமுறை முழுவதும் நீளவாக்கில் பிரித்துப் பார்த்துவிட்டு ஏதோ மனக்கணக்கு பார்த்தபடி மீண்டும் மடித்து அந்தப் பைக்குள்ளேயே வைத்தார் அப்பா.

'அளவு சட்டை வேணுமா? தேவைப்பட்டா கொடுக்கலாமேன்னு ஒன்னு எடுத்துவந்தேன்' என்றபடி கைப்பையிலிருந்து ஒரு பழைய சட்டையை எடுத்தார் பெரியவர். 'அதெல்லாம் வேணாம் ஐயா. பையிலயே வச்சிக்குங்க. நம்ம நோட்டுல ஏற்கனவே குறிப்பு இருக்குது. அது போதும்' என்று தடுத்துவிட்டார் அப்பா.

'என்ன திடீர்னு ரெண்டு சட்டை? வீட்டுல பேரப்பிள்ளைங்களுக்கு ஏதாவது கல்யாணம் காட்சியா?'

'அதெல்லாம் கெடையாது பலராமா. அப்படி ஏதாவது இருந்தா, இந்நேரத்துக்கு எல்லாரும் உங்கிட்ட வந்திருப்பாங்களே.'

'வேற என்ன விசேஷம்?'

'வர செப்டம்பர் பதினோராம் தேதி நம்ம பாரதியாருக்கு நினைவுநாள் வருது. அவரு செத்து அம்பது வருஷம்

முடியப்போவுது. அதுக்கு ஒரு நிகழ்ச்சி நடத்தணும். அடுத்தபடியா வர அக்டோபர் ரெண்டாம் தேதி காந்தித்தாத்தாவுடைய பிறந்தநாள். அதுக்கு ஒரு நிகழ்ச்சியை ஏற்பாடு செய்யணும். காலமெல்லாம் வெறும் தீபாவளி பொங்கல மட்டுமே கொண்டாடிட்டிருந்தா போதுமா? இப்படி நாட்டுக்காக உழைச்ச பெரியவங்களுடைய செத்தநாளு பொறந்த நாளுன்னு அடிக்கடி நாமளும் கொண்டாடிட்டிருந்தாதான மக்களும் அவுங்கள மறக்காம இருப்பாங்க. அம்மா அப்பா மாதிரி நம்ம தலைவர்களும் நமக்கு முக்கியம்தான?'

'உண்மைதான் ஐயா' என்று ஒரு வார்த்தையில் பதில் சொல்லிவிட்டு, பெரியவர் முகத்தையே பார்த்தபடி இருந்தார் அப்பா. தொடர்ந்து பேசுவதற்கு வழியில்லாததால் பெரியவர் சாலையில் ஓடும் வாகனங்களையே சில கணங்கள் பார்த்தபடி இருந்தார். பிறகு வியர்வை படிந்த நெற்றியை தோளில் இருந்த துண்டையெடுத்துத் துடைத்துக்கொண்டே சுவரில் ஆணியடித்து தொங்கவிட்டிருந்த துணிகளையும் காலண்டர்களையும் பார்த்தார். அப்போதுதான் அவர் என்னைக் கவனித்தார். 'இது யாரு? பையன் புதுசா இருக்கான்' என்று அப்பாவிடம் கேட்டார்.

'நம்ம பையன்தான் ஐயா.'

'ஓ. அப்படியா? இதுக்கு முன்னால பார்க்காததால அடையாளம் தெரியலை. அதனால கேட்டேன்.'

'ஹைஸ்கூல்ல படிக்கிறான். லீவு நாள்ல வந்து ஒத்தாசைக்கு கொஞ்ச நேரம் இருந்துட்டு போடானு சொன்னதால கடைக்கு வந்திருக்கான்.'

அதைக் கேட்டு தலையசைத்தபடியே என்னைத் திரும்பிப் பார்த்த பெரியவர் 'இங்க வா தம்பி' என்று அழைத்தார். காஜா எடுத்துக்கொண்டிருந்த புதுச்சட்டையை அப்படியே மடித்து சுவரோரமாக வைத்துவிட்டு பெரியவருக்குப் பக்கத்தில் சென்று நின்றேன். 'ஒன் பேரு என்ன?' என்று கேட்டார். சொன்னதைக் கேட்டு தலையசைத்துக்கொண்டார்.

'எந்த க்ளாஸ் படிக்கிற?'

'எட்டு.'

'உனக்கு ராதாகிருஷ்ணன் வாத்தியாரைத் தெரியுமா?'

'தெரியும். எங்களுக்கு அவருதான் தமிழாசிரியர்.'

‘நல்ல வாத்தியாரு அவரு. பெரிய திறமைசாலி. கம்பராமாயணம், பிரபந்தம்லாம் ஆழமா படிச்சவரு. அவுங்கப்பாவும் அந்தக் காலத்துல வாத்தியாரா இருந்தவருதான். சுந்தரகிருஷ்ணன்னு பேரு. அவரும் பெரிய திறமைசாலி. எனக்கு அவருதான் வாத்தியாரு.’

நான் அவரைப் பார்த்ததில்லை. அந்தச் செய்தி எனக்குப் புதிதாக இருந்ததால், எதுவும் பேசாமல் அவர் முகத்தையே பார்த்தபடி நின்றிருந்தேன்.

‘நான் சின்ன பையனா இருந்த சமயத்துல நம்ம ஊருல பள்ளிக்கூடமே கெடையாது. குமாரகுப்பத்துல ரெண்டு பேரு. வளவனூருல ரெண்டு பேரு. அங்கங்க திண்ணையிலயும் அரசமரத்தடியிலயும் வச்சி அப்ப படிப்பு சொல்லிக் குடுப்பாங்க. அதுதான் அப்ப ஸ்கூல்.’

அதைக் கேட்க எனக்கு ஆச்சரியமாக இருந்தது. பள்ளிக்கூடம் இல்லாமல் திண்ணையில் படிப்பது எப்படிச் சாத்தியம் என்பதை என்னால் புரிந்துகொள்ள இயலவில்லை. ஆனாலும் அவரிடம் நேரிடையாக கேள்வி கேட்க அச்சமாக இருந்தது. அதனால் அமைதியாக அவரையே பார்த்தபடி இருந்தேன்.

‘சாதிக்கட்டுப்பாடுகள் அந்தக் காலத்துல அதிகம். ஊருகாரங்களுக்கு பயந்து சாதியில தாழ்ந்த புள்ளைங்களை சில வாத்தியாருங்க திண்ணையில சேத்துக்கமாட்டாங்க. ஆனா சுந்தரகிருஷ்ணன் வாத்தியாரு அப்படி கெடையாது. சரஸ்வதியை தேடி வந்திருக்கிறவனுக்கு இடம் கிடையாதுன்னு சொல்ற உரிமை உலகத்துல ஒருத்தனுக்கும் இல்லைன்னு தீர்மானமா சொல்வாரு. அவரு எல்லாருக்கும் இடம் கொடுத்தாரு. எல்லாரயும் ஒன்னா உக்காரவச்சித்தான் ஆனா ஆவன்னா சொல்லிக் குடுத்தாரு. கடவுளுக்கு முன்னால எல்லா மனுஷங்களும் ஒன்னுங்கறதுதான் அவரு சொல்லிக் கொடுத்த முதல் பாடம். அது அப்படியே எங்க நெஞ்சில ரொம்ப ஆழமா பதிஞ்சிடுச்சி. ஆத்திசூடி, கொன்றை வேந்தன், நல்வழி, மூதுரை, திருக்குறள், பாரதியார் பாட்டு எல்லாமே அவர் சொல்லிக் கொடுத்ததுதான்.’

பெரியவர் உற்சாகமாக சொல்லிக்கொண்டே சென்றார். அவர் பேசும்போது ராதாகிருஷ்ணன் ஐயா பேசுவதுபோலவே இருந்தது. அந்த ஒற்றுமையைக் கண்டு நான் உறைந்துபோனேன். ராதாகிருஷ்ணன் ஐயா ஒருநாளும் வகுப்பில் தன் அப்பாவைப் பற்றி ஒரு வார்த்தை கூட சொன்னதே இல்லை.

‘பாரதியார் யாருன்னு உனக்குத் தெரியுமா?’

பெரியவருடைய கேள்வி சட்டென என்னை நோக்கித் திரும்பும் என்று நான் எதிர்பார்க்கவில்லை. தைரியத்தை வரவழைத்துக் கொண்டு ‘ம்’ என்று வேகமாகத் தலையாட்டினேன்.

‘வெறுமனே ம்னு சொன்னா போதாது. பாரதியாரைப் பத்தி என்ன தெரியும் சொல்லு.’

நான் ஒரு நிமிடம் சுவரைப் பார்த்தபடி யோசனையில் மூழ்கினேன். பாடமாக இடம்பெற்றிருந்த அவருடைய சில பாடல்களும் பாரதியார் தொடர்பாக ஆசிரியர்கள் வகுப்பில் சொன்ன நிகழ்ச்சிகளும் ஒருசேர நினைவில் எழுந்தன. அந்தத் தகவல்களையே ஒருமுறை மனத்துக்குள் தொகுத்துப் பார்த்து விட்டுச் சொல்லத் தொடங்கினேன்.

‘பாரதியார் பெரிய கவிஞர். நிறைய பாட்டுகளை எழுதி சுதந்திரப் போராட்டத்துக்கு உதவி செஞ்சிருக்காரு. வெள்ளைக்கார ஆட்சியை விரட்ட நினைச்சதால, அவர அரசாங்கத்து ஆளுங்க கைது செய்ய திட்டம் போட்டாங்க. ஆனா அந்த திட்டத்துல சிக்காம தப்பிச்சி அவரு எப்படியோ பாண்டிச்சேரிக்கு வந்து தங்கிட்டாரு. ஓடி விளையாடு பாப்பா ஒரு குழந்தையை வையாதே பாப்பான்னு பாப்பா பாட்டுலாம் பாடியிருக்காரு...’

இன்னும் நிறைய சொல்ல நினைத்தேன். ஆனால் அதற்குள் அவர் போதும் என்பதற்கு அடையாளமாக புன்னகையுடன் கையை உயர்த்தி நிறுத்திவிட்டார். பிறகு, என் தோளில் கையை வைத்து தனக்கு அருகில் அழைத்து நிற்கவைத்துக்கொண்டார். ‘பரவாயில்லை. உங்க ராதாகிருஷ்ணன் ஐயா உன் தலையில நிறைய விஷயங்களை ஏத்தி வச்சிருக்காரு’ என்று கன்னத்தில் தட்டிக் கொடுத்தார்.

‘நம்ம இந்தியாவுக்கு சுதந்திரம் எப்ப கிடைச்சிது, தெரியுமா?’

‘ஓ, தெரியுமே. 1947வது ஆண்டு. ஆகஸ்டு மாதம் பதினைந்தாம் தேதி.’

‘சுதந்திரநாளை உங்க ஸ்கூல்ல கொடியேத்தி கொண்டாடினீங்களா?’

‘ம்.’

‘பாரதியார் பாட்டு ஏதாவது பாடினீங்களா?’

‘ம்.’

‘அப்படியா? என்ன பாட்டு?’

‘தாயின் மணிக்கொடி பாரீர் பாட்டு.’

‘முழுசா மனப்பாடமா உனக்குப் பாடத் தெரியுமா?’

அவருடைய கேள்விகளுக்குப் பதில் சொல்வதில் உற்சாகமாக இருந்தது. ‘ஓ. பாடுவேனே’ என்றேன். பெரியவர் விடவில்லை. ‘அப்படியா? ஒரு தரம் பாடு, கேப்போம்’ என்றார்.

உடனே கொடிக்கம்பத்தின் முன்னால் நிற்பதுபோல மனத்துக்குள் நினைத்துக்கொண்டு தாயின் மணிக்கொடி பாரீர் என்று பாடத் தொடங்கினேன். சுற்றியிருந்தவர்களின் முகங்களைப் பார்த்தாலோ, அவர்கள் முகங்களில் தெரியக்கூடிய புன்னகையை அல்லது மகிழ்ச்சியை வெளிப்படுத்தும் அசைவுகளைப் பார்க்க நேர்ந்தாலோ எங்கே சொற்கள் தடுமாறிவிடுமோ என்று உள்ளூர அச்சமாக இருந்தது. சற்றே தலையை உயர்த்தி கடையின் மேற்கூரையின் மூலையில் பார்வையைப் பதித்தபடி ஒவ்வொரு பத்தியாகப் பாடிக்கொண்டே சென்றேன். எல்லா வரிகளையும் பாடி முடித்துவிட்டுத்தான் தலையைத் தாழ்த்தி அவரைப் பார்த்தேன்.

‘ரொம்ப அருமையா இருந்தது நீ பாடிய விதம். ஏன் மூனு பத்தியோடு நிறுத்திட்ட? அந்தப் பாட்டுக்கு மொத்தத்துல பத்து பத்தி உண்டாச்சே?’

‘எங்க புத்தகத்துல மூனு பத்திதான் இருக்குது.’

‘அப்படியா, சரிசரி. சின்ன பிள்ளைகளுக்கு பெரிசா இருக்க வேணாம்னு குறைச்சிருப்பாங்க. பரவாயில்லை. நல்லா பாடற. பாரதியார் பாட்ட பாடறதுக்கு ஏத்த குரல். நல்லா கணீர்னு இருக்குது.’

கையை உயர்த்தி பெருவிரலையும் ஆட்காட்டி விரலையும் சேர்த்து மகிழ்ச்சிபொங்க அவர் சொன்ன விதம் எனக்கு மிகவும் பெருமையாக இருந்தது. வீட்டுக்குச் சென்றதும் அம்மாவிடம் சொல்லவேண்டும் என்று நினைத்துக்கொண்டேன். பிறகு திங்கட்கிழமை பள்ளிக்கூடத்துக்குச் சென்றதும் எல்லா நண்பர்களிடமும் தெரிவிக்கவேண்டும் என்றும் நினைத்துக் கொண்டேன். உடனே உற்சாகத்தில் நானாகவே அவரிடம் ‘பாருக்குள்ளே நல்ல பாடு பாடட்டுமா, அது கூட எனக்கு மனப்பாடமா தெரியும்’ என்றேன்.

‘ஆகா. அப்படியா? பாடு. பாடு. கரும்பு தின்ன கூலி வேணுமா. பாடு. கேக்கறதுக்கு நான் தயாரா இருக்கேன்.’

கடைக்குள் யார் இருக்கிறார்கள், என் அப்பா அந்தப் பாட்டைப் பற்றியும் நான் பாடுவதைப்பற்றியும் என்ன நினைக்கிறார், தெருவோரமாக நடந்துசெல்கிறவர்கள் என்ன நினைக்கிறார்கள் என்பதைப்பற்றியெல்லாம் கொஞ்சமும் யோசிக்கவில்லை. பெரியவர் பாடு என்று சொன்ன அடுத்த கணமே குரலையுயர்த்தி 'பாருக்குள்ளே நல்ல நாடு' என்று பாடத் தொடங்கிவிட்டேன்.

வழக்கம்போல என் விழிகள் கூரை மூலையில் பதிந்திருந்தன. மூன்று பத்திகளையும் பாடி 'உண்மையிலே தவறாத புலவர்கள் உணர்வினிலே உயர்நாடு' என இறுதி வரியோடு நிறுத்தி மீண்டும் தொடக்கவரிக்குத் திரும்பியபோது, எனக்குள் நான் உணர்ந்த வேகம் வித்தியாசமான உணர்வைக் கொடுத்தது.

ஏதோ கச்சேரியில் மேடைப்பாட்டைக் கேட்டதுபோல பெரியவர் கைதட்டி மகிழ்ச்சியைத் தெரிவித்தார். 'பலராமா, உன் பையன் அற்புதமா பாடறான். அவனை நல்லா படிக்க வை. அவனுக்கு நல்ல எதிர்காலம் இருக்குது. அந்தக் கஷ்டம் இந்தக் கஷ்டம்னு சொல்லி, அவன மிஷின்ல உக்காரவச்சி வீணாக்கிடாத' என்று அப்பாவைப் பார்த்து தணிந்த குரலில் சொன்னார்.

அப்பா ஒருகணம் எதுவும் பேசவில்லை. பேசுவதற்கு சொற்கள் கிடைக்காததுபோல சற்றே தடுமாறினார். பிறகு அடங்கிய குரலில் 'எதிர்காலத்துல என்ன நடக்கும்னு நமக்கு எப்படி ஐயா தெரியும். நாம ஒரு கணக்கு போடறம். ஆண்டவன் என்ன கணக்கு போடறான்னு நமக்கு எப்படிங்க தெரியும்?' என்றார்.

அப்பா சிரித்துக்கொண்டே அந்தப் பொதுவான பதிலைச் சொல்லிவிட்டு, பெரியவரின் வேண்டுகோளைத் தொட்டும் தொடாமலும் கடந்துபோக முயற்சி செய்தார்.

பெரியவர் எதையும் பேச வழியில்லாதபடி அக்கணத்தில் டீ வாங்குவதற்காகச் சென்றிருந்த அண்ணன் கொத்து வளையங் களுக்குள் செருகப்பட்ட ஐந்து கண்ணாடித்தம்ளர்களோடு வந்து சேர்ந்தார். அந்தப் பெரியவரே ஒரு தம்ளரை எடுத்து 'ரொம்ப சூடா இருக்கும். பொறுமையா ஆறின பிறகு குடி' என்றபடி என்னிடம் கொடுத்தார். பிறகு ஒவ்வொருவரும் ஆளுக்கொரு தம்ளரை எடுத்துக்கொண்டனர்.

பழக்கத்தின் காரணமாக அப்பா வேகவேகமாக டீயை அருந்தி விட்டு காலித்தம்ளரை கொத்துவளையத்துக்குள் திருப்பி வைத்தார். பிறகு விட்ட இடத்திலிருந்து வேலையைத் தொடங்கினார். எல்லோருக்கும் கடைசி ஆளாக நான் அந்த டீயை அருந்தி முடித்தேன்.

‘இப்ப பாடினயே, அந்த பாருக்குள்ளே நல்ல நாடு பாட்ட எங்களுடைய பாரதியார் நினைவு நிகழ்ச்சிக்கு வந்து உன்னால பாடமுடியுமா’ என்று என்னிடம் கேட்டார் பெரியவர்.

‘நானா? நிகழ்ச்சியிலா?’ என்று திகைத்தவனாக அவருடைய முகத்தை ஏறிட்டுப் பார்த்தேன். பள்ளிக்கூட நிகழ்ச்சிகளைத் தவிர பொது நிகழ்ச்சிகள் எதிலும் நான் கலந்துகொண்டதே இல்லை.

‘ஆமாம். நீதான்’ என்று உறுதியான குரலில் சொன்னார் பெரியவர். ‘நிகழ்ச்சியை எப்படி நடத்தறதுன்னு பத்து நாளா யோசிச்சி யோசிச்சி என் தலையே கொழம்பிப்போச்சி. நீ பாடியதைக் கேட்டதுமே மனசுக்குள்ள ஒரு திட்டம் உருவாயிடுச்சி. நீ எனக்காக ஒரு உதவி செய்யணும். உன்ன மாதிரியே உன் வகுப்புலயும் மத்த வகுப்புகள்லயும் பாடக்கூடிய பிள்ளைகள் இருப்பாங்க, இல்லையா? அவுங்களுக்கெல்லாம் பாரதியாருடைய ஐம்பதாவது நினைவுநாள் நிகழ்ச்சி பத்திய தகவல சொல்லு. ஆளுக்கொரு பாரதியார் பாட்ட மனப்பாடம் பண்ணி பாடிப் பாடி பயிற்சி எடுத்துட்டு வரணும்னு சொல்லு. மொத்தம் ஐம்பது பிள்ளைகளை அன்னைக்கு நாம மேடையில ஏத்தி பாட வைப்போம்’ என்று உற்சாகத்தோடு சொன்னார்.

‘ஐம்பது பிள்ளைகளையா?’

‘உங்க ஆண்கள் உயர்நிலைப்பள்ளி, பெண்கள் உயர்நிலைப்பள்ளி, ஊராட்சி ஒன்றியப்பள்ளி, கோவிந்தையர் பள்ளி எல்லா பள்ளிக் கூடங்களுக்கும் நானே நேருல போய் சொல்லிட்டு வரப்போறேன். ஒவ்வொரு பள்ளிக்கூடத்துலேருந்தும் பத்து பன்னெண்டு பிள்ளைகள் வந்தாலே போதும். சாதாரணமா அம்பது பேர சேர்த்திடலாம். ஒருவேளை ஒன்னு ரெண்டு பேரு குறைஞ்சாலும் நம்ம தெருப்பிள்ளைங்கள சேத்துக்கலாம். பாரதியாருடைய ஐம்பதாவது நினைவுநாள் நிகழ்ச்சி நம்ம வளவனூருல மறக்க முடியாத நிகழ்ச்சியா அமையணும்.’

ஒரு சிறுவனைப்போல அவர் உற்சாகத்துடன் பேசினார். அவருக்குப் பிடித்த பாரதியார் பாடல்களின் முதல் வரிகளை யெல்லாம் சொல்லி ‘இது தெரியுமா? இது தெரியுமா?’ என்று கேள்வி பதில் நிகழ்ச்சியில் கேட்பதுபோலக் கேட்டார். அவர் குறிப்பிட்ட பட்டியலில் பல பாடல்களை நான் கேட்டதுகூட இல்லை.

‘பாரதியார் அந்தக் காலத்துல்ல பாஞ்சாலி சபதம்னு ஒரு சின்ன காவியம் எழுதியிருக்காரு. நீ பெரிய ஆளானதும் அதைத் தேடிப்

புடிச்சி படி. இந்த உலகம் அவரை ஏன் மகாகவின்னு கொண்டாடுதுன்னு அப்ப புரியும் உனக்கு. மேலோட்டமா பார்க்கிறதுக்கு அது மகாபாரதத்துல அவமானத்துக்குள்ளான பாஞ்சாலி சபதம் செய்யற குடும்பக்கதை மாதிரியோ அல்லது புராணக்கதை மாதிரியோ தெரியும். ஆனா, ஆழமா படிச்சா ஒவ்வொரு பகுதியிலயும் இருக்கிற உள்ளர்த்தத்தைப் புரிஞ்சிக்க முடியும். சுதந்திரமில்லாம அடிமைப்பட்டுக் கிடக்கிற இந்தியத்தாய் தான் பாஞ்சாலியுடைய குரல்ல சபதம் எடுக்கிறாங்கறது தானா விளங்க ஆரம்பிச்சிடும். கம்பர், திருவள்ளுவர், இளங்கோவடிகள்னு ஒரு பெரிய வரிசையை நாம எல்லாருமே எப்பவுமே கொண்டாடிட்டிருக்கோம். அந்த வரிசையில வச்சி அழகு பார்க்க வேண்டிய மகாகவி நம்ம பாரதியார். நான் என்ன சொல்றேன், ஏன் சொல்றேன்ங்கற விஷயம் இப்ப புரியலைன்னாலும் எதிர்காலத்துல உனக்கு தானா புரியும்.'

அவர் சொல்லச்சொல்ல எனக்கும் கேட்டுக்கொண்டே இருக்க வேண்டும் என்று தோன்றியது. ஆனால் அது கடை என்பதால் அதிக நேரம் அவரை அங்கே உட்காரவைப்பது சாத்தியமில்லாமல் இருந்தது. 'சரி பலராமா, சீக்கிரமா தச்சி முடிச்சிடு. நான் ஒரு வாரம் கழிச்சி வந்து வாங்கிட்டு போறேன்' என்றபடி எழுந்தார் பெரியவர். 'என்ன தம்பி, ஸ்கூல்ல சொல்லி பாடறதுக்கு பிள்ளைகளை அழைச்சிட்டு வரியா?' என்று என்னிடம் கேட்டார். நான் 'சரி' என்று உற்சாகமாகத் தலையாட்டினேன்.

'அது சரி, என் வீடு எங்க இருக்குதுன்னு தெரியுமா?'

அப்போதுதான் அதைப்பற்றி அவரிடம் அதைப்பற்றி எதையும் கேட்டுக்கொள்ளாதது உறைத்தது. நாக்கைக் கடித்துக் கொண்டேன். 'அப்பறமா அப்பாகிட்ட கேட்டு தெரிஞ்சிக்கறேன்' என்று அந்த நேரத்துக்குத் தோன்றிய ஏதோ ஒரு பதிலைச் சொன்னேன்.

'அதெல்லாம் வேணாம். நானே சொல்றேன். நல்லா கேட்டுக்கோ.'

நான் அவர் முகத்தில் பார்வையைப் பதித்தேன்.

'உனக்கு சுப்பிரமணியர் கோயில் தெரியுமா?'

'ம்.'

'அங்கேர்ந்து சடராமன்கோயில் தெருவுக்கு ஒரு ரோடு போவுது, தெரியுமா?'

‘தெரியும் ஐயா. என் க்ளாஸ்ல படிக்கிற பையன் ஒருத்தன் வீடு அந்தத் தெருவுல இருக்குது. அவன் வீட்டுக்கு போவும்போது பார்த்திருக்கேன்.’

‘அந்தத் தெருவுலதான் நம்ம வீடு இருக்குது. வீட்டுக்குப் பக்கத்துல ரெண்டு தென்னைமரம், ரெண்டு வேப்பமரம் இருக்கும். எதுத்தாப்புல ஒரு பெரிய அரசமரம் இருக்கும். அதுதான் எங்க வீட்டுக்கு அடையாளம்.’

அந்தத் தெருவின் வரைபடம் அக்கணமே என் மனத்தில் விரிந்துவிட்டது. அவர் குறிப்பிட்ட அடையாளங்களுடன் கூடிய அந்த வீட்டை பலமுறை கடந்து சென்றதெல்லாம் நினைவுக்கு வந்தது. ‘தெரியுது ஐயா, ஒன்னும் பிரச்சினை இல்லை. சீக்கிரமாவே நண்பர்களை அழச்சிகிட்டு வரேன்’ என்றேன். ‘சரி’ என்றபடி என் தோளில் தன் உள்ளங்கையை வைத்து ஒன்றிரண்டு முறை அழுத்தமாகத் தட்டிக் கொடுத்தார் பெரியவர். ‘ஒருவேளை இடம் தெரியாதபடி தவிக்கிற சூழல் வந்தா துரைசாமி ஆசாரி வீடு எங்க இருக்குதுன்னு என் பேரைச் சொல்லி கேளு. யாரா இருந்தாலும் காட்டுவாங்க’ என்று சொல்லிவிட்டு புறப்பட்டுச் சென்றார்.

சிறிது நேரத்துக்குப் பிறகு ‘அவருகிட்ட பேசும்போது கவனமா மரியாதையோடு பேசணும், புரியுதா? நம்ம சின்ன தாத்தா பெரிய தாத்தாகிட்ட பேசறமாதிரி சாதாரணமா பேசக்கூடாது’ என்று என்னை எச்சரிப்பதுபோலச் சொன்னார் அப்பா.

அவர் அப்படி சொல்வதற்கான காரணம் எதுவும் புரியாவிட்டாலும் சரி என்பதுபோல தலையை அசைத்தேன். ‘அவரு காந்தி காலத்து காங்கிரஸ் ஆளு. சுதந்திரப் போராட்டத்துல கலந்துகிட்டு ஜெயிலுக்குலாம் போய் வந்தவர். பெரிய தியாகி. அரசியல்லயே இருந்திருந்தா இந்நேரத்துக்கு பெரிய மந்திரியா கூட வந்திருக்கலாம். ஆனா அதையெல்லாம் ஒதுக்கி வச்சிட்டு சமூக சேவை அது இதுன்னு வேற வழியில எறங்கி போயிட்டாரு’ என்றார் அப்பா.

அக்கணத்தில், சுதந்திரப்போராட்டத்தில் கலந்துகொண்டு சிறைவாசம் அனுபவித்தவர்களைப்பற்றி வகுப்பில் சுப்பையா சார் சொன்ன பல செய்திகள் நினைவில் எழுந்தன. மாடுகளுக்குப் பதிலாக அவர்கள் செக்கிழுத்தார்கள். கல் உடைத்தார்கள். கால்களில் சங்கிலி பூட்டப்பட்டு இருட்டறையில் கிடந்தார்கள். புழு பூச்சிகள் மிதக்கும் அழுக்குக்கஞ்சியைக் குடித்தார்கள். சொந்த வீட்டில் அம்மா, அப்பா, மனைவி, குழந்தை மரணமடைந்த சமயத்தில் கூட பார்க்கமுடியாதபடி சிறைபட்டு காலம் கழித்தார்கள்.

சுப்பையா சார் சொல்லிச்சொல்லி நெஞ்சில் அழுத்தமாகப் பதிந்த அவர்களுடைய தியாகக்கதைகளை நினைத்துக்கொண்டேன். தியாகிகளின் வரிசையில் வளவனூரைச் சேர்ந்தவர்களும் இருக்கிறார்கள் என்னும் செய்தி எனக்குள் ஒருவித கிளர்ச்சியை ஊட்டியது.

'யாரும் வெளிநாட்டுத்துணி வாங்காதீங்க. கதர்த்துணியை வாங்குங்கன்னு காந்தித்தாத்தா சொன்ன காலத்துலேயே கதர் போட ஆரம்பிச்சவர் அவர். இதோ இன்னைய தேதி வரைக்கும் கதரைத் தவிர வேற எதையுமே அவர் போட்டதில்லை. கதர்த்துணிகளை மூட்டையா தலையில சுமந்துபோய் ஊரெல்லாம் சுத்தி கதருக்காக பிரசாரம் பண்ணி வித்திருக்காரு. விழுப்புரத்துக்குப் போய் வெளிநாட்டுத்துணி விக்கிற கடைகள் முன்னால நின்னு போராட்டம் செஞ்சிருக்காரு. போலீஸ்காரங்க அவரைப் புடிச்சி ஜெயில்ல வச்சிட்டாங்க. ஒரு வருஷம் கழிச்சித்தான் வெளியே வந்தாரு.'

அப்பா சொன்னதையெல்லாம் மௌனமாகக் கேட்டுக்கொண்டேன். அந்தப் பெரியவரைச் சந்தித்து அவர் வழியாக எல்லாவற்றையும் தெரிந்துகொள்ளவேண்டும் என்று ஆவல் பிறந்தது.

'உன்ன பயமுறுத்தறதுக்காக சொல்றேன்னு நினைச்சிக்காத. இந்த ஊருல ரொம்ப முக்கியமான ஆளு அவரு. அவரோடு எப்ப பேசினாலும் மரியாதை குடுத்து பேசணுங்கறதுக்காக சொல்றேன். புரியுதா?'

'சரிப்பா' என்று தலையசைத்துக்கொண்டே சொல்லிவிட்டு கைவேலையைத் தொடர்ந்தேன்.

மாலையில் வீட்டுக்குத் திரும்பியதும் அம்மாவிடம் துரைசாமி ஐயாவைப்பற்றியும் அவருக்கு முன்னால் நான் பாரதியார் பாட்டைப் பாடிக் காட்டியது பற்றியும் ஆர்வத்தோடு பகிர்ந்து கொண்டேன்.

'அவருக்கு அந்தப் பாட்டு ரொம்ப ரொம்ப புடிச்சிடுச்சிம்மா. அவரு பாரதியாருக்காக ஒரு கூட்டம் நடத்தப் போறாராம். அந்தக் கூட்டத்துல என்னையும் ஒரு பாட்டு பாடணும்னு சொல்லியிருக்காரு. ஒரு தரம் உனக்கும் அந்தப் பாட்டை பாடிக் காட்டட்டுமா?'

'சரி பாடு, கேப்போம்.'

அம்மாவின் சம்மதம் கிடைத்ததுமே நான் தொண்டையைச் செருமிக்கொண்டு பாருக்குள்ளே நல்ல நாடு பாட்டைப் பாடத் தொடங்கினேன். முழு பாட்டையும் அம்மா பொறுமையோடு கேட்டது மகிழ்ச்சியாக இருந்தது.

பிறகு அந்தப் பெரியவரைப்பற்றித் தெரிவிக்கவேண்டும் என்கிற எண்ணத்தில் 'அவரு பெரிய சுதந்திரப்போராட்ட தியாகியாம். அப்பா சொன்னாரு' என்று ஆர்வத்தோடு தொடங்கினேன். அடுத்து வேறு ஏதோ ஒரு செய்தியைச் சொல்வதற்குள் அம்மா எழுந்துவிட்டார்.

'சரி சரி போதும், அதோட மூட்டையக் கட்டு. மிச்சத்த ராத்திரி பேசிக்கலாம். வெளக்கு வைக்கிற நேரமாய்டுச்சி. வேகமா போய் நாலஞ்சி குடம் தண்ணி எடுத்தாந்து தொட்டியை நிரப்பி வை. கடையிலேர்ந்து வந்ததும் குளிக்கறதுக்கு தண்ணி இல்லைன்னா உங்கப்பா சத்தம் போடுவாரு.'

அதற்குப் பிறகு பேச்சைத் தொடர முடியவில்லை. குடத்தைத் தூக்கிக்கொண்டு குழாயடிக்குச் சென்றுவிட்டேன். தொட்டியை நிரப்பிவிட்டு கைகால் கழுவிக்கொண்டு வீட்டுக்குள் வருவதற்குள் இருட்டிவிட்டது. விளக்குகளுக்கு மண்ணெண்ணெயை ஊற்றி, சிம்னிகளைத் துடைத்து, வாசலில் ஒன்று, மாடத்தில் ஒன்று, கூடத்தில் ஒன்று என ஏற்றி வைத்துவிட்டு உட்கார்ந்தேன். தம்பிகளுடனும் தங்கைகளுடனும் பேச்சு, பாட்டு என்று எப்படியோ பொழுது ஓடிவிட்டது.

அடுத்தநாள் காலையில் விளையாடுவதற்காக ஸ்டேஷன் திடலுக்குச் சென்றேன். எனக்கு முன்னால் குமரவேலும் பழனியும் சுந்தரமும் வந்திருந்தனர். சிறிது நேரத்துக்குப் பிறகு சுப்பிரமணி, மனோகரன், சந்திரசேகர் மூன்று பேரும் ஒன்றாக வந்து சேர்ந்தனர். அவர்களிடம்தான் கால்பந்து இருந்தது. உடனே பந்தை உதைத்து விளையாடத் தொடங்கிவிட்டோம்.

எவ்வளவு நேரம் விளையாடினோம் என்பதே தெரியவில்லை. நாங்கள் அணிந்திருந்த சட்டை வேர்வையில் நனைந்து உடலோடு ஒட்டிக்கொண்டது. தொடர்ச்சியாக ஓடி ஓடி விளையாடியதில் சற்றே களைப்பாக இருந்தது. அதனால் சிறிது நேரம் ஓய்வெடுப்பதற்காக புங்கமரத்தடியில் வட்டமாக உட்கார்ந்தோம். 'குற்றால அருவியிலே குளித்ததுபோல் இருக்குதா' என்று ஒரு பாடல் வரியை முணுமுணுத்தபடி மனோகரன் எனக்குப் பக்கத்தில் வந்து உட்கார்ந்தான்.

அந்தப் பாட்டைக் கேட்டதும் எனக்கு பாரதியார் பாட்டு நினைவுக்கு வந்துவிட்டது. துரைசாமி ஐயா ஏற்பாடு செய்யப் போவதாகச் சொன்ன பாரதியார் நினைவு நிகழ்ச்சியும் அதைத் தொடர்ந்து நினைவுக்கு வந்துவிட்டது. உடனே அப்பாவின் கடையில் அவர் சட்டை தைப்பதற்காக துணிகொடுக்க வந்தபோது

சந்தித்ததில் தொடங்கி, அவர் நிகழ்த்தவிருக்கும் ஐம்பதாவது நினைவுநாள் நிகழ்ச்சி வரைக்கும் எல்லாச் செய்திகளையும் சொன்னேன்.

பாட்டு என்றதுமே அனைவருமே உற்சாகத்துடன் எழுந்து விட்டனர். 'வாடா, இப்பவே போய் அவரைப் பார்த்துட்டு வரலாம்' என்றனர்.

'இப்பவேவா? ஏதாவது பாட்டு பாடிக் காட்டுன்னு சொன்னா, என்னடா செய்யறது?'

'தெரிஞ்ச வரைக்கும் ஏதாவது ஒரு பாட்ட பாடுவோம். அதுக்கப்புறம் கத்துகிட்டு வந்து முழுசா பாடிட்டா போவுது.'

'சரி வாங்க.'

பந்தைத் தூக்கிக்கொண்டு எல்லோரும் கூட்டமாக ஸ்டேஷன் திடலிலிருந்து புறப்பட்டோம்.

'அச்சம் என்பது மடமையடான்னு ஒரு பாட்டு உண்டு, தெரியுமா உனக்கு? அடிக்கடி நம்ம சீனு கூட பாடிகிட்டே இருப்பானே. அது பாரதியார் பாட்டுதான?' என்று சந்தேகத்தோடு கேட்டான் சுப்பிரமணி.

'உன் தலையை இப்ப ரெண்டா உடைக்கப் போறேன்' என்று பல்லைக் கடித்துக்கொண்டு அடிக்க வருவதுபோல சிரித்தான் மனோகரன். 'அது கண்ணதாசன் பாட்டுடா மடையா. கண்ணதாசன் பாட்டுக்கும் பாரதியார் பாட்டுக்கும் வித்தியாசம் தெரியலையா உனக்கு?'

'பாரதியார் பாட்டுல கூட அச்சம் அச்சம்னு ஏதோ ஒரு பாட்டுல வருமே, அதுக்காக கேட்டேன்.'

'அது அச்சமில்லை அச்சமில்லை. அச்சமென்பது இல்லையே பாட்டு. அதையும் இதையும் போட்டு குழப்பிக்காதடா.'

'ஓ. சரி சரி. இப்ப ஞாபகத்துக்கு வந்துட்டுது. நான் அந்தப் பாட்டைத்தான் பாடப் போறேன்.'

'ஆரம்பமே குழப்பமா இருக்குது உனக்கு. நீ எப்படிடா பாடுவ?'

'எல்லாம் பாடுவேன்டா. பார்த்துட்டே இரு. பேருலதான் ஒரு குழப்பம். பாட்டுல எந்தக் குழப்பமும் இல்லை.'

சுப்பிரமணியின் துணிச்சலான பேச்சைக் கேட்டபோது மிரட்சியாக இருந்தது. 'சும்மா எனக்காக ஒரு நாலு வரி சொல்லு பார்ப்போம்' என்று வேண்டுமென்றே சீண்டுவதுபோலக் கேட்டான் சுந்தரம்.

சுப்பிரமணி அவன் சொற்களை ஒரு பொருட்டாகவே எடுத்துக் கொள்ளவில்லை. உடனடியாக ஏற்ற இறக்கத்துடன் அந்தப் பாடலின் வரிகளைச் சொன்னான். ஏதோ பட்டாளத்துக்காரர்கள் பூட்ஸ் கால்களால் சத்தமெழுப்பியபடி அருகில் எங்கோ நடப்பதுபோல இருந்தது. சொல்லி முடித்த பிறகு 'எப்படி?' என்று சுந்தரத்தைப் பார்த்து புருவத்தை உயர்த்திக் கேட்டான் சுப்பிரமணி. 'அருமை, அருமை' என்று புன்னகைத்துப் பாராட்டினான் சுந்தரம். நாங்களும் அவனைப் பாராட்டினோம்.

சிரிப்பும் பேச்சும் பாட்டுமாக நடந்ததில் துரைசாமி ஐயா வீட்டுக்கு வந்ததே தெரியவில்லை. வேப்பமரத்தின் நிழலில் ஒரு கட்டிலில் அமர்ந்து ஏதோ ஒரு புத்தகத்தைப் படித்துக்கொண்டிருந்தார் அவர். நாங்கள் வாசல் படலைத் திறக்கும் சத்தத்தைக் கேட்டு நிமிர்ந்து பார்த்து 'யார தேடறீங்க தம்பிங்களா?' என்று கேட்டார். நான் உடனே எல்லோருக்கும் முன்னால் சென்று 'வணக்கம் ஐயா. நான்தான் பலராமன் டைலர் பிள்ளை. நேத்து கடைக்கு வந்தீங்களே' என்று நினைவுபடுத்தினேன்.

'ஓ. நீயா? தெரியுது. தெரியுது. பாருக்குள்ளே நல்ல நாடு பாடுன ஆள்தான நீ?' என்று சொல்லிக்கொண்டே 'இப்படியே உக்காருங்க தம்பிங்களா?' என்று கட்டிலைச் சுற்றியிருந்த இடத்தைக் காட்டினார். ஒவ்வொருவரும் தயக்கத்துடன் விளிம்பை ஒட்டி உட்கார்ந்தனர். 'நகர்ந்து வந்து தாராளமாவே உக்காருங்கப்பா. இதுல இடம் பத்தலைன்னா, அதோ இன்னொரு கட்டில் சுவத்தோரமா போட்டிருக்குது பாருங்க. அதை எடுத்து வந்து போட்டு உக்காருங்க' என்றார் ஐயா.

சந்திரசேகரும் சுந்தரமும் சுவரையொட்டி சாய்ந்திருந்த கட்டிலைத் தூக்கிக்கொண்டு வந்து போட்டனர். நாங்கள் எல்லோரும் அவரைப் பார்த்தபடி அதில் உட்கார்ந்தோம்.

நான் ஒவ்வொருவராக பெயர் சொல்லி ஐயாவிடம் அறிமுகப் படுத்தினேன். 'நாங்க எல்லாருமே ஒரே க்ளாஸ்ல படிக்கிறவங்க ஐயா. எல்லாருமே ஓரளவு பாட்டு பாடக்கூடிய ஆளுங்கதான். இவுங்களயும் நீங்க சொன்ன நிகழ்ச்சியில சேர்த்துக்கலாம்' என்றேன்.

ஐயா ஒவ்வொருவராக மீண்டும் உற்றுப் பார்த்தார். 'பாரதியார் பாட்டுதான் பாடணும். வேற எதுவும் பாடக்கூடாது. சரியா?' என்று மென்மையாகச் சொன்னார் ஐயா. 'எல்லாத்தயும் அவன் ஏற்கனவே சொல்லிட்டான் சார்' என்று என்னைக் காட்டிச் சொன்னான் மனோகரன்.

‘அப்படியா? அந்த அளவுக்கு தயாரா இருக்கீங்களா? சரி, ஆளுக்கொரு பாட்ட பாடுங்க, கேட்போம். அதுக்கப்புறம் முடிவு செய்யலாம்’ என்று சொல்லிக்கொண்டே குத்துமதிப்பாக சுப்பிரமணியின் பக்கம் விரலை நீட்டினார் ஐயா. சுப்பிரமணி உடனே எழுந்து நின்று ‘அச்சமில்லை அச்சமில்லை அச்சமென்ப தில்லையே’ என்று உணர்ச்சிவேகத்துடன் பாடத் தொடங்கினான். ஐயா அவனுடைய உறுதியான தடித்த குரலைக் கேட்டு அப்படியே உருகிவிட்டார். ஒரு கணம் கூட கண்ணிமைக்காமல் அவனையே பார்த்துக்கொண்டிருந்தார். எட்டு வரிதான் பாடினான். ஆனால் ஒரு பிசிறு கூட இல்லாமல் பாடி முடித்தான். ஐயா அவனை அருகில் அழைத்து தோளில் தட்டிக் கொடுத்தார்.

‘எங்கடா கத்துகிட்ட? ரொம்ப அழகா பாடறியே.’

‘சினிமாப்பாட்டு மாதிரி நானே சொந்தமா பாடிப்பாடி கத்துகிட்டேன் ஐயா. இன்னும் எட்டு வரி இருக்குது. சீக்கிரமா மனப்பாடம் செஞ்சிடுவேன்.’

மன்னிப்பை யாசிக்கும் தொனியில் தெரிவித்தான் சுப்பிரமணி. அதை ஏற்றுக்கொள்வதற்கு அடையாளமாக தலையசைத்தபடி கண்களை மூடித் திறந்து புன்னகைத்தார் ஐயா.

‘அப்புறம், அடுத்ததா யாரு பாடப் போறீங்க?’ என்றார் ஐயா. மனோகரன் கையை உயர்த்திவிட்டு அடுத்த கணமே பாடுவதற்குத் தயாரானான். அவன் என்ன பாட்டு பாடப் போகிறான் என்பதைத் தெரிந்துகொள்ள நான் ஆவலோடு அவன் முகத்தையே பார்த்துக்கொண்டிருந்தேன். அவன் சில கணங்களுக்குப் பிறகு சிந்து நதியின் மிசை நிலவினிலே என்று பாடத் தொடங்கினான்.

அவன் பாடி முடித்ததும் ஐயா கைதட்டி அவனைப் பாராட்டினார். ‘எல்லாப் பாடகர்களும் ஒரே கூட்டணியா இருக்கீங்க போல. எல்லாரும் சேர்ந்து என் வேலையை குறைச்சிட்டீங்க’ என்றார். பிறகு ‘அடுத்து நீ பாடறியா தம்பி?’ என்று அவராகவே பழனியின் பக்கம் பார்த்தார். அவன் ஒருமுறை அனைவரையும் பார்த்துவிட்டு தொண்டையைச் செருமியபடி வந்தே மாதரம் என்போம் என்று பாடத் தொடங்கினான். ஒரு பறவை கிளையிலிருந்து எம்பி வானத்தில் வட்டமிட்டுப் பறப்பதைப்போல அவன் அழகாகத் தொடங்கிப் பாடினான். இறுதியில் முப்பது கோடியும் வாழ்வோம் வீழில் முப்பது கோடி முழுமையும் வீழ்வோம் என்று அழுத்தம் கொடுத்துப் பாடிவிட்டு முடித்தான். தன் மகிழ்ச்சியைத் தெரிவிப்பதைப்போல தன் இரு கைகளையும் இணைத்து மார்பின் மீது வைத்து அழுத்தியபடி கண்களை மூடித் திறந்தார் ஐயா.

அவர் பார்வை அடுத்தபடியாக குமரவேல் பக்கமாகத் திரும்பியது. அவன் பாரத சமுதாயம் வாழ்கவே என்று பாதிப் பாடல் மட்டும் பாடினான். அவன் முடிப்பதற்காகக் காத்திருந்த சுந்தரம் 'எந்தையும் தாயும் மகிழ்ந்து குலாவி இருந்ததும் இந்நாடே' பாட்டில் இரு பத்திகளை மட்டும் பாடினான். இறுதியாக சந்திரசேகரும் 'மன்னும் இமயமலை எங்கள் மலையே' பாட்டில் இரண்டு பத்திகளை மட்டும் பாடிவிட்டு புன்னகையோடு நிறுத்திவிட்டான்.

'உங்க எல்லாருக்குமே நல்ல குரல்வளம் இருக்குது. உங்கள பார்க்கும்போது ஆறேழு பாரதியாருங்க ஒன்னா சேர்ந்து வந்து நிக்கிறமாதிரி இருக்குது. பாரதியார் உயிரோடு இருந்து பார்த்திருந்தா, உங்களையெல்லாம் தூக்கி தோள்ல வச்சிட்டு ஆடியிருப்பாரு.'

அளவற்ற ஆனந்தத்தின் காரணமாக, அவருடைய விழிகளின் ஓரத்தில் கண்ணீர்த்துளிகள் தேங்கி நின்றன. மடியில் இருந்த துண்டை எடுத்து அதைத் துடைத்தபடி புன்னகைத்தார் ஐயா.

'நாளைக்கு ஸ்கூலுக்குப் போய் விஷயத்தைச் சொன்னா, இன்னும் நிறைய பையன்ங்கள கண்டுபிடிச்சிடலாம் ஐயா.'

'வரட்டும் வரட்டும். எல்லாரையும் சந்தோஷமா சேர்த்துக்கலாம். நானும் ஸ்கூலுக்கு வந்து உங்க தலைமையாசிரியர நேருல பார்த்து தகவலை சொல்றேன்.'

நாங்கள் விடைபெறுவதற்காக கட்டிலை விட்டு எழுந்தோம். உடனே ஐயா 'இருங்கடா இருங்க' என்று மெதுவாக கையை ஊன்றிக்கொண்டு கட்டிலை விட்டு எழுந்தார். 'பேச்சு, பாட்டுன்னு இருந்ததுல உங்களுக்கு ஏதாவது குடுக்கணும்ங்கறதே மறந்து போச்சி' என்றபடி வீட்டுக்குள் சென்றார். எங்களுக்கு அவரிடம் வெளிப்படையாக வேண்டாம் என்று சொல்லித் தடுக்கவும் தெரியவில்லை. அங்கிருந்து புறப்படவும் மனம் வரவில்லை. ஒருவரையொருவர் குறுகுறுப்பாக பார்த்தபடி கட்டிலிலேயே உட்கார்ந்திருந்தோம்.

சிறிது நேரத்துக்குப் பிறகு மரவள்ளிக்கிழங்குத் துண்டுகள் வைக்கப்பட்ட ஒரு பெரிய தட்டை எடுத்துக்கொண்டு வந்தார் ஐயா. கட்டில் நடுவே வைத்துவிட்டு 'சூடா இருக்குது. எடுத்துக்கங்கப்பா' என்றார். நாங்கள் தயக்கத்துடன் ஒருவரை யொருவர் பார்த்துக்கொண்டு நின்றிருந்தோம். 'அட. கூச்சப்படாதீங்கப்பா. உங்க வீடு மாதிரி நினைச்சிக்குங்க. எடுத்து சாப்பிடுங்க' என்றார். அதற்குப் பிறகு ஒவ்வொருவராக அந்தத்

துண்டுகளை எடுத்துச் சாப்பிட்டோம். சில நிமிடங்களுக்குப் பிறகு எலுமிச்சைச்சாறு நிரப்பப்பட்ட தம்ளர்களைக் கொண்ட தட்டுடன் பாட்டி வந்து நின்றார். கிழங்கு தின்று எலுமிச்சைச்சாறு குடித்த பிறகு, எங்களுக்கு வயிறே நிரம்பிவிட்டதுபோல இருந்தது.

'பாரதியார் பாட்டுல உங்களுக்கு எப்படி இந்த அளவுக்கு ஈடுபாடு வந்தது ஐயா?'

அவரைப் பார்த்ததிலிருந்து கேட்கலாமா வேண்டாமா என்று மனத்திலேயே உருட்டிக்கொண்டிருந்த கேள்வியை எப்படியோ தடுமாற்றத்துடன் கேட்டுவிட்டேன்.

'ஆ' என்று புன்னகையோடும் ஒருவித ஆச்சரியத்தோடும் அவர் என்னை ஒருமுறை பார்த்தார். 'அதுதான் பாரதியார் பாட்டுக்கு இருக்குற சக்தி. ஒரு தரம் கேட்டா போதும் அப்படியே காந்தம் மாதிரி இழுத்துக்கும். நான் பாரதியாரை நேருக்கு நேர் பார்த்த ஆள். அவர் பேசறதயும் பாடறதயும் இந்த ரெண்டு கண்ணால பார்த்திருக்கேன். நாயன்மார்கள், ஆழ்வார்கள் பத்தியெல்லாம் நீங்க உங்க பாடத்தில படிச்சிருப்பீங்க. அதேமாதிரி வாழ்க்கைமுழுக்க பாரதியார் பாடல்களை மட்டுமே பாடிப்பாடி, அதுக்காகவே தன் வாழ்க்கையை அர்ப்பணிச்சிகிட்ட ஆளுங்கள நான் பார்த்திருக்கேன். அதுதான் என் ஈடுபாட்டுக்குக் காரணம்.'

அவர் சொல்லச்சொல்ல விழிவிரிய சொல்லெழாத நிலையில் அவரையே பார்த்துக்கொண்டிருந்தேன். ரத்தமும் சதையுமாக பாரதியாரை நேரில் பார்த்த ஒருவருக்கு முன்னால் நாங்கள் அமர்ந்திருக்கிறோம் என்பதே எனக்கு பரவசமளிப்பதாக இருந்தது.

'எங்க பார்த்தீங்க அவரை?'

'எப்படி இருந்தாரு?'

'படத்துல இருக்கிறமாதிரி பெரிய மீசையோடு தலைப்பா சுத்திகிட்டு இருந்தாரா?'

ஆளாளுக்கு ஒரு கேள்வி கேட்டோம். அதைக் கேட்டதும் அவர் முகத்தில் ஒருவித ஒளி படர்வதைப் பார்த்தேன்.

'அந்தக் காலத்துல எங்க அத்தை மெட்ராஸ்ல திருவல்லிக்கேணியில இருந்தாங்க. அப்ப பாரதியாரும் அதே திருவல்லிக்கேணியிலதான் இருந்தாரு. அவரு இருந்தது பெருமாள் கோயில் தெரு. அத்தை வீடு அந்தத் தெருவிலேர்ந்து ரெண்டு தெரு தள்ளியிருந்தது. எனக்கு அப்ப உங்க வயசு இருக்கும். எங்க அத்தை வீட்டுக்குப் போகும்போதெல்லாம் அவர் வீட்டுப் பக்கமா போய் அவரு

இருக்காரான்னு பார்ப்பேன். சில சமயங்கள்ல அவர் திண்ணையில உக்கார்ந்து பாடிட்டிருப்பாரு. சில நேரங்கள்ல வீட்டுக்குள்ளேர்ந்து அவரு பாடற குரல் கேட்கும். அப்படியே தெருவோரமா கொஞ்ச நேரம் நின்னு கேட்டுட்டு ஓடி வந்துடுவேன்.'

அவர் உற்சாகத்துடன் பல சம்பவங்களை நினைவிலிருந்து எடுத்துச் சொல்லத் தொடங்கினார். ஒவ்வொன்றும் எங்களுக்கு ஒரு கதை மாதிரி இருந்தது.

'காந்தித்தாத்தாவை பார்த்திருக்கீங்களா?' என்று திடீரென ஒரு கேள்வியைக் கேட்டான் சந்திரசேகர்.

'ஓ. பார்த்திருக்கேனே. ரெண்டு தரம் பார்த்திருக்கேன்' என்று புன்னகையோடு இரண்டு விரலை உயர்த்தியபடி சொன்னார் ஐயா.

'ரெண்டு தரமா?' என்று வாயைப் பிளந்தான். 'நம்ம வளவனூருக்கு வந்திருந்தாரா?'

'இல்லை. இல்லை. இங்க வரலை. அத்தை வீட்டுக்கு போயிருந்த போது பாரதியாரைப் பார்த்தேன்னு சொன்னேனே. அந்த வாரத்துலயே கடற்கரையில ஒரு கூட்டம் நடந்தது. அதுல காந்தி பேசினாரு. அவரு இன்னும் தாத்தாவா ஆகாத சமயம். நடு வயசுல இருந்தாரு. அப்பதான் அவரை முதல்முறையா பார்த்தேன். அதுக்கப்புறம் ரெண்டுமூணு வருஷம் கழிச்சி கடலூருல மஞ்சக்குப்பத்துல ஒரு கூட்டம் நடந்தது. அதுல பேசறதுக்காக ஒரு தரம் வந்திருந்தாரு. அவரப் பார்க்கிறதுக்காக நானும் நாலஞ்சி பேருமா சேர்ந்து வளவனூருலேருந்து சைக்கிள் எடுத்துட்டு போய்வந்தோம். அது ரெண்டாவது முறை.

பாரதியார் கதை, காந்தித்தாத்தா கதை என்று எங்கள் பேச்சு நீண்டுகொண்டே போனது. முடிப்பதற்கு மனமில்லாமல் முடித்துக் கொண்டு எழுந்து ஒரு வழியாக விடைபெற்றுக்கொண்டு புறப்பட்டோம்.

மறுநாள் காலையில் பள்ளிக்கூடம் சென்றதுமே நாங்கள் பாரதியார் புராணத்தைத் தொடங்கிவிட்டோம். வழக்கமாக பள்ளியில் நடைபெறும் பாட்டுப்போட்டிகளில் பங்கேற்கும் எல்லா நண்பர்களிடமும் தகவலைப் பரப்பினோம். எல்லோரும் ஆவலோடு கேட்டுக்கொண்டனர். எல்லோருமே நினைவுநாள் நிகழ்ச்சிக்கு வந்து பாடுவதாக வாக்களித்தனர். புதிய மாணவர்களும் சேர்ந்துகொள்வதாகத் தெரிவித்தனர்.

தமிழாசிரியர் ராதாகிருஷ்ணன் வகுப்புக்கு வந்ததும் அவரிடம் எல்லாவற்றையும் சொல்லவேண்டும் போல இருந்தது. பாடம்

முடிவடைவதற்காகக் காத்திருந்து ஐயாவைச் சந்தித்ததில் தொடங்கி உரையாடிய விவரங்கள் வரைக்கும் எல்லாவற்றையும் சுருக்கமாகத் தெரிவித்தேன்.

'உங்க அப்பாவும் அந்தக் காலத்துல பாடம் சொல்லிக்கொடுப்பாராமே. அவரைப்பத்தி ரொம்ப பெருமையா சொன்னாரு.'

புன்னகையோடு தலையசைத்தபடி நான் சொன்னதையெல்லாம் கேட்டுக்கொண்டார் ஐயா. 'அதெல்லாம் பழைய கதை' என்று ஒரு புன்னகையோடு நிறுத்திவிட்டார். பிறகு 'காலையில முதல் பீரியட் நடக்கிற சமயத்துல ஸ்கூலுக்கு வந்து ஹெட்மாஸ்டர பார்த்து பேசிட்டு போனாரு' என்று சொன்னார்.

'பாரதியார் நிகழ்ச்சி பத்தி சொன்னாரா?'

'ஆமாம். அதைப்பத்தித்தான் பேசிட்டு லெட்டர் குடுத்திட்டு போயிருக்காரு. இன்னைக்கு சாயங்காலமே நோட்டீஸ் போர்டுல செய்தி ஒட்டுவாங்கன்னு நெனைக்கறேன்.'

அன்று மாலை பள்ளியைவிட்டு புறப்படும்போது அறிவிப்புப் பலகையில் பாரதியார் ஐம்பதாம் ஆண்டு நினைவு நிகழ்ச்சி பற்றிய செய்தி இடம்பெற்றிருந்தது. நாங்கள் கூட்டமாக பலகை முன்னால் நின்று அச்செய்தியை வாய்விட்டுப் படித்தோம்.

நாங்கள் பரப்பிய செய்தியின் விளைவாக பாரதியார் பாடலைப் பாடிப் பயிற்சியெடுத்த ஆறு நண்பர்கள் இரண்டுநாள் கழித்து எங்களைச் சந்தித்தனர். ஆர்வத்தின் காரணமாக நாங்கள் அவர்களை ஐயா வீட்டுக்கு நேரிடையாக அழைத்துச் சென்றோம். அவர்கள் ஐயாவின் முன்னிலையில் பாடிக் காட்டினர். ஐயாவின் முகம் மகிழ்ச்சியில் மலர்ந்தது. 'ரொம்ப நல்லா இருக்குது. நிகழ்ச்சியில பாடும்போதும் இதேபோல நம்பிக்கையோடு தைரியமா பாடணும், புரியுதா?' என்று சொல்லிவிட்டு தட்டிக் கொடுத்தார் ஐயா. பாட்டி அன்று எல்லோருக்கும் கொய்யாப்பழங்களை துண்டுதுண்டாக நறுக்கிக்கொண்டு வந்து கொடுத்தார். பிறகு சூடாக ஏலக்காய் மணம் வீசும் தேநீர் கிடைத்தது. வளவனூரில் இருந்த எல்லாப் பள்ளிக்கூடங்களுக்கும் செய்தியைத் தெரிவித்து விட்டதாகச் சொன்னார் ஐயா.

'நிகழ்ச்சியை எங்க நடத்த முடிவு செஞ்சிருக்கீங்க ஐயா. அதைச் சொல்லவே இல்லையே' என்று கேட்டேன் நான்.

'நம்ம வீட்டு வாசல்தான் நிகழ்ச்சி நடக்கிற இடம்' என்று அமைதியான குரலில் பதில் சொன்னார் ஐயா.

'வீட்டுக்குள்ளயா?' நாங்கள் குழப்பத்துடன் அவரைப் பார்த்தோம். எங்களால் அந்த இடத்தை ஒரு நிகழ்ச்சிக்குப் பொருத்தமான இடமாகப் பார்க்க முடியவில்லை.

'வாசல்னு சொன்னதும் வீட்டுக்குள்ள பார்க்காதீங்க. அதோ அங்க நிக்குது பாரு அரசமரம். எப்படி மிடுக்கா நெஞ்சை நிமுத்திகிட்டு நிக்குது பாரு. பார்க்கிறதுக்கு அதுவே பாரதியார் மாதிரி தெரியுதில்ல. அந்த மரத்தடியில மேடை போட்டு நிகழ்ச்சியை வச்சிக்கலாம். தெருவுல ரெண்டு பக்கமும் பார்வையாளர் களுக்கான இடம். இதுக்கு மேல என்ன வேணும் சொல்லு?'

அரசமரத்தைத் திரும்பிப் பார்த்தேன். பார்க்கும்போதே அதுதான் நிகழ்ச்சிக்குப் பொருத்தமான இடம் என்று தோன்றிவிட்டது. 'நல்ல இடம்தான் ஐயா. அங்கயே வச்சிக்கலாம்' என்று சொன்ன பிறகு புறப்பட்டுவிட்டோம்.

கண்ணைமூடி கண்ணைத் திறப்பதற்குள் ஆகஸ்டு மாதம் ஓடி மறைந்துவிட செப்டம்பர் பிறந்துவிட்டது.

தாயின் மணிக்கொடி பாரீர், பாருக்குள்ளே நல்ல நாடு ஆகிய இரு பாடல்களுமே எனக்குப் பிடித்த பாடல்கள். இரண்டு பாடல்களிலும் எனக்கு நல்ல பயிற்சி இருந்தது. ஆனால் ஒரு பாட்டைத்தான் பாடவேண்டும் என்றால் எதைப் பாடுவது என்று தெரியாமல் குழம்பிக்கொண்டிருந்தேன். மனோகரனும் பழனியும் 'பாருக்குள்ளே நல்ல நாடு பாட்டயே பாடுடா. உன் குரலுக்கு அதுதான் நல்லா எடுப்பா இருக்கும்' என்று உறுதியோடு சொன்னார்கள்.

அம்மாவிடம் ஒரு வார்த்தை கேட்டுவிட்டு முடிவெடுக்கலாம் என்கிற எண்ணத்தில் ஒருநாள் இரவு அம்மாவிடம் இரு பாடல்களையும் பாடிக் காட்டினேன். அம்மா ஒரு கணம் யோசனைக்குப் பிறகு 'பாருக்குள்ளே நல்ல நாடு பாட்டையே பாடுடா' என்று சொல்லிவிட்டுச் சென்றார். அதற்குப் பிறகு எந்த இரண்டாவது யோசனைக்கும் இடமில்லாமல் அந்தப் பாட்டையே தினமும் பாடிப் பாடிப் பழகினேன்.

ஒரு ஞாயிறு மாலையில் நானும் நண்பர்களும் ஐயாவைப் பார்ப்பதற்காகச் சென்றோம். ஐயா கட்டிலில் உட்கார்ந்துகொண்டு மடிமீது ஒரு பலகையை வைத்துக்கொண்டு அழைப்பிதழ்களில் பெயர்களை எழுதிக்கொண்டிருந்தார். எங்களுடைய காலடி சத்தத்தைக் கேட்டு நிமிர்ந்து பார்த்து சிரித்தார். 'வாங்கடா, உள்ள வாங்க' என்றார். நாங்கள் உள்ளே சென்று அவரைச் சுற்றி

வட்டமாக நின்றுகொண்டோம். மனோகரன் ஒரு அழைப்பிதழை எடுத்துப் பிரித்து ஒவ்வொரு வரியாக வாய்விட்டுப் படித்தான். பாட்டி எல்லோருக்கும் பானகம் எடுத்துவந்து கொடுத்தார்.

திண்ணையில் ஒரு பெரிய அட்டைப்பெட்டி இறக்கி வைக்கப் பட்டதைப் பார்த்துவிட்டு 'அது என்ன ஐயா?' என்று கேட்டேன். 'அதுவா? நிகழ்ச்சியில பாடற எல்லாப் பிள்ளைகளுக்கும் ஒரு அன்பளிப்பு கொடுக்கலாம்னு திட்டம் போட்டிருக்கேன். அதுதான் மெட்ராஸ்லேர்ந்து இந்தப் பொட்டியில வந்திருக்குது' என்றார்.

'என்ன அன்பளிப்பு ஐயா?'

ஒவ்வொருவரும் மாற்றிமாற்றி ஆர்வத்துடன் கேட்டனர். ஐயா புன்னகைத்தபடி சொல்ல மறுத்துவிட்டார். 'அது ரகசியம். இப்ப சொன்னா சுவாரசியம் போயிடும். உங்க கைக்கு வரும்போதுதான் அது தெரியணும்' என்றார்.

'பொம்மையா ஐயா?'

'டிபன் பாக்ஸா?'

'சில்வர் தட்டு?'

ஏதேதோ வாய்க்கு வந்ததையெல்லாம் சொல்லி எல்லோரும் அவரை நோக்கி தூண்டில் போட்டனர். ஐயா எதற்கும் பிடி கொடுக்கவில்லை. ரகசியம், ரகசியம் என்று ஆட்காட்டி விரலை உயர்த்தி உதடுகள் மீது வைத்து புன்னகைப்பவராகவே இருந்தார். ஒரு கட்டத்துக்குப் பிறகு நாங்களும் அவரிடம் கேட்பதை நிறுத்திவிட்டோம்.

நாங்கள் ஆவலோடு எதிர்பார்த்த பதினொன்றாம் தேதி பிறந்துவிட்டது. பள்ளிக்கூடத்தில் எங்களுக்கு இருப்பு கொள்ளவே இல்லை. மாலைப்பொழுது எப்போது வரும் என்று காத்திருக்கத் தொடங்கினோம். பள்ளிக்கூடம் முடிந்ததும் ஓட்டமாக வீட்டுக்கு ஓடினோம். குளித்துவிட்டு உடைமாற்றிக்கொண்டு எல்லோரும் ஒன்றாகக் கிளம்பி ஐயாவின் வீட்டை நோக்கி நடந்தோம்.

அந்தத் தெருமுனையில் திரும்பும்போதே அரசமரமும் அதன் காலடியில் போடப்பட்டிருந்த மேடையும் தெரிந்துவிட்டன. தெருவின் இரு மருங்கிலும் பெஞ்சுகளும் நாற்காலிகளும் நிறைந்திருந்தன. ஒலிபெருக்கியில் ஆடுவோமே பள்ளு பாடுவோமே பாடிக்கொண்டிருந்தது. நாங்கள் ஐயாவைச் சந்தித்து வணக்கம் சொல்லிவிட்டு முன்வரிசையில் ஒரு பெஞ்ச்சில் உட்கார்ந்தோம். சிறிது நேரத்தில் நான்கு பள்ளிகளிலிருந்தும்

மாணவர்களும் மாணவிகளும் வந்து நிறைந்துவிட்டனர். சில பிள்ளைகள் பாரதியார் போலவே தலைப்பாகை கட்டி மீசை வைத்து ஒப்பனை செய்துகொண்டு வந்திருந்தனர்.

குறித்த நேரத்தில் ஐயா நிகழ்ச்சியைத் தொடங்கிவிட்டார். 'ஓம் சக்தி ஓம் சக்தி ஓம் பராசக்தி ஓம் சக்தி ஓம் சக்தி ஓம்' என்னும் பாரதியார் பாடலையே இறைவணக்கப்பாடலாக அவரே பாடினார். அவர் குரலுக்கும் அவர் வயதுக்கும் தொடர்பே இல்லை என்று தோன்றியது. முறுக்கேறிய அவர் குரலைக் கேட்டபோது ஆச்சரியமாக இருந்தது. விழுப்புரத்திலிருந்தும் கண்டமங்கலத்தி லிருந்தும் வந்திருந்த சில பெரியவர்கள் சிற்றுரை நிகழ்த்தினர். ராதாகிருஷ்ணன் ஐயா எழுந்து பாரதியாரின் வாழ்க்கையில் நடைபெற்ற சில நிகழ்ச்சிகளை சுவைபட விரித்துரைத்தார்.

அதற்குப் பிறகு அனைவரும் ஆவலோடு எதிர்பார்த்த பாரதியார் பாடல்கள் நிகழ்ச்சி அரங்கேறத் தொடங்கியது. ஒவ்வொருவராக மேடையேறி பாடலைப் பாடினர். பாடி முடித்ததும் மேடையிலேயே பரிசு வழங்கப்பட்டது. அன்று அவர் வீட்டில் நாங்கள் பார்த்த பெரிய அட்டைப்பெட்டி மேடை ஓரத்தில் இருந்தது. அங்கிருந்துதான் பரிசு கொண்டுவந்து கொடுக்கப் பட்டது. முன்னும் பின்னும் பாரதியாரின் படம் அச்சிடப்பட்ட பாரதியாரின் பாடல்தொகுதிதான் அந்தப் பரிசு.

ஊராட்சி ஒன்றியப்பள்ளி, கோவிந்தையர் பள்ளி, பெண்கள் உயர்நிலைப்பள்ளியைச் சேர்ந்த பிள்ளைகள் பாடிச் சென்ற பிறகு ஆண்கள் உயர்நிலைப்பள்ளியைச் சேர்ந்தவர்கள் அழைக்கப் பட்டார்கள். அந்த வரிசையில் நாங்கள் ஒவ்வொருவராகச் சென்று பாடிவிட்டு இறங்கினோம். எங்கள் பாட்டுக்கு எழுந்த கைத்தட்டல்களும் பாராட்டுகளும் எங்கள் மனத்தை மயக்கின. எங்கிருந்தோ பாரதியார் எங்களைப் பார்த்து புன்னகைப்பதுபோல இருந்தது.

எங்களுக்கு வழங்கப்பட்ட பாரதியார் பாடல் புத்தகத்தை நொடிக்கொரு முறை ஆசையோடு புரட்டிப்புரட்டிப் பார்த்தோம். ஐயா குறித்த ஐம்பது பாடல்கள் என்னும் கணக்கு தாண்டிவிட்டது. ஏறத்தாழ எழுபது பேருக்கும் மேல் பாடினார்கள். நிகழ்ச்சி முடிந்த பிறகு வீட்டுக்குத் திரும்பும் வழியில் அதைப்பற்றித்தான் பேசிக்கொண்டு நடந்தோம்.

அந்தத் தெருவைக் கடப்பதற்கு முன்பாக ஒருமுறை திரும்பி நிகழ்ச்சி நடைபெற்ற இடத்தைப் பார்த்தேன். இலையடர்ந்த

அரசமரம் சிறிது வெளிச்சமும் இருட்டும் மண்டிய பின்னணியில் தலைப்பாகை கட்டிய பாரதியாரின் முகம்போலத் தோற்ற மளித்தது. அப்படி ஒரு தோற்றத்தை உணர்ந்த கணத்தில் உடல் சிலிர்த்தது. 'என்னடா அங்க பார்க்கிற?' என்று கேட்டான் சுந்தரம். நான் கண்ட காட்சிமயக்கத்தைச் சொல்வதற்கு நாக்குநுனி வரைக்கும் திரண்டுவந்த சொல்லை அப்படியே விழுங்கிவிட்டேன். 'ஒன்னுமில்லை. சும்மா பார்த்தேன்' என்று புன்னகைத்தபடி எல்லோரோடும் சேர்ந்து நடக்கத் தொடங்கினேன்.

19. விடுதலை

காலையில் பத்து மணிக்குத் தொடங்கும் எங்கள் பள்ளிக்கூடம் மாலை நான்கரை மணிக்கு முடிவடையும். அதன் அடையாளமாக தலைமையாசிரியர் அறையின் வாசலையொட்டி இருக்கும் தூணுக்கு மேலே கட்டித் தொங்க விடப்பட்டிருக்கும் தண்டவாளத்துண்டில் கம்பங்கதிர் மாதிரி நீண்டிருக்கும் இன்னொரு இரும்புக்குச்சியால் அடித்து எழுப்பப்படும் நீண்ட 'டண்டண்டண்' மணியோசை எழுந்து வரும். அதைப்போன்ற இனிமை மிகுந்த ஓசை இந்த உலகத்திலேயே இல்லை என்ற எண்ணம் தோன்றாத நாளே இல்லை.

ஆசிரியர் வெளியேறும்வரை காத்திருந்து பைகளைத் தூக்கிக்கொண்டு பெரும்பாலான மாணவர்கள் பள்ளியின் முன்வாசலை நோக்கி ஓடுவார்கள். ஆறேழு பேரைக் கொண்ட எங்கள் குழு மட்டும் புத்தகப்பைகளோடு பள்ளிக்குப் பின்னால் இருக்கக்கூடிய புளியந்தோப்புக்குச் செல்வோம்.

எங்களைப்போலவே 'ஏ' பிரிவிருந்தும் 'சி' பிரிவிலிருந்தும் கிளம்பி வரும் நண்பர் குழுக்கள் தோப்புக்கு வந்துவிடும். எட்டாம் வகுப்பு வரைக்கும் நாங்கள் எல்லோரும் ஒரே

பிரிவில்தான் படித்துவந்தோம். ஒன்பதாவது வகுப்புக்கு வந்ததும் யாரோ ஒருவர் செய்த சதியின் காரணமாக வெவ்வேறு பிரிவுகளுக்கு நாங்கள் பிரிந்து சிதறிவிட்டோம்.

எங்கள் பள்ளியை ஒட்டியிருந்த புளியந்தோப்பு, பள்ளிக்குப் பின்னால் இருக்கும் கால்பந்தாட்ட மைதானத்தைப்போலவே நீளமும் அகலமும் கொண்டது. ஆனால் அது எங்கள் பள்ளிக்குச் சொந்தமானதல்ல. மடத்தார் வீடு என்று பொதுவாக அழைக்கப்படும் குடும்பத்துக்குச் சொந்தமானது. குறைந்தது நூறு மரங்களைக் கொண்ட மாபெரும் தோப்பு அது.

எப்போதும் குளுகுளுவென நிழல் படர்ந்திருக்கும் அந்த இடம் இடைவேளை நேரங்களில் விற்பனைக்கூடமாக இருக்கும். சைக்கிளில் ஐஸ் பெட்டியைக் கட்டிக்கொண்டு வரும் அண்ணன்மார்களும் கூடைகளில் அவித்த கிழங்குகளும் வறுத்த வேர்க்கடலையையும் பழவகைகளையும் எடுத்துவரும் ஆயாமார்களும் சினிமா பாட்டுப்புத்தகங்களை வாய் அகலமான ஒரு பையில் கட்டுகட்டாக எடுத்துவந்து ஒரு சமுக்காளத்தை விரித்து வைத்து விற்கும் பெரியவர்களும் வந்து நிறைந்திருப்பார் கள். ஒரே கோலாகலமாக இருக்கும். ஆனால் மாலைப்பிரிவின் இடைவேளை நேரம் முடிவடைந்ததும் அவர்கள் அனைவரும் புறப்பட்டுச் சென்றுவிடுவார்கள். சாயங்காலம் பள்ளிக்கூடம் விட்ட பிறகு அந்த இடம் அழகான விளையாட்டு மைதானமாக மாறிவிடும். எங்களைப்போலவே பல குழுக்கள் தனித்தனியாக அணி பிரிந்து சடுகுடு விளையாடுவார்கள். கால்பந்து, கூடைப்பந்து என விளையாடுபவர்களும் உண்டு.

ஏறத்தாழ ஒரு மணி நேரம் எங்கள் ஆட்டம் நடக்கும். அதற்குப் பிறகு பைகளை எடுத்துக்கொண்டு நாங்கள் புறப்படுவோம். பெரும்பாலானவர்கள் முன்வாசல் வழியாகவே வெளியேறிச் சென்றுவிடுவார்கள். அவர்கள் எல்லோரும் ஊருக்குள் வெவ்வேறு வீதிகளில் வசிப்பவர்கள். பஞ்சாயத்து போர்டு தெரு, பிள்ளையார் கோவில் தெரு, திரெளபதை அம்மன் கோவில் தெரு ஆகிய தெருக்களைச் சேர்ந்த எங்கள் குழுவில் ஏழு பேர் இருந்தோம். வீடு வரைக்கும் கதை பேசிக்கொண்டே செல்லும் வசதிக்காக நாங்கள் எப்போதும் ஒன்றாகவே செல்வோம்.

புளியந்தோப்பு வழியாகவே சென்று பிரதான சாலையைத் தொடக்கூடிய ஓர் ஊடுபாதை இருந்தது. கைகால்களில் புழுதி படிந்த கோலத்தோடு நாங்கள் அந்த ஒற்றையடிப்பாதையில் பேசிக்கொண்டே நடந்துசெல்வோம்.

ஒருவன் சட்டென தாழ்வான ஒரு கிளையைப் பற்றிக்கொண்டு முன்னும் பின்னும் ஊஞ்சலாடுவான். இன்னொருவன் மேலே ஏறிக் குதிப்பான். மற்றொருவன் கண்ணில் தென்படும் புளியம்பழத்தைப் பறித்துக்கொண்டு சிரிப்பான். 'என்னப் பாருங்கடா டேய்' என்று சொல்லிக்கொண்டே தண்டவாளத்தின் மீது நடப்பது போலவே நீண்டிருக்கும் கிளைமீது ஏழுட்டு அடிகள் நடந்து காட்டிவிட்டு குதிப்பான் பிறிதொருவன்.

ஊடுபாதை முடியும் இடத்தில் தோப்பையொட்டி மடத்தார் குடும்பத்துக்குச் சொந்தமான ஒரு கோயில் இருந்தது. அதன் பெயர் நடராஜர் கோயில். உண்மையில் அந்த இடம் ஒரு நூற்றாண்டுக்கு முன்னால் நடராஜசுவாமி என்னும் துறவியொருவர் ஜீவசமாதி அடைந்த இடம். அவர் வழிவந்த குடும்பத்தினர் அந்தத் துறவியின்மீது கொண்ட பக்தியின் காரணமாக, அந்தச் சமாதியின் மீது சிவலிங்கத்தை நிறுவி கோவிலையும் எழுப்பி வழிபட்டனர். கூடத்தில் வலதுபக்கமாக ஒரு பெரிய மேடை இருந்தது. அதன்மீது நடராஜருக்கு ஒரு தனி சன்னதியை எழுப்பியிருந்தனர். மக்கள் வாய்வழக்கில் அது நடராஜர் கோவில் என்றே நிலைத்துவிட்டது.

உடலெல்லாம் பட்டைபட்டையாக திருநீறு பூசியிருக்கும் சாமியார் ஒருவர் அந்தக் கோவிலில் எல்லா வேலைகளையும் செய்வார். அவருடைய உண்மைப்பெயர் யாருக்குமே தெரியாது. 'நமசிவாயம்' என்று சொல்லாமல் அவரால் ஒரு வேலையையும் செய்யமுடியாது. அவருக்கு எல்லாமே நமசிவாயம்தான். கையை ஊன்றிக்கொண்டு உட்கார்ந்தால் நமசிவாயம் என்பார். தூணைப் பிடித்துக்கொண்டு எழுந்து நின்றால் நமசிவாயம் என்று சொல்வார். படிகளில் இறங்கும்போதும் நமசிவாயம். குடத்தில் தண்ணீரை நிரப்பிக்கொண்டு நடக்கும்போதும் நமசிவாயம். சிரிக்கும்போதும் நமசிவாயம். சிந்தனை வசப்பட்ட போதும் நமசிவாயம். ஒரு நாளைக்கு ஆயிரம் முறையாவது நமசிவாயம் என்று சொல்லிவிடுவார். அதனால் நமசிவாயம் சாமியார் என்னும் பெயர் தானாகவே அமைந்துவிட்டது. நாங்கள் மட்டும் அவரை தாத்தா என்றுதான் அழைத்துவந்தோம்.

ஒருநாள் நாங்கள் ஊடுபாதை வழியாக தோப்பைவிட்டு வெளியே வந்த சமயத்தில் தாத்தா பாடும் குரல் கேட்டது. 'பொன்னார் மேனியனே புலித்தோலை' என்று ராகம் போட்டு பாடிக்கொண்டிருந்தார். நாங்கள் முதலில் அந்தப் பாடலை ஏதோ சினிமாவில் இடம்பெற்ற பாடலாக இருக்கும் என நினைத்து விட்டோம். ஊன்றிக் கவனித்த பிறகு ராஜசேகர் நிச்சயமாக அது

சினிமாப்பாட்டு இல்லையென்றும் ஏதோ பக்திப்பாட்டு என்றும் தெளிவுபடுத்தினான்.

எங்கள் புத்தகப்பைகளை கோவில் வாசலிலேயே தூணோரமாக வைத்துவிட்டு, எங்கள் புழுதிக்கோலம் நீங்கும் வகையில் கைகால்முகம் கழுவிக்கொள்வதற்காக தண்ணீர்த்தொட்டிக்கு அருகில் சென்றோம்.

செவ்வக வடிவத்தில் உள்ள அத்தொட்டி மிகவும் புதுமையான வடிவத்தில் இருந்தது. நான்கு பக்கங்களிலும் சீரான இடைவெளியில் ஒரு மாம்பழத்தை வைத்து மூடும் அளவுக்கு சின்னச்சின்ன குழிகள் உருவாக்கப்பட்டிருந்தன. மழைக்காலத்தில் எல்லாக் குழிகளிலும் தண்ணீர் தாமாகவே மழைநீர் நிறைந்துவிடும். மழை இல்லாத நாட்களில் தாத்தாவே தினமும் காலையில் ஊற்றி நிரப்பிவைப்பார். அந்தத் தோப்பைச் சுற்றிப் பறந்து திரியும் குருவிகளுக்கும் புறாக்களுக்கும் காக்கைகளுக்கும் அதுதான் குடிநீர். பல சமயங்களில் நாய்களும் பூனைகளும் குடித்துவிட்டுச் செல்லும். அப்படி ஒரு தொட்டி எங்கள் ஊரில் வேறு எந்த இடத்திலும் கிடையாது.

ராஜசேகர் 'டேய், அங்க இருக்காருடா தாத்தா' என்று விரலால் ஒருபக்கம் சுட்டிக்காட்டினான். நாங்கள் உடனே அத்திசையில் திரும்பிப் பார்த்தோம். தாத்தா நந்தியாவட்டை மரத்தில் பூத்திருந்த பூக்களைப் பறித்து ஒரு சின்ன பிரம்புக்கூடையில் நிரப்பிக் கொண்டிருந்தார். அதைப் பார்த்த பிறகு பதற்றமில்லாமல் குறுநகையோடு முகம் கழுவத் தொடங்கினோம்.

'என்னடா பசங்களா, ஆடி முடிச்சிட்டீங்களா?'

'ம்...தாத்தா.'

நாங்களும் அவருக்கு உதவியாக நந்தியாவட்டை மலர்களைப் பறித்து கூடைக்குள் போட்டோம். 'நல்லா பூத்து மலர்ந்திருக்கிறத மட்டும் பறிங்கடா. மொக்குங்கள அப்படியே விட்டுடுங்க' என்றார் தாத்தா. 'சரிங்க தாத்தா' என்றபடி ஆளுக்கொரு கை நிறைய பறித்து அவருடைய கூடையில் நிரப்பினோம்.

தாத்தா கருவறைக்குள் சென்று சிவலிங்கத்தைச் சுற்றி பூக்களைக் கொஞ்சம்கொஞ்சமாக அள்ளி அழகாக அடுக்கினார். லிங்கத்தின் உச்சியில் காலையில் வைக்கப்பட்டிருந்த செம்பருத்திப்பூவை அகற்றிவிட்டு அந்த இடத்தில் மூன்று நந்தியாவட்டை பூக்களை வைத்தார். எஞ்சியதை எடுத்து வந்து நடராஜரின் பாதங்களைச் சுற்றி அடுக்கினார்.

‘நல்ல புத்தியைக் குடு நமசிவாயமேன்னு ஆழமா மனசுக்குள்ள நெனச்சிக்குங்கடா’ என்று சொல்லிக்கொண்டே மீண்டும் கருவறைக்குச் சென்று தட்டில் கற்பூரம் ஏற்றி ஆரத்தி எடுத்தார் தாத்தா. பிறகு கைகுவித்து வணங்கிய நிலையில் ‘தோடுடைய செவியன்’ என்று ராகமாக பாடத் தொடங்கினார். நாங்களும் மனமுருக வேண்டியபடி தட்டில் எரியும் சுடரையே பார்த்தபடி இருந்தோம். அந்தச் சுடருடன் தட்டை ஏந்தி வந்து எங்கள் முன்னால் ஒரு நிமிடம் நின்றார். நாங்கள் அச்சுடரைத் தொட்டு வணங்கினோம். பாட்டு தன் போக்கில் தொடர்ந்துகொண்டிருக்க தாத்தா தட்டுடன் கருவறைக்கு மீண்டும் சென்றார்.

சில கணங்களுக்குப் பிறகு தாத்தா திருநீறு நிறைந்த தட்டோடு வந்தார். ‘மந்திரமாவது நீறு வானவர் மேலது நீறு’ என்று புதியதொரு தாளக்கட்டு கொண்ட பாட்டைப் பாடிக்கொண்டே ஒவ்வொருவருக்கும் தன் பெருவிரலால் திருநீறு பூசிவிட்டார்.

அவர் பாடுவது எல்லாம் ஒரே பாட்டின் வெவ்வேறு பகுதிகளா அல்லது வெவ்வேறு பாடல்களா என்று எங்களுக்குத் தெரியவில்லை. ஏற்ற இறக்கங்களுடன் அவர் பாடும் விதமும் தாளக்கட்டும் நன்றாகவே இருந்தன. அவர் எந்தப் பாட்டைப் பாடினாலும் எங்களுக்கு அது ரசிப்பதற்குரியதாகவே இருந்தது.

எல்லோருக்கும் பூசியதை அடுத்து தம் மூன்று விரல்களும் திருநீறு மீது படிய நன்றாக அழுத்தி எடுத்து தன் நெற்றியிலும் பூசிக்கொண்டார் தாத்தா. பிறகு தன் கழுத்து, மார்பு தோள்கள் என எல்லா இடங்களிலும் அடுத்தடுத்து பூசிக்கொண்டார். ஏற்கனவே அந்த இடங்களிலெல்லாம் பூசைக்கோடுகள் இருந்தன. அந்தக் கோடுகள் மீதே இன்னொருமுறை பூசிக்கொண்டார்.

அப்போது முதல் பாட்டு முடிந்துவிட்டது. ‘வேதத்தில் உள்ளது நீறு வெந்துயர் தீர்ப்பது நீறு’ என உடனே இன்னொரு பாட்டைத் தொடங்கினார் தாத்தா. பாடிக்கொண்டே கருவறைக்குள் சென்று திருநீறு தட்டை வைத்துவிட்டு சிறிய கூடையொன்றை எடுத்துவந்தார். அதில் கொய்யாப்பழங்கள் இருந்தன.

‘என்னடா பசங்களா, நமசிவாயத்துகிட்ட நல்லா வேண்டிகிட்டீங்களா?’ என்று கேட்டபடி எங்களுக்குப் பக்கத்தில் வந்தார். எல்லோரும் ‘ம் தாத்தா’ என்று சத்தமாக பதில் சொன்னபடி தலையை அசைத்தோம்.

வரிசையில் நான்தான் முதலில் நின்றிருந்தேன். ‘என்ன வேணும்ன்னு வேண்டிகிட்ட நீ?’ என்று கேட்டபடி என்னிடம்

இரண்டு கொய்யாப்பழங்களைக் கொடுத்தார். நான் அவற்றைப் பெற்றுக்கொண்டபடி 'நல்ல படிப்பு வேணும்ன்னு வேண்டிகிட்டேன் ஐயா' என்றேன். 'நமசிவாயம்' என்று அடுத்து நின்றிருந்தவனிடம் சென்றார் தாத்தா.

எனக்குப் பக்கத்தில் ராஜசேகர் நின்றிருந்தான். அவன் தானாகவே முன்வந்து 'நல்லா படிச்சி நல்ல வேலைக்கு போகணும்ன்னு வேண்டிகிட்டேன் ஐயா' என்று புன்னகையோடு சொன்னான். 'நமசிவாயம்' என்றபடி அவனுக்கு இரு பழங்களை எடுத்துக் கொடுத்தார் தாத்தா.

மூன்றாவதாக நின்றிருந்தவன் 'எங்க அம்மா அப்பா தம்பி தங்கச்சிங்க பசியில்லாம வாழணும். அதுக்குத் தகுந்த மாதிரியான படிப்பும் வேலையும் வேணும்ன்னு வேண்டிகிட்டேன் ஐயா' என்றான். 'நமசிவாயம்' என்றபடி இரண்டு பழங்களை எடுத்து அவனுடைய கைகளில் வைத்தார் தாத்தா.

ஒவ்வொருவராக நின்றுநின்று அவர்கள் சொல்வதையெல்லாம் பொறுமையோடு கேட்டுவிட்டு கொய்யாப்பழங்களைக் கொடுத்தார் தாத்தா.

'வேண்டிக்கறதோடு நின்னுடக்கூடாதுடா. குறிக்கோளோடு பாடுபடணும். அப்பதான் நீங்க கேட்டது எல்லாத்தையும் அந்த நமசிவாயன் கொடுப்பான். புரியுதா?'

ஆசி வழங்குவதுபோல கையை உயர்த்திச் சொன்னபடி பழக்கூடையைக் கருவறைக்குள் வைத்துவிட்டுத் திரும்பினார் தாத்தா. பிறகு நமசிவாயம் என்று சொல்லிக்கொண்டே ஒரு தூணோரமாக சாய்ந்து உட்கார்ந்தார். அடுத்த நொடியே தன்னிச்சையாக கண்களை மூடி 'பூச இனியது நீறு புண்ணியமாவது நீறு' என்று தொடங்கிவிட்டார். அது முடிந்ததும் எங்கே இன்னொரு பாட்டைத் தொடங்கிவிடுவாரோ என நான் நினைத்தேன். ஆனால் அப்படி எதுவும் நிகழவில்லை. கண்களைத் திறந்து எங்களைப் பார்த்து புன்னகைத்தார்.

எங்கள் கைகளில் கொய்யாப்பழங்களைப் பார்த்துவிட்டு 'ஏன் இன்னும் சாப்பிடாம வச்சிருக்கீங்க? சாப்பிடுங்க' என்றார். 'நீங்க பாடிட்டே இருந்தீங்களா, அதனாலதான்....' என்று இழுத்தான் ராஜசேகர். 'ஐயோ, நான் ஒரு பித்துக்குளி. சித்தம்போக்கு சிவன் போக்குன்னு பாடிகினே இருந்துட்டன். சரி சரி, சாப்புடுங்க' என்றார் தாத்தா.

முதல் துண்டிலேயே கொய்யாப்பழத்தின் சுவை தெரிந்துவிட்டது. நாக்கு முழுக்க அதன் இனிமை பரவியது. 'பழம் ரொம்ப அருமையா இருக்கு தாத்தா? எங்க வாங்கினீங்க?' என்று கேட்டேன்.

'இல்லைப்பா இல்லை. வாங்கினதில்லை' என்று தலையசைத்தார் தாத்தா. 'கெங்கராம்பாளையத்துலேர்ந்து யாரோ ஒரு வண்டிக்காரரு வந்தாரு. அவுங்க தோட்டத்துல விளைஞ்சதுன்னு சொன்னாரு. வண்டி முழுக்க மூட்டைமூட்டையா வச்சிருந்தாரு. முதல் விளைச்சல், விக்கறதுக்கு எடுத்துட்டு போறோம்னு சொன்னாரு. பூசை செய்யச்சொல்லி திருநீறு வாங்கி பூசிகினு போனாரு. அவருதான் இந்தக் கூடையை குடுத்தாரு.'

'ரொம்ப ருசியா இருக்குது தாத்தா'

'அப்படியா?' என்றபடி எழுந்து சென்று கருவறைக்குள் இருந்த பழக்கூடையை எடுத்து வந்தார். 'இந்தாங்க. ஆளுக்கு இன்னொன்னு எடுத்துக்குங்க' என்று எங்கள் முன்னால் வைத்துவிட்டார்.

அவர் சொல்வதற்குக் காத்திருந்த மாதிரி எல்லோரும் வேகவேகமாக ஆளுக்கொரு பழத்தை எடுத்துவிட்டோம். கடைசியாக நான் எடுத்தபிறகு கூடையில் ஒரே ஒரு பழம்தான் எஞ்சியிருந்தது. திகைப்போடு சற்றே பின்வாங்கினேன். ஒருவேளை அவர் தன் இரவு உணவுக்காக எடுத்துவைத்திருந்த பழங்களோ என்ற எண்ணம் ஏற்பட்டது. குழப்பத்தில் 'தாத்தா.... உங்களுக்கு... ராத்திரி சாப்பாட்டுக்கு......' என்று முழுமையாகச் சொல்லத் தெரியாமல் தடுமாறினேன். 'அதைப் பத்தியெல்லாம் கவலைப்படாத. உங்களமாதிரி வரவங்களுக்கு குடுக்கறதுக்காகத்தான் வச்சிருந்தேன். நீ சாப்புடு ராஜா' என்றார் தாத்தா. அதற்குப் பிறகுதான் எனக்குத் தெம்பு வந்தது. பழத்தைக் கடித்துச் சாப்பிட்டேன்.

சாப்பிடும்போது தாத்தா எங்களுக்கு ஒரு கதை சொன்னார். கதை முடிந்ததும் நாங்கள் விடைபெற்றுக்கொண்டு புறப்பட்டோம்.

ஒவ்வொரு நாளும் இது எங்களுக்குப் பழகிவிட்டது. கொய்யாப்பழம், மாம்பழம், வாழைப்பழம், சுண்டல் என தினமும் எதையாவது பிரசாதமாகக் கொடுப்பார் தாத்தா. அவர் பாடும் பாடல்களைக் கேட்டுக்கொண்டே அதை வாங்கிச் சாப்பிட்டால் தான் அன்றைய பொழுது நிறைவுற்றதுபோல நினைக்கும் அளவுக்கு எங்கள் நெருக்கம் அமைந்துவிட்டது.

ஒருமுறை பிரசாதமெல்லாம் சாப்பிட்டபிறகு 'வாங்கடா, உங்களுக்கு ஒரு அதிசயத்தைக் காட்டப் போறேன்' என்று சொல்லிக்கொண்டே தாத்தா எங்களை கோவிலுக்குப் பின்னால்

அழைத்துச் சென்றார். நாங்களும் ஆர்வத்தோடு அவரைத் தொடர்ந்து நடந்துசென்றோம்.

ஒரு மரத்தடியில் கீற்றுகளை இழுத்து மூடிவைக்கப்பட்டிருந்த இடத்துக்கு அழைத்துச் சென்றார். புன்னகைத்தபடியே கீற்றுகளை விலக்கினார். சுட்டு கனிந்த பனம்பழங்கள். உடனே கண்கள் பளபளக்க 'ஐ, பனம்பழம். எங்க கெடைச்சது தாத்தா?' என்று துள்ளினான் ராஜசேகர்.

'ஓடைப் பக்கமா போயிருந்தேன். யாரோ ஒருத்தர் சைக்கிள்ல வச்சி எடுத்தும் போயிட்டிருந்தாரு. என்ன பார்த்ததுமே நிறுத்தி சுட்டு சாப்புடுங்க சாமின்னு இந்தக் குலையை கொடுத்துட்டு போனாரு. மதியம் வரைக்கும் இங்கதான் கெடந்தது. அப்புறமாதான் உங்க ஞாபகம் வந்தது. உடனே சுட்டு வச்சேன்.'

திரும்பி வந்து பழங்களின் மீது படிந்திருந்த சாம்பல் போக நன்றாகக் கழுவினோம். கரும்பைக் கடிப்பதுபோல கடித்து இழுத்தோம். தோலோடு ஒட்டிவந்த பழத்தைச் சுவைக்கும்போது ருசியாக இருந்தது. எந்தப் பழத்துக்கும் இல்லாத இனிப்பை எங்கள் மனம் பனம்பழத்தில் உணர்ந்தது.

ஒருமுறை நாங்கள் கோவில் பக்கம் வரும் நேரத்தில் தாத்தாவின் குரல் கேட்டது. வழக்கம்போல ஏதோ பாடுகிறார் என்றுதான் தோன்றியது. 'புழுவாய்ப் பிறக்கினும் புண்ணியா உன்னடி வழுவாதிருக்க வரம்தரவேண்டும் இவ்வையகத்தே' என்ற வரியை மட்டுமே அவர் திரும்பத்திரும்பச் சொல்கிறார் என்பதைத் தாமதமாகவே மனம் உள்வாங்கியது. தொட்டிக்குப் பக்கத்தில் வந்த பிறகுதான் அவர் தரையில் படிய உட்கார்ந்து ஏதோ புத்தகத்தைப் படிக்கும் காட்சி தெரிந்தது. ஏதோ ஒரு பாட்டை மனப்பாடம் செய்கிறார் போலும் என்று நினைத்துக்கொண்டேன்.

எங்கள் பேச்சுச்சத்தத்தைக் கேட்டதுமே தாத்தா பாடுவதை நிறுத்தி விட்டு எங்கள் பக்கமாகத் திரும்பிப் பார்த்தார். வழக்கம்போல கைகால்முகம் கழுவிக்கொண்டு நாங்கள் அவரை நெருங்கிச் சென்றோம்.

'பாடுங்க தாத்தா. ஏன் நிறுத்திட்டீங்க?' என்று கேட்டேன். 'சும்மா தனியா இருக்கமேன்னு படிச்சிட்டிருந்தேன்' என்று புன்னகைத்தார் தாத்தா.

அவருக்கு முன்னால் புத்தகத்தைப் பிரித்து வைத்துப் படிப்பதற்கு இசைவாக மரத்தாலான ஒரு தாங்கி இருந்தது. அதன்மீது அந்தப் புத்தகம் இருந்தது.

‘என்ன புத்தகம் தாத்தா அது?’

‘தேவாரம். உனக்குத் தெரியுமா?

‘எங்க பாடத்துல வந்திருக்குது தாத்தா. ஒரே ஒரு பாட்டு எங்க ராதாகிருஷ்ணன் ஐயா நடத்தனாரு. மாசில் வீணையும் மாலை மதியமும்னு தொடங்குமே அந்தப் பாட்டு. எங்களுக்கு அது மனப்பாடச் செய்யுளா இருந்தது.’

‘அப்படியா? அழகான பாட்டாச்சே அது. உனக்குத் தெரியுமா?’

‘ம் தாத்தா.’

‘ஆகா. ரொம்ப நல்லதா போச்சி. எங்கே ஒருதரம் சொல்லு பார்ப்போம்.’

அவர் சட்டென அப்படிக் கேட்கக்கூடும் என நான் கொஞ்சமும் எதிர்பார்க்கவில்லை. எனக்கு கொஞ்சம் வெட்கமாக இருந்தது. ஆனால், தாத்தா ‘சொல்லு சொல்லு’ என்று தூண்டவே, தொண்டையைச் சரிப்படுத்திக்கொண்டு ஒவ்வொரு வரியாகச் சொன்னேன்.

தாத்தாவுக்கு முகம் மலர்ந்துவிட்டது. ‘நல்லா சொல்றடா தம்பி. பாட்டா பாடினா உன் குரலுக்கு இன்னும் நல்லா இருக்கும். வேறு ஏதாவது பாட்டு தெரியுமா?’ என்று கேட்டார். ‘தெரியாது’ என்பதன் அடையாளமாக உதட்டைப் பிதுக்கியபடி தலையாட்டினேன்.

‘படி. படி. படிச்சி நீயா தெரிஞ்சிக்க. அது சரி, தேவாரத்தை பத்தி வேற என்ன சொன்னாரு உங்க ஐயா?’

‘தேவாரம்னு சொன்னா தேவ + ஆரம்னு அர்த்தம். தேவாரம்னு சொன்னா கடவுளுக்குச் சூட்டப்பட்ட மாலைன்னு அர்த்தம். அப்பர், சுந்தரர், திருஞானசம்பந்தர்னு மூணு மகான்கள் கோவில்கோவிலா நடந்தே போய் தனித்தனியா பாடிய பாடல்களைத் தொகுத்துத்தான் தேவாரம் உருவாக்கப் பட்டிருக்குது.’

‘வாத்தியார் சொல்லிக் கொடுத்ததை மறக்காம வச்சிருக்கியே. நல்லது. நல்லது. அப்படித்தான் இருக்கணும்’ என்று சொன்னார். பிறகு எங்கள் குழுவில் இருந்த மற்றவர்களைப் பார்த்து ‘உங்கள்ல யாருக்காவது தேவாரப்பாட்டு ஏதாவது தெரியுமா?’ என்று கேட்டார். ‘எங்களுக்கும் மாசில் வீணையும் மட்டும்தான் தெரியும்’ என்று சொல்லிவிட்டு எல்லோரும் அதே பாட்டின் வரிகளையே ஒப்பித்தனர்.

'சரி, இப்ப நான் ஒரு பாட்டு சொல்றேன். கேக்கறீங்களா?'

'சரி தாத்தா.'

'கேட்டா மட்டும் போதாது. வீட்டுக்குப் போய் எழுதி வச்சிகிட்டு தெனமும் எடுத்து படிக்கணும். இந்த பாட்டுங்கள்லாம் மந்திரம் மாதிரி. சொல்லிகிட்டே இருக்கணும். அப்பதான் நாக்கு பழகும். புரியுதா?'

நாங்கள் வகுப்பில் ஆசிரியர் கேள்விக்குத் தலையசைப்பதுபோல தலையசைத்தோம்.

தாத்தா ஒருகணம் விழிமூடி 'குனித்த புருவமும் கொவ்வைச் செவ்வாயும்' என்று ஒவ்வொரு சொல்லாக ஒரு பாட்டைப் பாடத் தொடங்கினார். ஒவ்வொரு வரியையும் இரண்டுமுறை பாடினார். முழுப்பாடலையும் பாடி முடித்த பிறகுதான் அவருடைய கண்கள் திறந்தன.

தாத்தாவுடைய குரல் ஏறக்குறைய எங்கள் ராதாகிருஷ்ணன் ஐயாவின் குரலைப்போலவே இருந்தது. அதே கணீர். அதே ஏற்ற இறக்கம். சாமியாராக மாறாமல் இருந்திருந்தால் அவர் நிச்சயம் எந்தப் பள்ளிக்கூடத்திலாவது ஆசிரியர் வேலைக்குச் சென்றிருக்கக்கூடும் என்று நினைத்துக்கொண்டேன்.

அந்த நேரத்தில் தாத்தாவிடம் 'நீங்க எதுவரைக்கும் படிச்சிருக்கீங்க தாத்தா?' என்றொரு கேள்வியைக் கேட்டான் ராஜசேகர். ஏன் இப்படி துடுக்குத்தனமாக கேட்டான் என்பது புரியாமல் நான் சங்கடத்தோடு ராஜசேகரின் முகத்தைப் பார்த்தேன். அவன் எதைப்பற்றியும் கவலைப்படாதவனாக தொடர்ந்து உற்சாகத் தோடு 'வாத்தியாரு வேலைக்கு படிச்சிருந்தீங்கன்னா, எங்க பள்ளிக்கூடத்துலயே நீங்க ஒரு வாத்தியாரா சேர்ந்திருக்கலாம்' என்று சொன்னான்.

அவன் கேள்விகளைக் கேட்டு முடித்ததும் தாத்தா கடகடவென்று சிரித்துவிட்டார். அந்தச் சிரிப்பின் பொருள் புரியாமல் நாங்கள் குழப்பத்துடன் அவர் முகத்தையே பார்த்தோம்.

'நான் பள்ளிக்கூடம் பக்கமே போனதில்லை' என்று சொல்லிவிட்டு புன்னகையோடு இரண்டு கைகளையும் விரித்துக் காட்டினார்.

அவர் சொற்கள்மீது எங்களுக்கு நம்பிக்கை பிறக்கவில்லை. விளையாட்டுக்காக எங்களிடம் பொய் சொல்கிறாரோ என்று தோன்றியது. 'தாத்தா, உண்மையாவா சொல்றீங்க?' என்று சந்தேகத்தோடு கேட்டேன்.

'உண்மையாதான்டா சொல்றேன். மழைக்குக் கூட நான் பள்ளிக்கூடத்துப் பக்கம ஒதுங்கி நின்னதில்லை.'

'ஏன்?'

'அந்தக் காலத்துல எங்க ஊருல பள்ளிக்கூடமே இல்லை. படின்னு சொல்றதுக்கும் ஆள் கிடையாது. படிக்காதன்னு சொல்றதுக்கும் ஆள் கிடையாது.'

நான் ஆச்சரியத்தோடு அவர் முகத்தை ஏறிட்டுப் பார்த்தேன். 'இந்த புஸ்தகம்லாம் படிக்கிறீங்களே, அது எப்படி? பாட்டுலாம் மனப்பாடமா சொல்றீங்களே, அது எப்படி?' என்று மூலையில் அடுக்கிவைக்கப்பட்டிருந்த புத்தகங்களைச் சுட்டிக்காட்டியபடி கேட்டேன்.

'அதைச் சொல்றியா?' என்று கேட்டபடி திரும்பி தன் புத்தகங்களையெல்லாம் பார்த்தார். பிறகு ஒரு பெருமூச்சுடன் 'விளக்கமா சொல்றேன். அப்பதான் உங்களுக்குப் புரியும்' என்றார்.

'எங்க வீட்டுல எங்க அம்மா அப்பாவுக்கு பன்னெண்டு பிள்ளைங்க. நான் பன்னெண்டாவது பையன். வேட்டவலத்துக்குப் பக்கத்துல ஒரு சின்ன கிராமம் எங்க சொந்த ஊரு. எங்க ஊரு படிப்பு வாசனையே இல்லாத ஒரு பழைய காலத்து ஊரு. எல்லாரும் கூலி வேலை செஞ்சி கஞ்சி குடிச்சிட்டிருந்த குடும்பம். எனக்கு பதினேழு பதினெட்டு வயசு இருக்கும். எங்க அம்மா காலராவுல செத்துட்டாங்க. அந்தத் துக்கம் தாங்காம எங்க அப்பாவும் ஒரு பத்துநாள் இடைவெளியில செத்துட்டாரு. என் மனசுல ஏதோ ஒரு பாரம். அந்த ஊருல இனிமே இருக்கறதுல எந்த அர்த்தமும் இல்லைன்னு தோணிடுச்சி. உடனே வீட்டைவிட்டு கௌம்பிட்டேன். நடந்தே திருவண்ணாமலைக்கு போய் சேர்ந்தேன். அங்க அடிவாரத்துல ஒரு சாமியாரு இருந்தாரு. அவருகிட்ட போய் சேர்ந்தேன்.'

'உங்க வீட்டுல யாருமே உங்களைத் தேடி வரலையா?' என்று அதிர்ச்சியோடு அவரைக் கேட்டேன். 'நான் எங்க போறேன்னு தெரிஞ்சிருந்தாதான என்னைத் தேடி வருவாங்க. நான்தான் யாருக்கும் சொல்லாம கொள்ளாம வந்த ஆளாச்சே. அந்த உறவு அத்தோடு முடிஞ்சி போச்சி' என்று அமைதியாக பதில் சொன்னார் தாத்தா.

'அந்தப் பெரிய சாமியாருக்கு என்னை ரொம்ப புடிச்சி போச்சி. அவர் கூடவே என்னை வச்சிகிட்டாரு. அவருதான் மணல்ல எழுத வச்சி ஆனா, ஆவன்னாவிலேருந்து ஒரொரு எழுத்தா சொல்லிக்

கொடுத்தாரு. படிக்க ஆரம்பிச்ச பிறகு தேவாரம், திருவாசகம், பெரிய புராணம்னு எல்லாத்தயும் சொல்லிக் குடுத்தாரு. அவருகிட்ட எல்லா புஸ்தகமும் இருந்தது. ஒரு நாள் இல்லை. ரெண்டு நாள் இல்லை. பதினஞ்சி வருஷம் அவரோடவே இருந்து எல்லாத்தயும் கத்துகிட்டேன்.'

அவர் சொல்வதைக் கேட்கக்கேட்க எனக்குள் ஏற்பட்ட திகைப்பு அடங்கவே இல்லை. 'இந்த புஸ்தகங்கள்ல இருக்கிற எல்லாப் பாட்டுங்களும் உங்களுக்குத் தெரியுமா தாத்தா?' என்று ஆச்சரியத்தோடு கேட்டேன்.

'அந்த அளவுக்கு நான் பெரிய ஞானி இல்லையே' என்று தாத்தா வாய்விட்டுச் சிரித்தார். 'தேவாரத்துல எட்டாயிரம் பாட்டு இருக்குது. திருவாசகத்துல ஒரு அறுநூத்தி அம்பது பாட்டு இருக்குது. எல்லாத்தயும் படிச்சிருக்கேன். பல முறை படிச்சிருக்கேன். எங்க பெரிய சாமி சொல்லச்சொல்ல காதார கேட்டிருக்கேன். ஆனா மனப்பாடமா தெரிஞ்சது கொஞ்சம்தான். தேவாரத்துல ஒரு ஐநூறு, திருவாசகத்துல ஒரு எரநூறு. அவ்வளவுதான். அதுக்கு மேல தெரியாது. அந்த அளவுக்குத்தான் என் அறிவு. ஆனா எங்க பெரிய சாமியாருக்கு எல்லாமே தெரியும். அவரு பெரிய ஞானி.'

அவர் குறிப்பிட்ட எண்ணிக்கையைக் கேட்கும்போதே மலைப்பாக இருந்தது. தாத்தா மீது நாங்கள் கொண்டிருந்த மதிப்பு பெருகியது.

'நீங்க ஏன் அவரை விட்டு பிரிஞ்சி வந்தீங்க?'

'நான் எதையும் திட்டமிட்டு செய்யலைடா. எல்லாமே தானா ஏதோ விதிப்படி நடக்குது' என்றார் தாத்தா. 'த்ச்' என்று ஒருமுறை நாக்கு சப்புக் கொட்டிவிட்டு ஒரு கணம் அமைதியாக இருந்தார். பிறகு பெருமூச்சுடன் மீண்டும் சொல்லத் தொடங்கினார்.

'திடீர்னு தூக்கத்துலயே ஒருநாள் அவரு உயிரு பிரிஞ்சிட்டுது. வாழற காலமெல்லாம் நமசிவாயம் நமசிவாயம்னு சொல்லிட்டே இருந்த என் தெய்வம் கடைசியில நமசிவாயனோடு போய் கலந்துட்டுது.'

'அப்புறம்?'

'அதுக்கப்புறம் திருவண்ணாமலையில இருக்கறத என் மனசு ஏத்துக்கலை. அவரு குடுத்த புஸ்தகங்கள மட்டும் மூட்டை கட்டி எடுத்துகிட்டு மதுரை, தென்காசி, திருநெல்வேலின்னு பல ஊருங்கள்ல பல வருஷங்கள் அலைஞ்சேன். கேரளா பக்கம்

ரெண்டு மூணு வருஷம் போயிருந்தேன். எப்படியோ கடைசியா இந்த ஊருக்கு வந்தன். இதுதான் நாம இருக்கவேண்டிய ஊருன்னு ஒரு உள்ளுணர்ச்சி சொல்லிச்சி. அப்படியே தங்கிட்டேன். இன்னைய தேதி வரைக்கும் வாழ்க்கை நல்லபடியாதான் போயிட்டிருக்குது. அந்த நமசிவாயன் புண்ணியத்துல ஒரு குறையும் இல்லை.'

'கடைசிவரைக்கும் உங்க சொந்த ஊருக்குப் போகவே இல்லையா?'

என் கேள்வியைக் கேட்டு தாத்தா ஒருகணம் பெருமூச்சு விட்டார். பிறகு 'ம்ஹூம்' என்று தலையாட்டினார்.

தாத்தாவின் சொந்த வாழ்க்கைக்கதை எங்களைத் திகைக்க வைத்துவிட்டது. அவர் புன்னகைத்தபடியே ஒவ்வொரு நாளும் நடமாடுவதைப் பார்த்தால் என்னமோ ஆனந்தத்தில் பிறந்து ஆனந்தத்திலேயே வளர்ந்தவர் என்கிற எண்ணமே தோன்றும். அப்படிப்பட்டவருடைய வாழ்க்கையில் இவ்வளவு துயரங்களா என்று நினைத்தபோது, பேச்சே எழவில்லை. அவர் சொன்னதைக் கேட்ட பிறகு அப்படியே ஊமைகளைப்போல உறைந்துவிட்டோம்.

தாத்தா சட்டென ஒரு புன்னகையோடு எழுந்தார். 'சரி சரி. சொந்தக் கதைகளை இதோடு நிறுத்திக்குவோம். வாங்கடா, சாமி கும்பிடலாம். வாங்க' என்று சொல்லிக்கொண்டே கருவறைக்குள் சென்றார். நாங்கள் அவருக்குப் பின்னாலேயே சென்று அமைதியாக சிவபெருமானை வணங்கினோம். பூசைக்குப் பிறகு தாத்தா எங்களுக்கு நாவல் பழங்கள் கொடுத்தார்.

உற்சாகமுடன் கூடிய விளையாட்டும் தாத்தா சொல்லும் பாட்டுகளும் கதைகளுமாக எங்கள் மாலைப் பொழுதுகள் ஒவ்வொரு நாளும் கலகலப்பாகக் கழிந்தன. அப்படிப்பட்ட இனிமையான சூழல் திடீரென ஒருநாள் தலைகீழாக மாறிவிட்டது.

எங்கள் அப்பாவுடைய உடல்நலம் திடீரென குன்றியது. ஒரு மாதத்துக்கும் மேலாக நடைபெற்ற உள்ளூர் மருத்துவம் பயனளிக்க வில்லை. எங்களுடைய இரு பெரியப்பாக்களும் அவரை சென்னைக்கு அழைத்துச் சென்றனர். அங்கே எங்கள் அத்தை இருந்தார். அத்தையின் பராமரிப்பில் சென்னையில் இருக்கும் ஒரு மருத்துவமனையில் அப்பாவைச் சேர்த்துவிட்டனர். குணமடைய பல நாட்கள் பிடிக்கும் என்பதால் பெரியப்பாக்கள் திரும்பி வந்துவிட்டனர்.

அப்பா எப்போது திரும்பி வருவார் என்று தெரியாத குழப்பமான சூழலில் குடும்பத்தில் இருள் சூழ்ந்தது. குறைந்த வருமானத்தில்

குடும்பத்தை நடத்துவதற்கு அம்மா மிகவும் துன்பமுற்றார். அவருடைய துன்பத்தைப் பார்த்துப்பார்த்து என் மனம் அமைதியில்லாமல் தவித்தது. ஏதோ ஒரு பாரத்தை யாரோ தலைமீது வைத்துவிட்டதைப்போல இருந்தது.

படித்தேன். தேர்வு எழுதினேன். நல்ல மதிப்பெண்களையே பெற்றேன். அதிலெல்லாம் எந்தக் குறையும் இல்லை. அவை அனைத்தும் தன் போக்கில் நிகழ்ந்துகொண்டிருந்தன. ஆனால் தினசரி நடவடிக்கைகளில் கொஞ்சம்கொஞ்சமாக என் உற்சாகம் மங்கிக்கொண்டே போனது. முதலில் உரையாடலில் ஆர்வம் குறைந்தது. பிறகு பாடல்கள், கதைகள் மீதிருந்த ஆர்வம் குறைந்தது. யாராவது ஏதாவது கேட்டால் 'த்ச்' என்று செய்துவிட்டு தலையசைக்கத்தான் தோன்றியதே தவிர, பதில் சொல்லத் தோன்றவில்லை. சடுகுடு விளையாட்டிலும் ஈடுபட இயலவில்லை. பேருக்குத்தான் ஏதோ ஒரு அணியில் இருந்தேனே தவிர, தீவிரமாக விளையாட முடியவில்லை. சடங்குபோல கூட்டத்தோடு கூட்டமாக நின்றேன். நடந்தேன். ஓடினேன். அவ்வளவுதான். எப்போதும் ஏதோ ஒரு யோசனை ஒரு பாறையைப்போல என் மூளையை அடைத்துக்கொண்டிருந்தது.

ஒருநாள் விளையாடுவதிலும் ஆர்வம் குறைந்துவிட்டது. நண்பர்கள் ஆடிக்கொண்டிருந்தபோது, 'நான் கௌம்பறேன்டா' என்று தெரிவித்துவிட்டு புத்தகப்பையை எடுத்துக்கொண்டு புறப்பட்டுவிட்டேன். என்னை அறியாமலேயே தனியாகவே ஊடுபாதை வழியாக நடந்து கோவிலுக்கு வந்து சேர்ந்தேன்.

என்னைப் பார்த்ததும் தாத்தா 'என்னடா தனியா வந்திருக்க? உன் கூட்டாளிங்க வரலையா?' என்று ஆச்சரியத்தோடு கேட்டார்.

'அவுங்கள்லாம் விளையாடறாங்க தாத்தா.'

'நீ விளையாடலையா?'

'ஒரே தலைவலி தாத்தா. அதனால வந்துட்டேன்.'

தாத்தா அதற்குப் பிறகு ஒன்றும் கேட்கவில்லை. கருவறைக்குள் சென்று எனக்காக ஒரு சாத்துக்குடி கொண்டுவந்து கொடுத்தார். நான் அதைப் பெற்றுக்கொண்டு புறப்பட்டுவிட்டேன்.

அந்த வாரத்தில் அடுத்தடுத்து மூன்று நாட்கள் நான் தனியாகவே கோவிலுக்கு வந்து நின்றேன். ஒவ்வொரு நாளும் ஒரு காரணம் சொன்னேன். அவர் கொடுக்கும் பழத்தை வாங்கிக்கொண்டு புறப்பட்டேன்.

நான்காவது நாள் தாத்தா பொறுமையிழந்தவரைப்போல 'என்ன நீ, தெனமும் தலைவலி, கண்ணுவலி, காதுவலின்னு என்னென்னமோ காரணத்த சொல்லிட்டு திரியறே? அந்த அளவுக்கு தலையில என்னத்த தூக்கிவச்சிகினு திரியற?' என்று அதட்டலாகக் கேட்டார்.

'ஒன்னுமில்லை தாத்தா' என்ற பதிலோடு அங்கிருந்து புறப்பட நான் முயற்சி செய்தேன். ஆனால் தாத்தாவின் கனிவான பார்வையிலிருந்து தப்பிக்க முடியவில்லை. 'சொல்லு தம்பி, எதுவா இருந்தாலும் வெளிப்படையா சொல்லு' என்று ஆதரவாகப் பேசியபடி எனக்குப் பக்கத்தில் வந்தார்.

'பரீட்சையில மார்க் குறைவா வாங்கியிருக்கியா?'

'ம்ஹூம்.'

'எதையாவது தொலைச்சிட்டியா?'

'ம்ஹூம்.'

'பசங்க கூட சேர்ந்து ஏதாவது தப்பு பண்ணிட்டியா?'

'இல்ல தாத்தா.'

'அப்புறம் என்ன? பசிக்குதா?'

'இல்ல தாத்தா.'

'வேற என்னடா காரணம்? எதுக்காக உலகத்தையே வெறுத்த மாதிரி எப்ப பார்த்தாலும் ம்னு இருக்க?'

'ஒன்னுமில்ல தாத்தா.'

'என்னால எதையும் கண்டுபுடிக்க முடியாதுன்னு நெனைக்காதடா. ஒரு காலத்துல நானும் இப்படித்தான் ம்னு இருந்தேன். திடீர்னு ஒருநாள் கௌம்பிப் போய் இப்படி ஆயிட்டேன். உனக்கும் அந்த மாதிரி ஒரு நிலைமை வந்துடக்கூடாது. சொல்லு, என்ன நடந்திச்சி? சொல்லு.'

அவர் அழுத்தமாகக் கேட்கக்கேட்க எனக்குள் இருந்த உறுதி குலைந்து அழத் தொடங்கினேன். தேம்பித்தேம்பி அழுதேன். என் அழுகையை வெகுநேரம் தாத்தா பார்த்துக்கொண்டே இருந்தார். பிறகு என்னை நெருங்கி தன் தோளிலிருந்த துண்டால் என் கண்ணீரைத் துடைத்தார். பிறகு 'சரி, இங்க வா' என்று சொல்லிக்கொண்டே தோளில் கைபோட்டு அழைத்துச் சென்றார். ஒரு தூணுக்கு அருகில் என்னை உட்காரவைத்துவிட்டு அவரும் பக்கத்தில் அமர்ந்தார்.

நான் எங்கள் வீட்டுக்கதை மொத்தத்தையும் அவரிடம் சொல்லிமுடித்தேன். குறுக்கே எதுவும் கேள்வி கேட்காமல் எல்லாவற்றையும் பொறுமையாகக் கேட்டார் தாத்தா.

'இதுக்காடா கப்பல் கவுந்துட்ட மாதிரி கவலைப்பட்ட? எல்லாம் சரியாகும். விடுடா. அந்த நமசிவாயம் எல்லாத்தயும் நேராக்கிடுவான். நம்பிக்கையோடு இரு.'

தாத்தா என் தோளைத் தொட்டு ஆதரவோடு தட்டிக் கொடுத்தார். 'இதைவிட மோசமான நிலையில இருந்தவங்கள எல்லாம் அந்த நமசிவாயம் காப்பாத்தி கரை சேர்த்திருக்கான். உங்க அப்பா நல்லபடியா வீட்டுக்குத் திரும்பி வருவாரு. மனதைரியத்த மட்டும் ஒருநாளும் இழந்துடக்கூடாது. புரியுதா?' என்றார்.

அவர் சொல்லைக் கேட்டு என் மனத்தை அழுத்திக்கொண்டிருந்த பாரமெல்லாம் கரைந்து காணாமல் போய்விட்டது போல இருந்தது. அவரை ஏறிட்டு 'ம்' என்று தலையசைத்தேன்.

'மன உறுதிங்கறது ஒரு துடுப்பு மாதிரி. எப்பேற்பட்ட காத்து, மழை, புயலா இருந்தாலும் துடுப்பு சரியா இருந்தா கட்டுமரத்தை கரைக்குக் கொண்டுவந்துடலாம். உலகத்துல எதை வேண்டுமானாலும் இழக்கலாம். ஆனா மன உறுதியை மட்டும் இழக்கவே கூடாது.'

அவர் சொன்ன ஒவ்வொரு சொல்லும் என் நெஞ்சில் ஆழமாகப் பதிந்தது. எப்படி என்று புரியாமலேயே ஒரு புள்ளியில் சிக்கிக்கொண்ட மனம் அக்கணத்தில் சட்டெனெ விடுதலை பெற்று பறக்கத் தொடங்கியது.

தாத்தாவின் கண்களைப் பார்த்தபோது கற்பூரச்சுடர் போல இருந்தது. அவரைப் பார்த்து மீண்டும் 'ம்' என்று தலையசைத்தேன். 'தலையை ஆட்டாதடா. வாயைத் தெறந்து சொல்லு' என்று என் கன்னத்தில் தட்டினார் தாத்தா. அதைக் கேட்டதும் என்னை அறியாமல் என் முகத்தில் சிரிப்பு படர்ந்தது. நீண்ட இடைவெளிக்குப் பிறகு அப்போதுதான் நான் சிரித்தேன்.

தாத்தா கருவறைக்குள் சென்று கற்பூரம் ஏற்றி ஆரத்தி காட்டினார். சிவலிங்கத்தின் மீது ஒரு பெரிய மல்லிகைச்சரம் தொங்கியது. அதைச் சுற்றி செம்பருத்திப்பூக்கள் அடுக்கப்பட்டிருந்தன. நான் சுடரைத் தொட்டு வணங்கி கண்களில் ஒற்றிக்கொண்டேன். பிறகு தாத்தா திருநீறுத் தட்டை எடுத்து எனக்கு திருநீறு பூசிவிட்டார்.

வழக்கத்துக்கு மாறாக தாத்தா அன்றைக்கு ஒரு சீப்பு வாழைப்பழம் கொடுத்தார். அதைப் பார்த்த மலைப்புடன் 'தாத்தா, எதுக்கு

இவ்வளவு?' என்று கேட்டேன். 'எடுத்தும் போ தம்பி. வீட்டுல அம்மா, தம்பிங்க, தங்கச்சிங்களுக்கெல்லாம் குடு. நீயும் சாப்பிடு' என்று புன்னகைத்தபடி சொன்னார்.

'பசங்களுக்கு....?'

'அவுங்களுக்கு தனியா வச்சிருக்கேன். கவலைப்படாத.'

புத்தகப்பைக்குள் வாழைப்பழச்சீப்பை வைத்துவிட்டு, புறப்படத் தயாரானேன். 'சொன்னதெல்லாம் ஞாபகத்துல இருக்கட்டும். எந்தக் காரணத்துக்காகவும் மன உறுதியை மட்டும் இழந்துடக்கூடாது, புரியுதா?' என்று ஏற்கனவே சொன்னதை மீண்டும் நினைவூட்டினார் தாத்தா. எனக்குப் பக்கத்தில் வந்து கலைந்திருந்த என் தலைமுடியைச் சீராக்கியபடி தட்டிக் கொடுத்தார். 'சரி, தாத்தா' என்றபடி நான் புறப்பட்டேன்.

பிரதான சாலையைத் தொட்டபடி தோப்பின் மதில் நின்றிருந்தது. திறந்துவைக்கப்பட்டிருந்த இரும்புக்கதவு வரைக்கும் சென்ற பிறகு ஒருமுறை தாத்தாவைத் திரும்பிப் பார்த்தேன். தாத்தா என்னை வழியனுப்பிய இடத்திலேயே இன்னும் நின்றிருந்தார். நான் அவரைப் பார்ப்பதைக் கவனித்ததும் கையை உயர்த்தி அசைத்தபடி ஏதோ வார்த்தைகளைச் சொன்னபடி தலையையும் அசைப்பதைப் பார்த்தேன். அவர் சொற்கள் காதில் விழாதபோதும் 'தைரியமா போ' என்றுதான் சொல்லியிருக்கக் கூடும் என நினைத்துக் கொண்டேன். நானும் உற்சாகத்துடன் விடைபெறுவதற்கு அடையாளமாக கையை உயர்த்தி அசைத்துவிட்டு இரும் புக்கதவைக் கடந்து வெளியே நடக்கத் தொடங்கினேன்.

மதிலை ஒட்டியிருந்த பச்சைப்பசேலென வளர்ந்திருந்த புல்லுக்கு நடுவில் தும்பைச்செடிகள் நின்றிருந்தன. அவல் துணுக்குகள் இறைபட்டதுபோல ஆங்காங்கே பூத்திருந்த அதன் பூக்கள் அழகாக இருந்தன. அவற்றைப் பார்த்தபடி சாலையோரமாக நடந்து கொண்டே இருந்தேன். வாழைப்பழச்சீப்பைப் பார்த்ததும் அம்மா கேட்கும் கேள்விகளுக்கு எப்படிப் பதில் சொல்வது என்று யோசித்தபடி நடந்தேன்.

தொலைவில் ஒரு மின்கம்பத்துக்கு அருகில் ஒரு கூட்டம் நின்றிருப்பதை அப்போதுதான் பார்த்தேன். எங்கு பார்த்தாலும் பேச்சுச்சத்தமாக இருந்தது. என்ன என்று புரியவில்லை. தெரிந்துகொள்ளும் ஆவலோடு அந்த இடத்தை நோக்கி வேகமாக நடந்தேன்.

கும்பலை நெருங்கிய பிறகுதான் மின்கம்பியில் சிக்கிக்கொண்ட ஒரு புறா தலைகீழாகத் தொங்கிக்கொண்டிருப்பதையும் அச்சத்தில் அது குர்குர் என்று வாய்ஓயாமல் சத்தம் எழுப்புவதையும் பார்த்தேன். பார்ப்பதற்குப் பாவமாக இருந்தது.

புளியந்தோப்பைச் சுற்றி எப்போதும் ஏராளமான புறாக்கள் பறந்துகொண்டிருப்பதை நான் பலமுறை பார்த்திருக்கிறேன். ஒருமுறை எங்கள் ராதாகிருஷ்ணன் ஐயா ஒரு பாட்டுக்கு விளக்கம் சொல்லிக்கொண்டிருந்தார். நாங்கள் அமைதியாகக் கேட்டுக் கொண்டிருந்தோம். அப்போது வகுப்பறைக்குப் பின்னால் இருக்கும் ஒரு மரக்கிளையில் அமர்ந்திருந்த ஒரு புறா 'குர்ர்ர் குர்ர்ர்' என்று சீரான இடைவெளியில் சத்தமெழுப்பியபடி இருந்தது. அதைக் கவனித்த ஐயா 'இந்த வகுப்புக்கு சம்பந்தமே இல்லாத ஒரு உயிர் வெளியே உக்காந்து பாடத்தை கவனிக்குது பாருங்க' என்று புறாவைச் சுட்டிக்காட்டி நகைச்சுவையாகப் பேசினார். அந்த நேரத்தில் சம்பந்தமே இல்லாமல் ஏதேதோ பழைய நினைவுகள் வந்து சென்றன.

ஒரு பக்கம் மின்கம்பியில் தொங்கிக்கொண்டிருக்கும் புறாவைப் பார்த்தபடியும் இன்னொருபக்கம் அக்கம்பக்கத்தில் நின்றிருந்தவர் களின் உரையாடல்களைக் கேட்டபடியும் நின்றிருந்தேன்.

'அங்க எப்படி மாட்டிச்சி அந்தப் புறா?'

'எல்லாப் புறாவையும்போல அதுவும் கூட்டத்தோடு கூட்டமா பறந்து வந்து உக்காந்தது. வேடிக்கை பார்த்தது. சத்தம் போட்டுது. எல்லாம் எழுந்து பறக்க ஆரம்பிச்சபோது அதுவும் பறந்துபோகப் பார்த்தது. ஆனா அதுக்குள்ள அதனுடைய கால் கம்பியில மாட்டிகிச்சி.'

'அதுமட்டும் எப்படி மாட்டிச்சி?'

'யாரோ வீட்டுல வச்சி வளர்க்கிற புறான்னு நெனைக்கறேன். அதும் கால்ல கட்டியிருக்கிற நூலைப் பார்த்தா அப்படித்தான் தோணுது. பறக்கற ஆசையில எப்படியோ நூலை அறுத்துகிட்டு இது வெளியே வந்துட்டுது.'

'ஐயோ பாவம்.'

'அங்க இங்க அலைஞ்சிட்டு ஏதாவது ஒரு மரத்துல உக்காந்திருக்கும். அப்புறம் அங்க இருந்த இன்னொரு கூட்டம் பறக்கறத பார்த்து இதுவும் ஜோடி சேர்ந்து பறந்துவந்திருக்கும். எல்லாம் இந்தக் கம்பிமேல உக்காந்தபோது இதுவும்

உக்காந்திருக்கும். அப்படி இப்படி கம்பி மேல நடக்கிற வேகத்துல அதுக்குத் தெரியாமலேயே கால்ல இருந்த நூலு கம்பியில சுத்தி சுத்தி படுமுடிச்சாயிட்டுது. ஆடி முடிச்சதும் எல்லாப் புறாவும் பறந்துபோயிடுச்சி. இந்தப் புறாவால மட்டும் முடியலை. தடுமாறி புடிமானம் இல்லாம தலைகீழா தொங்கிட்டிருக்குது.'

'நம்மால காப்பாத்த முடியாதா?'

'அந்தரத்துல தொங்குது. எப்படி முடியும், சொல்லுங்க. வேற ஏதாவது மரமா இருந்தாலும் பரவாயில்லை. இது கரண்ட் கம்பம். தைரியமா யாரால கிட்ட போகமுடியும்? டிப்பார்ட்மென்ட் லைன்மேன்ங்க யாராவது வந்தா நல்லா இருக்கும்.'

'நீங்க சொல்றதுதான் சரி. அவுங்கதான் கரென்ட்ட நிறுத்திட்டு புறாவைக் காப்பாத்திவிடுவாங்க.'

'மடத்தார் கடையிலேர்ந்து மொதலாளியே போன் போட்டு கரன்ட் ஆபீஸ்க்கு தகவல சொல்லியிருக்காராம். கரன்ட்ட நிறுத்திட்டாங்க. எந்த நேரத்துலயும் அவுங்க வரலாம்.'

புறாவின் குரலில் இருந்த வேகம் கொஞ்சம்கொஞ்சமாகக் குறைந்துகொண்டே வந்தது. ஏதோ ஒரு விதத்தில் அது தன் நம்பிக்கையை இழந்துவிட்டதோ என்று தோன்றியது. பார்க்கப் பார்க்க பாவமாக இருந்தது. 'எப்படியாவது அந்தப் புறாவைக் காப்பாற்று நமசிவாயமே' என்று மனத்துக்குள் நினைத்துக் கொண்டேன். சம்பந்தமே இல்லாமல் மாசில் வீணையும் மாலை மதியமும் வரிகள் நெஞ்சில் படர்ந்தன.

சீருடை அணிந்த இரண்டு பேர் சைக்கிளில் வேகமாக வந்து இறங்கினார்கள். 'நவுறுங்கப்பா, நவுறுங்கப்பா' என்றபடி கூட்டத்தினரை விலக்கிக்கொண்டு கம்பத்துக்கு அருகில் சென்றனர். கம்பியில் ஒரு காலுடன் பிணைத்த நூல் சிக்கிக்கொண்டிருக்க அந்தரத்தில் இறகுகளை அடித்தபடி பரிதாபமாக ஊசலாடும் புறாவைப் பார்த்தார்கள்.

'நல்ல காலம். ரொம்ப தூரம் போகலை. கம்பத்துக்கு பக்கத்துலயே மாட்டிகிட்டிருக்குது. ரொம்ப தூரம் போயிருந்தா நமக்கும் ஆபத்து. அதுக்கும் ஆபத்து.'

உயரமாக இருந்த ஊழியர் குள்ளமாக இருந்த மற்றொரு ஊழியரிடம் சொல்லிவிட்டு கம்பத்துக்கு அருகில் சென்றார். நாலே எட்டில் கம்பத்தில் ஏறி உச்சியை அடைந்துவிட்டார்.

திடீரென அங்கே அமைதி நிலவியது. எல்லோருடைய பார்வையும் ஊசலாடிக்கொண்டிருக்கும் அந்தப் புறாவின் மீதே பதிந்திருந்தது.

கம்பத்தில் இருந்தபடியே கையை நீட்டி அந்தப் புறாவைத் தொடுவதற்கு ஊழியர் முயற்சி செய்தார். எப்படி உடலை வளைத்து கையை நீட்டினாலும் புறாவை அவரால் தொட முடியவில்லை. அவர் விரலுக்கும் அந்த நூலுக்கும் அரையடி இடைவெளி இருந்தது. கீழேயிருந்து பார்க்கும்போது ஏதோ திரைப்படத்தின் உச்சக்கட்டக் காட்சியைப் பார்ப்பதுபோல இருந்தது.

கம்பத்தில் இருந்த ஊழியர் அமைதியாக புறாவைப்போலவே 'குர்ர் குர்ர்' என்று ஒலியெழுப்பியபடி அதன் நம்பிக்கையைப் பெறுவதற்கு முயற்சி செய்தார். தன்னை நோக்கி வா வா என்பதற்கு அடையாளமாக விரலை அசைத்து சைகை செய்தார்.

அச்சம் மண்டிய அந்தப் புறாவின் கண்கள் அவரைப் பார்த்தன. வா வா என்று சொல்வதையும் கைநீட்டி சைகை செய்வதையும் அவர் நிறுத்தவே இல்லை.

எதிர்பாராத ஒரு கணத்தில் அந்தப் புறா சட்டென விசைகொண்டு தொங்கிய நிலையிலிருந்து பறக்க முயற்சி செய்தது. அந்த அசைவில் அந்தப் புறாவின் இறகை அவருடைய விரல்கள் சட்டென பற்றிவிட்டன. அந்த இறகை மெல்லமெல்ல ஒரு பூவை இழுப்பதுபோல தன்னை நோக்கி இழுத்தார் ஊழியர். இறகையும் அதற்குப் பிறகு கழுத்தையும் அதையடுத்து ஒரு காலையும் பிடித்து விட்டார். காலைத் தொட்டதும் முழுப் புறாவும் அவருடைய கட்டுப்பாட்டுக்குள் வந்துவிட்டது. கொஞ்சம்கொஞ்சமாக சுண்டிச்சுண்டி கம்பியில் சிக்கிக்கொண்ட கயிறின் முடிச்சு தன்னை நோக்கி நகர்ந்துவரும்படி செய்தார்.

புறாவை முழுக்கமுழுக்க தன் காதுகளை ஒட்டியபடி தோள்மீது அமரவைத்துக்கொண்டார் ஊழியர். அது ஒரு குழந்தையைப்போல அவர் கழுத்தோடு உடலைச் சுருட்டி ஒண்டிக்கொண்டது. இனிமேல் அது நகராது என்ற நம்பிக்கை பிறந்ததும் அந்த ஊழியர் மெதுவாக தன் சட்டைப்பைக்குள் இருந்த கத்தரிக்கோலை எடுத்து அந்த முடிச்சை வெட்டி விடுதலை செய்தார்.

அக்கணத்தில் யாரும் எதிர்பாராத விதமாக கீழே கூடியிருந்தவர்கள் அனைவரும் ஓவென்று கைதட்டி ஆரவாரம் செய்தனர். நானும் கைதட்டினேன். நானே என் கையால் அந்தக் கயிற்றை அறுத்து விடுதலை செய்ததுபோல இருந்தது.

கழுத்தோடு ஒண்டியிருக்கும் புறாவோடு மெல்லமெல்ல கம்பத்திலிருந்து இறங்கினார் ஊழியர். பிறகு அப்புறாவை தன்

நெஞ்சோடு அணைத்து 'பயப்படாதடி பயப்படாதடி' என்று முத்தம் கொடுத்துக் கொஞ்சினார். அருகில் நின்றிருந்த மற்றொரு ஊழியர் அந்தப் புறாவை நெருங்கிச் சென்று அதன் காலுடன் சுற்றியிருந்த கயிற்றை முழுமையாகக் கத்தரித்து விலக்கி விடுவித்தார். பிறகு அந்தப் புறாவை எடுத்துச் சென்று தன்னுடைய சைக்கிள் இருக்கை மீது அமர வைத்தார்.

அந்தப் புறா திருதிருவென முதலில் விழித்து முன்னிருக்கையி லிருந்து பின்னிருக்கைக்கும் பிறகு முன்னிருக்கைக்குமாக நடுக்கத்துடன் மாறிமாறி நடந்து பார்த்தது. இறகுகளை அசைத்து உடலை சிலிர்த்துக்கொண்டது. பிறகு அச்சம் நீங்கியதுபோல வேகமாக வானத்தை நோக்கிப் பறந்து சென்றது. 'ம். போங்க. போங்க' என்று கூட்டத்தினரைக் கலைந்துபோகச் செய்தார்கள் ஊழியர்கள்.

அந்தப் புறா பறந்துபோன திசையைப் பார்த்தபடி நான் நடக்கத் தொடங்கினேன். வீட்டுக்குச் சென்றதும் புறா விடுதலை பெற்ற கதையை தம்பிகளிடமும் தங்கைகளிடமும் சொல்லவேண்டும் என்று நினைத்துக்கொண்டேன். எப்படித் தொடங்கி எப்படி விவரிக்கவேண்டும் என்ற கற்பனையில் மனம் மிதக்கத் தொடங்கியது.

20. தப்புக்கொட்டை

தயிர் விற்பனையை முடித்துக்கொண்டு வீட்டுக்குத் திரும்பும் மதிய வேளையில் ஓட்டேரிப்பாளையத்து சின்னம்மா தினமும் எங்கள் வீட்டுக்கு வந்து திண்ணையில் கொஞ்ச நேரம் உட்கார்வது வழக்கம். மதியச் சாப்பாட்டுக்காக பள்ளிக்கூடத்திலிருந்து அதே சமயத்தில்தான் நானும் வீட்டுக்கு வருவேன்.

என்னைப் பார்த்ததுமே அந்தச் சின்னம்மா 'தம்பி, ஒன் கையால ஒரு செம்பு தண்ணி எடுத்தா ராஜா' என்று சொல்வார். நான் ஒரே ஓட்டமாக தோட்டத்துக்கு ஓடி கைகால்களைக் கழுவிக் கொண்டு, அவருக்கு ஒரு செம்பில் தண்ணீர் எடுத்து வந்து கொடுப்பேன். அவர் ஒரே மூச்சில் அந்தத் தண்ணீரைப் பருகி முடிப்பார். பிறகு, 'காப்பாத்துடி ஆத்தா' என்றபடி முகத்தில் படிந்திருக்கும் வேர்வையை முந்தானையால் துடைத்துக்கொள்வார். அப்புறம், சுருக்குப்பையைப் பிரித்து வெற்றிலைபாக்கு எடுத்து மடித்து வாய்க்குள் வைத்து மெல்லத் தொடங்குவார். அதன் சாறு இறங்க இறங்க வெயிலில் நடந்துவந்த களைப்பு நீங்கும். அப்போது அவர் முகத்தில் சற்றே மலர்ச்சி படரும்.

அதற்குப் பிறகுதான் அவருடைய புலன்கள் வேலை செய்யத் தொடங்கும்.

அடுப்பங்கரையில் இருந்து வரும் மணத்தை எளிதாகக் கண்டுபிடித்துவிடுவார். மணத்தை நுகர்ந்த மறுகணமே கேள்விகள் தொடங்கிவிடும்.

‘என்னக்கா, கருவாட்டுக்குழம்பா?’

‘இன்னைக்கு என்ன புளிக்குழம்பா?’

‘மாங்கா போட்ட சாம்பாரா?’

எதையும் மிக எளிதாகக் கண்டுபிடித்துவிடுவார் அந்தச் சின்னம்மா. பலவிதமான குழம்புகளை வைப்பதில் அம்மாவுக்குத் திறமை இருப்பதுபோல, அந்தக் குழம்புகளை வாசனையைக் கொண்டு கண்டுபிடிப்பதில் சின்னம்மாவுக்குத் திறமை இருந்தது.

எனக்கு அந்தத் திறமையெல்லாம் இல்லை. தட்டில் அம்மா என்ன வைக்கிறாரோ, அதைச் சாப்பிட்டுவிட்டு புறப்பட்டுவிடுவேன். அது மட்டும்தான் எனக்குத் தெரியும். இரண்டு மணிக்கு சரியாக வகுப்பு தொடங்கிவிடும். பத்து நிமிடங்கள் முன்பாகவே பள்ளிக்குத் திரும்பவேண்டும். அந்தப் பதற்றமே நெஞ்சில் நிறைந்திருக்கும்.

ஒருநாள் மதியம் சாப்பிட உட்கார்ந்ததும் அம்மா சற்றே சலிப்பான சிரிப்போடு ‘காய் ஒன்னுமில்லைடா இன்னைக்கு. கடைக்குப் போகும்போதுதான் வாங்கிவரணும். வீட்டுல நாலு பூண்டு பல்லு கெடந்தது. கொஞ்சம் புளிய கரைச்சி அதுல நசுக்கிப் போட்டு ஒரு ரசம் மட்டும்தான் வச்சேன்’ என்றார். என்னிடம் ஏன் அதைச் சொன்னார் என்று எனக்குப் புரியவில்லை. ‘சரி சரி’ என்றபடி தட்டில் இருந்த சோற்றில் சூடான ரசத்தை ஊற்றிச் சாப்பிட்டுவிட்டு பள்ளிக்கூடத்துக்குச் சென்றுவிட்டேன்.

அடுத்தநாள் மதியச் சாப்பாட்டுக்கு வீட்டுக்கு வந்தபோதும் குழம்பு பற்றிய பேச்சுதான் நடந்துகொண்டிருந்தது. ‘வேப்பம்பூவுல கூடவா ரசம் வைப்பாங்க? அதிசயமா இருக்குதுக்கா. எங்க ஊருப்பக்கத்துல நான் கேள்விப்பட்டதே இல்லைக்கா. இந்த ரசத்தை எப்படிக்கா வைக்கறது?’ என்று தயிர்க்கார சின்னம்மா ஆச்சரியத்தோடு அம்மாவிடம் கேட்டுக்கொண்டிருந்தார்.

அம்மா அவருக்கு ஆற அமர வேப்பம்பூ ரசம் வைக்கும் முறையைப்பற்றி எங்கள் அறிவியல் ஆசிரியர் பாடம் நடத்துவது போன்ற முனைப்போடு சொல்லத் தொடங்கிவிட்டார். உலரவைத்த வேப்பம்பூக்களை ஒரு கை அள்ளி வாணலில் போட்டு வறுப்பதில் தொடங்கி, குமிழியிட்டுக் கொப்பளிக்கும் சமயத்தில்

தீயை அணைத்து ரசத்தை இறக்குவதுவரை அவர் ஒவ்வொன்றாகச் சொல்லி முடிப்பதற்குள் நான் சாப்பிட்டு முடித்துவிட்டேன்.

'என்ன தம்பி இது? உக்காந்ததும் தெரியலை. சாப்ட்டு முடிச்சதும் தெரியலை. அதுக்குள்ள எழுந்திட்ட?' என்று என்னிடம் கேட்டார் சின்னம்மா.

'பள்ளிக்கூடம் போவணும் சின்னம்மா. நேரமாயிடுச்சி. அதான்.'

பதில் சொல்லிக்கொண்டே பையை எடுத்து தோளில் போட்டுக் கொண்டு புறப்பட்டுவிட்டேன்.

ஒவ்வொரு நாளும் மதியவேளையில் அம்மா புதிது புதிதாக ரசம் வைக்கத் தொடங்கினார். ஒருநாள் வைத்தது போன்ற ரசத்தை இன்னொரு நாள் வைப்பதில்லை. இஞ்சி ரசம், கொத்துமல்லி ரசம், கருவேப்பிலை ரசம், தக்காளி ரசம், மிளகு ரசம், மாங்காய் ரசம், ஓமவள்ளி ரசம் என் விதவிதமான ரசங்களை வைத்துக் கொடுப்பார்.

ரசங்களில் அத்தனை வகைகள் உண்டு என்பதை அப்போதுதான் நான் தெரிந்துகொண்டேன். எல்லாமே எங்கள் அம்மாவின் கைவண்ணம். ஒவ்வொரு ரசத்திலும் சின்னச்சின்ன வித்தியாசங்கள் இருக்கும். சூடான சோற்றோடு எந்த ரசத்தை ஊற்றிக்கொண்டு சாப்பிட்டாலும் ருசியாகவே இருக்கும்.

ரசங்களை மாற்றி மாற்றி வைத்துக்கொண்டிருந்த அம்மா ஒரு நாள் மதியம் சாப்பாட்டுக்காக வீட்டுக்குச் சென்ற சமயத்தில், 'இன்னைக்கு ரசம் எதுவும் வைக்கலைடா' என்றார்.

நான் திகைப்புடன் அம்மாவைத் திரும்பிப் பார்த்தேன்.

'அரிசி தீர்ந்துபோச்சி. ரெண்டு தரம் அரிசிக்காரம்மா வீடு வரைக்கும் போயிட்டு வந்தேன். வீடு பூட்டிக் கெடக்குது. எங்கியோ போயிட்டாங்க போல.'

'அப்ப?'

'பானைக்குள்ள எப்பவோ கொழிச்சி வச்சிருந்த பழைய நொய் இருந்திச்சி. அத எடுத்துத்தான் கஞ்சி வைச்சேன். பொட்டுக்கடலைத் துவையல் அரைச்சி வச்சிருக்கேன். சுடுகஞ்சிக்கு நல்லா இருக்கும்.'

அப்போதுதான் குழம்பு தொடர்பாக படிப்படியாக ஏற்பட்ட மாற்றங்களைத் தொகுத்து புரிந்துகொள்ளத் தொடங்கினேன். அப்பா பலமாத மருத்துவத்துக்குப் பிறகு ஊருக்குத் திரும்பிவிட்டார் என்றபோதும் முன்புபோல அவரால் ஆற்றலோடு வேலை செய்யமுடியவில்லை. தீராத களைப்புக்கு அவர்

இரையாகிவிட்டார். பல வாடிக்கையாளர்கள் இடம் மாறிச் சென்றுவிட்டனர். வருமானம் குறைந்துவிட்டது. அது வெவ்வேறு வடிவங்களில் வெளிப்படுவதை என்னால் உணரமுடிந்தது.

நான் மௌனமாக அம்மாவைப் பார்த்தேன். 'சரிம்மா. குடு' என்றேன், கஞ்சி ஊற்றிய தட்டை எடுத்துவந்து அம்மா வைத்தார். பிசைவதற்காக கையை வைத்தேன். சூடாக இருந்தது.

நொய்க்கஞ்சி என்றபோதும் அதில் இரண்டு மூன்று கையளவுதன் பருக்கைகள் இருந்தன. மற்றபடி தட்டில் வழிய வழிய தண்ணீர்தான் நிறைந்திருந்தது. உப்பு கரைந்த அந்தக் கஞ்சித்தண்ணீர் குடிப்பதற்கு அமுதமாக இருந்தது. தண்ணீரிலேயே வயிறு நிறைந்துவிட்டது. அதற்குப் பிறகு அடியில் எஞ்சியிருந்த பருக்கைகளை அள்ளி வாய்க்குள் போட்டுக்கொண்டு பள்ளிக்கூடத்துக்கு ஓடிவிட்டேன்.

சில நாட்களுக்குப் பிறகு ஒருநாள் கஞ்சிக்குப் பதிலாக, கேழ்வரகு மாவில் புட்டு செய்துவைத்திருந்தார். ஒரு மாறுதலுக்காக ஒருசில நாட்களில் அத்துடன் முருங்கைக்கீரையை வதக்கிச் சேர்த்து கதம்பமாக வைத்திருந்தார். மற்றும் சில நாட்களில் அதே மாவு கூழாக வடிவமெடுத்து வந்தது.

ஒருநாள் அந்த மாவுக்கும் தட்டுப்பாடு வந்துவிட்டது. தோலையும் விதைகளையும் நீக்கி துண்டுதுண்டாக நறுக்கப்பட்ட பப்பாளிப்பழத்தை ஒரு தட்டில் வைத்து அம்மா கொடுத்தார்.

'என்ன பார்க்கிற? நம்ம தோட்டத்துப் பழம்தான். முருங்கைக்கீரை பறிக்கலாம்னுதான் சொரட்டுக்கோலோடு மரத்துங்கிட்ட போனேன். தெனமும் அதையே செய்யறமேன்னு எனக்கே ஒரு மாதிரி இருந்திச்சி. பக்கத்துல பப்பாளி மரத்துல இந்தப் பழங்கள பார்த்ததும் மனசு மாறிடுச்சி. நாலு பழம் பறிச்சி எடுத்தாந்தேன். நல்லா ருசியாதான் இருக்குது. சாப்புடு.'

நான் மௌனமாக ஒரு துண்டை எடுத்து வாயில் போட்டேன். சுவையாக இருந்தது. வேகவேகமாக சாப்பிட்டுவிட்டு பள்ளிக்கு ஓடிவிட்டேன்.

அடுத்து வந்த வாரத்தில் மாதாந்திரத் தேர்வுக்குரிய அட்டவணையை எங்கள் வகுப்பாசிரியர் கரும்பலகையில் எழுதிப் போட்டார். எல்லாத் தேர்வுகளும் உணவு இடைவேளைக்குப் பிறகு தொடங்கும் முதல் பிரிவுக்குரிய பாடவேளையில் நடக்கவிருப்பதாகக் குறிக்கப்பட்டிருந்தது.

என்ன செய்வது என்று புரியாமல் முதன்முதலாக குழப்பம் ஏற்பட்டது. வீட்டுக்குச் சென்றால் சாப்பிட ஏதாவது கிடைக்கும். ஆனால் வீட்டிலிருந்து திரும்பி வந்ததுமே தேர்வுகளை எழுதுவது தேவையில்லாத பதற்றத்தை ஏற்படுத்திவிடும். அதைத் தவிர்ப்பதற்காகவே, தேர்வுகள் முடியும் வரைக்கும் வீட்டுக்குச் செல்லவேண்டாம் என்று நானாகவே முடிவெடுத்தேன்.

வினாத்தாளைக் கையில் வாங்கும் வரைக்கும் பாடங்களைப் படிப்பது என்பது ஏதோ ஒரு விதத்தில் எனக்கு மானசீகமாக ஒரு நம்பிக்கையை வழங்கக்கூடும் என்பது என் எண்ணமாக இருந்தது. தேர்வில் பெறும் வெற்றி முக்கியமென்பதால், மதிய உணவைத் தவிர்ப்பதைப்பற்றி பெரிதாக கவலை ஏற்படவில்லை. என் எண்ணத்தை அம்மாவிடம் சொன்னேன். சிறிது நேர யோசனைக்குப் பிறகு அவரும் பெருமூச்சோடு 'வந்து ஏமாந்துட்டு போறதுக்குப் பதிலா, வராமயே இருக்கறது நல்லதுதான்' என்று சொன்னபடி ஏற்றுக்கொண்டார்.

முதல் தேர்வு நடக்கவிருந்த அன்று, மதிய உணவுக்கான மணி அடித்ததுமே வழக்கம்போல புத்தகப்பையை எடுத்துக்கொண்டு கூட்டத்தோடு கூட்டமாக வகுப்பைவிட்டு வெளியேறினேன். ஆனால் முன்வாசல் பக்கமாகச் செல்லாமல் பள்ளிக்கூடத்துக்குப் பின்னால் விளையாட்டு மைதானத்தின் பக்கமாகச் சென்றேன்.

மைதானத்தை ஒட்டிய மடத்தார் தோப்புக்குள் ஏதேனும் ஒரு மரத்தடியில் அமர்ந்து படிக்கவேண்டும் என்பதுதான் என் திட்டம். ஆனால் தோப்பை நெருங்கியபோதுதான், ஒவ்வொரு மரத்தடியிலும் நான்கைந்து பேர் சாப்பிடுவதற்காக வட்டம் போட்டு அமர்ந்திருப்பதைப் பார்த்தேன். ஒருவர் பார்வையிலும் படாமல் அங்கே எந்த மரத்தடியிலும் உட்கார்வது சாத்தியமே இல்லை என்பது புரிந்தது.

தோப்பை ஒட்டியிருந்த வேலியிலிருந்து விலகி குடுமியாங்குப்பம் செல்லும் பாதையில் இறங்கி நடந்தேன். ஒரு திருப்பத்தில் மழமழவென்று உருவாக்கப்பட்டிருந்த ஒரு வெட்டவெளி தெரிந்தது. அருகிலிருந்த வயலிலிருந்து பிடுங்கி வரப்பட்ட வேர்க்கடலைச் செடிகள் குவியல்குவியலாக அங்கே குவிக்கப் பட்டிருந்தன. ஒவ்வொரு குவியலுக்குப் பக்கத்திலும் யாரோ ஒரு பெரியம்மாவோ, அக்காவோ, பாட்டியோ உட்கார்ந்து செடியிலிருந்து கடலைகளைத் தனியாக உருவியெடுத்து கூடைக்குள் போட்டுக் கொண்டிருந்தனர்.

பக்கத்தில் வேறொரு வயலில் ஒரு பம்ப் செட் ஓடும் சத்தமும் குழாய்வழியாக உயரத்திலிருந்து தொட்டிக்குள் தண்ணீர் விழும் சத்தமும் கேட்டது. புத்தகப்பையை ஓரமாக வைத்துவிட்டு தொட்டிக்கு அருகில் சென்றேன். தொட்டியிலிருந்து தெறிக்கும் நீர்த்துளிகள் மேலே பட்டு ஒருவித சிலிர்ப்பை உண்டாக்கியது. நான் தொட்டிக்கு அருகிலிருந்த வாய்க்காலில் இறங்கி கைகால்முகம் கழுவிக்கொண்டு இரு கைகளாலும் தண்ணீரை ஏந்தி மெதுவாகப் பருகினேன். சில்லென்ற தண்ணீரைப் பருகியதும் வயிறு குளிர்ந்தது. பசி விலகி களைப்பெல்லாம் கரைந்ததுபோல இருந்தது.

வெளியே வந்து ஒரு மரத்தடியில் உட்கார்ந்து புத்தகத்தை எடுத்து கேள்வி பதில்களையும் மனப்பாடச் செய்யுள்களையும் படிக்கத் தொடங்கினேன். ஒருமுறை முழுமையாக பார்த்து வாய்விட்டுப் படித்தேன். பிறகு கண்களை மூடிக்கொண்டு பார்க்காமல் சொல்லிப் பார்த்தேன். இப்படியே இரண்டு மூன்று முறை சொல்லிச்சொல்லிப் பார்த்த பிறகுதான் மனசுக்குத் தெம்பாக இருந்தது.

‘என்னடா க்ளாஸ் டெஸ்ட்டா?’ என்றொரு குரல் கேட்டு பக்கவாட்டில் திரும்பிப் பார்த்தேன். சிறிது தொலைவில் கடலைச்செடி ஆய்ந்துகொண்டிருந்த ஓர் அக்கா என்னையே பார்த்துக்கொண்டிருந்தார். மெலிந்த தோற்றம். வட்டமான முகம். அடர்த்தியான தலைமுடி. என்னைக் கேள்வி கேட்டது அவர்தானா என்பது உறுதியாகத் தெரியாத குழப்பத்தில் ஒருமுறை அவரைப் பார்ப்பதும் அடுத்தமுறை பிறரைப் பார்ப்பதுமாக இருந்தேன்.

‘என்னடா, கேள்விக்குப் பதில் சொல்லாம எங்க எங்கயோ பார்த்துட்டிருக்க?’

என்னிடம் கேட்டவர் அவர்தான் என்பது உறுதியாகத் தெரிந்த பிறகு நான் மெதுவாக அவரைப் பார்த்து புன்னகைத்தேன். ‘ஆமாங்க்கா’ என்று தலையாட்டினேன்.

‘தமிழ் டெஸ்ட்டா?’

‘ம்.’

‘தமிழ்ல வழக்கமா எத்தன மார்க் வாங்குவ?’

‘ஏன்க்கா? இருபதுக்கு பதினெட்டு பத்தொன்பது வாங்குவேன்க்கா.’

‘இப்ப நீ படிச்சியே திருக்குறள, அத நீ படிச்ச விதத்துலயே எழுதினா, நிச்சயமா ரெண்டு மார்க் போயிடும்.’

ஒருகணம் எனக்குப் பேச்சே வரவில்லை. திகைப்பில் நிலைகுலைந்து அவருடைய முகத்தைப் பார்த்தேன்.

'ஆமாம். ஒரு தப்புக்கு ஒரு மார்க்னா ரெண்டு தப்புக்கு ரெண்டு மார்க்.'

ஓர் ஆசிரியரைப்போல கறாராகவும் மிடுக்காகவும் அவர் சொன்னது அதிர்ச்சியாகவும் விசித்திரமாகவும் இருந்தது. குழப்பத்தோடு 'எத தப்புன்னு சொல்றீங்கக்கா?' என்று அவரிடம் கேட்டேன்.

காலுக்கடியில் குவிந்திருந்த செடிகளையெல்லாம் ஒன்றாகச் சேர்த்து வேறொரு மூலையில் தள்ளிவிட்டு, எழுந்து சென்று புதிய செடிகளை இரு கைகளாலும் மார்போடு சேர்த்துப் பிடித்து அள்ளி வந்து தனக்கு அருகில் போட்டுக்கொண்டு மீண்டும் உட்கார்ந்தார் அந்த அக்கா. பிறகு என்னைப் பார்த்து 'பீலிபெய் சாகாடும்னு ஒரு குறள் சொன்னியே, அதை மறுபடியும் பார்க்காம சொல்றியா?' என்று பொறுமையாகக் கேட்டார்.

அவ்வளவு நேரம் கடலைச்செடி ஆய்வதுபோல அங்கே உட்கார்ந்திருந்தவர் என் வாசிப்பைக் கவனித்துக்கொண்டிருந்தார் என்பதை என்னால் நம்பவே முடியவில்லை. அந்தக் குறளை நான் ஒரு நூறு முறையாவது மனப்பாடமாக சொல்லிப் பார்த்திருப்பேன். அதனால் தப்பு நேர வாய்ப்பே இல்லை என்கிற தன்னம்பிக்கை எனக்குள் நிறைந்திருந்தது. அதனால் வேகம் கொண்டு 'பீலிபெய் சாகாடும் அச்சீறும் அப்பண்டம் சால மிகுத்துப் பெயின்' என்று சொன்னேன்.

அதைக் கேட்டு அந்த அக்காவின் முகத்தில் புன்சிரிப்பு படர்ந்தது. 'எதுக்கு இவ்வளவு அவசரம்? இப்பவும் தப்பாதான்டா சொல்ற. நிதானமா யோசிச்சி இன்னொரு தரம் சொல்லு, பார்ப்போம்' என்றார்.

எனக்குள் அடக்கமுடியாத சீற்றம் பொங்கியது. ஆயினும் பல்லைக் கடித்துக்கொண்டு அந்தக் குறளை ஒவ்வொரு சொல்லாக நிறுத்திச் சொல்லிவிட்டு அவரை முறைத்தேன்.

'தப்புடா தம்பி. தப்பு. நீ சரியா மனப்பாடம் பண்ணலை. அச்சீறும்னு சொல்றியே. அது அச்சீறும் இல்லை. அச்சிறும்' என்று திருத்தினார் அக்கா. பிறகு ஓர் ஆசிரியருக்கே உரிய வாத்சல்யத் தோடு ஒரு கணம் என்னைப் பார்த்தார்.

'இல்லக்கா. அச்சீறும்தான். எனக்கு நல்லா தெரியும்' என்று அடித்துச் சொன்னேன்.

'அப்படியா, சரி, புத்தகம் இருக்குதில்லையா? எடுத்து பிரிச்சி பாரு.'

நான் வேகமாக புத்தகத்தை எடுத்து திருக்குறள் பகுதி இருக்கும் பக்கத்தைப் பிரித்து அந்தக் குறளை ஒவ்வொரு சொல்லாகப் படித்தேன். பிறகு அக்காவின் பக்கம் விறைப்புடன் ஏறிட்டுப் பார்த்தேன்.

அக்காவின் முகத்தில் மீண்டும் புன்னகை படர்ந்தது. 'பார்த்துதான படிக்கிற? அப்பவும் ஏன் உனக்கு தப்பு வருது?' என்று கேட்டார். அவர் வேண்டுமென்றே என்னைச் சீண்டுகிறாரோ என்று சந்தேகமாக இருந்தது. 'நான் சரியாத்தான் படிக்கிறேன். வேணும்ன்னா நீங்களே புஸ்தகத்தைப் பாருங்க்கா' என்று அவரை நோக்கி புத்தகத்தை எடுத்துச் சென்று அவர் முன்னால் நீட்டினேன்.

கையிலிருந்த கடலைச்செடியை கீழே வைத்துவிட்டு அந்தப் புத்தகத்தை தன் கையில் வாங்கினார் அக்கா. பிறகு என் பக்கமாக திருக்குறள் பக்கத்தைத் திருப்பி, 'இந்தக் குறள்தான? ஒவ்வொரு வார்த்தையா நீயே படி' என்றார்.

அவர் விரல் ஒவ்வொரு சொல்லாகக் காட்டியபடி நகர நகர, நான் அந்தச் சொல்லை மட்டும் படித்தேன். இரண்டு சொற்கள் முடிந்தன. மூன்றாவது சொல்லில் அவர் விரல் இருந்தபோது நான் வேகமாக அச்சீறும் என்று படித்தேன். அப்படி சொன்ன கணத்திலேயே என் பிழை எனக்குப் புரிந்துவிட்டது. அது அச்சீறும் அல்ல, அச்சிறும்தான். சீ அல்ல. சி. அப்படித்தான் அச்சிடப் பட்டிருந்தது. அப்படி இருந்தும் இத்தனை நாட்களாக நான் அதைக் கவனிக்காமலேயே பிழையாகவே படித்து வந்ததை நினைத்தால் எனக்கு வெட்கமாக இருந்தது. 'அக்கா, அது... அது... எப்படியோ... சீயா இருக்கும்னு... நானா நெனச்சிகிட்டேன்' என்று பதில் சொல்லத் தெரியாமல் தடுமாறினேன்.

'சில சமயங்கள்ல நாம ஒரு வார்த்தையை காதுல கேட்போம். ஆனா அது வேற ஒரு வார்த்தையா மனசுல பதிஞ்சிடும். உனக்கு மட்டுமில்லை, எல்லாருக்கும் நடக்கக்கூடியதுதான். இனிமேல அச்சிறும்னு படி. புரியுதா? அச்சுன்னு சொன்னா வண்டிச் சக்கரத்துக்கு இருக்கக்கூடிய அச்சு. அச்சீறும்னு சொன்னா, அதுக்கு அர்த்தமே இல்லை. அச்சிறும்னு சொன்னா, சக்கரத்துடைய அச்சு முறிஞ்சி விழுந்துடும்னு அர்த்தம். புரியுதா?'

கடலைச்செடி ஆயக்கூடிய அக்கா, ஓர் ஆசிரியரைப்போல திருக்குறளுக்கு விளக்கம் சொல்வார் என நான் எதிர்பார்க்கவே இல்லை. எங்கள் ராதாகிருஷ்ணன் ஐயாவே மாறுவேடத்தில்

பெண்ணாக வந்து அங்கே உட்கார்ந்திருக்கிறாரோ என நினைத்துவிட்டேன்.

'உங்களால இன்னைக்கு ஒரு மார்க் பொழைச்சது. ரொம்ப தேங்க்ஸ்க்கா' என்றேன். அக்கணமே இரண்டு பிழைகள் இருப்பதாக அவர் சுட்டிக் காட்டியது நினைவுக்கு வந்தது. 'அக்கா, ரெண்டு தப்புன்னு சொன்னீங்களே, இன்னொரு தப்பு எதுக்கா?' என்று வெட்கத்துடன் கேட்டேன்.

'சோகாப்பர் சொல்லிழுக்குப்பட்டுன்னு ஒரு குறள் சொன்னியே, அந்தக் குறளை எடுத்து படிச்சிப் பாரு' என்று புன்னகையுடன் சொன்னார் அக்கா.

நான் புத்தகத்தில் திருக்குறள் பக்கத்தைப் பிரித்து அந்தக் குறளை ஒருமுறை மனசுக்குள்ளேயே சொல்லிப் பார்த்துக்கொண்டேன். போன முறை மாதிரி பிழை வந்துவிடக் கூடாது என்பதற்காக ஒவ்வொரு எழுத்தாக நிறுத்திப் பார்த்துப் படித்தேன். முதல் சொல்லையே நான் பிழையாகச் சொன்னேன் என்பது அப்போதுதான் புரிந்தது. யாகாவரராயினும் அல்ல. அந்தச் சொல் யாகாவாராயினும் என்பதுதான். நான் அதை யாகாவராயினும் என்று படித்துவிட்டேன். பிழையைக் களைந்து சீராக நிறுத்தி முழுக்குறளையும் சொன்னேன்.

'இப்ப சரி' என்றார் அக்கா. நான் மறுபடியும் 'தேங்க்ஸ்க்கா' என்று புன்னகையுடன் சொன்னேன்.

'தேங்க்ஸ்லாம் இருக்கட்டும். மொதல்ல கௌம்பு நீ. இங்கேர்ந்து ஸ்கூலுக்கு நடந்து போகறதுக்கும் பெல் அடிக்கறதுக்கும் சரியா இருக்கும். கௌம்பு.'

எனக்கு அந்த அக்காவிடம் நிறைய பேசவேண்டும் போல இருந்தது. அடுத்த நாள் பார்த்துக்கொள்ளலாம் என்று நினைத்துக் கொண்டு புத்தகத்தை பையில் வைத்தபடி கிளம்பினேன். அக்கணத்தில் அக்கா 'ஒரு நிமிஷம் நில்லு' என்று என்னை நிறுத்தி 'மதியானம் சாப்ட்டியா நீ?' என்று கேட்டார். அப்படி ஒரு கேள்வியை அவர் கேட்கக்கூடும் என நான் எதிர்பார்க்கவில்லை. சட்டென என் முகம் இருண்டுவிட்டது. ஆனாலும் மறுகணமே சமாளித்து புன்னகையோடு 'ம்க்கா' என்று சொன்னேன்.

அக்கா ஒருகணம் எதுவும் பேசாமல் என்னை உற்றுப் பார்த்தார். பிறகு வேறெந்தக் கேள்வியும் கேட்காமல் என் பக்கத்தில் வந்து என் புத்தகப்பையைத் திறந்து ஒரு கைநிறைய வேர்க்கடலையை அள்ளிப் போட்டார். 'போவும்போது உரிச்சி சாப்டுகினே போ'

என்றார். எனக்கு சட்டென கண்கள் தளும்பிவிட்டன. அவர் பார்த்துவிடக்கூடாது என நினைத்து திரும்பி வேகமாக பள்ளிக்கூடத்தை நோக்கி நடந்தேன்.

அடுத்த நாள் ஆங்கிலத்தேர்வு.. அன்றைக்கும் பகலில் உணவு இடைவேளை சமயத்தில் குடுமியாங்குப்பத்துக்குச் சென்றேன். அந்த அக்காவும் பிற பெண்களும் அன்றும் வட்டமாக உட்கார்ந்து கடலை ஆய்ந்துகொண்டிருந்தனர். என்னைப் பார்த்ததுமே அந்த அக்கா 'என்னடா, நேத்து பரீட்சை எப்படி எழுதினே?' என்று கேட்டார். நான் உற்சாகத்துடன் 'நல்லா எழுதினேன்க்கா. நீங்க கேட்ட அதே ரெண்டு குறள்களும் பரீட்சையில கேட்டிருந்தாங்க. நல்ல வேளை, உங்களால எனக்கு ரெண்டு மார்க் கெடைச்சிது' என்று பதில் சொன்னேன்.

'சரி சரி. இன்னைக்கு என்ன பரீட்சை?'

'இங்க்லீஷ்க்கா.'

'சரி, பேசிட்டே இருக்காத. படி.'

நான் பையைத் திறந்து ஆங்கிலப் புத்தகத்தை எடுத்தேன். ஒருகணம் நினைவு வந்தவனாக அக்காவின் பக்கம் திரும்பி 'ஏதாவது தப்பு இருந்தா, திருத்துங்கக்கா' என்று சொல்லிவிட்டுப் படிக்கத் தொடங்கினேன்.

இரண்டு பாடங்கள். ஒரு மனப்பாடப் பாடல். சீக்கிரமாகவே படித்துமுடித்துவிட்டேன். அக்காவிடம் அந்தப் பாட்டை ஒருமுறை மனப்பாடமாகவே சொல்லி சரிபார்த்துக்கொண்டேன். சில சொற்களைச் சொல்லி அக்கா ஸ்பெல்லிங் கேட்டார். எல்லாப் பாடங்களும் முடிந்த நேரத்தில் மெதுவாக 'அக்கா, நீங்க எந்த ஸ்கூல்லியாவது டீச்சரா இருந்தீங்களாக்கா?' என்று கேட்டேன்.

அதைக் கேட்டதும் அக்கா வாய்விட்டு கடகடவென சிரித்து விட்டார். 'ஏன்டா அப்படி கேக்கிற?' என்று கேட்டார்.

'நீங்க பேசற விதம் டீச்சர் பேசறமாதிரியே இருக்குது.'

அக்கா அதைத் தொடர்ந்து எதுவும் பேசாமலேயே ஒரு கணம் கடலை உருவுவதிலேயே கவனத்தைப் பதித்திருந்தார். பிறகு உதடுகள் மீது ஒரு கசப்பான புன்னகை படர 'த்ச்' என்று நாக்கு சப்புக்கொட்டிக் கொண்டார். அதற்குள் அவர் விழியோரத்தில் நீர் திரண்டு கட்டிக்கொண்டது. அக்கா அதை விரலால் தொட்டெடுத்துச் சுண்டியெரிந்தார்.

'ஒரு காலத்துல டீச்சராகணும்னு ஆசை இருந்தது. எங்க சரோஜினி டீச்சர பார்த்து பார்த்து எனக்கு வந்த ஆசை அது' என்று சொல்லிவிட்டு பெருமூச்சு விட்டார். தொடர்ந்து 'ஒனக்கு சரோஜினி டீச்சர தெரியுமா? பஞ்சாயத்து போர்டு ஸ்கூல்ல ஆறு, ஏழு, எட்டு கிளாஸ்ங்களுக்கு தமிழ்ப்பாடம் நடத்துவாங்க' என்று விவரித்தார்.

'தெரியாதுக்கா' என்று தலையசைத்தபடி உதட்டைப் பிதுக்கினேன். 'நான் கோவிந்தையர் ஸ்கூல்ல படிச்சவன்க்கா. அதுவும் அஞ்சாங்கிளாஸ் வரைக்கும்தான். அதுக்கப்புறம் ஹைஸ்கூலுக்கு வந்துட்டேன்' என்றேன்.

'அவுங்ககிட்ட படிக்கிறது ஒரு பெரிய பாக்கியம். அவுங்கள பார்த்துப் பார்த்து அவுங்க மாதிரியே ஒரு டீச்சராகணும்னு அந்தக் காலத்துல நான் ஆசைப்பட்டேன். அதை சரோஜினி டீச்சர்கிட்டயே நான் பல தரம் சொல்லியிருக்கேன். அப்படி நான் சொன்னா போதும், டீச்சருக்கு உடனே சந்தோஷம் பொங்கிட்டு வந்துடும். ஸ்கூல் முழுக்க இன்னைக்கு சரோஜினி டீச்சர்னு சொல்ற மாதிரி, எதிர்காலத்துல கஸ்தூரி டீச்சர்னு பேரு வாங்கி காட்டுடி. அதுதான் நீ படிச்ச படிப்புக்கு ஒரு மரியாதைன்னு அடிக்கடி சொல்வாங்க.'

'அப்புறம் ஏன் ஆகலை?'

'எல்லாம் என் தலையெழுத்து.'

'என்னக்கா சொல்ற?'

'எங்க அப்பா என்னை படிக்க வச்சாதான? எட்டாங்கிளாஸ்க்கு மேல படிப்பே வேணாம்னு நிறுத்திட்டாரு.'

'ஏன்?'

'அதிகமா படிச்சிட்டா, அதைவிட அதிகமா படிச்ச மாப்பிள்ளைங்கள தேடி ஓடணுமாம். அதிகமா செலவு செய்யணுமாம். அதெல்லாம் தனக்குக் கட்டுப்படியாகாதுன்னு சொல்லி நிறுத்திட்டாரு.'

'ஐயோ, அது ஒரு காரணமா?'

'நான் ஒரு பொண்ணா இருந்தா பரவாயில்லை. எனக்கு கீழ நாலு பேரு தங்கச்சிங்க. எல்லாரையும் கரையேத்தணுமே. அந்தக் கவலை அவருக்கு.'

'அவுங்கள்லாம் என்ன செய்யறாங்க?'

'எல்லாருமே எட்டாங்கிளாஸ் பாஸ். அதோட படிப்ப ஏறக்கட்டி வச்சாச்சி. இப்படித்தான் சின்னச்சின்ன வேலைகளை அங்கங்க

செஞ்சிட்டிருக்கோம். வர மாப்பிள்ளைங்க எல்லாரும் நாலு பவுனு குடு, அஞ்சி பவுனு குடுன்னு கேக்கறானுங்க. இவரு ரெண்டு பவுனுக்கு மேல முடியவே முடியாதுன்னு நிக்கறாரு. அந்தப் பக்கம் படிப்பும் இல்லை, இந்தப் பக்கம் கல்யாணமும் இல்லைன்னு ஆயிடுச்சி என் கதை.'

அக்காவின் கதையைக் கேட்க வருத்தமாக இருந்தது. அவர் நினைத்தது எதுவும் அவர் வாழ்வில் நிகழவில்லை என்பதைக் கேட்க வருத்தமாக இருந்தது. அடுத்து அக்காவிடம் என்ன கேட்பது என்று புரியவில்லை. நான் அமைதியாக அவர் முகத்தையே பார்த்தபடி நின்றேன்.

சில கணங்களுக்குப் பிறகு அக்கா முகத்தை நிமிர்த்தி, 'என்னைக்காவது ஒரு நாள் நான் நிச்சயம் டீச்சராகிக் காட்டுவேன். அது மட்டும் நிச்சயம். என்னைக் கல்யாணம் பண்ணிக்கிறவரு யாரா இருந்தாலும் சரி, அவரு கையில கால்ல விழுந்தாவது மேல்படிப்ப முடிச்சி டீச்சரா வந்து காட்டுவேன். இந்த கஸ்தூரி யாருனு இந்த உலகத்துக்கு அன்னைக்குத் தெரியும்.'

உணவு இடைவேளை முடிவடையும் நேரம் நெருங்கிவிட்டதை நான் உணர்ந்தேன். புத்தகத்தை பைக்குள் திருப்பி வைத்தபடி எழுந்து நின்று 'சரிக்கா, வரேன். நாளைக்கு பார்க்கலாம்' என்று சொல்லிவிட்டுத் திரும்பினேன். முதலில் அக்கா 'சரி' என்பது போல தலையசைத்துவிட்டார். பிறகு எதையோ நினைத்துக் கொண்டதுபோல 'ஒரு நிமிஷம், ஒரு நிமிஷம் இரு' என்றபடி எழுந்து வந்து ஒரு கைநிறைய கடலையை அள்ளி புத்தகப்பைக்குள் போட்டு அனுப்பினார்.

தேர்வுக்காலம் முடிவடைந்தது. எல்லாத் தேர்வுகளையும் நன்றாக எழுதியிருந்தேன். ஒவ்வொரு நாளும் கஸ்தூரி அக்கா கொடுத்த வேர்க்கடலை மதிய நேரப் பசிக்கு உணவாக இருந்தது.

அடுத்தநாள் மதியம் உணவு இடைவேளைக்கான மணியடித்த போது வீட்டுக்குச் செல்வதா வேண்டாமா என்று ஒரு கணம் குழப்பமாக இருந்தது. பிறகு வழியை மாற்றி கஸ்தூரி அக்காவின் இடத்தை நோக்கி நடந்தேன்.

மரத்தடியில் அக்கா இல்லை. அக்காவோடு வேலை செய்த பெண்மணிகளும் இல்லை. கடலை நீக்கப்பட்ட செடிகள் மட்டுமே பரப்பிவிடப்பட்டு வெயிலில் உலர்ந்துகொண்டிருந்தது. அங்கங்கே சில காக்கைகள் காணப்பட்டன. எந்தச் செடியிலாவது ஒட்டிக்கொண்டிருக்கும் கடலையைத் தேடி அவை அலைந்தன.

அடுத்து என்ன செய்வது என்று புரியாமல் நான் அந்தக் காக்கைகளையே பார்த்துக்கொண்டு நின்றிருந்தேன்.

அப்போது பக்கத்திலிருக்கும் வயலிலிருந்து அக்கா என்னை அழைக்கும் குரல் கேட்டது. நான் திரும்பிப் பார்த்தேன். கடலை பிடுங்கப்பட்ட வயலில் அக்கா நின்றிருப்பது தெரிந்தது. அவர் கையில் சின்னஞ்சிறு கூடையொன்று இருந்தது. அக்காவைப் போலவே நாலைந்து அக்காக்களும் அங்கே நின்றிருந்தார்கள். அக்கா என்னைப் பார்த்து 'இங்க வா' என்று சைகையால் அழைத்தார். உடனே நான் புத்தகப்பையை மரத்தடியில் வைத்து விட்டு அக்காவை நோக்கிச் சென்றேன்.

ஏரோட்டிய தடத்தில் இருபுறமும் ஈரமண் புரண்டிருந்தது. அந்த மணல்வெளிக்கு நடுவில்தான் எல்லோரும் நின்றிருந்தனர். எதையோ தொலைத்ததைத் தேடுவதுபோல காலால் மண்ணைச் சீய்த்தபடி நடந்தனர்.

என்னைப் பார்த்ததும் 'இன்னைக்கும் பரீட்சை இருக்குதா?' என்று கேட்டார் அக்கா. 'இல்லைக்கா. நேத்தோடு எல்லாப் பரீட்சையும் முடிஞ்சிட்டுது' என்றேன். பிறகு நானாகவே 'என்னக்கா தேடறீங்க?' என்று கேட்டேன்.

'தப்புக்கொட்டை.'

நான் புரியாமல் அக்காவின் முகத்தை ஏறிட்டுப் பார்த்தேன்.

'கடலைச்செடியை புடுங்கற சமயத்துல சில கொட்டைங்க மண்ணுலயே தங்கிடும். செடியோடு வராது. ஒரு தரம் ஏரோட்டி மண்ண பொரட்டி போட்டா, அந்தக் கொட்டைங்க எல்லாம் வெளியே வந்துடும். நாமதான் மண்ண சீய்ச்சி சீய்ச்சி தேடி எடுக்கணும். அதான் தப்புக்கொட்டை.'

ஒரு மந்திரத்தைச் சொல்லிக்கொடுக்கும் நுட்பத்துடன் அக்கா எனக்கு விளக்கம் கொடுத்தார். நான் அக்கா வைத்திருந்த கூடையைப் பார்த்தேன். ஏறத்தாழ முக்கால் பங்கு நிறைந்திருந்தது.

'வா. வந்து நீயும் தேடு.'

'பயிர் வச்சவங்க ஒன்னும் சொல்லமாட்டாங்களா?'

'யாரும் ஒன்னும் சொல்லமாட்டாங்க. தப்புக்கொட்டையை யார் வேணும்னாலும் எடுத்துக்கலாம். எடுக்கறது எல்லாமே நமக்குத்தான்.'

அக்காவுக்குப் பக்கத்தில் நின்று அவரைப்போலவே குதிகாலை ஊன்றி மண்ணைச் சீய்த்தேன். சிதறியோடும் கரிய மண்ணுக்கு

நடுவில் வெள்ளைவெளேரென ஒரு முத்தைப் போல ஒரு கொட்டை தெரிந்தது. அதைப் பார்த்ததுமே எனக்கு உற்சாகம் வந்துவிட்டது. சட்டென குனிந்து அதை கையில் எடுத்தேன்.

'ஆகா. முத எத்துலயே தப்புக்கொட்டையை கண்டுபுடிச்சிட்டியே. அதிர்ஷ்டக்காரன்டா நீ.'

புன்னகையோடு அந்தக் கொட்டையை அக்காவின் கூடைக்குள் போடுவதற்காக அவருக்குப் பக்கத்தில் சென்றேன்.

'வேணாம். வேணாம். நீயே உன் பைக்குள்ள போட்டுக்கோ. அப்புறமா போவும்போது உடைச்சித் தின்னு.'

'சரி' என்றபடி தலையசைத்தபடி மண்ணைச் சீய்க்கத் தொடங்கினேன். அக்கா தன் சரோஜினி டீச்சரைப்பற்றியும் பள்ளி வாழ்க்கையில் நடைபெற்ற ஒரு பழைய அனுபவத்தைப்பற்றியும் சுவாரசியமாகச் சொல்லத் தொடங்கினார். காது ஒருபக்கம் அவர் சொல்லும் கதையை கேட்டுக்கொண்டிருக்க, கண்கள் இன்னொரு பக்கம் மண்ணில் தென்படும் தப்புக்கொட்டைகளைப் பார்த்துக்கொண்டிருந்தன.

'நான் ஸ்கூல்ல படிக்கிற காலத்துல ஸ்கூல்ல இன்ஸ்பெக்ஷன் நடக்கும்போது, எதையாவது படிக்கணும்ன்னா சரோஜினி டீச்சர் என்னைத்தான் கூப்ட்டு படிக்க வைப்பாங்க. டாண் டாண்னு மணியடிக்கிற மாதிரி தெளிவா படிக்கிறடீ நீன்னு சொல்வாங்க. எந்தப் பாட்டையாவது மனப்பாடமா சொல்லணும்ன்னா கூட அவுங்களுக்கு நான்தான் வேணும். கஸ்தூரி நல்வழி பாட்டை சொல்லு, கஸ்தூரி கொன்றைவேந்தன் சொல்லுன்னு எல்லாத்துக்கும் என்னைக் கூப்புடுவாங்க.'

அக்கா விவரித்த கதையின் சுவாரசியத்தில் தப்புக்கொட்டையைப் பார்ப்பதே எனக்கு மறந்துவிட்டது. நான் அவருடைய முகத்தையே பார்க்கத் தொடங்கினேன்.

'ஒரு தரம் ஒரு மினிஸ்டர் எங்க ஸ்கூல்லுக்கு வந்தாரு. ஸ்கூல்ல பெரிசா ஒரு மீட்டிங் நடந்தது. அவரு தமிழ்ல ஆர்வம் உள்ளவரு. அவருகிட்ட பேச்சுவாக்குல ரொம்ப பெருமையா எங்க கிளாஸ்ல ஒரு பொண்ணு ஔவையார் பாட்டுலாம் மனப்பாடமா சொல்வா ஐயான்னு சரோஜினி டீச்சர் சொல்லிட்டாங்க. உடனே அவரு யாரு அந்தப் பொண்ணு, கூப்புடுங்கன்னு சொல்லிட்டாரு. டீச்சரும் என் பக்கம் திரும்பி கஸ்தூரி இங்க வான்னு கூப்ட்டாங்க. நான் போய் நின்னதும் அந்த மினிஸ்டர் என்கிட்ட உனக்கு ஔவையார் பாட்டு பாடமா இருக்குதான்னு கேட்டாரு. நான் ஆமாம்னு சொன்னதும்

எந்தப் பாட்டுன்னு கேட்டாரு. நான் உலகநீதி ஐயான்னு சொன்னேன். உலகநிதில எத்தனை பாட்டு இருக்குது தெரியுமான்னு கேட்டாரு. பதிமூனு பாட்டு இருக்குதுங்க ஐயான்னு சொன்னேன். அவரு கேக்கிற ஒவ்வொரு கேள்விக்கும் டக்குடக்குனு பதில் சொன்னத பார்த்து ரொம்ப சந்தோஷத்தோடு சிரிச்சாரு. சிரிச்சிகிட்டே சொல்லு பார்ப்போம்னு சொன்னாரு.'

அக்கா ஒருகணம் சீய்ப்பதை நிறுத்திவிட்டு என்னைப் பார்த்தார். 'உனக்கு ஔவையார் தெரியுமில்ல?' என்று கேட்டார். நான் 'ம்' என்று தலையாட்டிக்கொண்டே சொன்னேன்.

'உலகநீதி?'

நான் வெட்கத்துடன் 'தெரியாதுக்கா' என்றேன்.

'ஓதாமல் ஒருநாளும் இருக்கவேண்டாம் பாட்டுடா' என்று எடுத்துக்கொடுத்தார் அக்கா. அந்த வரியைக் கேட்டதுமே அந்தப் பாட்டு அரைகுறையாக நினைவுக்கு வந்தது. 'படிச்சிருக்கேன்க்கா. ஆனா நாலு வரிதான் தெரியும்' என்றேன்.

'எனக்கு முழுப்பாட்டும் தெரியும். அந்தக் காலத்துல மட்டுமில்லை, இப்பவும் என்னால சொல்லமுடியும். பதிமூணு பாட்டையும் பார்க்காம சொல்வேன். இப்ப சொல்லட்டுமா, கேக்கறியா நீ?'

அக்காவின் முகத்தில் உற்சாகம் படர்வதைப் பார்த்தேன். அவர் கண்களில் ஒரு சிறுமிக்குரிய பரபரப்பு தெரிந்தது.

'ம். சொல்லுக்கா' என்றபடி ஆர்வத்துடன் நான் அவர் முகத்தைப் பார்த்தேன்.

அக்கா அக்கணமே தொண்டையைச் செருமி சரிப்படுத்தியபடி சொல்லத் தொடங்கினார். 'ஓதாமல் ஒருநாளும் இருக்கவேண்டாம் ஒருவரையும் பொல்லாங்கு சொல்லவேண்டாம்' என்று அடுக்கிக்கொண்டே போனார். பத்து ஆண்டுகளுக்கு முன்னால் படித்த பாடலின் வரிகளை ஒரு பிழைகூட இல்லாமல் ஓரிடத்தில்கூடத் தடுமாறாமல் சொல்வதைக் கேட்டபோது ஆச்சரியமாக இருந்தது. அந்த வேகத்தைப் பார்த்து ஒருகணம் நான் வியப்பில் உறைந்துவிட்டேன்.

அக்கம்பக்கத்தில் தப்புக்கொட்டை எடுத்துக்கொண்டிருந்த பெண்களும் சிறுமிகளும் கூட அக்காவின் பாட்டைக் கேட்டு நின்று வேடிக்கை பார்க்கத் தொடங்கினர். அக்கா ஒவ்வொரு பாட்டாக சொல்லிக்கொண்டே சென்றார். 'போதமுற்று மிகவாழ்ந்து புகழும்

தேடி பூலோகம் உள்ளளவும் வாழ்வர் தாமே' என்ற கடைசி வரியைச் சொல்லிவிட்டுத்தான் நிறுத்தினார்.

'எப்படி?' என்று புருவத்தை உயர்த்தியபடி கேட்டபோதுதான் உலகநீதிப்பாடல்கள் முடிந்துவிட்டதை நான் உணர்ந்தேன். ஆச்சரியம் தாங்காமல் நான் கைதட்டியபடி குதித்தேன். 'உங்க மூளைக்குள்ள ஏதாவது மிஷின் இருக்குதாக்கா? எப்படிக்கா இதயெல்லாம் இன்னும் நீங்க ஞாபகத்துலயே வச்சிருக்கீங்க?' என்று கேட்டபோது அக்காவின் முகத்தில் ஒருவித நாணமும் மகிழ்ச்சியும் கலந்து பரவியிருந்தது.

மேற்கொண்டு என்ன பேசுவது என்று புரியாமல் அக்காவின் முகத்தையே பார்த்துக்கொண்டிருந்தபோது, அக்கா ஏற்கனவே சொல்லி நிறுத்திய பழைய கதையைத் தொடர்ந்தார்.

'பதிமூனு பாட்டையும் நான் பாக்காம சொன்னதைக் கேட்டு மினிஸ்டர் ரொம்ப சந்தோஷப்பட்டாரு. அந்த சந்தோஷத்துல அவருக்கு போட்ட பொன்னாடையை எடுத்து எனக்குப் போட்டாரு. பையிலேர்ந்து ஒரு நூறு ரூபாயை எடுத்து வச்சிக்கம்மான்னு எனக்கு அன்பளிப்பா கொடுத்தாரு. மேடையில என்னைப் பாராட்டிப் பேசினாரு. எங்க டீச்சரையும் பாராட்டினாரு. படிச்சி பெரிய ஆளாகி என்னம்மா செய்யப் போற நீன்னு என்னப் பார்த்து கேட்டாரு. எங்க சரோஜினி டீச்சர்மாதிரி நானும் டீச்சர் வேலைக்குப் போவேன்ங்க ஐயான்னு சொன்னேன். எல்லாரும் கை தட்டினாங்க.'

அக்கா ஒரு பெருமூச்சுடன் சட்டென பேச்சை நிறுத்திவிட்டார். அவருடைய கால் தானாகவே மண்ணைச் சீய்க்கத் தொடங்கியது. அக்காவை மறுபடியும் எப்படிப் பேச வைப்பது என்பது எனக்குப் புரியவில்லை. அமைதியாக அவருக்குப் பக்கத்தில் மண்ணைச் சீய்த்தபடி நடந்தேன். என் பை நிறையும் அளவுக்கு தப்புக்கொட்டை சேர்ந்துவிட்டது.

'இந்தத் தப்புக்கொட்டை மாதிரி காலாகாலத்துல யார் கண்ணிலாவது பட்டு தப்பிச்சாதான் நம்மைமாதிரி ஆளுங்க பொழைக்கமுடியும். இல்லைன்னா மண்ணோடு மண்ணாதான் ஆவணும்.'

யாரிடமோ சொல்வதுபோல மண்ணைப் பார்த்தபடியே சொன்னார் அக்கா. அப்போது அவர் முகத்தைப் பார்க்க பாவமாக இருந்தது. சற்றுமுன் சிரிப்பில் மூழ்கிய முகமா இது என்று தோன்றியது.

'சரிக்கா. நான் கௌம்பறேன். நேரமாயிடுச்சி' என்று அக்காவிடம் விடைபெற்றேன். அக்கா உடனே தன் கூடையிலிருந்து ஒரு கை வேர்க்கடலையை அள்ளி என்னிடம் நீட்டினார்.

நான் 'வேணாம்க்கா. இதோ இருக்குதே. இதுவே போதும்' என்று கால்சட்டைப் பையைக் காட்டினேன். 'இருக்கட்டும்டா. வச்சிக்கோ. பசிக்கும்போது சாப்புடு' என்று சொன்னார் அக்கா. நான் அதை வாங்கி கால்சட்டையின் இடதுபுற பையில் வைத்துக்கொண்டு புத்தகப்பையை எடுப்பதற்குச் சென்றேன்.

அடுத்தநாள் மதியம் அக்காவைப் பார்த்தபோது அவர் முகத்தில் பழைய உற்சாகம் வந்துவிட்டதைக் கண்டேன். அவருடைய புன்னகையைக் கண்ட பிறகுதான் என் மனம் அமைதியடைந்தது. அன்றும் தப்புக்கொட்டை எடுக்கும் வேலைதான் நடந்தது. அக்காவுக்குப் பக்கத்திலேயே நடந்து நானும் தப்புக்கொட்டை எடுத்தேன்.

அக்காவுக்கு எல்லா வேலைகளும் தெரிந்திருந்தன. அவரைப் போலவே பல பெண்கள் அந்த மரத்தடியில் உட்கார்ந்து பல வேலைகள் செய்தனர். முறத்தில் புளி எடுத்துவந்து ஆய்ந்து கொட்டைகளை நீக்கினர். உரலில் நெல் குத்தி வெயிலில் உலரவைத்தனர். வைக்கோல்களை கட்டுகட்டாகக் கட்டி எடுத்துச் சென்று வேறொரு இடத்தில் அடுக்கினார்கள்.

ஒருநாள் நான் சென்றபோது அக்கா மரத்தடியில் உலர்ந்து கொண்டிருந்த நெற்பரப்புக்குக் காவலாக உட்கார்ந்திருந்தார். என்னைப் பார்த்ததும் 'நூறு வயசுடா உனக்கு. இப்பதான்டா உன்னைப் பத்தி நெனச்சிகிட்டே இருந்தேன்' என்றார். 'நான் நூறு வயசுவரைக்கும் இருக்கணும்ன்னா நீங்க எரநூறு வயசுவரைக்கும் இருக்கணும்க்கா' என்று வெட்கத்துடன் சொல்லிக்கொண்டே உட்கார்ந்தேன்.

'இருநூறு வயசு ஆவும்போது அக்கா அக்காவா இருக்கமாட்டேன். பெரிய ஆயாவா இருப்பேன்' என்றபடி அக்கா தனக்கருகில் ஒரு தட்டு போட்டு மூடியிருந்த இரண்டு செம்புகளை எடுத்தார். ஒரு செம்பை தன்னிடம் வைத்துக்கொண்டு மற்றொரு செம்பை என்னிடம் கொடுத்து 'இந்தா, குடி' என்று கொடுத்தார்.

'எனக்கு எதுக்குக்கா? நீங்க குடியுங்க்கா' என்று நான் தயங்கினேன். 'எல்லாம் எனக்குத் தெரியும்டா தம்பி. குறுக்குல எதுவும் பேசாம குடுக்கறத வாங்கிக் குடி' என்று அதட்டினார் அக்கா.

நான் அந்தச் செம்பை வாங்கிக்கொண்டேன். செம்பு நிறைய கூழ் இருந்தது. அதன் மீது உரித்த வேர்க்கடலை வெள்ளைமுத்துகள் போல மிதந்தன. கடலையை மென்று தின்றபடி கூழைக் குடிப்பதற்கு சுவையாக இருந்தது. அக்கா எனக்கு ஒரு கதையைச் சொன்னார். அதைக் கேட்டபடி குடித்ததில் நேரம் போனதே தெரியவில்லை.

ஒருநாள் கூழ் குடித்து முடித்த பிறகு இரண்டு செம்புகளையும் எடுத்துச் சென்று பம்ப் செட் தொட்டியில் தண்ணீர் எடுத்து கழுவி சுத்தம் செய்துவிட்டு எடுத்துவந்து வைத்தேன்.

அக்கா 'இது என்ன, கண்டுபிடிச்சி சொல்லு?' என்று ஒரு கொட்டாங்கச்சியை நீட்டினார். 'பார்த்தாவே தெரியுதே, நாவல் பழம்தான?' என்றபடி நான் அந்தக் கொட்டாங்கச்சியை வாங்கினேன்.

'ஏமாந்தியா? அது நாவல் பழம் கிடையாது' என்று அக்கா சிரித்தார். எனக்கு எதுவும் புரியவில்லை. அவசரமாக நான் கொட்டாங்கச்சியிலிருந்து ஒரு பழத்தை எடுத்து உருட்டிப் பார்த்தேன். உருண்டையான வடிவம். பழுத்துக் கனிந்து கருநீல நிறத்தில் இருந்தது. என் குழப்பத்தை சில கணங்கள் மௌனமாகப் பார்த்து ரசித்துக்கொண்டிருந்த அக்கா 'அதுக்குப் பேரு கறிவேப்பிலைப்பழம்' என்றார்.

கறிவேப்பிலைச்செடியில் பழம் இருக்கும் என்னும் விஷயத்தையே அப்போதுதான் நான் முதன்முதலாகத் தெரிந்துகொண்டேன். ஒரு பழத்தை எடுத்து இரு விரல்களுக்கிடையில் வைத்து மெல்ல உருட்டிஉருட்டிப் பார்த்தேன். பிறகு 'இது சாப்பிடக்கூடிய பழம்தான?' என்று அக்காவிடம் கேட்டேன். 'சாப்பிடற பழம்தான்டா. தைரியமா சாப்புடு' என்று சொல்லிக்கொண்டே அக்கா ஒரு பழத்தை எடுத்து தன் வாய்க்குள் போட்டுக்கொண்டார். அதைப் பார்த்த பிறகுதான் எனக்குத் தைரியம் வந்தது.

பழத்தை மெதுவாகக் கடித்தேன். நாவல்பழத்தைப்போலவே சுவையாக இருந்தது. அக்காவைப் பார்த்து புன்னகையோடு 'நல்லா இருக்குதுக்கா' என்றேன். 'சாப்புடு சாப்புடு' என்று என்னை உற்சாகப்படுத்தினார் அக்கா.

ஒவ்வொரு நாளும் எனக்கு வகைவகையான பழங்களை எடுத்துவந்து கொடுத்தார் அக்கா. அத்திப்பழம், சீத்தாப்பழம், மூக்குச்சளிப்பழம், விளாம்பழம், கொடுக்காப்புளி, இலந்தம்பழம், வெள்ளரிபழம், கொய்யாப்பழம் என ஒவ்வொரு நாளும் எனக்காக ஒரு பழத்தைக் கொண்டுவந்து கொடுத்தார்.

‘இவ்வளவு பழங்கள் உங்களுக்கு எங்கேக்கா கெடைக்குது?’ என்று ஆச்சரியத்துடன் கேட்டேன். ‘அது அக்காவுக்கு மட்டும் தெரிஞ்ச ரகசியம்’ என்று சொல்லிவிட்டுச் சிரித்தார் அக்கா. பிறகு ‘இந்த குடுமியாங்குப்பத்துல எத்தனை வீடு, எத்தனை கிணறு, எத்தனை மரங்கள், எந்தெந்த மரங்கள் எங்கெங்க இருக்குது எல்லா விவரமும் எனக்குத் தெரியும்டா. கண்ண கட்டிவிட்டா கூட, என் கால் தானா அந்த மரத்து முன்னால போய் நிக்கும்’ என்று பெருமையோடு சிரித்தார்.

‘அக்காவுக்கு எல்லாம் தெரியுது. ஆனா எனக்குள்ள இருக்கிற ஆசை ஏன் நடக்கமாட்டுதுங்கறது மட்டும் தெரியலை’ என்று ஒரு கசப்பான புன்னகையோடு சொன்னார் அக்கா. அப்போது அக்காவின் முகத்தில் படிந்திருந்த வேதனையைப் பார்த்தபோது எனக்கும் வேதனையாக இருந்தது. அக்காவின் முகம் ஒரு கோணத்தில் என் அம்மாவின் முகத்தைப் பார்ப்பதுபோல இருந்தது.

நாட்கள் சக்கரத்தைப்போல உருண்டோடிவிட்டன. கண்ணை மூடி கண்ணைத் திறப்பதற்குள் முழு ஆண்டுத் தேர்வுக்கான அட்டவணையை அறிவித்துவிட்டனர்.

அக்காவிடம் அந்த விஷயத்தைச் சொன்னேன். அதைக் கேட்டதும் ‘அதுக்குள்ள ஒரு வருஷம் ஓடிடுச்சா?’ என்றபடி புருவத்தை உயர்த்தினார். பிறகு ‘முதல் பரீட்சை என்ன?’ என்று கேட்டார். நான் ‘தமிழ்’ என்றேன்.

‘நமக்குப் புடிச்ச பாடம். நல்லது. நல்லது’ என்று அக்கா சிரித்தார். தொடர்ந்து ‘பிழை இல்லாம எழுது. கையெழுத்தும் அழகா இருக்கணும். அப்பதான் திருத்தற வாத்தியாருங்களுக்கு மார்க் போடலாம்ன்னு ஒரு ஆர்வம் வரும். கிறுக்கலா இருந்தா பாதி பேருக்கு படிக்கறதுக்கு சோம்பல்படுவாங்க. பாதிப் பேரு படிச்சி பார்க்காமயே ஏதாவது ஒப்புக்கு ரெண்டு மூணு மார்க் போட்டுட்டு போயிடுவாங்க. புரியுதா’ என்றார்.

‘சரிக்கா’ என்று தலையசைத்தேன்.

தமிழ்த்தேர்வு முடிந்ததும் நேராக அக்காவைத்தான் பார்ப்பதற்குச் சென்றேன். அக்கா என் கேள்வித்தாளை வாங்கிப் படித்தார். பிறகு இடையிடையே சில கேள்விகளுக்குப் பதில் கேட்டார். இலக்கணக்குறிப்புகளை எப்படி எழுதினேன் என்று கேட்டார். நான் சொன்ன பதில்கள் அவருக்குத் திருப்தியாகவே இருந்தன. ஆழ்ந்த யோசனைக்குப் பிறகு ‘என் கணக்குக்கு தொண்ணத்தஞ்சி மார்க் கெடைக்கும் உனக்கு’ என்றார். ‘எப்படிக்கா அவ்வளவு

துல்லியமா சொல்றீங்க?' என்று கேட்டேன். 'த்ச்' என்று நாக்கை சப்புக்கொட்டிக்கொண்டே 'எல்லாமே ஒரு மனக்கணக்குதான்' என்று சொல்லிவிட்டுச் சிரித்தார்.

'இந்தா, இத குடிச்சிட்டு போ' என்று ஒரு செம்பில் கூழூற்றிக் கொடுத்தார். நான் அதை வாங்கி கொஞ்சம் கொஞ்சமாக பேசிக்கொண்டே குடித்து முடித்தேன்.

'சரி போ. நாளைக்கு இங்க்லீஷா? நல்லா படி. சம்மரிங்களை எழுதிப் பாரு' என்று விடைகொடுத்தார் அக்கா.

தமிழ், ஆங்கிலம், கணக்கு, அறிவியல் என தேர்வு நாட்கள் வேகவேகமாகக் கடந்துவிட்டன. கடைசித்தேர்வு வரலாறு புவியியல். கேள்வித்தாள் எளிதாகவே இருந்தது. அதை எழுதிமுடித்ததும் அக்காவைப் பார்ப்பதற்குச் சென்றேன்.

அக்கா ஒரு கிழிந்த பாயின்மீது பரப்பிய வேப்பங்கொட்டைகளுக்கு காவலாக உட்கார்ந்திருந்தார். அவருக்குப் பக்கத்திலேயே ஒரு கூடை நிறைய வேப்பம்பழங்கள் இருந்தன. அதிலிருந்துதான் ஒவ்வொரு பழமாக எடுத்து எடுத்துப் பிதுக்கி கொட்டைப்பரப்புக்கு நடுவில் வீசிக்கொண்டிருந்தார். அவருக்குப் பக்கத்திலேயே ஆவாரம்பூவை கிள்ளிப் போட்டதுபோல அதன் தோல் குவியல் கிடந்தது.

என்னைப் பார்த்ததுமே 'பரீட்சையெல்லாம் வெற்றிகரமா முடிஞ்சதா? நல்லா எழுதினியா?' என்று சிரித்துக்கொண்டே கேட்டார் அக்கா. நான் 'ம்க்கா. நல்லா எழுதியிருக்கேன்க்கா' என்று பதில் சொன்னேன்.

'அடுத்த வருஷம் பத்தாவது, இல்லையா?'

'ம்க்கா.'

அக்கா புருவத்தை உயர்த்தி புன்னகைத்தார். அப்போதுதான் துளையிட்ட அவர் காதுகளில் ஒரு துண்டு குச்சி மட்டும் இருப்பதைப் பார்த்தேன்.

'பத்து. அப்புறம் பதினொன்னு. அதுக்கப்புறம் காலேஜ். அப்படியே மேல போயிட்டே இரு. புரியுதா? என்ன மாதிரி பாதியில நின்னுடாத' என்று சொல்லிக்கொண்டே கூழ்செம்பை எடுத்து என்னிடம் கொடுத்தார்.

'சரிக்கா' என்றபடி நான் அதை வாங்கிக்கொண்டேன். வேப்பம்பழங்களை ஒவ்வொன்றாக எடுத்து ஊசிநூலால் கோர்த்து

ஒரு மணிமாலை போலச் செய்து கழுத்தில் அணிந்துகொண்டு அட்டிகை விளையாட்டு விளையாடிய சிறுவயது அனுபவத்தையும் அப்போது தன்னோடு விளையாடிய பிற சிறுமிகளைப்பற்றியும் ஒரு கதையைச் சொல்வதுபோல சுவாரசியமாகச் சொன்னார் அக்கா.

'அந்தக் காலத்துல நெற்றிச்சுட்டி, ஜிமிக்கி, தோடு, அட்டிகை, ஒட்டியாணம் எல்லாமே எங்களுக்கு வேப்பம்பழம்தான். எல்லாத்தயும் நூல்லயே கோர்த்து செஞ்சி போட்டுக்குவம். பார்க்கறதுக்கு அது தங்கம் மாதிரியே தகதகன்னு ஜொலிக்கும்.'

'அவுங்கள்லாம் இப்ப எங்க இருக்காங்கக்கா?'

அந்தக் கேள்வியை அவர் எதிர்பார்க்கவில்லை என்பதை அவர் முகக்குறிப்பிலிருந்து என்னால் புரிந்துகொள்ள முடிந்தது. ஒரு கணம் யோசனையில் மூழ்கியிருந்தார். பிறகு என்னைப் பார்த்து உதட்டைப் பிதுக்கினார்.

'யாருமே இப்ப இங்க இல்ல. எல்லாரும் கல்யாணம் பண்ணிகிட்டு பாண்டிச்சேரி திண்டிவனம், விழுப்புரம்னு போயிட்டாங்க. நான்தான் இங்க இன்னும் திண்ணையை தேச்சிகிட்டு உக்காந்திருக்கேன்'

அக்கா அதைச் சொல்லும்போது சிரித்துக்கொண்டுதான் சொன்னார். ஆனால் கேட்பதற்கு எனக்குத்தான் கஷ்டமாக இருந்தது.

'சரிக்கா, நான் வரேன்.'

'அப்பப்ப வந்து போ. நான் இங்கயேதான் இருப்பேன்.'

தலையசைத்துக்கொண்டே நான் அங்கிருந்து நடக்கத் தொடங்கினேன்.

அடுத்து இரண்டு மாதங்கள் வேகவேகமாக ஓடிவிட்டன. ஏதேதோ வேலைகள். நெருக்கடிகள். அலைச்சல்கள். ஒரு நாளாவது ஏதேனும் ஒரு பகல்வேளையில் புறப்பட்டுச் சென்று அக்காவைப் பார்த்துவிட்டு வரவேண்டும் என்று நினைத்திருந்தேன். அதற்காக நான் வகுத்த எந்தத் திட்டமும் நிறைவேறவில்லை. ஒரு பொழுதுகூட என் வசமில்லை. எல்லாமே வேகவேகமாகக் கரைந்துகொண்டே இருந்தது.

விடுமுறைக்காலம் முடிந்து பள்ளிக்கூடம் தொடங்கிவிட்டது. காலையில் பள்ளிக்கூடத்துக்குச் சென்றதுமே, அறிவிப்புப் பலகையில் ஒட்டப்பட்டிருந்த தேர்வுமுடிவுப் பட்டியலைப் பார்த்தேன். தேர்ச்சி பெற்றவர்களின் பட்டியலில் என் பெயர்

இருந்ததைப் பார்த்த பிறகுதான் நிம்மதியாக இருந்தது. என்னைப் போலவே என் நண்பர்கள் அனைவரும் தேர்ச்சி பெற்றிருந்தனர். ஒருவர்கூட பின்தங்கவில்லை என்பது ஆறுதலாக இருந்தது.

பிரார்த்தனையின் போது தலைமையாசிரியர் புதிய வகுப்புகளுக்குச் செல்லும் எல்லோருக்கும் வாழ்த்து சொல்லி நம்பிக்கையூட்டி அனுப்பிவைத்தார். தமிழைத் தவிர, மற்ற எல்லாப் பாடங்களுக்கும் புதிய ஆசிரியர்கள் வந்தனர். தமிழுக்கு மட்டும் அதே ராதாகிருஷ்ணன் ஐயா.

உணவு இடைவேளைக்கான மணியடித்ததும் வழக்கம்போல குடுமியாங்குப்பத்துக்குச் சென்றேன். அக்கா வழக்கமாக அமர்ந்திருக்கும் மரத்தடியில் ஒரு கட்டில் மட்டும் இருந்தது. அருகில் யாரோ நெல் பரப்பி உலரவைத்திருந்தனர். ஆள் நடமாட்டம் இல்லை. எங்காவது சென்றிருக்கக்கூடுமோ என நினைத்து நாலாபக்கமும் திரும்பித் தேடிப் பார்த்தேன். எங்கும் தென்படவில்லை. பம்ப்செட் வரைக்கும் ஒரு நடை சென்று பார்த்துவிட்டுத் திரும்பினேன். அங்கும் இல்லை. வேறு ஏதேனும் ஒரு வயலுக்கு அருகில் இருக்கக்கூடும் என நினைத்து, சிறிது தூரம் வரைக்கும் நடந்து சென்றேன். ஒருவரும் தென்படவில்லை.

திரும்பி வந்து பழைய இடத்திலேயே நின்றபோது 'யார தேடற தம்பி?' என்று ஒரு குரல் கேட்டது. திரும்பிப் பார்த்தேன். கட்டில் பக்கமாக ஓர் ஆயா கோலூன்றி வந்துகொண்டிருந்தார்.

'ஒரு அக்கா. இங்கதான் எப்பவும் உக்காந்திருப்பாங்க. அவுங்க இல்லையா?'

'நீ யாரைக் கேக்கற? புரியலையே.'

எனக்குச் சட்டென அக்காவின் பெயர் நினைவுக்கு வந்துவிட்டது.

'கஸ்தூரி அக்கா. வெடவெடன்னு நல்லா உயரமா இருப்பாங்க.'

அந்த ஆயா ஒரு கணம் யோசனையில் மூழ்கினார். பிறகு தலையசைத்தபடி 'அந்தப் பொண்ணா? போன மாசம் அதுக்கு கல்யாணம் முடிஞ்சிடுச்சிப்பா. புருஷன்காரன் ஊட்டுக்கு போயிடுச்சி' என்றார்.

கஸ்தூரி அக்காவின் கல்யாணச்செய்தி மகிழ்ச்சியை அளித்தாலும், அந்த நேரத்தில் அவரைப் பார்க்கமுடியவில்லையே என்னும் எண்ணம் துயரளிப்பதாக இருந்தது. 'சரி ஆயா' என்று சொல்லிவிட்டு திரும்பி நடந்தேன். இனி அக்காவைப் பார்க்கும்

வாய்ப்பு ஒருபோதும் கிடைக்கப்போவதில்லை என்று கொஞ்சம் கொஞ்சமாக தோன்ற ஆரம்பித்துவிட்டது. அந்த எண்ணம் ஒரு பெரிய பாரமாக மனசை அழுத்தியது.

அதையே நினைத்தபடி வேலியோரமாக வெகுதொலைவு நடந்துவிட்டேன். பசித்தது. எந்தப் பக்கம் மனசைத் திருப்பினாலும், அது பசியிலேயே முடிந்தது.

ஒரு திருப்பத்தில் நாலைந்து வேப்பமரங்களுக்கு நடுவில் கறிவேப்பிலை மரம் தெரிந்தது. எட்டும் உயரத்தில் கறிவேப்பிலைப்பழங்கள் தொங்குவதைப் பார்த்தேன். உடனே அதை நெருங்கி, எட்டிப் பறித்தேன். அக்கணமே அக்காவை நினைத்துக்கொண்டேன். அந்தப் பழங்கள் உண்ணத்தக்கவை என்பதை எனக்கு உணர்த்தியவரே அந்த அக்காதான் என்ற எண்ணமெழுந்தது. அவரை நினைத்துக்கொண்டே அந்தப் பழத்தைச் சாப்பிட்டேன். அதற்குப் பிறகு கொய்யாப்பழம், அத்திப்பழம், சீத்தாப்பழம், மூக்குச்சளிப்பழம் என எந்தப் பழத்தைச் சாப்பிட எடுத்தாலும் கஸ்தூரி அக்காவை நினைத்துக் கொள்ளாமல் சாப்பிட முடிந்ததில்லை.

21. தாத்தா

மட்டையும் பந்தும் கிடைக்காத நேரங்களில் நாங்கள் ஆடும் விடுமுறை விளையாட்டு கோட்டிப்புள். தரையில் கிடக்கும் புள்ளை நெம்பி யாருடைய கைக்கும் எட்டாத உயரத்தில் விர்ரென்று வானத்தை நோக்கிப் பறக்க வைக்கும்போதும் லாவகமாகத் தட்டி எழுப்பி கோட்டியால் அடித்து பறக்கவைக்கும்போதும் நாமும் அத்தோடு இணைந்து பறப்பதுபோல இருக்கும். பரவசமூட்டும் அந்த உணர்வுக்கு ஈடு இணையே இல்லை.

நாங்கள் மொத்தம் எட்டுப் பேர் இருந்தோம். நான், சுப்பிரமணி, பரசுராமன், குமாரசாமி, கஜேந்திரன், சந்திரசேகர், சுந்தரம், நெடுஞ்செழியன். விடுமுறை நாளில் நானும் சுப்பிரமணியும்தான் ஒவ்வொரு வீடாகச் சென்று எல்லோரையும் திரட்டி ஸ்டேஷன் திடலுக்கு அழைத்துச் செல்வோம்.

எட்டுப் பேரும் வந்துவிட்டால் அணிக்கு நான்கு பேர் என்னும் கணக்கில் இரு அணிகளாகப் பிரிந்து விளையாடத் தொடங்கிவிடுவோம். ஏதாவது ஒரு காரணத்தால் ஓரிருவர் வராவிட்டால் அணி பிரிப்பதில் சிக்கல் ஏற்படும். ஆட்களின் எண்ணிக்கை இரட்டைப்படையில்

அமைந்துவிட்டால் எந்தப் பிரச்சினையும் இருக்காது. ஒவ்வொரு அணியையும் சமவலிமை கொண்டதாக அமைத்துவிடலாம். ஒற்றைப்படையில் இருந்தால்தான் பிரச்சினை வரும். அப்போது இரு அணிகளையும் சமவலிமை கொண்டதாகக் கட்டமைக்கும் பொருட்டு யாராவது ஒருவர் இரு அணிகளிலும் விளையாட வேண்டும். அந்த இடத்துக்கு நான், நீ என்று பெரிய போட்டியே நடக்கும்.

ஓர் அணி முன்வைக்கும் ஆளை அடுத்த அணி ஆட்கள் ஏற்றுக்கொள்ள மாட்டார்கள். அவன் அதற்குமுன் நிகழ்த்திய எல்லாச் சாதனைகளையும் தொகுத்து அந்தப் பெயரை நிராகரிப்பதிலேயே குறியாய் இருப்பார்கள். கடைசியில் என் பெயரைச் சொன்னதும் இரு தரப்பினரும் அமைதியாக ஏற்றுக்கொள்வார்கள். நான் சாதாரண ஆட்டக்காரன் என்பதுதான் முக்கியமான காரணம். எந்தச் சாதனையும் எனக்கு இல்லை. நான் எந்தத் திசையில் புள்ளை அடித்தாலும் அது அந்தத் திசையில் நின்றுகொண்டிருக்கும் யாரோ ஒருவனுடைய கையில் புறாவைப்போல அழகாகத் தஞ்சமடைந்துவிடும்.

நாங்கள் விளையாடும் இடத்தை ஒட்டி பெரிய பெரிய இலுப்பை மரங்கள் இருக்கும். மரங்களைச் சுற்றி உதிர்ந்து உலர்ந்த பூக்கள் மங்கி நிறம் மாறி தரையெங்கும் பரவியிருக்கும். அதைச் சுற்றி எப்போதும் கமகமவென்று ஒரு மணம் வீசியபடி இருக்கும்.

இலுப்பை மரத்தைத் தொடர்ந்து மரங்களின் வரிசை தொடங்கிவிடும். இலவ மரம். ஒதிய மரம். நாவல் மரம். அரச மரம். நுணா மரம். ஆலமரம். கல்யாணமுருங்கை மரம். அப்புறம் வைக்கோல்போர் மாதிரி பெரிய பெரிய புதர்கள். செடிகள். அதற்குப் பிறகு பச்சைப்பசேலென புல்வெளி. கரும்புவயல். நெல்வயல். தொலைவில் ஐயனார் கோவில்.

நாங்கள் விளையாடுவதற்கு வரும் முன்பே ராமையா தாத்தா ஆடுகளை ஓட்டிக்கொண்டு வந்து இலுப்பை மரத்தடியில் உட்கார்ந்திருப்பார். அவர் தனக்குப் பக்கத்திலேயே எப்போதும் ஒரு சொரட்டுக்கோலை வைத்திருப்பார். அந்தச் சொரட்டுக்கோல் தான் ஒதிய மரத்தில் அல்லது கல்யாண முருங்கை மரத்தில் உயரத்திலிருக்கும் கொழுந்தான இலைகளடர்ந்த கிளையைப் பற்றி இழுத்து விழவைக்க அவருக்கு உதவும் ஆயுதம். ஆடுகள் அந்த இலைகளைத்தான் கடித்துத் தின்னும். மரத்தடியில் அமர்ந்தபடி தாத்தா அதை வேடிக்கை பார்த்தபடி வெற்றிலை பாக்கு போடுவார். அவருடைய மற்றொரு பார்வை எங்கள் விளையாட்டின்மீது பதிந்திருக்கும்.

யாராவது ஒருவன் அடிக்கும் புள் பறந்து சென்று ஆடுகளுக்கு அருகில் விழுந்துவிடும். உடனே ஒன்றிரண்டு ஆடுகள் மிரண்டு சில அடி தூரம் ஓடி நிற்கும். அதைப் பார்த்ததும் தாத்தா பதற்றமாகிவிடுவார். புள்ளை எடுக்கப் போகிறவனிடம் 'அந்தப் பக்கமா அடிச்சி ஆடுங்கடான்னா, எதுக்குடா இந்தப் பக்கமாவே அடிக்கிறீங்க. ஆடுங்க மெரள்றது தெரியலையா?' என்று சலித்துக்கொள்வார். சில சமயங்களில் அவரே புள்ளை எடுத்து எங்களை நோக்கி வீசிவிடுவார். நல்ல தாத்தா. விளையாட்டு சார்ந்து எங்களுக்குள் எழும் எல்லாப் பஞ்சாயத்துகளையும் அவர்தான் தீர்த்துவைப்பார்.

தாத்தா ஒவ்வொரு ஆட்டுக்கும் ஒரு பெயர் சூட்டியிருந்தார். அவற்றை அந்தப் பெயரைச் சொல்லித்தான் அழைத்தார். ஒவ்வொரு பெயரும் விசித்திரமாக இருக்கும். கருத்தம்மா, சிவப்பி, வெள்ளச்சி என்று சில ஆடுகளுக்கு நிறம் சார்ந்த பெயர்கள். தாண்டவராயன், எலும்புச்சிப்பாய், குள்ளன் என்று சில ஆடுகளுக்கு உருவம் சார்ந்த பெயர்கள். சுறுசுறுப்பாக துள்ளித்துள்ளி ஓடிக்கொண்டே இருக்கும் ஒரு ஆட்டுக்கு எம்.ஜி.ஆர். என்றும் மெதுவாக நடக்கும் ஆட்டுக்கு அன்னக்கிளி என்றும் பெயர் வைத்திருந்தார். ஒரு கால் சற்றே ஊனமான ஒரு குட்டி ஆட்டுக்கு தாத்தா வித்தியாசமாக சின்னப்பொண்ணு என்று வைத்திருந்தார். அவர் அந்தக் குட்டியை மடியில் வைத்துக்கொண்டு தலையை வருடியபடி கொஞ்சுவதைப் பார்த்தால், உண்மையிலேயே யாரோ ஒரு குழந்தையைக் கொஞ்சுவதுபோலத்தான் இருக்கும்.

ஒருநாள் தாத்தா அந்த ஆட்டுக்குட்டியை மார்போடு அணைத்தபடி ஓர் இலைக்கொத்தை ஊட்டிக்கொண்டிருந்தார். சுப்பிரமணி அதைப் பார்த்துவிட்டு 'தாத்தாவை பார்க்கும்போது காலண்டர்ல போட்ட ஏசுநாதர் படம் மாதிரி இருக்குது, இல்ல?' என்றான். அவன் சொன்னது தாத்தாவின் காதில் விழுந்துவிட்டது. ஆனால் என்ன சொல்கிறான் என்பது புரியவில்லை. உடனே என்னைப் பார்த்து 'என்னடா சொல்றான் அவன்?' என்று கேட்டார். 'ஒன்னுமில்ல தாத்தா, உங்கள பார்த்தா சாமி மாதிரி இருக்குதாம்' என்று விளக்கம் கொடுத்தேன். 'சாமியா? சாமிக்கும் மனுஷனுக்கும் வித்தியாசம் தெரியலையா ஒனக்கு? சரியான பொடிப்பையன்தான் நீ' என்று தலைப்பாகையால் முகத்தைத் துடைத்துக்கொண்டே சொன்னார் தாத்தா.

ஒருநாள் கோட்டிப்புள் ஆடிமுடித்துவிட்டு தாத்தாவைச் சுற்றி உட்கார்ந்திருந்தோம். தாத்தா எங்களுக்கு ஒரு கதை சொன்னார். ஒரு ராஜா கதை.

ஒரு ஊரில் ஒரு ராஜா ஒரு கிளியை வளர்த்துவந்தார். அது எல்லா இடங்களிலும் சுதந்திரமாகச் சுற்றும். பொழுது சாய்ந்ததும் அரண்மனைக்குத் திரும்பி கூண்டுக்குள் சென்றுவிடும். ஒருநாள் அது வெளியே பறந்து திரிந்தபோது காட்டிலிருந்து பறந்துவந்த இன்னொரு கிளியோடு நெருங்கிப் பழகியது. ஏதோ ஆசையில் அந்தக் கிளியோடு சேர்ந்து காட்டுக்குப் போய்விட்டது.

இரண்டு நாளுக்குப் பிறகுதான் கிளிக்கு ராஜாவின் நினைவு வந்தது. உடனே பறந்துவந்து அரண்மனையை அடைந்தது. கிளியைக் காணாமல் வாட்டம் கொண்டிருந்த ராஜாவை அமைதிப்படுத்தியது. ராஜாவிடம் உனக்கு ஒரு பரிசு கொண்டுவந்திருக்கிறேன் என்று கிளி சொன்னது. ராஜா என்ன பரிசு என்று கேட்டான். கிளி ஒரு மாங்கொட்டையை அவன் முன்னால் வைத்தது. அவன் அதைப் பார்த்து முகம் சுளித்தான். அரசே, இந்தக் கொட்டையை சாதாரணமாக நினைக்காதே என்றது கிளி. இந்தக் கொட்டை செடியாகி, மரமாகி, பழுக்கத் தொடங்கிய பிறகு, இதனுடைய பழத்தை உண்ணுகிறவர்கள் இளமையான தோற்றத்துக்குத் திரும்பிவிடுவார்கள். அந்தப் பழத்துக்கு இளமையை அளிக்கும் சக்தி இருக்கிறது என்று சொன்னது.

ராஜா நடுவயதைக் கடக்கும் நிலையில் இருந்தான். மீண்டும் இளமை வாழ்க்கையை வாழ நினைத்த ராஜா அந்தக் கொட்டையை தன் தோட்டத்திலேயே வைத்து கண்ணும் கருத்துமாகப் பார்த்துவந்தான். மண்ணில் புதைக்கப்பட்ட மாங்கொட்டை சில ஆண்டுகளிலேயே மரமாக மாறி நின்றது. பூத்து, காய்த்து, பழுக்கவும் தொடங்கியது. பழத்தின் மணம் தோட்டமெங்கும் வீசியது.

ஒருநாள் ஒரு பழம் காம்பிலிருந்து விடுபட்டு கீழே விழுந்து கிடந்தது. அந்தப் பக்கமாக ஊர்ந்துவந்த ஒரு பாம்பு அதை ஏதோ ஒரு மனிதமுகம் என நினைத்துக் கொத்தியது. அப்போது அதன் நஞ்சு பழத்தில் கலந்துவிட்டது. அச்சமயத்தில் தற்செயலாக வானத்தில் பறந்துவந்த ஒரு கழுகு பாம்பைக் கொத்திக்கொண்டு பறந்துவிட்டது. நடந்தது எதையும் அறியாத வேலைக்காரன் தரையில் விழுந்துகிடக்கும் பழத்தைப் பார்த்ததும் அதை எடுத்துச் சென்று ராஜாவிடம் கொடுத்தான்.

கிளி சொன்னதெல்லாம் உண்மையாக இருக்குமா என்பதை ராஜா சோதித்துப் பார்க்க நினைத்தான். அதனால் அரண்மனையில் காவல் காக்கும் ஒரு நாய்க்கு அந்தப் பழத்தை வெட்டி ஒரு துண்டு கொடுத்தான். அந்த நாய் அந்தத் துண்டைச் சாப்பிட்ட மறுகணமே

அங்கேயே சுருண்டு விழுந்து இறந்துவிட்டது. நன்றி கெட்ட கிளி தன்னைக் கொல்ல சதி செய்ததாக நினைத்து கோபம் கொண்டு கிளியைக் கொன்றான் ராஜா.

அந்த மாமரம் ஒருவராலும் சீண்டப்படாமல் அப்படியே நீண்ட காலம் நின்றது. பராமரிப்பு இல்லாமல் போனாலும் அது ஒவ்வொரு பருவத்திலும் பூத்தது. காய்த்தது. பழுத்தது.

ஒருநாள் இரவு அடுத்த ஊரிலிருந்து கணவனிடம் கோபித்துக் கொண்ட பெண்ணொருத்தி அந்தத் தோட்டத்தின் பக்கம் வந்தாள். அந்த மாமரத்தின் கிளையில் தூக்கு போட்டுக்கொண்டு தற்கொலை செய்துகொள்ள முடிவெடுத்தாள். அப்போதுதான் அவள் ஒரு கிளையில் தொங்கும் மாம்பழங்களைப் பார்த்தாள். ஆசையில் ஒரு பழத்தைப் பறித்துச் சாப்பிட்டாள். அந்தக் கணமே தன் நடுவயதுக்கோலம் மறைந்து இளமையை அடைந்ததை உணர்ந்தாள். அச்செய்தியை அவள் ஊர் முழுதும் உடனே பரப்பிவிட்டாள். அவளே பல பழங்களைப் பறித்துச் சென்று பலருக்கு தின்னக் கொடுத்துவிட்டாள்.

விடிந்ததும் செய்தியைத் தெரிந்துகொண்ட ராஜா ஒரு பழத்தைக் கொண்டு வரச் செய்து அரண்மனைக்குள்ளேயே நாலு பேருக்குக் கொடுத்து பரிசோதனை செய்து பார்த்தான். பழம் சாப்பிட்ட எல்லோருக்குமே இளமை திரும்பிவிட்டது. உடனே ராஜாவும் ஒரு பழத்தைச் சாப்பிட்டான். ராணியையும் சாப்பிட வைத்தான். அரண்மனையில் இருக்கும் எல்லோரையும் சாப்பிடவைத்தான். எல்லோரும் இளம்பருவத்துக்குத் திரும்பிவிட்டதைக் கண்டு ராஜாவுக்கு மகிழ்ச்சி பிறந்தது. அதே நேரத்தில் அவசரப்பட்டு கிளியைக் கொன்றுவிட்டோமே என குற்ற உணர்ச்சியும் இருந்தது. காலம் முழுதும் அந்தக் குற்ற உணர்ச்சி அவனைத் தொடர்ந்து வந்தது.

கதையைச் சொல்லி முடித்ததும் தாத்தா எங்களிடம் 'கதையிலேர்ந்து என்னடா தெரிஞ்சிகிட்டீங்க?' என்று கேட்டார். நெடுஞ்செழியன் ஏதோ சொல்வதற்காக கைவிரலை உயர்த்தியபடி எழுந்தான். அந்த நேரத்தில் தொப்பென்ற சத்தத்தோடு இலுப்பை மரத்திலிருந்து உருண்டை வடிவத்திலான ஒரு காய் தாத்தாவுக்கு அருகில் விழுந்து ஓடியது. அந்தச் சத்தத்தால் ஒருகணம் எல்லோருமே அஞ்சிவிட்டோம். தாத்தா புன்னகைத்தபடி அந்த இலுப்பங்காயை எடுத்து, அதில் ஒட்டியிருந்த மண்ணை ஊதி அப்புறப்படுத்தினார். அதைப் பார்த்த குமாரசாமி 'தாத்தா, இப்பவே சாப்பிடாதீங்க. பழுக்க வச்சி கிளி குடுத்த பழமா நினைச்சி

சாப்புடுங்க. எங்கள மாதிரியே நீங்களும் சின்ன பையனா மாறிடலாம்' என்றான். உடனே தாத்தா புன்னகைத்தபடி அந்த இலுப்பங்காயை அவன் மீது வீசினார்.

'பழத்துல மட்டுதான் இனிப்பு இருக்குதுன்னு நெனச்சிக்காதடா. பூவுல கூட இனிப்பு இருக்குது' என்றார் தாத்தா. 'பூவுலியா?' என்று முகத்தைச் சுளித்தான் குமாரசாமி. 'இரு. இரு. உனக்குக் காட்டறேன்' என்றபடி சொரட்டுக்கோலோடு தாத்தா எழுந்தார்.

ஒருகணம் அவர் என்ன செய்யப் போகிறார் என்பது புரியாமல் நாங்கள் எல்லோரும் அவரையே பார்த்தோம். அவர் சொரட்டுக்கோலை உயர்த்தி இலுப்பை மரத்தில் வெள்ளை வெளேரென பூக்கள் பூத்திருந்த ஒரு கிளையில் சொரட்டுக்கோலின் நுனியைச் சிக்கவைத்து அசைத்தார். உடனே மழைத்துளிகளைப் போல பூக்கள் உதிர்ந்தன. குனிந்து ஒரு பூவை எடுத்த தாத்தா அதன் விளிம்பை நாக்கிலிட்டு சுவைத்தார். தித்திப்பான பொருளைத் தின்றதுபோல அவருடைய முகம் மலர்ந்தது.

'என்ன தாத்தா, அந்த அளவுக்கு இனிக்குதா என்ன?' என்று சந்தேகத்தோடு கேட்டேன் நான். உண்மையிலேயே அது இனிக்கிறதா, அல்லது அவர் எங்களை ஏமாற்றுவதற்காக நடிக்கிறாரா என்று புரியவில்லை.

'இந்தா, வேணும்னா நீயே நாக்குல வச்சி இனிக்குதா இல்லையான்னு பாரு' என்றபடி பூக்களை எடுத்து எங்களிடம் நீட்டினார். நாங்கள் உடனே ஆளுக்கு ஒரு பூவை எடுத்து தாத்தாவைப்போலவே நாக்கில் வைத்து சுவைத்தோம். சர்க்கரை கலந்த தண்ணீர் நாக்கில் பட்டதுபோல இருந்தது.

மீண்டும் மீண்டும் பூவை எடுத்துச் சுவைத்தேன். சர்க்கரைச்சுவை கொஞ்சம் கொஞ்சமாக பெருகிக்கொண்டே சென்றது. 'நெஜமாவே சர்க்கரை மாதிரியே இருக்குது தாத்தா' என்றேன்.

கஜேந்திரன் எஞ்சியிருந்த பூக்களை எடுத்துச் சென்று ஆடுகள் முன்னால் வைத்தான். ஆடுகள் நிமிர்ந்து தாத்தா பக்கம் பார்த்ததே தவிர, ஒரு ஆடுகூட இலுப்பைப்பூவின் பக்கம் திரும்பிப் பார்க்கவில்லை.

திடலுக்கு நாங்கள் விளையாடச் செல்லும்போதெல்லாம் ராமையா தாத்தாவிடம் கதை கேட்பது வழக்கமாகிவிட்டது. 'தாத்தா, ஒரு கதை சொல்லுங்க தாத்தா' என்று கேட்டால் போதும். உடனே அவர் 'ஒரு ஊருல...' என்று தொடங்கிவிடுவார். திருடன் கதை, யானை கதை, புலியும் எலியும் கதை, வாழைப்பழக் கதை, கிணற்றில்

தண்ணீர் நிரம்பிய கதை என ஏராளமான கதைகள். நூலகத்தில் நான் படித்த புத்தகத்தில் கூட அந்த மாதிரியான கதைகளைப் படித்ததில்லை. அவ்வளவு கதைகள் அவருக்குத் தெரிந்திருந்தன.

எந்த மரத்திலிருந்து எதை எடுத்து எப்படிச் சாப்பிடுவது என்பதைக் கூட தாத்தா வழியாகவே நாங்கள் தெரிந்துகொண்டோம். ஒருநாள் ஏரிக்கரையோரத்தில் எள்ளுச்செடியின் அமைப்பில் செங்குத்தாக அடர்த்தியாக வளர்ந்திருந்த செடிகள் பக்கமாக அழைத்துச் சென்றார். கடுகு அளவுக்கு வெள்ளைவெளேரென செடியின் நடுவில் பூக்கள் பூத்திருந்தன. அந்தப் பூ நிறைந்த தண்டு சற்றே தடித்திருந்தது. அந்தத் தண்டைப் பிடித்து இழுத்தார் தாத்தா. அந்தத் தண்டோடு சேர்ந்து ஈரமண் படிந்த ஒரு கிழங்கு இருந்தது. தண்ணீரில் கழுவிவிட்டு அதை இரண்டாகப் பிளந்தார் தாத்தா. உள்ளே இருந்த கிழங்குப்பகுதியை நாக்கால் சுவைத்தார். அவரைத் தொடர்ந்து அதேபோல நாங்களும் சுவைத்தோம். முதலில் கெட்டியான நெய் மாதிரி இருந்தது. பிறகு நாக்கில் வைத்து சப்பியதும் வெண்டைக்காயைப்போல கொழகொழவென்று ருசித்தது. 'இதுக்கு என்ன பேரு தாத்தா?' என்று கேட்டேன். 'பேருலாம் தெரியாது. ஆனா சின்ன வயசிலேர்ந்து சாப்ட்டுட்டுதான் இருக்கேன்' என்றார் தாத்தா.

தாத்தாவைப் பார்ப்பதற்கு முன்பு கோட்டிப்புள் ஆடி முடித்ததும் நாங்கள் தேடித்தேடிச் சாப்பிட்டது கொடுக்காப்புளி மட்டுமே. மரங்களின் வரிசையில் அவையும் இருந்தன. முதலில் கீழே விழுந்து கிடக்கும் கொடுக்காப்புளி சுருளை தேடியெடுத்துச் சாப்பிடுவோம். பிறகு கல்லால் அடித்து கீழே விழுவதை எடுத்துச் சாப்பிடுவோம். எங்களில் யாருக்குமே குறி பார்த்து அடிக்கத் தெரியாது. பத்து கற்களை எறிந்தால், ஒரு கல் மட்டுமே கொடுக்காப்புளியின் மீது படும்.

தாத்தாவோடு சேர்ந்துகொண்ட பிறகு கல் எறியும் வேலைக்கு அவசியமில்லாமல் போய்விட்டது. தாத்தா தன்னுடைய சொரட்டுக்கோலை எடுத்துக்கொண்டு எங்களுக்குப் பின்னால் வருவார். நாங்கள் சுட்டிக் காட்டும் மரத்தடியில் நின்று சொரட்டுக்கோலை உயர்த்தி நன்றாகப் பழுத்துக் கனிந்த கொடுக்காப்புளியை வீழ்த்துவார். எல்லாவற்றையும் சேகரித்து எடுத்துக்கொண்டு இலுப்பைமரத்தடிக்கு திரும்பி வருவோம். சுத்தமான இடம் பார்த்து கொடுக்காப்புளிகளைக் குவித்துவிட்டு, அதைச் சுற்றி வட்டமாக உட்கார்ந்துகொள்வோம். தாத்தா 'ஒரு ஊருல...' என்று ஏதாவது ஒரு கதையைத் தொடங்குவார். நாங்கள் அந்தக் கதைக்கு உம் கொட்டிக்கொண்டே கொடுக்காப்புளியை உரித்து உரித்துச் சாப்பிடுவோம்.

ஒருநாள் நாங்கள் விளையாடிக்கொண்டிருந்த சமயத்தில் தாத்தா எங்களை நோக்கி கைதட்டி அழைத்தபடி வேகமாக வந்தார். பரசுராமன் நெம்பிய புள்ளை எடுப்பதற்காக நான் ஓடுவதற்காகத் திரும்பிய சமயத்தில் அவரைப் பார்த்துவிட்டு நின்றுவிட்டேன். அவர் முகத்தில் பதற்றம் தெரிந்தது. நானும் வேகமாக அவரை நோக்கி அடியெடுத்து வைத்தேன். அவர் என்னைப் பார்த்ததும் அவசரமாக 'எம்.ஜி.ஆர். இந்தப் பக்கம் வந்திச்சா? பார்த்தியா?' என்று கேட்டார்.

ஒருகணம் எதுவும் புரியாமல் குழப்பத்துடன் அவர் முகத்தைப் பார்த்தேன். சற்றே தாமதமாகத்தான் அவர் ஆட்டைப்பற்றிக் கேட்கிறார் என்று புரிந்தது. 'என்னாச்சி தாத்தா எம்.ஜி.ஆருக்கு? இந்தப் பக்கம் வரலையே?' என்றேன்.

'இங்கதான் அங்க இங்கன்னு துள்ளிகிட்டிருந்தான். ஏதோ ஒரு யோசனையில நான் சரியா கவனிக்கலை. திடீர்னு ஆளயே காணோம்.'

தாத்தாவின் கண்களில் ஒருவித அச்சம் படிவதைப் பார்க்க துயரமாக இருந்தது. 'கவலைப்படாதீங்க தாத்தா. இங்கதான் எங்கனா இருக்கும். கண்டுபிடிச்சிடலாம். தைரியமா இருங்க' என்றேன். தாத்தாவுடன் நான் பேசுவதைப் பார்த்துவிட்டு நண்பர்கள் நெருங்கி வந்தார்கள்.

'எம்.ஜி.ஆர். எங்கியோ போயிடுச்சாம்டா.'

தாத்தாவின் பதற்றம் எனக்கும் தொத்திக்கொண்டது.

'நீங்க நாலு பேரும் இங்கயே இருந்து ஆடுங்கள பார்த்துக்குங்கடா. நாங்க நாலு பேரும் தாத்தா கூட போய் ஆளுக்கு ஒரு பக்கம் தேடிப் பார்க்கறோம்' என்று முன்னால் நடந்தேன்.

தாத்தா எங்கள் பின்னாலேயே வந்தார். அவர் எம்.ஜி.ஆருக்கு மட்டுமே புரியக்கூடிய செல்லமான ஓசையை நாக்கைத் தட்டி எழுப்பினார். அவர் கண்கள் நான்கு பக்கங்களிலும் அலைபாய்ந்தபடி இருந்தன. பாதையை அவர் பார்க்கவே இல்லை. கால் போன போக்கில் நடந்தார். குழப்பமான மனநிலையில் எங்காவது மேடு பள்ளத்தில் தடுக்கி விழுந்தால் என்ன செய்வது என்று அச்சமாக இருந்தது. நாங்களும் எங்களுக்குத் தெரிந்த வகையில் ம்மே ம்மே என்று ஆட்டுக்குட்டி மாதிரி கனைத்துக் கொண்டே நடந்தோம்.

வழியில் குளத்தைப் பார்த்ததும் தாத்தாவுக்கு ஒரு பயம் வந்துவிட்டது. அவராகவே குளத்தை நோக்கி வேகவேகமாக

நடந்தார். இரண்டு பெண்கள் துணிதுவைத்துக்கொண்டிருந்தனர். ‘ஏம்மா, ஆட்டுக்குட்டி ஏதாச்சிம் இந்தப் பக்கம் வந்ததா?’ என்று அவர்களைக் கேட்டார் தாத்தா.

‘இல்ல தாத்தா, காலையிலேர்ந்து நாங்க இங்கதான் இருக்கறோம். இந்தப் பக்கமா எதுவும் வரலை.’

‘குட்டி ஆடும்மா.. கறுப்பா துருதுருன்னு ஓடிட்டே இருக்கும்.’

‘பார்க்கலை தாத்தா.’

தாத்தா திரும்பி அங்கங்கே இருந்த புதர்களுக்குள் சென்று திரும்பினார். மண்ணை வெட்டி எடுத்துச் சென்றதால் உருவான பள்ளங்களிலும் எட்டிப் பார்த்துவிட்டுத் திரும்பினார்.

வெகுதொலைவு நடந்து ஐயனார் கோவிலுக்கு அருகில் வந்துவிட்டோம். வெட்டவெளியில் ஒரு மரத்தின் உயரத்துக்கு மதுரை வீரன் சிலை இருந்தது. அவருக்குப் பக்கத்தில் ஒரு ஆள் உயரத்துக்கு பெரிய குதிரையின் சிலையும் இருந்தது. நேர்த்திக்கடனுக்காக கொண்டுவந்து அங்கேயே ஓரமாக நிறுத்திவைத்துவிட்டுச் சென்ற சின்னச்சின்ன நிறமிழந்து சிதிலமடைந்த மண்குதிரைகள் இருந்தன. அதைத் தாண்டி இரண்டு ஆள் உயரத்துக்கு புதர்கள் மண்டியிருந்தன. நாங்கள் அந்த மண்குதிரைகளைச் சுற்றிச்சுற்றி வந்தோம். ஆடு போல கனைத்து குரலெழுப்பியபடி தாத்தாவும் சுற்றிச்சுற்றி வந்தார்.

எங்கோ ஓரிடத்தில் புதருக்குள்ளிருந்து பதில்குரல் வந்ததுபோல இருந்தது. அதைக் கேட்டு ஒருகணம் அமைதியாக அப்படியே நாங்கள் நின்றுவிட்டோம். தாத்தாவும் நின்றுவிட்டார். நின்ற நிலையிலேயே அவர் மீண்டும் கவனத்தோடு கனைத்துக் குரலெழுப்பிவிட்டு நிறுத்தினார். சில கணங்களுக்குப் பிறகு புதருக்குள்ளிருந்து அதே போன்ற கனைப்பொலி வந்தது.

அதைக் கேட்டதும் தாத்தாவின் முகம் சற்றே மலர்ந்தது. ‘இங்க இருக்குது’ என்பதற்கு அடையாளமாக அந்தப் பக்கமாக விரலைக் காட்டி சைகை செய்தார் தாத்தா. பிறகு அந்தத் திசையை நோக்கி மெல்ல மெல்ல கனைத்தபடியே புதரை விலக்கிக்கொண்டு உள்ளே சென்றார். நாங்கள் வெளியேயே நின்றுவிட்டோம். எங்கெங்கும் முட்செடிகள். கூர்மையாக நீட்டிக்கொண்டிருந்த முட்கள் உடல்மீது பட்டு கீறின.

சில கணங்களுக்குப் பிறகு தாத்தா எம்.ஜி.ஆரை மார்போடு தழுவியபடி சிரித்துக்கொண்டே புதரைவிட்டு வெளியே வந்தார்.

அவர் ஆட்டுக்குட்டியோடு வெளியே வந்ததைப் பார்த்ததும் எங்களால் மகிழ்ச்சியைக் கட்டுப்படுத்தமுடியவில்லை. ஓவென்று கூச்சலிட்டபடியே தாத்தாவை நோக்கி ஓடினோம். அவரிடமிருந்து எம்.ஜி.ஆரை நாங்கள் வாங்கி தலைமேல் வைத்துக்கொண்டு கூத்தாடினோம். ஆனந்தத்தில் ஒவ்வொருவரும் ஆடு மாதிரி கனைத்துக்கொண்டே குதித்தோம்.

எங்கள் ஆரவாரத்தைப் பார்த்து எம்.ஜி.ஆர். கலவரத்தோடு பரிதாபமாக தாத்தாவைப் பார்த்து கனைத்தது. 'இந்தா தாத்தா, நீங்கதான் இதுக்கு வேணுமாம்' என்று ஆட்டை அவரிடமே கொடுத்தோம். தாத்தா மார்போடு அந்த ஆட்டை அணைத்துக் கொண்டார். தாத்தாவின் முகத்தில் நிம்மதியைப் பார்த்த பிறகுதான் நாங்களும் நிம்மதியாக மூச்சுவிட்டோம். சிரித்துப் பேசிக் கொண்டே எல்லோரும் திடலை நோக்கித் திரும்பி வந்தோம்.

அன்று முழுக்க கண்ணில் தென்பட்ட எல்லோரிடமும் ஆட்டுக்குட்டி தொலைந்துபோய் கண்டுபிடித்த கதையை பரவசத்தோடு சொல்லிச்சொல்லி மகிழ்ச்சியில் திளைத்தோம். பள்ளிக் கூடத்திலும் தாத்தாவோடு சேர்ந்து நாங்கள் ஆட்டுக்குட்டியைக் கண்டுபிடித்த கதையை நாங்களே சொல்லிச்சொல்லி பரப்பினோம்.

அடுத்த வாரம் விளையாடச் சென்றபோது எல்லா ஆடுகளின் கழுத்திலும் ஒரு மணி தொங்கியது. ஆடு திரும்பும்போதும் நடக்கும்போதும் துள்ளித்துள்ளி ஓடும்போதும் கழுத்திலிருக்கும் மணியிலிருந்து ஓசை எழுந்தது. பார்ப்பதற்கு அது புதுமையாக இருந்தது.

'என்ன தாத்தா இது? ஆட்டுக்கு மணி கட்டியிருக்கீங்க?'

'போன வாரம் நம்ம எம்.ஜி.ஆர். பண்ண வேலையை வீட்டுல ஆயாகிட்ட சொன்னேன். அவுங்கதான் இந்த மணியை வாங்கியாந்து கட்டி உட்டாங்க. இனிமே அது எந்தப் பக்கம் நடக்குது, எந்தப் பக்கம் ஓடுது, எங்க திரும்புது எல்லாத்தயும் இந்தச் சத்தத்தை வச்சே நாம தெரிஞ்சிக்கலாம்.'

தாத்தா எப்போதும் மடியிலேயே வைத்திருக்கும் சின்னப்பொண்ணு ஆட்டின் கழுத்தில்கூட ஒரு மணி தொங்கியது.

'இதுதான் எங்கயும் போறதில்லையே? அப்புறம் ஏன் இதுங் கழுத்தில கூட மணி தொங்குது.'

'எல்லாத்துக்கும் கட்டும்போது இதுக்கு மட்டும் கட்டாம உடமுடியுமா? பார்த்து பார்த்து ஏக்கமாயிருமில்ல? அது

வாயில்லாத ஜீவன்தான? நம்மகிட்ட சொல்லுமா என்ன? நாமளா புரிஞ்சிக்க வேண்டிதுதான்.'

அப்படியே உரையாடல் மனம் போன போக்கில் போய்க் கொண்டிருந்த போது 'ஆட்டுக்கும் மாட்டுக்கும் மணி கட்டறமாதிரி பசங்களுக்கும் கட்டிவிட்டா நல்லா இருக்குமில்ல? அதுக்கப்புறம் ஊருல யாரும் தொலைய மாட்டாங்க. அப்படியே தொலைஞ்சாலும் சுலபமா கண்டுபிடிச்சிடலாம்' என்று ஏதோ ஒரு புதிய கண்டுபிடிப்பைச் சொல்வதுபோல உற்சாகத்தோடு சொன்னான் சுந்தரம்.

அவன் திட்டத்தைக் கேட்டதும் எல்லோருடைய முகத்திலும் ஒரு குறுநகை படர்ந்தது. அவன் அப்பாவியாகப் பேசுகிறானா, வேண்டுமென்றே பேசுகிறானா என்பது எப்போதும் ஒரு பெரிய புதிர்.

'ஐயோ, இவனை பேசவிட்டா பூனைக்கும் எலிக்கும் கூட மணி கட்டணும்னு சொல்வான் தாத்தா' என்றான் சுப்பிரமணி.

'நீதான் வாய்க்குள்ளயே மணி வச்சிருக்கியே, உனக்கு எதுக்குடா தனியா ஒரு மணி?' என்று சிரித்துக்கொண்டே கேட்டான் கஜேந்திரன்.

எல்லோரும் சுந்தரத்தைப் பார்த்து கிண்டலாக ஏதேதோ சொல்லத் தொடங்கினார்கள். சுந்தரமும் சலிக்காமல் எல்லோருக்கும் பதில் சொல்லிக்கொண்டிருந்தான். தாத்தா எல்லாவற்றையும் ஒரு புன்னகையோடு பொறுமையாகக் கேட்டுக்கொண்டிருந்தார். கடைசியாக 'வாய்ப்பேச்சு பேச முடியாத உயிருங்களுக்குத்தான் மணி தேவைப்படும். மனுசங்களுக்கு அதனுடைய அவசியமில்லை. வாயிலயே இருக்குது வழி' என்று சொல்லி அதற்கு ஒரு முற்றுப்புள்ளி வைத்தார்

ஒருமுறை எங்கள் ஊருக்கு ஒரு சர்க்கஸ் கம்பெனி வந்தது. மடத்தார் தோப்பில் ஒரு பெரிய கூடாரம் போட்டு அந்த சர்க்கஸை நடத்தினார்கள். எங்கள் பள்ளிக்கூடத்துக்குப் பக்கத்திலேயே மடத்தார் தோப்பு இருந்ததால் அந்த சர்க்கஸ்க்காக வந்து இறங்கிய கூண்டுகளுக்குள் பலவித விலங்குகளை தொலைவிலிருந்தே ஒவ்வொரு நாளும் வேடிக்கை பார்த்து மகிழ்ந்தோம். அந்த சர்க்கஸை விளம்பரப்படுத்துவதற்கு எல்லா இடங்களிலும் ஏராளமான வண்ணச்சுவரொட்டிகளை ஒட்டியிருந்தனர்.

எல்லாச் சுவரொட்டிகளிலும் பனியனும் நிக்கரும் அணிந்த பெண்களும் ஆண்களும் ஏதோ ஒரு கம்பத்தைப் பிடித்தபடி, ஏதோ ஒரு கொடியைப் பற்றித் தொங்கியபடி ஊஞ்சலாடுவதுபோல

படங்கள் இருந்தன. அந்தப் படங்களைப் பார்த்ததும் எனக்கு அந்த மாதிரி தொங்கவேண்டும் என்று ஆசை பிறந்துவிட்டது.

எட்டுகிற உயரத்தில் எந்தக் கிளையைப் பார்த்தாலும், உடனே எட்டி அந்தக் கிளையைப் பிடித்து முன்னும் பின்னும் ஆடத் தொடங்கினேன். அது ஊஞ்சலில் ஆடுவதுபோலவே இருக்கும். ஒருநாள் நான் வீட்டுக்கூரையில் இறவாணத்தைப் பிடித்துத் தொங்கியதை அம்மா பார்த்துவிட்டார்.

'என்னடா ஆட்டம் இது? எறவாணத்தை விடுடா முதல்ல' என்று கேட்டபடி என்னை நோக்கி எழுந்துவந்தார். மறுகணமே இறவாணத்தின் மீதிருந்த பிடியை விட்டுவிட்டு இறங்கினேன். 'ஊஞ்சல் ஆடிட்டிருந்தேன்மா' என்று பதில் சொன்னேன். அதைக் கேட்டு அம்மாவுக்கு கோபம் வந்துவிட்டது. கையிலிருந்த முறத்தாலேயே என் முதுகில் அடித்தார்.

எத்தனைமுறை அடிவாங்கினாலும் என்னால் அந்த ஊஞ்சல் விளையாட்டை மறக்கமுடியவில்லை. எட்டிப் பிடித்துக்கொள்ள எந்தப் பிடிமானமும் இல்லாத நிலையில்கூட, கையை உயர்த்தி எதையாவது பற்றிக்கொள்வதுபோல நானாகவே நினைத்துக் கொள்வேன். பிறகு முன்னும் பின்னும் ஊஞ்சலாடுவதுபோல மனத்துக்குள் கற்பனை செய்து கொள்வேன். மகிழ்ச்சியாக இருக்கும்.

கோட்டிப்புள் ஆடும் திடலில் திரும்பிய பக்கங்களிலெல்லாம் மரங்களைப் பார்த்ததும் தாழ்வான மரக்கிளையைப் பற்றிக்கொண்டு ஊஞ்சலாடினேன். ஆகாயத்தில் பறப்பதுபோல நினைத்துக்கொண்டேன். அந்த எண்ணமே இன்பமாக இருந்தது.

என்னைப் பார்த்ததும் ஆர்வத்தோடு ஓடிவந்து எனக்குப் பக்கத்திலேயே கிளையைப் பற்றிக்கொண்டு சுந்தரம் தொங்கி ஊஞ்சலாடத் தொடங்கினான். அவனையடுத்து ஒவ்வொருவராக ஒவ்வொரு கிளையில் தொங்கி சுதந்திரமாக ஊஞ்சலாடத் தொடங்கினர்.

'என்னடா ஆச்சி இன்னைக்கு? ஆளாளுக்கு வௌவால் மாதிரி தொங்கிட்டிருக்கீங்க?' என்று கேட்டார் தாத்தா.

'இது வௌவால் ஆட்டமில்லை தாத்தா, ஊஞ்சல் விளையாட்டு' என்று பதில் சொன்னான் சுந்தரம்.

'ஓ. இதுக்கு பேரு ஊஞ்சலா?' என்று சிரித்துக்கொண்டே ஆடுகளுக்குப் பக்கத்தில் உட்கார்ந்துகொண்டு எங்களை வேடிக்கை பார்க்க ஆரம்பித்தார் தாத்தா.

ஒவ்வொரு நாளும் கண்ணில் படுகிற மரங்களிலெல்லாம் கிளைகளைப் பிடித்துத் தொங்கி ஊஞ்சலாடுவதுதான் எங்களுக்குப் பெரிய பொழுதுபோக்காக இருந்தது. எங்கள் பள்ளிக்கூடத்தில் அதற்குத் தோதாக பல மரங்கள் இருந்தன. எல்லாமே இளைய மரங்கள் என்பதால், அவற்றின் கிளைகள் மிகவும் தாழ்வாகவும் நாங்கள் ஒரே தாவலில் எட்டிப் பிடிக்கக்கூடியதாகவும் இருந்தன.

சில சமயங்களில் ஒன்று, இரண்டு என ஐம்பது வரை எண்ணி முடிக்கும் வரைக்கும் ஊஞ்சலாடும் சக்தி உள்ளவர் யார், நூறு வரை எண்ணி முடிக்கும் வரைக்கும் ஊஞ்சலாடும் சக்தி உள்ளவர் யார் என்று எங்களுக்குள்ளேயே போட்டி வைத்துக்கொண்டு தொங்கினோம். என்னால் ஐம்பதுக்கு மேல் பிடித்திருக்க முடியவில்லை. தோள் வலித்தது. சுப்பிரமணி எண்பது வரை தாக்குப் பிடித்தான். நெடுஞ்செழியனும் மனோகரனும் எழுபத்தைந்து வரை தாக்குப் பிடித்தார்கள். எங்கள் கூட்டத்திலேயே உயரம் குறைந்தவன் குமாரசாமி. ஆனால் அவன் எண்பது வரைக்கும் தாக்குப் பிடித்தான். கஜேந்திரன் மட்டுமே ஒரே ஒரு முறை நூறு வரைக்கும் தாக்குப் பிடித்தான்.

அடுத்த வாரம் கோட்டிப்புள் ஆடுவதற்கு திடலுக்குச் சென்றிருந்த போது வழக்கம்போல சின்னப்பொண்ணுவை மடியில் வைத்தபடி இலுப்பை மரத்தடியில் தாத்தா உட்கார்ந்திருந்தார். எதிரில் ஆடுகள் தழையை மென்றுகொண்டிருந்தன.

எம்.ஜி.ஆரைக் கண்டுபிடித்துக் கொடுத்ததிலிருந்து அந்த ஆடு எங்களோடு நெருங்கிப் பழகத் தொடங்கியது. நாங்கள் சத்தம் கொடுத்தால் அதுவும் பதில் சத்தம் கொடுத்தபடி அருகில் வந்து நின்றது. தடவிக் கொடுப்பதற்குத் தோதாக தலையைக் குனிந்து காட்டியது. அதனால் கோட்டிப்புள்ளைத் தொடங்குவதற்கு முன்பாக ஒருமுறை எம்.ஜி.ஆரைப் பார்த்துக் கொஞ்சிவிட்டுச் செல்வது வழக்கமாகிவிட்டது.

‘என்ன எம்.ஜி.ஆர்? எப்படி இருக்க?’ என்றபடி குனிந்து அதன் நெற்றிமேட்டைத் தொட்டு வருடிக் கொடுத்தேன். அப்போதுதான் நான் தாத்தாவுக்கு அருகில் சொரட்டுக்கோலோடு ஒரு தாம்புக்கயிற்றுச் சுருணையைப் பார்த்தேன். ‘எதுக்கு தாத்தா கயிறு? ஊட்டுக்குப் போவும்போது எதயாச்சிம் கட்டி எடுத்தும் போவணுமா?’ என்று தாத்தாவிடம் கேட்டேன்.

‘நான் என்னத்தடா கட்டி எடுத்தும் போவப்போறேன்? உங்களுக்காகத்தான் எடுத்து வந்தேன்’ என்றார் தாத்தா.

'எங்களுக்கா?' என்று புருவத்தை உயர்த்தியபடி ஆச்சரியத்தோடு கேட்டேன்.

'ஆமாம்டா. எவ்ளோ நேரம்தான்டா நீங்க கை நோக்காட்ட தாங்கிகினு மரத்துல தொங்கி ஊஞ்சலாடுவீங்க? சரி, எல்லாரும் வசதியா ஆடறமாதிரி ஒரு ஊஞ்சல் கட்டலாமேன்னு எடுத்தாந்தேன்'

'ஐ, ஊஞ்சலா?' என்று நான் குதித்தேன். அந்தக் கணமே ஊஞ்சலில் ஏறிப் பறப்பதுபோல இருந்தது. நான் போட்ட சத்தத்தைக் கேட்டு எல்லோரும் தாத்தாவை நோக்கி ஓடி வந்தார்கள். 'என்னடா? என்னடா?' என்றார்கள். 'தாத்தா நமக்காக ஊஞ்சல் கட்டறதுக்காக கயிறு எடுத்தாந்திருக்காருடா' என்று அங்கிருந்த கயிற்றை அவர்களுக்குக் காட்டினேன்.

தாத்தா எழுந்து அந்தச் சுருணையைப் பிரித்தார். ரொம்ப நீளமான தாம்புக்கயிறு. 'ஒனக்கு மரம் ஏறத் தெரியுமாடா?' என்று என்னிடம் கேட்டார் தாத்தா. நான் 'தெரியாது' என்றபடி உதட்டைப் பிதுக்கிக் காட்டினேன். அதற்குள் மனோகரன் 'எனக்குத் தெரியும் தாத்தா' என்று தானாகவே முன்வந்தான்.

ஒருமுறை அண்ணாந்து பார்த்து ஊஞ்சலுக்குப் பொருத்தமான கிளையைத் தேடி முடிவு செய்தார் தாத்தா. பிறகு அந்தக் குறிப்பிட்ட மரத்தில் ஏறி அவர் சுட்டிக் காட்டிய கிளை வழியாக வருமாறு மனோகரனிடம் சொன்னார்.

கண்மூடி கண்ணைத் திறப்பதற்குள் மனோகரன் அந்தக் கிளையில் உட்கார்ந்திருந்தான். கயிற்றின் ஒரு முனையை சுந்தரத்திடம் கொடுத்து மனோகரனை நோக்கி வீசச் சொன்னான். முதல் வீச்சிலேயே கயிற்றுநுனி மனோகரனின் கையில் தஞ்சமடைந்தது. அதை வாங்கி மறுபக்கமாக இழுத்து விடச் சொன்னார் தாத்தா. மற்றொரு நுனியையும் அதேபோல வாங்கி மறுபுறமாக இழுத்துவிடச் சொன்னார். இரு நுனிகளும் கீழே வந்த நிலையில், அவற்றை இணைத்து நாலைந்து முடிச்சுகளைப் போட்டார் தாத்தா. இரண்டு மூன்று முறை நன்றாக அழுத்தி இழுத்துப் பார்த்து பரிசோதனை செய்து பார்த்தார். பிறகு மனோகரனைப் பார்த்து 'எறங்கி வாடா, போதும்' என்று சொன்னார் தாத்தா.

'யாருடா முதல்ல உக்காரப் போறீங்க?' என்று பொதுவாகக் கேட்டார் தாத்தா. 'இவன உக்கார வைங்க தாத்தா' 'இவனை உக்கார வைங்க தாத்தா' என்று ஒவ்வொருவரும் இன்னொருவரைக் காட்டினர். 'இப்படி சொன்னா வேலைக்கு ஆவாது' என்று தாத்தா

சிரித்துக்கொண்டே என்னைப் பார்த்து அதட்டலோடு 'டேய், நீ உட்காருடா' என்றார். நான் உடனே கயிற்றுக்கு அருகில் நின்று எம்பினேன். கயிற்றின் அடிப்பாகம் வரைக்கும் என்னால் எம்ப முடியவில்லை. என் முயற்சிகள் தோல்வியடைவதைப் பார்த்த நண்பர்கள் சட்டென ஒருகணம் என்னைத் தூக்கி அந்தக் கயிற்றின் மீது உட்காரவைத்தனர். பிறகு நானே நகர்ந்து நகர்ந்து சரிப்படுத்திக் கொண்டேன். தாத்தா என் முதுகுப்பக்கமாக நின்று ஊஞ்சல் கயிற்றைப் பற்றி ஒரு பக்கமாக இழுத்துச் சென்றார். சில கணங்களுக்குப் பிறகு கயிற்றை அப்படியே விட்டுவிட்டு பின்னால் ஒதுங்கிச் சென்றுவிட்டார்.

அக்கணமே எனக்கு காற்றில் மிதப்பதுபோல இருந்தது. கயிறு அழகாக முன்னும் பின்னுமாக சென்றுசென்று மீண்டது. மரங்கள் நகர்வதுபோன்ற காட்சிகள் விசித்திரமாக இருந்தன. ஊஞ்சல் தானாக அசைவதை முதன்முதலாக உணர்ந்தேன். வானத்தைத் தொடப் போவதுபோல பறந்தபடி முன்னோக்கிச் செல்வதும், தொடாமலேயே பின்வாங்கி வருவதுமான அந்தப் பயணம் இனிமையாக இருந்தது. ஒருகணம் பறவையாக மாறிவிட்டது போல களிப்பில் திளைத்தேன். என் கண்களையே என்னால் நம்பமுடியவில்லை. எல்லாக் காட்சிகளும் மாறிவிட்டன.

'போதுமா போதுமா' என்று தாத்தா கேட்ட குரல் எங்கோ என எனக்குக் கேட்டது. உற்சாகத்தில் நான் 'இன்னும் வேணும்' என்று நான் மீண்டும் மீண்டும் கூவினேன். முதலில் காதில் கேட்காதது போல இருந்த தாத்தா பிறகு மெதுவாக கயிற்றைப் பிடித்து வேகத்தைக் குறைத்தார். கொஞ்சம் கொஞ்சமாக விசை குறைந்து ஊஞ்சல் நின்றது. நான் கீழே குதிப்பதற்காகவே காத்திருந்ததுபோல சுப்பிரமணி எம்பி கயிற்றின் மீது உட்கார்ந்துவிட்டான். தாத்தா பின்பக்கமாக ஒரு புள்ளி வரைக்கும் ஊஞ்சலை இழுத்துச் சென்று பிறகு அசையவிட்டார்.

அன்றைய பொழுது நாங்கள் கோட்டிப்புள் ஆடவே இல்லை. ஊஞ்சலிலேயே மாறிமாறி விளையாடினோம். தாத்தா ஆடுகளுக்கு அருகில் சென்றுவிட்டதால், நாங்களே ஒருவருக்கொருவர் தள்ளிக் கொண்டோம். நேரம் போனதே தெரியவில்லை. 'சரி சரி. போதும். போய் சாப்புடற வேலையைப் பாருங்க' என்று தாத்தாவே சொன்ன பிறகுதான் எங்கள் ஆட்டம் நின்றது.

கயிற்றின் முடிச்சுகளையெல்லாம் மெல்ல மெல்ல விடுவிக்கத் தொடங்கினார் தாத்தா. அதைப் பார்த்ததும் மனத்தில் ஒருவித சோகம் கவிந்தது. 'ஊஞ்சல் ஏன் தாத்தா அவுக்கறீங்க?' என்று கேட்டேன்.

‘அவுக்காம என்ன செய்யறது? கயித்த அப்படியே விட்டுட்டு போயிடமுடியுமா? யாராச்சிம் பிரிச்சி எடுத்தும் போயிட்ட்டா, நமக்குத்தானடா நஷ்டம்?’ என்றார் தாத்தா.

‘அடுத்த வாரம் ஆடணும்னா..?’

‘அடுத்த வாரமும் கயித்த கொண்டுவந்து கட்டி ஆடவேண்டிது தான்.’

‘ஒவ்வொரு வாரமும் கொண்டு வரீங்களா?’

‘ம்.’

தாத்தாவின் நோக்கத்தை நான் கொஞ்சம் கொஞ்சமாகத்தான் புரிந்துகொண்டேன். பிறகு அவர் செய்வதுதான் சரி என்று தோன்றத் தொடங்கிவிட்டது.

முழு கயிற்றையும் கிளையிலிருந்து விடுவித்து ஒரே சுருணையாகச் சுருட்டி பக்கத்தில் வைத்துக்கொண்டார் தாத்தா.

கோட்டிப்புள் போலவே ஊஞ்சலும் எங்களுடைய விடுமுறை ஆர்வங்களில் ஒன்றாக மாறிவிட்டது.

ஒருநாள் கோட்டிப்புள்ளும் ஆடிமுடித்து, ஊஞ்சலும் ஆடிமுடித்து, தாத்தாவுக்குப் பக்கத்தில் உட்கார்ந்து கதை கேட்க ஆரம்பித்தோம். தாத்தா எப்போதும்போல தன் மடியில் சின்னப்பொண்ணுவை வைத்துக்கொண்டு அதன் உச்சந்தலையில் வருடிக் கொடுத்தபடி உற்சாகத்துடன் எங்களுக்கு ஒரு ராஜா ராணி கதையைச் சொன்னார்.

சின்ன கதை. ஆனால் அதைச் சொல்லி முடித்த பிறகு, அந்தக் கதையை முன்வைத்து ஒன்று மாற்றி ஒன்றென ஏராளமான கேள்விகளைக் கேட்டார் தாத்தா. நாங்கள் எல்லாவற்றுக்கும் பொறுமையாகப் பதில் சொன்னோம்.

கேள்விகளும் பதில்களுமாக மாறிமாறி உரையாடல் நீண்டு முடிவடையப் போன சமயத்தில் தாத்தாவைப் பார்த்து ‘தாத்தா, எங்கள மாதிரி சின்ன பையனா இருந்த சமயத்துல என்ன விளையாட்டு விளையாடினீங்க?’ என்று திடீரென குறும்பாக ஓர் உரையாடலைத் தொடங்கினான் குமாரசாமி.

‘அந்தக் காலத்துல நான் ஆடாத ஆட்டமா, ஓடாத ஓட்டமா? அதுல நூத்துல ஒரு பங்கு கூட நீ ஆடியிருக்க மாட்ட.’

வாய்க்குள் ரொம்ப நேரமாக அதக்கிவைத்திருந்த வெற்றிலைபாக்குச் சக்கையைத் துப்பிவிட்டு தாத்தா புன்னகையோடு சொன்னார். அவருடைய உதடுகளில் சிவப்புக்கறை படிந்திருந்தது.

‘அப்படி என்ன ஆட்டம் ஆடுவீங்க? ஒன்னொன்னா சொல்லுங்க பார்ப்போம்’ என்று வேண்டுமென்றே குமாரசாமி தூண்டிவிட்டான்.

தாத்தாவுக்கு உற்சாகம் வந்துவிட்டது. உடனே ‘மரம் ஏறுவோம். உச்சிக்கிளை வரைக்கும் போய் தொட்டுட்டு திரும்புவோம். குளம், ஏரி, குட்டை எது கண்டாலும் குளிச்சி எழுந்தாதான் எங்களுக்கு நிம்மதியா இருக்கும். இந்தக் கரையிலேர்ந்து அந்தக் கரைவரைக்கும் போட்டி போட்டுகிட்டு நீச்சலடிப்போம். காக்காநீச்சல், உள்நீச்சல், வெளிநீச்சல் எல்லாமே எங்களுக்கு அத்துபடி. அப்புறம் சடுகுடு. பச்சைக்குதிரை, பம்பரம், கண்ணாமூச்சி, ஊஞ்சல், கறங்குன்னு ஒரு ஆயிரம் விளையாட்டு இருக்கும்’ என்று அடுக்கிமுடித்தார்.

‘கறங்குன்னு ஒரு விளையாட்டா? என்னமோ கொரங்கு, செரங்குன்னு சொல்றமாதிரி இருக்குது. புரியலையே. அது என்ன விளையாட்டு?’

‘பனை ஓலையை நல்லா சீவி நாலு துணுக்கா நறுக்கி காத்தாடி மாதிரி மடிச்சி முள்ளுல குத்தி எடுத்துகிட்டு நல்லா காத்தடிக்கிற பக்கமா ஓடினா, ஓலைத்துணுக்கு எல்லாம் விசிறி மாதிரியே சுத்தும். ஓலைய சுத்த வச்சிகினே நாள்பூரா ஓடிகினே இருப்போம். அதுதான் கறங்கு.’

‘தாத்தா, அந்த ஆட்டத்துக்கு பேரு ஓலைக்காத்தாடி.’

‘ஓலைக்காத்தாடியோ, சேலைக்காத்தாடியோ, அதெல்லாம் எனக்குத் தெரியாது. எங்க காலத்துல நாங்க அதை கறங்குன்னுதான் சொல்லுவோம்.’

நாங்களும் கறங்கு கறங்கு என்று நாலைந்து தரம் மனசுக்குள் சொல்லிப் பார்த்துக்கொண்டோம். நாக்குக்குப் பழகிய பிறகு அந்தப் பெயரும் நன்றாக இருப்பதாகத் தோன்றியது.

‘ஆட்டமெல்லாம் சரி தாத்தா, படிக்கலையா?’

‘படிப்பா? எங்க காலத்துல அதெல்லாம் கெடையாது.’

‘அப்ப, நாள்முழுக்க ஆட்டம்தானா? கொண்டாட்டமா இருந்திருப்பீங்க. நீங்கள்லாம் கொடுத்து வச்சவங்க தாத்தா. எங்களுக்கு படிக்கறதுலயே பாதி நேரம் போவுது’ என்று பெருமூச்சோடு சொன்னான் கஜேந்திரன்.

‘நாள் முழுக்க ஆட்டமா? அப்ப சோத்துக்கு என்ன செய்யறது? விளையாடற நேரத்துல விளையாட்டு. வேலை செய்யற நேரத்துல வேலை. எப்பவுமே நம்ம பொழப்பு அப்படித்தான் ஓடுது.’

‘வேலையா? என்ன வேலை?’

‘மாடு மேய்க்கிற வேலைதான்.’

‘வீட்டுல அவ்ளோ மாடு வச்சிருந்தீங்களா?’

‘எங்க மாடு கெடையாது. ஊருல இருக்கிறவங்களுடைய மாடு. ஒவ்வொரு ஊடா போய் மாடுங்கள ஓட்டிகிட்டு வந்து ஏரிக்கரையில மேய வச்சிட்டு, சாயங்காலமானதும் மறுபடியும் ஓட்டிகிட்டு போய் அந்தந்த வீட்டுல விடணும். அதுக்கு சில பேரு சோறு போடுவாங்க. சில பேரு பணம் கொடுப்பாங்க.’

‘விளையாடுவோம்னு சொன்னீங்களே? அது எப்ப?’

‘மாடுங்க ஒருபக்கம் மேஞ்சிகிட்டிருக்கும். அதே சமயத்துல இன்னொரு பக்கம் நாம கூட்டம் கூடி ஆடிக்கவேண்டிதுதான்.’

தாத்தா மீண்டும் தன் விளையாட்டுப் பட்டியலை முன்வைத்துப் பேசத் தொடங்கிவிட்டார். அவருடைய உற்சாகம் தடுக்க முடியாதபடி இருந்தது. ஒவ்வொரு விளையாட்டும் ஒரு கதைபோல இருந்தது. ஒவ்வொன்றும் புது அனுபவமாக இருந்ததால் அதைக் கேட்பதில் எங்களுக்கும் உற்சாகமாக இருந்தது.

தாத்தாவின் கதைகள் முடிவதற்காகக் காத்திருந்தமாதிரி பரசுராமன் ‘உங்க அப்பா என்ன வேலை செஞ்சாரு தாத்தா?’ என்று கேட்டு பேச்சின் திசையை மாற்றிவிட்டான்.

‘வேலையா? அவரும் என்ன மாதிரி மாடு மேய்ச்சிட்டுதான் இருந்தாரு. கொஞ்சம் எலும்பு மருத்துவம்லாம் தெரியும். கைகால உடைச்சிகிட்டு வரவங்களுக்கு கட்டு போட்டு சரிப்படுத்துவாரு.’

‘அவுங்கப்பா?’

‘அவரும் மாடு மேச்சவருதான்.’

முதலில் எங்கள் கேள்விகளுக்கு தாத்தா கேலியாகப் பதில் சொல்கிறாரோ என்று தோன்றியது. ஆனால் அவர் முகத்தில் படிந்திருந்த உற்சாகமும் புன்னகையும் அவர் உண்மையைத்தான் சொல்லிக்கொண்டிருக்கிறார் என்று நினைக்கவைத்தது.

‘பழைய தலைமுறையை பத்திய பேச்சு வேணாம், விட்டுடுங்க. உங்க புள்ளைய எந்த வேலைக்கு அனுப்பினீங்க?’

‘அவனும் மாடு மேய்க்கத்தான் போனான்.’

‘அவரு காலத்துல பள்ளிக்கூடம் வந்துட்டுது, இல்லையா? அப்புறம் ஏன் பள்ளிக்கூடத்துக்கு அனுப்பலை?’

'நானா அனுப்பமாட்டேன்னு சொன்னேன். அவனுக்கு படிப்பு ஏறலை. புஸ்தகம் பை சிலேட்டு எல்லாம் வாங்கிக்கொடுத்து பள்ளிக்கூடத்துக்குப் போடான்னு அனுப்பி வச்சேன். அவன், எல்லாத்தயும் வாய்க்கால்ல தூக்கி போட்டுட்டு மாட்டுக்கு பின்னால வந்து நின்னான். நான் என்ன செய்யமுடியும்? மாடு மேய்க்கறதுதான் அவன் தலையெழுத்துனு சொன்னா, என்னால மாத்திட முடியுமா என்ன?'

ஒரு கணம் அமைதியாக எங்கோ வெறித்த பார்வையுடன் நின்றார் தாத்தா. பிறகு 'படிக்க போயிருந்தா, ஒழுங்கா உயிரோடு இருந்திருப்பான். பாழா போன மாடு மேய்க்கிற தொழிலுக்கு வந்து உயிரையே கொடுத்துட்டான்' என்றார்.

எனக்கு எதுவும் புரியவில்லை. ஒரு தொடர்ச்சி இல்லாமல் அவர் பேச்சு தாவித்தாவிச் செல்வதுபோல இருந்தது. 'என்னாச்சி தாத்தா?' என்று பொறுமையாகக் கேட்டேன்.

'மாடு மேய்க்கிற சமயத்துல, ஏதோ ஒரு மாடு மேய்ச்சல் ருசியில ரொம்ப தூரம் நடந்துபோய் புதருக்குள்ள போயிடுச்சி. அத புடிச்சி இழுத்து வரதுக்காக அவனும் புதருக்குள்ள போயிட்டான். போன இடத்துல ஏதோ ஒரு விஷப்பாம்பு கடிச்சி, அங்கயே செத்துட்டான்.'

'ஐயையோ.'

'யாரும் அதை கவனிக்கலை. ரொம்ப நேரம் கழிச்சதுக்கப்புறம்தான் அவன் அங்க இல்லைங்கற விஷயமே அங்க இருந்த கூட்டாளிங்களுக்குப் புரிஞ்சது. அதுக்கப்புறம்தான் தேட ஆரம்பிச்சாங்க. பொதருல ஆள கண்டுபுடிச்சி வெளிய இழுத்தாந்து போடறதுக்குள்ள உயிரு அடங்கிட்டுது.'

தாத்தாவின் குரலில் சட்டென வாட்டம் படிந்துவிட்டது. ஒருகணம் கஜேந்திரன் முகத்தையே உற்றுப் பார்த்தபடி இருந்தார். பிறகு அவராகவே தொடங்கி 'என்னமோ வந்த வேலை முடிஞ்சிட்டுதுன்னு சொல்றமாதிரி வேகவேகமா போய் சேந்துட்டான். அவன் சாவும்போது ஆறேழு வயசுல ஒரு புள்ள இருந்திச்சி. உன்னை மாதிரியே அவனுக்கும் சுருட்டை முடி. கைகால் எல்லாம் கரணைகரணையா இருக்கும்' என்று சொல்லிவிட்டு பெருமூச்சு விட்டார்.

'அந்த அண்ணன என்ன செஞ்சீங்க?'

'சின்ன புள்ளயை வச்சிகினு நாங்க என்ன செய்யமுடியும்? என் பெரிய பொண்ண கடலூருல கட்டிக் குடுத்திருந்தோம். ஏதோ

கடவுள் காட்டின வழி. நான் வளர்க்கறேன் இவனைனு சொல்லி கையோடு அழச்சிகினு போயிடுச்சி.'

'ஏன்? அவனுக்கு அம்மா இல்லையா?'

'அந்தக் கொடுமைய என்னன்னு சொல்றது? புருஷன்காரன் பாம்பு கடிச்சி செத்துட்டான்ங்கற விசனத்துல ஏரில உழுந்து உயிர உட்டுட்டுது. எல்லாம் எங்க தலையெழுத்து.'

அதைக் கேட்பதற்கே எங்களுக்கு அதிர்ச்சியாக இருந்தது. நல்ல வேளையாக பரசுராமன் அந்த மௌனத்தைக் கலைத்து 'கடலூருக்கு போய் என்ன செஞ்சாரு?' என்று கேள்வி கேட்டான்.

'அவன பள்ளிக்கூடத்துல சேத்து அவன அவுங்கதான் படிக்க வச்சாங்க.'

அப்போதுதான் அவர் முகத்தில் மீண்டும் ஒளி பரவத் தொடங்கியது. 'எல்லாமே என் பொண்ணு ஏற்பாடு. பள்ளிக்கூடத்துல படிச்சி முடிச்சிட்டு காலேஜ்ல படிச்சான். இப்ப வாத்தியாரு வேலைக்குன்னு தனியா ஒரு படிப்பு படிச்சி முடிச்சிட்டான். எப்பனா வளவனூருக்கு வந்து எங்கள பார்த்துட்டு போவான். சீக்கிரம் வேலை கெடைச்சிடும்னு சொன்னான். அவன் வாத்தியாராயிட்டான்னா, அவன் போற ஊருக்கு நாங்களும் வந்து கூட இருக்கணுமாம். ஒவ்வொரு தரமும் அதை சொல்லிட்டு போவான்.'

வெகுவிரைவில் ஊரைவிட்டுச் சென்றுவிடும் திட்டத்துடன் அவர் இருக்கிறார் என்பதை அறிய வருத்தமாக இருந்தது. 'நெஜமாவே இந்த ஊரைவிட்டே போயிடுவீங்களா தாத்தா?' என்று நெருங்கிச் சென்று கேட்டான் குமாரசாமி.

'சின்ன புள்ள ஆசைப்பட்டு கூப்பிடும்போது வரமுடியாதுன்னு எப்படி சொல்லமுடியும்? சரி சரின்னு சொன்னாதான அவன் மனசுக்கும் ஒரு நிம்மதியா இருக்கும்.'

தாத்தா பதில் சொல்லி முடிப்பதற்கு முன்பே 'இந்த ஊருலயே இருந்துடுங்க தாத்தா. இது ரொம்ப நல்ல ஊரு' என்றான் குமாரசாமி.

தாத்தா அதைக் கேட்டு புன்னகைத்தார். பிறகு 'நானும் இந்த ஊருலதானடா பொறந்தேன். எனக்கும் இதுதான் புடிச்ச ஊரு' என்று சொல்லிவிட்டு தலையாட்டினார். தொடர்ந்து 'ஆசையோடு வான்னு கூப்பிடற புள்ளைகிட்ட வரமுடியாதுன்னு எப்படி சொல்லமுடியும்? நீயே சொல்லு. கூப்ட்ட மொறைக்கு அங்க போய் பத்து நாள் இருப்பேன். அப்புற இங்க வந்து பத்து நாள் இருப்பேன்.

அப்படியே மாறி மாறி இருந்து காலத்த கழிக்கவேண்டிதுதான். வாழவேண்டிய காலமெல்லாம் முடிஞ்சிபோச்சி. இனிமேல நான் எங்க இருந்தா என்ன?'

பேசிக்கொண்டே தாத்தா வெற்றிலைபாக்கு பையைப் பிரித்து ஒரு வெற்றிலையை எடுத்து காம்பையும் நரம்பையும் கிள்ளிப் போட்டு விட்டு மடிப்பு போக மடியில் வைத்து நீவினார். பிறகு பாக்குத் துணுக்குகளை அடுக்கி மடித்து வாய்க்குள் வைத்துக்கொண்டார்.

அவருடைய ஒவ்வொரு செய்கையையும் அமைதியாகப் பார்த்துக் கொண்டிருந்த குமாரசாமி 'மாடுங்க எல்லாம் போனபிறகுதான் இந்த ஆடுங்கள பார்த்துக்க ஆரம்பிச்சீங்களா?' என்று மீண்டும் பழைய கதையின் பக்கமாக தாத்தாவின் கவனத்தைத் திருப்பினான்.

'ஆமாம்' என்று தலையை அசைத்தார் தாத்தா. 'பையன் போன பிறகு எல்லாத்தயும் நிறுத்திட்டோம். மாடு விவகாரமே வேணாம்னு விட்டாச்சி. யாரு ஊட்டுக்கும் போறதில்லை. ஒவ்வொரு ஊட்டுலயும் படி வாங்கறதயும் நிறுத்தியாச்சி. ஆனா எத்தனை நாள்தான் ஊட்டுலயே உக்காந்திருக்கமுடியும். இருக்க இருக்க, செத்துப் போனவன் நெனப்புதான் அதிகமாகறமாதிரி இருந்திச்சி. ஏதாவது வேலைன்னு ஒன்னு செஞ்சாதான் மனசுக்கு தெம்பா இருக்கும்னு புரிஞ்சிகிட்டேன். அதுக்கப்புறம்தான் ஒருநாளு ரெண்டு ஆட்டுக்குட்டி வாங்கியாந்து வளத்தேன். இப்படி தோப்புப் பக்கமா எல்லாக் குட்டிங்களயும் செத்த நேரம் பெராக்கா ஓட்டி வந்துட்டு போவேன். அப்பதான் கொஞ்சம் நிம்மதியா இருக்கும். அதுக்கப்புறம் இன்னும் ரெண்டு குட்டி வாங்கனன். அதுங்க வளர்ந்து பெரிசாகி, குட்டி போட்டுதுங்க. நாலு எட்டாச்சி. எட்டு பத்தாச்சி. ஆனா, எனக்கு நானே ஒரு கட்டுப்பாடு வச்சிகிட்டேன். ஆடுங்க நல்லா பெரிசாயிடுச்சின்னா நானே யாராவது கேக்கறவங்களுக்கு வித்துடுவேன். எத்தனை போனாலும் வந்தாலும் எப்பவுமே ஏழெட்டு குட்டிங்க மட்டும் இருக்கணும். அதுதான் என் கணக்கு. நம்ம சக்திக்கு அதுங்கள மட்டும்தான் மேய்க்கமுடியும்.'

ஒவ்வொரு வாரமும் கோட்டிப்புள் ஆடி முடித்ததும் தாத்தா சொல்லும் கதைகளை ஆர்வத்துடன் கேட்பதும் அவர் கட்டிவிடும் ஊஞ்சலில் ஆடுவதும் எங்களுக்கு மிகவும் பிடித்திருந்தது. அந்த ஊஞ்சலில் உட்கார்ந்து ஆடும் ஒவ்வொரு முறையும் ஒரு உலகத்திலிருந்து இன்னொரு உலகத்தை நோக்கி யாரோ கைதொட்டு அழைத்துச் செல்வதுபோல இருக்கும். மனமும் உடம்பும் அப்போது புல்லரிக்கும்.

ஒருநாள் தன் பேரனுக்கு சிதம்பரத்துக்கு அருகில் ஒரு பள்ளிக்கூடத்தில் ஆசிரியராக வேலை கிடைத்துள்ளதாக மகிழ்ச்சியோடு தெரிவித்தார் தாத்தா. பத்து நாட்களுக்குள் வீடு பார்த்த பிறகு வளவனூருக்கு வந்து அழைத்துச்செல்வான் என்றும் சொன்னார். அதைக் கேட்டதும் மகிழ்ச்சியடைவதா, துயரமடைவதா என்று முதலில் எங்களுக்குத் தெரியவில்லை. ஆனால் எங்களை மீறி புன்னகையோடு துயரத்தைத்தான் அவரிடம் வெளிப்படுத்தினோம்.

'ஆடுங்கள என்ன செய்யப் போறீங்க தாத்தா?'

'ஓட்டேரிப்பாளையத்துலேர்ந்து ஒரு ஏபாரி வந்து பார்த்துட்டு போயிருக்காரு. அவரு ஒரு தொகையை குடுத்துட்டு எல்லாக் குட்டிங்களயும் எடுத்துக்கறதா சொல்லியிருக்காரு.'

'சின்னப்பொண்ணு?'

தாத்தாவின் கண்கள் ஒருகணம் அதிர்ந்தன. 'த்ச்' என்றபடி பெருமூச்சுவிட்டார். 'அத மட்டும் தனியா வச்சிகிட்டு நான் என்ன செய்யறது? அதையும் குடுத்துட வேண்டிதுதான்' என்றார்.

சொல்லிக்கொண்டே ஊஞ்சலிலிருந்து பிரித்த கயிற்றைச் சுருட்டி அந்தச் சுருணையை என்னிடம் 'இனிமே நீயே வச்சிக்கோ' என்று நீட்டினார். உடனே நான் பின்வாங்கினேன். 'எதுக்கு தாத்தா?' என்றேன். 'சொல்றத கேளுடா, வச்சிக்கோ' என்று அழுத்திச் சொன்னார் தாத்தா. அதற்குப் பிறகுதான் தயக்கத்துடன் நான் அதை வாங்கிக்கொண்டேன்.

'ஆடுங்க. ஓடுங்க. அதயெல்லாம் வேணாம்னு சொல்லலை. ஆனா நல்லா படிங்கடா. படிச்சி நல்ல வேலைக்குப் போங்க. அப்பதான் இந்த காலத்துல பொழைக்கமுடியும்.'

தாத்தா பொதுவாக சொன்னபடி சின்னப்பொண்ணுவின் தலையை வருடுவதுபோல எங்களுடைய ஒவ்வொருவருடைய தலையையும் தொட்டு வருடிவிட்டுச் சென்றார். சின்னப்பொண்ணுவை அவர் மார்போடு அணைத்துக்கொண்டிருந்தார். கருத்தம்மா, சிவப்பி, வெள்ளச்சி, தாண்டவராயன், எலும்புச்சிப்பாய், குள்ளன், எம்.ஜி.ஆர். எல்லாமே அவருக்குப் பின்னால் நடந்து சென்றன. நாங்கள் தாத்தாவுக்கு கையசைத்து விடைகொடுத்தோம்.

22. மூடும் கதவுகளும் திறக்கும் கதவுகளும்

எங்கள் அப்பாவுக்கு இரண்டு மூத்த சகோதரர்கள் இருந்தனர். ஒருவரை பெரிய பெரியப்பா என்றும் இன்னொருவரை சின்ன பெரியப்பா என்றும் அழைப்போம். இருவருமே கட்டட வேலை செய்பவர்கள். ஒருவர் பெரிய மேஸ்திரி. இன்னொருவர் சின்ன மேஸ்திரி.

வயது குறைந்த இளைஞர்கள் அவர்களிடம் முதலில் சித்தாள்களாக வேலைக்குச் சேர்வார்கள். சிற்சில ஆண்டுகளிலேயே அவர்கள் படிப்படியாக வேலைகளைக் கற்றுத் தேர்ச்சி யடைவார்கள். அதற்குப் பிறகு எங்காவது ஒரு புதிய கட்டட வேலையைத் தொடங்கும்போது, அந்த இடத்துக்கு அவர்களையே மேஸ்திரியாக அனுப்பி வைத்துவிடுவார் பெரியப்பா. எல்லாச் சமயங்களிலும் அவர்கள் பெரியப்பாக்களோடு இருப்பதால், அவர்களை நாங்கள் சித்தப்பா என்று அழைப்போம்.

எங்கள் வீட்டுக்கு எதிரிலேயே ஓர் ஆயா இருந்தார். அவருக்கு இரண்டு பிள்ளைகள். ஒருநாள் இருவரையும் அந்த ஆயா பெரியப்பாவிடம் அழைத்துவந்து 'இந்த ரெண்டு புள்ளைங்களையும் நீதான் எப்படியாவது நல்ல

நெலைமைக்கு ஆளாக்கி உடணும்' என்று கேட்டுக்கொண்டார். பெரியப்பா இருவரையும் சித்தாட்களாகச் சேர்த்துக்கொண்டார்.

மூத்தவரான சுப்பிரமணி சித்தப்பாவுக்கு மட்டுமே கட்டட வேலையில் ஆர்வம் இருந்தது. வேகவேகமாக எல்லாவற்றையும் கவனித்து, கற்றுக்கொண்டார். வேலைகளில் ஈடுபாடு காட்டி உழைத்தார். இளையவரான செல்வராஜி சித்தப்பாவுக்கு மண்ணையும் சிமெண்ட்டையும் குழைத்துக்கொண்டு உடம்பெல்லாம் புழுதி படிய வேலை செய்வது பிடிக்கவில்லை. அதனால் நாலே நாளில் சித்தாள் வேலையிலிருந்து விலகிவிட்டார். ஆனாலும் சித்தப்பா என்னும் அடைமொழி அப்படியே நீடித்தது.

சித்தப்பா தன் சொந்த முயற்சியில் கடைத்தெருவில் உள்ள ஒரு சோடாக்கடையில் வேலைக்குச் சேர்ந்துவிட்டார். தொடக்கத்தில் பாட்டில் கழுவும் வேலையை மட்டுமே செய்துவந்தார். பிறகு படிப்படியாக, பாட்டில்களில் சுத்தமான நீர் நிரப்புவது, சோடா மெஷினில் வைத்துப் பூட்டி கணக்கு பார்த்து சுற்றி எடுப்பது, பாட்டில்களை பெரிய பைகளில் நிரப்பி மிதிவண்டியில் கட்டிவைத்து எடுத்துச் சென்று வாடிக்கைக்கடைகளுக்கும் சினிமா கொட்டகைக்கும் விநியோகிப்பது என எல்லா வேலைகளையும் கற்றுத் தேர்ந்தார்.

நாலைந்து ஆண்டுகளில் சொந்தமாக கடை திறக்கும் அளவுக்கு அவருக்கு அனுபவம் கிடைத்துவிட்டது. ஆனால் போதுமான பணவசதி இல்லை. வேறு வழியில்லாமல் அந்தக் கடையிலேயே அவர் வேலையில் தொடர்ந்தார். பெரிய சித்தப்பா மேஸ்திரியாக உயர்ந்து தனியாக கட்டடம் எடுத்து வேலை செய்யத் தொடங்கினார். உறுதியான வருமானத்துக்கு வழி பிறந்ததும் பெரிய சித்தப்பா திருமணம் செய்துகொண்டு தனியாக வேறு வீடு பார்த்துக்கொண்டு சென்றுவிட்டார். சில மாத இடைவெளியில் சின்ன சித்தப்பாவுக்கும் ஒரு பெண்ணைத் தேடி முடிவு செய்து திருமணம் செய்துவைத்தார் ஆயா.

சித்தப்பா இரவில் கடையை அடைத்துக்கொண்டு வீட்டுக்குத் திரும்ப வெகுநேரமாகிவிடும். பேச்சுத்துணைக்காக சித்தி சில நேரங்களில் எங்கள் வீட்டுக்கு வந்து அம்மாவோடு பேசிக்கொண்டிருப்பார். எல்லோரும் அவரை கருத்தம்மா என்று அழைத்தார்கள். அம்மாவும் அப்படித்தான் அழைத்தார். எனக்கும் தம்பிதங்கைகளுக்கும் அந்தச் சித்தி முத்துமுத்தான கதைகளைச் சொல்வார். எல்லாமே புத்தகங்களில் இல்லாத கதைகள். சொந்த அனுபவங்களோடு கொஞ்சம் கற்பனையைச் சேர்த்து கதைகளாக சொல்வார்.

நாங்கள் படிக்கும் புத்தகங்களைப் பார்த்ததும் சித்தியுடைய கண்களில் மிரட்சி படிந்துவிடும். எச்சரிக்கை உணர்வோடு ஒரு புத்தகத்தை எடுத்து, பக்கங்களைப் புரட்டிப் பார்த்துவிட்டு நகர்த்திவைத்துவிடுவார். 'இம்மாம்பெரிய புத்தகத்தை எப்படித்தான் படிச்சி மண்டைக்குள்ள ஏத்திக்கிறியோ?' என்று புன்னகைத்தபடி கேட்டுவிட்டு உதட்டைப் பிதுக்குவார்.

'நீங்க எந்த க்ளாஸ் வரைக்கும் படிச்சீங்க சித்தி?' என்று ஒருநாள் பேச்சுவாக்கில் கேட்டேன்.

'நானா? மழைக்குக் கூட நான் பள்ளிக்கூடம் பக்கம் ஒதுங்கி நின்ன ஆளில்லை. அடுப்பங்கரை, கழனிவேலை, காட்டுவேலை. அவ்ளோதான் நம்ம படிப்பு.'

'ஏன்?'

'எங்க ஊட்டுல நாங்க மொத்தம் ஆறு பொண்ணுங்க. நான்தான் கடைசிப் பொண்ணு. எங்க அப்பா அம்மா எங்களை யாரையுமே படிக்கவைக்கலை. அவுங்களுக்கெல்லாம் பொம்பள புள்ளைங்க படிச்சி என்ன செய்யப் போவுதுங்கங்கற எண்ணம். அதனால அப்படியே வுட்டுட்டாங்க. யாருக்கும் ஒரு கையெழுத்துகூட போடத் தெரியாது.'

படிக்கவும் எழுதவும் வேலை இல்லாத நேரங்களில் நான் சித்தியுடைய வீட்டுக்குச் சென்று அவரோடு திண்ணையில் உட்கார்ந்து பேசிக்கொண்டிருப்பேன். சிங்கம் கதை, குரங்கு கதை, முதலை கதை என ஏராளமான கதைகளை அடுத்தடுத்து சொல்லிக்கொண்டே இருப்பார். ஒரே ஒரு கணம் கூட அவர் குரலில் சலிப்பு வெளிப்பட்டதில்லை.

சித்திக்கு ஏராளமான விடுகதைகளும் தெரியும். 'அள்ளமுடியும் கிள்ளமுடியாது, அது என்ன?', 'பச்சைப்பெட்டிக்குள்ளே வெள்ளை முத்துகள், அது என்ன?' என்று அடுக்கடுக்காகக் கேட்டு திணறவைப்பார். அவர் ஒரு விடுகதைப் புதையல். ஒருநாள் சொன்ன விடுகதையை அடுத்த நாள் கேட்கமாட்டார். ஒவ்வொரு முறையும் அவர் சொல்லும் விடுகதைகள் புதிதாக இருக்கும். அத்தனை விடுகதைகளையும் அவர் எப்படி நினைவிலேயே வைத்திருக்கிறார் என்பது ஆச்சரியமாக இருக்கும்.

விடுகதைகளில் மட்டுமின்றி, பழமொழி சொல்வதிலும் உதாரணக்கதைகள் சொல்வதிலும் அவருக்கு ஆழ்ந்த ஞானம் இருந்தது. 'ஒய்யாரக்கொண்டையாம் தாழம்பூவாம் உள்ளே இருக்குமாம் ஈரும் பேனும்', 'குடல் கூழுக்கு அழுவுதாம்

கொண்டை பூவுக்கு அழுவுதான்' போன்ற பழமொழிகளை பேச்சுக்குப் பொருத்தமாக மிகவும் சர்வசாதாரணமாகச் சொல்வார்.

'பள்ளிக்கூடம் பக்கமே போனதில்லைன்னு சொல்றீங்க? இத்தனை கதைங்களை எப்படி தெரிஞ்சிகிட்டீங்க சித்தி?' என்று ஒருமுறை கேட்டேன். உடனே சித்தி, 'அதுவா, அது ஒரு பெரிய கதை' என நாக்கு சப்புக்கொட்டியபடி இழுத்தார்.

'என்ன கதை சித்தி?'

'ஒருநாள் காலையில ஆடு மேய்க்கறதுக்கு தோப்புக்கு போயிருந்தேன். எல்லா ஆடுங்களுக்கும் ஒதிய மரத்துலேருந்து கொழுந்து தழையை பறிச்சி போட்டுட்டு ஐயனார் கோவில் பக்கமா போனேன். வேப்பமரத்தடியில நல்லா நெழலா இருந்தது. சரி, கொஞ்ச நேரம் கால நீட்டி உக்காரலாம்ன்னு உக்காந்தேன். காத்தோட்டமா இருந்ததால சித்த நாழியில தூக்கம் வந்துட்டுது. அப்படியே அசந்து தூங்கிட்டேன். அப்ப ஒரு கனவு. கண்ணு முன்னால ஐயனார் குதிரையில டொக்குடொக்குனு வேகமா வராரு. என்னை பார்த்ததும் எதுக்கு வழிய மறிச்சிகிட்டு இங்க நிக்கிற, ஓடிப் போயிடுன்னு சொன்னாரு. எனக்கு ஒன்னு வேணும், அத கொடுத்தீங்கன்னா நான் வழியை விட்டு ஒதுங்கி போயிடறேன்னு சொன்னேன். என்ன வேணும், கேளு சீக்கிரம், எனக்கு ஏகப்பட்ட வேலை இருக்குதுன்னு சொன்னாரு ஐயனாரு.'

'நெஜமாவே ஐயனாரா?'

'ஆமாம். எங்க குலதெய்வம் ஐயனாரேதான். படிக்காததால எனக்கு அறிவில்லாம போயிடுச்சி. ஊருல எல்லாருமே முட்டாள், முட்டாள்னு கிண்டல் செய்றாங்க. படிச்சவங்க மாதிரி பேசறதுக்கும் பழகறதுக்கும் எனக்கு கொஞ்சம் அறிவு குடுத்தா நல்லா இருக்கும்னு சொன்னேன். ஐயனார் என்னையே கொஞ்ச நேரம் உத்துப் பார்த்துகினே யோசிச்சாரு. அப்புறம் என்ன நினைச்சாரோ தெரியலை, பக்கத்துல வான்னு கூப்புட்டு தலையை தொட்டு ஆசீர்வாதம் பண்ணிட்டு போயிட்டாரு. அன்னையிலேர்ந்து எதைப் பேச ஆரம்பிச்சாலும், அதுக்குப் பொருத்தமா உலகத்துல இருக்கிற உதாரணக்கதைகளும் சட்டுனு தானா ஞாபகம் வந்துரும். பேசாத நேரத்துல எதுவுமே ஞாபகத்துல இருக்காது. தானா மறைஞ்சிரும்.'

சித்தி சொன்னதை நம்புவதா வேண்டாமா என்கிற குழப்பத்தோடு பேச்சு வராமல் அவர் முகத்தையே பார்த்தேன். நான் பேச்சு வராமல் தவிப்பதைப் பார்த்துவிட்டு சித்திக்கு சிரிப்பு வந்துவிட்டது.

‘என்னடா முழிக்கிற? நான் சொன்னதை நம்பிட்டியா?’ என்று மறுபடியும் சிரித்தார்.

‘எல்லாமே அந்தக் காலத்துல எங்க தாத்தா சொன்ன கதைங்க, ஆயா சொன்ன கதைங்க, கழனிவேலைக்கு போற எடத்துல சொன்ன கதைங்கதான் தம்பி. நானா எதுவும் கண்டுபுடிக்கலை. அப்பப்ப ஞாபகம் வரும். அதைத்தான் சொல்றேன்’ என்றார்.

சித்தி எறும்பு மாதிரி சுறுசுறுப்பானவர். எப்போதும் ஏதாவது ஒரு வேலை செய்துகொண்டே இருப்பார். சோடா கடையைத் திறப்பதற்கு காலையிலேயே சித்தப்பா புறப்பட்டுச் சென்ற பிறகு சித்தி எங்கள் தெருவிலிருந்து களையெடுப்பதற்கோ, நாற்று நடுவதற்கோ செல்லும் பெண்களுடன் சேர்ந்து சென்றுவிடுவார். விவசாய வேலைகள் இல்லாத சமயங்களில் ரைஸ் மில்லில் நெல் அவிக்கும் வேலைக்கோ அல்லது தவிடு புடைக்கும் வேலைக்கோ செல்வார்.

சிற்சில சமயங்களில் தோப்புக்காரர் வீட்டிலிருந்து புளி உரித்துக் கொடுக்கும் வேலைக்கு ஆள்வேண்டும் என்று தகவல் வரும். அந்தக் கூட்டத்தோடும் சித்தி செல்வார். ஒரு பெரிய கூடத்தில் ஆளுக்கொரு பக்கம் ஒரு கூடை புளியுடன் உட்கார்ந்து அரிவாள்மனை உதவியோடு கொட்டையை பிதுக்கிப்பிதுக்கி வெளியே தள்ளிவிட்டு புளியை மட்டும் எடுத்துவைப்பதுதான் வேலை.

விடுமுறை நாளாக இருந்தால் அம்மாவிடம் சொல்லிவிட்டு என்னையும் அழைத்துக்கொண்டு செல்வார். அரிவாள்மனையின் கூர்மையான விளிம்பில் பழத்தை வைத்து ஒரு கோடு கிழிப்பது போல மெல்ல இழுத்ததும் திறந்துகொள்ளும் இடைவெளி வழியாக கொட்டையைப் பிதுக்கிக் கீழே தள்ளுவதுதான் வேலை.

ஒவ்வொருவருடைய விரல்களும் இயங்கும் வேகத்தைப் பார்க்கும்போது ஆச்சரியமாக இருந்தது. ஆனால் ஒரு பழத்தை உண்மையிலேயே விரல்களுக்கிடையில் பிடித்து, கொட்டையைப் பிதுக்கி எடுப்பது ஆரம்பத்தில் அவ்வளவு எளிதாக இல்லை. நான் ஒரு பழத்திலிருக்கும் கொட்டைகளை நீக்குவதற்குள் பிறர் நான்கு பழங்களை உரித்துவிட்டிருந்தார்கள். ஆனால் கொஞ்சம் கொஞ்சமாக என் விரல்கள் அதற்குப் பழகிவிட்டன. நாலைந்து நாட்களிலேயே அவர்களுடைய வேகத்துக்கு இணையாக நானும் கொட்டைகளை நீக்குவதற்குக் கற்றுக்கொண்டேன்.

எப்போது புளி உரிக்கப் போனாலும் எனக்கு சித்திக்கு அருகிலேயே உட்கார்வதுதான் பிடிக்கும். அவர் சொல்லும் கதைகளை ஒரு

வார்த்தையைக் கூட விடாமல் கேட்கவேண்டும் என்று நினைப்பேன்.

ஒருமுறை காலாண்டுத்தேர்வு விடுமுறை சமயத்தில் தோப்புக்காரர் வீட்டில் புளி உரித்துக்கொண்டிருந்தோம். வழக்கம்போல கதைகளும் பாட்டுகளுமாக உரையாடல் ஓடிக்கொண்டே இருந்தது. சித்தி யாரோ ஒருவருடைய கதையை விவரித்துச் சொல்லும்போது, அவருடைய நடத்தையை விமர்சிப்பதுபோல பேச்சோடு பேச்சாக 'காணாத கழுதை கஞ்சியைக் கண்டிச்சாம் ஓயாம ஓயாம ஊத்திக் குடிச்சிதாம், அந்த மாதிரி ஆளு அவரு' என்று சொன்னார்.

அந்தப் பழமொழி எல்லோருக்கும் பிடித்துவிட்டது. வட்டமாக உட்கார்ந்திருந்த அனைவருமே ஒருமுறை அந்தப் பழமொழியை வாய்விட்டுச் சொல்லிப் பார்த்து புன்னகைத்தார்கள்.

'நல்லா இருக்குதுடி நீ சொல்ற பழமொழி. இதுவரைக்கும் நான் இந்தப் பக்கம் கேட்டதே இல்லைடி. நீ இட்டுக்கட்டி சொல்லும் போதே இன்னொரு தரம் சொல்லச்சொல்லி கேக்கணும்ங்கற மாதிரி இருக்குது. அந்த மாதிரியே இன்னொரு பழமொழி சொல்லேன், கேப்போம்' என்று தூண்டினார் ஒரு ஆயா. உடனே மற்றவர்களும் 'இன்னொன்னு, இன்னொன்னு' என்று குரல் கொடுத்தனர்.

'சரி, சரி' என்று தலையசைத்தபடி யோசனையில் மூழ்கிய சித்தி தொண்டையைச் செருமியபடி 'வித்தாரக்கள்ளி விறகொடிக்க போனாளாம் கத்தாழை முள்ளு கொத்தோட தச்சுதாம்' என்று சொன்னார். உடனே ஆயா 'இது எங்களுக்குத் தெரிஞ்சதுதான. யாராவது மேனாமினுக்கிங்கள பார்த்தா நாங்களே சொல்வோம். வேற புதுசா சொல்லுடி' என்றார்.

'புதுசாவா?' என்றபடி மீண்டும் யோசனையில் மூழ்கிய பிறகு 'குப்பைமேனி பூப்பூத்து கொண்டைக்கு ஆகாது குடத்துத்தண்ணிய ஊத்தினாலும் குட்டை ரொம்பாது' என்றார். உடனே ஆயாவும் மற்றவர்களும் 'ம். இது நல்லா இருக்குது' என்று பாராட்டி ரசித்தார்கள். அதைத் தொடர்ந்து யாரோ ஓர் அக்கா 'எனக்குக் கூட ஒன்னு தெரியும்' என்று சொல்லிவிட்டு எல்லோருடைய முகத்தையும் பார்த்து 'குடல் கூழுக்கு அழுவுதாம் கொண்டை பூவுக்கு அழுவுதாம்' என்று சொன்னார். உடனே மற்றொரு அக்கா 'அப்பன் சோத்துக்கு அலையறானாம். புள்ளை அன்னதானம் செய்யறானாம்' என்றார். அப்படியே ஒருவர் மாற்றி ஒருவர் சொல்லிச்சொல்லி சிரித்தார்கள்.

அதைத் தொடர்ந்து பேச்சு இரண்டு மாதங்களை அடுத்து வரவிருந்த தீபாவளிப் பண்டிகையின் பக்கம் சென்றது. என்ன நிறத்தில் புடைவையை எடுப்பது, என்ன விலையில் எடுப்பது என்பது பற்றி ஒவ்வொருவரும் ஒரு கருத்தைச் சொல்லத் தொடங்கினர். அதுவரை விதவிதமான பழமொழிகளைச் சொல்லி அந்தக் கூடத்தையே கலகலப்பாக்கிய சித்தி அந்த உரையாடலில் பங்கேற்காமல் அமைதியாக இருந்தார். எல்லோருக்குமே அது விசித்திரமாக இருந்தது.

ஒரு பெரியம்மா 'என்னடி கருத்தம்மா, நீ எதுக்குமே வாயை தெறக்காம இருக்க? இவ்ளோ நேரம் ஐப்பசி மாசத்து மழைமாதிரி சடசடனு பேசிட்டே இருந்த? திடீர்னு ஏன்டி வாயை இறுக்கமா மூடிகிட்ட? தீவாளிக்கு நீ என்ன மாதிரி எடுக்கப் போற, சொல்லக்கூடாதா?' என்று தூண்டினார்.

சித்தியின் முகத்தில் படர்ந்த சிரிப்பு மங்கியிருந்தது. நாக்கு தட்டி த்ச் என்றபடி ஒரு பெருமூச்சு விட்டார். பிறகு 'எடுக்கிற ஆளுங்க பேச வேண்டிதுதான்க்கா. எடுக்க வழியில்லாத என்னமாதிரி ஆளு எதைப் பேசறது? வாயால பந்தல் போடமுடியுமா?' என்றார்.

பெரியம்மாவுக்கு அந்த உரையாடலை நிறுத்தும் எண்ணமில்லை. 'அது என்னடி அப்பிடி சொல்லிட்ட?' என்று கேட்டார்.

சித்தி அரிவாள்மனையிலிருந்து நழுவிவிழும் கொட்டைகளைப் பார்த்தபடியே 'ஆடி காத்துல அம்மியே பறக்கும்போது மேயற கழுதையை யாருக்கா நெனைக்க போறாங்க?' என்றார்.

அதைக் கேட்டதும் அந்தப் பெரியம்மா 'நீ எதுக்குடி இப்படி என்னமோ வாழ்ந்து கெட்ட கெழவி மாதிரி அலுப்புசலிப்பா பேசற? கட்டன பொண்டாட்டிக்கு ஒரு பொடவை கூடவா வாங்கி கொடுக்கமாட்டான் ஒன் ஊட்டுக்காரன்? ஒருவேளை அவன் அப்படி நினைச்சாலும் நான் அவனை விட்டுடுவனா? சட்டைத்துணிய புடிச்சி இழுத்து நான் கேக்கற கேள்வியில ஒன்னுக்கு ரெண்டு பொடவையா வாங்கியாந்து குடுக்கப்போறான் பாரு' என்றார்.

சித்தியின் முகம் அதைக் கேட்டு பூரித்துவிட்டது. பெரியம்மாவின் அழுத்தமான குரலைக் கேட்டு எல்லோருடைய முகமும் ஒரு கணம் மலர்ந்தது. 'நீ பெரிய ஆளுடி. நீ செஞ்சாலும் செய்யக்கூடிய ஆளுதான். ஒன் வாய்க்கு பயந்தே வாங்கிக் குடுத்துடுவான் அவன்' என்று வெற்றிலையைக் குதப்பியபடியே சொன்னார் ஓர் ஆயா.

‘அது சரி’ என்றபடி சித்தியைப் பார்த்த பெரியம்மா ‘என்னமோ ஆடிக் காத்துன்னு ஒரு பழமொழி சொன்னியே, அத இன்னொரு தரம் சொல்லு, கேப்போம்’ என்று கேட்டார். சித்தி ஏற்கனவே சொன்னதை மீண்டும் சொன்னார்.

‘நல்லா பொருத்தமா இருக்குதுடி அந்தக் கதை. ஒருபக்கம் புதுசுபுதுசா பழமொழி சொல்ற? இன்னொருபக்கம் தடாலடியா கதைங்க சொல்ற? எங்கடி கத்துகிட்ட அதை?’

‘ஐய, எல்லாமே இந்த மாதிரி நாலு பேரு கூடற எடத்துல பேசறத கேட்டதுதான். நான் என்னமோ தனியா வாத்தியார் வச்சி கத்துகினு வந்த மாதிரி கேக்கறியே.’

ஒரு கணம் மௌனம் படர்ந்திருந்தது.

‘இதுக்கே இப்படி சொல்றியே. இந்த மாதிரி கதைங்க சித்திரை, வைகாசி, ஆனின்னு ஒவ்வொரு மாசத்துக்கும் இருக்குது தெரியுமா?’ என்று சித்தியே மீண்டும் தொடங்கினார்.

‘என்ன, ஒவ்வொரு மாசத்துக்கும் ஒரு கதையா?’ என்று ஆச்சரியத் தோடு கேட்டார் பெரியம்மா.

‘ஆமாம்க்கா.’

‘அப்படின்னா, நீ சித்திரையிலேர்ந்து ஆரம்பிச்சி சொல்லுடி. நாங்களும் கேட்டுக்கறம்.’

கொட்டை உரிப்பதை நிறுத்திவிட்டு சித்தியின் முகத்தை ஆவலுடன் பார்த்தார் பெரியம்மா. அதைப் பார்த்ததும் மற்றவர்களும் அரிவாள்மனையிலிருந்து கையை விலக்கிக்கொண்டு சித்தியின் முகத்தைப் பார்த்தனர்.

சித்தி சிறிது நேரம் யோசித்துவிட்டு ‘சித்திரை வெயில்ல ஊர்ந்து போனால் மதம் கொண்ட பாம்பும் செத்துப் போயிடும்’ என்றார். பெரியம்மா அதைக் கேட்டு தனக்குள்ளாகவே ஒருமுறை சொல்லிப் பார்த்துக்கொண்டார். புருவத்தை உயர்த்தி ‘ம்’ என்றார். ‘வெயில்ல போனா நமக்கே நாக்கு தள்ளும்போது பாம்புக்கு தள்ளாதா என்ன?’ என்று தனக்குத்தானே சொல்லிக்கொள்பவரைப் போல சொல்லிக்கொண்டார். தொடர்ந்து ‘அப்புறம் வைகாசிக்கு என்ன சொல்லப் போற?’ என்று கேட்டார்.

‘வைகாசி மாசத்துல வயசுக்கு வந்தாளாம் வயக்காட்ட வித்து சாங்கியம் செஞ்சானாம்.’

‘ஐ, இந்தக் கதையும் நல்லாதான்டி இருக்குது. சரி, ஆனி மாசத்துக்கு?’

‘ஆனியில அடிகோலாதே கூனியில குடிபோகாதே.’

‘நீ சொல்றது அப்படியே நெத்தியில அடிச்ச மாதிரி இருக்குதுடி கருத்தம்மா. அது சரி, போனா என்ன ஆவும்? அதுக்கு எதுவும் கதை இல்லையா?’

‘எனக்கு எப்படிக்கா தெரியும்? போய் பார்த்தவங்கள கேட்டாதான் தெரியும்.’

‘சரி, அத விடு, ஆடி மாசத்துக்கு என்ன, அதச் சொல்லு.’

‘அதைத்தான இப்ப சொன்னேன்.’

‘ஓ, அந்தக் கழுதை கதையா? சரி. சரி. ஆவணிக்கு சொல்லு.’

‘ஆவணி மாசத்துல தாவணி போட்டாளாம் மார்கழி மாசத்துல மாலை மாத்திக்குனாளாம்.’

‘மார்கழியில யாருடி கல்யாணம் பண்ணிக்குவா?’

‘அவசரக்குடுக்கைங்களுக்கெல்லாம் நாளாவது, கெழமையாவது. அவுங்கள பரிகாசம் பண்றதுக்காக அந்த மாதிரி சொல்வாங்க.’

‘ஓ. அப்படியா? சரி, சரி. புரட்டாசிக்கு?’

‘புரட்டாசியில பொன்னுருகக் காயும் வெயில் மண்ணுருகப் பெய்யும் மழை.’

‘ஐப்பசி?’

‘ஐப்பசியில நெல் விதைச்சா, அவலுக்கும் ஆகாது.’

‘அது சரி, எல்லாம் மழையில கரைஞ்சி போனா, விளைச்சலுக்கு எங்க போவறது? பொருத்தமாதான்டி இருக்குது. இதே மாதிரி கார்த்திகை மாசத்துக்கு ஏதாவது இருக்குதா?’

‘இருக்குது. இருக்குது. கார்த்திகைக்குப் பிறகு மழையும் இல்லை கர்ணனுக்குப் பிறகு கொடையும் இல்லை.’

‘மார்கழிக்கு என்ன சொல்லப் போற?’

‘மார்கழி மழை மண்ணுக்கும் உதவாது, மார்கழி வெற்றிலையை மாடுகூட தின்னாது.’

‘அந்த அளவுக்கா சப்புனு இருக்கும்? தை மாசத்துக்கு?’

‘தை பனி தரையைத் துளைக்கும் மாசி பனி மச்சை துளைக்கும்.’

‘மாசிக்கு தனியா எதுவும் கதை இல்லையா?

‘இருக்குதுக்கா. மாசி நிலவும் மதிக்காதவன் முற்றமும் வேசி உறவும் வியாபாரி நேசமும் ஒருநாளும் நிலைக்காது.’

‘என்னடி இது? தலையில அடிச்சி சொல்றமாதிரி இருக்குது. கடைசியா என்னடி? பங்குனிதான் மிச்சம். அதுக்கு ஏதாவது இருக்குதா?’

‘பங்குனிங்கறதுக்காக பருப்பதும் இல்லை சித்திரைங்கறதுக்காக சிறுப்பதும் இல்லை.’

‘அடியே கருத்தம்மா, சொந்த அறிவ வச்சி, ஒவ்வொரு மாசத்துக்கும் நீ இவ்ளோ அழகா கருத்தா சொல்றியே. நீயெல்லாம் படிச்சிருந்தேன்னு வை, இந்த ஜில்லாவுக்கே கலெக்டராயிருப்ப.’

‘இதான் கலெக்டர் வேலையா?’ என்று சித்தி அரிவாள்மனையைச் சுட்டிக்காட்டிக் கேட்டார். உடனே ‘அப்படிலாம் நெனைக்காதடி கருத்தம்மா’ என்று ஆறுதலாகச் சொன்னார் பெரியம்மா. தொடர்ந்து ‘ஒரு நேரம் வரும். பார்த்துகினே இரு. சக்கரம் உன்ன எங்கயோ தூக்கிகிட்டு போகப் போவுது’ என்றார். ‘தூக்கிகிட்டாவது போகட்டும், உருட்டிகிட்டாவது போகட்டும். கீழ தள்ளி உடாம இருந்தா போதும்’ என்று சிரித்தார் சித்தி.

அந்த மாத இறுதியில் ஒருநாள் கலகலப்பாக பேச்சும் கதையுமாக சிரித்துக்கொண்டே புளி உரித்துக்கொண்டிருந்த சமயத்தில், ‘இங்கதான புளி ஆயறாங்க?’ என்று வாசலில் யாரோ விசாரிக்கும் குரல் கேட்டது. யாரென்று தெரிந்துகொள்ள திரும்பிப் பார்த்தேன். ஓட்டிவந்த மிதிவண்டியை சுவரோரமாகச் சாய்த்து நிறுத்திவிட்டு அவரே தடதடவென்று உள்ளே வந்துவிட்டார். முகத்தில் வியர்வை வழிந்துகொண்டிருந்தது. எனக்கு அவர் முகம் ஞாபகம் வந்துவிட்டது. செல்வராஜி சித்தப்பா வேலை செய்துவந்த சோடாக்கடைக்குப் பக்கத்தில் இருக்கும் துணிக்கடையில் வேலை பார்க்கும் அண்ணன்.

சித்தியைப் பார்த்து ‘சோடா கடையில மிஷின் வெடிச்சிடுச்சி. செல்வராஜி அண்ணனுக்கு நல்ல அடி. மூஞ்சி, கழுத்து, மார்பு, தோள்பட்டையெல்லாம் காயம். எல்லா எடத்துலயும் கண்ணாடித்துண்டுங்க ஆழமா குத்தியிருக்கு. ஆஸ்பத்திரிக்கு தூக்கிட்டு போயிருக்காங்க’ என்று பதற்றத்தோடு துண்டுதுண்டாகச் சொன்னார் அந்த அண்ணன்.

‘எந்த ஆஸ்பத்திரிடா?’ என்று பக்கத்தில் இருந்த ஆயா கேட்டார்.

‘இங்கதான். நம்மூரு தர்மாஸ்பத்திரிக்கு.’

அந்தக் கணமே அரிவாள்மனையைத் தள்ளிவிட்டு வேகமாக எழுந்தார் சித்தி. ‘ஐயையோ, என் ராசாவுக்கு என்னாச்சின்னு தெரியலையே’ என்று கூக்குரலெடுத்து அழுதபடியே எழுந்து தகவல் சொன்னவருக்குப் பின்னால் ஓடினார். நாங்களும் வேலையை நிறுத்திவிட்டு தோப்புக்காரரின் மனைவியைப் பார்த்து செய்தியைச் சொல்லிவிட்டு ஆஸ்பத்திரிக்குச் சென்றோம்.

ஆஸ்பத்திரி வாசலில் பெரிய கூட்டம் நின்றிருந்தது. கடைமுதலாளியும் அந்தக் கூட்டத்தில் இருந்தார். அழுதுகொண்டிருந்த சித்திக்கு அவர் ஆறுதல் சொல்லிக்கொண்டிருந்தார்.

ஆஸ்பத்திரி படுக்கையில் சித்தப்பாவை இரண்டு வாரம் வைத்திருந்தார்கள். குரல்வளைக்குப் பக்கத்தில் ஊடுருவியிருந்த ஒரு கண்ணாடித் துண்டு சற்றே ஆழமாக இறங்கி கிழித்திருந்தது. அந்த இடத்தில் மட்டும் தையல் போட்டிருந்தார்கள். மற்ற இடங்களில் தைத்திருந்த கண்ணாடித்துண்டுகளை அகற்றி புண்ணுக்கு மருந்து தடவியிருந்தனர். வீட்டுக்கு வந்த பிறகும் இரு வாரங்கள் சித்தப்பா படுக்கையிலேயே இருந்தார். வீட்டுக்கு வந்த பிறகு மேலும் இரு வாரங்கள் ஓய்வெடுத்தார்.

காயங்கள் குணமடைந்ததும் வேலைக்குச் செல்வதற்காக புறப்பட்ட சித்தப்பாவை ‘உயிருக்கு ஆபத்தான இந்த வேலையே இனிமேல உனக்கு வேணாம். விட்டுடு’ என்று சொல்லி சித்தி தடுத்துவிட்டார்.

‘வேலைக்குப் போவ வேணாம்ன்னா ஊட்டுச் செலவுக்கு யாரு பணம் குடுப்பாங்க?’

‘எல்லாம் நான் பார்த்துக்கறேன். நீ வீட்டோட இரு. அது போதும்.’

‘என்ன செய்வ நீ?’

‘செஞ்ச பிறகு உனக்கே தெரியும். பார்த்துக்கோ.’

அப்போது நானும் சித்தியும் திண்ணையில் உட்கார்ந்து உலர்ந்த வேர்க்கடலையை தரையில் தட்டித்தட்டி தோலை உரித்து வீசிவிட்டு, கடலைகளை மட்டும் ஒரு கூடையில் போட்டுக் கொண்டிருந்தோம். வண்டிக்காரர் வீட்டில் எண்ணெய்க்காக உலரவைத்த ஒரு மூட்டை வேர்க்கடலையை கொடுத்திருந்தார்கள். ‘வா, வந்து உக்காந்து நீயும் உரிச்சி போடு சாயங்காலத்துக்குள்ள

உரிச்சி குடுத்தா காசி கெடைக்கும்' என்று சித்தப்பாவைப் பார்த்துச் சொன்னார் சித்தி.

சித்தப்பா சித்தியின் சொற்களை முதலில் காதிலேயே வாங்கிக் கொள்ளவில்லை. வாசலுக்கும் தோட்டத்துக்கும் இடையில் மாறிமாறி நடந்துகொண்டே இருந்தார். தனக்குத்தானே பேசிக் கொள்வதுபோல மெல்லிய குரலில் முணுமுணுத்துக்கொண்டார். அரை மணி நேரத்துக்குப் பிறகு திரும்பி வந்து கூடைக்கு அருகில் உட்கார்ந்து நிலக்கடலை உரித்துக்கொடுக்கத் தொடங்கினார்.

அன்று சாயங்காலம் நான்தான் கடலையையும் தோலையும் தனித்தனியாக கூடைகளில் நிரப்பி வண்டிக்காரர் வீட்டில் கொடுத்துவிட்டு பணம் வாங்கி வந்தேன். சித்தி அந்தப் பணத்தில் பாதித் தொகையை எனக்கு பிரித்துக் கொடுத்தார். 'ஐயோ, சித்தி, எனக்கு எதுக்கு இவ்ளோ பணம்? வேணாம்' என்று நான் அதை வாங்க மறுத்தேன். சித்தி சிரித்துக்கொண்டே அந்தப் பணத்தை என் மேல்சட்டை பையில் வைத்தபடி 'வச்சிக்கடா. படிக்கிற புள்ள. நாளைபின்ன புஸ்தகம் நோட்டு வாங்கறதுக்கு ஒதவும்' என்றார்.

நான் தலையசைத்தபடி மெதுவாகத் திரும்பினேன். அப்போது 'எனக்காக, ஒரு தரம் கடைத்தெரு வரைக்கும் போய் கொஞ்சம் சாமானுங்க வாங்கிவந்து குடுத்துட்டுப் போறியா?' என்று கேட்டார் சித்தி. தன் கையில் எஞ்சியிருந்த பணத்தையும் இறவாணத்தில் செருகியிருந்த ஒரு கைப்பையையும் என்னிடம் கொடுத்தார்.

'என்ன சித்தி வேணும்?'

'ஒரு கிலோ வெல்லம். ஒரு தேங்காய். அது மட்டும் போதும்.'

அவர் சொன்ன எதுவுமே வழக்கமாக வாங்கும் பொருட்கள் அல்ல என்பதால் அந்தப் பெயர்களைக் கேட்டு சற்றே குழப்பத்தோடு சித்தியின் முகத்தைப் பார்த்தேன்.

'தேங்காயா, தேங்கா பத்தையா சித்தி? புரியலையே' என்றேன். 'பத்தை இல்லைடா. முழு தேங்காய்தான் வேணும். நல்ல முத்தின தேங்காயா வேணும்ன்னு கேட்டு வாங்கு. சூரைக்கு வச்சிருக்கிர தேங்காவ எடுத்து குடுத்துடப் போறான். கவனமா பார்த்து வாங்கு' என்றார் சித்தி.

'தேங்கா, வெல்லம்லாம் எதுக்கு சித்தி, படைக்கப் போறியா?' என்று ஆவலைக் கட்டுப்படுத்திக்கொள்ள முடியாமல் கேட்டேன்.

'வாங்கிட்டு வா. அப்புறமா சொல்றேன்' என்று சிரித்தார் சித்தி. சித்தப்பாவும் அவருக்குப் பக்கத்தில் குழப்பத்தோடு நின்றிருந்தார்.

நான் கடைக்குச் சென்று தேங்காயும் வெல்லமும் வாங்கி வந்தேன். வெல்லத்தை பொட்டலம் கட்டிக் கொடுக்கும்போது கடைக்காரர் ஒரு சின்ன துண்டு வெல்லத்தை மூட்டையிலிருந்து தனியாகப் பிட்டு எடுத்து என்னிடம் கொடுத்தார். நான் வீட்டுக்கு வந்து சேரும் வரைக்கும் அதை கொஞ்சம்கொஞ்சமாக நாக்கில் வைத்து சுவைத்தபடி வந்தேன்.

சித்தி தேங்காயை எடுத்து காதோரமாக வைத்து ஆட்டிப் பார்த்தார். திருப்தியான முகக்குறிப்போடு சித்தப்பாவிடம் கொடுத்து 'இந்தா ரெண்டா உடை' என்று சொன்னார். தொடர்ந்து 'தேங்கா தண்ணிய தரையில விட்டுடாத. தம்ளர்ல புடிச்சி தம்பிக்கு குடு' என்றார்.

'எதுக்கு கருத்தம்மா இதெல்லாம்?'

'நான் செய்யறத பார்த்து நீங்களே கண்டுபுடிங்க பார்க்கலாம்.'

சித்தப்பா குழப்பமாக சித்தியின் பக்கம் ஒருகணம் பார்த்தார். பிறகு ஒரே வெட்டில் சித்தப்பா தேங்காயை இரண்டு துண்டாக்கினார். இனிப்பான தண்ணீரை அருந்த இதமாக இருந்தது.

முறத்துக்கு நடுவில் அரிவாள்மனையை வைத்துவிட்டு வெல்லத்தை ஒரு பக்கத்திலிருந்து சின்னச்சின்ன துண்டுகளாகச் சீவி நிறைத்திருந்தார். ஏற்கனவே அடுப்பில் ஏற்றிய வாணலில் நிறைந்திருந்த நீர் கொதிக்கத் தொடங்கிய சமயத்தில், அந்த வெல்லத் துருவல்களை அதில் கொட்டினார். நன்றாக கரையும் வகையில் கரண்டியால் கலக்கத் தொடங்கினார்.

தண்ணீர் கருஞ்சிவப்பு நிறத்தில் மாற்றமடைந்தது. கரைசலை ஒரு கையால் கிளறிக்கொண்டே முறத்தையும் அரிவாள்மனையையும் சித்தப்பாவின் பக்கம் எடுத்துவைத்தார் சித்தி. எதுவும் புரியாமல் 'என்ன?' என்று கேட்டார் சித்தப்பா. 'தேங்காயை நல்லா துருவுங்க...' என்றார் சித்தி.

என்ன நிகழ்கிறது என்பது புரியாமல் ஒருவித குறுகுறுப்போடு சித்தியையும் அடுப்பையும் மாற்றிமாற்றிப் பார்த்துக்கொண்டிருந்தேன்.

வெந்நீரில் வெல்லம் முற்றிலும் கரைந்துவிட்ட நிலையில் சித்தி வாணலியில் நிறைந்திருந்த கரைசலைத் தனியாக ஒரு பாத்திரத்தில் வடிகட்டிப் பிரித்தெடுத்தார். வாணலியிலேயே ஒட்டிக்கொண்ட கசடுகளையும் சின்னஞ்சிறு துண்டுகளையும் தனியாக ஒரு தட்டில் கவிழ்த்துவிட்டு வாணலியை மீண்டும் கழுவி சுத்தப்படுத்திவிட்டு அடுப்பில் வைத்தார். வெல்லக்கரைசலை அதில் ஊற்றி மீண்டும் கொதிக்கவைத்தார்.

வெல்லத்தின் மணம் எழுந்ததுமே எனக்குப் புரிந்துவிட்டது. ‘சித்தி, இது கமர்கட்தான? உண்மையைச் சொல்லுங்க....’ என்றேன்.

நான் கண்டுபிடித்துவிட்டேன் என்பதை சித்தியால் நம்பவே முடியவில்லை. மலர்ச்சியோடு என்னைப் பார்த்தார். சித்தப்பாவுக்கும் அப்போதுதான் நான் சொன்னது என்னவெனப் புரிந்தது. ‘எனக்கு அப்பவே தெரியுமே’ என்று அசட்டுச் சிரிப்பொன்றைச் சிரித்து எதையோ பேசிச் சமாளித்தார்.

முறத்திலிருந்த தேங்காய்த்துருவலை கொஞ்சம் கொஞ்சமாக எடுத்து வெல்லக் கரைசலுக்குள் தூவி கலக்கிக்கொண்டே இருந்தார் சித்தி. பிறகு ஒரு திட்டத்துக்கு வந்ததும், அடுப்பில் வைத்த விறகுக்கட்டைகளை வெளியே இழுத்து அணைத்தார்.

அடுப்புக்குள் எஞ்சியிருந்த எருமுட்டைத்துண்டுகள் மட்டுமே எரிந்தபடி இருந்தன. அச்சூட்டில் வெல்லக்கரைசலிலிருந்து சின்னச்சின்ன குமிழ்கள் வெடித்து அடங்குவதைப் பார்க்க வேடிக்கையாக இருந்தது. வெல்லத்தின் மணம் மறைந்து உண்மையான கமர்கட் மணம் எங்கெங்கும் பரவியது.

‘தெருவுல போறவள கூட உன் ஊட்டு அடுப்பங்கரை வாசனை வாவான்னு இழுக்குதே. அந்த அளவுக்கு நூதனமா என்னடி செய்யற கருத்தம்மா? கோயிலுக்கு படைக்க போறியா? உண்டை கொழுக்கட்டையா? எதுவா இருந்தாலும் எனக்கு ரெண்டு எடுத்து வைக்க மறக்காதடி.’

ஸ்டேஷன் பக்கத்திலிருந்து கூடையோடு நடந்துவந்த செல்லாம்பா ஆயா வீட்டு வாசலில் நின்றுகொண்டு கேட்ட குரல் அடுப்பங்கரை வரைக்கும் கேட்டது.

சித்தி ஒருகணம் வெளியே சென்று முந்தானையால் முகத்தைத் துடைத்தபடியே ‘உண்டையுமில்லை. கொழுக்கட்டையுமில்லை. கமர்கட்டு ஆயா’ என்றார்.

‘அது எதுக்குடி?’

‘விக்கலாம்னுதான் செஞ்சேன் ஆயா. ஒரு பத்து ரூபா மொதல் வச்சா, ஒரு அஞ்சி ரூபா கெடைச்சாலே போதும். ஒருநாள் பொழுது ஓடிடும்.’

ஆயா ஒரு கணம் திகைத்து சித்தியைப் பார்த்தார். திண்ணையில் நின்றிருந்த சித்தப்பாவையும் பார்த்தார். பிறகு ‘அம்மாடி, அஞ்சி ரூபா என்னடி? ஒன் மனசுக்கு அந்த மாரியாத்தா அம்பது ரூபாயா

கொடுப்பாடி. போய் வேலையைப் பாரு, போ' என்று சொல்லிவிட்டு கூடையோடு நடந்துபோனார்.

அடுப்பிலிருந்த வாணலை எடுத்து கீழே இறக்கிவைத்தார். வீட்டிலிருந்து தட்டுகளைக் கழுவி எடுத்துக்கொண்டு வந்தார்.

வாணலிலிருந்து இனிப்புக்கலவையை ஒரு கரண்டியில் அள்ளி அருகில் வைத்துக்கொண்டு அதிலிருந்து விரல்களால் தொட்டெடுத்து கோலிகுண்டு அளவில் உள்ளங்கைகளுக் கிடையில் வைத்து உருட்டி உருட்டி தட்டில் வைத்தார். அதன் நிறத்தைப் பார்க்கும்போதே நாக்கில் எச்சில் ஊறியது.

சித்தி உருட்டுவதைப் பார்த்தபோது எனக்கும் உருட்டவேண்டும் என்கிற ஆசை வந்தது.

'சித்தி, நானும் உருட்டட்டுமா?' என்று ஆசையோடு கேட்டேன்.

'சூடு தாங்குவியா?'

'தாங்குவேன் சித்தி.'

'போய் கையை நல்லா தேச்சி கழுவிகினு வந்து உருட்டு. சூடு தாங்கமுடியலைன்னா வச்சிடணும். புரியுதா?'

நான் அப்போதே குதித்தோடிச் சென்று கைகழுவிக்கொண்டு வந்து வாணலுக்குப் பக்கத்தில் உட்கார்ந்தேன். சித்தியைப் போலவே நானும் கலவையை அளவாக எடுத்து உருட்டினேன். என்னால் தாங்கிக்கொள்கிற அளவுக்குள்தான் சூடு இருந்தது. 'என்னடா, சுடுதா? சுடுதா?' என்று கேட்டபடி சித்தி என்னையே பார்த்துக் கொண்டிருந்தார். 'இல்லை சித்தி, இல்லை சித்தி' என்று சொல்லிக் கொண்டே நான் உருட்டிமுடித்து தட்டில் வைத்துவிட்டேன்.

சித்தி உருட்டிய உருண்டைக்குப் பக்கத்திலேயே நான் உருட்டிய உருண்டை இருந்தது. 'நீ பெரிய தெறமைசாலிடா ராசா. கண்ணால பார்க்கும்போதே கை தன்னால வேலை செய்யிது' என்று சிரித்தார். 'எனக்கும் கொஞ்சம் எடம் உடுங்கடா' என்றபடி சித்தப்பாவும் கையைக் கழுவிக்கொண்டு வந்து உருண்டை பிடிக்க உட்கார்ந்தார்.

சிறிது நேரத்திலேயே கலவையின் சூடு கொஞ்சம் கொஞ்சமாக அடங்கிக்கொண்டே வந்தது. சித்தி வாணலியை எடுத்து மீண்டும் அடுப்பில் வைத்து அனல்மூட்டி சூடேற்றி இறக்கினார்.

ஒரு மணி நேரத்தில் கமர்கட்டுகள் தயாராகிவிட்டன.

தட்டு நிறைய கமர்கட்டுகளைப் பார்த்ததும் சித்தப்பா சுறுசுறுப்படைந்துவிட்டார். வீட்டில் இருந்த பழைய

செய்தித்தாட்களைத் திரட்டியெடுத்து ஐம்பது கமர்கட்டுகளைக் கொண்ட சிறுசிறு பொட்டலங்களாகக் கட்டிவைத்தார்.

எல்லாப் பொட்டலங்களையும் எடுத்து ஒரு பைக்குள் வைத்தபோது 'எங்க எடுத்துகினு போற?' என்று கேட்டார் சித்தி.

'இது என்ன கருத்தம்மா கேள்வி? எங்கனா எடுத்தும் போயி வித்தான முதல் போட்ட காச எடுக்கமுடியும்?' என்றார் சித்தப்பா. சித்தி மேற்கொண்டு எதுவும் கேட்கவில்லை.

திண்ணையில் ஒரு மாசமாக யாரும் தொடாமலேயே தூசடைந்து நின்றிருந்த சைக்கிளை எடுத்து கீழே இறக்கினார் சித்தாப்பா. இறவாணத்தில் செருகியிருந்த பழைய துணியை எடுத்து தூசு போக துடைத்தார். தோட்டத்துப் பக்கம் சென்று கைகால்களையும் முகத்தையும் கழுவிக்கொண்டு வந்தார். 'சரி, போய் வரட்டுமா?' என்று சித்தியிடம் கேட்டபடி கமர்கட்டு பையை சைக்கிளில் மாட்டிக்கொண்டு புறப்பட்டார் சித்தப்பா.

'சரி. கவனமா பாத்து போய்வா.'

பொழுது சாய்ந்து இருட்டிய பிறகுதான் சித்தப்பா திரும்பி வந்தார். பையிலிருந்த பணத்தை எடுத்து சித்தியிடம் கொடுத்தார். எண்ணிப் பார்த்துவிட்டு 'இவ்ளோ பணமா?' என்று மிரட்சியோடு கேட்டார் சித்தி. 'எல்லாம் கமர்கட் வித்த பணம்தான் கருத்தம்மா. சாப்ட்டு பார்த்துட்டு எல்லாருமே நல்லா இருக்குது நல்லா இருக்குதுன்னு சொன்னாங்க' என்று மகிழ்ச்சியோடு சொன்னார் சித்தப்பா.

'எல்லாத்தயும் எப்படி வித்த?'

'இதுக்கு முன்னால சோடா போட்ட கடைங்களுக்கு நேரா போனேன். இப்படி ஒரு தின்பண்டம் புதுசா செஞ்சிருக்கோம் வேணுமான்னு கேட்டேன். ஒவ்வொருத்தரங்களும் சாப்ட்டு பார்த்துட்டு எனக்கு அம்பது குடு நூறு குடுன்னு கேட்டு வாங்கிகிட்டாங்க. கமர்கட்டுல அவ்ளோ ருசி. தக்கா தெருவுல ஒரு உடையார் கடை இருக்குது. அவரு மட்டுமே நாளைக்கு எரநூறு வேணும்ன்னு கேட்டிருக்காரு. நம்மால முடியுமா?'

'மனசு வச்சா ஏன் முடியாது? எல்லாம் முடியும்.'

'அப்ப என்னென்ன வேணும் சொல்லு, இப்பவே கடைக்கு போய் வாங்கிட்டு வந்துடறேன்.'

'ரெண்டே ரெண்டு சாமானுங்கதான். நல்ல சுத்தமான வெல்லம். முத்தின பக்குவத்துல தேங்காய். அவ்ளோதான்' என்றபடி

சித்தப்பாவிடம் பணத்தைக் கொடுத்தார் சித்தி. சித்தப்பா மீண்டும் சைக்கிளை ஓட்டிக்கொண்டு கடைத்தெரு பக்கமாகச் சென்றார்.

கமர்கட் தேவை நாளுக்குநாள் பெருகிக்கொண்டே சென்றது. பல நேரங்களில் காலையில் மூட்டுகிற அடுப்பு பகல் முழுக்க எரிந்துகொண்டே இருந்தது. கடைத்தெரு பக்கமாக இருந்த கடைகள் மட்டுமன்றி, அக்கம்பக்கத்து கிராமங்களில் கடை வைத்திருப்பவர்களும் கமர்கட் கேட்டார்கள். பள்ளிக்கூட வாசல்களிலும் ரெஜிஸ்டர் ஆபீஸ் வாசலிலும் கமர்கட் விற்பனை கொடிகட்டிப் பறந்தது. சினிமா கொட்டகையில் கடை வைத்திருப்பவர் கூட தினமும் நூறு, இருநூறு என்று வாங்கிக்கொண்டு சென்றார்.

நெல் அவிப்பது, தவிடு புடைப்பது, களையெடுப்பது, நாற்று நடுவது, நெல் அறுப்பது, வேர்க்கடலை பிடுங்குவது, கடலை பிரிப்பது, புளி உரிப்பது என எந்த வெளிவேலைக்கும் செல்ல முடியாதபடி சித்திக்கு நாள்முழுக்க கமர்கட் செய்யும் வேலையே சரியாக இருந்தது. அந்த வீட்டுக்கே கமர்கட்காரம்மா வீடு என்று அடையாளப்பெயர் வந்துவிட்டது.

ஏதோ ஒரு விடுமுறை நாள். அன்று சித்திக்குத் துணையாக நானும் கமர்கட் உருட்டிக்கொண்டிருந்தேன். அப்போது வாசலில் நின்றுகொண்டு 'யாருங்க ஊட்டுல?' என யாரோ விசாரிப்பது கேட்டது. புதிய குரலாக இருக்கவே நான் அவசரமாக வெளியே சென்று பார்த்தேன்.

பள்ளிக்கூட ஆசிரியர்களைப்போன்ற தோற்றத்தில் இரண்டு பேர் நின்றிருந்தனர். அவர்கள் தோள்களில் பைகள் தொங்கின. தேர்வெழுதச் செல்பவர்கள் வைத்திருக்கும் அட்டையைப்போல ஒரு அட்டை இருவருடைய கைகளிலும் இருந்தது. 'காலரா ஊசி போடறவங்க தெருத்தெருவா வராங்க' என்று எப்போதோ எங்கள் வகுப்பு நண்பர்கள் பேசிக்கொண்டது அக்கணத்தில் நினைவுக்கு வந்ததால் சற்றே அச்சம் கொண்டேன்.

'தம்பி தம்பி' என்று அவர்கள் குரல் கொடுத்து அழைக்கத் தொடங்கிய சமயத்தில் அப்படியே பின்வாங்கி கதவுக்குப் பக்கத்தில் சென்று 'சித்தி, வெளியே வாங்க, யாரோ வந்திருக்காங்க' என்று துணைக்கு அழைத்தேன்.

'யாருடா?' என்று கேட்டுக்கொண்டே கையைத் தட்டி மாவுத்தூசு போக உதறியபடி வெளியே வந்து நின்றார் சித்தி.

‘மக்கள் தொகை கணக்கெடுப்பு நடக்குதும்மா. அதுக்குத்தான் வந்திருக்கோம். தம்பி யாரு? உங்க புள்ளையா? ரொம்ப பயப்படுது’ என்று கேட்டார் வந்தவர்.

சித்தி சிரித்துக்கொண்டே ‘எங்க அக்கா புள்ள. எதுத்த ஊடு’ என்றார்.

‘அப்படியா, சரி சரி’ என்று சொல்லிக்கொண்டே தலையைத் திருப்பி எங்கள் வீட்டைப் பார்த்தார். ‘எத்தன பேரும்மா உங்க வீட்டுல?’ என்று கேட்டார்.

‘மூனு பேருங்க. நானு. எங்க ஊட்டுக்காரரு. அவுங்கம்மா.’

‘பேரும் வயசும் சொல்லுங்கம்மா. முதல்ல உங்க ஊட்டுக்காரரு பேரு சொல்லுங்கம்மா.’

சித்தி வந்திருந்த இருவரையும் மாறிமாறிப் பார்த்தார். பிறகு கூச்சத்தோடு என் பக்கமாகத் திரும்பி ‘தம்பி, சித்தப்பா பேர சொல்லு’ என்று என்னைத் தூண்டினார். நான் உடனே வேகமாக ‘செல்வராஜி’ என்றேன். அவர் தன் அட்டையில் குறித்துக்கொண்டார்.

‘வயசு, வேலையை பத்தி சொல்லுங்கம்மா.’

‘முப்பது வயசு. தொழிலாளி.’

‘தொழிலாளின்னு பொதுவா சொன்னா எப்பிடிம்மா? என்ன தொழில்னு குறிப்பா சொல்லுங்கம்மா.’

‘குறிப்பா சொல்றமாதிரிங்களா எங்க தொழில் இருக்குது? சோடா கடையில பத்து வருஷமா வேலை செஞ்சாரு. இப்ப கமர்கட்டு விக்கறாரு.’

‘அவுங்க அம்மா பேரு, வயசு?’

‘தனபாக்கியம். அறுபது வயசு.’

‘உங்க பேரு, வயசு?’

சித்தி வாய் திறந்து சொல்வதற்குள் ‘நான் சொல்றேன், நான் சொல்றேன்’ என்று முந்திக்கொண்டேன். ‘அவன் சொல்றானாம், கேட்டுக்குங்க’ என்று சித்தியும் என் பக்கம் கையைக் காட்டினார்.

நான் உடனே பெருமையுடன் ‘கருத்தம்மா, கமர்கட்டு வியாபாரம்’ என்றேன். ‘கருத்தம்மாவா?’ என்று அடங்கிய குரலில் சந்தேகத்தோடு கேட்டபடி குழப்பத்துடன் சித்தியின் பக்கம் திரும்பிப் பார்த்தார் அவர். சித்தி சிரித்துக்கொண்டே ‘எல்லாருமே அந்தப் பேரு வச்சி கூப்புடறதால தம்பியும் அந்தப் பேரு சொல்லுது. நீங்க தப்பா எடுத்துக்காதீங்க’ என்று திருத்தினார்.

ஒருகணம் திகைத்து நின்றுவிட்டேன். எனக்கு ஒன்றும் புரியவில்லை. சித்தியின் முகத்தையே பார்த்துக்கொண்டிருந்தேன்.

'அமிர்தவல்லி. இருபத்தஞ்சி வயசு.'

'படிச்சிருக்கீங்களா?'

'ம்ஹூம்.'

'கையெழுத்து போடுவீங்களா?'

'ம்ஹூம்.'

'ரேகை வைப்பீங்களா?'

'ம்.'

ஒருவர் தன் பையிலிருந்து நீல மை தடவிய பஞ்சுப்பெட்டியை எடுத்துத் திறந்து நீட்டினார். சித்தி அந்தப் பஞ்சின் மீது கட்டைவிரலை வைத்து உருட்டியெடுத்து, அந்த ரேகை அடையாளத்தை அவர்கள் நிரப்பிவைத்திருந்த படிவத்தில் சுட்டிக்காட்டிய இடத்தில் வைத்தார்.

அவர்கள் புறப்பட்டுச் சென்றதும் நானும் சித்தியும் வீட்டுக்குள் திரும்பி வெல்லக்கலவையின் முன்னால் உட்கார்ந்தோம். கலவையின் சூடு அடங்கியிருந்தது. வாணலியை அடுப்பின் மீது தூக்கிவைத்து சூடேறும்படி செய்தார் சித்தி.

சித்தி அறிவித்த புதுமையான பெயர் என் காதில் ஒலித்துக் கொண்டே இருந்தது. அதை மீண்டும் கேட்கும் விருப்பத்தில் 'சித்தி, உங்க பேரை என்னன்னு சொன்னீங்க?' என்று கேட்டேன்.

'அமிர்தவல்லிடா. அமிர்தவல்லி. அமிர்தம்னு கூட சொல்வாங்க.'

'இப்படி ஒரு பேரு இருக்கறதே இங்க யாருக்குமே தெரியலையே சித்தி. எல்லாருமே கருத்தம்மான்னுதான உங்களை கூப்புடறாங்க. சித்தப்பா கூட உங்கள கருத்தம்மா கருத்தம்மான்னுதான கூப்புடறாரு. இந்தப் பேரச் சொல்லி ஏன் யாருமே கூப்புடமாட்டேங்கறாங்க?'

'த்ச். அதுக்கு நான் என்னடா செய்யமுடியும்?'

'சரி, யாரு உங்களுக்கு இந்தப் பேரை வச்சாங்க?'

'யாரு வைச்சாங்கன்னு கேட்டா என்னன்னு சொல்றது? எல்லாருக்கும் வைக்கிறமாதிரி எங்க அப்பாதான் வச்சாரு?'

'அழகான பேரு சித்தி.'

‘ஆமாமாம். அவரு பெரிய ரசனைக்கார மனுஷன். அந்தக் காலத்துல கூத்துல அர்ஜுனன் வேஷம் கட்டி ஆடுவாரு. ஆரவல்லி கூத்துல அவருதான் அர்ஜுனன். அந்தப் பேரு மேல அவருக்கு ஒரு மயக்கம். அதனால எங்க ஊட்டுல எல்லாருக்கும் அந்த மாதிரியே பேரு வச்சிட்டாரு. எங்க முதல் அக்கா பேரு ஆரவல்லி. ரெண்டாவது அக்கா சூரவல்லி. மூனாவது அக்கா சிங்காரவல்லி. நாலாவது அக்கா சுந்தரவல்லி. அஞ்சாவது அக்கா மாணிக்கவல்லி. நான் அமிர்தவல்லி.’

எல்லாப் பெயர்களையும் ஒரு முறை மனசுக்குள் சொல்லிப் பார்த்தேன். சொல்லும்போதே என்னை அறியாமல் மனத்தில் ஒரு உற்சாகம் படர்வதை உணர்ந்தேன். ‘எல்லாப் பேருமே நாடகத்துல வர்ர பேருங்க மாதிரி ரொம்பரொம்ப நல்லா இருக்குது சித்தி’ என்று சந்தோஷத்தோடு சொன்னேன்.

நான் சொன்னதை காதுகொடுத்துக் கேட்டதாகவே காட்டிக் கொள்ளவில்லை சித்தி. வாணலியில் குமிழியிட்டு கொப்பளிக்கும் கமர்கட் கரைசலின் மீது கவனத்தைப் பதித்தபடி அமர்ந்திருந்தார். நான் அவர் பக்கமாக மேலும் நெருங்கி மீண்டுமொரு முறை அதே வார்த்தைகளைச் சொன்னேன். அப்போதும் அவர் அமைதியாகவே இருந்தார். அடுப்பிலிருந்து விறகை வெளியே இழுத்து தணலை அடக்கிவிட்டு வாணலியை அடுப்பிலிருந்து இறக்கி தரையில் வைத்தார். ‘பேரு நல்லா இருந்து என்னடா புண்ணியம்? தலையெழுத்து நல்லா இல்லையே’ என்று ஒருகணம் என்னைப் பார்த்து சொல்லிவிட்டு பெருமூச்சுடன் கமர்கட் கலவையைத் தொட்டெடுத்தார்.

23. அதிர்ஷ்டத்தைத் தேடி

சீனிவாசா பட்டாணிக்கடைக்கு பெயர்ப்பலகை எதுவும் கிடையாது. ஆனாலும் வளவனூரில் எல்லோருக்கும் தெரிந்த கடை அது. கடைத்தெருவில் நான்கு சாலைகள் சந்திக்கும் இடத்தில் அந்தக் கடை இருந்தது.

கடந்துசெல்லும் ஒவ்வொருவரையும் அந்தக் கடையிலிருந்து எழும் பட்டாணியின் மணம் இழுத்து நிற்கவைத்துவிடும். பட்டாணி, பொட்டுக்கடலை, உப்புக்கடலை, வேர்க்கடலை, அவல் எல்லாமே அந்தக் கடையில் கிடைக்கும்.

அந்தக் குடும்பத்தின் சகோதரர்களும் அவர்களுடைய பிள்ளைகளும் சேர்ந்து அந்தக் கடையை நிர்வகித்தார்கள். பொட்டலம் கட்டுவதிலிருந்து சில்லறைகளை வாங்கி கல்லாவில் போடுவது வரை எல்லா வேலைகளையும் அவர்களே செய்தார்கள்.

தமிழ்நாட்டில் லாட்டரிச்சீட்டு அறிமுகமாகி, அதற்கு ஆதரவு பெருகி வந்த நேரம் அது. 'விழுந்தால் வீட்டுக்கு விழாவிட்டால் நாட்டுக்கு' என்னும் விளம்பர வாசகம் ஒவ்வொரு செய்தித்தாளிலும் வெளிவந்து பிரபலமடைந்திருந்தது.

அந்தப் பட்டாணிக்கடைக்காரரின் குடும்பத்தைச் சேர்ந்த ஒருவருக்கு எதிர்பாராத விதமாக ஒரு குலுக்கலில் ஒரு லட்ச ரூபாய் பரிசு கிடைத்தது. எங்கள் ஊரின் முதல் லட்சாதிபதி. பரிசு விழுந்த அன்று அவரைப் பார்த்தவர்கள் எல்லோரும் அவருக்கு வணக்கம் சொல்லி வாழ்த்து தெரிவித்தனர். சிலர் கடைக்கு எதிர்ப்புறத்தில் ஒதுங்கி நின்று விழுங்கிவிடுவதுபோல அவரைப் பார்த்துவிட்டுச் சென்றார்கள். ஒரே நாளில் எங்கள் ஊரின் முக்கியப் பிரமுகராக அவர் மாறிவிட்டார்.

சென்னையிலிருந்து செய்தித்தாள் நிருபர்கள் வந்து அவரையும் அவருடைய குடும்பத்தாரையும் புகைப்படம் எடுத்துக்கொண்டு சென்றார்கள். அடுத்த நாளே புதிய லட்சாதிபதியின் படம் எல்லாச் செய்தித்தாட்களிலும் முதல் பக்கத்தில் இடம் பெற்றிருந்தது.

அவர் வழக்கம்போல பட்டாணிக்கடைக்கு வருவதும் போவதுமாகவே இருந்தார். ஆனால் கடைத்தெருவில் இருப்பவர்கள் அவரைப் பார்த்து பேசும் விதமும் சிரிக்கும் விதமும் திடீரென மாறிவிட்டன. பழக்கமே இல்லாதவர்கள்கூட அவரைப் பார்த்து புன்னகைத்து வணக்கம் சொல்லிவிட்டுச் சென்றார்கள். அவருக்கு பரிசு விழுந்த செய்தியைத் திரும்பத்திரும்ப அலுப்பில்லாமல் பேசிக்கொண்டே இருந்தார்கள். அவரைப்போல லட்சாதிபதி ஆகவேண்டும் என்னும் ஆசை ஒரு விதையைப்போல பலருடைய நெஞ்சில் விழுந்துவிட்டது.

பட்டாணிக்கடை இருந்த வரிசையில் சிறிதும் பெரிதுமாக துணிக்கடைகள், வட்டிக்கடைகள், இங்கிலீஷ் மருந்துக்கடைகள், நாட்டுமருந்துக்கடைகள் இருந்தன. அவை அனைத்துமே கடைக்காரர்களுக்குச் சொந்தமான இடங்கள். அந்த வரிசைக்கு எதிர்ப்புறத்தில் வெற்றிலைபாக்குக் கடைகள், பூக்கடைகள், சோடாக்கடை, தையல்கடை, மிதிவண்டி நிலையம், சாக்கு தைப்பவர் கடை என ஏராளமான சில்லறைக்கடைகள் இருந்தன. அவற்றில் பெரும்பாலான கடைகள் அந்தப் பக்கமாகச் செல்லும் வாய்க்காலை ஒட்டி உருவான கூரைகளின் கீழே இருந்தன. ஒன்றிரண்டு கடைகள் மட்டும் கல்கட்டடங்கள். அவை அனைத்தும் எதிர்வரிசை கடைக்காரர்களுக்குச் சொந்தமான இடங்கள். தொழிலாளிகள் அந்த இடத்துக்கு வாடகை செலுத்திவிட்டு கடைவைத்து தொழில் செய்துவந்தனர்.

அந்த வரிசையில்தான் எங்கள் அப்பாவின் தையல்கடை இருந்தது. எதிர்வரிசையில் நாட்டுமருந்து விற்கும் கடைக்காரருக்குச் சொந்தமான இடம் அது. அப்பா அந்தக் கடைக்கு மாதவாடகை

செலுத்தி வந்தார். அந்தக் கடைக்கு இடது புறத்தில் தர்மலிங்கம் பெரியப்பாவின் தையல்கடை. வலதுபுறத்தில் தெய்வநாயகம் பெரியப்பாவின் சைக்கிள்கடை. அதையடுத்து சண்முகம் பெரியப்பாவின் சாக்குக்கடை. அதற்குப் பிறகு ஆறேழு தையல்கடைகள். சோடாக்கடை, பூக்கடை என நீண்டு அந்த வரிசை கடைத்தெரு சந்திப்பில் சென்றுமுடிந்தது.

அப்பா, தர்மலிங்கம், தெய்வநாயகம், சண்முகம் நான்கு பேரும் ஏறத்தாழ ஒரே வயசுக்காரர்கள். வெவ்வேறு வேலை செய்பவர்களாக இருந்தாலும் நண்பர்களாக இருந்தனர். வீட்டுச் செலவுக்கு பணம் வாங்கிச் செல்வதற்காக சாயங்கால நேரங்களில் நான் கடைக்குச் செல்வேன். அப்போதெல்லாம் நான்கு பேரும் ஏதாவது ஒரு விஷயத்தைப்பற்றிப் பேசிக்கொண்டிருப்பார்கள். அப்பா மட்டும் தைத்துக்கொண்டிருப்பார். அவருக்கு எதிர்ப்புறத்தில் ஸ்டூல் போட்டு மற்ற மூன்று பேரும் உட்கார்ந்து உரையாடிக்கொண்டிருப்பார்கள்.

பட்டாணிக்கடைக்காரருக்கு லட்ச ரூபாய் விழுந்ததிலிருந்து அவர்களுடைய பேச்சு அதிர்ஷ்டம் தொடர்பானதாக மாறிவிட்டது.

'ஒரே ஒரு ரூபாய்தான் செலவு. ஆனா வரவைப் பார்த்தியா? ஒரு லட்ச ரூபாய். எவ்ளோ பெரிய பணம்.'

'ஒரு லட்ச ரூபாய்க்கு எத்தனை சைபர்னு கூட நமக்குத் தெரியாது. நமக்கு எதுக்கு ஒரு லட்சமும் ரெண்டு லட்சமும்? தெனம் தெனம் கைக்குக் கெடைக்கறத வச்சி பட்டினி இல்லாமல் மூனு வேளையும் கஞ்சி குடிக்கறோம். அது போதாதா?'

'இன்னைக்கு போதும், இல்லைன்னு சொல்லலை. அதுக்காக நாம காலம் பூரா கஞ்சியே குடிச்சிட்டிருக்கணுமா? நமக்கும் ரெண்டு கொழம்பு, ரெண்டு பொரியல் போட்டு சாப்புடணும்னு ஆசை இருக்காதா?'

'அதுக்காக, நாம குறுக்கு வழியில போக ஆசைப்படலாமா?'

'அத எதுக்கு குறுக்கு வழின்னு சொல்ற? அதிர்ஷ்டவழின்னு சொல்லு. லட்சுமியே நம்ம வீட்டைத் தேடி வரேன்னு சொல்லும்போது, வராதே போன்னு சொல்றதுல நியாயமே இல்லை. ஒரே ஒரு ரூபாய்தான? போனா போவுது.'

'ஒரே ஒரு ரூபாய்னு வாய்கூசாம சொல்லிட்டியே. அந்த ஒரு ரூபாய் மட்டும் சுலபமா கைக்கு வந்துடுதா? ரெண்டு ஜாக்கெட்டோ மூனு ஜாக்கெட்டோ தைச்சாதான் எனக்கு ஒத்த ரூபாய் கூலி

கெடைக்கும். யாராவது ரெண்டுமணி நேரம் மூணு மணி நேரம் வாடகைக்கு சைக்கிள எடுத்தும் போனாதான் அண்ணனுக்கு ஒரு ரூபா கெடைக்கும். நாலஞ்சி சாக்கு தச்சாதான் ஒன்கிட்டயும் ஒரு ரூபாய் வரும். கஷ்டப்பட்டு சம்பாதிக்கிற ஒரு ரூபாய ஒரு லாட்டரி சீட்டுக்கு தூக்கிக் குடுக்கிறது, எனக்கு என்னமோ சரியா படலை.'

'சும்மா எதுக்குப்பா தூக்கி குடுக்கறோம்? நம்ம அதிர்ஷ்டத்துக்கு பரிசு விழுந்தா ஒரு லட்ச ரூபாய் வருமே, அதுக்காகத்தான தூக்கி குடுக்கறோம்'.

'நல்ல அதிர்ஷ்டமோ? குருட்டு அதிர்ஷ்டமோ? அதெல்லாம் நமக்கு எதுக்கு? ஒவ்வொரு நாளும் பாடுபட்டாதான் நாம கஞ்சி குடிக்க முடியும். கடைசிவரைக்கும் நமக்கு கைகாலுங்க நல்லா இருக்கணும். அது போதும் நமக்கு. அதுதான் நல்ல அதிர்ஷ்டம்' என்றார் அப்பா.

'அப்படி ஒதுங்கிப் போனா எப்படிப்பா? நாமளும் ஒரு முட்டு முட்டி பாத்தா என்ன? பட்டாணிக்கடைக்காரர் பக்கமா அடிச்ச காத்து நம்ம பக்கமும் அடிக்காம போயிடுமா என்ன?' என்றார் தர்மலிங்கம் பெரியப்பா.

'இங்க பாருண்ணே, ஆறு நிறைய தண்ணி ஓடினாலும் நாய் நக்கித்தான் குடிக்கணும்ங்கறது பெரியவங்க சொல்ற வார்த்தை. நம்ம தலையில எழுதுன எழுத்து அந்த மாதிரி. இருக்கறத உட்டு பறக்கறதுக்கு ஆசைப்பட்டா, உள்ளதும் போயிடும். அத மறக்கக் கூடாது' என்று அப்பா பொதுவாகச் சொன்னார்.

'நான் அத ஒத்துக்க மாட்டேன். நம்ம பட்டாணிக்கடைக்காரரு அந்த மாதிரி நெனச்சி தான் உண்டு தன் வேலையுண்டுன்னு இருந்திருந்தா, இன்னைக்கு லட்சாதிபதியா ஆயிருப்பாரா? ஏதோ அவர் அளவுல ஒரு முயற்சி செஞ்சதனாலதான், இன்னைக்கு எங்கயோ உச்சிக்கு போயிருக்காரு' என்றார் தர்மலிங்கம் பெரியப்பா.

'நாமளும் அந்த மாதிரி எதயாவது செய்யணும். நமக்கும் நாலஞ்சி புள்ளைங்க இருக்குது. பரிசுப்பணம் நமக்கு உதவலைன்னாலும் அவுங்களுக்கு உதவியா இருக்கும், இல்லையா?' என்றார் சண்முகம் பெரியப்பா.

'பணம் உதவியா இருக்காதுன்னு இப்ப யாருப்பா சொன்னா? எதிர்பாராத நேரத்துல கையில ஒரு ரூபா கெடைச்சாலும் உதவிதான். பத்து ரூபாய் கெடைச்சாலும் உதவிதான். ஆனா

உள்ளதும் போச்சுடா நொள்ளக்கண்ணான்னு முதல் வச்ச பணமும் போயிட்டா, நாம எங்க போய் நிக்கமுடியும்?' என்றார் தெய்வநாயகம் பெரியப்பா.

'இங்க பாரு. துணிஞ்சவனுக்கு துக்கமில்லை. எறங்கி வலையை வீசணும். அப்பதானே விரால் கிடைக்குதா, கெண்டை கிடைக்குதான்னு தெரியும்? யோசனயில கொழம்பிகிட்டிருந்தா, நம்மால ஒரு எலியைக் கூட புடிக்கமுடியாது.'

ஒவ்வொருநாளும் சாயங்கால நேரத்தில் கடைக்குச் செல்லும் போதெல்லாம் இப்படித்தான் மாறிமாறிப் பேசிக்கொண்டிருந்தார்கள். எந்தப் பேச்சைப் பேசினாலும் அது எப்படியோ கடைசியாக லாட்டரிச்சீட்டிலும் அதிர்ஷ்டத்திலும்தான் வந்து முடிந்தது.

அப்பாவுக்கும் தெய்வநாயகம் பெரியப்பாவுக்கும் லாட்டரிச்சீட்டு மீது எந்த ஆர்வமும் இல்லை. ஆனால் தர்மலிங்கம் பெரியப்பாவுக்கும் சண்முகம் பெரியப்பாவுக்கும் அதிக அளவில் ஆர்வம் இருந்தது.

'நேரம் நல்லா இருந்து, நம்ம கைக்கு ஒரு லட்ச ரூபா கெடைச்சிதுன்னு வை, மொதல் வேலையா பெரியவளுக்கு எங்கயாவது ஒரு நல்ல எடத்தை பார்த்து கல்யாணத்த முடிச்சிடுவேன். செலவு போவ மிச்சமிருந்தா இந்த பழைய லொட லொட மிஷினுங்கள மாத்திட்டு பாண்டிச்சேரிகாரனுங்க கிட்ட செக்கன்ட் ஹேன்ட்ல ரெண்டு வாங்கி வச்சிட்டா, அடுத்த பத்து வருஷம் கவலை இல்லாம போயிடும்' என்று பட்டியலோடுதான் தொடங்குவார் தர்மலிங்கம் பெரியப்பா.

'பணம் கெடைச்சா செய்யவேண்டிய வேலை ஏகப்பட்டது இருக்குது எனக்கு. மொதல் வேலையா கூரையை மாத்தணும். மழை நாள்ல ஊடெல்லாம் தண்ணி நின்னுடுது. ஒரு பொட்டு கூட நிம்மதியா தூங்க முடியறதில்லை. பனங்குப்பம், பேட்டை, நறையூரு பக்கமா சின்னதா ஒரு எடத்தைத் தேடி புடிச்சி வாங்கி, சொந்தமா ஒரு ஊடு கட்டணும். நம்ம தலையெழுத்து. பொறம்போக்குல ஊடு கட்டி குடுத்தனம் பண்ணிட்டிருக்கோம். நம்ம புள்ளைங்களாவது கௌரவமா ஒரு சொந்த ஊட்டுல வாழறமாதிரி செய்யணும்.'

ஒவ்வொருவரும் தத்தம் நிலைபாட்டுக்கே உரிய நியாயங்களை வைத்துப் பேசினார்கள்.

பேச்சிலேயே ஒரு மாதம் ஓடி விட்டது. அந்த மாதத்தில் ஒரு லட்ச ரூபாய் பரிசு திருநெல்வேலி பக்கத்தில் யாரோ ஒருவருக்கு

விழுந்தது. விழுப்புரத்தைச் சேர்ந்த ஒரு துணி வியாபாரிக்கு பத்தாயிரம் ரூபாய் விழுந்தது. அவருடைய புகைப்படத்தோடு அந்தச் செய்தி தினத்தந்தி பத்திரிகையில் வெளிவந்திருந்தது.

'சுத்தி சுத்தி தொழிலாளிங்களுக்குத்தான் பரிசு கெடைக்குது. நாமளும் வாங்கிப் பார்த்தா, நமக்கும் கெடைக்கும்' என்று சண்முகம் பெரியப்பா மறுபடியும் தன் புராணத்தைத் தொடங்கினார்.

'சீட்டு வாங்கறவன் யாரு? தொழிலாளிதான? அப்ப பரிசும் தொழிலாளிக்குத்தான விழும்? பணக்காரன் எதுக்கு சீட்டு வாங்கப் போறான், சொல்லு? பேங்க்ல சும்மா போட்டு வச்சிருந்தாவே மாசாமாசம் வட்டிப்பணமே லாட்டரிச்சீட்டுல பரிசு விழற மாதிரி லட்டுலட்டா சேரும். அதுக்கு இதுக்குன்னு ஆசைப்பட்டு, கையில இருக்கிறதத் தொலைச்சிட்டா நாளைக்கி நாமதான் கஷ்டப்படணும்.'

அடுத்த மாதம் ஒரு லட்ச ரூபாய் பரிசு சேலத்தைச் சேர்ந்த ஒருவருக்கு விழுந்தது.

கடையில் மீண்டும் பரிசுச்சீட்டு வாங்கும் செய்தி உரையாடலுக்கு உரிய விஷயமாக மாறிவிட்டது. முடிவே இல்லாமல் ஒட்டியும் வெட்டியும் பேசிக்கொண்டே இருந்தார்கள்.

ஒருநாள் அந்த விவாதத்தை முடித்துவைக்கிற மாதிரி தெய்வநாயகம் பெரியப்பா தலையிட்டு 'ஒரு சோதனை மாதிரி ஒருதரம் வங்கிப் பார்ப்போம். பரிசு கெடைச்சாலும் சரி, கெடைக்காட்டாலும் சரி, அதோட விட்டுடணும். இன்னொரு தரம் பரிசுச்சீட்டுங்கற பேச்சையே எடுக்கக் கூடாது, புரியுதா?' என்று கறாராகச் சொன்னார். எல்லோரும் அதை உற்சாகத்தோடு ஏற்றுக்கொண்டனர்.

'இன்னொரு முக்கியமான விஷயம். யாரும் தனியா வாங்க வேணாம். ஆளுக்கு பத்து ரூபா போடுவோம். நாலு வரிசையிலேர்ந்தும் நாப்பது ரூபாய்க்கு சீட்டு வாங்குவோம். விழுந்தா நாலு பேரும் சமமா பிரிச்சிக்குவோம்.'

எல்லோரும் தெய்வநாயகம் பெரியப்பாவின் முகத்தையே பார்த்தனர். சில கணங்களுக்குப் பிறகு 'என்னைக்கு பணம் கொடுக்கணும்?' என்று கேட்டார் தர்மலிங்கம் பெரியப்பா. 'புதன் கிழமை கொடுங்க. நாம அன்னைக்கே சீட்டு வாங்கிடலாம். பொன்னு கிடைச்சாலும் புதன் கிடைக்காது, இல்லையா?' என்றார் தெய்வநாயகம் பெரியப்பா. 'நான் இப்பவே கொடுத்துடறேன்' என்றபடி வேட்டி மடிப்பில் முடிந்து வைத்திருந்த ரூபாய்த்தாள்களை எடுத்து பிரித்து அடுக்கி பத்து ரூபாயை

எண்ணிக் கொடுத்தார் சண்முகம் பெரியப்பா. ‘என்னப்பா அவசரம்? வீட்டுச் செலவுக்கு பணம் வச்சிருக்கியா?’ என்று தயக்கத்தோடு கேட்டார் தெய்வநாயகம் பெரியப்பா. ‘இருக்குது இருக்குது’ என்று சொல்லிக்கொண்டே அவர் எழுந்துபோனார்.

புதன் கிழமை. வழக்கம்போல செலவுக்குப் பணம் வாங்கி வருவதற்காக கடைக்குச் சென்றிருந்தேன். லாட்டரிச்சீட்டு விற்பனை செய்யும் கடைக்குச் செல்வது பற்றி அனைவரும் பேசிக்கொண்டிருந்தார்கள்.

‘அண்ணே, இந்த உருப்படிய தச்சி முடிக்காம மிஷின விட்டு எறங்கமுடியாது. வெளக்கு வைக்கறதுக்கு முன்னால நீங்க கடைக்கு போய் வாங்கிட்டு வந்துடுங்கண்ணே’ என்று அப்பா தெய்வநாயகம் பெரியப்பாவிடம் சொல்லிக்கொண்டிருந்தார். ‘நரையூருலேர்ந்து ஒரு கல்யாண பார்ட்டி வரேன்னு சொல்லியிருக்காங்க. அவுங்க வர நேரத்துல நான் இங்க கடையில இருந்தாதான நல்லா இருக்கும். நீங்க போய் வாங்கிட்டு வாங்க’ என்றார் தர்மலிங்கம் பெரியப்பா. ‘சரி. சண்முகம். நாம ரெண்டு பேரும் போய் வரலாம். வா’ என்று சண்முகம் பெரியப்பாவை அழைத்துக்கொண்டு கடையை விட்டு இறங்கினார் தெய்வநாயகம் பெரியப்பா. ஸ்டூலில் அமர்ந்திருந்த என்னைப் பார்த்துவிட்டு ‘வாடா அதிர்ஷ்டக்காரா. நீ வந்து சீட்ட எடுத்துக் கொடு. வா’ என்று அழைத்தார். நான் அப்பாவின் முகத்தைப் பார்த்தேன். அவரும் ‘போ, போ. பெரியப்பா கூப்புடறாரு. போ’ என்றார். நான் உடனே அவர்களோடு சென்றேன்.

சீட்டுக்கடையில் பச்சை, நீல, சிவப்பு நிறங்களில் குண்டுகுண்டான சீரியல் பல்புகளை மாலையைப் போல அங்கங்கே தொங்கவிட்டு அலங்காரம் செய்திருந்தார்கள். பொழுது சாய்வதற்கு முன்பே ஒளிர விடப்பட்ட விளக்கொளியால் கடையே மாய உலகத்தைப்போல இருந்தது. தெய்வநாயகம் பெரியப்பாவைப் பார்த்ததுமே கடைக்காரர் புன்னகை புரிந்தபடியே ‘வாங்க வாங்க’ என்று வரவேற்றார். கடையில் வேலை செய்யும் ஒரு பையனைப் பார்த்து ‘டேய். அண்ணனுக்கு ஒரு ஸ்டூல் போடு’ என்றார். அவன் அறைக்குள் ஓடோடிச் சென்று ஒரு ஸ்டூலை எடுத்துவந்து பெரியப்பா உட்கார்வதற்கு வசதியாக ஸ்டூலை வைத்தான்.

‘என்ன ராமச்சந்திரா? வியாபாரம் எல்லாம் எப்படி போவுது? நீ விக்கிற லாட்டரிச்சீட்டு இண்டு இடுக்குல இருக்கப்பட்ட கிராமத்து ஜனங்களையெல்லாம் கடை வரைக்கும் இழுத்து வந்துட்டுது.

மந்தரிச்சி விட்ட ஆடுங்கமாதிரி எல்லாரும் உன் கடைக்கு முன்னாலதான் பகல் முழுக்க நிக்கிறாங்க.'

'எல்லாம் அண்ணன் ஆசீர்வாதம்' என்று தோளைக் குறுக்கி வணங்கிக்கொண்டே சிரித்தார் கடைக்காரர். தொடர்ந்து 'அண்ணனுக்கு எத்தனை சீட்டு வேணும்? சொல்லுங்கண்ணே. வளவனூருல அடுத்த லட்சாதிபதி நீங்கதாண்ணே' என்றார்.

கடைக்காரரைப் பார்த்து புன்னகைத்தார் பெரியப்பா. பிறகு 'மொதல்ல பரிசு விழட்டும். அந்தக் கதையை அப்புறம் பார்த்துக்கலாம்' என்றார். பையில் வைத்திருந்த நாற்பது ரூபாயை எடுத்து கடைக்காரரிடம் கொடுத்து 'நாப்பது சீட்டு' என்றார். பிறகு என்னைச் சுட்டிக் காட்டி 'தம்பிகிட்ட சீட்டுக்கட்டுகளை காட்டு. எனக்காக அவன் பார்த்து எடுப்பான்' என்றார்.

கடைக்காரரே எழுந்து சென்று நான்கு அட்டைகளை எடுத்து வந்தார். ஒவ்வொரு அட்டையும் தேர்வு அட்டை மாதிரி தடிமனாக இருந்தது. லாட்டரிச்சீட்டுக் கட்டு அட்டையின் க்ளிப்பில் தொங்கியது. அவற்றை எனக்கு முன்னால் கண்ணாடி மேசையின் மீது வைத்தார்.

நான் அந்த அட்டைகளைப் பார்த்துவிட்டு பெரியப்பாவை நிமிர்ந்து பார்த்தேன். பெரியப்பா தலையசைத்தபடியே 'ம். ஒவ்வொரு கட்டுலயும் பத்து சீட்டு எண்ணி எடு ராசா' என்றார்.

'மேல கீழ எப்படி வேணுமானாலும் எடுக்கலாமா?'

'ம்' என்றார் பெரியப்பா. 'ஜோசியக்காரன் கிளி ஒரு சீட்ட தள்ளி உட்டுட்டு இன்னொரு சீட்ட எடுக்குமே, அதுமாதிரி வேணும்னாலும் எடு.'

பெரியப்பாவின் சொற்கள் எனக்கு உற்சாகமளித்தன. முதலில் ஒரு அட்டையை என் கைவாகுக்கு ஏற்றபடி பிடித்துக்கொண்டு சில சீட்டுகளைத் தள்ளிவிட்டு ஒரு சீட்டை மட்டும் பிடித்துக்கொண்டு 'இது வேணும்' என்று கடைக்காரரைப் பார்த்துச் சொன்னேன். அவர் உடனே அட்டையின் கிளிப்பைத் தளர்த்தி அதை மட்டும் எடுத்துக் கொடுத்தார்.

இப்படியே நான்கு அட்டைகளிலிருந்தும் நாற்பது சீட்டுகளைத் தேர்ந்தெடுத்துக் கொடுத்தேன். கடைக்காரர் அவற்றையெல்லாம் ஒருங்கிணைத்து மீண்டுமொருமுறை எண்ணிப் பார்த்துவிட்டு 'அண்ணே, இந்தாங்கண்ணே, அந்த மகாலட்சுமி உங்கள கண் தெறந்து பார்க்கணும்' என்று சொல்லிக்கொண்டே

பெரியப்பாவிடம் கொடுத்தார். புன்னகைத்தபடி அவரும் அதை வாங்கி பைக்குள் வைத்துக்கொண்டார். பிறகு அந்தக் கடையைவிட்டு இறங்கி எங்கள் கடையை நோக்கி நடந்து சென்றோம். வழியிலேயே ஒரு நோட்டுபுஸ்தகம் விற்கிற கடையில் நின்று நான்கு வெள்ளைத்தாள்களையும் மூன்று கார்பன் தாள்களையும் வாங்கிக்கொண்டார்.

'அது எதுக்கு பெரியப்பா?'

'வா. வா. எல்லாத்துக்கும் ஒரு காரணம் இருக்குது. சொல்றேன்.'

கடைக்கு வந்ததுமே நாற்பது சீட்டுகளையும் அப்பாவின் மிஷின் மேசை மீது வைத்தார் தெய்வநாயகம் பெரியப்பா. ஒவ்வொருவராக அவற்றை எடுத்துப் பிரித்துப் பார்த்துவிட்டு வைத்தார்கள். 'நல்லா மழமழன்னு வாசனையா இருக்குது' என்று சிரித்தார் சண்முகம் பெரியப்பா.

வெள்ளைத்தாட்களையும் கார்பன் தாட்களையும் ஒன்றின்மீது ஒன்றாக அடுக்கி, அடுக்கு குலைந்துவிடாதபடி குண்டூசியால் குத்தி மேசை மீது வைத்தார் தெய்வநாயகம் பெரியப்பா. பிறகு நாற்பது சீட்டுகளின் வரிசை எண்களையும் ஒவ்வொன்றாகப் பார்த்துப் பார்த்து தாளில் எழுதும்படி என்னிடம் சொன்னார். எனக்கு அருகிலேயே நின்று என் எழுத்தில் பிழை எதுவும் நேர்ந்து விடாதபடி அவர் கண்காணித்தார்.

முதலில் இதெல்லாம் எதற்கு என்றே எனக்குப் புரியவில்லை. ஏதோ எழுதச் சொல்கிறார் என்றுதான் நினைத்தேன். எழுதிய பின்னர் ஒவ்வொரு தாளாகப் பிரித்து எடுத்த பிறகே அதற்கான காரணம் என்னவென்று என்னால் புரிந்துகொள்ள முடிந்தது.

வரிசை எண்கள் எழுதப்பட்ட ஒவ்வொரு தாளும் ஒருவரிடம் கொடுக்கப்பட்டது. வாங்கிய சீட்டு எண்கள் என்ன என்கிற விவரம் அதில் எழுதப்பட்டிருப்பதால், சீட்டுகளைத் தனியாக யாரும் வைத்திருக்கத் தேவையில்லை. அவற்றைப் பாதுகாப்பாக எங்காவது ஓரிடத்தில் வைத்துவிட்டு, அந்தச் சீட்டை மட்டும் வைத்துக்கொண்டால் போதும். அதுதான் பெரியப்பாவின் திட்டம்.

அன்று இரவு வீட்டுக்கு வந்ததும் அப்பா அந்தத் தாளை அம்மாவிடம் காட்டினார். அதை வாங்கி ஒருமுறை பார்த்துவிட்டு 'இத்தன நெம்பருங்க இருக்குதே, ஏதாச்சும் ஒரு நம்பருக்கு உழுந்தா சரி' என்று சிரித்துக்கொண்டே அப்பாவிடம் திருப்பிக் கொடுத்தார் அம்மா.

'அப்படியே கொடுத்தா எப்படி? உன் அதிர்ஷ்டம் என்ன சொல்லுது பார்ப்போம். எந்த நெம்பருக்கு பரிசு விழும், நீ தொட்டு சொல்லு பார்ப்போம்' என்றார் அப்பா. 'ம்ஹூம். ம்ஹூம்' என்று தலையசைத்தபடி அம்மா தயங்கினார். அப்பா விடவில்லை. 'அதெல்லாம் முடியாது. தொட்டு காட்டித்தான் ஆவணும்' என்று பிடிவாதமாகச் சொன்னார் அப்பா.

அம்மா முதலில் சிணுங்கினார். 'சரியான சிங்கநாதம் புடிச்ச ஆளா இருக்கியே, எதுக்கெடுத்தாலும் சின்னப்புள்ள மாதிரி புடிவாதம்' என்று முனகியபடி 'கொடு இங்க' என்று தாளை வாங்கினார். வேகமாக ஒரு பார்வையை ஓட்டிவிட்டு நாற்பது எண்களில் ஓர் எண்ணைத் தொட்டுக் காட்டிவிட்டு 'இப்ப திருப்திதான?' என்று உதட்டைச் சுழித்து அழகு காட்டினார்.

'டேய், இந்த நெம்பருக்கு எதுத்தாப்புல அம்மா பேர எழுது' என்று என்னிடம் சொன்னார் அப்பா. நான் உடனே பென்சிலை எடுத்து அந்த எண்ணுக்கு எதிரில் சின்ன கோட்டை இழுத்து அம்மா என்று எழுதினேன்.

அடுத்து 'ம். இப்ப நீ தொடு பார்ப்போம். உன் அதிர்ஷ்டம் எந்த அளவுக்கு இருக்குது, பார்க்கலாம்' என்று என்னிடம் சொன்னார். நான் ஆர்வத்தோடு அந்தத் தாளை வாங்கி மேலும் கீழுமாக இரண்டுமுறை பார்த்தேன். பிறகு கண்களை மூடிக்கொண்டு ஒரு நெம்பரைத் தொட்டேன். 'இதான்' என்றேன்.

'சரி. உன் பேர அங்க நீயே எழுதிக்கோ' என்றார் அப்பா. நான் அந்த எண்ணுக்கு எதிரில் கோடிழுத்து என் பெயரைக் குறித்தேன்.

அடுத்து அந்தத் தாள் என் தங்கையிடமும் பிறகு தம்பியிடமும் சென்றது. அவர்கள் ஏதோ அதை ஒரு விளையாட்டு என்று எண்ணிக்கொண்டு ஆர்வத்தோடு எண்களைத் தொட்டு சுட்டிக் காட்டினர். அந்த எண்களுக்கு எதிரில் நான் அவர்களுடைய பெயர்களை எழுதி வைத்தேன்.

எல்லாம் முடிந்தது என்று நினைத்தபோது 'உங்க அப்பா நம்மள தொட வச்சிட்டு அவரு மட்டும் ஏமாத்தலாம்னு பார்க்கறாரு. நீயும் தொடுப்பான்னு அவர நீ கேக்கமாட்டியா?' என்று என் தோளைத் தட்டிச் சொன்னார் அம்மா. அப்போதுதான் எனக்கும் அது உறைத்தது. உடனே நாங்கள் அவரைச் சூழ்ந்துகொண்டோம். 'தொடு தொடு' என்று தாளை அவருக்கு முன்னால் நீட்டினேன். அவர் அம்மாவின் முகத்தைப் பார்த்துக்கொண்டே அந்தத் தாளில் ஒரு நெம்பரைத் தொட்டார். அது நான் தொட்ட எண்ணுக்குக் கீழே

இருந்தது. நான் உடனே அந்த எண்ணுக்கு எதிரில் ஒரு கோட்டை இழுத்து அப்பா என்று குறித்துக்கொண்டேன்.

'அந்தச் சீட்டை அப்படியே பொட்டிக்குள்ள வை. யாரு அதிர்ஷ்டக்காரங்கன்னு குலுக்கல் அன்னைக்கு கண்டுபிடிச்சிடலாம்' என்று சொன்னார் அம்மா. உடனே நான் அதை மடித்து பள்ளிக்கூட சீருடைகளை மடித்து வைத்திருக்கும் பெட்டிக்குள் வைத்தேன்.

'குலுக்கலுக்கு இன்னும் எத்தனை நாளிருக்குது?'

'இன்னும் பன்னெண்டு நாள் இருக்குது.'

அதைக் கேட்டு தம்பி உடனே விரல்விட்டு ஒன்று இரண்டு என எண்ணத் தொடங்கினான்.

அதிர்ஷ்டம் தொடர்பாக பேசத் தொடங்கியதுமே எல்லோருக்கும் உற்சாகம் பிறந்துவிட்டது. பரிசுச்சீட்டு தொடர்பான உரையாடல் வளர்ந்துகொண்டே சென்றது.

பேச்சோடு பேச்சாக திடீரென 'ஒரு லட்ச ரூபா கெடைச்சா என்ன செய்வ?' என்று அம்மாவிடம் முதலில் கேட்டார் அப்பா.

'மொதல்ல பரிசு கெடைக்கட்டும். அதுக்கப்புறம் அந்தப் பேச்ச வச்சிக்கலாம். யாரோ ஒருத்தி ஆக்கம் கெட்டவ என்னைக்கோ வரப்போற அமாசைக்கு ஆக்கிப் படைக்கறதுக்கு இன்னைக்கே வாழை எலைய அறுத்துவந்து வச்சிகிட்ட கதையா இருக்குது ஒன் கதை. மொதல்ல கைக்கு பணம் வரட்டும். மிச்சத்தை அப்பறமா பார்த்துக்கலாம்' என்று சிரித்துக்கொண்டே கிண்டலாகச் சொன்னார் அம்மா.

'கிடைச்சமாதிரின்னு வச்சிக்கோ. பட்டாணிக்கடைக்காரருக்குக் கெடைக்கும்போது நம்மளமாதிரி ஆளுங்களுக்குக் கெடைக்காதா என்ன?'

'தாராளமா கெடைக்கும். நானும் கெடைக்கட்டும்னுதான சொல்றேன். சட்டியில இல்லாத மாவுல தோசை எத்தனை சுடறது, இட்லி எத்தன சுடறதுன்னு கேக்கறதுல என்ன அர்த்தம் இருக்குது?'

'உத்தேசமா எதிர்காலத்துல என்ன செய்யறது, எப்படி செய்யறதுன்னு ஒரு திட்டம் இருக்கணுமில்லயா? அதுக்காகத்தான் கேக்கறேன்.'

'திட்டம்தான? பத்து திட்டம் போட்டாதான் நமக்கு ஒன்னு ரெண்டாவது பலிக்கும்? நம்ம ராசி அப்படி?'

'சரி, இழுத்துகினே போவாத. இதுக்கு என்ன திட்டம் சொல்லு.'

அம்மா ஒரு கணம் அப்பாவின் முகத்தை மௌனமாகப் பார்த்தார். பிறகு மெதுவாக 'மொதல்ல ஒரு லட்சம் ஒரு லட்சம்னு சொல்றத நிறுத்து' என்றார்.

'ஏன்?'

'நாலு பேரு கூட்டு சேர்ந்து வாங்கற சீட்டுக்கு ஒரு லட்சம் உழுந்தா, ஒவ்வொரு ஆளுக்கும் நாலுல ஒரு பங்குதான கெடைக்கும்? என்னமோ ஆளுக்கு ஒரு லட்சம் கெடைக்கும்ங்கற மாதிரி சொல்ற?'

'ஓ. அதைச் சொல்றியா? நான் அதைப்பத்தி யோசிக்கவே இல்லையே. நாலுல ஒரு பங்குதான் கெடைக்கும். இருபத்தஞ்சாயிரம். இப்ப என்ன அதுக்கு?'

'நம்ம திட்டம் அதுக்குள்ள இருக்கணும். அதுக்காகச் சொல்றேன்.'

'சரி, திட்டம் என்ன? அதச் சொல்லு.'

'இந்த செவுத்துக்கு வெள்ளை அடிச்சி எத்தன வருஷம் ஆவுது? எப்படி கன்னங்கரேல்னு இருக்குது பாரு. மொதல்ல கீத்து, கூரை எல்லாத்தயும் மாத்தி வெள்ளையடிக்கணும். அப்பதான் ஊடு லட்சணமா இருக்கும்.'

'அப்புறம்?'

'அப்புறமும் இல்லை. விழுப்புரமும் இல்லை. அவ்ளோதான். அந்த ஒரு வேலய திருத்தமா செஞ்சாவே போதும்.'

அதற்கு மேல் அம்மா பேச விரும்பவில்லை என்று தோன்றியது. அவர் பாயை விரித்து அதன் மீது போர்வையை விரிப்பதற்காக எழுந்து நின்று உதறத் தொடங்கினார்.

உரையாடலின் தொடர்ச்சி அறுந்துவிடாதபடி அப்பா என் பக்கமாகத் திரும்பி 'சொல்லுடா, உனக்கு என்ன வேணும்?' என்று கேட்டார்.

'எனக்கு வெள்ளை பேண்ட். வெள்ளை சட்டை. கருப்பு பெல்ட். ஷூ. எல்லாம் வேணும்' என்று உற்சாகத்தோடு அடுக்கினேன்.

'அவ்ளோதான? வாங்கிடலாம். விடு.'

'எங்க வீட்டுப் பிள்ளைல எம்.ஜி.ஆர். போட்டிருப்பாரே, அதே மாதிரி ஸ்டைலா வேணும்.'

'நானே அந்த மாதிரி தச்சித் தரேன். போதுமா?' என்று சொல்லிக்கொண்டே அப்பா தங்கையைப் பார்த்தார். 'எனக்கு

பெரிய சங்கிலி, வளையல், ஜிமிக்கி எல்லாம் வேணும்' என்று முகத்தை நிமிர்த்திச் சொன்னாள் அவள். அப்பா உடனே 'என் மகாலட்சுமிக்கு கேட்டதெல்லாமே கெடைக்கும், சரியா?' என்று கன்னத்தைக் கிள்ளி முத்தம் கொடுத்தார்.

அவர் கேட்காமலேயே தம்பி அவர் தோளைத் தொட்டு 'எனக்கு ஒரு பொட்டி சாக்லெட். ஒரு பொட்டி முறுக்கு. ஒரு பொட்டி கமர்கட் வேணும்' என்றான். பெட்டியின் அளவை உணர்த்தும் வகையில் இரு கைகளையும் இரு பக்கங்களில் விரித்துக் காட்டினான்.

அதைக் கேட்டு அப்பா சிரித்துக்கொண்டே 'உண்மையிலயே மனசுலேர்ந்து கேட்ட ஒரே ஆள் நீதான்டா. என் செல்லக்குட்டி. அது சரி, பிஸ்கட்ட விட்டுட்டியே' என்று விடுபட்ட பொருளைச் சுட்டிக்காட்டினார். உடனே அவன் 'ஆமாமாம். ஒரு பொட்டி பிஸ்கட்' என்று சொன்னான்.

இதையெல்லாம் அப்பா திட்டமிட்டுக் கேட்டாரா அல்லது ஒரு பேச்சுக்காகக் கேட்டாரா என்பதை என்னால் புரிந்துகொள்ள முடியவில்லை. ஆனால் ஒவ்வொரு நாளும் சாப்பாட்டுக்குப் பிறகு கதை, பேச்சு என செல்லும் எங்கள் உரையாடல் எப்படியோ அந்தப் பரிசுப்பணத்தின் திசையில் செல்லத் தொடங்கியது. ஒவ்வொரு நாளும் நாங்கள் யோசித்து யோசித்து சொல்லும் புதுவகையான பொருட்கள் சேர்ந்துகொள்வதால் எங்கள் விருப்பப்பட்டியல் கணக்கில்லாமல் நீண்டுகொண்டே சென்றது.

ஒவ்வொரு நாளும் நேரம் பார்த்து அப்பாதான் அந்த உரையாடலைத் தொடங்குவார். நாங்கள் அனைவரும் பதில் சொல்கிறவர்களாகவே இருந்தோம். எதிர்பாராதபடி ஒருநாள் கேள்வி கேட்ட அப்பாவை இடைமறித்து 'எங்களுக்கு என்ன வேணும் என்ன வேணும்னு தெனமும் நீ கேக்கறியே, உனக்கு என்ன வேணும்னு சொல்லவே இல்லையே. இப்ப சொல்லு. என்ன உன் திட்டம்?' என்று கேட்டார் அம்மா.

'எனக்கா? எனக்கு ஒரு திட்டமும் இல்லை. நீங்க எல்லாரும் சந்தோஷமா இருந்தா, எனக்கு அதுவே போதும். அதைவிட பெரிய திட்டம் எதுவும் எனக்கு இல்லை' என்று உதட்டைப் பிதுக்கியபடி புன்னகைத்தார் அப்பா.

'அந்தக் கதையெல்லாம் வேணாம். என்ன வேணும்? அதை சொல்லு. எல்லாருக்கும் வாங்கறதுக்கு பணம் இருக்கும்போது

உனக்குக் கெடைக்கப்போற பரிசுப்பணத்துல உனக்குன்னு வாங்கறதுக்கு மட்டும் பணம் இல்லாம போயிடுமா?'

'உண்மையிலயே எனக்கு எதுவும் வேணாம்' என்று அப்பா சொன்னதையே திரும்பத்திரும்பச் சொல்லிக்கொண்டிருந்தார்.

உடனே 'சரி, உனக்கு என்ன வேணும்ன்னு நான் சொல்றேன்' என்று அவரைப் பேசவிடாமல் செய்தார் அம்மா.

'என்ன?'

'முதல்ல கடைக்கு உன் ஓட்டை மிஷின மாத்திட்டு புதுசா ஒரு மிஷின் வாங்கற வழியைப் பாரு' என்றார். தொடர்ந்து 'திட்டம் போடறாராம் திட்டம். எது முக்கியமோ அத விட்டுட்டு மத்ததுக்கெல்லாம் திட்டம் போடறாராம்' என்று சிரித்துக்கொண்டே முணுமுணுத்தார். அதைக் கேட்டு அப்பா எதுவும் பேசவில்லை. ஒரு கணம் அம்மாவின் முகத்தை ஆழமாகப் பார்த்துவிட்டு 'சரி, கடைக்கு ஒரு மிஷின். அதையும் சேர்த்துக்கலாம்' என்று அறிவித்தார்.

சாயங்கால நேரங்களில் கடைக்குச் செல்லும் சமயங்களில் அங்கும் அதே பேச்சாகவே இருந்தது. எல்லாப் பெரியப்பாக்களும் சேர்ந்து விருப்பப்பட்டியலை கூட்டியும் குறைத்தும் சரிப்படுத்தியபடியே இருந்தனர். மெல்ல மெல்ல லாட்டரிச்சீட்டு உரையாடல் தினசரிப் பொழுதுபோக்காக மாறிவிட்டது.

ஒன்று, இரண்டு என ஒவ்வொரு நாளாக நகர்ந்து நகர்ந்து பன்னிரண்டு நாள்களும் நகர்ந்துவிட்டன. அன்று மாலையில் சென்னையில் குலுக்கல் நடந்திருக்கும். அங்கே இருப்பவர்களுக்கு அப்போதே செய்தி கிடைத்துவிடும். வெளியூர்க்காரர்கள் மறுநாள் விடிந்து செய்தித்தாளைப் பார்த்துத்தான் தெரிந்துகொள்ள வேண்டும்.

மாலை நேரத்தில் எல்லோருமே பரபரப்பாக இருந்தனர். கடைத்தெருவே பரபரப்பாக இருந்தது.

'லட்சம் நமக்குத்தான். அந்தக் கடவுள் நம்மள கைவிடமாட்டாரு. எனக்கு உறுதியா நம்பிக்கை இருக்குது' என்று மீண்டும் மீண்டும் சொல்லிக்கொண்டிருந்தார் சண்முகம் பெரியப்பா.

'பணம் வச்சிருக்கிறவனுங்ககிட்டயே போய் போய் பணம் சேர்றதுல என்ன அர்த்தம் இருக்குது? நம்ம மாதிரி சாமானியமான ஆளுங்ககிட்டயும் பணம் வரணும். அதுக்காகத்தான இந்தக் குலுக்கல்சீட்டு. நமக்குத்தான் வரும்னு தோணுது. விடிஞ்சா தெரிஞ்சிடும்' என்றார் தர்மலிங்கம் பெரியப்பா.

‘இங்க பாரு. ரொம்ப எதிர்பார்த்து கிடைக்காம போயிடுச்சின்னா ரொம்ப ஏமாத்தமா போயிடும். கிடைச்சிதுன்னு வை, யாரோ நாலு பேரால நமக்குக் கிடைச்சிதுன்னு நெனைச்சிக்குவோம். கிடைக்கலைன்னு வை, நம்ம மாதிரி நாலு பேரால வேற யாருக்கோ கிடைச்சிதுன்னு நெனச்சிக்குவோம். புரியுதா?’ என்று பட்டும் படாமல் சொன்னார் தெய்வநாயகம் பெரியப்பா.

‘லட்சுமி நம்மகிட்ட வர நேரமா இருந்தா, எவ்ளோ தடை இருந்தாலும் உடைச்சிகிட்டு வந்து சேர்ந்துருவா. ஒருவேளை அதுக்கான நேரம் வரலைன்னு சொன்னா, அவளுக்கு உண்டான வழியில போயிகிட்டே இருப்பா. தானா வராதவள வா வான்னு கைய புடிச்சா இழுக்கமுடியும்? இந்த தரம் இல்லைன்னு சொன்னா, அடுத்த தரமாச்சிம் கெடைக்கும்னு நெனச்சி போயிட்டே இருக்கவேண்டிதுதான். அதுக்காக மூஞ்சிய கவுத்துகிட்டு உக்காரமுடியுமா என்ன?’ என்றார் அப்பா.

‘அந்தத் தெளிவு இருந்தா போதும். நம்ம வழியில நாம நிம்மதியா போயிகினே இருக்கலாம்’ என்று நெஞ்சில் கைவைத்தபடி சொன்னார் தெய்வநாயகம் பெரியப்பா.

வழக்கமாக பொங்கி வழியும் உற்சாகமும் கனவும் அவர்களுடைய உரையாடலில் வெளிப்படவில்லை. மாறாக, எல்லோரும் ஒருவித தெளிவோடும் ஞானத்தோடும் பேசினார்கள். அந்த மாற்றம் எனக்கு ஆச்சரியமாக இருந்தது. நீண்ட நேரம் அவர்களுக்கு நடுவில் உட்கார்ந்திருந்துவிட்டு அப்பா கொடுத்த பணத்தைப் பெற்றுக்கொண்டு திரும்பினேன்.

அடுத்தநாள் காலையிலேயே அப்பா என்னிடம் சில்லறையைக் கொடுத்து சத்திரத்துக்குச் சென்று தினத்தந்தி வாங்கிவரும்படி சொன்னார். வழக்கமாக பள்ளிக்கூடம் செல்லும் நேரத்தில் வழியிலிருக்கும் எம்.ஜி.ஆர். மன்றத்துக்குச் சென்று தினத்தந்தியில் கன்னித்தீவு படிக்கும் பழக்கம் எனக்கு இருந்தது. அன்று காலையிலேயே சொந்தமாக தினத்தந்தி வாங்குவதால், எல்லோருக்கும் முன்னால் கன்னித்தீவு படிக்கப் போகிறோம் என்கிற எண்ணத்தால் எனக்கு சிறகு முளைத்ததுபோல இருந்தது. ஒரே ஓட்டமாக ஓடி செய்தித்தாளை வாங்கினேன். அங்கேயே ஒரு மரத்தடியில் ஒதுங்கி நின்று ஒரு கணம் செய்தித்தாளைப் புரட்டி கன்னித்தீவு கதைவரிகளைப் படித்துமுடித்தேன். அந்தச் சித்திரங்களின் கோடுகளையும் பார்த்து ரசித்தேன். பிறகு மீண்டும் ஓட்டமாக ஓடி வந்து செய்தித்தாளை அப்பாவிடம் கொடுத்தேன்.

அப்பா பரிசுச்சீட்டு எண்கள் குறிக்கப்பட்ட தாளை கையில் வைத்துக்கொண்டு எனக்காகக் காத்திருந்தார். ‘வா. வா. வந்து நீயும் நெம்பர் இருக்குதான்னு பாரு’ என்றபடி என்னையும் பக்கத்தில் உட்கார வைத்துக்கொண்டார்.

பரிசு எண்கள் அறிவிக்கப்பட்டிருந்த பக்கத்தைப் புரட்டி வைத்துக்கொண்டு நான் முதல் எண்ணைத் தேடினேன். முதல் பரிசு, இரண்டாம் பரிசு, மூன்றாம் பரிசு, நான்காம் பரிசு என எல்லாத் தொகுப்பிலும் தேடிப் பார்த்துவிட்டேன். எங்கள் எண் அந்தப் பட்டியலில் இல்லை.

நான் அப்பாவின் முகத்தை ஏமாற்றத்துடன் பார்த்தேன். அவர் புரிந்துகொண்டார். ‘சரி சரி. அதை விடு. அடுத்த நெம்பர பாரு’ என்று தொடர்ந்து செல்லும்படி தலையசைத்தார். அம்மா அதற்குள் வீட்டிலிருந்து நீராகாரச் செம்போடு வெளியே வந்து அப்பாவிடம் கொடுத்தார். பிறகு ‘என்னடா, நெம்பர் இருக்குதா?’ என்று என்னிடம் கேட்டார். ‘தோ, பார்த்துகிட்டே இருக்கேம்மா’ என்று பொதுவாகச் சொன்னேன். அவரும் சுவரோரமாக வந்து உட்கார்ந்துகொண்டார்.

நான் அடுத்த எண்ணை வைத்துக்கொண்டு முதலிலிருந்து தேடினேன். எங்கும் இல்லை. என்ன சொல்வது என்று புரியாமல் அப்பாவின் முகத்தைப் பார்த்தேன். ‘போ, போ, அடுத்து போ’ என்றார் அப்பா. மெதுவாக நீராகாரத்தை குடித்துவிட்டு செம்பை கீழே வைத்தார்.

நான் நாற்பது எண்களையும் ஒன்றுவிடாமல் பார்த்தேன். எதுவும் இல்லை. அது எனக்கு ஏமாற்றமாக இருந்தது. ஆனால் அப்பாவின் முகத்தில் எந்த ஏமாற்றமும் தெரியவில்லை. உறுதியாக இருப்பதுபோலவே இருந்தது. கடைசியாக ‘சரி, எடுத்து வச்சிட்டு படிக்கிற வேலையை பாரு’ என்று சொல்லிவிட்டு ஏரிக்கரையின் திசையில் நடந்து போனார்.

‘என்னடா பார்க்கிற நீ? இங்க குடு’ என்றபடி செய்தித்தாளையும் எண்கள் எழுதிய தாளையும் அம்மா என்னிடமிருந்து வாங்கிக் கொண்டார். பிறகு ஒவ்வொரு எண்ணாக அவரே பார்த்தார். பிறகு இரண்டையும் சுவரோரமாக ஒதுக்கிவிட்டு ‘ஆத்தமாட்டாதவன் இடுப்புல அம்பத்தெட்டு அரிவாளாம்’ என்று முணுமுணுத்துக் கொண்டே எழுந்தார். ‘இதோ வெடிக்கப்போவுது இதோ வெடிக்கப்போவுதுன்னு சொல்லிட்டே இருந்தாரு. கடைசியில எல்லாமே புஸ்வாணமாயிடுச்சா?’ என்று சலித்துக்கொண்டார்.

'இந்த லட்சணத்துல லட்ச ரூபா விழுந்தா என்ன செய்யலாம், கோடி ரூபா விழுந்தா என்ன செய்யலாம்னு ஆயிரம் கதை. ஆயிரம் பாட்டு. உங்க அப்பா வாயாலயே உலகத்தை அளந்துருவாரு' என்பதுபோல நினைத்து நினைத்து ஏதாவது ஒன்றைச் சொல்லிக்கொண்டே இருந்தார்.

சாயங்காலம் கடைக்குச் சென்றிருந்தபோது எல்லோரும் சாதாரணமாகவே பேசிக்கொண்டிருந்தனர். அவர்களுடைய உரையாடலில் பெரிய ஏமாற்றம் எதையும் யாரும் காட்டிக் கொள்ளவில்லை. சண்முகம் பெரியப்பா மட்டும் 'இத இப்படியே விட்டுடக்கூடாது. சீச்சீ இந்தப் பழம் புளிக்கும்னு ஓடறதுக்கு நாம ஒன்னும் நரி கிடையாது. எப்படியாவது அந்தப் பழம் நம்ம கைக்கு வந்தே ஆகணும். அதுவரைக்கும் முயற்சி செஞ்சிகினே இருப்போம்' என்று உற்சாகம் ஊட்டுவதுபோல சொல்லிக்கொண்டிருந்தார். தெய்வநாயகம் பெரியப்பா 'பார்க்கலாம் பார்க்கலாம்' என்று பொதுவாகச் சொன்னார்.

ஒரு வாரத்துக்குப் பிறகு சண்முகம் பெரியப்பாவின் குரலில் பிடிவாதம் தெரியத் தொடங்கியது. 'பத்து ரூபாய்தான? போடுங்கப்பா' என்று மற்றவர்களை வற்புறுத்தத் தொடங்கினார். அவருடைய சொல்லுக்குக் கட்டுப்பட்டு அடுத்த இரு நாட்களில் ஆளுக்கு பத்து ரூபாய் திரட்டி தெய்வநாயகம் பெரியப்பாவிடம் கொடுத்துவிட்டனர்.

பரிசுச்சீட்டு விற்கும் கடைக்குப் புறப்படும் அன்று 'நான் வரலை. எனக்குத்தான் ராசி இல்லை போல இருக்குது. நீங்க மூணு பேரும் போய் வாங்க' என்று உறுதியாகச் சொல்லிவிட்டார் தெய்வநாயகம். அப்பா எவ்வளவோ வற்புறுத்தியும் அவர் ஆர்வம் காட்டவில்லை. அப்பாவோடு தர்மலிங்கம் பெரியப்பா, சண்முகம் பெரியப்பா இருவரும் புறப்பட்டார்கள். நானும் அவர்களோடு சென்றேன். அந்த முறையும் நான்தான் சீட்டுகளை எடுத்துக் கொடுத்தேன். நாற்பது ரூபாய்க்கு நாற்பது சீட்டுகள். திரும்பி வரும் வழியில் வெள்ளைத்தாட்களை மட்டும் வாங்கிக்கொண்டேன். போன முறை வாங்கிய கார்பன் தாட்கள் அப்படியே கடை ரெஜிஸ்டரில் இருந்தன. கடைக்கு வந்ததும் சீட்டு எண்களைப் பட்டியலிட்டு எழுதி, ஒவ்வொருவரிடமும் ஒவ்வொரு தாளைக் கொடுத்தேன்.

ஒரு மாதம் வரைக்கும் பரிசு பற்றிய எதிர்பார்ப்புகள் அடங்கிய உரையாடல்களால் ஒவ்வொரு சாயங்காலமும் பொழுது போவது தெரியாமல் வேகமாகக் கழிந்தது. குலுக்கல்நாள் நெருங்க

நெருங்க, வேறு எந்த விஷயமும் பேச முடியாதபடி, பரிசின் எதிர்பார்ப்பு மட்டுமே எங்கள் நெஞ்சில் நிறைந்திருந்தது.

துரதிருஷ்டவசமாக, அந்த மாதக் குலுக்கலிலும் நாங்கள் வாங்கியிருந்த எந்த எண்ணுக்கும் எந்தப் பரிசும் கிடைக்கவில்லை. லட்சரூபாய் பரிசு கோயம்பத்தூருக்குப் பக்கத்தில் யாரோ ஒரு பஞ்சு வியாபாரிக்குக் கிடைத்திருந்தது. அவருடைய படமும் குடும்பப்படமும் பத்திரிகையில் வெளிவந்திருந்தது.

'மாசத்துல பத்து ரூபாய் பெரிய செலவா இருக்குது, இத்தோடு நம்ம பரிசோதனை முயற்சியை நிறுத்திக்கலாம். இனிமேல பரிசுச்சீட்டு பக்கமே போகவேணாம்' என்று பின்வாங்கினார் அப்பா. 'இன்னும் ரெண்டு தரம் பார்ப்போம் பலராமா. அதோடு சரி. அதுக்கப்புறம் தலை முழுகிடலாம்' என்றார் தர்மலிங்கம் பெரியப்பா. எல்லோரைவிடவும் அவர்தான் வயதில் மூத்தவர். வேறு வழியில்லாமல் எல்லோருமே அதற்கு ஒப்புக்கொண்டனர்.

பரிசுச்சீட்டு வாங்குவதற்கு தர்மலிங்கம் பெரியப்பாவும் சண்முகம் பெரியப்பாவும் மட்டும் சென்றார்கள். அவர்களுக்கு உதவியாக நானும் சென்றேன். வழக்கம்போல பரிசுச்சீட்டு எண் விவரங்களை தாளில் எழுதி ஆளுக்கொன்றாக பிரித்துக் கொடுத்தேன்.

குலுக்கல் நாள் நெருங்கியபோதும், யாருக்கும் பதற்றம் இல்லை. எல்லோரும் சாதாரணமாகவே நடந்தார்கள். பேசினார்கள். தூங்கி எழுந்தார்கள். 'பரிசு விழுந்தா என்ன செய்வே?' என்று பேச்சுக்குக்கூட யாரும் யாரிடமும் கேட்கவில்லை. அப்படி கேட்பதே நகைச்சுவையாக மாறிவிட்டது.

பரிசு விவரம் வெளிவந்த அன்று கூட எந்தப் பரபரப்பும் யாரிடமும் இல்லை. காசு கொடுத்து செய்தித்தாள் வாங்கவேண்டாம் என்று சொல்லிவிட்டார் அப்பா.

எம்.ஜி.ஆர்.மன்றம் திறக்கும் வரைக்கும் காத்திருந்து செய்தித்தாள் போட்ட பிறகு சென்று பரிசுப்பட்டியலில் எண் விவரம் இருக்கிறதா என்று நான் மட்டும் சென்று பார்த்துவிட்டுத் திரும்பினேன். ஒரு எண்ணுக்கும் பரிசு இல்லை. நான் உற்சாகமின்றி மெதுவாக நடந்துவருவதைப் பார்த்ததுமே அப்பாவுக்குப் புரிந்துவிட்டது. எதுவும் கேட்கவில்லை. அம்மா மட்டும் 'என்னடா? என்னாச்சி? ஒரு லட்சமா, ரெண்டு லட்சமா? எவ்ளோ கெடைச்சிது?' என்று கேள்விகளை கிண்டலாக அடுக்கிக்கொண்டே சென்றார். நான் த்ச் என்று நாக்கைச்

சப்புக்கொட்டிவிட்டு 'எதுவுமில்லை' என்று அடங்கிய குரலில் சொன்னேன். 'தரித்திரம் புடிச்சவன் தலைமுழுக போனானாம். சமுத்திரத்தண்ணி தரைமட்டத்துல ஓடிச்சாம்' என்று முணுமுணுத்தபடியே பின்கட்டுக்குச் சென்றார் அம்மா. 'சீட்டுசீட்டுனு செலவு பண்ண பணத்துக்கு பத்து படி அரிசி வாங்கி போட்டிருந்தாலாவது ஒரு வாரத்துக்கு சோத்து பிரச்சினை இல்லாம போயிருக்கும்' என்று ஏதேதோ சொல்லிக்கொண்டிருந்த அவர் குரல் நெடுநேரம் வரைக்கும் கேட்டுக்கொண்டே இருந்தது.

ஒரு வாரம் கழித்து கடைக்குச் சென்றிருந்த சமயத்தில் பரிசுச்சீட்டு வாங்குவதற்கான பேச்சுவார்த்தை நடந்துகொண்டிருந்தது. சண்முகம் பெரியப்பாவைத் தவிர வேறு யாருக்கும் ஆர்வமில்லை. 'எனக்காக ஒரே ஒருதரம் எல்லோரும் கூட்டு சேருங்கப்பா. இந்த முறை நமக்கு விழலைன்னா, இனிமேல அந்தப் பக்கமே திரும்பிப் பார்க்கவேணாம். தலைமுழுகிடலாம்' என்று கேட்டுக்கொண்டார்.

சீட்டு விவகாரத்தில் எல்லோருக்கும் ஆர்வம் வற்றிவிட்டது. ஒருவருக்கும் அதில் விருப்பமில்லை. சண்முகம் பெரியப்பா மீண்டும் மீண்டும் வற்புறுத்தியதால் எல்லோரும் கூட்டாளிகளாகச் சேர்ந்துகொண்டனர்.

அந்த முறை சின்னதாக ஒரு பரிசாவது விழும் என்று சண்முகம் பெரியப்பா மிகவும் ஆவலோடு காத்திருந்தார். பரிசு விழுந்த இடங்கள் சேலம், கன்னியாகுமரி, கோயம்பத்தூர் என ஒரு சுற்று சுற்றி முடித்துவிட்டதால் அந்த முறை விழுப்புரம் பக்கத்தில் இருப்பவர்களுக்குத்தான் பரிசு என்று ஏதேதோ ஆராய்ச்சி செய்த பிறகு அடித்துச் சொல்லிக்கொண்டிருந்தார். ஆனால் அந்த முறையும் முடிவு ஏமாற்றமளிப்பதாகவே இருந்தது.

'போதும் போதும் இந்த விளையாட்டு. இனிமே ஒத்த ரூபாய்க்குக் கூட சீட்டு வாங்கலாம்ங்கற பேச்சுக்கே இடமில்லை. இந்தச் சீட்டு விவகாரமே நம்ம மாதிரி ஏழைபாழைங்களுக்கு என்னமோ வசியமருந்து வச்சமாதிரி இருக்குது'

தெய்வநாயகம் பெரியப்பா கசப்போடு சொன்னார். 'ஆமாமாம். அதுதான் சரி' என்று அதை எல்லோரும் ஏற்றுக்கொண்டார்கள்.

பத்து நாட்கள் வரைக்கும் கடையில் அதைப்பற்றிய பேச்சே இல்லாமல் இருந்தது. பதினொன்றாம் நாள் சண்முகம் பெரியப்பா மனம் மாறி மீண்டும் சீட்டு வாங்கும் திட்டத்தைத் தெரிவித்தார். அந்த முறை அவருக்கு யாரும் ஆதரவு கொடுக்கவில்லை.

சண்முகம் பெரியப்பாவும் எளிதில் பினவாங்குபவராக இல்லை. மீண்டும் மீண்டும் வலை விரித்தபடி இருந்தார். யாரும் அவர் சொல்லுக்கு மயங்கவில்லை. இறுதியாக 'சரிப்பா, நீங்க யாரும் வரவேணாம். நான் மட்டும் வாங்கப் போறேன். நாளைக்கு ஒருவேளை எனக்கு பரிசு கெடைச்சதும் ஐயோ எங்களை ஏன் கூப்பிடலைன்னு யாரும் சொல்லக் கூடாது. அத மட்டும் ஞாபகத்துல வச்சிக்கோங்க' என்று சோர்வோடு சொல்லிவிட்டுச் சென்றார். 'தாராளமா வாங்கிக்குக்க சண்முகம். நீ வாங்கற பரிசுல பங்குக்கு யாரும் வரமாட்டாங்க' என்றார் தெய்வநாயகம் பெரியப்பா.

'நாப்பது சீட்டு வாங்கப் போறேன்.'

அதைக் கேட்டு தெய்வநாயகம் அதிர்ச்சியடைந்தார். 'அவ்ளோ பணத்துக்கு எங்கய்யா போவ? ஆசையா இருந்தா ஏதோ அஞ்சி ரூபாய்க்கு வாங்கு. பத்து ரூபாய்க்கு வாங்கு அத விட்டுட்டு நாப்பது வாங்கப் போறேன்னு சொல்ற?'

'வழக்கமா நாம நாப்பதுதான வாங்கற பழக்கம்.'

'கூட்டு சேர்ந்து வாங்கறதுக்கும் தனியா வாங்கறதுக்கும் வித்தியாசம் இல்லையா? யோசிச்சி செய். அந்தப் பணத்துக்கு முப்பது நாப்பது படி அரிசி கெடைக்கும்.'

சண்முகம் பெரியப்பா அதைக் காதிலேயே வாங்கிக்கொள்ளவில்லை. எப்படியோ பணத்தைப் புரட்டி நாற்பது சீட்டு வாங்கிவிட்டார்.

'எனக்கு மட்டும் தனியா பரிசு விழப்போவுது. அதைப் பார்த்து ஐயோ நாம கூட்டு சேரலையேன்னு நெனச்சி நெனச்சி நீங்க எல்லாரும் ஏங்கப் போறீங்க' என்று ஒவ்வொரு நாளும் சொல்லிக்கொண்டே இருந்தார். 'ஏன் சண்முகம்? நம்ம கூட்டத்துல நீ ஒரு ஆளு பெரியவனா இருந்தா எங்களுக்கும் சந்தோஷம்தானப்பா. இந்தப் பணம் வந்தா நம்மள பிரிச்சிடப் போவுது?' என்றார் தர்மலிங்கம் பெரியப்பா.

அந்த முறையும் சண்முகம் பெரியப்பாவுக்கு பரிசு விழவில்லை. மனத்தளவில் அவர் மிகவும் உடைந்துவிட்டார். அவர் கடைப்பக்கம் வருவதையே சில நாட்களுக்கு நிறுத்திவிட்டார். தெய்வநாயகம் பெரியப்பாதான் டீ அருந்தும் சமயங்களில் அவரை அவ்வப்போது சாக்குக்கடைக்குச் சென்று கடைப்பக்கம் அழைத்துக்கொண்டு வருவார்.

கூட்டத்திலிருந்து ஒதுங்கி ஒதுங்கிச் சென்றாலும் சண்முகம் பெரியப்பா சீட்டு வாங்குவதை நிறுத்தவில்லை. கொஞ்சம் கொஞ்சமாக பரிசுச்சீட்டு வாங்கும் பழக்கத்துக்கு அடிமையாகி விட்டார். மாதங்கள் உருண்டபடி இருந்தன. ஒருமுறைகூட அவர் வாங்கிய சீட்டுக்கு ஒரு நூறு ரூபாய் கூட பரிசு விழவில்லை. ஆனால் அவரால் பரிசுச்சீட்டுகளை வாங்காமல் இருக்கவே முடியவில்லை. முன்புபோல கடையில் அதைப்பற்றி பொதுவில் பேசுவதே இல்லை. சீட்டு பற்றிய பேச்சே இல்லை என்பதால், அவர் தொடர்ச்சியாக சீட்டு வாங்குவது குறித்து பெரிய அளவில் ஒருவருக்கும் தெரியாமலும் இருந்தது.

ஒருநாள் சாயங்காலம் சண்முகம் பெரியப்பாவின் சாக்குக்கடை முன்னால் ஒரே சத்தமாக இருந்தது. கண்ணை மூடி கண்ணைத் திறப்பதற்குள் அங்கே கூட்டம் சேர்ந்துவிட்டது.

'பலராமா. நம்ம சண்முகம் கடைமுன்னால என்னமோ சண்டை நடக்குது. வா வா. என்னன்னு பார்த்துட்டு வரலாம்' என்று சத்தம் கொடுத்தார் தெய்வநாயகம் பெரியப்பா. அப்பா உடனே கடையிலிருந்து இறங்கி அவருக்குப் பின்னாலேயே சென்றார். அவருக்குப் பின்னால் தர்மலிங்கம் பெரியப்பாவும் சென்றார். எல்லோருக்கும் பின்னால் நானும் சென்றேன்.

'சோத்த தின்னறியா? வேற ஏதாச்சிம் தின்னறியா? கெடா மாதிரி வளர்ந்திருக்கியே, வாங்கன கடன கொடுக்கணும்ங்கற அறிவு வேணாம்? சொளயா நூறு ரூபாய வாங்கிட்டு போன இல்ல. வாராவாரம் பத்து ரூபாய் கட்டறேன்னு சொல்லித்தான வாங்கிட்டு போன. சொன்ன மாதிரி செஞ்சியா நீ? யோக்கியனா நீ? மானரோஷம் எதுவும் கெடையாதா ஒனக்கு?'

அவர் போட்ட சத்தம் கடைத்தெரு முழுதும் எதிரொலித்தது. கழுத்தில் பட்டையாக ஒரு செயின் போட்டுக்கொண்டிருந்தார் அவர். சண்முகம் பெரியப்பா அவருக்கு முன்னால் தலைகுனிந்து நின்றார். எல்லோரும் அதைப் பார்த்துக்கொண்டு நின்றிருந்தனர். அவரைப் பார்த்துப் பேசவே எல்லோருமே அஞ்சினர்.

ஒருவரும் எதிர்பாராதவகையில் அப்பா அந்தப் பட்டை செயின் போட்டிருந்தவருக்கு அருகில் சென்று 'நீங்க கடன் கொடுத்தவரு. அவரு கைநீட்டி கடன் வாங்கினவரு. நீங்க கடுமையா பேசுங்க. நான் வேணாம்னு சொல்லலை. கொடுத்த பணம் வரலையேன்னு ஒரு நெருப்பு உங்களுக்குள்ள எரியுது. அது அப்படி பேசச்

சொல்லுது. அதெல்லாம் புரியுது. அதுக்காக வயசுல பெரியவரை இப்படி கடைத்தெருவுல வச்சி அசிங்கப்படுத்தலாமாண்ணே' என்று பொறுமையாக மன்றாடும் குரலில் சொன்னார்.

அதைக் கேட்டதும் செயின்காரரின் குரல் மாறியது. 'நீ சாக்கு தைக்கிற தொழில் பண்ற. நான் வட்டிக்கு விடற தொழில் பண்றேன். தொழில்ல நமக்கு நாணயம் வேணுமா வேணாமா? நீயே சொல்லு' என்று நியாயத்துக்கு அழைத்தார்.

'வேணும்ண்ணே. யாரா இருந்தாலும் நாணயம் வேணும்ண்ணே. நாணயம் போச்சின்னா மனுஷனா இருக்கறதுலயே அர்த்தம் இல்லைண்ணே.'

'எங்கிட்ட சொல்றது போதாது. அந்த நாய்கிட்ட சொல்லு. நல்லா ஒறைக்கிறமாதிரி எடுத்துச் சொல்லு. அப்பவாச்சிம் புத்தி வரட்டும்.'

'சரிங்கண்ணே. நான் சொல்லி அவருக்கு புரியவைக்கறேன். இத்தோடு விட்டுடுங்கண்ணே.'

'விட்டுட்டு நான் எங்க போவறது? வாரா வாரம் எனக்கு யாரு பணம் கொடுப்பா?'

'கொடுப்பாருண்ணே. நான் சொல்லி வைக்கறேன். இனிமேல வாராவாரம் ஒழுங்கா ஒங்க பணம் ஒங்க கைக்கு வந்துரும்.'

ஒருகணம் செயின்காரர் அப்பாவையும் சண்முகம் பெரியப்பாவை யும் மாறிமாறிப் பார்த்தார். பிறகு கரகரத்த குரலில் 'ஒருவேளை வரலைன்னா?' என்று கேள்வி கேட்டார்.

'வரும்ண்ணே. நம்புங்கண்ணே.'

'வரலைன்னா என்ன செய்யறது? அதுக்கு பதில் சொல்லு.'

அப்பா ஒருகணம் ஆழமாக மூச்சை இழுத்துவிட்டார். சண்முகம் பெரியப்பாவின் பக்கம் பார்த்தார். 'அவரு கொடுக்கலைன்னா நான் கொடுக்கறேண்ணே. போதுமா?' என்றார்.

செயின்காரர் ஒருகணம் திகைத்து நின்றுவிட்டார். அப்பா அப்படி பொறுப்பேற்றுக்கொள்வார் என்று அவர் எதிர்பார்க்கவில்லை. சண்முகம் பெரியப்பாவும் நிமிர்ந்து அப்பாவைப் பார்த்துவிட்டு கண் கலங்கினார்.

செயின்காரர் ஒன்றும் பேசாமல் தன்னுடைய வண்டியை நோக்கி நடந்து சென்றார். 'இங்க பாரு. தையக்கடைக்காரரே. ஒங்க பேச்ச

நம்பி நான் போறேன். அந்த ஆள் கொடுக்கலைன்னா அடுத்த நிமிஷம் ஒங்க கடை முன்னால வந்து நிப்பேன். ஞாபகம் இருக்கட்டும். ஜாக்கிரதை' என்று சொல்லிவிட்டு யாருடைய முகத்தையும் பார்க்காமல் போய்விட்டார். கூடியிருந்த கூட்டமும் கொஞ்சம் கொஞ்சமாகக் கலைந்தது. தெய்வநாயகம் பெரியப்பா சண்முகம் பெரியப்பாவின் தோள் மீது ஆறுதலாகக் கைவைத்து தட்டிக் கொடுத்தபடி ஏதேதோ பேசிக்கொண்டு கடைப்பக்கமாக அழைத்து வந்தார். சைக்கிள் கடையில் இருந்த அண்ணனிடம் பணம் கொடுத்து 'சூடா நாலு டீ வாங்கிட்டு வா. ஓடு' என்று அனுப்பினார்.

'ஒனக்கு எதுக்கு நூறு ரூபா? அந்த அளவுக்கு என்ன முடை? அவன் ஒரு மலைமுழுங்கி. அவன்கிட்ட போய் கை நீட்டியிருக்க?' என்று அடுக்கடுக்காக சண்முகம் பெரியப்பாவிடம் கேள்விகளைக் கேட்டார் தெய்வநாயகம் பெரியப்பா. முதலில் சிறிது நேரம் அமைதியாக இருந்த சண்முகம் பெரியப்பா தலைகுனிந்தபடி 'இந்த பாழா போன லாட்டரி சீட்டு வாங்கறதுக்காக......' என்று இழுத்தார். அவரால் தொடர்சியாக பேச முடியவில்லை. அழுகை வந்து தடுத்தது

நான் அங்கேயே நெடுநேரமாக நிற்பதை அப்போதுதான் கவனித்த அப்பா மிஷின் டிராயரைத் திறந்து பணத்தை எடுத்து 'இந்தா. அம்மாகிட்ட குடு. இதான் இருக்குதுன்னு சொல்லு' என்று சொல்லி அனுப்பிவைத்தார்.

சண்முகம் பெரியப்பாவைப் பார்க்க பாவமாக இருந்தது. நான் அவரைத் திரும்பித்திரும்பிப் பார்த்துக்கொண்டே வீட்டுக்கு நடந்து சென்றேன்.

பணத்தை அம்மாவிடம் கொடுத்ததும் ஒருமுறை அவர் எண்ணிப் பார்த்தார். 'இதத் தூக்கிட்டு வரதுக்கு ஒனக்கு இவ்ளோ நேரமா?' என்று கேட்டார். கடைத்தெருவில் நடந்ததை உடனே அம்மாவிடம் சொல்லவேண்டும் என்று சொற்கள் திரண்டெழுந்தன. ஆனால் ஏதோ ஓர் இனம்புரியாத விசை எல்லாச் சொற்களையும் அப்படியே உள்ளிழுத்துவிட்டது. அம்மா என்னையே பார்த்தார். 'என்னடா? என்னமோ சொல்லவந்த?' என்றார். நான் தலையாட்டியபடியே 'ஒன்னுமில்லம்மா' என்றேன்.

அப்பா அன்று இரவு சீக்கிரமாகவே வீட்டுக்குத் திரும்பிவிட்டார். அவர் கொடுத்த கடைச்சாவியை வாங்கி மாடத்தில் வைத்தபடி

‘பையனை கடையில ஏதாச்சிம் சொன்னியா?’ என்று அம்மா அப்பாவிடம் கேட்டார். ‘ஏன்? நான் ஒன்னும் சொல்லலையே’ என்றார் அப்பா. ‘வந்ததுலேர்ந்து மூஞ்சி ஒருமாதிரி இருந்திச்சி. என்னடான்னு கேட்டேன். ஒன்னுமில்லைன்னு சொல்லிட்டான். அதான் ஒன்கிட்ட கேட்டேன்’ என்றார் அம்மா. ‘அதெல்லாம் ஒன்னுமில்ல’ என்று பதில் சொல்லிக்கொண்டே என்னைப் பார்த்தார் அப்பா. அவர் என்னைப் பார்ப்பதைக் கவனித்துவிட்டு நான் புத்தகத்தின் பக்கம் பார்வையைத் திருப்பிக்கொண்டேன்.

24. ஊற்று

ஒருநாள் நண்பர்களோடு ஸ்டேஷன் திடலில் வழக்கம்போல பந்து விளையாடிக் கொண்டிருந்தேன். அப்போது, தொலைவில் ரயில்வே குடியிருப்புக்கு முன்னால், உலக்கை போல உறுதியானதும் அதைவிட நீளமானது மான ஒரு குழாய் செங்குத்தாக நிறுத்தப்பட்டு பூமியைத் துளைத்துக்கொண்டிருப்பதைக் கவனித்தேன். 'அங்க ஒரு அடிபம்ப் வைக்கப் போறாங்கடா' என்று சொன்னான் நெடுஞ்செழியன்.

அந்தச் செங்குத்தான குழாயுடன் இன்னொரு குறுக்குக்கழி சிலுவை மாதிரி கட்டப் பட்டிருந்தது. ஆட்கள் அந்தக் குறுக்குக்கழியின் மீது இரண்டுபேர் ஏறி நின்றுகொண்டிருக்க, கீழே நின்றிருந்தவர்கள் அதைத் தள்ளியபடி மையக் குழாயைச் சுற்றிச்சுற்றி நடந்தனர். அந்தக் காட்சி விசித்திரமாக இருந்தது. நான் அந்தத் திசையிலேயே தொடர்ந்து கவனிப்பதைப் பார்த்ததும் நெடுஞ்செழியன் 'பைப் போட்ட பிறகு பாரு, அடிக்க அடிக்க தண்ணி அருவி மாதிரி கொட்டும்' என்றான்.

பந்து விளையாட்டை வேகமாக முடித்துக் கொண்டு நாங்கள் அந்த இடத்தை

நெருங்கினோம். துளையிட்டு எடுக்கப்பட்ட சேறும் மண்ணும் பக்கத்திலேயே குவிக்கப்பட்டிருந்தது. பக்கத்திலேயே நீளமான புத்தம்புதிய ஆறேழு இரும்புக்குழாய்கள் படுத்தவாக்கில் வைக்கப்பட்டிருந்தன.

‘எல்லாக் குழாய்ங்களயும் பூமிக்குள்ள எறக்கிடுவாங்களா?’ என்று எனக்குப் பக்கத்தில் நின்றிருந்த நெடுஞ்செழியனிடம் கேட்டேன்.

‘துளை போடற வேலை முடிய முடிய, ஒவ்வொரு குழாயா பூமிக்குள்ள எறக்கிகிட்டே போவாங்க. ஆழத்துல தண்ணீர் கிடைக்கிற வரைக்கும் போயிட்டே இருப்பாங்கடா’ என்று சொன்னான் நெடுஞ்செழியன்.

‘ஒரு குழாயோடு இன்னொரு குழாயை எப்படி சேர்ப்பாங்க?’ எனக்கு சந்தேகமாக இருந்தது.

‘அதோ கப்ளிங்க் வச்சிருக்காங்க பாரு. அதை வச்சி முடுக்கி ஒன்னா சேர்த்துடுவாங்க’ என்று உற்சாகத்தோடு சுட்டிக்காட்டினான் அவன்.

‘இதெல்லாம் ஒனக்கு எப்படி தெரியும்?’

‘எங்க வீட்டுல இதே போலத்தான் அடி பம்ப் போட்டாங்க. நான் அப்ப பாத்திருக்கேன்’ என்று பெருமையோடு சொன்னான்.

ஆட்கள் பேசிக்கொண்டே குறுக்குக்கழியைத் தள்ளுவதைப் பார்க்க வேடிக்கையாக இருந்தது. அப்போது மிதிவண்டியில் வந்த ஒருவர் வண்டிய மரத்தடியில் நிறுத்திவிட்டு நெருங்கி வந்தார். ஆட்களிடம் ‘என்னப்பா, எவ்வளவு ஆழம் போயிருக்குது?’ என்று கேட்டபடி அருகில் சென்று எட்டிப் பார்த்தார்.

‘இப்பதான் ரெண்டாவது பைப் முடிச்சி மூனாவது பைப் வேலை ஆரம்பிச்சிருக்கோம்ண்ணே’ என்று வேலை செய்பவர் சொன்னார்.

‘நாளைக்கு முடிஞ்சிடுமா?’

‘இதுவரைக்கும் கல்லு ஒன்னும் கிடைக்கலைண்ணே. எல்லாம் களிமண்ணாத்தான் இருக்குது. இப்படியே நாளைக்கும் இருந்தா, சாயங்காலத்துக்குள்ள பைப் போட்டு கனெக்?ஷன் குடுத்துடலாம்ண்ணே.’

‘சரி சரி’ என்றபடி அவர் பக்கத்தில் குவிக்கப்பட்டிருந்த சேற்றின் அருகில் சென்றார். குனிந்து ஒரு கணம் சேற்றைத் தொட்டெடுத்து விரல்களுக்கிடையில் வைத்துத் தேய்த்துப் பார்த்தார். பிறகு கையை

திருப்தியுடன் உதறிவிட்டுத் திரும்பினார். மரத்தடியில் கூட்டமாக நின்றிருந்த எங்களை அவர் அப்போதுதான் பார்த்தார்.

'கூட்டமா நின்னு என்னடா பாக்கறீங்க பசங்களா?' என்று கேள்வி எழுப்பியபடி எங்கள் பக்கமாக வந்தார்.

நாங்கள் சிரித்துக்கொண்டே குழைந்து நிறம்மாறி குவிந்திருக்கும் மணற்குழம்பைக் காட்டினோம்.

'ஓரமா நின்னு பாருங்க. சேத்துல வழுக்கி விழுந்துடாதீங்க.'

ஒவ்வொருவராக அருகில் அழைத்து, பெயர் விவரத்தையும் படிப்பு விவரத்தையும் பள்ளிக்கூட விவரத்தையும் கேட்டார் அவர். வழக்கமாக வீட்டுக்கு வரும் மாமாக்கள் விசாரிப்பதுபோல அவர் விசாரித்த விதம் பிடித்திருந்தது. நாங்களும் உற்சாகமாகப் பதில் சொன்னோம்.

'எல்லாருமே ஹைஸ்கூல்ல படிக்கிற ஆளுங்கதான? என் பையனும் அங்கதான் படிக்கறான். அவனைத் தெரியுமா உங்களுக்கு?'

'அவனும் நானும் ஒரே க்ளாஸ்தான். எனக்கு ரொம்ப முக்கியமான ஃப்ரெண்ட்' என்று எல்லோரையும் முந்திக்கொண்டு நான் பதில் சொன்னேன்.

'அப்படியா, நல்லது நல்லது. டெஸ்ட்டுல எல்லாம் நல்ல மார்க் எடுக்கறியா?'

'ம்.'

'என்ன ரேங்க்?'

'ஒன்னு, ரெண்டு, மூனுக்குள்ள எடுப்பேன்.'

'அப்படித்தான் இருக்கணும். போட்டி போட்டு படிக்கணும். யாருக்காகவும் விட்டுக் கொடுக்கக்கூடாது. புரியுதா?'

'ம்.'

அவர் ஒரு கணம் நிறுத்தி என்னைப் பார்த்து அழுத்தம் திருத்தமான குரலில் 'என் மகனாவே இருந்தாலும் சரி, விட்டுக் கொடுக்கவே கூடாது. போட்டி போட்டு ஜெயிக்கணும்.'

நான் அதற்கும் 'ம்' என்றபடி தலையசைத்தேன். அந்த எதிர்வினையைப் பார்த்து திருப்தி கொண்டவராக எனக்குப் பக்கத்தில் நின்றிருந்த மனோகரனைப் பார்த்தார். என்னிடம் கேட்ட கேள்விகளையே அவனிடமும் கேட்டார். அதற்குப் பிறகு அங்கே

நின்றிருந்த ஒவ்வொருவரிடமும் அதே கேள்விகளைக் கேட்டு பதில் சொல்ல வைத்தார். அவர்கள் சொன்ன ஒவ்வொரு பதிலையும் மகிழ்ச்சியோடு கேட்டுக்கொண்டார்.

'நல்ல ரேங்க்ல பாஸ் பண்ணினா எதிர்காலம் நல்லா இருக்கும். எதிர்காலத்துல கைத்தொழிலை நம்பி பிரயோஜனம் இல்லை. எப்படியாவது அரசாங்க வேலையைச் சம்பாதிக்கணும். புரியுதா?'

நாங்கள் தலையசைத்தோம்.

'அரசாங்க வேலையைல சிறந்த வேலை எது? ஒவ்வொருத்தனா சொல்லுங்க பாப்போம்.'

'ஆசிரியர்' என்று கையை உயர்த்தினான் கஜேந்திரன்.

'டாக்டர்தான் உயர்ந்த வேலை. உயிரைக் காப்பாத்தறவங்க' என்றான் சுப்பிரமணி.

'எஞ்சனீயர். அவுங்கதான் நாட்டுக்குத் தேவையான அணைக்கட்டு, பாலங்கள் எல்லாம் கட்டிக் கொடுக்கிறாங்க' என்றான் பரசுராமன்.

'போலீஸ் இன்ஸ்பெக்டர். திருடர்கள் பயம் இல்லாம ஊரைக் காப்பாத்தறவங்க அவுங்கதான்' என்றான் மனோகரன்.

'சி.ஐ.டி.ஆபீசர்' என்றான் நெடுஞ்செழியன்.

'விஞ்ஞானி. இந்த உலகத்துக்குப் புதுசுபுதுசா அவுங்கதான் கண்டுபிடிச்சி கொடுக்கறாங்க' என்று நான் தயக்கத்தோடு சொன்னேன்.

எல்லாவற்றையும் பொறுமையோடு கேட்ட பிறகு 'நான் ஒன்னு சொல்றேன். கேக்கறீங்களா?' என்று ஆரம்பித்தார் போர்செட்காரர். 'நீங்க சொல்ற எல்லா வேலைங்களும் நாட்டுக்குத் தேவையான முக்கியமான வேலைகள்தான். ஆனா ஒரு மாவட்டத்துல இவுங்க எல்லாரையும் ஒட்டுமொத்தமா கட்டி ஆள்றது யாரு தெரியுமா? கலெக்டர். அந்த வேலைக்குத்தான் மதிப்பு அதிகம். கௌரவமும் அதிகம். அதுதான் பெரிய வேலை' என்றார்.

எங்களுக்கு எதுவும் பேசத் தோன்றவில்லை. ஆச்சரியத்தில் சொல் எழவில்லை.

'நீங்க எல்லாரும் படிச்சி முடிச்சதும் கலெக்டர் பரீட்சை எழுதி பாசாவணும். புரியுதா?'

உண்மையில் அவருடைய கூற்றின் முழுப்பொருளும் எங்களுக்குப் புரியவில்லை. ஆனால் ஏதோ ஒரு பெரிய வேலையைப்பற்றி

சொல்கிறார் என்பது மட்டும் எங்களுக்குப் புரிந்தது. அந்த நேரத்துக்கு ‘சரி சரி’ என்று தலையசைத்தோம்.

‘வெரிகுட். அப்படித்தான் இருக்கணும். நம்மால முடியும்னு நம்பணும். இந்த இடத்துல போர் போட்டா தண்ணி கிடைக்கும்னு நம்பி வேலையை செய்யறோமில்லையா, அந்த மாதிரிதான் எல்லாத்துலயும் ஒரு நம்பிக்கை இருக்கணும். எந்த அளவுக்கு ஆழமா தோண்டிகிட்டே போறமோ, அந்த அளவுக்கு தண்ணி ஊத்து சொரந்துகிட்டே இருக்கும்’ என்று சொல்லிவிட்டு புன்னகைத்தார்.

‘அது சரி, எந்தத் தெரு நீங்க?’

‘பஞ்சாயத்து போர்டு தெரு. இங்க விளையாடறதுக்காக வந்தோம்.’

‘அப்படியா? போரிங் லிஸ்ட்ல உங்க தெரு பேரும் இருக்குது. பார்த்த ஞாபகம் இருக்குது. பஞ்சாயத்துபோர்டுகாரங்க ஒர்க் ஆர்டர் குடுத்ததும் வேலையை ஆரம்பிச்சிடுவம்.’

அவருடைய பார்வை வேலை செய்பவர்கள் பக்கம் திரும்பியது. ‘இன்னைய வேலையை இத்தோடு நிறுத்திக்கலாம்பா. கைகால கழுவிகிட்டு கௌம்புங்க. காலையில சீக்கிரமாவே வந்து சேருங்க’ என்று சொல்லிக்கொண்டே ஹாக்கர் பக்கமாக நடந்துசென்றார் அவர்.

பூமியில் குழாய் துளையிடுவதைப் பார்த்ததிலும் போர்செட் காரரிடம் உரையாடிக்கொண்டிருந்ததிலும் நேரம் போனதே தெரியவில்லை. வீட்டுக்குத் திரும்பும்போது பொழுது சாய்ந்து விட்டது.

வாசல் திண்ணையில் மண்ணெண்ணெய் விளக்குகளுடைய சிம்னிகளைத் துடைத்துக்கொண்டிருந்தார் அம்மா. வழக்கமாக நான் செய்யும் வேலை அது. அதைப் பார்த்த பிறகுதான் என் தாமதம் எனக்கு உறைத்தது. திண்ணையில் தம்பி ஏதோ மரப்பாச்சிகளை வைத்து விளையாடிக்கொண்டிருந்தான். வீட்டுக்குள் தங்கச்சி பாப்பா அழும் சத்தம் கேட்டது.

‘பொழுதெல்லாம் விளையாடிகினே இருந்தா, வீட்டுல் இருக்கற வேலையை யாருடா செய்யறது?’

அம்மாவின் கேள்விக்கு நான் எந்தப் பதிலும் சொல்லவில்லை. அமைதியாக அவருக்கு எதிர்ப்புறத்தில் அமர்ந்து துடைக்காமல் இருந்த இன்னொரு சிம்னியை எடுத்தேன்.

'உடு உடு. அதையெல்லாம் நான் பார்த்துக்கறேன். மொதல்ல கெணத்தங்கரைக்கு போய் நாலஞ்சி தவலை தண்ணி எடுத்துவா. விளக்கு வச்சிட்டா அந்த ஆயா தண்ணி எடுக்க உடாது.'

நான் உடனே உள்ளே சென்று பித்தளைத் தவலையை எடுத்துக் கொண்டு கிணற்றங்கரைக்கு அவசரமாகச் சென்றேன். நல்ல வேளையாக அந்த நேரத்தில் கிணற்றங்கரையில் யாரும் இல்லை. அதை என் அதிர்ஷ்டம் என்றுதான் சொல்லவேண்டும்.

ராட்டினத்தோடு இணைக்கப்பட்டிருந்த சின்னக் குடத்தை கிணற்றுக்குள் இறக்கி வேகவேகமாக தண்ணீர் இழுத்து நான் எடுத்துச் சென்ற தவலைக்குள் ஊற்றினேன். ராட்டினத்தில் கயிறு இழுபடும்போது எழுந்த கிறீச் கிறீச் சத்தத்தைக் கேட்டு ஆயா வந்துவிடுவாரோ என்னமோ என நெஞ்சு திக்திக் என்று அடித்துக்கொண்டது. இரண்டு குடங்கள் தண்ணீர் ஊற்றிய பிறகுதான் தவலை நிறைந்தது. அதை எடுத்து வந்து வீட்டுத் தோட்டத்தில் இருந்த தொட்டிக்குள் ஊற்றினேன்.

மூன்று நடை வரைக்கும் ஒரு பிரச்சினையும் இல்லை. நான்காவது நடைக்கு கிணற்றை நெருங்கியபோது முருங்கை மரத்துக்குப் பக்கத்தில் ஆயா நின்றிருப்பதைப் பார்த்தேன். அக்கணமே திகைத்து மூச்சடைக்க நின்றுவிட்டேன். கால்கள் அசையவில்லை. அவரைக் கவனிக்காதவன் போல ஒரு சினிமாப்பாட்டை முணுமுணுத்தபடி கிணற்றை நோக்கி மெதுவாக நடக்கத் தொடங்கினேன். அப்போது 'டேய், இங்க வாடா' என்று அதட்டிய ஆயாவின் குரல் என்னைத் தடுத்து நிறுத்தியது. நான் குடத்தோடு அவர் முன்னால் சென்று நின்றேன்.

'இப்ப மணி என்னாவுது தெரியுமா?'

'தெரியாது ஆயா.'

'ஆறு மணி சங்கு ஊதிச்சே, அதுவாவது தெரியுமா?'

'தெரியாது ஆயா. நான் ஸ்டேஷன் பக்கம் விளையாட போயிட்டேன். இப்பதான் வந்தேன்.'

'எத்தனை குடம் வேணும்ன்னாலும் பொழுது சாயறதுக்குள்ள வந்து எடுத்துட்டு போ. பொழுது சாஞ்ச பிறகு தண்ணி எடுக்க வராதேன்னு ஏற்கனவே பல முறை சொல்லியிருக்கேனே, அதாவது தெரியுமா?'

பதில் சொல்லாமல் நான் ஆயாவின் முகத்தையே பார்த்தபடி நின்றிருந்தேன். என்னை ஒரு சாக்காக வைத்துக்கொண்டு அவர்

தொடர்ந்து பேசிக்கொண்டே இருந்தார். நரைத்த தலைமுடியைச் சுருட்டி கொண்டை போட்டிருந்தார். கன்னத்திலும் கழுத்திலும் தோல் சுருங்கியிருந்தது.

'இந்த ஒரு குடம் மட்டும் எடுத்துக்கறேன் ஆயா. இனிமேல வரலை' என்று கெஞ்சும் குரலில் ஆயாவிடம் சொன்னேன். ஒருகணம் என்னை உற்றுப் பார்த்த ஆயா, மறுகணம் 'இன்னொரு தரம், பொழுது சாயற நேரத்துல தண்ணி எடுக்க வந்தா, ஒன் குடத்தை புடுங்கி வச்சிகினு வெறுங்கையோடு அனுப்பிடுவேன், ஞாபகத்துல இருக்கட்டும்' என்று கறாரான குரலில் சொல்லிவிட்டு வாசல் பக்கம் சென்று உட்கார்ந்துகொண்டார். நான் வேகமாக கிணற்று மேடைக்குத் திரும்பி தவலையில் தண்ணீரை நிரப்பிக் கொண்டு வீட்டுக்குச் சென்றேன்.

ஆயா வீட்டையொட்டி இருக்கும் கிணற்றிலிருந்து தண்ணீர் எடுப்பதற்கு முன்பாக, பொதுமருத்துவமனை வளாகத்தில் இருந்த பொதுக் கிணற்றைத்தான் எல்லோரும் பயன்படுத்திக் கொண்டிருந்தோம். அங்கு தண்ணீர் எடுத்துவர நேரம் காலமெல்லாம் தேவையில்லை. எப்போது வேண்டுமானாலும் செல்லலாம். தண்ணீர் எடுத்துக்கொண்டு வரலாம்.

ஓதிய மரங்களும் புங்க மரங்களும் சூழ்ந்த அந்தக் கிணற்றைப் பார்ப்பதற்கு ஒரு சோலைபோல இருக்கும். மரத்தின் இலைகள் கிணற்றுக்குள் விழுந்து கொஞ்சம் கொஞ்சமாகப் பாசி படியத் தொடங்கிவிட்டது. பாதுகாப்புக்காக கிணற்றை மூடுவதற்காக அடிக்கப்பட்டிருந்த கம்பி வலையின்மீது உட்கார்ந்து செல்லும் காக்கை, குருவிகளின் எச்சமனைத்தும் கிணற்றிலேயே விழுந்தது. அப்போதுதான் பிரச்சினை தொடங்கியது. பிறகு மருத்துவ மனைக்கு வருபவர்களும் அக்கிணற்றுக்குள் குப்பைகளைப் போடத் தொடங்கிவிட்டனர். சில நாட்களுக்குள்ளேயே அந்தக் கிணற்றின் தண்ணீர் பயன்படுத்தத் தகுதியற்றதாக மாறிவிட்டது. அதற்குப் பிறகுதான் நாங்கள் தண்ணீருக்கு வேறு இடம் தேடத் தொடங்கினோம்.

எங்கள் வீட்டுக்கு எதிர்வரிசையில் நாலைந்து வீடுகள் தள்ளி சோடாக்கடையும் வீடும் ஒருங்கிணைந்த நாராயணசாமி தாத்தா வீட்டில் ஒரு அடி பம்ப் இருந்தது. இன்னும் சில வீடுகள் தள்ளி சைக்கிள் கடைக்காரர் வீட்டிலும் ஒரு அடி பம்ப் இருந்தது. பொதுக்கிணற்றைக் கைவிட்ட பிறகு, சிறிதுகாலம் அந்த பம்ப்கள் எங்களைப்போன்ற குடும்பங்களின் தண்ணீர்த் தேவையைத் தீர்த்தன.

ஆனால் ஒவ்வொரு முறையும் பெண்களும் பெரியவர்களும் குழந்தைகளும் நடமாடும் கூடத்தையும் அறைகளையும் கடந்து வீட்டுக்குப் பின்பக்கம் உள்ள பம்ப்பை அடைவது அவ்வளவு எளிதாக இல்லை. எப்போதாவது குடம் தளும்பி தரையில் ஒன்றிரண்டு துளிகள் தண்ணீர் சிந்திவிடும். அதைத் தவிர்க்க முடிந்ததில்லை. உடனே யாராவது ஒருவர் 'பார்த்து எடுத்தும் போவ தெரியாதா? தரையை ஈரமாக்கிகிட்டே போனா, தொடைக்கறதுக்கு நாங்க என்ன ஆளா வச்சிருக்கம்?' என்று முணுமுணுக்கத் தொடங்கினார்கள். அந்தக் குரல் நிற்கவைத்து கன்னத்தில் அடிப்பதுபோல இருந்தது. அதற்கு அஞ்சியே அங்கு செல்வதையும் நிறுத்திக்கொள்ள வேண்டியதாக இருந்தது. அதற்குப் பிறகுதான் ஆயா வீட்டுக் கிணற்றிலிருந்து தண்ணீர் எடுக்கத் தொடங்கினேன்.

தவலையை இறக்கிவைத்துவிட்டு கைகால் முகத்தைக் கழுவிக் கொண்டு கொடியில் தொங்கிய துண்டை இழுத்துத் துடைத்த படியே திண்ணையில் உட்கார்ந்தேன். அடுப்பங்கரையிலிருந்து வெளியே வந்த அம்மா 'ஏன்டா அதுக்குள்ள உக்காந்துட்ட? இன்னும் ரெண்டு தவலை எடுத்தாரக்கூடாதா?' என்று கேட்டார்.

'பொழுது சாஞ்ச நேரம் பொழுது சாஞ்ச நேரம்னு அந்த ஆயா தொணதொணன்னு சத்தம் போடுதும்மா. நாளைக்கு காலையில சீக்கிரமாவே போய் எடுத்தாரேம்மா. இப்ப வேணாம்.'

ஒரு கணம் அம்மா எந்தப் பதிலும் சொல்லவில்லை. பிறகு 'இந்தத் துன்பத்துக்கு ஒரு முடிவுகாலம் என்னைக்கு வருமோ தெரியலை. எல்லாத் தெருவுலயும் அடிக்கிற பம்ப் இருக்குது. நம்ம தெருவுக்குத்தான் இன்னும் விடிவுகாலம் வரலை' என்று பெருமூச்சு விட்டுக்கொண்டே மீண்டும் அடுப்பங்கரைக்குள் சென்றார்.

தற்செயலாக அப்போது போர்செட்காரர் சொன்ன சொற்கள் நினைவுக்கு வந்தன. 'நம்ம தெருவுலயும் சீக்கிரமா பம்ப் வந்துடும்மா' என்றேன். அதைக் கேட்டதும் அம்மா என் பக்கமாகத் திரும்பினார்.

'அது எப்படி உனக்குத் தெரியும்?'

ரயில்வே குடியிருப்புக்கு அருகில் போர் போடும் வேலை நடைபெறுவதையும் போர்செட்காரர் என்னிடம் சொன்னதையும் நான் அம்மாவிடம் பெருமையாகச் சொன்னேன்.

‘எப்படியாவது வந்தா சரிதான். இன்னும் எத்தனை நாளுக்குத்தான் அந்த ஆயா பேச்சை கேட்டுக்கறது?’ என்று சொல்லிவிட்டு அம்மா நடந்தார்.

போர்செட்காரர் சொன்னதுபோலவே ஒரு மாத இடைவெளியில் எங்கள் தெருவில் அடி பம்ப் நிறுவும் வேலை தொடங்கிவிட்டது. தெரு தொடங்கும் இடத்தில் பிள்ளையார் கோவிலை ஒட்டி ஒரு பைப் என்றும் தெரு முடியும் இடத்தில் இன்னொரு பைப் என்றும் இடங்கள் தேர்வு செய்யப்பட்டன.

பிள்ளையார் கோவிலை ஒட்டிய வேலையை முதலில் தொடங்கினார்கள். அந்த இடம்தான் எங்கள் வீட்டுக்கு அருகிலேயே இருந்தது. இரவானாலும் சரி, பகலானாலும் சரி, தேவைப்படும் நேரத்தில் தவலையை எடுத்துச் சென்று தண்ணீர் பிடித்துக்கொண்டு வரலாம் என்பதை நினைத்துப் பார்க்கும்போதே மகிழ்ச்சியாக இருந்தது.

அதற்கு முதல்நாள்தான் பள்ளியில் அரையாண்டுத்தேர்வு முடிவடைந்து ஒரு வாரம் விடுமுறை விட்டிருந்தார்கள். விடுப்புக்காலத்தில் அடிபம்ப் வேலை தொடங்கியது எனக்கு மட்டற்ற மகிழ்ச்சியைக் கொடுத்தது. வேலையின் ஒவ்வொரு கட்டத்தையும் நேருக்கு நேர் நின்று பார்ப்பதற்குக் கிடைத்த பொன்னான வாய்ப்பாக அதை நான் எடுத்துக்கொண்டேன்.

கோவில் வாசலிலும் பம்ப்புக்காகத் தேர்ந்தெடுக்கப்பட்ட இடத்திலும் அடுத்தடுத்து கற்பூரம் வைத்து படைத்துவிட்டு பூமியில் துளையிடும் வேலையைத் தொடங்கினர் தொழிலாளர்கள். போர்செட்காரர் பக்கத்திலேயே நின்று வழிகாட்டிக் கொண்டிருந்தார்.

கடப்பாறையைப்போல செங்குத்தாக வைக்கப்பட்ட ஹாக்கர் பூமிக்குள் கொஞ்சம்கொஞ்சமாக இறங்கத் தொடங்கியது. துளையிடும் பாதையிலிருந்து விலகிவிடாமல் இரண்டடி ஆழத்துக்கு இறங்கும் வகையில் பக்கத்திலேயே நின்றிருந்தார் போர்செட்காரர். பிறகு அங்கிருந்து நடந்து சென்று கோவில் படிக்கட்டில் உட்கார்ந்தார்.

என்னைப்போலவே ஏராளமான சிறுவர்களும் சிறுமிகளும் துளையிடும் எந்திரத்தைச் சுற்றி நின்று வேடிக்கை பார்த்தபடி நின்றிருந்தனர். அவர் அந்தக் கூட்டத்தில் மிக எளிதாக என்னை அடையாளம் கண்டுபிடித்துவிட்டார். ‘போன மாசம் க்வார்ட்டர்ஸ்ல பைப் எறக்கன அன்னைக்கு பார்த்த பையன்தான

நீ?' என்று கேட்டார். நான் 'ஆமாம்' என்று சிரித்துக்கொண்டே தலையசைத்தேன். 'இங்க வா' என்று என்னை அழைத்தார். நான் பக்கத்தில் சென்று நின்றேன்.

'பரீட்சையெல்லாம் நல்லா எழுதுனியா?' என்று கேட்டார்.

'ம்' என்று தலையசைத்தேன்.

'எங்க இருக்குது உங்க வீடு?'

'அதோ, அங்க முருங்கை மரம் நிக்குது பாருங்க. அங்கேர்ந்து நாலாவது வீடு.'

நான் கையை நீட்டி சுட்டிக் காட்டினேன். அவர் ஒரு கணம் அந்தத் திசையில் பார்த்துவிட்டு 'ஓ, அதுவா?' என்று தலையை அசைத்துக் கொண்டார்.

அவர் என்னிடம் பேசுவதைப் பெருமையாக நினைத்து அக்கம்பக்கத்தில் நின்றிருந்த சிறுவர்கள் அனைவரும் நெருங்கி வந்து நின்றனர். உடனே போர்செட்காரர் என்னைவிட்டு எனக்கு அருகில் நின்ற பையனை விரல் நீட்டி அருகில் வருமாறு அழைத்தார். பச்சை வண்ணச் சட்டை போட்டிருந்த அந்தப் பையன் 'நானா?' என்பதுபோல கைவிரலை நெஞ்சில் வைத்துக்கொண்டு கேட்டான். 'நீதான் தம்பி, இங்க வா' என்றார் போர்செட்காரர்.

அவன் அவருக்கு அருகில் சென்றான். அவர் வழக்கம்போல பெயரிலிருந்து தொடங்கி தேர்வில் அவன் எடுக்கும் மதிப்பெண் வரைக்குமான கேள்விகளை ஒன்றையடுத்து ஒன்றாகக் கேட்டார். அந்தச் சிறுவன் உற்சாகத்தோடு எல்லாக் கேள்விகளுக்கும் பதில் சொன்னான். கடைசியாக 'படிச்சி என்ன வேலைக்குப் போகப் போறே?' என்று வழக்கமான கேள்விக்கு வந்து நின்றார்.

அவன் கொஞ்சம் கூட யோசிக்காமல் 'ஸ்டேஷன் மாஸ்டர்' என்று உற்சாகத்தோடு பதில் சொன்னான். அவர் ஆச்சரியத்தோடு புருவங்களை உயர்த்தி ஏன் என்பதுபோல அவனைப் பார்த்தார். அவன் தொடர்ந்து 'எவ்ளோ நீளமான ரயிலானாலும் சரி, ஒரு கொடியை அசைச்சி ஓட வைக்கலாம். இன்னொரு கொடியை அசைச்சி நிறுத்தவைக்கலாம். ஒரொரு ரயிலும் பொட்டிப்பாம்பா அடங்கி ஓடுறத பார்க்கறதுக்கே ஆனந்தமா இருக்கும்' என்று மிடுக்கோடு விவரித்தான்.

அந்தக் கேள்வி பதில் சுற்றியிருந்த எல்லாச் சிறுவர்களுக்கும் பேசுவதற்கான தூண்டுதலைக் கொடுத்தது. யாரிடமும் தனியாகக் கேட்கவேண்டிய அவசியமே இல்லாமல் ஒவ்வொருவரும்

தாமாகவே முன்வந்து 'பைலட்' 'நேவிகேட்டர்' 'ஓட்டல் மேனேஜர்' 'தாசில்தார்' 'ட்ராயிங் மாஸ்டர்' என்று ஆளுக்கு ஒரு பதிலைச் சொன்னார்கள். போர்செட்காரர் எல்லா பதில்களையும் பொறுமையாகக் கேட்டுக்கொண்டார்.

'நான் ஒரு வேலையைப் பத்தி சொல்றேன். அது உங்களுக்குப் புடிக்குதா பாருங்க. புடிச்சா, அந்த வேலைக்குப் போவணும்ன்னு மனசுக்குள்ள நெனச்சிக்குங்க, சரியா?'

சிறுவர்கள் அனைவரும் உற்சாகமாக 'ம்' என்று தலையசைத்தனர்.

கலெக்டர் பதவியின் பெருமையைப்பற்றி அவர்களிடம் ஒவ்வொரு அம்சமாக எடுத்துரைக்கத் தொடங்கினார் போர்செட்காரர். கடைசியில் 'இப்ப சொல்லுங்க, கலெக்டர் வேலை பெரிய வேலையா, ஸ்டேஷன் மாஸ்டர், பைலட் மாதிரியான வேலை பெரிய வேலையா?' என்று கேட்டார். சிறுவர்கள் எல்லோரும் ஒருமித்த குரலில் 'கலெக்டர் வேலைதான் பெரிய வேலை' என்று உற்சாகத்தோடு பதில் சொன்னார்கள்.

ஒருகணம் கழித்து தாடையைச் சொறிந்தபடி 'உண்மையாவே சொல்றீங்களா, எனக்காக சொல்றீங்களாடா?' என்று கேட்டார் போர்செட்காரர்.

'உண்மையாதான் சொல்றோம்' என்று எல்லோரும் ஒரே குரலில் சொன்னார்கள்.

'சரி, கலெக்டர் வேலை புடிச்சவங்க எல்லாரும் கையைத் தூக்குங்க' என்று சொன்னார்.

எல்லாச் சிறுவர்களும் புன்னகையோடு கையை உயர்த்தினார்கள்.

'ஆகா, இது நல்லா இருக்குதே. எல்லோருக்குமே கலெக்டராகணும்னு ஆசை வந்துடிச்சா?'

'ம்.'

'நீங்க எல்லோரும் கலெக்டராயிட்டா, நம்ம ஊருக்கே பெரிய பெருமை. இந்த நாடே நம்ம ஊரைப் பத்தி பேசும். வளவனூருங்கற பேரு மாறி கலெக்டரூருன்னு மாறிடும்.'

'ஆமாம்.'

'கலெக்டராகணும்னு மனசுக்குள்ள கனவு கண்டா மட்டும் போதாது. புரியுதா? அதுக்குத் தகுந்த மாதிரி கஷ்டப்பட்டு படிக்கணும். ஓய்வு கிடைக்கிற நேரத்துல எல்லாம் படிச்சிகிட்டே

இருக்கணும். அப்பதான் கலெக்டர் பரீட்சயை எழுதமுடியும். புரியுதா?'

எல்லோரும் உற்சாகமாக ஒருங்கிணைந்த குரலில் 'ம்' என்றார்கள்.

அப்போது ஆழப்படுத்துவதற்காக ஹாக்கரைச் சுற்றிக்கொண்டிருந்த ஒருவர் 'அண்ணே, நீங்க சொல்றதுல எனக்கு ஒரு சந்தேகம்ண்ணே. கேக்கலாமாண்ணே' என்று மிகவும் பணிவோடு தொடங்கினார்.

'தாராளமா கேளுடா. பதில் சொல்லத் தெரிஞ்சா சொல்றேன். தெரியலைன்னா தெரியலைன்னு சொல்றேன்' என்றார் போர்செட்காரர்.

'பாக்கிற பசங்ககிட்ட எல்லாம் கலெக்டர் பரீட்சை எழுது, கலெக்டர் பரீட்சை எழுதுன்னு சொல்றத நானும் ரொம்ப நாளா கேட்டுகிட்டுதான் இருக்கேன். உங்களுக்கு நாலு பசங்க இருக்காங்க. அவுங்ககிட்டயும் கலெக்டர் பரீட்சை எழுது கலெக்டர் பரீட்சை எழுதுன்னு சொல்வீங்களாண்ணே?'

போர்செட்காரர் திகைத்ததுபோல ஒருகணம் அந்த ஊழியரைப் பார்த்தார். 'ஏன்டா, என்னைப் பார்த்தா ஊருக்கு மட்டும் உபதேசம் செஞ்சிட்டு போற ஆளு மாதிரி தெரியுதா? ஒருநாள் வீட்டுக்கு வந்து அவனுங்ககிட்ட கேட்டுப் பாரு. எந்த அளவுக்கு அவனுங்கள கலெக்டர் பைத்தியமா ஆக்கி வச்சிருக்கேன்னு ஒனக்கே தெரியும்' என்றார்.

'அண்ணே, ஒங்கள பத்தி தெரியாதாண்ணே. சும்மா ஒரு பேச்சுக்குத்தாண்ணே கேட்டேன். தப்பா எடுத்துக்காதீங்கண்ணே.'

'ஆண்டவன் எனக்கு நாலு ஆம்பள பசங்களக் கொடுத்திருக்கான். நாலு பேரும் கலெக்டருதான்டா. இன்னைக்கு சொல்றேன், எழுதி வச்சிக்கோ. போர்செட்காரர் ஊடுங்கற அடையாளம் என் தலைமுறையோடு முடிஞ்சிடணும். அடுத்த தலைமுறை கலெக்டர் ஊடுங்கற அடையாளத்தோடு உருவாகி வரணும்.'

'வரும்ண்ணே. வரும். அந்த புள்ளையாரு கருணையில அந்தப் பேரு கெடைக்கும்ண்ணே' என்றார் அந்த ஊழியர். தொடர்ந்து பேச்சை திசைதிருப்பும் விதமாக 'கலெக்டர் வேலை அந்த அளவுக்கு அதிகாரமுள்ள வேலையாண்ணே?' என்று ஒரு கேள்வியைக் கேட்டார்.

'என்னடா அப்படி கேட்டுட்ட? ஒரு கலெக்டருக்கு உள்ள அதிகாரம் ஒரு மாவட்டத்துல வேற யாருக்கும் கிடையாது, தெரியுமா?'

'உண்மையாவாண்ணே சொல்றீங்க?' என்று அந்த ஊழியர் நம்பமுடியாமல் கேட்டார்.

'போன வாரம் விழுப்புரத்துல நடந்த ஒரு நிகழ்ச்சி பத்தி பேப்பர்ல பக்கம்பக்கமா படத்தோடு போட்டாங்களே, படிக்கலையா?'

'என்ன செய்திண்ணே? அதையெல்லாம் படிக்க எங்கண்ணே நேரம் இருக்குது. காலையில எழுந்து நீராகாரம் குடிச்சிட்டு நேரா வேலைக்கு ஓடியாந்துடறோம். அதுக்கப்புறம் எங்க போய்ண்ணே பேப்பர தேடிப் படிக்கிறது?'

'விழுப்புரத்துல ஒரு பணக்காரப்புள்ளி அந்தக் காலத்துல ஒரு ஜவுளிக்கடையை ஆரம்பிச்சான். அவனுக்குச் சொந்தமான இடத்தோடு சேர்த்து பக்கத்துல இருந்த அரசாங்கத்துக்குச் சொந்தமான இடத்தயும் ஆக்கிரமிச்சி கட்டிகிட்டான். இவ்ளோ காலமா அதை யாருமே கண்டுபுடிக்கலை. கண்டுபுடிச்சிருந்தாலும் ஆக்?ஷன் எதுவும் எடுக்கலை. புதுசா வந்த கலெக்டர் அதைக் கண்டுபிடிச்சிட்டாரு. முதல்ல வாயால சொல்லி வார்னிங் கொடுத்துப் பார்த்தாரு. அதுக்கப்புறம் சட்டப்படி நோட்டீஸ் குடுத்துப் பார்த்தாரு. ஜவுளிக்கடைக்காரரு எதுக்கும் மசியலை. அரசியல் கட்சி காப்பாத்தும்னு அலட்சியமா இருந்துட்டாரு. கலெக்டர் என்ன செஞ்சாரு தெரியுமா? போன வெள்ளிக்கிழமை சாயங்காலமா போலீஸ் பாதுகாப்போடு அந்த ஜவுளிக்கடைக்குப் போய் ஆளுங்கள வெளியேறச் சொல்லிட்டு ஆக்கிரமிச்சி கட்டியிருந்த முன்பக்கம் எல்லாத்தயும் இடிச்சி தள்ள வச்சிட்டாரு. யாராலயும் ஒன்னும் செய்ய முடியலை. இப்ப தேங்கா மூடி மாதிரி கடையே தெறந்தமேனிக்குக் கெடக்குது. அதான் ஒரு கலெக்டருக்கு இருக்கிற அதிகாரம்.'

'அதெல்லாம் சரிதாண்ணே. எல்லாருமே கலெக்டராயிட்டா, இருக்கிற மத்த வேலைங்களையெல்லாம் யாருண்ணே பாக்கறது?'

'கலெக்டர் பரீட்சைல பாஸாவறது நீ நினைக்கறது மாதிரி சுலபமான வேலை இல்லைடா தம்பி. ஒரு லட்சம் பேரு எழுதுவாங்க. அதுல பத்துல ஒரு பங்கு ஆளுங்கதான் பாஸாவானுங்க. அதுல முக்கால்வாசி பேர இண்டர்வியுங்கற பேருல கழிச்சி கட்டிடுவானுங்க. கடைசியில ஆயிரம் பேரோ ஐநூறு பேரோதான் மிஞ்சுவானுங்க. அந்தக் கூட்டத்துலயும் பாதி ஆளுங்களுக்குத்தான் கலெக்டரு வேலை கெடைக்கும். மிச்சமுள்ள ஆளுங்க போலீஸ்,

ரெவின்யு, இன்கம்டாக்ஸ்னு வேற வேற துறையிலதான் வேலை கெடைக்கும். புரியுதா?'

'எல்லாம் சரிதாண்ணே, எல்லாரும் கலெக்டரு உத்தியோகத்துக்குக் கௌம்பிட்டா, இந்த சின்னச்சின்ன கைத்தொழில் வேலைகளை யாருண்ணே பாக்கிறது?'

'இந்தக் கைத்தொழில் இன்னும் எவ்ளோ காலத்துக்கு ஓடும்னு நெனைக்கற நீ? காலம் முழுக்க இது நெலச்சி நின்னுடும்னு நெனைக்கறியா? அதுக்கெல்லாம் வாய்ப்பே இல்லை. இன்னும் அஞ்சி வருஷம். மிஞ்சிப் போனா பத்து வருஷம். அவ்ளோதான்.'

'என்னண்ணே அப்படி சொல்லிட்டீங்க?' என்று அதிர்ச்சியோடு கேட்டார் அவர்.

'நான் விளையாட்டுக்கு சொல்லலை. உண்மையிலேயே அவ்ளோதான். அதுக்குள்ள காலம் மாறிடும். வேலை செய்யற முறை மாறிடும்.'

'எங்கள பயமுறுத்தறதுக்காக சொல்றீங்களாண்ணே? நம்பவே முடியலையே.'

'மத்த வேலைங்களை விட்டுத்தள்ளு. நம்ம வேலையையே எடுத்துக்கோ. இன்னைக்கு ஒரு போர் போடறதுக்கு இத்தனை பேரு வேலை செய்யறம். எல்லா ஊருலயும் இப்படி இருப்பாங்கன்னு நெனைக்கறியா? அதுக்கெல்லாம் வாய்ப்பே இல்லை. ஒவ்வொரு ஊருலயும் ஒன்னோ ரெண்டோ வாட்டர் டேங்க்க கட்டற வசதி உண்டாயிடுச்சின்னா, நம்ம கதி அதோகதிதான். ஒரே ஒரு போர் போதும். மோட்டார போட்டு டேங்க்ல தண்ணி ஏத்திட்டா, குழாய் வழியா வீட்டுக்கு வீடு தானா போய் சேர்ந்துரும். அதுக்கப்புறம் போர்செட்டுக்கும் வேலை இல்லை. அடிபம்ப்புக்கும் வேலை இல்லை. புடுங்கி எடைக்கு எடை பேரீச்சம்பழத்துக்கு போட வேண்டிதுதான்.'

கேள்வி கேட்ட ஊழியர் பேசுவதற்கு எதுவும் தோன்றாததால் அமைதியாக போர்செட்காரரரையே பார்த்துக்கொண்டு நின்றிருந்தார்.

'பயப்படற அளவுக்கு நம்ம வேலை சுத்தமா அழிஞ்சி போவாது. ஆனா பத்து இருபது பேரு வேலை செஞ்ச இடத்துல ரெண்டுமூனு பேரே போதும்ங்கற மாதிரி மாறிடும்.'

'அது எப்படிண்ணே?'

'அது அப்படித்தாம்பா. எல்லாத்தயும் மிஷின் பாத்துக்கும்.'

'ஓ.'

'இப்ப சொல்லு, கைத்தொழிலை எத்தனை நாளுக்கு நம்பிட்டே இருக்கறது?'

'என்னத்த சொல்றதுண்ணே. எல்லாத்தயும்தான் நீங்க புட்டுப்புட்டு வச்சிட்டீங்களே' என்று பெருமூச்சுவிட்டார் அந்த ஊழியர். நீண்ட நேரத்துக்கு எந்தப் பதிலும் சொல்லவில்லை. ஏதோ யோசனையில் மூழ்கியபடியே வேலையைச் செய்யத் தொடங்கினார்.

'நம்ம தொழிலுக்கு மட்டுமில்லைடா, எல்லாத் தொழிலுக்கும் இந்த நிலைமைதான் வரும். எல்லாத்துக்கும் மிஷினுங்க வந்துரும்.'

போர்செட்காரர் சொன்னதுக்கு யாரும் பதில் சொல்லவில்லை. மௌனத்தோடு குழாயைச் சுற்றிச்சுற்றி வந்தார்கள். சிறிது நேரத்துக்குப் பிறகு ஒரே ஒரு ஊழியர் மட்டும் போர்செட்காரரின் பக்கம் திரும்பி 'நீங்க சொல்றதுலயும் ஒரு நியாயம் இருக்குதுண்ணே. வேற ஏதாவது பெரிய வேலைங்களை பார்த்து போவறதுதான் எதிர்காலத்துக்கு நல்லது' என்றார்.

பூமிக்குள் குழாய் இறங்கும்போது வெளியேறும் சேற்றுக்குழம்பை ஒரு பக்கமாக ஒதுக்கியபடி இருந்தார் ஒரு ஊழியர். அவர் எந்தப் பேச்சிலும் கலந்துகொள்ளவில்லை. அமைதியாக எங்கோ கவனித்தபடி இருந்தார்.

மதிய உணவு நேரம் நெருங்கிவிட்டதை அறிவிக்கும் விதமாக நண்பகல் ஒரு மணிக்கு சங்கு ஊதியது. சாப்பிடுவதற்காக நான் வீட்டுக்குப் புறப்பட்டேன். பத்தே பத்து நிமிஷம்தான். சாப்பிட்டதும் மீண்டும் போர் போடும் வேலையை வேடிக்கை பார்க்கத் திரும்பிவிட்டேன். நண்பர்களும் வந்துவிட்டார்கள்.

ஊழியர்கள் அனைவரும் அப்போதுதான் சாப்பிடுவதற்காக கோவில் திண்ணையில் வட்டமாக உட்கார்ந்திருந்தனர். போர்செட்காரரைக் காணவில்லை. அவருடைய மிதிவண்டியையும் காணவில்லை.

வீட்டுக்குத் திரும்பிச் செல்ல மனமில்லாமல் நாங்கள் கோவில் மதில் ஓரமாக அமர்ந்து சினிமாக்கதை பேசத் தொடங்கினோம். ஒருவர் மாற்றி ஒருவரென பல சினிமாக்களின் கதைகளை ஒவ்வொருவராக சொல்லி முடித்தனர். மாலை பொழுது கவியும்

நேரத்தில் ஊழியர்கள் வேலையை முடித்துக்கொண்டுக் புறப்படும் வரைக்கும் அங்கேயே உட்கார்ந்து கதை பேசியபடி வேடிக்கை பார்த்துக்கொண்டிருந்தோம்.

நான்காவது நாள் மதிய உணவு வேளை நெருங்கிய நேரத்தில் 'அண்ணே, இங்க வந்து பாருங்க' என்று உள்ளே இறக்கிய குழாய் வெளியேற்றிய சேற்றைக் கையிலெடுத்துக் காட்டினார் ஒருவர். சேற்றுக்குழம்பு குறைவாகவும் நீர்த்தன்மை மிகுதியாகவும் இருந்தது. தொட்டுப் பார்த்த போர்செட்காரர் கோவில் கோபுரத்தை அண்ணாந்து பார்த்து ஒருகணம் கண்மூடி வணங்கினார். 'தண்ணிதான்டா. இன்னும் ரெண்டு மூணு அடி கீழ எறக்கு. ஊத்துக்குப் பக்கத்துல போவணும். அதுதான் நல்லது. அதுக்கப்புறம்தான் உறுதியா தெரியும்' என்றார். நாங்களும் அந்தச் சேற்றை கையால் தொட்டு உருட்டி உருட்டிப் பார்த்தோம். சந்தனம் குழைவதுபோல அது கைமுழுக்க குழைந்து பரவியது.

அடுத்து ஒரு மணி நேரத்துக்குப் பிறகு, அவர்கள் ஆழத்திலிருந்து எடுத்து ஊற்றிய சேற்றுக்குழம்பில் சேறு மிகமிகக் குறைவாகவே இருந்தது. உள்ளே செல்லும் துளையிடும் குழாய் வெளியே வரும் ஒவ்வொரு முறையும் அதிலிருந்து வடியும் நீரில் சேற்றின் நிறமும் மணமும் குறைந்தபடியே வந்து ஒரு கட்டத்தில் வெறும் தண்ணீராகவே வடிந்தது. 'அண்ணே, இங்க வந்து பாருங்கண்ணே. தண்ணி மட்டம் வந்துட்டுதுன்னு நெனைக்கறேன்' என்று சத்தமிட்டார் ஒரு ஊழியர்.

போர்செட்காரர் நெருங்கிச் சென்று வடியும் நீரை உள்ளங்கையில் வாங்கிப் பார்த்தார். அவர் முகம் மலர்ந்தது.

'இன்னும் ரெண்டு எறக்கு எறக்கிட்டு எடுடா, பார்க்கலாம்' என்று சொல்லிவிட்டு போர்செட்காரர் குழாய்க்குப் பக்கத்திலேயே நின்றார். அவர் அணிந்திருந்த சட்டையில் சேறும் தண்ணீரும் கலந்த துளிகள் சிதறி நனைந்தது. அவர் அதைப் பொருட்படுத்தவே இல்லை. வெளியே வரும் குழாயைப் பார்ப்பதிலேயே கண்ணும் கருத்துமாக இருந்தார். சுற்றி நின்றிருந்த எங்கள் மீதும் சேறு கலந்த தண்ணீர் தெறித்தது.

குழாயிலிருந்து வடிந்த நீர் அந்த இடத்தைச் சுற்றித் தேங்கியது. குழாயைச் சுற்றியிருந்த ஊழியர்கள் மிகவும் இயல்பாக குழாயிலிருந்து வடிந்த நீரைப் பிடித்து முகத்தைக் கழுவிக்கொண்டு புன்னகைத்தனர். ஒருவர் மீது ஒருவர் அந்தத் தண்ணீரைப் பிடித்து விசிறியடித்துக் கொண்டனர். போர்செட்காரரும் நின்ற

இடத்திலிருந்து குழாயை நோக்கி வந்து ஒரு கை நீரைப் பிடித்து முகர்ந்து பார்த்துவிட்டு ஒரு வாய் பருகிவிட்டு புன்னகைத்தார். அதைப் பார்த்ததும் நாங்களும் முன்னேறி கைநீட்டி குழாயின் வாய்வழியே விழுந்த தண்ணீரை வாங்கி வாங்கி முகத்திலும் கழுத்திலும் அடித்துக்கொண்டோம். பிறகு ஒருவர் மீது ஒருவர் வீசி விளையாடினோம். எங்கள் மேல்சட்டையும் கால்சட்டையும் குளித்ததுபோல தெப்பமாக நனைந்துவிட்டன. குழாயின் கையை அழுத்த அழுத்த விசையோடு வெளிப்படும் தண்ணீரை நாங்கள் ஓர் அதிசயத்தைப் பார்ப்பதுபோலவே பார்த்தோம்.

திடீரென அம்மாவின் நினைவு வந்தது. ஒரு கை நிறைய தண்ணீரை நிரப்பி எடுத்துக்கொண்டு வேகமாக வீட்டுக்குச் சென்றேன். முறத்தில் கேழ்வரகை வைத்துக்கொண்டு புடைத்துக் கொண்டிருந்தார் அம்மா. 'இங்க பாரும்மா தண்ணி' என்றபடி அம்மாவிடம் பரவசத்தோடு கையை நீட்டினேன்.

'கோவில் பக்கத்துல போட்ட குழாய்ல தண்ணி வந்துடுச்சிம்மா. இதான் முதல் தண்ணி. குடிச்சி பாரும்மா. தேங்கா தண்ணி மாதிரி இருக்குது' என்றேன். அம்மா உடனே குனிந்து என் கையிலிருந்த தண்ணீரில் ஒருவாய் பருகினார். அக்கணமே அவர் கண்களில் ஒரு வெளிச்சம் மின்னி மறைந்தது. பிறகு திருப்தியுடன் 'ஊத்துத்தண்ணி மாதிரி ருசியா இருக்குது' என்று என்னைப் பார்த்து தலையசைத்தார். அடுத்த கணமே கையை உதறிவிட்டு சட்டையிலேயே துடைத்தபடி குழாய் போடும் இடத்துக்கு ஓடினேன்.

25. திண்ணை வைத்த வீடு

எங்கள் தெருவில் சின்னச்சின்ன கூரை வீடுகளே அதிக எண்ணிக்கையில் இருந்தன. எட்டு வீடுகள் மட்டுமே மெத்தை வீடுகளாகவும் ஓட்டு வீடுகளாகவும் இருந்தன. சிறிதாகவோ பெரிதாகவோ, அந்த எட்டு வீடுகளும் திண்ணை வைத்துக் கட்டப்பட்டிருந்தன. சிமெண்ட் பூசிய திண்ணை எப்போதும் குளிர்ந்திருக்கும். ஒவ்வொரு திண்ணையும் பத்து பேர் உட்கார்ந்து சாப்பிடும் அளவுக்குப் பெரியது. வழவழப்பான உருண்ட உயரமான மரத்தூண்கள் திண்ணை களுக்கு அழகு சேர்க்கும்.

எல்லாத் திண்ணைகளிலும் பெரும்பாலான சமயங்களில் கேழ்வரகு அல்லது கம்பு பரப்பி வைக்கப்பட்டிருக்கும். அதற்குப் பக்கத்தி லேயே ஒரு தாத்தா அல்லது பாட்டி காவலுக்கு உட்கார்ந்திருப்பார்கள். அப்படிப்பட்ட திண்ணைகளை சிறுவர்களால் நெருங்கவே முடியாது. 'என்னடா வேணும்?' என்று அதட்டுவார்கள். அல்லது 'போ போ' என்று விரட்டிவிடுவார்கள். அந்த வரிசையில் தங்கமுத்து அண்ணன் வீட்டுத் திண்ணை மட்டும் ஒரு பெரிய விதிவிலக்கு.

எந்த நேரத்திலும் சிறுவர்கள் அந்தத் திண்ணைக்குச் சென்று விளையாடலாம்.

எவ்வளவு நேரம் வேண்டுமானாலும் உட்கார்ந்து கதை பேசலாம். அந்தத் திண்ணையின் மூலையில் நிறைத்து வைக்கப்பட்ட ஒரு தண்ணீர்க்குடம் எப்போதும் இருக்கும். தட்டு போட்டு மூடி, அதன்மீது ஒரு தம்ளரும் வைத்திருப்பார்கள். தாகமாக இருக்கும் போது அந்தக் குடத்திலிருந்து யார் வேண்டுமானாலும் தண்ணீர் எடுத்துக் குடிக்கலாம். தங்கமுத்து அண்ணனும் அவர் அம்மாவும் அந்தச் சுதந்திரத்தை சிறுவர்களுக்குக் கொடுத்திருந்தார்கள்.

திண்ணையை ஒட்டி வாசலுக்குப் பக்கத்தில் ஒரு பெரிய நந்தியாவட்டை மரம் நின்றிருக்கும். அம்மரத்தின் ஒவ்வொரு கிளையிலும் வெள்ளைவெளேரென்று பூக்கள் பூத்து அடர்ந்திருக்கும். பிள்ளையார் கோவிலுக்குப் போகிறவர்கள் அந்த மரத்தடியில் நின்று கைநிறைய பூக்களைப் பறித்துக்கொண்டு செல்வார்கள். அந்த வீட்டில் தங்கமுத்து அண்ணனும் அவருடைய அம்மாவும் மட்டும்தான் இருந்தார்கள். பூப்பறித்துச் செல்பவர்களுக்கும் அவர்கள் சுதந்திரம் கொடுத்திருந்தார்கள்.

தங்கமுத்துவின் அப்பாவை நான் பார்த்ததில்லை. அவர் முருகக்கடவுள்மீது ஆழ்ந்த பக்தியுள்ளவர் என்றும் ஒவ்வொரு வாரமும் செவ்வாய்க்கிழமை விரதமிருந்து முருகனுக்குப் பூஜை செய்யும் பழக்கம் உள்ளவர் என்றும் ஒருமுறை மைலம் மலைமீது குடியிருக்கும் முருகன் தரிசனத்தைப் பார்ப்பதற்கு வளவனூரிலிருந்து பாதயாத்திரையாகவே சென்றார் என்றும் திரும்பி வரும்போது வழியில் ஒரு மாடு முட்டி பள்ளத்தில் உருண்டு விழுந்து தலையில் அடிபட்டு இறந்துவிட்டார் என்றும் சொல்வார்கள். தங்கமுத்து அண்ணன் சின்னக்குழந்தையாக இருந்த சமயத்தில் நடந்த விபத்து அது.

தங்கமுத்து அண்ணன் வாட்டசாட்டமாக இருப்பார். நல்ல உயரம். மாநிறம். அழகான உருண்ட கண்கள். அடர்த்தியான தலைமுடி. நடிகர் ஜெய்சங்கர் மாதிரி முழுநெற்றியும் பளிச்சென தெரிகிற மாதிரி தலைமுடியை மேலே ஏற்றி அழகாக, படியப்படியச் சீவியிருப்பார். நல்ல சிரித்த முகம்.

நான் படித்த கோவிந்தையர் பள்ளியில்தான் அவரும் படித்ததாக அடிக்கடிச் சொல்வார். அந்தப் பள்ளியில் ஆசிரியர்களாக இருந்த ராமதாஸ் சார், வள்ளி டீச்சர், துரை சார் எல்லோரையும் அவர் தெய்வங்கள் என்றுதான் குறிப்பிடுவார். படிப்பில் அவருக்கு ஆர்வம் இருந்தபோதும் ஆங்கிலப்பாடமும் கணக்குப்பாடமும் அவருக்குச் சிக்கல்களாக இருந்தன. அதனால் ஒவ்வொரு

வகுப்பிலும் இரண்டு அல்லது மூன்று ஆண்டுகள் தங்கித்தங்கி படித்துவிட்டு பதினெட்டு, பத்தொன்பது வயதில்தான் அவர் எட்டாவது வகுப்பைக் கடந்தார்.

அண்ணனை உயர்நிலைப்பள்ளியில் சேர்க்கவேண்டும் என்று அவருடைய அம்மாவுக்கு ஆசையாக இருந்தது. ஆனால் அண்ணனுக்குப் படிப்பைத் தொடர்வதில் நாட்டமில்லை. மீசை முளைத்து இளைஞனாக மாறியிருக்கும் கோலத்தில், தன்னைவிட வயது குறைந்த சிறுவர்களோடு சேர்ந்து பள்ளிக்குச் செல்வதற்கும் பாடம் படிப்பதற்கும் அவர் கூச்சப்பட்டார். அதனால் படித்த வரைக்கும் போதும் என அவராகவே நின்றுவிட்டார்.

தங்கமுத்து அண்ணனிடம் ஒரு பழைய ஹெர்குலிஸ் சைக்கிள் இருந்தது. அது திண்ணைக்குப் பக்கத்திலேயே எப்போதும் நின்றிருக்கும். அண்ணன் அந்த சைக்கிளைப் பளபளவென்று துடைத்துச் சுத்தமாக வைத்திருப்பார். இரு கைப்பிடி விளிம்புகளிலும் பன்னீர்ப்பூ போன்ற அமைப்பில் பச்சைவண்ண பிளாஸ்டிக் கொத்து தொங்கியபடி இருக்கும். இருக்கையின் உறைகளை அடிக்கடி அவர் மாற்றிக்கொண்டே இருப்பார். ஒருநாள் பச்சை நிறத்தில் இருக்கும். இன்னொருநாள் மஞ்சள் நிறத்தில் இருக்கும். ஐந்தாறு நாளுக்குப் பிறகு நாவல் பழ நிறத்தில் ஒரு புதிய உறை இருக்கும். அண்ணனுக்கு அது ஒரு பொழுதுபோக்கு.

ஒவ்வொரு நாளும் தங்கமுத்து அண்ணன் கருக்கலில் கோழி கூவுகிற நேரத்தில் எழுந்துவிடுவார். பல்துலக்கி உடை மாற்றிக் கொண்டு சைக்கிளை எடுத்துக்கொண்டு புறப்பட்டுவிடுவார். சைக்கிளை மிதிக்கத் தொடங்கும்போது அவருக்கு எந்தத் திசையில் செல்லலாம் என்று தோன்றுகிறதோ, அந்தத் திசையில் மிதித்துக் கொண்டுச் செல்வார். கிழக்குத் திசையில் திரும்பினால் திருபுவனை வரைக்கும் சென்றுவிட்டுத் திரும்புவார். மேற்குத் திசையில் திரும்பினால் விழுப்புரம் மாதாகோவில் வரைக்கும் சென்று விட்டுத் திரும்புவார். தெற்கே புறப்பட்டால் மடுகரை அவருடைய எல்லையாக இருக்கும். வடக்கே புறப்பட்டால் முண்டியம் பாக்கத்தைத் தொட்டுவிட்டுத் திரும்புவார்.

சைக்கிள் பயணத்தை முடித்துக்கொண்டு வேர்வை சொட்டச் சொட்ட வீட்டுக்குத் திரும்பும் சமயத்தில் பளபளவென்று விடிந்திருக்கும். அப்போது அவருடைய அம்மா வாசல் தெளித்து கோலம் போட்டுக்கொண்டிருப்பார். அம்மாவிடம் ஏதாவது

பேசுவார். அம்மா கோலம் போட்டபடி அந்தக் கேள்விகளுக்குப் பதில் சொல்வார். அந்தப் பதில்களைக் கேட்டுக்கொண்டே அண்ணன் சைக்கிளைத் தள்ளிக்கொண்டு வந்து திண்ணைக்குப் பக்கத்தில் நிறுத்திவிடுவார்.

திண்ணை ஓரத்தில் அம்மா கோலம் போடுவதற்கு வரும்போது கொண்டு வந்து வைத்த ஒரு செம்பு இருக்கும். அதை எடுத்துக் கொண்டு அண்ணன் உடனே கடைத்தெருவுக்கு நடந்து செல்வார். முதலில் பேருந்து நிறுத்தத்துக்கு அருகில் கல்யாண மண்டப வாசலில் செய்தித்தாள் கட்டுகளைப் பிரித்து அடுக்கிக் கொண்டிருக்கும் தாத்தாவிடம் சென்று சில்லறையைக் கொடுத்து ஒரு தினத்தந்தி வாங்கிக்கொள்வார். பிறகு அங்கிருந்து கிராமணி ஓட்டல் கடைக்குச் சென்று ஆவி பறக்க ஒரு டீ கேட்டு வாங்கிக் குடிப்பார். அதைத் தொடர்ந்து செம்பு நிறைய தன் அம்மாவுக்காக ஒரு டீ வாங்கி எடுத்துக்கொள்வார். சூடு ஆறிவிடாதபடி மந்தாரை இலை போட்டு மூடி அந்தச் செம்பை வீட்டுக்கு எடுத்து வந்து அம்மாவிடம் கொடுப்பார்.

திண்ணையில் உட்கார்ந்து தினத்தந்தியைப் பிரித்து வைத்துக் கொண்டு பாடப்புத்தகம் படிப்பதுபோல சத்தம் போட்டு ஒவ்வொரு செய்தியையும் படிப்பார் தங்கமுத்து அண்ணன். அவர் படிக்கும் விதம் வானொலியில் செய்தி வாசிப்பாளர்கள் படிப்பதைப்போல இருக்கும். ஒவ்வொரு சொல்லையும் திருத்தமாக உச்சரிப்பார். அதைக் கேட்பவர்களுக்கு இந்தப் பிள்ளை ஏன் படிப்பை பாதியில் நிறுத்தியது என்று நினைக்கத் தோன்றும்.

செய்தித்தாளைச் சத்தம் போட்டு படிக்கத் தேவையில்லை என்பதை அண்ணனிடம் சொல்லி யாராலும் புரியவைக்கவே முடியாது. அண்ணன் சின்ன வயசில் கோவிந்தையர் பள்ளியில் படித்த காலத்தில் 'மனசுக்குள்ளயே முணுமுணுன்னு படிக்காதீங்கடா மூதேவிங்களா. படிப்பு மண்டையில ஏறணும்ன்னா வாயைவிட்டு சத்தமா படிக்கணும்' என்று ராமதாஸ் சார் எப்போதோ அடித்துச் சொல்லியிருக்கிறார். அந்த வாக்கியம் அப்படியே கல்மீது பொறிக்கப்பட்ட எழுத்தைப்போல அவருடைய நெஞ்சில் பதிந்துவிட்டது.

ராமதாஸ் சார் சொன்ன வாக்கியத்தை அப்படியே எழுத்து மாறாமல் சொல்வார் அண்ணன். அந்த வார்த்தையை அவர் தன் வாழ்க்கைக்கு வழிகாட்டும் சொல்லாகவே எடுத்துக்கொண்டார். எல்லாச் செய்திகளையும் திருத்தமாகப் படித்த பிறகுதான் அண்ணன் வீட்டுக்குள் திரும்பிச் செல்வார்.

அப்போது சத்திரத்துக்கு அருகில் குடோன் வசதியோடு கூடிய ஒரு ரைஸ்மில் இருந்தது. அந்த ரைஸ்மில் முதலாளியும் தங்கமுத்துவின் அப்பாவும் நண்பர்கள். ஒரே வயதுக்காரர்கள். ஒருநாள் தங்கமுத்து அண்ணனின் அம்மா அண்ணனை ரைஸ்மில்லுக்கு அழைத்துச் சென்று முதலாளியைச் சந்தித்து மகனுக்கு ஒரு வேலை கொடுக்குமாறு கேட்டுக்கொண்டார். தங்கமுத்து அண்ணனுடைய திடகாத்திரமான தோற்றத்தையும் உயரத்தையும் பார்த்துவிட்டு, மில் மேற்பார்வையாளராக உடனே வேலையில் சேர்த்துக் கொண்டார் அந்த முதலாளி.

அண்ணன் வேலைக்குச் செல்லத் தொடங்கியதிலிருந்து செய்தித்தாள் படிக்கும் நேரம் குறைந்துவிட்டது. ஒருசில செய்திகளைப் படிப்பதற்கு மட்டுமே அவருக்கு நேரம் இருந்தது. வேகவேகமாகக் குளித்து, சட்டை மாற்றிக்கொண்டு பழைய சோற்றைச் சாப்பிட்டுவிட்டு மில்லுக்கு சைக்கிளில் கிளம்பி விடுவார். உச்சிப்பொழுதில் சைக்கிளிலேயே மீண்டும் வீட்டுக்கு வந்து சாப்பிட்டுவிட்டுச் செல்வார். படிக்காமல் மிச்சமிருக்கும் செய்திகளை வேலையை முடித்துக்கொண்டு திரும்பிய பிறகு இரவு நேரத்தில் படித்து முடிப்பார்.

தங்கமுத்து அண்ணன் வேலையை முடித்துக்கொண்டு திரும்பி வரும்வரை அவருடைய அம்மா வாசலில் அமர்ந்திருப்பார். பக்கத்துவீட்டுச் சிறுவர்களும் சிறுமிகளும் திண்ணையில் உட்கார்ந்து பல்லாங்குழி ஆடுவார்கள். சில நேரங்களில் கல்லா, மண்ணா ஆடுவார்கள். அவர்களையெல்லாம் வேடிக்கை பார்த்தபடி உட்கார்ந்தால் பொழுது போவதே தெரியாது. அவர்கள் போடும் சத்தம் அவரை ஒன்றும் செய்ததில்லை.

ஸ்டேஷனுக்கு விளையாடப் போகாத நாட்களிலும் மழை நாட்களிலும் எங்களுக்கும் அந்தத் திண்ணைதான் பொழுது போக்குக்கான இடமாக இருக்கும். அந்தச் சமயத்தில் தங்கமுத்து அண்ணன் வீட்டில் இருந்தால் அவரும் எங்கள் உரையாடலில் உற்சாகத்தோடு சேர்ந்துகொள்வார்.

தங்கமுத்து அண்ணனுக்கு சினிமாதான் மிகவும் பிடித்தமான விஷயம். அதனால் வினாடி, வினா போட்டி மாதிரி அவர் சினிமா தொடர்பான கேள்விகளைக் கேட்பார்.

'சந்திரபாபு பொம்பளையா நடிச்ச படம் எது?'

'சிவக்குமார் முதன்முதலா எந்தப் படத்துல முருகன் வேஷம் போட்டு நடிச்சாரு?'

‘எந்தெந்த படத்துல எம்.ஜி.ஆர். போலீஸ்காரரா நடிச்சிருக்காரு?’

‘ஜெயலலிதா நரிக்குறத்தியா பாட்டுப் பாடி நடிச்ச படம் எது?’

‘கைவண்டி ரிக்‌ஷா இழுக்கிறவரா சிவாஜி எந்தப் படத்துலயாவது நடிச்சிருக்காரா?’

சரியான பதிலைச் சொல்லிவிட்டால் பக்கத்தில் வந்து ‘சபாஷ்டா சிங்கக்குட்டி’ என்று முதுகில் தட்டிக் கொடுத்துவிட்டுச் செல்வார். தவறாகச் சொல்லிவிட்டால் ‘ஐய, என்னடா இது? உனக்கு இதுகூடத் தெரியலையா?’ என்பார். சரியான பதிலை எப்படியாவது சொல்லவைத்துவிடும் ஆசையில் நாலைந்து கூடுதலான துணைத்தகவல்களை அடுக்கிக்கொண்டே செல்வார். அதன் வழியாக சரியான பதிலை நாங்கள் கண்டுபிடித்துச் சொல்லிவிட்டால், உடனே அவர் முகம் பூரித்துவிடும். அப்போதும் கண்டுபிடிக்கமுடியாமல் விழித்தால் ‘சரி விடு, அந்தக் கேள்வியே வேணாம், வேற கேள்வி கேக்கறேன்’ என்று புதிய கேள்விக்குத் தாவிவிடுவார்.

ஒருநாள் அண்ணன் எங்களுக்கு பட்டணத்தில் பூதம் திரைப்படத்தின் கதையைச் சொன்னார். அந்தப் படத்தில் ‘அந்த சிவகாமி மகனிடம் சேதி சொல்லடி’ என்றொரு பாட்டு உண்டு. அந்தப் பாடல் இடம்பெறும் கட்டம் வரைக்கும் அண்ணன் உற்சாகமாக கதை சொல்லிக்கொண்டே வந்தார். பிறகு சட்டென நிறுத்திவிட்டு ‘அந்தப் பாட்டை யாருக்காவது முழுசா பாடத் தெரியுமா?’ என்று எங்களைப் பார்த்துக் கேட்டார்.

நான் மனசுக்குள் அப்பாடல் வரிகளைச் சொல்லிப் பார்த்தேன். இரண்டாவது வரிக்கு மேல் ஒன்றும் நினைவுக்கு வரவில்லை. அதற்குள் மனோகரன் கையை உயர்த்தி ‘எனக்குத் தெரியும்ண்ணே’ என்று உற்சாகத்தோடு சொன்னான். அதைக் கேட்டதும் அண்ணன் முகம் மலர்ந்துவிட்டது. ‘பாடு. பாடு’ என்று அவனைத் தூண்டிவிட்டார். அவன் உடனே எங்கள் எல்லோரையும் ஒருமுறை பெருமையோடு சுற்றிப் பார்த்துவிட்டு புன்னகையோடு பாடத் தொடங்கினான். அண்ணன் விழிமூடி அந்தப் பாட்டை ரசித்துக் கேட்டார்.

பாடல் முடிந்த சமயத்தில் வெளியே மழைத்தூறல் தொடங்கியது. சின்ன ஊசி மழைதான். அண்ணன் உடனே நந்தியாவட்டை மரத்தடியில் நின்றிருந்த சைக்கிளைத் திண்ணையில் ஏற்றி நிறுத்துமாறு என்னிடம் சொன்னார்.

ஒரு சைக்கிளை சரிந்துவிடாதபடி சமநிலையுடன் பிடித்துக் கொள்ளக்கூடத் தெரியாத ஆள் நான். அதனால் என்ன செய்வது என்று புரியாமல் அமைதியாக நின்றேன். 'சைக்கிள தள்ளியாந்து நிறுத்துடான்னா ஏன்டா முழிச்சிகினு நிக்கிற?' என்று மறுபடியும் சொன்னார் அண்ணன்.

'எனக்கு சைக்கிள சரியா புடிக்கத் தெரியாதுண்ணே' என்று மெதுவாகச் சொன்னேன். 'என்ன?' என்று வியப்போடு கேட்டபடி அண்ணனே திண்ணையிலிருந்து இறங்கிச் சென்று சைக்கிளைத் தள்ளிக்கொண்டு வந்து திண்ணைக்கு அருகில் நிறுத்தினார்.

'எனக்கு சைக்கிள சரியா புடிக்கத் தெரியாதுண்ணே' என்று மீண்டும் தங்கமுத்து அண்ணனிடம் சொன்னேன். 'அப்படியா? ஆச்சரியமா இருக்குதே. ஒன் வயசுல நான் பாண்டிச்சேரி கடல் பார்க்கறதுக்காக வளவனூருலேர்ந்து சைக்கிள்லயே போய் வந்திருக்கேன். தெரியுமா?' என்றார் அண்ணன். நான் பதில் எதுவும் சொல்லாமல் அவருடைய முகத்தையே பார்த்தபடி நின்றேன். 'அப்பல்லாம் நெனச்ச நேரத்துக்கு சைக்கிள எடுத்துகினு கௌம்பிடுவேன். இந்தப் பக்கத்துல செஞ்சிக்கோட்டை, அந்தப் பக்கத்துல கடலூருன்னு நான் சைக்கிள்ல சுத்தாத இடமே இல்லை' என்று சொல்லிவிட்டுச் சிரித்தார்.

'இங்க யாருக்கெல்லாம் சைக்கிள் ஓட்டத் தெரியும்? யாருக்குத் தெரியாது? அதை சொல்லுங்கடா முதல்ல.'

அண்ணன் பொதுவாக திண்ணையில் உட்கார்ந்திருந்த அனைவரையும் பார்த்துக் கேட்டார். அந்தக் கூட்டத்தில் பரசுராமன் மட்டுமே தைரியமாக கையை உயர்த்தினான். மனோகரன் அரைகுறையாக கையை உயர்த்தி 'அரைசைக்கிள்னா நானே ஏறி உட்கார்ந்து நல்லா ஓட்டவரும். பெரிய சைக்கிள்னா கொரங்கு பெடல் போட்டுத்தான் ஓட்ட வரும்' என்று சொன்னான். 'என்னமோ ஒன்னு, ஓட்டத் தெரியுமில்ல, அது போதும்' என்று அவனை உட்காரச் சொன்னார். பிறகு கையை உயர்த்தாதவர்களின் தலையை எண்ணிவிட்டு 'ஏழு பேருக்கு சைக்கிள் தெரியாது' என்று தனக்குத்தானே சொல்லிக்கொண்டார். பிறகு 'சைக்கிள் ஓட்டத் தெரியாமலேயே பத்தாங்கிளாஸ் வரைக்கும் வந்துட்டீங்க. நாளைக்கு ஒரு அவசரம் ஆத்தரம்னா என்னடா செய்வீங்க?' என்றார். அதைத் தொடர்ந்து அவராகவே 'வர ஞாயித்துக்கெழம உங்க ஏழு பேருக்கும் ஆஸ்பத்திரி மைதானத்துல சைக்கிள் ட்ரெய்னிங். நம்ம சைக்கிள்லயே நீங்க எல்லோரும் கத்துக்கலாம்'

என்று அறிவித்தார். நாங்கள் அனைவரும் உற்சாகமாக 'சரிண்ணே' என்று தலையசைத்தோம்.

'அதுக்கு முன்னால் இன்னைக்கு எல்லாருக்கும் ஒரு சின்ன டெஸ்ட். எத்தனை பேர் சரியா செய்றீங்கன்னு பார்க்கப் போறேன்.'

'என்ன டெஸ்ட்ண்ணே?'

'உங்கள்ல எத்தனை பேருக்கு நிக்கிற சைக்கிள்ல ஏறி உக்கார முடியுதுன்னு முதல்ல நான் தெரிஞ்சிக்கணும். அதுதான் டெஸ்ட்.'

இது என்ன விபரீதமான சோதனை என்ற பதற்றத்தோடு நாங்கள் அண்ணன் முகத்தையே பார்த்துக்கொண்டிருந்தோம்.

அண்ணன் முதலில் கஜேந்திரன் பக்கம் விரலை நீட்டி சைக்கிளுக்கு அருகில் வருமாறு அழைத்தார். அவன் பக்கத்தில் வந்து ஹேண்டில்பாரைப் பிடித்துக்கொண்டு காலை மறுபுறத்தில் கொண்டுசெல்ல இயலாமல் தடுமாறினான். அண்ணன் அவனுடைய தோளை உறுதியாகப் பற்றிக்கொண்டு 'பெடல மிதிச்சி ஏறி அந்தப் பக்கமா கால போடணும், தெரியுதா?' என்றார். அவன் தலையசைத்தபடியே அவர் சொன்னபடி செய்தான். ஒரே நொடியில் மாயவித்தையைப்போல அவன் சைக்கிள் இருக்கையில் ஏறி குதிரை மீது உட்கார்வதுபோல உட்கார்ந்துவிட்டான். அவன் முகத்தில் புன்னகையும் பரவசமும் மின்னின.

'ரெண்டு காலும் எப்பவும் பெடல்மேலயே இருக்கணும். உனக்கு முன்பக்கமா ரோடு இருக்குதுன்னு நெனச்சி நேரா பார்த்து மிதிச்சிகிட்டே இரு.'

பக்கத்தில் நின்றுகொண்டு அண்ணன் சொன்ன ஆலோசனையை அவன் அப்படியே பின்பற்றினான். இரண்டு மூன்று முறை கால்கள் இடறி நழுவின. பிறகு சரியாக வந்துவிட்டது. காலம்காலமாக பழகியவனைப்போல மிதிக்கத் தொடங்கினான்.

'குனிஞ்சியே பார்க்கக்கூடாது. உன் கண்ணு எப்பவும் நேராதான் இருக்கணும். உடம்பை வளைக்காத. நிமுந்து உக்காரு.'

சில நிமிடங்களுக்குப் பிறகு அவன் நீண்ட காலம் சைக்கிள் பழகியவனைப்போல மிதிக்கத் தொடங்கினான். அந்த லாவகமும் லயமும் அவனுக்குக் கைகூடி வந்ததும் தங்கமுத்து அண்ணன் 'போதும் போதும். நிறுத்திக்கோ' என்று சொல்லி அவனை இறங்கச் சொன்னார்.

நெடுஞ்செழியன், சுப்பிரமணியன், குமரவேல், சுந்தரம் என வரிசையாக ஒவ்வொருவராக அழைத்து அக்கம்பக்கம்

திரும்பாலும் உடலை வளைக்காமலும் நேர்த்திசையில் பார்த்து மிதிக்கும் பயிற்சியைக் கொடுத்தார். நான் அவர்கள் செய்வதையெல்லாம் பார்த்துக்கொண்டிருந்தேன். கால், கை, கண்கள் எல்லாம் தனித்தனியாக தன் போக்கில் இயங்குகின்றன. ஆனால் அவை அனைத்தும் ஒருங்கிணைந்த ஒரு நோக்கத்துடன் செயல்படுகின்றன, அதைப் பார்த்ததும் சைக்கிளை மிதிப்பதும் அது ஓடுவதும் உலக அதிசயம் என்றே தோன்றியது.

கடைசியாக என் முறை வந்தது. என்னால் சைக்கிள் இருக்கைமீது உட்காரவே முடியவில்லை. ஒரு காலை ஊன்றிக்கொண்டு அடுத்த காலை உயர்த்தி மறுபக்கம் கொண்டு செல்லவே இயலவில்லை. ஒவ்வொரு முறையும் நான் முயற்சி செய்வதும் ஒரு பக்கமாக சரிவதும் கீழே விழாதபடி அனைவரும் என்னைத் தாங்கிப் பிடிப்பதுமாகவே நேரம் ஓடிக்கொண்டிருந்தது. கடைசியில் வேறு வழியில்லாமல் என்னை எல்லோரும் சேர்ந்து தூக்கி இருக்கையின் மீது உட்கார வைத்தார்கள்.

எனக்கும் அப்போது நிம்மதியாக இருந்தது. மற்றவர்களைப்போல இரு கைகளையும் நீட்டி பிடிகளைப் பற்றிக்கொண்டு மிதிப்பதற்காக அழுத்தினேன். ஒருங்கிணைந்த வகையில் என்னால் கால்களைப் பயன்படுத்தவே முடியவில்லை. உடல்பாரம் என்னை ஒருபக்கமாகவே இழுத்துக்கொண்டு சென்றது. அச்சத்தில் உடலெல்லாம் வேர்த்துவிட்டது.

'சரி, போதும் எறங்கிடு. ஞாயித்துக்கெழமை பார்த்துக்கலாம்' என்று சொன்னபடி என்னைத் தாங்கிப் பிடித்துக்கொண்டார். நான் மெதுவாக இருக்கையிலிருந்து விலகி கீழே இறங்கினேன். 'ஒன்னும் பயப்படாத. புரியுதா? சைக்கிள் ஓட்டறது ஒன்னும் பெரிய வித்தை கெடையாது' என்று சொன்னபடி என் முதுகில் அண்ணன் தட்டிக் கொடுத்தார்.

தொடர்ந்து வந்த ஞாயிறு அன்று காலையில் தங்கமுத்து அண்ணன் சொன்னபடி நாங்கள் எல்லோருமே ஆஸ்பத்திரி மைதானத்தில் ஒன்றாகக் கூடிவிட்டோம். அண்ணன் சைக்கிளை எடுத்து வந்திருந்தார். என்னைத் தவிர எல்லோரும் சைக்கிளில் ஏறி கீழே விழாமல் மிதிக்கப் பழகினார்கள். முதல் முயற்சியிலேயே நான் கீழே விழுந்துவிட்டேன். கால் முட்டியில் அடி, வேதனை. வலியின் காரணமாக நான் ஒதுங்கிவிட்டேன். ஓரமாக நின்று அவர்கள் ஓட்டுவதை வேடிக்கை பார்த்தேன். மூன்று ஞாயிறுகளில் தொடர்ச்சியாக அண்ணன் கொடுத்த பயிற்சியால் அனைவருமே சைக்கிள் மன்னர்களாக மாறிவிட்டனர்.

‘உனக்கு கத்துக்குடுக்க முடியலையேன்னு நெனைக்கும்போது ரொம்ப வருத்தமா இருக்குதுடா’ என்று அண்ணன் என்னைப் பார்த்துச் சொன்னார். ‘இருக்கட்டும்ண்ணே. வேற ஒரு சந்தர்ப்பம் வரும்போது கத்துக்கறேண்ணே’ என்று நான் அண்ணனுக்கு ஆறுதலாகச் சொன்னேன்.

‘அதுக்கில்லைடா. சைக்கிள்தான் எல்லாத்துக்கும் ஆதாரம். இன்னைக்கு சைக்கிள் கத்துகிட்டாதான் நாளைக்கு ஸ்கூட்டர் கத்துக்க முடியும். அதுக்கப்புறம் கார் ஓட்டக் கத்துக்க முடியும்.’

‘பரவாயில்லைண்ணே. பாத்துக்கலாம். விடுங்கண்ணே.’

அண்ணன் சைக்கிளை ஓட்டி ஓட்டியே எல்லோரும் சைக்கிள் மன்னர்களாகிவிட்டார்கள். அதற்குப் பிறகு வாடகை சைக்கிள் எடுத்து சொந்தமாக ஓட்டும் அளவுக்கு வளர்ந்துவிட்டார்கள்.

சைக்கிள் பயிற்சி கொடுத்ததுபோலவே அண்ணன் எல்லோருக்கும் நீச்சல் பயிற்சியும் கொடுத்தார். ஸ்டேஷனுக்கு அருகிலேயே இருந்த ஏரிக்கரை அந்தப் பயிற்சிக்கு வசதியாக இருந்தது.

கார்த்திகை மாதம் பெய்த மழையால் ஏரி நிறைந்திருந்த நேரத்தில் அண்ணன் அந்தப் பயிற்சியைத் தொடங்கினார். துரதிருஷ்ட வசமாக அதுவும் எனக்கு கைவராத கலையாகவே அமைந்து விட்டது. என் கைகளும் கால்களும் அதற்கு ஒத்துழைக்கவில்லை. என் கோழைத்தனத்தையும் அச்சத்தையும் பார்த்து அண்ணன் மிகவும் சங்கடப்பட்டார். நாலைந்து ஞாயிறுகளில் தொடர்ந்து பயிற்சி செய்ததன் விளைவாக நண்பர்கள் எல்லோரும் நீச்சல் திறமை வாய்க்கப் பெற்றவர்களாக மாறினார்கள்.

பொங்கல் முடிந்து கரிநாள். அன்று பள்ளிக்கு விடுமுறை. தங்கமுத்து அண்ணன் வீட்டுக்குச் சென்றிருந்தோம். அண்ணன் எங்களுக்கு ஆளுக்கு ஒரு ரூபாய் பொங்கல் காசு கொடுத்தார். ‘வேணாம்ண்ணே’ என்று தயக்கத்துடன் சொன்னேன். ‘அண்ணன்தானடா கொடுக்கறேன், வச்சிக்குங்கடா’ என்று அண்ணனே அந்த ரூபாய் நாணயத்தை சட்டைப்பையில் போட்டு விட்டார். ‘நம்ம ஊரு கொட்டாய்ல கனிமுத்து பாப்பா போட்டிருக் காங்கடா. போய் பாருங்க’ என்று சொன்னார்.

‘நீங்க பாத்துட்டீங்களாண்ணே?’ என்று கேட்டான் சுந்தரம்.

‘போன வருஷம் விழுப்புரத்துல ரிலீஸ் ஆவும்போதே நான் பாத்துட்டேன். நம்ம ஆளு படம்டா அது. வளவனூருக்கு இப்பதான் வருது.’

அப்போது யாரோ தெருவில் 'ஆயா, ஓரமா போ. பின்னால மாடு வருது. மாடு' என்று மீண்டும் மீண்டும் சத்தமிட்டுச் சொல்லும் குரல் கேட்டது. என்ன என்று பார்ப்பதற்காக நாங்கள் எல்லோருமே திண்ணையை விட்டு இறங்கி வாசலுக்கு வந்தோம்.

ஆஸ்பத்திரி தெருவிலிருந்து திரும்பும் பாதை வழியாக ஓர் ஆயா வந்துகொண்டிருந்தார். அவருக்குப் பின்னால் கொழுகொழுவென இருக்கும் ஒரு மாடு துரத்திக்கொண்டு வந்தது. கொம்புகளை இப்படியும் அப்படியுமாக அது அசைத்துக்கொண்டு வந்த தோற்றத்தைப் பார்த்து உடல் நடுங்கியது. ஏதோ சிந்தனையில் வந்துகொண்டிருந்த ஆயாவுக்கு அந்த எச்சரிக்கைக்குரல் கேட்கவில்லை.

யாரும் எதிர்பாராதபடி அந்தக் கணத்தில் வேகவேகமாக ஓடி அந்த ஆயாவின் கையைப்பற்றி பாதையோரமாக இழுத்தார் தங்கமுத்து அண்ணன். ஆயாவை முட்டுவதற்காக நெருங்கி வந்த மாடு இலக்கு விலகியதை அறிந்ததும் வெறிகொண்டு கழுத்துமணி ஒலிக்க தலையை இப்படியும் அப்படியுமாக அசைத்தது. பிறகு அண்ணனை முட்டுவதற்காக நெருங்கி வந்தது.

கண்ணை மூடி கண்ணைத் திறப்பதற்குள் அதன் கொம்புகளைப் பற்றி கழுத்தை ஒடித்துவிடுவதுபோல வளைத்தார் அண்ணன். 'ஆயா போங்க போங்க' என்று அண்ணன் சத்தம் போட்டதும் ஆயா அந்த இடத்திலிருந்து ஓடி வந்து திண்ணையின் பக்கமாக நின்றுகொண்டார். அவர் உடல் நடுங்கியது. ஈஸ்வரா ஈஸ்வரா என்று முணுமுணுத்துக்கொண்டே இருந்தார்.

அண்ணன் பிடியிலிருந்து விடுவித்துக்கொள்ள மாடு உடலை வளைத்து வளைத்துச் சுற்றியது. மாடு திரும்பிய திசையிலெல்லாம் அண்ணனும் திரும்பி தன் பிடியை அழுத்தி இறுக்கினார். வசமாக ஒரு தருணத்தில் அதன் முன்னங்காலில் ஓங்கி ஓர் உதை கொடுத்து கீழே தடுமாறி விழவைத்தார். பிடியின் இறுக்கத்தைக் குறைக்காமலேயே பிடரியில் ஐந்தாறு முறை உதைத்தார். கடைசியாக ஓங்கி உதைத்துவிட்டு, உதைத்த வேகத்தில் சட்டெனப் பின்வாங்கி தொலைவாக திண்ணைக்கு அருகில் வந்து நின்றுகொண்டார்.

தெருவிலிருந்த எல்லா வீட்டு வாசல்களிலும் நின்று அந்தச் சண்டையை மக்கள் வேடிக்கை பார்த்தார்கள். ஒருவர்கூட உதவிக்கு நெருங்கி வரவில்லை. என்ன நேருமோ என ஒவ்வொரு கணமும் நாங்கள் அச்சத்தில் உடல்நடுங்க நின்றிருந்தோம். ஆனால்

தங்கமுத்து அண்ணன் மட்டும் ஓர் அங்குலம் கூட பின்வாங்காமல் அங்கேயே நின்றுகொண்டிருந்தார்.

கழுத்தை இடதுபக்கமாகவும் வலதுபக்கமாகவும் சுழற்றிச்சுழற்றி இளைப்பாறிய மாடு ஒருமுறை வாயைத் திறந்து மூச்சுவிட்டது. பிறகு அந்த இடத்திலிருந்து பின்வாங்கி தன் திசையில் நடந்து செல்லத் தொடங்கியது. சிறிது தூரம் அது போகும்வரை நம்பிக்கையில்லாமல் அந்த மாடு நடக்கும் திசையிலேயே பார்த்திருந்தார் அண்ணன். பிறகுதான் திரும்பி திண்ணையின் பக்கம் வந்தார்.

'ஆஸ்பத்திரியில மாத்திரை வாங்கிட்டு வந்தேன் தம்பி. அந்த மாடு வந்ததையே நான் பார்க்கலை. கடவுள் மாதிரி வந்து நீ என்னை காப்பாத்திட்ட' என்று சொல்லிக்கொண்டே பக்கத்தில் வந்து அண்ணனின் கைகளைப் பற்றிக்கொண்டார்.

திண்ணையில் இருந்த குடத்திலிருந்து தம்ளரில் தண்ணீரை எடுத்து தூணுக்குப் பக்கத்தில் உடல்நடுங்க நின்றிருந்த அந்த ஆயாவிடம் கொடுத்தார். அதை வாங்கிப் பருகிய பிறகுதான் அந்த ஆயா சற்றே இயல்பான நிலைக்குத் திரும்பினார்.

'எங்க இருக்குது உங்க வீடு ஆயா? வீடு வரைக்கும் கொண்டுவந்து விட்டுட்டு வரணுமா? இல்லை நீங்களாவே போயிடுவீங்களா?' என்று பேச்சை மாற்றினார் அண்ணன்.

'இல்ல தம்பி, நானே போயிடுவேன். இப்பதான் மாடு போயிடுச்சே' என்று சொல்லிவிட்டு புன்னகைத்தபடி அந்த ஆயா படியிறங்கிச் சென்றார்.

அதற்குப் பிறகு நாங்கள் திண்ணையில் வட்டமாக உட்கார்ந்து மறுபடியும் சினிமாக்கதையைப் பேசத் தொடங்கினோம்.

எங்கோ கடைக்குச் சென்றிருந்த தங்கமுத்து அண்ணனின் அம்மா அப்போதுதான் இடுப்பில் ஒரு பையை வைத்துக்கொண்டு வீட்டுக்கு வந்தார். அவர் படியேறி உள்ளே வருவதற்காகவே காத்திருந்ததுபோல பரசுராமன் உற்சாகத்தோடு 'எங்க போயிட்ட ஆயா நீ? கொஞ்ச நேரத்துக்கு முன்னால வந்திருந்தா அருமையான ஒரு சண்டைக்காட்சியை பார்த்திருக்கலாம்' என்றான்.

'சண்டையா? என்னடா சண்டை?'

'நம்ம அண்ணனுக்கும் ஒரு மாட்டுக்கும் நடந்த சண்டை.'

'மாடா?' என்று அதிர்ச்சியோடு அண்ணன் பக்கம் திரும்பினார் ஆயா.

'என்ன ஒன்னும் செய்யலைம்மா. அதுதான் எங்கிட்ட ஒதை வாங்கிகிட்டு ஓடிடுச்சி.'

எதுவும் சொல்லாமல் அண்ணனையே ஒருகணம் ஆழமாகப் பார்த்துவிட்டு வீட்டுக்குள் சென்றுவிட்டார் ஆயா.

அப்படி ஒரு நிகழ்ச்சி நடக்கவே இல்லை என்பதுபோல அண்ணன் வேறொரு விஷயத்தைப் பற்றி பேச்சைத் தொடங்கினார். ஆனால் அது நீண்ட நேரம் நீடிக்கவில்லை. 'சரிண்ணே, வரோம்' என்று சொல்லிவிட்டு நாங்களும் அங்கிருந்து புறப்பட்டோம்.

பொங்கல் விடுப்பு முடிந்து பள்ளிக்கூடம் திறந்த அன்றே எங்களுக்கு பள்ளியில் கடுமையான பயிற்சி வகுப்புகள் தொடங்கி விட்டன. ஒரு வாரம் முழுதும் தொடர்ச்சியாக அவை நடை பெற்றன. அதற்கு அடுத்த வாரத்தில் தேர்வுகள் நடந்தன. இப்படியே நான்கு கட்டமாக பயிற்சி வகுப்புகள். நான்கு கட்டமாக தேர்வுகள். இரண்டு மாத காலம் ஓடியதே தெரிய வில்லை. வீட்டையும் பள்ளியையும் தவிர எங்கும் திரும்பிக் கூட பார்க்க நேரமில்லாமல் போய்விட்டது.

அவையெல்லாம் நடந்துகொண்டிருக்கும்போதே ஆண்டுத் தேர்வுக்குரிய அட்டவணையை அறிவித்துவிட்டார்கள். ஒருநாள் கூட ஓய்வில்லை. படிப்பது, எழுதிப் பார்ப்பது என ஒவ்வொரு நாளும் ஓடிக்கொண்டே இருந்தது. நண்பர்களைக்கூட பள்ளிக் கூடத்தில் தேர்வுக்கூடங்களில் மட்டுமே பார்த்துப் பேசமுடிந்தது.

ஸ்டேஷன் திடல் விளையாட்டு, தங்கமுத்து அண்ணன் வீட்டுத் திண்ணைப்பேச்சு, ஏரிக்கரை விளையாட்டு, வேலந்தோப்பு விளையாட்டு, குளத்தங்கரை விளையாட்டு எல்லாவற்றையும் நிறுத்திவிட்டோம். தேர்வுகளில் முடிந்தவரை அதிக மதிப் பெண்களோடு தேர்ச்சி பெறவேண்டும் என்பது மட்டுமே எங்கள் லட்சியமாக இருந்தது. ஒவ்வொரு தேர்வையும் எழுதி முடித்து விட்டு பள்ளியிலிருந்து வெளியேறும் சமயத்தில் ஏதோ ஒரு கடலையே நீந்திக் கடந்துவந்ததைப்போல ஆறுதலாக உணர்ந்தோம்.

கடைசித்தேர்வை எழுதிய பிறகுதான் நெஞ்சில் ஏற்றி வைத்திருந்த ஒரு பெரிய பாரத்தை இறக்கிவைத்ததுபோல இருந்தது. அடுத்தநாள் விடுதலை பெற்ற பறவைகளாக உணர்ந்தோம்.

அடுத்தநாள் காலையில் பழைய சோறு சாப்பிட்டுமுடித்த கையோடு மட்டையையும் பந்தையும் எடுத்துக்கொண்டு

ஸ்டேஷன் திடலுக்குச் சென்றுவிட்டேன். மனோகரன், பரசுராமன், நெடுஞ்செழியன், கஜேந்திரன், சுந்தரம், குமரவேல் என நண்பர்கள் அனைவரும் ஒவ்வொருவராக அங்கே வந்து சேர்ந்தனர். விளையாட்டு, பேச்சு, கதை என்று பொழுது போனதே தெரிய வில்லை. தலைக்கு மேலே சூரியன் தகிப்பதுகூடத் தெரியவில்லை.

'என்னடா, எப்படா பரீட்சை முடியும், எப்படா மட்டையைத் தூக்கலாம்னு காத்திருந்தீங்களா?'

ஸ்டேஷன் கிராதிக்கம்பங்களுக்கு அப்பால் புங்கமர நிழலில் நின்றபடி காசி மாமா குரல் கொடுத்த பிறகுதான் ஆட்டத்தை நிறுத்தினோம். 'ஆமாம் மாமா' என்று சொன்னபடி அவரைப் பார்த்து புன்னகைத்தோம்.

'பரீட்சையெல்லாம் எப்படிடா எழுதியிருக்கீங்க? பாஸாயிடுவீங்களா?

'ஓ. கேரண்டி பாஸ் மாமா.'

'அது சரி, விளையாட்டு மும்முரத்துல சாப்படறத மறந்துடா தீங்கடா. போங்கடா போங்க. ஏதாவது வயித்துக்குப் போட்டுகிட்டு பொழுது சாஞ்சப்புறம் வந்து ஆடுங்க. போங்க.'

'இப்பதான் ஆடறதுக்கு ஆரம்பிச்ச மாதிரி இருக்குது. அதுக்குள்ள மதியானம் ஆயிட்டுதா?' என்று ஆச்சரியத்தோடு ஆகாயத்தை அண்ணாந்து பார்த்தான் கஜேந்திரன்.

'மணி ரெண்டாவப் போவுது. ஓடுங்கடா.'

மட்டையையும் பந்தையும் எடுத்துக்கொண்டு சாலையில் நிழல் படிந்திருக்கும் பக்கமாகவே நடந்தோம். பஞ்சாயத்து போர்டு அலுவலகத்தை அடைந்ததும் அங்கிருந்து இடது பக்கமாகத் திரும்பினோம். எல்லோருடைய வீடுகளும் தள்ளித்தள்ளி இருந்தன.

முதலில் மனோகரன் விடைபெற்றான். அப்புறம் கஜேந்திரன் புறப்பட்டுச் சென்றான். பிறகு நெடுஞ்செழியன் விளையாட்டாக எல்லோருடைய முதுகிலும் செல்லமாக அழுத்தித் தட்டிவிட்டு கிளம்பினான். மற்றவர்களும் அவரவர் வீடு வந்ததும் 'சரிடா, சாயங்காலம் நால்ரை மணிக்கு பார்க்கலாம்' என்று சொல்லிவிட்டு விடைபெற்றனர்.

அடுத்து ஏதோ சினிமாப்பாட்டு வரிகளை முணுமுணுத்தபடி நான் மட்டும் தனியாக நடக்கத் தொடங்கினேன். ராகம் போட்டு

இழுத்தபடி இரண்டு வீடுகள் கடந்த பிறகு தன்னிச்சையாக தங்கமுத்து அண்ணனின் வீட்டுப் பக்கம் பார்வையைத் திருப்பினேன். வாசலில் நின்றிருந்த நந்தியாவட்டை மரத்தைச் சுற்றி உலர்ந்து சுருங்கி கருத்துவிட்ட பழைய பூக்களும் புதிய பூக்களுமாக ஒரே குப்பைமேடாக இருந்தது. அதைப் பார்த்ததும் திகைத்து ஒருகணம் நின்றுவிட்டேன். வழக்கமாக மரத்தடியில் நின்றிருக்கும் சைக்கிளும் இல்லை.

ஏன் வீடு இப்படி இருக்கிறது, ஏன் சைக்கிள் இல்லை என்பதை என்னால் புரிந்துகொள்ள இயலவில்லை. தங்கமுத்து அண்ணனுக்கு என்ன நேர்ந்தது, அவர் எங்கே போனார் என்று நினைத்துக் குழம்பினேன்.

ஒருகணம் தயங்கி, தங்கமுத்து அண்ணன் வீட்டுக்கு முன்னால் சென்று நிமிர்ந்து பார்த்தேன். வீடு பூட்டியிருந்தது. திண்ணை யெங்கும் புழுதிமயமாக இருந்தது. தூணுக்கு மேலே ஒட்டடை தொங்கியது. திண்ணையை ஒட்டி இருந்த குடத்தை ஒட்டி விழுந்து கிடந்த பல்லியைச் சுற்றி எறும்புகள் மொய்த்துக் கிடந்தன.

குழப்பத்தோடு எதை எதையோ நினைத்தவாறு மெதுவாக நடந்து வீட்டை அடைந்தேன். வாசலில் உலர்ந்துகொண்டிருந்த எரு முட்டைகளை ஒவ்வொன்றாக அம்மா திருப்பிப் போட்டுக் கொண்டிருந்தார். என்னைப் பார்த்ததுமே, 'லீவ் உட்டதுமே தொரைக்கு இப்படித்தான் நேரம் காலம் தெரியாம ஆடச் சொல்லுதாடா?' என்று கேட்டார்.

நான் எந்தப் பதிலும் சொல்லவில்லை. பேசாமல் தோட்டத்துக்குச் சென்று முகம் கை கால் கழுவிக்கொண்டு வந்தேன். அம்மா ஒரு தட்டு நிறைய கஞ்சி வைத்திருந்தார். அதற்குப் பக்கத்தில் ஒரு கிண்ணத்தில் பொட்டுக்கடலைச் சட்டினி.

'என்னாச்சி? யாராச்சிம் ஏதாச்சிம் சொன்னாங்களா? ஏன் மூஞ்சிய ஒரு மாதிரி வச்சிருக்க?' என்று கேட்டார் அம்மா. நான் 'த்ச். ஒன்னுமில்ல' என்றபடி தட்டை உயர்த்தி கஞ்சியைக் குடித்தேன்.

'என்னடா? எதுவா இருந்தாலும் சொல்லு. யாராவது அடிச்சிட்டாங்களா?'

அம்மாவின் மனம் எண்ணும் திசையை உணர்ந்ததும் என் சிந்தனைக் குழப்பம் கலைந்துவிட, எனக்கு சிரிப்பு வந்தது. அந்தச் சிரிப்பு என்னை இயல்பான மனநிலைக்குத் திருப்பிவிட்டது. 'அடியா? அடிவாங்கறதுக்கு நான் என்ன சின்ன குழந்தையாம்மா?' என்று சொன்னேன்.

‘அடி வாங்கலைன்னா, வேற என்ன விஷயம்?’

விளையாடிவிட்டு பஞ்சாயத்து அலுவலகம் வழியாக நண்பர்களோடு சேர்ந்து வீட்டுக்குத் திரும்பி வந்ததையும் தங்கமுத்து அண்ணன் வீடு இருந்த கோலத்தைப் பார்த்ததையும் அவர் ஞாபகம் எழுந்ததையும் அவரை நினைத்துக் குழம்பியதையும் சுருக்கமாகச் சொன்னேன்.

‘அந்த மாட்டைப் புடிச்சி கீழ தள்ளி அடக்கி, அந்த ஆயாவை காப்பாத்தனானே, அதுக்கப்புறம் நடந்த கதை எதுவும் உனக்குத் தெரியாதா?’

அம்மாவின் சொற்களைக் கேட்டு ஒருகணம் திகைத்துவிட்டேன். ‘அதுக்கப்புறம் நான் வெளிய எங்கம்மா போனேன்? பள்ளிக்கூடம், ரிவிஷன், பரீட்சைன்னு ஓடறதுக்குத்தான நேரம் சரியா இருந்தது. அந்த நெருக்கடியில அந்த அண்ணன் ஞாபகமே வரலை.’

அப்படியா என்பதுபோல அம்மா மேலும் கீழுமாக தலையை அசைத்தார். பிறகு நீண்டதொரு பெருமூச்சை இழுத்துவிட்டபடி என் பக்கமாகத் திரும்பினார். ‘மாட்டு புடியிலிருந்து அந்த ஆயாவை காப்பாத்தனானே, அன்னைக்கு சாயங்காலம் பெரிய சண்டையே நடந்ததாம்’ என்று தொடங்கினார்.

‘சண்டையா?’

‘ஆமாம். அந்த வண்டிக்காரமூட்டு ஆள் ரைஸ்மில்லுக்கு தேடிப் போய் தங்கமுத்துவை சண்டைக்கு இழுத்திருக்கான். என் மாடு மேல நீ எப்படிடா கை வச்சி தள்ளி உடலாம்னு சத்தம் போட்டிருக்கான். தள்ளி உடலைன்னா அந்த ஆயா செத்திருப்பாங்க தெரியுமான்னு தங்கமுத்து பதில் சொல்லியிருக்கான். செத்தா சாவட்டுமே, அவுங்க என்ன உன்ன பெத்த அம்மாவா, இல்ல ஆயாவான்னு அலட்சியமா அடிக்கறதுக்கு போயிருக்கான் வண்டிக்காரன்.’

‘ஐயையோ, அப்புறம்?’

‘அப்புறம் ரைஸ் மில்லுல சுத்தி நின்னுட்டிருந்த ஆளுங்களும் மொதலாளியும் சேர்ந்து நடுவுல பூந்து வண்டிக்காரனை இழுத்து சண்டையை விலக்கி உட்டு அனுப்பிட்டாங்க.’

‘அந்த வண்டிக்கார ஆளுக்கு பெரிய தலைவர்னு நெனப்பு.’

‘அந்த ஆயாவுடைய பேரன் விழுப்புரம் கோர்ட்ல வக்கீல் குமாஸ்தாவா இருக்கானாம். சாயங்காலம் வீட்டுக்கு வந்ததும்

ஆயாவ மாடு முட்டின சேதியை சொல்லியிருக்காங்க. உடனே அவன் இந்தத் தெருவுக்கு வந்து வண்டிக்காரனைப் பார்த்து என்னமோ சொல்லிட்டு போயிருக்கான். அதைத்தான் அந்த வண்டிக்காரனால தாங்கிக்க முடியலை. என்னைப் பார்த்து அவன் எப்படி பேசலாம்னு அவனுக்கு ஒரு ரோஷம். அந்த ரோஷத்தை தங்கமுத்துகிட்ட காட்டணும்னு கௌம்பி போயிட்டான்.'

'அது சரி, அன்னைய பிரச்சினை அத்தோடு முடிஞ்சிபோச்சிதான? அதுக்கப்புறம் தங்கமுத்து அண்ணன் எங்க போனாரு?'

'அதைத்தான் சொல்லணும்னு ஆரம்பிச்சேன். கடைசியில ஒங்கிட்ட எதைஎதையோ சொல்லிட்டிருக்கேன். இந்த மாடு விஷயத்துக்குப் பிறகு அவுங்கம்மா ரொம்ப பயந்துட்டாங்க. தங்கமுத்து அப்பாகூட அந்தக் காலத்துல மாடு முட்டித்தான செத்தாரு. அதையும் இதையும் நெனச்சி, அந்த அம்மா கொழப்பிகிட்டாங்க. பண்ருட்டியில இருக்கற தம்பிகாரனுக்கு சேதி அனுப்பிட்டாங்க. உடனே அவரு பஸ் புடிச்சி வளவனூருக்கு வந்துட்டாரு. இந்த மாடு சங்காத்தமே வேணாம், ரெண்டு பேரும் என்கூட வாங்கன்னு ஊட்டப் பூட்டிகினு பண்ருட்டிக்கே அழைச்சிம் போயிட்டாரு.'

'அப்படின்னா பண்ருட்டிலதான் இருக்காரா அண்ணன்?'

'அங்கயும் இல்லை' என்று அம்மா உதட்டைப் பிதுக்கினார். எதுவும் புரியாமல் குழப்பத்தோடு நான் அம்மாவின் முகத்தையே பார்த்தேன்.

'அவுங்க பண்ருட்டி போய் சேர்ந்த நேரத்துல ராணுவத்துக்கு ஆள் எடுக்கிற கேம்ப் ஒன்னு விழுப்புரத்துல ரெண்டுமூனு வாரம் நடந்திச்சி. யாரோ ஒரு சொந்தக்காரங்க அந்த விஷயத்தை அந்த மாமன்காரன்கிட்ட சொல்லியிருக்காங்க. அடுத்த நாளே அவரு தங்கமுத்துவை அங்க கூட்டிகினு போயி நிறுத்திட்டாரு. அவன் இருக்கற வாட்டசாட்டமான நிலைமைக்கு மிலிட்டரிகாரன் வேணாம்னா சொல்லப்போறான்? என்னமோ பேருக்கு ரெண்டு மூனு டெஸ்டு வச்சி முடிச்சிட்டு, லட்டு மாதிரி ஆள எடுத்துகிட்டாங்களாம்.'

'இதெல்லாம் உனக்கு எப்பிடிம்மா தெரியும்?'

'அவனே ஊட்டுக்கு வந்து சொல்லிட்டுப் போனான்டா.'

'என்னம்மா சொல்ற நீ? அவரு எப்ப வந்தாரு இங்க?'

'ஆமாம்டா. பட்டாளத்துக்கு போகறதுக்கு தேவையான துணிமணிய எடுத்துட்டு போவறதுக்காக வளவனூருக்கு வந்தானாம். அப்படியே நம்ம வீட்டுக்கும் வந்துட்டு போனான். நீ அப்ப ஸ்கூலுக்கு போயிருந்த. இந்த மாதிரி பட்டாளத்து வேலைக்கு போறேன் சின்னம்மா, விபூதி வச்சி வுடுங்க சின்னம்மான்னு வந்து கேட்டான். நிகுநிகுன்னு நல்லா பனை மரம் மாதிரி வளந்து நிக்கிற புள்ளை. பேசிகினு இருக்கும்போதே சட்டுனு கால்ல உழுந்துட்டான். எனக்கு உடம்பே ஒரு உலுக்கு உலுக்கிடுச்சி. ஆசீர்வாதம் பண்ணி எழுப்பி நெத்தியில விபூதி வச்சிவிட்டேன். அப்பதான் இந்தக் கதையையெல்லாம் சொன்னான். மகராசனா இருடா தம்பின்னு சொல்லி அனுப்பிவச்சேன்.'

அந்த நேரத்தில் அம்மாமீது கடுமையான வருத்தம் ஏற்பட்டது. 'அன்னைக்கே ஏன் எங்கிட்ட சொல்லலை நீ?' என்று சிணுங்கினேன்.

'ஏன்டா, ஒரு சிந்தனை, ரெண்டு சிந்தனைன்னா எனக்கு ஞாபகம் இருக்கும். அடுத்த வேளை சோத்துக்கு என்ன செய்யறதுங்கற சிந்தனையே எனக்கு பெரிய ரோதனையா இருக்குது. இதுல எதுவுமே ஞாபகத்துல நிக்கமாட்டுது. நான் என்ன செய்யறது, சொல்லு.'

அதைத் தொடர்ந்து அம்மாவிடம் நான் எதையும் கேட்கவில்லை.

அன்று சாயங்காலம் விளையாட்டைத் தொடர்வதற்காக மீண்டும் ஸ்டேஷன் திடலுக்குச் சென்றேன். நண்பர்களும் ஒவ்வொருவராக வந்து சேர்ந்தார்கள். அப்போது தங்கமுத்து அண்ணனைப்பற்றி தெரிந்துகொண்ட விஷயங்களையெல்லாம் நண்பர்களிடம் தெரிவித்தேன். யாருக்குமே அது தெரிந்திருக்கவில்லை.

மாட்டின் பிடியிலிருந்து ஆயாவை அண்ணன் காப்பாற்றியதை ஒரு பெருமைக்குரிய நிகழ்ச்சியாக நாங்கள் நினைத்திருந்தோம். ஆனால் ஊரைவிட்டே வெளியேறிச் செல்லும் அளவுக்கு அது ஒரு திருப்பத்தை உருவாக்கும் என நாங்கள் யாரும் நினைத்ததில்லை.

'வீடு பூட்டியிருக்கறத பார்த்ததும் எங்கியோ ஊருக்குப் போயிருக்காருன்னு நெனச்சிட்டேன்டா' என்று நெடுஞ்செழியன் நாக்கு சப்புக்கொட்டினான்.

விளையாட்டை ஆரம்பிக்கும் மனநிலையே யாருக்கும் வரவில்லை. எதைப் பேசத் தொடங்கினாலும் அது எப்படியோ

தங்கமுத்து அண்ணனைப்பற்றியதாக மாறிவிடத் தொடங்கியது. ஒவ்வொருவரும் தங்கமுத்து அண்ணன் சைக்கிள் ஓட்டக் கற்றுக்கொடுத்த நாட்களையும் நீச்சல் கற்றுக்கொடுத்த நாட்களையும் நினைவுகூர்ந்து ஏதேதோ சொன்னார்கள்.

'ஒரு வாரம் என்கூட சுத்திப் பார்த்துட்டு உனக்கு சைக்கிளும் வராது, நீச்சலும் வராது, நீ ஒரு மக்கு. துப்பு கெட்டவன். உடம்பே உனக்கு வளையமாட்டுது, நீ பெராக்கு பாக்கறதுக்குத்தான் லாயக்குன்னு என் சொந்த அண்ணனே வாய்க்கு வந்தபடி திட்டிட்டு போயிட்டாரு. ஆனா தங்கமுத்து அண்ணன் நாலே நாள்ல கடவுள் மாதிரி எல்லாத்தயும் சொல்லிக் கொடுத்தாரு. அவர மாதிரி ஒரு அண்ணன உலகத்துல பார்க்கவே முடியாது.'

பரசுராமன் நாக்கு சப்புக்கொட்டியபடி சொன்னான். உடனே மற்றவர்களும் அவனோடு சேர்ந்து 'ஆமாம்டா. அவரு ஆயிரத்துல ஒருத்தன் மாதிரி' என்று சொன்னார்கள். 'அவரு ஒரு அதிசயப்பிறவிடா' என்றான் கஜேந்திரன்.

'எதுவும் கத்துக்காம நீ எப்படித்தான் இந்த உலகத்துல பொழைக்கப் போறியோ?' என்று என்னைப் பார்த்து தங்கமுத்து அண்ணன் வருத்தத்தோடு சொன்ன சொற்கள் ஆழ்நெஞ்சில் எதிரொலித்தன. நான் அதை யாரிடமும் சொல்லவில்லை.

'வரிங்களாடா, நாம போய் தங்கமுத்து அண்ணன் ஊட்டுத் திண்ணையை சுத்தம் பண்ணலாமா?' என்று எல்லோரிடமும் திடீரென ஓர் ஆவலைத் தூண்டினான் பரசுராமன்.

'பண்ணலாம்தான். ஆனா இந்த ஊட்டுல என்னடா உங்களுக்கு வேலைன்னு யாராவது கேட்டால்....?' என்று தயக்கத்தோடு இழுத்தான் நெடுஞ்செழியன்.

'கேக்கும்போது பார்த்துக்கலாம், தைரியமா வாங்கடா' என்று கால்சட்டையின் பின்புறத்தில் ஒட்டியிருந்த புல்துணுக்குகளை உதறிக்கொண்டு எழுந்தான் பரசுராமன். அவனைத் தொடர்ந்து எல்லோரும் எழுந்தார்கள். மட்டை, பந்துகளைச் சுமந்துகொண்டு தங்கமுத்து அண்ணன் வீட்டுக்குச் சென்றோம்.

கஜேந்திரன் தன் வீட்டுக்கு ஓடோடிச் சென்று முறம், கூடை, ஒட்டடைக்கோல் எல்லாவற்றையும் எடுத்து வந்தான். நெடுஞ்செழியன் தன் வீட்டிலிருந்து துடைப்பத்தை எடுத்துவந்தான்.

முதலில் நந்தியாவட்டையைச் சுற்றி விழுந்திருந்த பூக்குப்பை களையெல்லாம் கூட்டி தள்ளிவந்து சுவரோரமாக குவித்தோம். ஒட்டடை அடித்தோம். சுவரை ஒட்டியும் திண்ணையிலும் விழுந்து குவிந்திருந்த மணலையெல்லாம் பெருக்கிக் கூட்டி வாரி எடுத்த பிறகு தண்ணீர் ஊற்றி பளபளவென்று கழுவி?த் துடைத்தோம். ஒரு மணி நேரத்தில் அந்தத் திண்ணை பழைய நிலைக்குத் திரும்பிவிட்டது. அதைப் பார்க்கப்பார்க்க எங்களுக்கு மட்டற்ற மகிழ்ச்சி ஏற்பட்டது. அதே சமயத்தில். அதைப் பார்க்க தங்கமுத்து அண்ணன் இல்லையே என்று வருத்தமும் ஏற்பட்டது.

மறுநாள் முதல் விடுப்புக்காலம் முடியும் வரைக்கும் பகல் பொழுது முழுவதையும் தங்கமுத்து அண்ணன் வீட்டுத் திண்ணையில் கழிக்கத் தொடங்கினோம். பரசுராமன் தன் வீட்டிலிருந்து கேரம் போர்டு எடுத்து வந்தான். சுப்பிரமணி சதுரங்கக்கட்டங்கள் வரையப்பட்ட பலகையைக் கொண்டுவந்து எல்லோருக்கும் காய்களை நகர்த்தும் விதத்தைச் சொல்லிக் கொடுத்து ஆட வைத்தான். நகரங்களின் பெயர்களோடு சதுரம்சதுரமாக காணப்படும் கட்டங்கள் நிறைந்த அட்டையைக் கொண்டுவந்து வைத்து பிசினெஸ் என்றொரு புதிய ஆட்டத்தைக் கற்றுக் கொடுத்தான் நெடுஞ்செழியன்.

ஆடி முடித்து ஓய்ந்த நேரங்களில் சினிமாக்கதைகள் பேசினோம். முதல் எழுத்தைச் சொல்லி சினிமாப்படத்தின் முழுப்பெயரைக் கண்டுபிடிக்கும் ஆட்டத்தை ஆடினோம். மாலையில் பொழுது சாய்ந்த வேளையில் ஸ்டேஷன் திடலுக்குச் சென்று பந்து ஆடினோம்.

அண்ணன் அங்கே இல்லை என்கிற உணர்வே எங்களுக்கு எழவில்லை. வீட்டுக்குள் தன் அம்மாவுக்கு உதவியாக ஏதோ வேலை செய்துகொண்டிருக்கிறார், எந்த நேரத்திலும் வந்து சேர்ந்துவிடுவார் என்கிற எண்ணம்தான் இருந்தது.

கனவு கலைவதுபோல விடுமுறைக்காலம் வெகுவிரைவில் கரைந்துவிட்டது. பள்ளி தொடங்கி புதிய வகுப்புக்குச் செல்லத் தொடங்கிவிட்டோம். பள்ளியிறுதி வகுப்பு என்பதால் முதல் நாளிலேயே எங்கள் பாடங்கள் தொடங்கிவிட்டன.

வகுப்புக்கு வந்த ஒவ்வொரு ஆசிரியரும் ‘இந்த ஒரு வருஷம் உங்க வாழ்க்கையில முக்கியமான ஒரு வருஷம்டா. அந்தக் கதை இந்தக் கதைன்னு மனசை அலைபாய உடாம படிக்கணும். இந்த வருஷத்துல நீங்க எடுக்கற மார்க்குதான் உங்க எதிர்காலத்தையே

தீர்மானிக்கப் போவுது' என்று தாரகமந்திரம் போல சொன்னதையே திருப்பித்திருப்பிச் சொல்லிவிட்டுச் சென்றார்கள்.

புத்தகமே கதியென்று எங்கள் வாழ்க்கை தலைகீழாக மாறிவிட்டது. ஏரிக்கரைக்கோ, ஸ்டேஷன் திடலுக்கோ எப்போதாவதுதான் செல்ல முடிந்தது. அந்த நேரம் கூட சிறிது விளையாட்டு, சிறிது பேச்சு என நாக்கில் வைத்த மிட்டாயென வேகவேகமாகக் கரைந்துவிட்டது.

திண்ணைக்குச் செல்வது குறைந்துவிட்டதால், வாசலில் புல் அடர்ந்து குப்பை மண்டியது. திண்ணையில் தூசு படிந்தது. அந்தப் பக்கம் செல்லும்போது அக்கணமே அனைவரும் கூடிச் சென்று முன்புபோல சுத்தம் செய்துவிட்டு புழங்கத் தொடங்கவேண்டும் என்றொரு எண்ணம் எழும். அப்புறம் அது வந்த வேகத்திலேயே அடங்கிவிடும்.

தங்கமுத்து அண்ணனின் முகத்தை ஒருநாளும் மறக்கமுடிந்த தில்லை. சைக்கிள் ஓட்டத் தெரியாமலும் நீச்சலடிக்கத் தெரியாமலும் தவித்து சங்கடத்தில் நெளியும் ஒவ்வொரு தருணத்திலும் அவர் நினைவு வந்துவிடும். அவருக்கு அமைந்திருந்த ஜெயசங்கரின் முகச்சாயலும் புன்னகையும் என்றென்றைக்குமாக ஒரு சிற்பம்போல நினைவில் பதிந்து விட்டன.

அந்தத் திண்ணையைப் பார்க்கும்போதெல்லாம் கூட்டிலிருந்து ஒரு குருவி எட்டிப் பார்ப்பதுபோல அவருடைய முகம் ஆழ்மனத்திலிருந்து எட்டிப் பார்த்துவிட்டு மறையத் தொடங்கியது.

ஒரு ராணுவச்சிப்பாயின் கோலத்தில் தங்கமுத்து அண்ணனின் தோற்றம் எப்படி இருக்கும் எனப் பலமுறை கற்பனையில் யோசித்திருக்கிறேன். அப்போதுகூட ஜெய்சங்கரின் சிப்பாய்த் தோற்றம்தான் அவருக்குக் கச்சிதமாக பொருந்திப் போவதாக நினைத்துக்கொள்வேன். எங்கோ மிக அருகில் அந்தச் சிப்பாய்த் தோற்றத்தில் நின்று என்னை நோக்கி அவர் புன்னகைப்பதாக நினைத்து மகிழ்ச்சியடைவேன்.

பாவண்ணன்

பாஸ்கரன் என்கிற பாவண்ணன் விழுப்புரம் மாவட்டத்தைச் சேர்ந்த வளவனூர் என்னும் கிராமத்தில் 20.10.1958 அன்று பிறந்தவர். இவருடைய முதல் சிறுகதை 1982இல் தீபம் இதழில் வெளிவந்தது. சிறுகதை, நாவல், கவிதை, கட்டுரை, திறனாய்வு, சிறார் இலக்கியம், மொழிபெயர்ப்பு என பல தளங்களிலும் தொடர்ந்து இயங்கி வருகிறார். ‘பயணம்’ என்னும் சிறுகதைக்காக கதா விருதும் ‘பாய்மரக்கப்பல்’ என்னும் நாவலுக்காக இலக்கியச்சிந்தனை விருதும் பெற்றார். மகாபாரதத்தைப் பின்னணியாகக் கொண்ட ‘பருவம்’ என்னும் கன்னட நாவலின் மொழிபெயர்ப்புக்காக சாகித்திய அகாதெமியின் மொழிபெயர்ப்புக்கான விருதைப் பெற்றார். இவருடைய படைப்பிலக்கியப் பங்களிப்புக்காக புதுமைப்பித்தன் நினைவு விளக்கு விருது, எம்.வி.வெங்கட்ராம் நூற்றாண்டு நினைவு விருது, கனடா இலக்கியத்தோட்டம் வழங்கும் இயல் விருது, சுஜாதா நினைவு விருது உள்ளிட்ட பல விருதுகளையும் பெற்றிருக்கிறார். பணிநிறைவுக்குப் பிறகு பெங்களூரில் வசித்து வருகிறார்.

www.ingramcontent.com/pod-product-compliance
Lightning Source LLC
LaVergne TN
LVHW040323051026
849518LV00001B/55
* 9 7 8 8 1 9 6 7 9 1 9 8 8 *